महाराष्ट्रातील सर्व विद्यापीठांतील राज्यशास्त्र व स्पर्धा परिक्षा विषयाच्या
विद्यार्थ्यांना व अभ्यासकांना उपयुक्त संदर्भ ग्रंथ

आधुनिक राजकीय विचारप्रणाली
Modern Political Ideologies

डॉ. महेंद्र पाटील

डायमंड पब्लिकेशन्स

आधुनिक राजकीय विचारप्रणाली
डॉ. महेंद्र पाटील

Adhunik Rajkiya Vicharpranali
Dr. Mahendra Patil

पहिली आवृत्ती : जुलै, २०१९

ISBN 978-93-86401-69-4

मुखपृष्ठ
शाम भालेकर

अक्षरजुळणी
डायमंड पब्लिकेशन्स

प्रकाशक
डायमंड पब्लिकेशन्स
२६४/३ शनिवार पेठ, ३०२ अनुग्रह अपार्टमेंट
ओंकारेश्वर मंदिराजवळ, पुणे-४११ ०३०
☎ ०२०-२४४५२३८७, २४४६६६४२
info@diamondbookspune.com

ऑनलाईन पुस्तक खरेदीसाठी भेट द्या
www.diamondbookspune.com

माझ्या कार्यास नेहमीच प्रोत्साहन देणारे माझे
तीर्थस्वरूप वडील कै. भाऊसौ. विठ्ठल रामभाऊ काकुस्ते
यांना सविनय समर्पित

प्रस्तावना

'आधुनिक राजकीय विचारप्रणाली' हे पुस्तक विद्यार्थ्यांच्या हाती देताना मला अतिशय आनंद होत आहे. या पुस्तकाची रचना करताना महाराष्ट्रातील विविध विद्यापीठांत शिकविला जाणारा आधुनिक राजकीय विचारप्रणाली हा विषय, तसेच नेट/ सेट, MPSC आणि UPSC अभ्यासक्रमांचा विचार केलेला आहे. त्यामुळे हे पुस्तक महाराष्ट्रातील सर्व विद्यापीठांत आणि स्पर्धा-परीक्षांसाठी संदर्भग्रंथ म्हणून उपयोगात येईल.

या पुस्तकात आधुनिक राजकीय विचारप्रणाली या विषयाशी निगडित सर्व प्रमुख विचारप्रणालींचा आढावा घेतलेला आहे. पुस्तकात एकूण बारा प्रकरणांचा समावेश आहे. प्रथम प्रकरणात विचारप्रणालींशी निगडित संज्ञा, संकल्पना आणि सिद्धान्ताची मांडणी केलेली आहे. उदारमतवाद, लोकशाही, समाजवाद व लोकशाही समाजवाद आणि राष्ट्रवाद इत्यादी महत्त्वपूर्ण विचारसरणींचा अर्थ, व्याख्या, विकास आणि त्यातील विविध संकल्पनांविषयीचे लेखन प्रकरण दोन ते पाचमध्ये केलेले आहे. प्रकरण सहा व सातमध्ये राजकीय विचारप्रणालीच्या क्षेत्रात खळबळ माजविणाऱ्या मार्क्सवाद आणि नवमार्क्सवादी संबंधित सिद्धान्ताचा विचार केलेला आहे. आठव्या प्रकरणात सर्वंकष सत्तावादी असलेल्या फॅसिझम व नाझीझम विचारप्रणालींशी संबंधित संज्ञा व सिद्धान्तांचा विचार केलेला आहे. विचारप्रणालीच्या क्षेत्रात भारतीय योगदानाची दखल घेण्यासाठी नवव्या प्रकरणात सर्वोदय विचारसरणीत गांधी व विनोबांच्या विचारांचा परामर्श घेतलेला आहे. दहाव्या प्रकरणात आधुनिक काळात अतिशय महत्त्वपूर्ण मानल्या जाणाऱ्या बहुसंस्कृतिवाद विचारप्रणालीची चर्चा केलेली आहे. अकराव्या प्रकरणात समुदायवाद आणि बाराव्या प्रकरणात नागरी समाजाच्या संदर्भातील माहिती समाविष्ट केलेली आहे. पुस्तकात समाविष्ट संकल्पनांचे सविस्तर स्पष्टीकरण दिले आहे आणि विद्यार्थ्यांना आकलन व्हावे म्हणून उदाहरणांचादेखील समावेश केलेला आहे.

प्रस्तुत पुस्तक-लेखनातून विद्यार्थीवर्गास आधुनिक राजकीय विचारप्रणाली समजण्यास हातभार लागेल, तसेच अभ्यासू प्राध्यापकवर्गाला अध्यापन करताना

संदर्भग्रंथ म्हणून पुस्तक उपयुक्त ठरेल. सदर पुस्तक लिहिताना आधुनिक राजकीय विचारप्रणाली आणि राजकीय सिद्धान्त या विषयांवर तज्ज्ञांनी लिहिलेल्या संदर्भग्रंथांचा आधार घेतलेला आहे. या प्रस्तुत लेखनासाठी कुटुंब, मित्रपरिवार, आणि हितचिंतकांच्या प्रेरणा व सदिच्छा पाठीशी होत्या, म्हणून लेखनकार्य पूर्णत्वास जाऊ शकले. प्रस्तुत लेखन-प्रकल्प प्रत्यक्षात आणण्याचे स्वप्न पूर्ण करण्यात 'डायमंड पब्लिकेशन्स'चे संचालक दत्तात्रेय पाष्टे आणि त्यांच्या सहकाऱ्यांचे फार मोठे योगदान आहे, असे आम्ही मानतो.

पुस्तकाचे लेखन करताना कोणत्याही प्रकारच्या उणिवा, अपुरेपणा आणि त्रुटी राहणार नाहीत याची दक्षता घेतलेली आहे. परंतु, अनवधानाने काही त्रुटी राहिल्या असतील, तर त्या माझ्या निर्दशनास आणून द्याव्यात जेणेकरून पुढील आवृत्तीत तुमच्या सूचनेप्रमाणे बदल करणे सोयीचे होईल. पुस्तक-लेखन व प्रकाशनास प्रत्यक्ष व अप्रत्यक्षरीत्या साहाय्य करणाऱ्या आणि मार्गदर्शन करणाऱ्या सर्वांचे आभार मानतो.

धन्यवाद!

लेखक–परिचय

डॉ. महेंद्र विठ्ठल पाटील

- एम्.ए.बी.एड्. (सेट) पीएच.डी.
- उपप्राचार्य व राज्यशास्त्र विभाग प्रमुख एस.पी.डी.एम. महाविद्यालय, शिरपूर
- उत्तर महाराष्ट्र विद्यापीठावर बोर्ड ऑफ स्टडी (B.O.S.) सदस्य म्हणून निवड
- पदवी स्तरावर अध्यापनाचा अनुभव – १९ वर्षे.
- 'साने गुरूजींच्या सामाजिक आणि राजकीय विचारांचा विश्लेषणात्मक अभ्यास व त्यांचे योगदान' या विषयावर उत्तर महाराष्ट्र विद्यापीठाकडून पीएच. डी. मिळविली.
- यु.जी.सी. अंतर्गत 'साने गुरूजींच्या राजकीय विचारांचा विश्लेषणात्मक अभ्यास' या विषयावर लघुशोध प्रबंध सादर.
- खानदेश राज्यशास्त्र आणि लोकप्रशासन परिषदेत आयोजित केलेल्या निबंध स्पर्धेत संशोधन निबंधाला प्रथम क्रमांकाचे पारितोषिक.
- साने गुरूजी कर्मभूमी स्मारक समिती तर्फे आयोजित निबंध स्पर्धेत संशोधन निबंधाला प्रथम क्रमांकाचे पारितोषिक.
- आधुनिक राजकीय विश्लेषण, राजकीय समाजशास्त्र, भारतीय संविधान आणि राज्यव्यवस्था आणि महाराष्ट्र प्रशासन (संपादित) विसाव्या शतकातील राजकीय विचारप्रवाह, राजकीय सिद्धांत, संशोधन पद्धती आणि भारतीय राजकीय विचारवंत इत्यादी आठ पुस्तके प्रकाशित.
- आंतरराष्ट्रीय आणि राष्ट्रीय संशोधन मासिकामध्ये २० पेक्षा जास्त संशोधन पेपर प्रसिद्ध.
- आंतरराष्ट्रीय, राष्ट्रीय आणि राज्यस्तरीय परिषदा, सेमिनार व चर्चासत्रात ७५ पेक्षा जास्त संशोधन पेपर वाचन आणि प्रकाशित.
- विविध विषयांवर विभिन्न महाविद्यालये आणि विविध संस्थांनी आयोजित कार्यक्रमात १०० पेक्षा जास्त व्याख्याने.

अनुक्रम

प्रकरण पहिले

राजकीय विचारप्रणाली

Political Ideology

राज्यशास्त्र या विषयात राजकीय विचारधारेच्या अभ्यासाला महत्त्वपूर्ण स्थान आहे. राजकीय विचारप्रणालीच्या आधारावर वर्तमान राजकीय व्यवस्थेचे आकलन होऊ शकते. त्यामुळे समाजवाद, साम्यवाद, उदारमतवाद, व्यवहारवाद, उत्तरव्यवहार इत्यादी विविध विचारप्रणालींचा राज्यशास्त्र आणि राजकीय समाजशास्त्राच्या अध्ययनात अभ्यास केला जातो. विचारांना मानवी जीवनात महत्त्वाचे स्थान असते. मानव हा बुद्धिवान आणि विवेकशाली प्राणी असल्यामुळे सभोवतालच्या बाह्य पर्यावरणाच्या प्रभावातून मानवी मनात उमटणाऱ्या संवेदना आणि आंतरक्रियांच्या माध्यमातून विचार उत्पन्न होतात आणि हे विचार अधिक तर्कशुद्ध, स्पष्ट, सूत्रबद्ध आणि व्यवस्थित स्वरूप धारण केल्यानंतर त्यांना विचारप्रणालीचा दर्जा प्राप्त होतो. विचारप्रणाली विशेषत: राजकीय संस्थांशी संबंधित असते, तेव्हा तिला व्यापक स्वरूप प्राप्त होते आणि तेव्हा तिला राजकीय विचारप्रणाली या अर्थाने संबोधिले जाते.

विचारप्रणाली या शब्दाचा सर्वप्रथम उपयोग अंतोन द ट्रेसी या फ्रेंच विचारवंताने 'Element of Ideology' या ग्रंथात केलेला आहे. 'विचाराचे शास्त्र' या अर्थाने विचारप्रणाली या शब्दाचा वापर त्यांनी केलेला आढळतो. 'विचारांचा संच' या अर्थानेदेखील विचारप्रणाली या शब्दाचा वापर केला जातो. हा अर्थ अत्यंत मर्यादित स्वरूपाचा दिसून येतो. कारण आधुनिक काळात हा शब्द अत्यंत व्यापक अर्थाने वापरला जातो. राजकीय समाजाचे नियमन करणारा आग्रही विचार, तत्त्वज्ञान, सिद्धान्त, ध्येये, मूल्य आणि कार्यक्रम ह्या सर्वांचा एकत्रित समुच्चय म्हणजे विचारसरणी होय अशी व्यापक संकल्पना विचारसरणीबाबत आधुनिक काळात मांडली जाते. विचारप्रणालीमध्ये साधारणत: निश्चित, सर्वसमावेशक आणि सर्व सामाजिक व राजकीय प्रश्नांची उत्तरे देणारा कार्यक्रम-समावेश असतो. विचारप्रणालीद्वारा भविष्यकालीन राजकीय व्यवस्था नेमकी कशा स्वरूपाची असेल, हे आदर्शात्मक स्वरूपाचे दिशादर्शन केलेले असते. आदर्शात्मक व्यवस्थेपर्यंत पोहोचण्यासाठी आवश्यक कार्यक्रमाचा आराखडादेखील

विचारप्रणालीत समाविष्ट केलेला असतो. उदा. मार्क्सवादात साम्यवाद प्रस्थापनेसाठी आवश्यक कार्यक्रमाचा समावेश आहे. विचारप्रणाली काही विशिष्ट गृहीत कृत्यावर आधारलेली असते. सामाजिक आणि राजकीय जीवनात निर्माण होणाऱ्या समस्यांचे निराकरण करण्यासाठी विचारप्रणालीत काही उपाययोजनांचा समावेश केला जातो. विचारप्रणालीत बौद्धिक कार्यक्रम, तर्कशास्त्रीय पद्धतीविरोधी विचारांचे खंडन, भावनिक आवाहनाचा समावेशदेखील असतो. सामाजिक आणि राजकीय जीवनात निर्माण झालेल्या एखाद्या प्रश्नाच्या सोडवणुकीच्या उद्देशाने विचारप्रणाली प्रत्यक्षात अस्तित्वात आलेली असते. प्रचलित सामाजिक आणि राजकीय व्यवस्थेच्या समर्थनार्थ किंवा तिला अधिमान्यता मिळवून देण्याच्या उद्देशानेदेखील राज्यकर्त्यावर्गांकडून विचारप्रणालीची उद्घोषणा केली जाते. विचारप्रणालीच्या आधारावर जनतेमध्ये भावनिक आत्मीयता निर्माण करता येते. ही आत्मीयता व्यवस्थेच्या स्थैर्य व अधिमान्यतेसाठी आवश्यक मानली जाते. विचारप्रणालीतील आदर्शानुसार लक्ष्य निर्धारित करून आवश्यक कार्यक्रम, चळवळ, प्रचार व प्रसार आणि संघटन इत्यादी प्रक्रियांना चालना मिळते, तेव्हा तिला वास्तव स्वरूप लाभत असते. आदर्श राजकीय आणि सामाजिक व्यवस्थेची कल्पना मांडून, ती व्यवस्था वास्तवतेत आणता येईल या दृष्टीने मांडलेला विचारव्यूह म्हणजे विचारप्रणाली मानता येईल. विचारप्रणालीच्या माध्यमातून भूतकाळात घडलेल्या सामाजिक व राजकीय घटनांचे विश्लेषण केलेले असते. भूतकाळात घडलेल्या घटनांची कारणमीमांसा करून वर्तमानकाळात भेडसावणाऱ्या समस्येची उत्तरे शोधली जातात आणि या उपाययोजनांची भविष्यात अंमलबजावणी करून आदर्श समाजरचनेचे चित्र रंगविले जाते.

विचारप्रणालीत राजकीय विचारांची तर्कशुद्धपणे रचना केलेली असते. तात्त्विकदृष्ट्या महत्त्वपूर्ण घटकांचा समन्वय निर्माण केलेला असतो. सर्व प्रश्नांना उत्तरे देता यावी यासाठी आवश्यक कार्यक्रमाचा आणि तात्त्विक गोष्टींचा ऊहापोह केलेला असतो. विचारप्रणालीला सर्वसमावेशक आणि वैश्विक स्वरूप देण्याचा प्रयत्न केला जातो. जगातील सर्व प्रश्नांची उत्तरे विचारप्रणालीच्या आशयात समाविष्ट आहेत, असे विचारप्रणाली मांडणाऱ्या आणि तिचे समर्थन करणाऱ्यांकडून म्हटले जाते.

विचारप्रणालीची व्याख्या : विचारप्रणाली शब्दाचा सर्वप्रथम वापर फ्रेंच विचारवंत अंतोन द ट्रेसी यांनी २३ मे १७९३ मध्ये केलेला होता. 'विचाराचे शास्त्र' हा विचारप्रणालीचा अर्थ लक्षात घेतला होता. राजकीय चिंतनात विचारप्रणालीला महत्त्वाचे स्थान आहे. कार्ल मार्क्स यांनी 'German Ideology' या ग्रंथात विचारप्रणालीला 'मिथ्याचेतना' म्हटले आहे. जार्ग लोरेन यांनी 'Concept of Ideology' या ग्रंथात विचारप्रणालीला चार भिन्न स्वरूपांत मांडण्याचा प्रयत्न केलेला आहे.

१. नकारात्मक स्वरूपात विचारप्रणाली असत्य चेतना मानली जाते की, जी सामाजिक प्रश्न वा माहिती जाणून घेण्यास विकृती निर्माण करते, तर सकारात्मक स्वरूपात विचारप्रणाली विशिष्ट वर्ग वा समूहाचा विश्वविषयक दृष्टिकोन अभिव्यक्त करते; म्हणजे विचारप्रणालीच्या माध्यमातून विशिष्ट वर्ग वा समूहांचे विचार, विश्वास, सिद्धान्त अभिव्यक्त करता येतात आणि त्यांच्या माध्यमातून समूह वा वर्ग आपल्या हिताची रक्षा करू शकतात वा त्याला प्रोत्साहन देऊ शकतात.
२. विचारप्रणाली आत्मपरक किंवा मनोवैज्ञानिक असू शकते अन्यथा वस्तुपरक घटकावर आधारित असू शकते. आत्मपरक घटकावर आधारित विचारप्रणाली चेतनेचे एक विकृत रूप असेल. ते यथार्थ समजू शकणार नाही. वस्तुपरक असेल तर ही स्वत: यथार्थ भ्रम निर्माण करेल.
३. विचारप्रणालीचा विस्तार काही वेळेस इतका मर्यादित असतो की ती सांस्कृतिक उद्देशांनादेखील स्पर्श करणार नाही, वा इतका व्यापक असेल की सामाजिक जीवनातील समस्त चेतनांना आपल्यात सामावून घेईल.
४. विज्ञानाच्या संदर्भात विचारप्रणाली प्रतिवादाच्या स्वरूपात विकसित होईल, तथा विचारप्रणालीची स्थिती सत्यापर्यंत पोहोचण्यासाठी अडथळे आणण्याचे काम करेल.

जार्ग लोरेन यांनी विचारप्रणाली विभिन्न स्वरूपांत मांडण्याचा प्रयत्न केला. आधुनिक काळात प्रत्येक राजकीय संघर्षाला विचारप्रणालीच्या चौकटीत बसविण्याचा प्रयत्न केला जातो. प्रत्येक राजकीय व्यवस्थेचे विचारप्रणालीच्या आधारावर वर्गीकरण केले जाते. विचारप्रणाली संकल्पनेचा चांगल्या आणि वाईट पद्धतीने अर्थ लावला जातो. तसेच कालानुरूप विचारप्रणाली संकल्पना विविध विचारवंतांनी आपआपल्या आकलनानुसार लावून विविध व्याख्या आणि परिभाषा करण्याचा प्रयत्न केलेला आहे. विचारप्रणालीच्या प्रमुख व्याख्या पुढीलप्रमाणे सांगता येतात.

१. **ट्रेसी :** यांच्या मते, विचारप्रणाली हे विचारांचे शास्त्र आहे.
२. **मॅक आयव्हर :** यांच्या मते, उद्दिष्टांना जन्म देणारी राजकीय, सामाजिक मूल्यांची पद्धती म्हणजे सामाजिक व राजकीय विचारप्रणाली होय.
३. **डॅनिअल इगलसोल :** यांच्या मते, प्रत्येक विचारप्रणालीमध्ये वर्तमान स्थितीचे मूल्यमापन आणि भविष्याच्या दूरदृष्टीचा समावेश असतो.
४. **कार्ल फ्रेडरिक :** यांच्या मते, एखादी राजकीय व्यवस्था सुधारण्यासाठी, टिकविण्यासाठी, बदलण्यासाठी जी सुसंगत विचारसंहिता स्वीकारली जाते तिला विचारसरणी असे म्हणतात.
५. **स्नाईडर आणि विल्सन :** यांच्या मते, सामाजिक, धार्मिक व राजकीय ध्येयाने निर्माण झालेला; जीवनाशी, समाजाशी व शासनाशी संबंधित असलेला एक

विचारांचा समूह म्हणजे विचारसरणी होते. तिच्या सतत वापरामुळे त्याला एखाद्या राजकीय सत्तेच्या प्रमुख सिद्धान्ताचे स्वरूप प्राप्त होत असते.

६. **श्लायचर :** यांच्या मते, व्यक्तीच्या अमूर्त विचारांची एक व्यवस्थाबद्ध मांडणी म्हणजे विचारप्रणाली होय.

७. **रॉबर्ट ढाल :** यांच्या मते, राजकीय व्यवस्थेतील स्वतःच्या नेतृत्वाचे समर्थन करण्यासाठी निर्माण करण्यात आलेल्या परस्परसंबंधित विचारांच्या समूहाला विचारसरणी असे म्हणतात.

८. **ऍलन बॉल :** यांच्या मते, राजकीय विचार सुस्पष्ट आणि सुव्यवस्थित रूप धारण करतात तेव्हा तिला राजकीय विचारप्रणाली असे म्हणतात. विचारप्रणाली विचारांच्या कार्यासंबंधी प्रणाली असते.

९. **वेबस्टर शब्दकोश :** या कोशानुसार विचारसरणी सामाजिक-राजकीय कार्यक्रमासाठी संयुक्त घोषणा, सिद्धान्त आणि लक्ष्यांचा समूह असतो.

१०. **वजेजिस्की :** यांच्या मते, राजकीय विचारप्रणाली प्रस्थापित राजकीय संरचना व संबंधात परिवर्तन आणि संबंधित विचारांचे समर्थन करणाऱ्या विचारांचा समूह वा पुंज असते.

वरील व्याख्यांचा विचार करता विचारप्रणालीत समाज आणि राज्याची रचना कशी असावी याबाबत केलेल्या विचारमंथनाचा समावेश असतो. विचारप्रणालीद्वारा राजकीय व्यवस्थेतील ध्येय, मूल्य आणि आदर्शाबाबत दिशादर्शन केलेले असते. राजकीय समस्यांशी संबंधित विस्कळीत स्वरूपाचे विचार संघटित, व्यवस्थित आणि सुस्पष्ट रूप धारण करतात, तेव्हा त्याला विचारप्रणाली असे संबोधिले जाते. विचारप्रणाली वर्तमान राजकीय संस्थांशी निगडित असते. वर्तमान राजकीय व्यवस्थेचे समर्थन वा त्यात परिवर्तन करण्यासंबंधी विचारपुंजाचा समावेश असतो. विचारप्रणालीच्या माध्यमातून राजकीय सत्तेचे वितरण करणाऱ्या सत्ता, अधिकार, अधिमान्यता संकल्पनेचे आकलन आणि स्थिती स्पष्ट होत असते. राजकीय विचारप्रणाली विचारांचे शास्त्र असून, जे मानवी स्वभाव आणि सामाजिक परिवर्तन स्पष्ट करत असते. त्यासोबत भविष्यात आदर्श समाज व्यवस्था कशी निर्माण करता येईल याबाबत भूमिका मांडत असते आणि व्यवस्थेच्या प्राप्तीसाठी आवश्यक संसाधने, मार्ग आणि माध्यमांचादेखील उल्लेख करत असते.

राजकीय विचारप्रणालीची विशेषता : राजकीय विचारप्रणालीची विशेषता आणि तिचे स्वरूप पुढील मुद्द्यांच्या माध्यमातून विशद करता येते.

१. विचारप्रणाली सामान्यतः सामाजिक वातावरणाशी होणाऱ्या आंतरक्रियेचे फळ मानले जाते. मनुष्य विवेकशील, भावनाप्रधान प्राणी असून समाजजीवनात घडणाऱ्या

घटनांच्या संवेदना मानवाच्या मेंदूत विचार प्रवृत्त करतात आणि त्यातून विचारप्रणाली आकार धारण करते. सामाजिक चेतना आणि वातावरणाच्या प्रभावातून विचारप्रणाली उत्पन्न होत असते.

२. आधुनिक विचारप्रणालीचा प्रारंभ फ्रेंच राज्यक्रांतीपासून झाला, असे मानले जाते. या क्रांतीने स्वातंत्र्य, समता, बंधुता, गणराज्य यांसारख्या तत्त्वांना मान्यता प्रदान केली. या क्रांतीच्या प्रभावातून अन्य देशांतही विचारप्रणालीच्या आधारावर परिवर्तन किंवा क्रांतीचा प्रयत्न सुरू झाला.

३. विचारप्रणाली ही मुख्यत: राजकीय स्वरूपाची असते. अन्य संदर्भात ही संकल्पना वापरली जात असली, तरी तिचा वापर राजकीय कारणासाठी जास्त प्रमाणात केला जातो. राजकीय चळवळीची गृहीतके, ध्येय आणि समर्थन तिच्या आधारावर केले जाते.

४. विचारप्रणालीच्या आधारावर राजकीय व्यवस्थेत परिवर्तन घडवून आणले जाते. नियंत्रण आणि अनुशासन करण्यासाठीही वापर केला जातो. प्रस्थापित व समकालीन व्यवस्थेची निर्भत्सना आणि परिवर्तनाच्या मार्गाचा शोध विचारप्रणालीद्वारे घेतला जातो.

५. विचारप्रणालीमध्ये परस्परविरोध अस्तित्वात असल्यामुळे दोन विचारप्रणाली एकसारख्या असत नाहीत. प्रत्येक विचारप्रणालीची प्रकृती, पद्धती, साधने आणि आदर्शांमध्ये तफावत आढळून येते. प्रत्येक विचारप्रणालीत एक मुख्य बिंदू वा विचार असतो. त्याच्या आवतीभोवती अनेक विचारांची आणि तत्त्वांची मांडणी केलेली असते.

६. विचारप्रणाली सिद्धान्त आणि पद्धतीच्या आधारावर कार्य करीत असते. तिच्या माध्यमातून विशिष्ट धोरण, क्लृप्त्या व व्यावहारिक उपक्रमांचे दिशादर्शन समाजाला केले जात असते.

७. प्रत्येक विचारप्रणालीत घोषणा, प्रतीके, मिथके आणि आकर्षक कार्यक्रमाचा समावेश असतो.

८. विचारप्रणालीचा जन्म, विकास आणि लय सामाजिक पर्यावरणातून होत असतो. सामाजिक पर्यावरणाच्या प्रभावातून विशिष्ट काळात विशिष्ट विचारप्रणालीला महत्त्व प्राप्त होते. सामाजिक पर्यावरण बदलल्यास तिचे महत्त्व कमी होते. उदा. रशियन राज्यक्रांतीमुळे साम्यवादाचे महत्त्व वाढले आणि रशियाचे पतन झाल्यामुळे साम्यवादाचे महत्त्व कमी झाले.

९. राजकीय विचारप्रणालीत संघटन आणि एकता निर्माण करण्याची शक्ती असते. विचारप्रणालीतील मूल्ये तिच्या समर्थकांसाठी प्रेरणास्रोत बनतात. हळूहळू तिची

मूल्ये अनुयायांच्या श्रद्धा आणि निष्ठेचा विषय बनतात आणि त्यामुळे ते तिच्या रक्षणासाठी काहीही करायला तयार असतात.

१०. विचारप्रणाली राजकीय व्यवस्थांना अधिमान्यता प्रदान करण्याच्या दृष्टीने महत्त्वपूर्ण मानल्या जातात. राष्ट्रीय चारित्र्य, अनुशासन आणि राष्ट्रीय शक्तीला वाढविण्यासाठीदेखील उपयुक्त मानल्या जातात. आंतरराष्ट्रीय पातळीवर परराष्ट्र व्यवहारातील वास्तविक उद्देश स्पष्ट करण्यासाठी विचारप्रणालीचा वापर केला जातो.

११. विचारप्रणाली हे विचारांचे शास्त्र असते. विशिष्ट गट वा समुदायातील लोकांचे समज, कल्पना व प्रवृत्ती यांचा विचारप्रणालीत समावेश असतो. विचारप्रणालीचे स्वरूप सर्वसाधारण विचारांशी संबंधित नसते, तर एखाद्या विचाराशी संबंधित असते.

१२. विचारप्रणाली नेहमीच व्यक्तींना कृतिप्रवण करून भविष्याकडे वाटचाल करण्याचा संदेश प्रसारित करत असतात.

अशा पद्धतीने राजकीय विचारप्रणालीची निर्मिती सामाजिक, आर्थिक आणि राजकीय वातावरणातून होत असते. प्रत्येक विचारसरणीचे मूल्य, ध्येय, पद्धती, मार्ग आणि सिद्धान्त असतात. बदलत्या काळानुसार विचारसरणीत परिवर्तन होत असते.

विचारसरणीची वैशिष्ट्ये : विचारसरणी हा विशिष्ट प्रकारच्या विचारांचा संच असतो. त्यात समाजजीवनात परिवर्तन घडवून आणण्यासाठी आवश्यक ध्येय, कार्यक्रम आणि उपाययोजनेचा समावेश केलेला असतो. विशिष्ट ध्येय प्राप्त करण्यासाठी विशिष्ट कार्यपद्धतीचा अवलंब केला जावा, याबाबत मार्गदर्शन केलेले असते. विचारप्रणालीच्या माध्यमातून समाजजीवनातील महत्त्वपूर्ण समस्यांचे निवारण करण्यासाठी आवश्यक गोष्टींचे विवरण केलेले असते. तिने सुचविलेल्या मार्गानुसार मार्गक्रमण केल्यास समस्येचे हमखास निवारण हा आशावाद व्यक्त केलेला असतो आणि त्यासोबत भविष्यकालीन आदर्श समाजाचे चित्रदेखील रेखाटलेले असते. विचारप्रणालीबाबत विविध विचारवंतांनी विविध मते मांडलेली आहेत. त्या विचारवंतांच्या मताचा अभ्यास करता विचारप्रणालीची पुढीलप्रमाणे वैशिष्ट्ये सांगता येतात.

१. **आदर्शवादावर भर :** समाज व राजकीय जीवनाला आकार देण्यासाठी सामान्य जनतेसमोर आदर्श उभे करावे लागतात. त्या आदर्शाप्रत पोहोचण्यासाठी आवश्यक परिश्रम जनतेने घ्यावे, म्हणून विचारप्रणालीच्या माध्यमातून प्रेरणा विकसित केल्या जातात. विचारप्रणाली जनतेसमोर भावी जीवनाचे आदर्श उभे करत असते. सुखी आदर्श जीवनाचे चित्र जनतेला कार्य करण्यास, परिश्रम करण्यास आणि निष्ठा विकसित करण्यात प्रभावी भूमिका मांडत असते. त्यामुळे जवळपास सर्वच

विचारप्रणालींमध्ये आदर्शवादावर भर दिला जातो. त्यामुळे वॉटकिन्स यांनी विचारप्रणालीला 'भवितव्याची लाट' (Wave of Future) असे संबोधिले आहे.

२. **राजकीय व्यवस्थेचा पाया :** विचारसरणी म्हणजे शब्दजंजाळ नव्हे, तर ती राजकीय व्यवस्थेचा पाया मानली जाते. विचारसरणीच्या आधारावर राजकीय व्यवस्थेची उभारणी केली जाते. राजकीय व्यवस्थेचे विविध विभाग, कायदे आणि घटनेतदेखील विचारप्रणालीचे अस्तित्व दिसते. उदा. रशियामध्ये साम्यवादी सरकार असताना शाळा, महाविद्यालये, प्रसार माध्यमे, चित्रपट व नाटके आणि प्रशासकीय निर्णय व धोरण आखणीवर साम्यवादाचा प्रभाव होता.

३. **परिवर्तनीय :** राजकीय विचारप्रणाली कालसापेक्ष असते. तिच्यात काळानुरूप बदल होणे गरजेचे असते. कारण विचारप्रणाली ज्या घटना, परिस्थिती वा प्रसंगांतून विकसित होते; ती परिस्थिती कायम राहत नाही. तीत बदल होत राहतो. त्यामुळे राजकीय विचारप्रणालीतदेखील बदल होणे आवश्यक असते. विचारप्रणालीचा प्रचार व प्रसार झाल्यानंतर तिच्यात अभिप्रेत असलेले आदर्श वास्तवतेत येऊ शकत नाही, ही जाणीव येऊ लागल्यामुळे विचारप्रणालीत हळूहळू बदल करणे गरजेचे बनते. त्यामुळे सर्व विचारप्रणाली कमीअधिक प्रमाणात परिवर्तनशील असतात. विचारप्रणालीत परिस्थितीनुसार बदल केले नाही, तर ती काळाच्या ओघात नष्ट होण्याचा धोका असतो. विचारप्रणालीला प्रखर विरोध झाल्यामुळे किंवा विरोधी विचारप्रणाली निर्माण झाल्यामुळेदेखील बदल करणे आवश्यक बनते. तसेच कोणतीही विचारसरणी कायमस्वरूपी अस्तित्वात राहू शकत नाहीत. काळानुरूप काही विचारसरणी नव्याने निर्माण होतात, तर काहींची उपयुक्तता संपल्यामुळे नष्ट होतात. उदा. दुसऱ्या महायुद्धानंतर फॅसिझम आणि नाझीझम विचारप्रणाली नष्ट झालेल्या आहेत.

४. **संघर्षाची अनिवार्यता :** विचारसरणी आणि संघर्ष यांच्यामध्ये अत्यंत जवळचे नाते आहे. विचारसरणीची मांडणी करणारे लोक प्रस्थापित व्यवस्थेप्रति फारसे खूश नसतात. त्यांना प्रस्थापित व्यवस्थेत परिवर्तन वा बदल घडवून आणण्याची गरज वाटते. त्या गरजेतून विचारसरणीची मांडली केली जाते. त्यामुळे प्रस्थापित व्यवस्था टिकवून ठेवणारे घटक आणि व्यवस्थेत परिवर्तन व्हावे असे मानणारे घटक यांच्यात संघर्ष होणे अटळ असते. उदा. मार्क्सवादी भांडवलशाही व्यवस्थेला विरोध करतात. मार्क्सवादी आणि भांडवलवादांमध्ये संघर्ष अटळ असतो. राष्ट्राने स्वीकारलेल्या विचारसरणीला सर्व लोकांची संमती नसते. तसेच विविध राष्ट्रांनी विविध विचारप्रणालींचा अवलंब केलेला असतो. या कारणामुळे विचारप्रणालींत संघर्ष अटळ मानला जातो.

५. **लवचीकपणा :** प्रत्येक विचारसरणीत लवचीकपणा आढळून येतो. प्रत्येक विचारसरणीची मांडणी विशिष्ट काळ आणि प्रसंगानुरूप केलेली असते. काळात आणि प्रसंगात नेहमी परिवर्तन होत असल्यामुळे विचारसरणी अमलात आणताना व्यावहारिकतेचा विचार करून मुख्य आशय कायम ठेवून काही गोष्टींमध्ये बदल केला जातो. व्यवहारात विचारसरणीचा अवलंब करताना अनेक तडजोडी वा बदल स्वीकारावे लागतात. उदा. चीनने साम्यवादी राजवटीचा स्वीकार केलेला असला, तरी खाजगी भांडवलदारांना मालमत्तेचा अधिकार आणि गुंतवणुकीची संधी उपलब्ध करून दिली आहे.

६. **प्रतीकांना महत्त्व :** प्रत्येक विचारसरणीत कोणत्या ना कोणत्या स्वरूपाची प्रतीके निर्माण केलेली असतात. प्रतीकांच्या माध्यमातून भावनिक अस्मिता निर्माण करण्याचा प्रयत्न केला जातो. प्रतिकांप्रती निर्माण झालेल्या निष्ठांचा वापर करून विचारप्रणालीला स्थैर्य मिळवून देण्याचा प्रयत्न केला जातो. उदा. नाझीझम विचारप्रणालीने स्वस्तिक, लष्करी कवायत, गणवेश तर साम्यवादी विचारप्रणालीने विळा व हातोडा इत्यादी प्रतीके निर्माण केलेली होती. प्रतीकांच्या माध्यमातून विचारप्रणाली कोणत्या वर्गांचे वा गटांचे प्रतिनिधित्व करते यांचे दर्शन घडत असते.

७. **कृतिशीलता :** कृतिशीलता हा विचारप्रणालीचा मुख्य आधार असतो. विचारप्रणालीच्या माध्यमातून व्यक्तींना कार्यप्रवृत्त करण्याचा प्रयत्न केला जातो. विचारप्रणालीच्या माध्यमातून व्यक्तीमध्ये निष्ठा, प्रेम, ऐक्य आणि आत्मीयतेची भावना निर्माण होते. या भावनांचा उपयोग करून व्यक्तींच्या कार्याला दिशा दिली जात असते. विचारप्रणालीच्या आधारावर प्रत्येक व्यक्ती स्वत:ला घडविण्याचा प्रयत्न करत असते. विचारप्रणाली व्यक्ती-जीवनाची दिशा निश्चित करत असल्यामुळे तिचा वापर करून व्यक्तीला कार्यप्रवण करणे सहज शक्य असते.

८. **वर्गीकरणात्मक :** विचारप्रणालीत समाविष्ट विचारांच्या आधारावर तिचे वर्गीकरण करण्याचा प्रयत्न केला जातो. विचारप्रणालीचे कार्याच्या आधारावरदेखील वर्गीकरण केले जाते. उदारमतवादी, पुरोगामी, प्रतिगामी, डावी आणि उजवी विचारसरणी इत्यादी प्रमुख संकल्पनांच्या आधारावर विचारप्रणालीचे वर्गीकरण आणि स्वरूप निश्चित केले जाते. डाव्या विचारसरणीत समाजवादी आणि साम्यवादी मानणाऱ्यांचा समावेश केला जातो, तर भांडवलशाही आणि स्वातंत्र्याचे समर्थन करणाऱ्यांचा उजव्या विचारसरणीत समावेश केला जातो.

अशा प्रकारे विचारप्रणालीची वैशिष्ट्ये विविध विचारवंतांनी विशद केलेली आहेत.

विचारप्रणालीचे कार्य : प्रत्येक विचारप्रणालीचा जन्म विशिष्ट कार्यासाठी झालेला असतो. विचारप्रणालीच्या आधारावर विविध कार्ये पार पाडली जातात. विचारप्रणालीचे सामर्थ्य लक्षात घेता तिच्या माध्यमातून विविध कार्ये पार पाडली जाऊ शकतात. ती कार्ये पुढीलप्रमाणे होत.

१. **राजकीय व्यवस्थेला आधार देणे :** विचारप्रणालीद्वारा राजकीय व्यवस्थेला आधार प्राप्त करून देण्याचा प्रयत्न राजकीय अभिजनांकडून केला जात असतो. राजकीय व्यवस्थेला विचारप्रणालीचा आधार दिल्यानंतर संपूर्ण व्यवस्था तिच्यात समाविष्ट तत्त्वाच्या आधारावर चालविली जात असते. उदा. माओ-त्से-तुंग यांनी साम्यवादी तत्त्वज्ञानाच्या आधारावर चीनची उभारणी करण्याचा प्रयत्न केला. राजकीय व्यवस्था विचारप्रणालीच्या आधारावर कार्य करीत असेल, तर राजकीय अभिजनांना तिच्यातील मूल्यांनुसार धोरणनिर्मिती करावी लागते. अन्यथा विचारप्रणालीची विश्वासार्हता लयास जाण्याची शक्यता असते. उदा. चीनची राजकीय व्यवस्था साम्यवादावर आधारित असली, तरी तिने खाजगी मालमत्ता आणि परकीय भांडवल गुंतवणुकीला मान्यता दिल्यामुळे हा देश साम्यवादी देशाच्या दृष्टीने आदर्श उदाहरण राहिला नाही.

२. **संस्थानिकीकरण :** विचारप्रणालीच्या माध्यमातून संस्थानिकीकरणाचा प्रयत्न राजकीय अभिजन वर्गाकडून केला जात असतो. राजकीय अभिजनांचा प्रभाव कायमस्वरूपी टिकवून ठेवण्यासाठी संस्थानिकीकरणाची गरज भासते. संस्थानिकीकरणाच्या माध्यमातून राजकीय प्रभावाचे राजकीय अधिकारात रूपांतर करणे शक्य होते. त्या कार्यासाठी विचारप्रणालीचा आधार घेतला जात असतो. उदा. पाकिस्तानमध्ये अयुबखान यांनी आपल्या प्रभावाचे राजकीय अधिकारात रूपांतर करण्यासाठी मार्गदर्शक लोकशाहीची कल्पना मांडली. मार्गदर्शक लोकशाहीच्या नावीन्यपूर्ण विचारधारेच्या जोरावर राजकीय सत्तेला अधिमान्यता मिळविली.

३. **राजकीय व्यवस्था समर्थन :** राजकीय व्यवस्थेचे समर्थन करण्यासाठी अनेकदा राजकीय नेतृत्वाकडून विचारप्रणालीचा वापर केला जातो. प्रत्येक राजकीय नेतृत्वाला अधिमान्यतेचा प्रश्न भेडसावतो. अधिमान्यता प्राप्त झाली की बळाचा वापर न करता आपोआप आज्ञापालन घडत असते. जनता स्वत:हून राजकीय नेतृत्वाच्या अधिकाराला मान्यता देत असतात. त्यामुळे राजकीय अभिजन विशिष्ट विचारसरणी निर्माण करत असतात. उदा. भारताचे बहुसांस्कृतिक स्वरूप लक्षात घेऊन काँग्रेस पक्षातील नेतृत्वाने धर्मनिरपेक्षता, सामाजिक न्याय विचारधारेला आपल्या पक्षाच्या ध्येय-धोरणात आणि जाहीरनाम्यात सातत्याने स्थान दिलेले आढळते.

४. **राजकीय स्थिरतेसाठी :** प्रत्येक राजकीय व्यवस्था स्थैर्यासाठी प्रयत्न करत असते. राजकीय व्यवस्थेच्या स्थैर्याला अनेक घटकांकडून सातत्याने आव्हाने मिळत असतात. या आव्हानांचा मुकाबला करून व्यवस्थेचे स्थैर्य टिकविण्यासाठी विचारप्रणालीचा वापर केला जातो. राजकीय स्थैर्याअभावी समाजात राजकीय अराजक वा राजकीय गोंधळाची शक्यता निर्माण होते किंवा अचानक उद्भवलेल्या एखाद्या घटनेतून वा प्रसंगातून राजकीय स्थैर्याला धक्का पोहोचतो आणि समाजात अराजकसदृश परिस्थिती निर्माण होते. त्या परिस्थितीतून समाज आणि शासनाला बाहेर काढण्यासाठी विचारप्रणालीची निर्मिती केली जाते. उदा. भारतात इंदिरा गांधींनी लादलेल्या आणीबाणीमुळे राजकीय अस्थिरतेचे वातावरण निर्माण झाले. संपूर्ण देश भयग्रस्त झाला. त्यातून देशाला बाहेर काढण्यासाठी जयप्रकाश नारायण यांनी संपूर्ण क्रांतीची विचारसरणी मांडली.

५. **हितरक्षण :** राजकीय व्यवस्थेचा जन्म हितसंबंधांच्या रक्षणासाठी झालेला असतो. राजकीय व्यवस्था जेव्हा विशिष्ट वर्ग वा गटांच्या हितसंबंध रक्षणासाठी वापरण्याची गरज असते, तेव्हा त्याला तात्त्विक मुलामा देण्यासाठी विचारप्रणालीचा वापर केला जातो. उदा. मुसोलिनीने फॅसिझम विचारधारेच्या आधारावर इटलीतील विशिष्ट वर्गाचे हितसंबंध जोपासण्याचा प्रयत्न केला. लोकशाही व्यवस्थेतदेखील विशिष्ट हितसंबंधांच्या आधारावर राजकीय पक्षाची निर्मिती केली जाते. राजकीय पक्षाचे चिन्हदेखील हितसंबंध रक्षणाचे प्रतीक म्हणून वापरले जाते. उदा. साम्यवादी पक्ष विळा आणि हातोडा या चिन्हाच्या माध्यमातून शेतकरी आणि कामगार वर्गाच्या हितरक्षणासाठी प्रतिनिधित्व करतो, हे दाखविण्याचा प्रयत्न करतात.

६. **सामाजिक ऐक्य निर्मिती :** समाज व्यवस्थेत ऐक्य निर्मितीसाठीदेखील विचारप्रणाली काम करीत असते. विविध कारणांमुळे समाजातील ऐक्य नष्ट होऊन विभाजनवादी वा फुटीरवादी प्रवृत्तीचा विकास होतो आणि त्यामुळे समाज व राष्ट्राच्या एकात्मतेला धोका पोहचतो. विभाजनवादी प्रवृत्तीस वेळेवर आळा न घातल्यास राष्ट्राचे तुकडे होण्याची शक्यता असते; म्हणून विभाजनवादी प्रवृत्ती नष्ट होऊन समाज-ऐक्य प्रस्थापित करण्यासाठी विचारप्रणालीचा वापर केला जातो. उदा. बिस्मार्कने जर्मनीच्या एकीकरणाची हाक देऊन संपूर्ण जर्मन भाषिकांना एकत्र आणण्याची कामगिरी केली होती.

७. **सामाजिक परिवर्तन घडवून आणण्यासाठी :** प्रत्येक समाजात काळानुरूप परिवर्तन होत असते. परंतु या परिवर्तनाला योग्य वळण वा दिशा देण्यासाठी विचारप्रणालीचा वापर केला जातो. विचारप्रणालीच्या आधारावर समाज व्यवस्थेत नवी मूल्ये, श्रद्धा आणि निष्ठा निर्माण करून सामाजिक परिवर्तन साध्य केले जात

असते. उदा. फ्रेंच राज्यक्रांतीच्या काळात समता, स्वातंत्र्य आणि बंधुता या मूल्यांच्या आधारावर फ्रेंच समाजात सामाजिक आणि राजकीय परिवर्तन करण्याचा प्रयत्न झाला होता.

८. **नव्या व्यवस्थेचे समर्थन करण्यासाठी :** नव्याने प्रस्थापित झालेल्या राजकीय व्यवस्थेला जुन्या व्यवस्थेने केलेले राजकीय संस्कार नष्ट करण्याची गरज भासते, म्हणून नवी व्यवस्था विचारप्रणालीच्या आधारावर ते कार्य पार पाडत असते. उदा. भारताला स्वातंत्र्य मिळाल्यानंतर पंडित नेहरू यांनी ब्रिटिश राजवटीचे संस्कार नष्ट करण्यासाठी धर्मनिरपेक्षता, लोकशाही, सामाजिक न्याय आणि समता इत्यादी विचारसरणींचा वापर केलेला होता. नवीन निर्माण झालेली व्यवस्था पूर्वीच्या व्यवस्थेपेक्षा वेगळी आणि नावीन्यपूर्ण आहे हे दर्शविण्यासाठीदेखील विचारप्रणालीचा वापर केला जातो. पूर्वीच्या व्यवस्थेने वापरलेल्या विचारप्रणालीपेक्षा नवीन विचारप्रणाली नवीन व्यवस्था अमलात आणत असते.

अशा प्रकारे विचारप्रणालीचे कार्य सांगता येते. विचारप्रणालीच्या कार्याचा विचार करता तिचे महत्त्व लक्षात येते. आधुनिक काळात प्रत्येक राजकीय व्यवस्था कोणत्या ना कोणत्या विचारधारेच्या आधारावर उभी आहे. विचारप्रणालीच्या अस्तित्वाशिवाय राजकीय व्यवस्थेची कल्पनाच करता येणार नाही, इतके विचारप्रणालीचे कार्य महत्त्वाचे आहे.

राजकीय विचारप्रणालीचे स्रोत वा उगमस्थाने : राजकीय विचारप्रणालीचा उगम सामाजिक आणि राजकीय पर्यावरणात उद्भवलेल्या समस्या वा संकटांपासून होत असतो. व्यक्तीच्या मनावर सभोवतालच्या सामाजिक-राजकीय पर्यावरणात घडणाऱ्या घटना वा प्रसंगांच्या संवेदना निर्माण होतात. या संवेदनांच्या माध्यमातून सामाजिक वातावरणात झालेल्या आंतरक्रियांच्या परिणामातून विचारसरणीचा जन्म होतो. समाजव्यवस्थेत अस्तित्वात असलेल्या विविध वर्गांतील हितसंबंधांत आढळून येणारी अंतर्गत विसंगती व संघर्ष हादेखील विचारसरणीच्या निर्मितीचा स्रोत मानला जातो. उदा. साम्यवादी विचारसरणीचा जन्म भांडवलदार आणि कामगार वर्गाच्या परस्परविरोधी हितसंबंधांतून झालेला आढळतो. राजकीय विचारप्रणालीची अनेक उगमस्थाने विचारवंतांनी सांगितलेली आहेत. कोणत्याही एका कारणातून तिचा जन्म झालेला नसून अनेक कारण समूहांतून विचारप्रणालीचा जन्म झालेला आहे. विचारप्रणालीची उगमस्थाने वा स्रोत विचारवंतांनी पुढीलप्रमाणे सांगितलेली आहेत.

१. **राजकीय विचारवंत :** राजकीय विचारवंत हे राजकीय विचारसरणीचे प्रमुख स्रोत मानले जातात. राजकीय चिंतनाची सुरुवात ग्रीक विचारवंतांपासून झालेली दिसते. ग्रीक विचारवंतांनी स्पष्ट बुद्धिवादाचा धरलेला आग्रह राजकीय चिंतनाचा आधारभूत

स्रोत मानला जातो. 'सुद्‌गुण म्हणजे ज्ञान' ह्या सॉक्रेटिसच्या सिद्धान्त आधारावर प्लेटोचे राजकीय विचार आधारलेले आहेत. सॉक्रेटिस, प्लेटो, ॲरिस्टॉटल, सोफिस्ट या विचारवंतांनी मांडलेल्या विविध सिद्धान्तांमधून अनेक विचारसरणी उदयाला आलेल्या आहेत. प्राचीन भारतीय विचारधारेचे मुख्य स्रोत वेद, स्मृती, महाकाव्य, कौटिल्य, शुक्र, भरत इत्यादींना मानले जाते. मध्ययुगीन विचारधारेवर सेंट ऑगस्टाईन, थॉमस एक्वीनास, दान्ते इत्यादींचा प्रभाव पडलेला आहे. आधुनिक काळात मॅकियाव्हली, हॉब्ज, लॉक, रूसो, हेगेल, ग्रीन, कार्ल मार्क्स, ॲडम स्मिथ इत्यादी प्रमुख विचारवंतांनी विविध विचारप्रणालींना जन्म दिलेला आहे. आधुनिक राजकीय विचारधारेच्या निर्मितीत डेव्हिड ईस्टन, आलमंड, लासवेल, मेरियम, ग्रॅहम वॉलास, आर्थर बेंटले, राबर्ट डहाल, पॉवेल, डेव्हिड ऑप्टर इत्यादींचा सहभाग दिसून येतो. आधुनिक भारतीय विचारधारेच्या विकासात राजा राममोहन रॉय, न्यायमूर्ती रानडे, दादाभाई नौरोजी, स्वातंत्र्यवीर सावरकर, म. गांधी, डॉ. बाबासाहेब आंबेडकर इत्यादींनी केलेल्या सामाजिक आणि राजकीय चिंतनातून अनेक राजकीय विचारप्रणालींचा विकास झालेला आहे.

२. **धार्मिक आणि साहित्यिक ग्रंथ :** धार्मिक आणि साहित्यिक ग्रंथांतून जीवनमूल्ये, आदर्श आणि समाजात अस्तित्वात असलेल्या विविध प्रथा, परंपरांचे दर्शन घडते. वेद, उपनिषदे, पुराणे, स्मृती, महाकाव्ये, गीता, शुक्रनीती, चाणक्य नीती इत्यादी ग्रंथांनी भारतीय विचारधारेला प्रभावित केलेले आहे. याचप्रमाणे बायबल, कुराण, हदीस, शरियत, त्रिपिटक, विनयपिटक इत्यादी धार्मिक ग्रंथांनी समाजमनाच्या विचारांचे भरणपोषण करण्यात प्रभावी भूमिका बजावलेली दिसते. जॉन रस्किनचे un to the last, टॉलस्टॉयचा ग्रंथ Kingdom of god is within you, थामूर मूरचे पुस्तक यूटोपिया इत्यादी पुस्तकांतून युरोपीयन समाजवाद विचारधारा विकसित करण्यात मोलाची भूमिका बजावलेली आहे. म्हणून राजकीय विचारसरणीच्या उदय आणि विकासात धार्मिक आणि साहित्यिक ग्रंथांचा फार मोठा वाटा राहिलेला आढळतो.

३. **राष्ट्रीय आणि आंतरराष्ट्रीय दस्तऐवज आणि संस्था :** राजकीय विचारसरणीच्या उदय आणि विकासात राष्ट्रीय आणि आंतरराष्ट्रीय दस्तऐवजांचा प्रभाव पडलेला आहे. मॅग्नाकॉर्टा, बिल ऑफ राईट, पिटीशन ऑफ राईट यांनी ब्रिटनच्या घटनात्मक विकासात महत्त्वपूर्ण भूमिका बजावलेली आहे. संयुक्त राष्ट्र संघटनेचे चार्टर, विविध आंतरराष्ट्रीय करार व संधी, आंतरराष्ट्रीय कायदे, आंतरराष्ट्रीय घोषणापत्रे इत्यादींच्या माध्यमातून राजकीय विचारधारेच्या विकासाला चालना मिळालेली आढळते.

४. **राजकीय अभिजन :** राजकीय विचारसरणीच्या उदयामुळे राजकीय अभिजनाचा सहभाग महत्त्वपूर्ण मानला जातो. राजकीय व्यवस्थेतील संपूर्ण निर्णय प्रक्रिया राजकीय अभिजनाच्या इच्छेनुसार चालत असते. राजकीय अभिजन अनेक नवीन नवीन तथ्य आणि व्यवस्थांना जन्म देत असतात. प्रत्येक राजकीय अभिजन आपआपल्या विचारानुसार शासन चालवत असतात. शासन चालविताना अनेक नवकल्पना प्रस्तुत करतात. या कल्पनेतून अनेक विचारप्रणालींचा जन्म झालेला दिसतो. उदा. हिटलरने नाझीवाद तर मुसोलिनीने फॅसिझम विचारसरणीला जन्म दिला. अब्राहम लिंकन, नेपोलियन बोनापार्ट, बिस्मार्क, मॅझिनी, लेनिन, माओ, गांधी, नेहरू इत्यादी राजकीय अभिजनांनी अनेक राजकीय सिद्धान्तांची मांडणी केली. या सिद्धान्तांतून अनेक नवीन नवीन विचारधारा निर्माण झालेल्या दिसून येतात.

५. **सामाजिक तणाव :** सामाजिक तणाव हेदेखील विचारप्रणालीच्या उगमाचे एक कारण मानले जाते. प्रत्येक समाजाच्या रचनेत कालानुरूप परिवर्तन होत असते. या परिवर्तनातून समाजाचे संतुलन नष्ट होते. परिणामत: समाजात काही असमाधानी घटक हे संतुलन प्रस्थापित करण्यासाठी आणि परितर्वनातून निर्माण झालेल्या अंतविरोधाचे निराकरण करण्यासाठी वैचारिक आणि भावनिक मंथन करतात. त्या मंथनातून विशिष्ट प्रकारच्या विचारसरणीच्या उगम होतो. उदा. भांडवलशाहीतील अंतविरोध आणि शोषणातून समाजवाद आणि साम्यवाद विचारधारेचा उगम झालेला आहे.

६. **हितसंबंधाचे संरक्षण :** प्रत्येक समाजव्यवस्थेत प्रस्थापित वर्गाचे हितसंबंध संरक्षित करण्यासाठी विचारप्रणालीचा आधार घेतला जातो. आपला वर्ग वा समूहाचे हितसंबंध नैसर्गिक वा ईश्वरदत्त आणि मूलभूत आहेत हा आभास निर्माण करण्यासाठी विचारप्रणालीची उभारणी केली जाते. तसेच प्रस्थापित वर्गाचे हितसंबंध नष्ट करण्यासाठीदेखील पर्यायी विचारप्रणाली निर्माण केली जात असते. उदा. भांडवलशाहीतील भांडवलदारांच्या हितरक्षणासाठी व्यक्तिस्वातंत्र्यवादी, मुक्त व्यापार, जागतिकीकरण, आर्थिकक्षेत्र हस्तक्षेपापासून मुक्त इत्यादी विचारप्रणालींची उभारणी करण्यात आली. या विचारधारेला वेगळा पर्याय म्हणून समाजवाद, साम्यवाद, समता, कल्याणकारी राज्य इत्यादी विचारधारांची रचना करण्यात आलेली होती.

७. **राजकीय सत्तेत सहभाग :** समाजरचनेत सत्तेचे वितरण नेहमी असमान स्वरूपाने असते. त्यामुळे समाजात अनेक असंतुष्ट घटक उदयास येतात. हे घटक राजकीय सत्तेत सहभागी होण्याची मागणी करतात. त्यासाठी प्रस्थापित विचारधारा आणि व्यवस्थेला विरोध करतात आणि आपल्या राजकीय मागण्या पुढे रेटण्याचा प्रयत्न करतात. राजकीय मागण्यांना वैचारिक आणि तात्त्विक स्वरूप प्राप्त व्हावे म्हणून

राजकीय विचारप्रणालीची निर्मिती केली जाते. उदा. सामाजिकदृष्ट्या वंचित आणि मागासलेले वर्ग सामाजिक न्यायाची विचारधारा उचलून धरतात आणि त्यांच्या अंमलबजावणीचा आग्रह धरतात, कारण त्यातून त्या वर्गाला राजकीय सहभागाची संधी प्राप्त होण्याची शक्यता निर्माण होते.

८. **राजकीय सत्तेचे समर्थन :** प्रत्येक राजकीय व्यवस्थेला स्थिर राहण्यासाठी अधिमान्यतेची गरज असते. लोकांकडून अधिमान्यता आपोआप मिळत नाही. अधिमान्यता मिळविण्यासाठी सत्ताधारी वर्ग विचारधारेचा आधार घेत असतात. आधुनिक काळात साम्राज्यवाद, वसाहतवाद, वंशश्रेष्ठत्ववाद इत्यादी विचारप्रणालींच्या आधारावर सत्ता टिकविल्याची वा निर्माण केल्याची अनेक उदाहरणे सांगता येतात. उदा. हिटलरने वंशवादाचे तत्त्वज्ञान निर्माण करून आपल्या सत्तेला अधिमान्यता मिळवली होती.

९. **नवमूल्यांचे समर्थन :** प्रस्थापित सामाजिक आणि राजकीय व्यवस्थेचा आधार असलेली मूल्यव्यवस्था काही समाजघटकांना मान्य असत नाही. कारण या मूल्यव्यवस्थेतून त्या वर्गावर अन्याय होतो, अशी सार्वत्रिक भावना विकसित होते. त्यामुळे प्रस्थापित मूल्यव्यवस्थेत व्यापक परिवर्तनाचा आग्रह धरणारी विचारप्रणाली मांडली जाते. मार्क्सवाद, समाजवाद, साम्यवाद इत्यादी मूलभूत परिवर्तनाच्या आग्रह धरणाऱ्या विचारप्रणाली आहेत.

अशा प्रकारे विविध प्रकारचे विचारधारेचे स्रोत आणि उगमस्थाने मानली जातात.

विचारप्रणालीची साधने : विचारप्रणालीची अनेक साधने आहेत. विविध साधनांच्या माध्यमातून विचारप्रणालीचा प्रसार व प्रचार केला जातो. विचारप्रणाली वापरत असलेल्या साधनांचा वापर करून अनुयायींना प्रभावित करण्याचा प्रयत्न केला जातो. विचारप्रणालीची साधने जितकी प्रभावशाली असतील, तितकी विचारप्रणाली प्रसिद्ध वा प्रभावी मानली जाते.

१. **भाषाशैली :** विचारप्रणाली असलेला विचारांचा आशय शब्द, प्रतीक वा चिन्हांच्या माध्यमातून प्रसारित केला जात असतो. विचारप्रणाली ज्या शब्द वा प्रतीकांच्या माध्यमातून प्रसारित केली जाते, ते शब्द जनमाणसांच्या भावनांना उत्तेजित वा प्रेरित करणारे असतात. भावनिक चेतना वा संवेदना निर्माण करून विचारप्रणालीचे बीजारोपण केले जाते, म्हणून तीत वापरली जाणारी भाषा भावनिक स्वरूपाची असते. त्यासाठी आकर्षक भाषाशैलीचा आधार घेतला जातो. विचारप्रणालीतील सर्व तांत्रिक आशय, कार्यक्रम आणि मूल्य रुजविण्यापेक्षा भावनिकदृष्ट्या महत्त्वाच्या भागाचा प्रचार-प्रसार करून समाजमनात रुजविला जातो. त्यासाठी घोषणा, जयजयकार, आकर्षक शब्दरचना, भव्यदिव्य स्वप्ने दाखविणे इत्यादी गोष्टी

कायमस्वरूपी समाजमनाच्या नजरेसमोर राहतील, यांची पुरेपूर दक्षता घेतली जाते.

२. **मिथके व बोधकथा :** मिथके आणि बोधकथांचा मानवी जीवनावर प्रभाव असतो. बोधकथा, मिथके आणि प्रतीकांच्या माध्यमातून जनतेला मार्गदर्शन मिळत असते आणि मानवी जीवनाला नवी दिशादेखील मिळत असते. मानवी जीवनातील अनेक कृतींचे निर्धारण करण्यास त्या उपयुक्त मानल्या जातात. विचारप्रणालीकडून साधारणत: पारंपरिक काळापासून अस्तित्वात असलेल्या मिथकांचा वापर केला जात असतो. वेळप्रसंगी नवी मिथके निर्माण केली जातात. मिथकांच्या माध्यमातून वर्तमानापेक्षा भविष्याकडे पाहण्याच्या दृष्टीचा विकास घडवून आणला जातो. सद्यःपरिस्थितीत भोगाव्या लागणाऱ्या यातना कमी करण्यासाठी भाकीत कथन केले जाते. या कथनाच्या माध्यमातून भावी काळातील आदर्श जीवनाचे चित्र रंगविले जाते. हे चित्र आकर्षक वाटत असले, तरी सत्याच्या कसोटीवर अजिबात टिकणारे नसते. परंतु ते सत्य नसले, तरी त्यातून प्रेरणांची मोठ्या प्रमाणावर निर्मिती होत असते. मिथकांच्या माध्यमातून जनसामान्यांना कृतिप्रवण बनविणे सहज शक्य होते; म्हणून प्रत्येक विचारधारा मिथके, बोधकथा, बोधवाक्य यांचा मोठ्या प्रमाणावर आधार घेत असते.

३. **शास्त्रीय मांडणी :** प्रत्येक विचारप्रणाली शास्त्रीय असल्याचा दावा करतात. विचारप्रणालीत समाविष्ट तत्त्वे शास्त्रीय सत्य म्हणून समाजासमोर मांडली जातात. समाजात उपलब्ध वास्तवाच्या अध्ययनावर विचारप्रणाली आधारित असते, असा दावा केला जातो. अर्थात, हा दावा प्रचारकी किंवा अतिशयोक्तीच्या तत्त्वावर आधारलेला असतो. विचारप्रणालीचा शास्त्रीय अभ्यास केल्यास त्यातील फोलपणा लक्षात येतो. तरीही विचारप्रणालीचे समर्थक हार मानायला तयार नसतात. आपल्या विचारसरणीतील समाविष्ट तत्त्वे, मूल्य आणि कार्यक्रम सत्य म्हणून सादर करतात. प्रत्यक्ष समाजात काय अस्तित्वात आहे, यापेक्षा काय असावे यांची मांडणी करतात.

४. **सर्वसमावेशकता :** विचारप्रणालीचे समर्थक तिच्या सर्वसमावेशकतेवर जोर देतात. समाजात निर्माण झालेल्या सर्व प्रश्नांची उत्तरे तिच्यात अंतर्भूत असतात, असे गृहीत धरले जाते. त्यामुळे सर्व प्रश्नांचे निराकरण विचारप्रणालीच्या चौकटीत करण्याचा प्रयास केला जातो. ही चौकट ज्या लोकांना मान्य नसते, त्यांना खलनायकाच्या रूपामध्ये सादर करतात. काही जहाल विचारधारांचे समर्थक विरोधी सूर लावण्याचा, नायनाट करण्याचा प्रयत्न करतात. उदा. साम्यवादी व्यवस्थेत भांडवलदारांच्या निर्दालनावर भर दिला जातो. ह्या सर्व कृती योग्य आहेत आणि समाज परिवर्तनासाठी आवश्यक आहेत असाही दावा केला जातो.

विचारप्रणालीच्या प्रचार आणि प्रसारासाठी वरील साधनांचा वापर केला जातो. या साधनांच्या माध्यमातून तिचे बीजारोपण जनमानसात करण्याचा प्रयत्न केला जातो.

विचारप्रणालीची भूमिका : १९ व्या शतकात फ्रान्समध्ये प्रचलित झालेली ही संकल्पना राजकीय विचारमंथनात सर्वत्र अभ्यासली जाते. राजकीय व्यवस्थेत उद्भवणारे सर्व राजकीय संघर्ष विचारप्रणालीच्या चौकटीत मांडले जातात आणि हा संघर्ष सोडविण्यासाठी तिच्यात उपलब्ध असलेल्या विविध मार्ग आणि उपाययोजनांचा अवलंब केला जातो. कारण प्रत्येक राजकीय व्यक्तीच्या राजकीय वर्तनाला कोणती कोणती विचारसरणी प्रभावित करीत असते. विचारप्रणालीच्या प्रभावातून व्यक्ती राजकीय निर्णय घेत असते. त्यामुळे समाजात निर्माण झालेल्या विविध समस्यांचे आकलन करण्यासाठी तिचा आधार घेतला जातो. राजकीय व्यवस्थेत निर्माण झालेले अनेक प्रश्न वैचारिक मतभेदांतून निर्माण होत असतात. म्हणूनच विचारप्रणालीच्या भूमिकचे अध्ययन करणे आवश्यक असते.

१. **व्यावहारिकता :** प्रत्येक विचारप्रणाली मांडणारे विचारवंत आणि अंमलात आणणारे राजकीय अभिजन तिला व्यावहारिक संदर्भ देण्याचा प्रयत्न करतात. प्रत्येक व्यक्ती समाज व्यवहारात अस्तित्वात असलेले व्यवहार लक्षात घेऊन राजकीय घडामोडी आणि प्रसंगांबाबत मतप्रदर्शन करीत असतात. व्यक्तीच्या मतप्रदर्शनातून विचारप्रणालीच्या बांधिलकीचा अंदाज येत असतो. व्यक्ती राजकीय मत व्यक्त करत असताना विचारप्रणालीची चौकट वा मूल्य लक्षात घेत असतात. व्यक्तीच्या राजकीय आकलन वा धारणावर विचारप्रणालीची स्पष्ट छाप असते. विचारप्रणालीच्या आधारावर व्यक्तीचा राजकीय कल निर्धारित होत असल्याने, आपल्या विचारांना पूरक राजकीय पक्षाच्या वा संघटनेच्या व्यावहारिकतेच्या आधारावर सदस्यत्व ती स्वीकारत असते.

२. **अर्थपूर्णता :** मानवी जीवनात अर्थपूर्णतेला महत्त्वाचे स्थान असते. अर्थपूर्णतेच्या आधारावर मानव प्राणी आणि मानवेतर प्राणी यांच्या वेगळेपणाचे दर्शन होते. मानवाला सर्वोकृष्ट जीवनाच्या प्राप्तीचा ध्यास असतो. हा ध्यास पूर्ण करण्यासाठी तो विचारप्रणालीच्या चौकटीला बांधून घेतो. त्या चौकटीने आखून दिलेल्या किंवा निर्धारित केलेल्या दिशादर्शनानुसार वाटचाल करण्याचा प्रयत्न करतो. म्हणून विचारप्रणालीच्या माध्यमातून मानवी जीवनाला अर्थपूर्णता प्राप्त होत असते. तसेच मानवी जीवन समृद्ध करण्याची प्रेरणादेखील विचारप्रणालीतून प्राप्त होत असते.

३. **सभोवतालच्या पर्यावरणाचे आकलन :** मानव सभोवतालच्या सामाजिक आणि राजकीय पर्यावरणाचे आकलन, चिंतन आणि निर्वचन करण्यासाठी विचारप्रणालीचा वापर करत असतो. परंतु आकलन करण्यासाठी वापरलेली विचारप्रणाली शास्त्रीय तत्त्वावर आधारलेली असणे गरजेचे मानले जाते. अवाजवी आदर्शावर भर देणारी असता कामा नये. विचारप्रणालीचे आकलन व्यवहारवादी, प्रत्यक्ष समाजगरजांवर

आधारलेले असले पाहिजे, तरच ती सभोवतालच्या पर्यावरणाचे योग्य आकलन करू शकते. अन्यथा तिच्या बांधिलकीतून भ्रमनिराशा उत्पन्न होण्याची शक्यता असते.

४. **वैचारिक मार्गदर्शन :** विचारप्रणालीच्या माध्यमातून संघर्ष निवारणासाठी आवश्यक असलेली वैचारिक अस्त्रे उपलब्ध होत असतात. मार्क्ससारखा विचारवंत विचारप्रणालीतून निर्माण होणाऱ्या भ्रांत जाणिवेला नाकारतो. विचारप्रणालीचे विश्लेषण करताना वर्गीय संदर्भ आणि सामाजिक व आर्थिक परिस्थितीचे संदर्भ लक्षात घ्यावे लागतात. समाजात अस्तित्वात असलेल्या प्रस्थापित विचारसरणीतील उणिवा, त्रुटी आणि आंतरविरोध लक्षात घेऊन पर्यायी विचारप्रणालीची आखणी करावी लागते. ही आखणी करताना काटेकोरपणा आणि तर्कशास्त्रीय वैचारिक मार्गदर्शन विचारप्रणालीत अंतर्भूत असल्याशिवाय प्रभावीपणा आणि जनमानसांचे समर्थन लाभत नाही.

५. **कृतिप्रवणता :** कृतिप्रवणता हा विचारप्रणालीतील महत्त्वपूर्ण गुण मानला जातो. विचारप्रणालीमुळे शिस्त, अनुशासन आणि संघटितपणे कृती करण्याची प्रेरणा मिळत असते. विचारप्रणालीच्या माध्यमातून संघटनेतील नेतृत्वाविषयी असीम निष्ठा व्यक्त केली जाते. वैयक्तिक लाभहानीचा विचार न करता सेवाभावी वृत्तीने आणि समर्पणाच्या भावनेने कार्य करण्याची शिस्त विचारप्रणालीच्या बांधिलकीतून निर्माण होते. विचारप्रणालीच्या प्रभावातून व्यक्ती आपले अस्तित्व पूर्णपणे संघटनेत विलीन करत असल्यामुळे सामूहिक कार्यात उत्साह आणि चैतन्य निर्माण होते.

६. **विवेकी राजकीय सहभाग :** लोकशाही शासनव्यवस्थेत जनतेच्या राजकीय समावेशनासाठी राजकीय सहभागांच्या अनेक संधी प्राप्त करून दिल्या जात असतात. निवडणुका, संघटनेचे सदस्य, राजकीय पक्षांचे सदस्यत्व, राजकीय चर्चा इत्यादी माध्यमांतून व्यक्ती राजकीय सहभाग घेत असते. व्यक्तीचा राजकीय सहभाग भावनिक स्वरूपाचा असेल, तर त्यांचा राजकीय अभिजनांकडून गैरवापर होण्याची शक्यता असते. म्हणून विचारप्रणालीचे अधिष्ठान असेल तर व्यक्तीच्या राजकीय सहभागाला विवेकी स्वरूप प्राप्त होईल. राजकीय व्यवस्थेंतर्गत होणारे संघर्ष अनेकदा गंभीर स्वरूपाचे वळण घेत असतात. त्या संघर्षांना विचारप्रणालींचे कोंदण नसेल, तर व्यवस्था नष्ट होण्याचा धोका निर्माण होतो, म्हणून संघर्ष विचारप्रणालीच्या बैठकीवर आधारित असतील तर त्याला योग्य दिशा लाभते. विचारप्रणालीच्या माध्यमातून भविष्यकालीन समाजव्यवस्थेचे चित्रण मांडलेले असल्यामुळे संघर्ष किती मर्यादेपर्यंत ताणावा याची जाण विकसित होते. ध्येयाप्रतीच्या निष्ठादेखील भक्कम बनतात. त्यातून राजकीय संघर्षाचे निराकरण होण्यास पूरक वातावरण निर्माण होते. म्हणून विचारप्रणालीच्या माध्यमातून विवेकपूर्ण राजकीय सहभाग घडत असतो.

७. **राजकीय सामाजीकरण व प्रशिक्षण :** विकल्प निवड वा पर्यायी निवडीसाठी विचारप्रणालीची मदत होते. संघर्ष निवारणासाठी विविध पर्याय ठेवले जातात. त्या पर्यायांतून योग्य पर्यायाची निवड विचारप्रणालीच्या आधारावर व्यक्तीला करणे सोपे जाते, म्हणून विचारप्रणाली व्यक्तीचे राजकीय प्रशिक्षण करतात. लोकशाहीप्रधान व्यवस्थेत अस्तित्वात असलेल्या विविध राजकीय पक्षांमुळे विविध पर्याय उपलब्ध होतात. या पर्यायांतून योग्य पर्यायांची निवड करताना वैचारिक गोंधळ निर्माण होऊ शकतो. मात्र व्यक्तीची वैचारिक बांधिलकी पक्की असेल, तर अनेक पर्यायांतून योग्य पर्याय कोणता हे व्यक्ती ठरवू शकते. व्यक्तीच्या राजकीय वर्तनाची दिशा निश्चित करण्यात विचारप्रणालीची भूमिका महत्त्वपूर्ण मानली जाते. तिच्या माध्यमातून होणाऱ्या राजकीय सामाजीकरणामुळे व्यक्तीला राजकीय निर्णय घेणे सोपे होते.

८. **राजकीय अधिमान्यता प्राप्ती :** प्रत्येक राजकीय व्यवस्थेला अधिमान्यतेची गरज असते. अधिमान्यतेशिवाय राजकीय व्यवस्था स्थिर राहू शकत नाही. त्यामुळे राजकीय अभिजन सातत्याने राजकीय अधिमान्यता मिळविण्याचा प्रयत्न करीत असतात. विचारप्रणालीच्या माध्यमातून राजकीय अभिजनांच्या सत्तेला अधिमान्यता मिळत असते. विचारप्रणालीची बांधिलकी पत्करलेल्या व्यक्ती निष्ठेने तिचे पालन करत असतात; म्हणूनच राजकीय अभिजन व्यवस्थेला विचारप्रणालीचे अधिष्ठान देण्याचा प्रयत्न करतात. या अधिष्ठानाच्या माध्यमातून आपोआप आज्ञापालन आणि अधिमान्यतेचा प्रश्न सुटतो.

विचारप्रणालीची भूमिका विविध विचारवंतांनी विचारप्रणालीबाबत केलेल्या मंथनातून स्पष्ट केलेली आहे. विचारप्रणालीच्या भूमिकेचा विचार करता राजकीय संघर्ष निवारणात बजावत असलेल्या प्रभावी भूमिकेची जाण विकसित होते. त्यामुळे आजच्या युगातही विचारप्रणालीचे अस्तित्व टिकून आहे.

विचारप्रणालीची अंत संकल्पना : (Concept of End of Ideology)

राजकीय जीवनासाठी विचारप्रणाली आवश्यक मानली जाते. प्राचीन व्यवस्थेच्या विकास आणि समृद्धीत राजकीय विचारप्रणालीने महत्त्वपूर्ण योगदान दिलेले आहे. परंतु२० व्या शतकाच्या मध्यानंतर अनेक अभ्यासकांनी विचारप्रणालीचा अंत झाला, असे जाहीर केले. 'विचारप्रणालीचा अंत' ही संकल्पना विसाव्या शतकात मांडल्या गेलेल्या मूल्याधिष्ठित राजकीय विचारातून उदयाला आली. २० व्या शतकात विकसित झालेल्या प्रत्यक्षार्थवाद, अनुभववाद आणि विज्ञानवादाने मूल्यमुक्त संशोधनाचा आग्रह धरला. वास्तवापासून फारकत घेणारे आणि शास्त्रीय निकषावर सिद्ध न होणारे विचार अप्रस्तुत मानणे, हा प्रमुख दृष्टिकोन होता. या दृष्टिकोनाचा प्रभाव असलेल्या अभ्यासकांनी

विचारप्रणालीचा अंत ही संकल्पना मांडली. विचारप्रणालीचा अंत ह्या संकल्पनेचा प्रमुख जनक अमेरिकन समाजशास्त्रज्ञ मॅनहिम मानला जातो. त्यांनी 'Ideology and Utopia' या ग्रंथात विचारप्रणालीचा अंत संकल्पनेबाबत सविस्तर विवेचन केलेले आहे. त्यांच्या मते सद्यःकाळात राजकारणावर अर्थकारणाची मजबूत पकड आहे. अर्थकारण राजकारणाचा गाडा हाकलते. त्यामुळे ऐतिहासिक भूतकाळ नाकारण्याची प्रवृत्ती वाढत आहे. मूल्याधिष्ठित संकल्पनेचा संकोच होत आहे. या परिस्थितीत राजकीय क्षेत्रातून मूल्याधिष्ठित विचारांची हकालपट्टी होत आहे. विचारप्रणालीचा वापर काही राजकीय अभिजनांनी स्वत:चे वर्चस्व कायमस्वरूपी टिकवून ठेवण्यासाठी केलेला आहे. तसेच राजकीय विरोधकांचा नायनाट करण्यासाठीदेखील तिचा वापर अनेक राष्ट्रांमध्ये झालेला दिसून येतो. विचारप्रणालीच्या प्रर्वतकांनी तिचा अयोग्य पद्धतीने वापर केल्यामुळे ही संकल्पना त्याज्य ठरविण्याचा प्रयत्न आधुनिक काळात अनेक अभ्यासकांनी केलेला आहे.

फ्रेंच शास्त्रज्ञ रेमन्ड आमरा या मार्क्सवादाच्या विरोधकाने मार्क्सचा साम्यवाद संपला आहे, हे विचार मांडून विचारप्रणालीच्या अंताचे भाकीत केले. त्याने 'दि ओपियम ऑफ इंटलेक्युअल्स' या ग्रंथात साम्यवाद, नाझीझम आणि फॅसिझम इत्यादी विचारप्रणालीच्या आधारावर निर्माण झालेल्या व्यवस्था आधुनिक जगातील समस्या सोडविण्याच्या दृष्टीने अनउपयुक्त ठरल्यामुळे विचारप्रणालीची गरज नाही असे पटवून देण्याचा प्रयत्न केलेला आहे. विचारसरणी ही संकल्पना बुद्धिवंत वर्गापुरती मर्यादित राहिली असून, उदारवादी देशामधील सक्रिय पक्षीय राजकारण आणि मतदारांच्या व्यवहाराशी तिचा संबंध राहिलेला नाही. १९५५ साली मिलान येथे झालेल्या परिषदेत उजव्या आणि डाव्या विचारप्रणालीतील कटुता कमी झालेली आहे. फॅसिझम, नाझीझमदेखील समाप्त झालेला आहे. टॉलकॉट पारर्सन्ससारख्या विचारवंताच्या मते वैज्ञानिक दृष्टीकोन हा राष्ट्राच्या प्रगतीचा मार्ग मानला गेल्यामुळे कोणतीही एक विचारसरणी स्वीकारणे राष्ट्राला शक्य नाही. कारण विचारप्रणाली एक प्रकारचे विचारांचे गूढीकरण असते. त्यामुळे राष्ट्राच्या प्रगतीला खीळ बसते. डान्टेसारखा जर्मन अभ्यासक विचारप्रणाली ही बौद्धिक शक्कल मानतो. तिचा स्वीकार करणे म्हणजे राष्ट्राला विनाशाकडे ढकलणे असते. एडवर्ड शील्स यांनी मानव जात आता विचारधारावादी आणि उन्मादवादीच्या उत्पीडनापासून लवकरच मुक्त होईल, हे घोषित केले.

बर्नार्ड क्रीक यांनी विचारप्रणाली नेहमीच हुकूमशाही राजवटीला पाठिंबा देत असतात हे सिद्ध करून देण्यासाठी राजकीय वास्तव आणि राजकीय विचारप्रणाली यांत फरक दर्शविण्याचा प्रयत्न केला. विचारप्रणालीच्या आधारावर प्रस्थापित झालेल्या राजवटी दमनकारी वा जुलूमी स्वरूपाच्या असतात. या संदर्भात ते फॅसिस्ट, नाझीझम आणि साम्यवादाचे उदाहरण देतात. दडपशाही मार्गाने होणाऱ्या राजकीय परिवर्तनात स्वायत्त

विचाराला कोणताही वाव राहत नाही. त्यामुळे कोणतीही विचारसरणी वास्तवापेक्षा अत्यंत भिन्न स्वरूपाची असते. हॅना एरेंट या महिला अभ्यासिकेने विचारप्रणालीच्या अंत संकल्पनेला सहमती दर्शविलेली आहे. विचारप्रणाली ही नेहमीच भूतकाळाशी संबंधित असते. प्रत्येक विचारवंत तत्कालीन परिस्थितीच्या आधारावर विचार मांडत असतो. तर्कशुद्ध पद्धतीने विधाने करून सत्य शोधल्याचा आभास निर्माण करत असतो. आपण सांगितलेल्या मार्गाने मार्गक्रमण केल्यास अपेक्षित परिवर्तन घडवून येईल हा दावा करत असतो. परंतु कोणतीही विचारप्रणाली वास्तवात जशीच्या तशी लागू करता येत नाही. कारण परिस्थितीत नेहमी बदल होत असतो. तत्कालीन काळात विचारप्रणाली बरोबर असेल, परंतु भविष्यात ती बरोबर ठरेल याची कोणतीही शाश्वती नसते. भविष्याविषयी भाकीत कथन करणे शास्त्रीयदृष्ट्या जवळपास अशक्य असते; मात्र प्रत्येक विचारसरणी भविष्याविषयीच्या उदात्त आशावादावर आधारलेल्या असतात. या परिस्थितीत विचारप्रणालीचा स्वीकार म्हणजे भविष्याचे रहाटगाडे आपल्या अंगावर ओढून घेण्यासारखे आहे, असे आधुनिक अभ्यासकांना वाटते.

डॅनियल बेल यांनी 'एन्ड ऑफ आयडिऑलॉजी' या ग्रंथात विचारप्रणाली सद्यःयुगात कालबाह्य वा अप्रस्तुत ठरल्याचे घोषित केले आहे. ते सांगतात की, भांडवलशाही व्यवस्थेने २० व्या शतकात आणलेल्या सामाजिक आणि राजकीय परिवर्तनामुळे विचारप्रणालीचे सर्व आधार खिळखिळे केलेले आहेत. अनेक सत्तावादी रचना व कल्याण राज्यांच्या उदयामुळे लोकांच्या मूलभूत प्रश्नांचे निराकरण झाले आहे. कामगारांचे राहणीमान बदलल्यामुळे समता आणि स्वातंत्र्य या मूल्यांना मान्यता मिळालेली आहे. त्यामुळे डाव्या विचारसरणींचे पक्ष व व्यक्तींचा जहालपणा सौम्यपणात रूपांतरित झाला. त्यामुळे आजच्या युगात मूलभूत परिवर्तनाची आवश्यकता कोणत्याही समाजघटकाला वाटत नाही आणि मतभेदाचे मुद्दे अत्यंत किरकोळ स्वरूपाचे असून, ते व्यवस्थेंतर्गत सुटू शकतात. डॅनियल बेल यांनी केलेला युक्तिवाद उदारमतवादी लोकशाही व्यवस्थेला मिळालेले यश आणि मार्क्सवादाच्या नावावर रशियामध्ये फसलेल्या प्रयोगाच्या पार्श्वभूमीचा प्रभाव स्पष्ट दिसतो. उदारमतवादी लोकशाहीचे पाश्चिमात्य विकास प्रतिमान यशस्वी झाल्यामुळे मार्क्सवादी विकास प्रतिमानाच्या अपेक्षित गरजा आणि अपेक्षांची पूर्तता झालेली आहे. त्यामुळे मार्क्सवादाची गरज राहिलेली नाही, तसेच भांडवलशाहीविषयक मार्क्सने गृहीत धरलेल्या अनेक बाबींबाबत नेमका उलट्या गोष्टी घडत गेल्या. त्यामुळे त्याने वर्तवलेली अनेक भविष्ये खोटी ठरली. मार्क्सवादाच्या अपयशामुळे विचारप्रणालीविषयीचे समाजमनाचे आकर्षण कमी झाले. उदारमतवादी लोकशाही व्यवस्थांनी मोठ्या प्रमाणावर जनतेचा विश्वास संपादन केल्यामुळे राजकीय स्थिरतेचा प्रश्न संपलेला आहे. कल्याणकारी राज्यव्यवस्थेचा अवलंब सर्वच राजकीय

व्यवस्थांनी सुरू केल्यामुळे व्यवस्थेच्या चौकटीत राहून आर्थिक विकासाचा प्रश्न सोडविण्यास हातभार लागलेला आहे. त्यामुळे विविध राजकीय व्यवस्थेतील राजकीय पक्षांच्या राजकीय ध्येयधोरणात फारसा फरक राहिलेला नाही. उदा. अमेरिकेतील डेमोक्रेटिक आणि रिपब्लिकन पक्ष यांच्या विचारप्रणालींचा अंत झाला असे बेलला वाटते. बेल यांनी राजकीय विचारप्रणालीचा अंत स्पष्ट करण्यासाठी अनेक उदाहरणे दिलेली आहेत. विचारप्रणालीच्या अपयशाच्या उदाहरणातून आजच्या काळात विचारप्रणालीचे औचित्य उरलेले नाही, हे प्रतिपादन केले. विचारप्रणालीच्या अंतासाठी पाश्चिमात्य व्यवस्था यशस्वीतेचे गोडवे गायलेले आहेत. विचारप्रणालीच्या अंतामुळे कामगारांचे संघटन उभे करून संघर्ष करण्याचे दिवस आता संपलेले आहेत. कारण द्वितीय महायुद्धाच्या काळात विचारप्रणालीतील संघर्षामुळे संपूर्ण जगाला भीषण आपत्तीला सामोरे जावे लागले. त्यामुळे आज कुणीही विचारप्रणालीच्या समर्थनाचे धाडस करू शकणार नाही असे बेलला वाटते.

डेनियल बेल यांनी वैज्ञानिक प्रगतीमुळे आदर्शवादी राजकीय व्यवस्थेचा विचार कालबाह्य झालेले आहे, असे मत व्यक्त केले. प्राचीन राजकीय व्यवस्थेमध्ये राजकीय विचारप्रणाली राजकीय विकासाचे साधन मानली जात होती. परंतु आधुनिक काळात विशिष्ट विचारप्रणालीच्या आधारावर राज्याचा विकास घडवून आणणे अशक्य आहे, ही जाणीव वैज्ञानिक प्रगतीने निर्माण केलेली आहे. विचारप्रणालीच्या अंताविषयी बेल यांनी काही कारणे विशद केलेली आहेत.

१. वैज्ञानिक व तंत्रवैज्ञानिक साधनांद्वारे राज्याचा विकास होणार आहे, हे सत्य लोकांना उमगल्यामुळे विचारप्रणालीचे महत्त्व कमी झाले.
२. राज्याच्या विकासासाठी आर्थिक नियोजन, औद्योगिकीकरण, लोकशाही विकेंद्रीकरण आणि कल्याणकारी राज्यव्यवस्थांची गरज आहे, याची जाणीव झाल्यामुळेदेखील विचारप्रणालीचा अंत घडून आलेला आहे.
३. लोकशाही व्यवस्थेतील सत्ताबदलाचा निवडणुका हा योग्य मार्ग आहे, यावर लोकांचा विश्वास बसल्यामुळे विकास व सत्ताबदलासाठी संघर्षाला प्रोत्साहन देणाऱ्या विचारप्रणालीची गरज राहिलेली नाही. व्यवस्थेच्या चौकटीत राजकीय प्रश्नांचे निराकरण करणे शक्य आहे हे वास्तव उमगल्याने, संघर्षाऐवजी सहमतीला महत्त्व आल्यामुळे विचारप्रणालीचा अंत घडून आला.

थोडक्यात डेनियल बेलला वाटते की, विचारप्रणालीमुळे काल्पनिक आदर्श आणि एकाधिकारशाही निर्माण होते. विचारप्रणालीच्या अस्तित्वामुळे राष्ट्राराष्ट्रांत संघर्ष निर्माण होतो. विचारप्रणाली वैज्ञानिक तत्त्वापासून फारकत घेणारी असल्यामुळे मानवी जीवनातील प्रश्नांचे निराकरण करण्यात अनउपयुक्त आहे. त्यामुळे तिचा अंत होणे आवश्यक आहे.

डेनियल बेलसारखी मिळतीजुळती भूमिका लिपसेट यांनी मांडलेली आहे. तो म्हणतो की, औद्योगिक क्रांतीतून मानवी समुदायाच्या मूलभूत प्रश्नांचे निराकरण झाले आहे. कामगारांना राजकीय नागरिकत्व मिळालेले आहे. ते आर्थिकदृष्ट्या सुस्थिर स्थिर झाल्यामुळे त्यांच्या जीवनात बदल झालेला आहे. उदारमतवाद्यांनी कल्याणकारी लोकशाहीला मान्यता दिलेली आहे. राजकीय व्यवस्थेला सर्वोच्च स्थान देण्याने आर्थिक प्रश्न पूर्णपणे सुटत नाही; परंतु स्वातंत्र्यावर मात्र अतिक्रमण होते हे डाव्यांना समजलेले आहे. तसेच राजकीय कृतिप्रवणता आणि राजकीय परिवर्तनासाठी ज्यांना विचारप्रणाली आवश्यक वाटत होती, त्यांना पश्चिमेकडील राजकारणात सामजिक क्रांतीमुळे कोणतेही स्थान उरलेले नाही. गालब्रेथ यांनी 'New Industrial State' या ग्रंथात आधुनिक समाज हा औद्योगिक समाज असून त्यात व्यावसायिक वर्गांचे वर्चस्व आहे. समाजाचे संचालन तांत्रिकतेवर वर्चस्व असलेल्या वर्गांच्या हातात असते. त्या वर्गांचा विचारसरणीशी काहीही संबंध नाही. बॅरिंग्टन मूर मानतो की, संयुक्त राष्ट्र अमेरिकेत निग्रो समुदाय वगळता दुसऱ्या कोणत्याही समुदायाला शासकीय अभिजनाशी संघर्ष करताना विचारधारात्मक प्रेरणा दिसून येत नाही. डेविड रीसमैंनच्या मते, पुंजीवादी अर्थव्यवस्थेने विकासात दिलेल्या योगदानामुळे राजकीय संघर्षांचे विचारधारात्मक आधार नष्ट झाले. डॅनियल बेल, लिपसेट, रॉबर्ट लेन, डांते जर्मिनो, बॅरिंग्टन मूर इत्यादींना सद्यःकाळात विचारप्रणालीचा अंत सुरू झाला आहे, असे वाटते. औद्योगिक क्रांती, तंत्रविज्ञान प्रगती, उदारमतवादी लोकशाही आणि कल्याणकारी राज्य संकल्पनेमुळे मानवी जीवनात आलेल्या समृद्धीमुळे, संघर्ष प्रवृत्ती कमी झाल्यामुळे विचारप्रणालीचे आकर्षण कमी होण्यात झाली. या सर्व विचारवंतांच्या विचारांचे एक सूत्र आहे, ते म्हणजे सद्यःकाळात विचारसरणीची उपयुक्तता संपलेली आहे.

विचारप्रणालीच्या अंताच्या संकल्पना मांडणाऱ्या बहुसंख्य विचारवंतांनी मार्क्सवादला अनुलक्षून विचार मांडलेले आहेत. मार्क्सवाद हीच आर्थिक परिवर्तन घडवून आणून समताधिष्ठित समाजरचनेची उभारणी करणारी एकमेव विचारसरणी आहे. इतर विचारसरणी जगात सुधारणा करण्याचा प्रयत्न करतात, तर मार्क्सवाद जग बदलण्याचा प्रयत्न करणारी विचारसरणी आहे, हा दावा करून संपूर्ण जगात भविष्यकाळात साम्यवाद हा एकमेव पर्याय राहील, असे भाकीतकथन अनेक मार्क्सवादी करत होते. मात्र रशियातील मार्क्सवादाने स्टालिनच्या काळात घेतलेल्या वळणाने साम्यवादाविषयीच्या भ्रमनिराशेत वाढ झाली आणि उजव्या विचारसरणीच्या समर्थक देशांना मार्क्सवादाची आलोचना करण्यास योग्य कारण मिळाले. त्या कारणाच्या आधारावर लोकशाहीत उदारमतवादी विचारसरणी ही एकमेव विश्वतारक तत्त्व आहे हे पटवून देण्यासाठी विचारसरणीच्या अंतचर्चेला पाठबळ उपलब्ध करून दिले. दुसऱ्या महायुद्धानंतर डेव्हिड ईस्टन, आल्मंड,

पॉवेल यांनी व्यवस्था विश्लेषण आणि रचनात्मक कार्यवादाच्या माध्यमातून विचारप्रणालींना ऐतिहासिक ठरविण्याचा प्रयत्न केला. विचारप्रणालीतील विचार वास्तवात येऊ शकत नाही आणि त्यांच्यातील संकल्पना शास्त्रीय निकषावर खऱ्या उतरणाऱ्या नाहीत. विचारप्रणाली ह्या कल्पनेच्या मनोऱ्या आहेत अशी मते मांडली. त्या मताच्या आधारावर डेनियल बेल, लिपसेट आणि इतर विचारवंतांनी विचारप्रणालीचा अंत ही उद्घोषणा सुरू केली.

विचारप्रणालीच्या अंताची घोषणा करणारे अभ्यासक विचारप्रणालीमुळे निर्माण झालेला संघर्ष आणि अस्थिरतेवर भर देतात. विचारप्रणालीने विविध क्षेत्रांतील अपेक्षित केलेले बदल उदारमतवादी लोकशाही आणि कल्याणकारी राजवटीत पूर्ण करता येतील यावर भर देतात. भांडवलशाही व्यवस्थेत झालेल्या बदलातून मार्क्सवादी विचारप्रणालीची अव्यवहार्यता लक्षात आली, हे स्पष्ट करण्यासाठी कामगारांना मिळालेले अधिकार आणि त्यांच्या बदलेल्या जीवनमानाची उदाहरणे सादर करतात. नाझीवाद व फॅसिझमसारख्या विचारप्रणालीने जगाच्या केलेल्या विनाशाचीदेखील उदाहरणे देतात. चीन व रशियासारख्या साम्यवादी राष्ट्रांनीदेखील साम्यवादी नमुन्याला मुरड घालून विविध विचारप्रणालींचे संमिश्र प्रतिमान अवलंबिल्याचे आर्वजून नमूद करतात. विविध देशातील राजकीय पक्षांच्या जाहीरनाम्यामध्ये विचारप्रणालीचे अस्तित्व कमी झालेले आहे हेदेखील स्पष्ट करतात.

विचारप्रणालीच्या अंताची घोषणा करणाऱ्या विचारवंतांचा युक्तिवाद तर्कसंगत वाटत असला, तरी अपुऱ्या ज्ञानावर आधारलेला आहे. उदारमतवादी लोकशाहीच्या यशाने भारावून गेलेल्या लोकांनी वास्तवतेकडे दुर्लक्ष केलेले आहे. उदारमतवादी लोकशाहीतील मूलभूत दोषांची चर्चा न करता, ते दोष झाकून, तिचे दोष उघड करणाऱ्या मार्क्सवादी, समाजवादी आणि तत्सम पर्यायी विचारांचे खच्चीकरण करण्याच्या उद्देशाने ही मांडणी केलेली आहे. 'जगातील संघर्ष संपले' ह्या गृहीतकांवर ही मांडणी उभी आहे; परंतु हे गृहीतक चुकीच्या पायावर आधारलेले आहे. जगाच्या अस्तित्वापर्यंत जगातील संघर्ष अस्तित्वात राहतील, या वास्तवाकडे त्यांनी दुर्लक्ष केले. भांडवलशाहीचे समर्थन करण्याच्या नादात विचारप्रणाली संपल्या हे जाहीर करून मोकळे झाले. भांडवलशाही लोकशाही आणि उदारमतवादी लोकशाहीच्या प्रचंड यशानंतरही सामाजिक, राजकीय आणि आर्थिक संघर्ष व तणाव कायम आहेत. आर्थिक विषमता व शोषणाचे प्रमाण पहिल्यापेक्षा अधिक वाढलेले आहे. संपत्तीच्या केंद्रीकरणामुळे वितरणात्मक न्यायाची संकल्पना इतिहासजमा झालेली आहे. या परिस्थितीत भांडवलशाहीची भलामण करून विचारप्रणालीचा अंत जाहीर करणे हा वैचारिक दिवाळखोरीचा नमुना वाटतो.

विचारप्रणालीचा अंत झाला हे जाहीर करणाऱ्या विचारवंतांच्या प्रतिपादनाचा

समाचार घेताना टिटमस यांनी अनेक मूल्यात्मक व तथ्यात्मक प्रश्न उपस्थित केले. कल्याणकारी राज्याने दारिद्र्य वंचिततांचे प्रश्न खऱ्या अर्थाने संपलेले आहेत काय, असा प्रश्न उपस्थित करून प्रतिवाद केलेला आहे. पुंजीवादी उदारवादी अर्थव्यवस्थेमुळे एकाधिकारशाही वा मक्तेदारी प्रवृत्तीला प्रोत्साहन मिळाले. परिणामत: उत्तर-औद्योगिक समाजात विषमतेत वाढ होऊन सामाजिक विघटनास गती मिळाली. समाज हा आर्थिकदृष्ट्या संपन्न झाला असेल, परंतु सांस्कृतिकदृष्ट्या अवनतीच्या दिशेने जात आहे, असे टिटमस यांना वाटते. लिपसेटसारख्या विचारवंताने औद्योगिक क्रांती हा मानवी जीवनाचा अंतिम टप्पा मानून विचारमांडणी केलेली आहे. औद्योगिक क्रांतीतून मानवाचे सर्व प्रश्न सुटले, असे गृहीत धरलेले आहे. येथेच त्यांची चूक झाल्याचे टिटमस यांना वाटते. औद्योगिक क्रांतीतून मानवाची आर्थिक भरभराट झालेली आहे. पूर्वीपेक्षा चांगले जीवन मानव उपभोगत आहे हे जरी खरे असले, तरी दुसऱ्या बाजूला आर्थिक वंचितता आणि सामाजिक विघटनाचे प्रमाण वाढलेले आहे. मुक्त स्वातंत्र्याच्या नावाखाली उभी राहिलेली मूल्यव्यवस्था वंचितता परत अंधाऱ्या खाईत टाकते आहे. कामगारांना नागरिकत्व मिळाल्याने त्यांचे प्रश्न सुटलेले नाहीत. यंत्रप्रधान औद्योगिकीकरण आणि स्वयंचलित यंत्रांच्या वापरातून कामगार औद्योगिक परिघाबाहेर ढकलले जात आहेत. संघटित क्षेत्रातून रोजगार कमी होत असल्याने कामगारकपात आणि सक्तीच्या सेवानिवृत्ती योजनांमुळे कामगारवर्ग हतबल झाला आहे. आर्थिक अरिष्टातून मानवी जीवनात हतबलता आली आहे. कल्याणकारी राज्य संकल्पनेतून औद्योगिक संबंधात सुरळीतपणा येण्याऐवजी औद्योगिक कलह वाढलेला आहे. लोकांना सोयी-सवलती देण्याच्या नावाखाली महत्त्वपूर्ण क्षेत्राची जबाबदारी भांडवलदाराकडे देऊन नवी सरंजामशाही व्यवस्था निर्माण केली जात आहे.

विचारप्रणालीचा अंत या चर्चेला लिओ स्ट्रॉस यांनी प्रतिवाद केला. त्यांनी मूलगामी राजकीय तत्त्वज्ञानाच्या अभ्यासाला महत्त्व दिले. प्लेटोपासून ते मार्क्सपर्यंत सर्व विचारवंतांच्या विचारांचे मोल मांडण्याचा प्रयत्न केला. प्लेटोच्या विचारांची अभिनव पद्धतीने मांडणी केली. राजकीय सिद्धान्त आणि राजकीय विचारसरणी मूल्यविरहित असू शकत नाही. मूल्याधिष्ठित हे राजकीय सिद्धान्ताचे प्रमुख वैशिष्ट्य आहे. मूल्यविरहित ज्ञान विपरीत हेतूसाठी वापरले जाते. योग्य-अयोग्यतेचा विचार हा राज्यशास्त्रज्ञाला करावाच लागतो. मानवाचे बौद्धिक कुतूहल जिंवत आहे, तोपर्यंत भविष्याचा वेध घेणाऱ्या आणि मानवाच्या मार्गक्रमणाला दिशा देणाऱ्या विचारसरणीचे महत्त्व कमी होणार नाही. विचारप्रणालीच्या अंताची घोषणा करणारे भांडवलशाहीचे छुपे समर्थन करणारे आहेत, हे दुर्लक्षून चालणार नाही. भांडवलशाही व्यवस्था मानवी नीतिमत्ता घडविण्याच्या दृष्टीने अयोग्य मानली जाते. या व्यवस्थेत बाजारव्यवस्थेनुसार समाजातील वितरण व्यवस्था

आधारित असते. फायदातोटा आणि स्पर्धेच्या आधारावर आधारलेली व्यवस्था समाजातील वंचितांचे शोषण करणार, हे उघड आहे. बाजारव्यवस्थेवर आधारित नीतिमूल्यावर चालणारी व्यवस्था असल्यामुळे शोषितांचे अधिक शोषण होणार, म्हणून या व्यवस्थेला सर्वसमावेशक किंवा समाजहितकारी व्यवस्था मानता येणार नाही, हे धडधडीत सत्य असतानाही विचारप्रणालीचा अंत घोषित करणारे दुर्लक्ष करण्यात धन्यता मानतात आणि त्या व्यवस्थेचे गुणगान करण्यात आपले बौद्धिक सामर्थ्य खर्ची करताना दिसतात. या भयानक परिस्थितीत विचारप्रणालीचे महत्त्व कमी होण्याऐवजी जास्त वाढलेले दिसते. आर्थिक समृद्धी वाढत असताना समाज भयग्रस्त होत आहे. कल्याणकारी राज्य संकल्पनेतून समस्या कमी होण्याऐवजी वाढताना दिसत आहेत. या परिस्थितीत विचारप्रणालीचा अंत घोषित करणे ही एक फॅशन बनलेली आहे. म्हणून काही विचारवंतांच्या मते, विचारप्रणालीचा अंत घोषित करणे ही नवी पुराणमतवादी विचारप्रणाली आहे. राईस मिल्ससारखे अभ्यासक, 'अकालीच प्रौढ झालेल्या, प्रतिष्ठेच्या पायऱ्या भरभर चढू पाहणाऱ्या, आपली तात्कालिक व प्रांतिक प्रतिष्ठाच लाखमोलाची मानणाऱ्या मध्यमवयीन लेखकांची आत्मसंतुष्ट घोषणा आहे. 'जैसे थे' चे समर्थन करणे वा त्याला पाठिंबा देणे यांखेरीज त्यांच्याकडे दुसरा उपाय नाही.' या शब्दांत विचारप्रणालीचा अंत घोषित करणाऱ्या समाचार घेतात. विकासाच्या पायऱ्या भराभर चढलेल्या पाश्चात्त्य राष्ट्रांना विचारप्रणालीचा अंत घोषित करणे कदाचित परवडेल, परंतु मागास राष्ट्रांना ही चैन परवडणार नाही.

राईस मिल्स यांनी विचारप्रणालीचा अंत घोषित करणाऱ्यांना दिलेले उत्तर बहुतांशी लोकांनी मान्य केलेले आहे. कारण विचारप्रणालीच्या प्रभावापासून कोणतेही राष्ट्र अलिप्त नाही. देश प्रगत असो की अप्रगत असो, तेथे विचारप्रणालीचे अस्तित्व दिसून येते. विचारप्रणालीचा अंत घोषित करणाऱ्या अमेरिकेसारख्या देशातील विचारवंतांनी हे लक्षात घेतले पाहिजे की, अमेरिका देश भांडवलशाही विचारप्रणालीच्या तत्त्वावर चालत आहे. विचारप्रणाली प्रवाह नेहमी सुरू राहणार आहे. विचारप्रणालीच्या माध्यमातून राजकीय प्रेरणांची निर्मिती होत असते. प्रत्येक व्यवस्थेच्या अस्तित्व सातत्यासाठी ह्या प्रेरणेची आवश्यकता असते, म्हणून विचारप्रणाली अंत ही अशक्य संकल्पना वाटते.

विचारप्रणालीच्या अंताविषयीचा युक्तिवाद पोकळ गृहीतकावर आधारलेला आहे, हे वरील चर्चेतून स्पष्ट होते. विचारप्रणाली कधीही कालबाह्य होऊ शकत नाही. काळानुरूप तिचे महत्त्व कमीजास्त होऊ शकते. राजकीय सत्ताप्राप्तीसाठी संघर्ष उभ्या करणाऱ्या विचारप्रणालीचे महत्त्व आधुनिक काळात कमी झालेले असले, तरी समाजव्यवस्थेला प्रेरणा देणाऱ्या विचारप्रणालीचे महत्त्व आजही कमी झालेले नाही. जगातील अनेक राजकीय व्यवस्था आजही विचारप्रणालीच्या आधारावर राज्यकारभार करताना

आढळतात. दुसऱ्या महायुद्धानंतर निर्माण झालेल्या परिस्थितीतून विचारप्रणालीच्या अंताच्या चर्चेला सुरुवात झाली. दुसऱ्या महायुद्ध काळात सर्वंकष विचारप्रणालींनी केलेल्या विनाशामुळे ह्या चर्चेने जोर पकडला. विचारप्रणाली खरोखरच विनाशकारी वा महाभयंकर गोष्ट आहे, हे पटविण्याचा प्रयत्न विचारप्रणालीच्या विरोधकांनी सुरू केला. त्यासाठी वैज्ञानिक प्रगती, तंत्रज्ञान, औद्योगिक क्रांतीचे गोडवे गाण्यास सुरुवात केली. मार्क्सवादाने उभे केलेले मूलभूत प्रश्न इतिहासजमा झालेले आहेत. त्यामुळे संघर्षाची गरज राहिलेली नाही. संघर्षाऐवजी सहमती वा सहकार्याला महत्त्व दिले पाहिजे, हे पटवून देण्याचा प्रयत्न केला; परंतु हा प्रयत्न फारसा यशस्वी झालेला नाही. विचारप्रणालीच्या समर्थकांनी विचारप्रणालीच्या आवश्यकतेचे महत्त्व पटवून दिले आणि मानवी जीवनात विचारप्रणालीचे असलेले आकर्षण आजही कमी झालेले नाही, हे नमूद केले. विचारप्रणालीच्या अंताच्या चर्चेतून विचारप्रणाली नष्ट करण्याची गरज नसून, त्यात आलेला साचेबंदपणा आणि पोथीबद्धपणा नष्ट करून बदलत्या काळानुसार त्यात प्रवाहीपणा आणण्याची गरज आहे, हे वास्तव लक्षात आणून दिले. विचारप्रणालीच्या आधारावर निर्माण झालेले संघर्ष आधुनिक काळात उपयुक्त नसून, विचारप्रणालीतील चांगल्या तत्त्वांचा समन्वय करून मानवी विकासाला दिशा देणाऱ्या नव्या विचारप्रणालीच्या उभारणीची गरज आहे, हेदेखील स्पष्ट केले.

विचारप्रणालीचे महत्त्व : विचारप्रणालीच्या अध्ययनातून लक्षात येते की, राजकीय व्यवस्थेची निर्मिती, विकास आणि पतनामध्ये तिचे महत्त्व आहे. प्रत्येक विचारप्रणाली समाजरचना, राजकीय व्यवस्था आणि त्यांना आधारभूत ठरलेल्या मूल्यांचे समर्थन वा खंडनमंडन करीत असते. प्रत्येक व्यवस्थेच्या मूल्यमापनासाठी विचारप्रणालीचे अध्ययन करणे आवश्यक असते. प्रत्येक व्यवस्था विचारप्रणालीने आखून दिलेल्या चौकटीनुसार कार्य करीत असते. विचारप्रणालीचे महत्त्व पुढील मुद्द्यांच्या आधारे स्पष्ट करता येते.

१. राजकीय विचारप्रणाली प्रचलित राजकीय व्यवस्थेचे विश्लेषण करत असते. राजकीय व्यवस्थेचे औचित्य सिद्ध करण्यासाठी विचारधारेच्या आधारावर समर्थन केले जाते वा जनमत निर्माण करून अधिमान्यता मिळविण्यासाठी राजकीय व्यवस्था विचारप्रणालीचा आधार घेत असते. तसेच राजकीय व्यवस्थेतील दोषांचे विश्लेषण करण्यासाठीदेखील विचारप्रणालीचा वापर केला जातो.

२. राजकीय विचारप्रणाली तात्कालिक परिस्थितीच्या आधारावर नैतिक आणि आदर्शात्मक मूल्यांची प्रस्थापना करण्याचा प्रयत्न करत असते. या राजनैतिक आदर्शापर्यंत पोहोचण्यासाठी आवश्यक मार्गाबाबतही दिशादर्शन करत असते.

३. राजकीय विचारप्रणाली राष्ट्रीय परंपरा, मूल्य, आदर्श यांच्यावर भर देत असते. ही मूल्ये नागरिकांमध्ये रुजावित म्हणून जाणीवपूर्वक प्रयत्न करत असते. त्यामुळे नागरिकांच्या मनोबलात वाढ होऊन, राष्ट्र विकासाला चालना मिळत असते.

४. राजकीय विचारप्रणाली समाजातील विभिन्न वर्गांची स्थिती आणि त्यांतील आपआपसांतील संबंधांचे अध्ययन करत असते. या संबंधांत बदल घडवून आणण्यासाठी आवश्यक राजकीय परिवर्तनाचीही चर्चा करत असते. या चर्चेच्या माध्यमातून राजकीय आंदोलनाचा जन्म होतो आणि त्यातून अनेकदा व्यवस्था परिवर्तनसुद्धा घडून येत असते.

५. राजकीय विचारप्रणाली राजकीय व्यवस्थेला गतिमान्यता प्राप्त करून देण्याचा प्रयत्न करते. शासक वर्गाच्या निरंकुश वर्तनालादेखील अंकुश निर्माण करते. तसेच शासित वर्गाच्या अधिकाराला अधिकृतता प्राप्त करून देण्याचेही कार्य करत असते. शासनाच्या विविध भागांमध्ये सैद्धांतिक आणि व्यावहारिक संबंधांची स्थापना करण्याचेही कार्य करत असते. राजकीय पक्षांच्या निर्मितीमध्येही विचारधारेचे योगदान लक्षणीय आहे. राजकीय पक्षांचे ध्येय, धोरणे आणि कार्यक्रम-आखणी विचारप्रणालीच्या आधारावर केली जात असते.

६. राजकीय विचारप्रणाली राष्ट्राराष्ट्रांतील आंतरराष्ट्रीय संबंधांनादेखील प्रभावित करत असते. विचारधारेच्या आधारावर राष्ट्राराष्ट्रातील शत्रुत्व, मित्रता आणि तटस्थतेबाबतची धोरणे निश्चित केली जात असतात. राष्ट्रीय हित आणि युनोसारख्या संघटनेच्या निर्मितीतही विचारप्रणालीचे योगदान आढळून येते.

७. विशिष्ट संरचना आणि उद्दिष्टे यांना तात्त्विक आधार देण्याचे कार्य विचाप्रणाली करत असतात.

८. विचारप्रणालीद्वारे होणाऱ्या विचारमंथनातून राजकीय शिक्षण लोकांना प्राप्त होत असते. लोकांचे वैचारिक मंथन आणि राजकीय निष्ठा दृढ करण्यात विचारप्रणालीच्या असलेल्या योगदानातून राजकीय सामाजीकरण प्रक्रियेत विचारप्रणालीचे महत्त्व लक्षात येते.

९. विचारप्रणालीत असलेल्या लवचीकतेमुळे बदलत्या काळात होणाऱ्या परिवर्तनाचा स्वीकार केला जातो. त्यामुळे अनेक नवीन सत्य, तथ्य आणि अनुभव मिळतात. विचारप्रणालीमुळे नवनव्या विचारांना चालना मिळत असल्यामुळे वैचारिक प्रक्रियेलादेखील वेग प्राप्त होतो.

अशा प्रकारे राजकीय व्यवस्थेच्या अस्तित्वासाठी विचारप्रणालीचे असलेले महत्त्व लक्षात येते. राजकीय जीवनात राजकीय मूल्यांची प्रस्थापना करण्यात विचारप्रणालीचा असलेला सहभाग लक्षात घेता, आधुनिक राजकीय विचारप्रणालीचे मोठ्या प्रमाणावर अध्ययन केले जात आहे.

लघुत्तरी प्रश्न

१. विचारप्रणालीचा अर्थ व व्याख्या
२. विचारप्रणालीच्या विशेषता
३. विचारप्रणालीची वैशिष्ट्ये
४. विचारप्रणालीचे कार्य
५. विचारप्रणालीची उगमस्थाने
६. विचारप्रणालीची साधने
७. विचारप्रणालीची भूमिका
८. विचारप्रणालीचे महत्त्व

दीर्घोत्तरी प्रश्न

१. राजकीय विचारप्रणालीचा अर्थ, विशेषता आणि कार्य स्पष्ट करा.
२. 'विचारप्रणालीचा अंत' सिद्धान्ताचे विश्लेषण करा.
३. विचारप्रणालीची व्याख्या सांगून तिची उगमस्थाने विशद करा.
४. विचारप्रणालीच्या साधनांचे विवेचन करा.
५. विचारप्रणालीची भूमिका व महत्त्व विशद करा.

प्रकरण दुसरे

उदारमतवाद

Liberalism

उदारमतवाद ही आधुनिक युगातील प्रमुख विचारधारा मानली जाते. उदारमतवाद ही तर्क आणि मानवी मूल्यांवर आधारित विशिष्ट प्रकारची व्यवस्था आणि जीवनाचा मार्ग स्पष्ट करणारी विचारधारा आहे. अन्य राजकीय विचारधारांपेक्षा उदारमतवाद ही लवचीक विचारधारा मानली जाते. कारण उदारमतवाद हा इतर राजकीय विचारप्रणालींप्रमाणे बंदिस्त, निश्चित व क्रमबद्ध नाही. तसेच ती एका व्यक्ती वा युगाशी जोडलेली नाही. सामाजिक आणि राजकीय व्यवस्थांशी युरोपमध्ये झालेल्या संघर्षातून ती विकसित झालेली आहे. म्हणून या विचारप्रणालीत अनेक विचारांचे मिश्रण आढळून येते. उदारमतवादाची पाळेमुळे ग्रीक संस्कृतीत व रोमन कायद्यामध्ये आढळून येतात. स्वातंत्र्य आणि सहिष्णुतेवर उदारमतवाद भर देतो. प्राचीन उदारमतवाद हा आधुनिक उदारमतवादापेक्षा भिन्न आढळून येतो. प्राचीन उदारमतवादात सामूहिक स्वातंत्र्याचा विचार केला जात असे, तर आधुनिक उदारमतवादात खाजगी वा वैयक्तिक स्वातंत्र्यावर भर दिला जातो. आधुनिक उदारमतवादाची मूळे युरोपमधील प्रबोधन वा ज्ञानोदय युगातील चळवळीत आढळून येतात. प्रबोधन युगामुळे आर्थिक व धार्मिक क्षेत्रांत सुधारणा घडून आल्या. धर्माकडे चिकित्सक दृष्टीने पाहिले जाऊ लागले. वैज्ञानिक आणि तांत्रिक शोधामुळे व्यापार आणि औद्योगिक क्षेत्रांत आमूलाग्र बदल झाला. त्यातून मध्यमवर्गाचा उदय झाला. सामाजिक व राजकीय क्षेत्रांत बुद्धिवंतांचा वर्ग, व्यावसायिक आणि व्यापारी वर्गांचा प्रभाव वाढला. प्रबोधन युग आणि औद्योगिक क्रांतीच्या प्रभावामुळे नवविचार निर्मिती व त्यांची चर्चा सुरू झाली. औद्योगिकीकरणाने उदारमतवादाला पोषक वातावरण निर्माण करून दिले. पुंजीवादामुळे स्वातंत्र्य संकल्पनेचे महत्त्व वाढू लागले. उदारमतवादासाठी आवश्यक सर्व घटक इंग्लंडमध्ये अस्तित्वात असल्यामुळे युरोपात सर्वप्रथम इंग्लंडमध्ये सतराव्या शतकात उदारमतवादाचा उदय झाला. अठराव्या आणि एकोणिसाव्या शतकात उदारमतवादाचा युरोपभर प्रभाव निर्माण होऊ लागला. १९ व्या शतकात युरोपच्या समाजकारण व राजकारणावर उदारमतवादाने लक्षणीय प्रभाव पाडलेला

दिसतो. उदारमतवाद आणि लोकशाही यांतील परस्परसंबंध लक्षात घेता पाश्चात्त्य देशातील लोकशाहीच्या यशात उदारमतवादाने प्रभावी भूमिका बजावलेली दिसते. लोकशाहीचा एक प्रमुख आधार म्हणून उदारमतवादी विचारप्रणालीकडे पाहिले जाते. उदारमतवादाने मांडलेली तत्त्वे व विचार लोकशाहीने पायाभूत मानलेली असल्यामुळे पाश्चिमात्य अभ्यासक लोकशाहीला उदारमतवादी लोकशाही असे संबोधितात. इंग्लंडमधील लोकशाहीच्या विकासात उदारमतवादाचा सर्वाधिक वाटा राहिलेला आहे. सामान्यत: उदारमतवाद ही विचार करण्याची एक पद्धत असून जीवनाकडे पाहण्याचा एक आधुनिक दृष्टिकोन आहे. राजकीय व्यवस्थांना अधिक उदार बनविण्याचा एक मार्ग आहे.

उदारमतवादाची ऐतिहासिक पार्श्वभूमी

उदारमतवादी विचारसरणीला दीर्घ स्वरूपाची ऐतिहासिक परंपरा लाभलेली आहे. उदारमतवादाची पाळेमुळे ही प्राचीन इतिहासात रुजलेली आहेत. पाश्चात्त्य देशात उदारमतवादी तत्त्वज्ञानाचे मूळ आढळून येत असले, तरी सलग परंपरा आढळून येत नाही. प्राचीन ग्रीक राजकीय संस्थांमध्ये उदारमतवादाचे अवशेष आढळून येतात. ग्रीकांचा स्वयंशासनाचा विचार आणि गणराज्य शासन व्यवस्थेत उदारमतवादाची बीजे आढळून येतात. रोमन कायद्यामध्येदेखील उदारमतवादाचे अस्तित्व आढळून येते. मध्ययुगात साम्राज्यवाद, सरंजामशाही, धर्माचे प्राबल्य यांमुळे उदारमतवादाचा प्रभाव कमी झालेला होता. सामाजिक प्रबोधनाच्या काळात व्यक्तिवादी विचारसरणीला आलेल्या महत्त्वामुळे उदारमतवादाच्या विकासाला मदत झाली. १५ व १६ व्या शतकातील सुधारणावाद्यांनी चर्चच्या अनिर्बंध सत्तेला विरोध करण्यास सुरुवात केली. धर्माकडे चिकित्सक दृष्टीने पाहण्याचा आग्रह धरला जाऊ लागला. धर्माला धर्मगुरूंच्या मगरमिठीतून मुक्त करून ईश्वर आणि मानव यांत थेट संपर्क प्रस्थापित करण्याचे आव्हान केले जाऊ लागले. धर्माच्या प्रभावातून राजकीय व्यवस्था मुक्त करण्यासाठी धर्मनिरपेक्ष राज्याची संकल्पना प्रस्तुत केली जाऊ लागली. धर्म आणि राजकीय व्यवस्थेच्या फारकतीला युरोपातील अनेक राज्यकर्त्यांनी पाठिंबा दर्शविला. युद्धामुळे युरोपातील अनेक संरजाम घराणी नष्ट झाली. परिणामत: परंपरागत सामाजिक संबंध नष्ट झाले. सामुदायिकक्षेत्रात नव्या सामाजिक गटाचा उदय झाला. सामान्य कुटुंबांतून पुढे आलेल्या संशोधक, कायदेपंडित, विद्वान यांचा प्रभाव वाढू लागला. प्रॉटेस्टंट पंथाच्या उदयानंतर धार्मिक सत्तेला खुले आव्हान मिळू लागले. या पंथाच्या समर्थकांनी व्यक्तीची बुद्धी, ऐहिक बाबींतील निर्णय घेण्याची क्षमता आणि मानवी अस्तित्वाचे महत्त्व अधोरेखित करण्याचा प्रयत्न केल्यामुळे व्यक्तिस्वातंत्र्याला पोषक वातावरण निर्माण होऊ लागले. वैज्ञानिक आणि तांत्रिक क्षेत्रांतील

संशोधनामुळे यंत्रशक्तीच्या माध्यमातून उत्पादन होऊ लागले. औद्योगिक क्रांतीमुळे सामाजिक व राजकीय क्षेत्रांत बुद्धिवंतांचा वावर वाढू लागला. औद्योगिक क्रांतीने आणलेल्या समृद्धीमुळे व्यावसायिक व व्यापारी वर्गांचा प्रभाव वाढू लागला. औद्योगिक क्रांतीतून निर्माण झालेल्या मध्यवर्गीयांच्या सामाजिक व राजकीय आकांक्षा वाढू लागल्या. मध्यवर्ग हा संख्येने लहान असला, तरी आपल्या अस्मितेविषयीच्या जागरूकतेमुळे आक्रमक पद्धतीने समाजव्यवस्थेत प्रतिष्ठा मिळविण्यासाठी प्रयत्न करू लागला. प्रस्थापित राजेशाही व्यवस्थेत आपल्या आकांक्षा पूर्ण होण्याची शक्यता नसल्यामुळे, मध्यवर्ग आक्रमक होऊन सामाजिक व राजकीय सुधारणांची मागणी करू लागला. त्यांनी राजाचे ईश्वरी अधिकार, सामंताचे अधिकार आणि धर्मगुरूच्या अधिकाराला विरोध सुरू केला. प्रस्थापित व्यवस्थांनी विरोध दाबून टाकण्यासाठी दमनशाहीचा वापर सुरू केला. त्यातून परिस्थिती निवळण्याऐवजी चिघळत गेली. जनतेच्या भावनांचा उद्रेक राज्यकर्त्यांच्या लक्षात न आल्यामुळे १६८८ मध्ये इंग्लंडमध्ये वैभवशाली रक्तविहीन राज्यक्रांती घडून आली. या क्रांतीने शासकांच्या दैवी सिद्धान्ताला नाकारून राज्य ही एक मानवी संस्था असून राजा हा जनतेकडून नियुक्त केला जाऊ शकतो, हा उदारमतवादी सिद्धान्त प्रत्यक्षात साकार केला. युरोप आणि विशेषत: इंग्लंडमधील सामाजिक आणि आर्थिक परिस्थितीतून उदारमतवाद सतराव्या शतकाच्या अखेरीस उदयाला आला. सर्वप्रथम इंग्लंडमध्ये लोकशाहीची बैठक विकसित करण्यात उदारमतवादाने मोलाची कामगिरी बजावली. नंतरच्या काळात पाश्चात्त्य जगात उदारमतवादाचा वेगाने प्रचार-प्रसार झाला. १७८९ च्या फ्रेंच राज्यक्रांतीने स्वातंत्र्य, समता आणि बंधुता या उदारमतवादाशी नाते सांगणाऱ्या विचाराची घोषणा केली. १७७६ च्या अमेरिकन स्वातंत्र्याच्या जाहीरनाम्याने मानवी जीवनातील स्वातंत्र्याचे महत्त्व स्पष्ट करण्याचा प्रयत्न केला. वैज्ञानिक शोध व तांत्रिक प्रगतीमुळे इ. स. १८०० ला इंग्लंडमध्ये औद्योगिक क्रांती झाली. सोळाव्या शतकापासून व्यक्तिगत आणि सामूहिक आर्थिक उत्पन्नवाढीच्या उपक्रमामुळे औद्योगिक क्रांती घडून आली. या क्रांतीनंतर सामाजिक व राजकीय क्षेत्रांवर बुद्धिवंत वर्ग, व्यावसायिक व व्यापारी वर्गाचा प्रभाव वाढू लागला. त्यामुळे अठराव्या व एकोणिसाव्या शतकात उदारमतवादी विचाराचा वेगाने प्रसार होऊ लागला. सुरुवातीला उदारमतवादी विचार धर्मगुरू, बुद्धिवंत आणि शहरी नागरिकांपुरता मर्यादित होता. परंतु औद्योगिक क्रांतीनंतर झालेल्या नवविचाराच्या प्रसारामुळे उदारमतवादाचा झपाट्याने विकास झाला.

सुरुवातीला उदारमतवादाचे स्वरूप नकारात्मक स्वरूपाचे होत. अनिर्बंध स्वातंत्र्य हा नकारात्मक उदामतवादाचा प्रमुख आशय होता. या नकारात्मक उदारमतवादाचे प्रतिबिंब जॉन लॉक, जेरेमी बेंथम आणि ॲडम स्मिथ यांच्या विचारांत आढळून येते. आर्थिक क्षेत्रात ॲडम स्मिथ, रिकार्डो, माल्थस यांनी निर्हस्तक्षेप (लेसे फेअर) चा सिद्धान्त मांडून

शासनसंस्थेने कमीतकमी हस्तक्षेप करावा हे मत मांडून आर्थिक उदारमतवादाची मांडणी केली. उपयुक्ततावादी विचारवंत बेंथम व मिल यांनीदेखील उदारमतवादाचे समर्थन केले. व्यक्तिवादी विचारवंतांनी उदारमतवादाचे जोरदार समर्थन केले. राज्य व्यक्तीसाठी आहे, राज्यासाठी व्यक्ती नाही, या तत्त्वाचा जोरदार पुरस्कार केला. एकोणिसाव्या शतकाच्या उत्तरार्धात आर्थिक उदारमतवादाच्या मर्यादा उजागर होऊ लागल्या. भांडवलशाही व्यवस्थेने श्रमिक आणि ग्राहकांच्या चालविलेल्या पिळवणुकीमुळे उदारमतवादाच्या विरोधी सूर समाजात उमटू लागला. अर्थव्यवस्थेबाबतचे निर्हस्तक्षेपाचे धोरण त्यागले पाहिजे, हा विचार बळावू लागला. भांडवलशाही शोषणाविरुद्ध मांडणी करणाऱ्या समाजवाद व मार्क्सवाद यांनी उदारमतवादी विचारधारेवर जोरदार प्रहार करून त्यातील उणिवा दर्शविण्याचा प्रयत्न केला. अर्थव्यवस्थेवर सरकारी नियंत्रणाची आवश्यकता जाणवू लागली. परिणामत: उदारमतवादाला आपले नकारात्मक स्वरूप बदलणे भाग पडले. नागरी स्वातंत्र्य आणि आर्थिक स्वातंत्र्यावर सरकारच्या नियंत्रणाची आवश्यकता मान्य केली जाऊ लागली. नकारात्मक उदारमतवादाऐवजी विधायक वा सकारात्मक उदारमतवादाची मांडणी केली जाऊ लागली. १९ व्या शतकात जॉन मिल यांनी उदारमतवादाचे सकारात्मक स्वरूप मांडण्याचा प्रयत्न केला. अनियंत्रित व्यक्तिस्वातंत्र्यावर उचित बंधने लादण्याचा राज्याचा अधिकार मान्य केला. राज्य आवश्यक आपत्ती नसून व्यक्तिस्वातंत्र्याचा गैरवापर टाळण्यासाठी उचित प्रतिबंध लावण्यासाठीची आवश्यक व्यवस्था मानून, उदारमतवादाचे सकारात्मक स्वरूप स्पष्ट करण्याचा प्रयत्न मिलने केला. ग्रीन, लास्की, मॅकआयव्हर आणि हाबहाऊस यांनी उदारमतवादाचे सकारात्मक स्वरूप स्पष्ट करण्याचा प्रयत्न केला. राज्याच्या सकारात्मक स्वरूपाची चर्चा उदारमतवादात होऊ लागली. राज्याचे कल्याणकारी स्वरूप स्पष्ट केले जाऊ लागले. वैयक्तिक स्वातंत्र्यावर समाजहितासाठी मर्यादा लादण्यास सहमती प्रदान होऊ लागली. राज्याची सत्ता व कार्याला मान्यता दिल्यामुळे उदारमतवादाच्या विस्ताराला नवी दिशा मिळाली. व्यक्तीऐवजी समाजहिताला प्राधान्य देणारे विचार प्रकट होऊ लागले. उदारमतवाद हा विचार फक्त पुंजीपतीपुरता मर्यादित नसून, सर्वसामान्याच्या हिताचा विचार करणारा हा नवा आशय सकारात्मक उदारमतवादातून निर्माण होऊ लागला. उदारमतवादी विचारात होत असलेल्या बदलातून नव-उदारमतवादाचा (Neo-Liberalism) उदय झाला. टी. एच. ग्रीन, राईस, जे. एस. मिल इत्यादी अभ्यासकांनी नव-उदारमतवादाचे वैचारिक भरण-पोषण करण्याचे कार्य केले. ग्रीनसारख्या अभ्यासकाने सार्वजनिक हित आणि समूहकल्याणाला भर दिला. नव-उदारमतवादाने निर्हस्तक्षेप तत्त्वाचा आग्रह न धरता समाजकल्याणासाठी शासनाचा हस्तक्षेप मान्य केला. राज्याने आर्थिक व्यवहारात पंचाची भूमिका न निभावता, सकारात्मक भूमिका निभावली पाहिजे, हा विचार प्रस्तुत करून उदारमतवादाने समाजवादी तत्त्वाशी

समन्वय साधण्याचा प्रयत्न केला. कल्याणकारी राज्याची संकल्पनादेखील नव-उदारमतवाद्यांनी मान्य केली.

दुसऱ्या महायुद्धानंतर समाजवाद आणि साम्यवादाच्या वाढत्या प्रभावामुळे उदारमतवादाचा प्रभाव कमी होऊ लागला. १९६० ते १९७० च्या दशकात उदारमतवादाने बहुलवादी रूप धारण केले. जॉन रॉल्सच्या 'अ थेअरी ऑफ जस्टीस' आणि 'पोलिटिकल लिबरलिझम' या ग्रंथांनी उदारमतवादी चिंतनास नवी दिशा प्राप्त करून दिली. १९७० च्या दशकात रॉबर्ट नॉजिक, इसाय बर्लिन, एफ. ए. हायेके या नव-उदारमतवाद्यांनी स्वातंत्र्याचे समर्थन केले. इसाय बर्लिन यांनी सकारात्मक स्वातंत्र्य आणि नकारात्मक स्वातंत्र्याविषयी विचार मांडले. स्वातंत्र्य हे व्यक्तित्व आणि मानवी विविधतेशी निगडित मानले, तर हायेके यांनी खरे स्वातंत्र्य म्हणजे आर्थिक स्वातंत्र्य मानले. आर्थिक स्वातंत्र्याचा योग्य उपभोग घेण्यासाठी राज्याचे अधिकारक्षेत्र मर्यादित असणे योग्य आहे, हे मत मांडले. रॉबर्ट नॉजिक यांनी राज्याचा हस्तक्षेप कमी करण्यासाठी न्यूनतम राज्याची कल्पना मांडली. मुक्त अर्थव्यवस्थेचे समर्थन केले. १९९० च्या दशकानंतर सर्वत्र जागतिकीकरणाचा बोलबाला होऊ लागल्यामुळे उदारमतवाद मुक्त आणि बाजारप्रणीत अर्थव्यवस्थेचे जोरदार समर्थन करू लागला. व्यक्तीला जास्तीत जास्त स्वातंत्र्य आणि स्वायत्तत्ता बहाल करण्याची भाषा करू लागला. राज्याचे महत्त्व कमी करून आंतरराष्ट्रीय संस्थांचे महत्त्व वाढविण्याला प्राधान्य देऊ लागला. अशा प्रकारे प्राचीन काळापासून ते आजपर्यंत उदारमतवादाची अनेक रूपे पाहावयास मिळतात. प्रबोधन काळानंतर राजकीय, आर्थिक व सामाजिक जीवनात जे नवनवीन विचारप्रवाह विकसित झाले, त्यांतील उदारमतवाद हा महत्त्वपूर्ण विचारप्रवाह मानला जातो. उदारमतवाद विचारधारेत काळानुरूप अनेक बदल झालेले आहेत. उदारमतवादाने काळानुरूप अनेक बदल करून घेतल्यामुळे त्या विचारधारेचे अस्तित्व आजही टिकून आहे.

उदारमतवादाची व्याख्या व अर्थ

उदारमतवाद ही विचारसरणी कोणत्याही सिद्धान्ताला चिकटून न राहता, व्यवहारी दृष्टिकोनातून सामाजिक व राजकीय प्रश्नाचा विचार करते. उदारमतवाद ही विचारधारा व्यक्तीच्या विचारशीलतेवर विश्वास व्यक्त करते. व्यक्तीला आपले चांगले-वाईट वा हित-अहित कळत असल्यामुळे ती आपल्या जीवनाचा निर्णय घेण्यास सक्षम असते. त्यामुळे व्यक्तीला आपल्या जीवनाचा योग्य पद्धतीने विकास घडवून आणण्यासाठी राज्याने स्वातंत्र्य देणे आवश्यक असते. व्यक्तीला मिळालेल्या स्वातंत्र्याच्या जोरावर राजकीय व्यवस्थेने केलेल्या कृतीची योग्यता वा अयोग्यता ठरविली गेली पाहिजे. व्यक्ती आणि व्यक्तिस्वातंत्र्य ही उदारमतवादी विचारसरणीतील मध्यवर्ती कल्पना आहे. उदारमतवाद ही विचारसरणी

व्यक्तिस्वातंत्र्याला महत्त्व देणारी आहे. इंग्रजीत उदारमतवादाला Liberalism असे म्हटले जाते. या शब्दाची उत्पत्ती Liber नावाच्या लॅटिन शब्दापासून झालेली आहे. Liber म्हणजे liberty किंवा स्वातंत्र्य होय. उदारमतवादाचा शब्दशः अर्थ स्वातंत्र्याला महत्त्व देणारा विचार असा होतो. उदारमतवाद स्वातंत्र्याच्या संकल्पनेशी जोडलेला विचार आहे.

१. **के. एम. पन्नीकर :** व्यक्तीचे स्वातंत्र्य, सुरक्षितता, भाषण व विचार स्वातंत्र्य, सामुदायिक स्वातंत्र्य, परस्परांच्या विचारांबद्दल आदर, धर्म व राजकारणची फारकत, सामाजिक व राजकीय प्रश्नावर धर्मनिरपेक्ष दृष्टिकोन आणि मनुष्य स्वतःची प्रगती स्वतः करू शकेल असे वातावरण निर्माण करणे म्हणजे उदारमतवाद होय.

२. **जॉन मिल :** व्यक्ती-प्रतिष्ठा व सन्मान करणारे तत्त्वज्ञान आणि समाजाला संघटित करून सामाजिक आणि वैयक्तिक जीवनाचा मार्ग दाखविणारा विचार म्हणजे उदारमतवाद होय.

३. **लास्की :** उदारमतवादी परंपरा ही एक बौद्धिक क्रांती आहे, जी प्रामुख्याने औद्योगिक क्षेत्रातील धनिक वर्गाच्या हितासाठी केली गेली; परंतु नंतरच्या काळात उदारमतवाद शोषणविरोधी विचारदेखील मांडू लागला.

४. **सारतोरी :** उदारमतवाद हा व्यक्तिगत स्वातंत्र्य, न्यायिक सुरक्षा व संविधानिक राज्याचा सिद्धान्त व व्यवहार आहे.

५. **मॅकगर्बन :** उदारमतवाद ही विचारसरणी दुहेरी निष्ठा व्यक्त करते. उदारमतवाद एका बाजूला व्यक्तिवाद आणि दुसऱ्या बाजूला लोकशाही तत्त्वांनादेखील महत्त्व देतो. त्यामुळे उदारमतवाद हे लोकशाही आणि व्यक्तिवादाचे सुरेख मिश्रण मानले जाते.

६. **सेबाईन :** उदारमतवाद हा नकारात्मक स्वातंत्र्याची भलामण करत नसून सकारात्मक स्वातंत्र्याचे समर्थन करतो.

७. **हेवीवेल :** उदारमतवाद हा मानवी जीवनातील सर्व क्षेत्रांत स्वातंत्र्याची मागणी करणारा विचार आहे.

८. **सोवैल :** उदारमतवाद मानवाच्या विचार करण्याची एक पद्धत वा दृष्टिकोन आहे.

९. **कोहन :** उदारमतवाद धर्मांधता, रूढी व परंपरा यांच्या विरोधातील एक प्रभावी विचार आहे.

उदारमतवादाच्या उपरोक्त व्याख्यांवरून लक्षात येते की, उदारमतवाद ही विचारप्रणाली मानवी क्षमता आणि विवेकशीलतेवर भर देणारी आहे. व्यक्तिविकासासाठी व्यक्तीला जास्तीत जास्त स्वातंत्र्य दिले पाहिजे. आवश्यक तेथेच राज्याने व्यक्ती-वर्तनावर नियंत्रण ठेवले पाहिजे. व्यक्तीचे स्वातंत्र्य आणि अधिकार रक्षणासाठी आवश्यक त्या संविधानात्मक व वैधानिक तरतुदी करण्याबाबतची तत्त्वे प्रस्तुत करतो. उदारमतवाद ही

विचारसरणी आर्थिक स्वातंत्र्यावर सर्वाधिक भर देते. नव-उदारमतवादी विचारधारा जास्तीत जास्त आर्थिक स्वातंत्र्य बहाल करण्याचे समर्थन करते. एका अर्थाने ती मुक्त बाजार व्यवस्थेचे समर्थन करते. आर्थिक क्षेत्रात अहस्तक्षेपाचे (Laisses Fair) धोरण उदारमतवादींना अपेक्षित आहे. आर्थिक क्षेत्र राज्य नियंत्रणापासून मुक्त असले पाहिजे, वा कमीतकमी बंधने असली पाहिजेत, यावर बहुसंख्य उदारमतवादी भर देतात. व्यक्तिस्वातंत्र्य, विचारस्वातंत्र्य आणि बुद्धिप्रामाण्यवाद यावर आधारलेली वा भर देणारी विचारसरणी म्हणजे उदारमतवाद होय, असे थोडक्यात सांगता येईल.

उदारमतवादाचे स्वरूप व वैशिष्ट्ये

उदारमतवादी विचारसरणी स्वेच्छातंत्र, व्यक्तीचा अनिर्बंध स्वातंत्र्याचा आविष्कार या दोन मूलतत्त्वांवर भर देते. व्यक्तीला व्यक्ती म्हणून स्वतंत्र स्थान दिले पाहिजे. व्यक्ती समाजाचा विभिन्न अंग असले, तरी प्रत्येक व्यक्तिमत्त्व स्वतंत्र व स्वायत्त असल्यामुळे, प्रत्येकाला आपल्या विकासाची संधी देणे उदारमतवादात आवश्यक मानले जाते. व्यक्तीचा विकास झाला की, समाजाचा आपोआप विकास होतो, हे गृहीतक उदारमतवाद मान्य करतो. व्यक्तिनिष्ठता हे उदारमतवादाचे प्रमुख वैशिष्ट्य मानले जाते. व्यक्ती-जीवनासाठी आवश्यक आचार-विचार स्वातंत्र्य, धर्मस्वातंत्र्य, नागरी स्वातंत्र्याचे उदारमतवाद समर्थन करतो. व्यक्तीचा आर्थिक विकास हा व्यक्तिविकासासाठी आवश्यक असल्यामुळे उदारमतवाद हा मुक्त आर्थिक स्वातंत्र्याचे समर्थन करतो. आर्थिक स्वातंत्र्यांतर्गत व्यवसाय स्वातंत्र्य, मालमत्ता विनियोग स्वातंत्र्याची वकिली करतो. उदारमतवादी व्यक्तीच्या सद्‌गुण व चांगुलपणावर विश्वास व्यक्त करतात. व्यक्ती सद्‌गुणी असल्यामुळे राजकीय व्यवस्थेचे मर्यादित नियंत्रण असणे चांगले असते. उदारमतवाद समष्टी नव्हे तर व्यक्ती महत्त्वपूर्ण आहे हे गृहीत धरून राजकीय व आर्थिक तत्त्वज्ञान मांडतात. व्यक्तिस्वातंत्र्य हे उदारमतवादाचे सर्वोच्च मूल्य असून व्यक्तीच्या व्यक्तिमत्त्वाचा परिपूर्ण विकास साधणे, हे अंतिम ध्येय आहे. व्यक्तीच्या प्रतिष्ठेला बाधा आणणारी बंधने लादण्याचा अधिकार उदारमतवाद समाज वा राज्याला देत नाही.

ब्रिटानिका विश्वकोषात उदारमतवादाच्या स्वरूपाबाबत म्हटले आहे की, नव्या विचारांचा आधार व्यक्तिस्वातंत्र्य आहे; पण अनिर्बंध स्वातंत्र्य नाही. व्यक्तिस्वातंत्र्याची वाढ व्हावी म्हणून विचारस्वातंत्र्य, अभिव्यक्तिस्वातंत्र्य, चर्चास्वातंत्र्य, राजकीय पक्ष निर्मिती स्वातंत्र्य, शासनव्यवस्थेचे स्वरूप ठरविण्याचे स्वातंत्र्य, अनियंत्रित शासन निर्वाचन वा क्रांतीच्या मार्गाने बदलण्याचे स्वातंत्र्य ही विविध स्वातंत्र्ये उदारमतवादाचे केंद्रबिंदू आहेत. व्यक्तिविकास हा उदारमतवादाचा प्रमुख केंद्रबिंदू आहे. व्यक्तिविकासासाठी व्यक्तीवर कोणतीही अनावश्यक सामाजिक व आर्थिक बंधने न टाकता प्रत्येक व्यक्तीला स्वतःच्या

इच्छेनुसार विकास करण्याची संधी देणे, हा उदारमतवादाचा खरा अर्थ आहे. 'व्यक्ती जन्मत: स्वतंत्र आहे, परंतु अनेक बंधनांनी जखडली गेली आहे,' हा रूसोचा विचार उदारमतवादाला मान्य आहे. व्यक्तिस्वातंत्र्याच्या मार्गात येणारी सर्व बंधने वा अडथळ्यांना उदारमतवादी विरोध करतात.

उदारमतवाद परंपरावादी अनियंत्रित राजसत्ता व धर्मसत्तेला विरोध करून वैचारिक प्रचार स्वातंत्र्याला महत्त्व देतो. सामाजिक राजकीय नियंत्रण कमी करून समान वागणूक देण्यासाठी कायद्याच्या राज्याला महत्त्व देतो. आर्थिक मक्तेदारी व वरिष्ठांचे विशेष अधिकार नष्ट करून विज्ञानाच्या जोरावर नवसमाजाची उभारणी व्हावी, तसेच अनियंत्रित स्वातंत्र्याला विरोध करून व्यक्तिविकासासाठी आवश्यक स्वातंत्र्याची मागणी करतो. व्यक्तीला समाजात मानाचे स्थान दिले जाते. व्यक्तीवर कोणत्याही प्रकारचे बंधन असू नये, म्हणून उदारमतवादाने धर्मसत्ता, राजेशाही, सरंजामशाही इत्यादी गोष्टींना विरोध केला आहे.

१. **व्यक्तिस्वातंत्र्याला महत्त्व :** व्यक्ती आणि व्यक्तीचे स्वातंत्र्य हा उदारमतवादी तत्त्वज्ञानाचा प्रमुख आत्मा मानला जातो. त्यांच्या मते, व्यक्ती ही जन्मत:च स्वतंत्र असल्यामुळे ती आपल्या हिताची परिपूर्ती करू शकते. आपल्या शुभ जीवनाविषयीच्या परिकल्पना व योजना स्वत: तयार करू शकते. मानव परिपूर्णताप्राप्त प्राणी आहे. त्यामुळे राज्य आणि समुदायाने व्यक्तीच्या विकासासाठी नियोजन करण्याची आवश्यकता नाही. उदारमतवादी व्यक्तीच्या क्षमतेवर विश्वास व्यक्त करतात. व्यक्तीला सार्वभौम मानतात. व्यक्तीला निसर्गत: काही अधिकार प्राप्त झालेले असल्यामुळे, त्यावर निर्बंध घालण्याचा अधिकार शासनाला नाही. व्यक्तीच्या कृतीवर नियंत्रण ठेवण्याचा अधिकार राज्याला देत नाही. व्यक्तीला व्यक्ती म्हणून स्वतंत्र स्थान असते. व्यक्तीचा विकास झाला की समाजाचा विकास होतो. व्यक्तिनिष्ठता हे उदारमतवादाचे प्रमुख लक्षण मानले जाते. उदारमतवादी व्यक्ती स्वतंत्रपणे आपल्या विकासाचा मार्ग निश्चित करू शकते, हा विश्वास व्यक्त करून तिच्या वर्तनावर नियंत्रण ठेवण्याचा वा हस्तक्षेप करण्याचा अधिकार राज्याला देत नाही. व्यक्तिविकास हा स्वतंत्र स्वरूपात होऊ शकतो. व्यक्तीच्या विकासासाठी तिला सर्वांगीण स्वरूपाचे स्वातंत्र्य राज्याने उपलब्ध करून देणे, व्यक्तीच्या स्वातंत्र्याला संरक्षण उपलब्ध करून देणे ही राज्याची जबाबदारी मानली जाते.

२. **विवेकशीलतेला महत्त्व :** उदारमतवाद ही विचारसरणी मानवाच्या विवेकशीलतेला महत्त्व देते. उदारमतवादाच्या मते, मानव हा विवेकशील प्राणी असल्यामुळे स्वत:च्या चांगल्यावाईटाचा निर्णय घेण्यास पूर्णपणे समर्थ असतो. विवेक वा बुद्धीमुळे मानव स्वत:चे हित अहित चांगल्या पद्धतीने जाणू शकतो. आपल्या हिताची त्याला पूर्ण जाणीव असल्यामुळे राज्याने हस्तक्षेप करण्याची आवश्यकता नाही. मानवी

विवेकशीलतेला उदारमतवाद महत्त्व देत असल्यामुळे राज्य आणि समाजातील इतर संस्थांनी व्यक्तीच्या जीवनात हस्तक्षेप करण्याची आवश्यकता नाही. विवेकबुद्धीला मान्य असलेल्या गोष्टी स्वीकारण्याची शिकवण उदारमतवादी व्यक्तीला देतात. शासनाकडून केली जाणारी दडपशाही, अन्याय-अत्याचाराविरुद्ध बंड करण्याचे स्वातंत्र्य उदारमतवादी मान्य करतात.

३. **परंपरावादाला विरोध :** उदारमतवाद विचारसरणी परंपरावादाला विरोध करते. परंपरावादी संस्था व मूल्ये व्यक्तिस्वातंत्र्याच्या विरोधी असतात. परंपरावादी संस्था ह्या विशेषाधिकार व असमानतेवर आधारलेल्या असल्यामुळे उदारमतवाद्यांनी विरोध केला. परंपरावाद मानवी आस्थेवर आधारलेला असतो. आस्थेच्या नावावर परंपरावादी समाजातील विशिष्ट गटाला विशेषाधिकार बहाल करतात. परंपरेच्या नावावर अन्याय-अत्याचाराचे समर्थन करतात. परंपरेच्या विरोधात बंड करण्याची भाषा करतात. उदारमतवाद ही विवेकावर आधारित विचारसरणी असल्यामुळे विवेकविरोधी सिद्धान्त अमान्य करतात. मानवी बुद्धीला न पटणारा विचार कितीही पवित्र असला, तरी त्याला नाकारण्याचा अधिकार व्यक्तीला देतात. उदारमतवाद स्वातंत्र्य व समानतेवर आधारलेल्या नव-समाज रचनेची भाषा करतो. त्यासाठी जुन्या रूढी व परंपरा नष्ट करणे आवश्यक मानतो. म्हणून उदारमतवाद ही बौद्धिक परिवर्तनावर भर देणारी विचारसरणी मानली जाते.

४. **राज्य हे व्यक्तिविकासाचे साधन :** उदारमतवाद ही विचारसरणी ही व्यक्तिस्वातंत्र्याला महत्त्व देणारी आहे. त्या विचारसरणीचा मूळ आधार व्यक्ती आहे. राज्य हे साध्य नसून व्यक्तिविकासाचे साधन आहे, असे उदारमतवादी मानतात. व्यक्तीला केंद्रस्थानी मानून विचारांची मांडणी करतात. व्यक्तिविकास ह्या ध्येयासाठी राज्याची उत्पत्ती झालेली आहे असे मानत असल्यामुळे, राज्याने व्यक्तिविकासासाठी कार्य करणे आवश्यक मानले जाते. राज्याने व्यक्तीच्या व्यक्तिमत्त्व विकासासाठी आवश्यक वातावरण निर्माण करणे गरजेचे आहे. व्यक्तिविकास हे साध्य असल्यामुळे राज्य आणि समाज ह्या संस्था श्रेष्ठ नाहीत. व्यक्तीच्या भौतिक, राजकीय, सामाजिक व आर्थिक विकासासाठी योग्य परिस्थिती निर्माण करणे हे राज्याचे कार्य आहे. राज्य ही व्यक्तिविकासासाठी निर्माण केलेली संस्था आहे.

५. **राज्याला मर्यादित प्रमाणात सत्ता :** उदारमतवादी राज्य ही आवश्यक आपत्ती मानतात. व्यक्तिस्वातंत्र्याच्या संरक्षणासाठी राज्यसंस्थेची कार्यक्षेत्रे व उद्दिष्टे मर्यादित असणे आवश्यक असते. व्यक्तिस्वातंत्र्याचे संरक्षण करणे हे राज्याचे प्रमुख कार्य आहे. व्यक्तिस्वातंत्र्यावर अयोग्य बंधने येणार नाहीत वा व्यक्तिस्वातंत्र्याच्या उपभोगात अडथळे येणार नाहीत, याची दक्षता घेणे राज्याचे कार्य आहे. राज्याने व्यक्तीच्या

कार्यक्षेत्रात हस्तक्षेप करू नये, म्हणून उदारमतवादी राज्याचे कार्यक्षेत्र मर्यादित ठेवण्यावर भर देतात. उदारमतवादी पोलिसी राज्याचे समर्थन करतात. राज्याने कायदा व सुव्यवस्था, संरक्षण क्षेत्रापुरते कार्य करावे. राज्याचे कार्यक्षेत्र वा अधिकार वाढविल्यास व्यक्तिस्वातंत्र्याचा संकोच होऊ शकतो, म्हणून उदारमतवादी राज्याचे कार्यक्षेत्र मर्यादित ठेवण्यावर भर देतात.

६. **मुक्त आर्थिक स्वातंत्र्याचे समर्थन :** उदारमतवाद ही विचारधारा आर्थिक क्षेत्रात मुक्त स्पर्धेला महत्त्व देते. व्यक्तीच्या आर्थिक स्वातंत्र्यावर कोणत्याही प्रकारची बंधने मान्य करत नाही. आर्थिक क्षेत्रात राज्याचा हस्तक्षेप कमीतकमी असणे योग्य मानतात. आर्थिक स्वातंत्र्य हे व्यक्तिविकासाला पोषक असते. प्रत्येक व्यक्तीला आपली क्षमता व इच्छेनुसार व्यवसाय करण्याचा, अर्थार्जन करण्याचा अधिकार असला पाहिजे. व्यक्तीला मालमत्तेचा वा संपत्तीचा अधिकार असला पाहिजे. व्यक्तीच्या मान्यतेशिवाय त्याची संपत्ती हिरावून घेण्याचा अधिकार राज्याला असता कामा नये. अठराव्या व एकोणिसाव्या शतकातील उदारमतवादी तत्त्वज्ञान हे निहर्स्तक्षेप धोरण आणि मुक्त आर्थिक स्वातंत्र्याला महत्त्व देणारे असल्यामुळे, समाजवादी व साम्यवाद्यांनी ही विचारधारा भांडवलदाराच्या हितसंबंधाला महत्त्व देणारी आहे, अशी टीका केलेली आहे.

७. **धर्म व राजकारणाची फारकत :** उदारमतवाद ही विचारसरणी धर्म व राजकारणाच्या फारकतीला मान्यता देणारी विचारसरणी आहे. एका अर्थाने ती धर्मनिरपेक्षतेला महत्त्व देणारी विचारधारा ठरते. युरोपमध्ये चर्च आणि धार्मिक संस्थांचा व्यक्तिजीवनावर फार मोठा पगडा होता. मध्ययुगात चर्च ही संस्था राज्यापेक्षा श्रेष्ठ मानली जात असे. चर्चच्या वाढत्या अधिकारामुळे धर्मगुरूंचे समाजजीवनातील महत्त्व व अधिकार अतोनात वाढले होते. धर्मगुरूंच्या वाढत्या अधिकारामुळे सामान्य माणसांचे स्वातंत्र्य धोक्यात आले होते. धर्मगुरूंचा व्यक्तिजीवनातील हस्तक्षेप प्रमाणापेक्षा जास्त वाढला होता. धर्मगुरू मोठ्या प्रमाणावर जनतेची लुबाडणूक करत, अन्याय-अत्याचारदेखील करत असत. धर्मसंस्थेचे वाढते वर्चस्व व्यक्तिविकासाच्या मार्गातील प्रमुख अडचण ठरली होती. उदारमतवादाने धर्मसंस्थेच्या वाढत्या अधिकाराच्या विरोधात वैचारिक मांडणी सुरू केली. धर्माच्या मानवी जीवनातील हस्तक्षेपाला विरोध केला. धर्म आणि राजकारणाच्या फारकतीचा आग्रह धरला. सामाजिक, राजकीय व आर्थिक संस्था धार्मिकतेच्या बंधनातून मुक्त करण्याचा आग्रह धरला. चर्चच्या आवाजवी अधिकारांना विरोध केला. उदारमतवादी विचारधारा ही धर्मनिरपेक्षता तत्त्वाच्या विकासाला वाव देणारी ठरली.

८. **समाजहिताला गौण स्थान :** व्यक्तिहित आणि समाजहित यांत कोणाला प्राधान्य

द्यावे हा तत्त्वज्ञानाच्या क्षेत्रातील कळीचा मुद्दा मानला जातो. उदारमतवादाच्या समर्थकांनी आपले वजन व्यक्तिहिताच्या पारड्यात टाकले आहे. व्यक्तिनिष्ठता व व्यक्तिस्वातंत्र्य हा उदारमतवादाचा आत्मा असल्यामुळे ते समाजहिताला गौण मानतात. व्यक्तिहितासाठी समाजहिताला तिलांजली देण्याची तयारी ठेवतात. व्यक्ती ही मूलत: सत्प्रवृत्तीची असल्यामुळे अनैतिकतेच्या मार्गाला जाण्याची संभावना कमी असते. तसेच प्रत्येक व्यक्तीला आपले हित कळत असल्यामुळे समाजहितासाठी त्यावर बंधने लादणे अयोग्य मानतात. व्यक्तीच्या विकासातून समाजाचा आपोआप विकास होणार असल्यामुळे समाजहिताऐवजी व्यक्तिहिताला महत्त्व देतात. उदारमतवादाने व्यक्तिहिताला अनुसरून मुक्त आर्थिक स्वातंत्र्याचा आग्रह धरला. आर्थिक स्वातंत्र्यावर समाजहिताच्या नावाने टाकल्या जाणाऱ्या बंधनांना विरोध केला. उदारमतवाद ही विचारधारा भांडवलशाहीला पोषक आहे असे मानले जाते. त्यांनी कामगारांच्या शोषणाकडे दुर्लक्ष केले असाही आरोप केला जातो. उदारमतवाद समाजहिताला महत्त्व देत नाही.

९. **लोकशाहीशी समन्वयकारी तत्त्वज्ञान :** उदारमतवादी तत्त्वज्ञान हे लोकशाही तत्त्वाशी समन्वय साधणारे आहे. आधुनिक पाश्चात्त्य लोकशाहीच्या विकासात उदारमतवादाचे फार मोठे योगदान असल्याचे दिसून येते. लोकशाही आणि उदारमतवाद या दोन्ही विचारधारा व्यक्तिस्वातंत्र्याला महत्त्व देतात. म्हणून पाश्चिमात्य देशात अजूनही लोकशाहीला उदारमतवादी लोकशाही नावाने संबोधिले जाते. उदारमतवाद आणि लोकशाहीचे तत्त्वज्ञान समन्वयकारी स्वरूपाचे असले, तरी दोन्ही विचारधारा एकच आहेत असा त्याचा अर्थ होत नाही. उदारमतवादाने लोकशाहीच्या सर्व तत्त्वांना पूर्णपणे मान्यता दिलेली दिसून येत नाही. उदारमतवादाची काही तत्त्वे लोकशाहीच्या विरोधी असल्याचे दिसून येते. उदारमतवादाचे आर्थिक विचार बऱ्याच प्रमाणात लोकशाहीशी विसंगत असल्याचे आढळून येते. परंतु तरीदेखील उदारमतवाद आणि लोकशाहीच्या तत्त्वज्ञानातील साम्य लक्षात घेता, दोन्ही विचारसरणींची तत्त्वे एकमेकांशी जुळणारी आहेत.

१०. **आंतरराष्ट्रीय शांततेला महत्त्व :** उदारमतवाद विचारधारा राज्याच्या निरंकुश सत्तेला विरोध करतात. राज्याच्या निरंकुशतेतून एकाधिकारशाही आणि सर्वंकषशाहीचा उदय होतो. उदारमतवाद स्वायत्तत्ता आणि स्वयंनिर्णयाच्या तत्त्वांना मान्यता देत असल्यामुळे, प्रत्येक राष्ट्राने आपल्या अस्तित्वासोबत इतर राष्ट्राच्या सार्वभौमत्वाचा आदर करावा. आंतरराष्ट्रीय पातळीवर वावरताना राष्ट्रांना समानतेचा दर्जा बहाल करावा. विश्वशांतीसाठी राष्ट्रांनी युद्धाचा त्याग करून चर्चेच्या माध्यमातून वादग्रस्त प्रश्नांची सोडवणूक करावी. आंतरराष्ट्रीय कायदा व न्यायाविषयी आदर व्यक्त करावा.

उदारमतवाद हा विश्वशांती आणि विश्वबंधुत्वाच्या तत्त्वावर विश्वास व्यक्त करतो. राष्ट्रा-राष्ट्रांतील चांगल्या संबंधांवरच प्रत्येक राष्ट्राचा विकास अवलंबून आहे. राष्ट्रा-राष्ट्रांत समन्वय प्रस्थापित करून आंतरराष्ट्रीय विकासाची भाषा उदारमतवाद करतो. आंतरराष्ट्रीय शांततेचा पुरस्कार करणाऱ्या तत्त्वाचे समर्थन करतो.

११. **मानवतावादाला महत्त्व :** उदारमतवाद विचारसरणीची तत्त्वे मानवतावादाला पूरक आहेत. व्यक्तिस्वातंत्र्य आणि व्यक्तीच्या प्रतिष्ठेवर उदारमतवादाने जो भर दिलेला आहे, त्यातून त्यांची मानवतावादाविषयीची आस्था प्रकट होते. मानव या नात्याने प्रत्येक व्यक्तीला योग्य प्रतिष्ठा आणि विकासाची संधी मिळणे गरजेचे असते. निसर्गत: प्रत्येक व्यक्ती स्वतंत्रपणे जन्माला आला असून, त्यांच्या जन्मसिद्ध अधिकाराच्या रक्षणाची जबाबदारी राज्याची आहे. राज्याने प्रत्येक व्यक्तीच्या विकासासाठी योग्य वातावरण निर्माण करून दिले पाहिजे. उदारमतवादाची मानवी स्वातंत्र्याप्रति असलेली आस्था मानवतावादी विचारांचा प्रमुख स्रोत मानला जातो. प्रत्येक व्यक्तीला समाजव्यवस्थेत योग्य प्रतिष्ठा प्राप्त झाल्यास व्यक्तीला योग्य नैतिक जीवन जगणे शक्य होईल. उदारमतवाद हा मानवतावादाला महत्त्व देणारा विचार आहे.

उदारमतवादाचे तत्त्वज्ञान वा उदारमतवादाची मूलतत्त्वे : १९ व्या शतकात उदारमतवाद विचारसरणीचा प्रभाव सर्वत्र दिसू लागला. जगातील विविध विचारवंत आणि राजकीय नेते उदारमतवादाचे समर्थन करू लागले. इंग्लंडमध्ये विविध कायद्यांच्या माध्यमातून व्यक्तिस्वातंत्र्याला कायदेशीर संरक्षण करून, उदारमतवादाला पूरक वातावरण निर्माण करण्याचे प्रयत्न मोठ्या प्रमाणवर सुरू झाले. उदारमतवाद्यांनी आर्थिक स्वातंत्र्य, स्वातंत्र्यावर अनिर्बंध अभाव, राज्य हस्तक्षेपाला विरोध हे मार्ग अवलंबिले; परंतु नव-उदारमतवाद्यांनी सार्वजनिक हित आणि समाजकल्याणाला प्राधान्य देऊन राज्य-हस्तक्षेपाचे समर्थन केले, तसेच स्वातंत्र्यावर योग्य बंधनासही मान्यता दिली. उदारमतवादी विचारसरणीची मूलतत्त्वे पुढीलप्रमाणे आहे.

१. **नागरी स्वातंत्र्य :** उदारमतवादी नागरी स्वांतत्र्याला महत्त्व देऊन सरकार एका व्यक्तीचे किंवा विशिष्ट वर्गाचे असू नये, यावर भर देतात. सरकार हे संविधान आणि त्यावर आधारलेल्या नियमांनुसार सत्तेवर येणे आवश्यक मानतात. त्यासाठी जनतेने निवडून दिलेल्या सरकारच्या हातात सत्तासूत्रे असणे गरजेचे मानतात. कारण महत्त्वाकांक्षी सत्ताधाऱ्याकडे सत्तेची सूत्रे गेल्यास सत्तेचे केंद्रीकरण होते. महत्त्वाकांक्षी सत्ताधीशामुळे व्यक्तीच्या अधिकारावर मर्यादा येतात, म्हणून व्यक्तीला कायद्यानुसार अधिकार मिळाले पाहिजेत, तरच व्यक्तिविकासाला संधी मिळेल, अन्यथा लोकशाहीच्या नावावर विशिष्ट लोकांकडे सत्तेची सूत्रे राहतील, असे उदारमतवाद्यांना

वाटते. प्रत्येक व्यक्तीला व्यक्तिविकासाची पूर्णपणे संधी मिळण्यासाठी नागरी स्वातंत्र्य आवश्यक असते. स्वातंत्र्य, न्याय आणि व्यक्तिप्रतिष्ठा हा राज्यव्यवस्थेचा पाया असतो.

२. **आर्थिक व सामाजिक स्वातंत्र्य :** उदारमतवादी संपत्तीच्या अधिकाराला सर्वाधिक महत्त्व देतात. संपत्तीचा अधिकार व्यक्तिविकासाला पूरक असल्यामुळे संपत्ती मिळविण्याचे व विनियोग करण्याचे स्वातंत्र्य व्यक्तीला असणे गरजेचे असते. संपत्तीच्या अधिकारावर गदा येऊ नये, म्हणून राज्याने अन्यायकारक कर जनतेवर लादू नये. जनप्रतिनिधींच्या संमतीशिवाय कर लागू करू नये. समाजहिताच्या नावाखाली व्यक्तीची मालमत्ता व संपत्ती राज्याने हिरावून घेऊ नये. व्यक्तीची मालमत्ता राज्याने अधिग्रहित केल्यास योग्य ती भरपाई दिली पाहिजे. प्रत्येक व्यक्तीच्या विकासासाठी आवश्यक आर्थिक स्वातंत्र्य राज्याने बहाल केले पाहिजे. आर्थिक स्वातंत्र्यावर राज्याची कमीतकमी बंधने असली पाहिजेत. प्रत्येक व्यक्तीला आपली उपजीविका योग्य पद्धतीने करण्यासाठी व्यवसाय-स्वातंत्र्य असणे आवश्यक असते. उदारमतवादी आर्थिक स्वातंत्र्यासोबत सामाजिक स्वातंत्र्याचा पुरस्कार करतात. सामाजिकदृष्ट्या जात, धर्म, भाषा, वंश असा भेदभाव न करता सामाजिक समता निर्माण करून सर्वांना समान संधी द्यावी. विशिष्ट जात व वर्गामुळे सामाजिक अधिकारापासून वंचित करू नये. समाजातील विशेषाधिकार नष्ट केले पाहिजेत. सामाजिक समता निर्माण केल्यास समाजातील सर्व घटकांना विकासाची समान संधी मिळेल. सर्व व्यक्तींना सामाजिक प्रतिष्ठा उपलब्ध करून दिल्यास समाजात नैतिकतेचे वातावरण निर्माण होईल, असा आशावाद उदारमतवादी व्यक्त करतात.

३. **वैयक्तिक स्वातंत्र्य :** उदारमतवादी वैयक्तिक स्वातंत्र्याबाबत सर्वाधिक जागरूकपणे विचारांची मांडणी करतात. वैयक्तिक बाबतीत राज्याने हस्तक्षेप करू नये, हे उदारमतवादाचे मुख्य मूल्य आहे. व्यक्तीला स्वतःच्या विकासासाठी भाषण, लेखन व मत व्यक्त करण्याचे स्वातंत्र्य असावे. वैयक्तिक स्वातंत्र्यावर मर्यादा लादण्याचा अधिकार राज्याला असता कामा नये. मिलसारखे विचारवंत व्यक्तीच्या वर्तनाचा दुसऱ्यावर अनिष्ट परिणाम होत नसेल, तर राज्याला मर्यादा लादण्याचा अधिकार देत नाही. विचारस्वातंत्र्यावर बंधने लादण्याचा अधिकार देत नाही. स्वांतत्र्याच्या उपभोगातून व्यक्ती व समाज दोहोंचा विकास घडून येतो. व्यक्तिगत स्वातंत्र्य हा मानवी विकासाचा प्रमुख स्रोत मानला जातो. व्यक्तीचा सर्वांगीण विकास घडून येण्यासाठी भाषण-स्वातंत्र्य, अभिव्यक्ती स्वातंत्र्य, लिखाण स्वातंत्र्य, संघटना स्वातंत्र्य, व्यवसाय स्वातंत्र्य इत्यादी राज्याने देणे गरजेचे असते. स्वातंत्र्यासोबत स्वातंत्र्य संरक्षणासाठी प्रभावी उपाययोजना अंमलात आणण्याचे समर्थन उदारमतवादी करतात.

४. **राजकीय स्वातंत्र्य :** उदारमतवाद ही विचारधारा आंतरराष्ट्रवादाला महत्त्व देत असल्यामुळे प्रत्येक राष्ट्राचे स्वातंत्र्य आणि स्वयंनिर्णयाच्या अधिकाराचे समर्थन करतात. त्यासाठी प्रत्येक राष्ट्र स्वतंत्र व सार्वभौम असणे गरजेचे मानतात. राष्ट्राचे सरकार निवडण्याचा अधिकार नागरिकांना असावा. सत्तेचे विकेंद्रीकरण करून राज्यकारभारात भाग घेण्याचा अधिकार प्रत्येक व्यक्तीला असणे गरजेचे असते. त्यासाठी लोकशाही शासनव्यवस्था आणि प्रौढमताधिकाराचे तत्त्व स्वीकारणे गरजेचे असते. राजकीय सत्तेला जनतेचे अधिष्ठान असले पाहिजे. शासनाला बहुमताचे समर्थन असले पाहिजे. शासनाने बहुसंख्याकांसोबत अल्पसंख्याकांच्या अधिकारांचा आदर केला पाहिजे. अल्पसंख्याकांना राजकीय सत्तेत योग्य वाटा दिला पाहिजे. शासनाला बहुमताचा पाठिंबा नसल्यास, राजीनामा देऊन शासनाने निवडणुकांना सामोरे गेले पाहिजे. उदारमतवादाची बरीचशी मूल्ये लोकशाहीशी मिळतीजुळती असल्याने, लोकशाहीप्रधान देशांत उदारमतवादाचा जास्त प्रसार झालेला आढळतो. इंग्लंड, भारत, अमेरिका आणि इतर युरोपियन देशांत लोकशाहीच्या यशात उदारमतवादाने प्रभावी भूमिका बजावलेली आहे.

५. **राज्य हे व्यक्तिविकासाचे साधन आणि राज्याचे कार्यक्षेत्र मर्यादित :** उदारमतवादी विचारवंत राज्य हे व्यक्तिविकासाचे साधन मानतात. जनतेने आपल्या हिताच्या परिपूर्तीसाठी राज्यसंस्थेची निर्मिती केली आहे. त्यामुळे राज्याचे अंतिम ध्येय व्यक्तिविकास आहे. व्यक्तिविकासासाठी राज्याने कल्याणकारी राज्य संकल्पनेचा अवलंब करावा. मात्र राज्याचे कार्यक्षेत्र शांतता, सुव्यवस्था आणि संरक्षणक्षेत्रापुरते मर्यादित असावे. उदारमतवाद्यांना राज्यांनी पोलिसी स्वरूपाचे असावे असे वाटत होते. उदारमतवाद्यांना राज्याचा व्यक्तिजीवनातील हस्तक्षेप अमान्य होता. व्यक्तीच्या जीवित व संपत्ती रक्षणापुरते उदारमतवादी राज्याचे कार्य मर्यादित करतात.

६. **अनिर्बंध आर्थिक स्वातंत्र्याचे समर्थन :** उदारमतवादी विचारधारा आर्थिक स्वातंत्र्याचे कट्टर समर्थन करते. व्यक्तीचे आर्थिक स्वातंत्र्य जीवन-विकासासाठी आवश्यक मानते. आर्थिक प्रगतीच्या आधारावर इतर क्षेत्रांतदेखील प्रगती साध्य करता येऊ शकते, म्हणून राज्याने व्यक्तीच्या आर्थिक क्षेत्रात हस्तेक्षप करू नये. प्रत्येक व्यक्तीला आपल्या आवडीप्रमाणे व्यवसाय करण्याचा अणि गुणांनुसार उत्पन्नप्राप्तीचा अधिकार असणे आवश्यक असते. आर्थिक स्वातंत्र्यावर मर्यादा लादल्यास व्यक्तिविकासास अडथळे निर्माण होतात. देशाच्या आर्थिक विकासासाठी उदारमतवादी मुक्त अर्थव्यवस्था, स्पर्धायुक्त बाजारपेठ, मुक्त भांडवल गुंतवणूक आणि मुक्त व्यापार इत्यादी आर्थिक क्षेत्रांशी संबंधित स्वातंत्र्याचे समर्थन करतात.

७. **धर्मनिरपेक्षतेचे समर्थन :** मध्ययुगात धार्मिक परंपरा, धार्मिक प्रथा व परंपरा आणि धार्मिक संस्थांचा जनमानसावर प्रचंड प्रभाव होता. धर्मसंस्थेकडून होणाऱ्या अन्याय-अत्याचारांपासून मुक्त करण्यासाठी उदारमतवाद्यांनी व्यक्तिस्वातंत्र्याच्या मागणीसाठी चळवळी सुरू केल्या. ईश्वर व मानव यांत धर्मगुरू व धर्माच्या मध्यस्थीची भूमिका व्यक्तिस्वातंत्र्यावर आघात करणारी होती. धर्मसंस्थेचे व्यक्तीच्या जीवनावरील नियंत्रण कमी करण्यासाठी उदारमतवाद्यांनी धर्मनिरपेक्षतेचा पुरस्कार केला. धर्मनिरपेक्षता म्हणजे राज्याचा कोणताही अधिकृत धर्म असत नाही. धर्म ही खाजगी बाब मानली जाते. धर्म व राजकारण यांची फारकत केली जाते.

८. **मानवतावाद :** उदारमतवादी तत्त्वज्ञान हे मानवतावादाला पूरक मानले जाते. उदारमतवादी मानवी प्रतिष्ठेच्या रक्षणासाठी व्यक्तिस्वातंत्र्याचे समर्थन करतात. स्वातंत्र्य ही संकल्पना मानवी प्रतिष्ठा व मानवी मूल्यांच्या संरक्षणासाठी आवश्यक मानली जाते. प्रत्येक व्यक्तीला मानव म्हणून निसर्गत: काही अधिकार प्राप्त होतात. त्या अधिकाराच्या जोरावर व्यक्ती आपला विकास घडवून आणू शकते. समाजव्यवस्थेत विशिष्ट स्थान व दर्जा प्राप्त करू शकते. प्रत्येक व्यक्तीला माणुसकीची वागणूक मिळावी या हेतूने मानवतावादाचे समर्थन उदारमतवादी करतात. मानवाला मानवतेची वागणूक मिळावी आणि समाजव्यवस्थेत नैतिकतेचे वातावरण निर्माण व्हावे, यासाठी उदारमतवादी मानवतावादाला महत्त्व देतात.

उदारमतवादाची मूलतत्त्वे : उदारमतवादी विचारसरणीच्या वरील वैशिष्ट्यांचा विचार करून त्यांची थोडक्यात मूलतत्त्वे सांगता येतात.

१. उदारमतवादात व्यक्तिस्वातंत्र्य आणि नागरी अधिकाराला जास्त महत्त्व दिले जाते.
२. मानवाला जन्मत: काही अधिकार प्राप्त झालेले आहेत असे मानून उदारमतवादी नैसर्गिक हक्क सिद्धान्ताचे समर्थन करतात.
३. मानवाच्या नैसर्गिक हक्कांवर बंधने लादण्याचा अधिकार राज्य किंवा समाजातील कोणत्याही संस्थेला देत नाही.
४. राज्याचे प्रमुख कार्य व्यक्तीच्या हक्कांचे संरक्षण करणे मानतात.
५. राज्याने व्यक्तीच्या व्यक्तिगत जीवनात हस्तक्षेप करू नये हे अपेक्षित करतात.
६. राज्याचे कार्यक्षेत्र मर्यादित करण्यावर भर देतात. त्यासाठी न्यूनतम पोलिसी राज्य वा मर्यादित राज्याची संकल्पना मांडतात.
७. मानवी जीवनावर नियंत्रण ठेवण्यासाठी कायद्याला महत्त्व द्यावे. कायद्याच्या अधिराज्याला मान्यता प्रदान करतात.
८. धार्मिक स्वातंत्र्याचे समर्थन करून धर्मनिरपेक्ष विचारांना पाठिंबा देतात.

९. आंतरराष्ट्रीय क्षेत्रात विभिन्न राष्ट्रांनी परस्पर सहकार्य आणि सामंजस्याने वागावे. एकमेकांच्या सार्वभौमत्वाचा आदर करून आंतरराष्ट्रीय प्रश्न चर्चा, विनिमयाच्या मार्गांनी सोडविण्यावर भर देतात.

१०. जगातील सर्व मानवांचे हक्क आणि कर्तव्ये समान आहेत. हक्कासोबत व्यक्तींनी कर्तव्यपालन करणे गरजेचे आहे. उदारमतवादी मानवतावादाला प्रोत्साहन देतात.

अशा प्रकारे उदारमतवाद ही विचारसरणी अनेक तत्त्वे आणि मूल्यांना धारण करणारी आहे. पुनर्जागरण आणि धर्मसुधारणा चळवळीच्या पार्श्वभूमीवर विकसित झालेल्या उदारमतवादाने काळानुरूप अनेक बदल केलेले आहेत. या बदलांतून ही विचारसरणी कालबाह्य न होता कालसंगत म्हणून आजही टिकून राहिलेली आहे. उदारमतवादी विचारसरणीला इतर समकालीन विचारसरणींपेक्षा दीर्घ स्वरूपाचे पाठबळ अभ्यासक, विचारवंत, राजकीय नेतृत्व आणि सामान्यजनांकडून मिळालेले आहे.

उदारमतवादाचा विकास व प्रकार

१८ व्या आणि १९ व्या शतकातील सामाजिक व आर्थिक परिस्थितीतून उदारमतवादाचा उदय झाला. युरोपातील प्रबोधनयुगात विवेकवादाचा जागर सुरू झाला. धार्मिक प्रथा, परंपरा व रूढींना जाहीर आव्हान दिले जाऊ लागले. धर्माकडे चिकित्सक दृष्टीने पाहिले जाऊ लागले. ईश्वर व व्यक्ती यांतील मध्यस्थ नष्ट करण्याची भाषा केली जाऊ लागली. धर्मयुद्धामुळे सरदार घराणी नष्ट झाल्यामुळे समाजातील परंपरागत संबंधाचे महत्त्व कमी होऊ लागले. सामाजिक क्षेत्रात नवे सामाजिक गट अस्तित्वात येऊ लागले. औद्योगिक क्रांतीमुळे व्यावसायिक व कामगारांच्या संख्या वाढू लागल्या. औद्योगिक क्रांतीतून विकसित झालेल्या व्यक्तिवादी विचारसरणीतून स्वातंत्र्यासाठी संघर्ष निर्माण होऊ लागला. पारंपरिक, अशास्त्रीय, रूढिवादी विचारांना विरोध होऊ लागला. औद्योगिक क्रांतीच्या आधी उदारमतवाद विस्कळीत स्वरूपाचा होता. नंतरच्या काळात त्याला शास्त्रीय व वैचारिक स्वरूप प्राप्त करून देण्यासाठी बेंथम, मिल, ॲडम स्मिथ यांनी वैचारिक मांडणी केली. फ्रेंच राज्यक्रांतीच्या स्वातंत्र्य, समता, बंधुता या घोषणेद्वारे व्यावहारिक पातळीवर उदारमतवाद स्थापन करण्याचा प्रयत्न झाला. अमेरिकन स्वातंत्र्ययुद्धातून प्रेरणा घेऊन जगातील अनेक देश स्वातंत्र्याची मागणी करू लागले. लिखित संविधान व संघराज्य पद्धत यांमुळे उदारमतवादाच्या विकासाला चालना मिळू लागली. जॉन लॉक, जेरेमी बेंथम, जे. एस. मिल, ॲडम स्मिथ, टी. एच. ग्रीन इत्यादी विचारवंतांनी उदारमतवादाचा पुरस्कार करून व्यक्तिविकासासाठी स्वातंत्र्याची मागणी केली. या विचारवंतांनी राज्य आणि समाजाचा मानवी जीवनातील हस्तक्षेप कमी करण्याचा आग्रह धरला. इंग्लडमध्ये लिबरल पक्षाने शासनाच्या माध्यमातून उदारमतवाद आणण्याचा

प्रयत्न केला. भारतात राजा राममोहन रॉय, न्यायमूर्ती रानडे, दादाभाई नौरोजी यांनी सुधारणेचा मार्ग स्वीकारून उदारमतवादाचा पुरस्कार केला. या समाजसुधारकांनी सुधारणेचा मार्ग स्वीकारून सहकार्यासाठी घटनात्मक मार्गाचा अवलंब केला.

उदारमतवादाचे प्रकार : उदारमतवाद विचारसरणीत काळानुरूप अनेक बदल झालेले आहेत. या बदलातून उदारमतवादाचे तीन प्रमुख प्रकार पडतात. ते पुढीलप्रमाणे सांगता येतात.

पारंपरिक वा अभिजात उदारमतवाद : (Traditional or Classical Liberalism)

पारंपरिक उदारमतवाद जॉन लॉक, अॅडम स्मिथ, रिकार्डो, थॉमस पेन, फ्रेडरिक हाईक, रॉबर्ट नॉजिक, मिल्टन फ्राईमन इत्यादी विचारवंतांच्या लेखनात आढळून येतो. या उदारमतवादात राज्य ही आवश्यक आपत्ती मानली जात होती. राज्य ही व्यक्तिविकासाच्या मार्गात अडथळे आणणारी, व्यक्तिस्वातंत्र्याचे अपहरण करणारी संस्था असल्यामुळे, तिचे कार्यक्षेत्र मर्यादित असण्यावर भर दिला जात होता. अॅडम स्मिथ व रिकार्डोसारख्या अर्थतज्ज्ञांनी आर्थिक क्षेत्रात Laisses faire विचारांचे समर्थन करून निर्हस्तक्षेप व मुक्त अर्थव्यवस्थेचे समर्थन केले. समाजाचा वेगाने आर्थिक विकास होण्यासाठी आणि औद्योगिक प्रगतीसाठी मुक्त आर्थिक स्वातंत्र्य आवश्यक मानले. आर्थिक स्वातंत्र्यातून व्यक्तिविकासाला वाव मिळतो. व्यक्तिविकासातून आपोआप समाजविकास होईल, अशी धारणा मांडण्यात येत होती. सामाजिक क्षेत्रात Leave Man alone संकल्पनेचा आधार घेऊन व्यक्तीच्या कार्यक्षेत्रात राज्याचा कमीतकमी हस्तक्षेप असावा, जेणे करून व्यक्तीला व्यक्तिस्वातंत्र्याचा पुरेपूर उपभोग घेता येईल. पारंपरिक उदारमतवाद साधारणत: व्यक्तिस्वातंत्र्य, व्यक्तिहित, व्यक्तिगत प्रतिष्ठा, कायद्याचे राज्य, खाजगी मालमत्तेचे संरक्षण, सामाजिक आणि आर्थिक क्षेत्रात मर्यादित हस्तक्षेपाला मान्यता आणि व्यक्तीला भवितव्यासंबंधी निर्णय घेण्याचे स्वातंत्र्य बहाल करतो. पारंपरिक उदारमतवाद व्यक्तिहित आणि व्यक्तिस्वातंत्र्याला सर्वाधिक महत्त्व देतो.

उदारमतवाद विचारसरणीचे खऱ्या अर्थाने भरणपोषण करण्याचे कार्य जॉन लॉक यांनी केले. त्यामुळे त्यांना काही अभ्यासक उदारमतवादाचे जनक मानतात. लॉकने नैसर्गिक अधिकारांची संकल्पना सर्वप्रथम मांडली. जीवित, मालमत्ता आणि स्वातंत्र्य हे व्यक्तीचे नैसर्गिक अधिकार आहेत. या अधिकारांचे रक्षण करणे ही शासनाची प्राथमिक जबाबदारी आहे. नैसर्गिक अधिकारांच्या संरक्षणासाठी वैधानिक व्यवस्था निर्माण करण्यासाठी राज्यसंस्थेची निर्मिती करण्यात आलेली आहे. राज्य जर नैसर्गिक स्वातंत्र्याला संरक्षण देत नसेल, वा त्यांच्यावर अतिक्रमण करत असेल, तर त्याला विरोध करण्याचा अधिकार व्यक्तींना आहे. नागरिकांच्या अधिकार-रक्षणाबाबतची राज्याची जबाबदारी

लॉकने निदर्शनास आणून दिलेली आहे. ॲडम स्मिथ यांनी 'वेल्थ ऑफ नेशन' या ग्रंथात मुक्त अर्थव्यवस्थेचे तात्त्विक समर्थन करून पारंपरिक आर्थिक उदारमतवादाच्या विकासात मोलाची कामगिरी बजावली. अर्थव्यवस्था सामाजिक व राजकीय नियंत्रणापासून मुक्त असणे, राष्ट्राच्या प्रगतीसाठी आवश्यक मानले. रिकार्डो यांनी शासन व अर्थव्यवस्था ह्या एकमेकांपासून स्वतंत्र असतात; खंड, नफा, विनिमय या सिद्धान्तातून व्यक्तीला आर्थिक स्वातंत्र्य दिले पाहिजे हा विचार मांडला. मॉंटेस्क्यू यांनी सत्ताविभाजनाचा सिद्धान्त मांडून राजसत्तेचे विकेंद्रीकरण करण्याची आवश्यकता प्रतिपादित केली. राजकीय सत्तेच्या विभाजनातून एकाधिकारशाहीचा धोका कमी होता. थॉमस पेन यांनी व्यक्ती ही जन्मत: स्वतंत्र आहे आणि काही अधिकारांची धनी आहे. ते अधिकार हिरावून घेण्याचा अधिकार कोणाला नाही ही भूमिका मांडली. अर्थतज्ज्ञ केन्स यांनी आर्थिक उत्पादनाचे स्वातंत्र्य व्यक्तीसाठी आवश्यक मानले. हर्बर्ट स्पेन्सर यांनी व्यक्तीला आर्थिक बाबतील पूर्णत: स्वायत्तत्ता देण्याचे समर्थन केले. आर्थिक क्षेत्रात शासनाची सत्ता जितकी कमी असेल, तितके चांगले असे मत व्यक्त केले आहे. आर्थिक क्षेत्रात शासनाचा हस्तक्षेप मर्यादित असण्यावर भर दिला. रसेलने मुक्त स्वांतत्र्याचा विचार मांडला. व्यक्तीच्या स्वातंत्र्यावर कोणतीही बंधने असू नये, मुक्त वातावरणात व्यक्ती समग्र प्रगती करू शकते हा विचार मांडला. हायेक यांनी आर्थिक स्वातंत्र्याचा पुरस्कार केला. तो आर्थिक स्वातंत्र्याला खरे स्वातंत्र्य मानतो. खऱ्या स्वातंत्र्यावर कोणत्याही प्रकारचे बंधन असता कामा नये. राज्याचे कार्यक्षेत्र जेवढे मर्यादित असेल, तेवढ्या प्रमाणात व्यक्तीला आर्थिक स्वातंत्र्याचा उपभोग घेता येईल. म्हणून राज्याचे कार्यक्षेत्र व अधिकार कमी करण्यासाठी हायेक मर्यादित राज्याची संकल्पना मांडतो. उदारमतवादातील कल्याणकारी राज्याची संकल्पना नाकारतो. कल्याणकारी राज्यामुळे व्यक्तिस्वातंत्र्याचे महत्त्व कमी होऊन उदारमतवादाचा ऱ्हास होतो असे त्याला वाटते. हायेक आर्थिक स्वातंत्र्याला आधारभूत मानतो. रॉबर्ट नॉजिकच्या मते, व्यक्ती विवेकशील असल्यामुळे आपल्या इच्छेच्या परिपूर्णतेचे स्वातंत्र्य प्रत्येक व्यक्तीला मिळाले पाहिजे, तरच सुव्यवस्थित समाजाची निर्मिती होईल. राज्य आणि समाजाच्या बंधनातून व्यक्ती मुक्त असणे गरजेचे असते. राजकीय बंधनाच्या मुक्तीशिवाय व्यक्ती आपल्या इच्छेनुसार प्रगती करू शकत नाही. राज्याचा मानवी जीवनातील हस्तक्षेप कमी करण्यासाठी नॉजिक न्यूनतम राज्याची (Minimal State) संकल्पना मांडतो. राज्याने आपले कार्य कायदा व सुव्यवस्थेपुरते मर्यादित करण्यावर भर देतो. व्यक्तीच्या संमतीशिवाय राज्याचा हस्तक्षेप अमान्य करतो.

पारंपरिक उदारमतवादाची वैशिष्ट्ये : वरील विचारवंतांच्या विचारांचा अभ्यास केल्यानंतर पारंपरिक उदारमतवादीची पुढील वैशिष्ट्ये सांगता येतात.

१. मानवी जीवनाच्या विकास व अस्तित्वासाठी जीविताची स्वातंत्र्य आणि भौतिक संसाधनांवर मालकी असणे आवश्यक आहे. त्याशिवाय व्यक्तीचा विकास होऊ शकत नाही.
२. मानवाला विवेकशील बुद्धिमत्तेचा वापर करण्याचा अधिकार असला पाहिजे. विवेकशीलतेतून वैज्ञानिक दृष्टिकोनाची निर्मिती होऊन सामाजिक अंधश्रद्धा नष्ट होण्यास हातभार लागले.
३. सामाजिक जीवनात व्यक्तीला प्रतिष्ठा दिली जावी. त्यामुळे समाजात समता निर्माण व्हायला मदत मिळेल.
४. व्यक्तीला मतानुसार शासन निर्माण करण्याचा व बदलण्याचा अधिकार असावा.
५. सामाजिक जीवनात नियत्रंण प्रस्थापित करण्याचे व आज्ञा देण्याचे साधन म्हणून कायद्याला महत्त्व द्यावे. त्यासाठी कायद्याच्या अधिराज्याला मान्यता प्रस्थापित करावी.
६. व्यक्तीच्या हक्काचे रक्षण करण्यासाठी राज्याने वैधानिक उपाययोजना कराव्यात.
७. सामाजिक व धार्मिक कार्यक्षेत्रात प्रत्येक व्यक्तीला स्वातंत्र्य असावे.
८. शासनाचे व्यक्तीवर कमीतकमी नियत्रंण असावे. त्यामुळे शासनाविषयी निष्ठा निर्माण होऊन शासन व व्यक्ती यांत सुसंवाद साधला जाईल.
९. व्यक्तीला आर्थिक, सामाजिक, धार्मिक आणि भौतिक कार्यक्षेत्रांत स्वातंत्र्य असावे.
१०. व्यक्तीला करार आणि स्वत:च्या भवितव्यासंबंधी निर्णय घेण्याचे स्वातंत्र्य असावे.

पारंपरिक उदारमतवादाने व्यक्तिस्वातंत्र्य, व्यक्तिप्रतिष्ठा आणि व्यक्तिहित या घटकांना अधिक महत्त्व दिले आहे. व्यक्तिविकासातून समाजविकास साधला जाईल असे पारंपरिक उदारमतवाद्यांना वाटते.

नव–उदारमतवाद वा आधुनिक उदारमतवाद : (Neo-Liberalism or Modern Liberalism)

इमॅन्यूएल कांट, जॉन मिल, टी. एच. ग्रीन, हॉब हाऊस, मॅक आयव्हर यांच्या विचारांत आधुनिक उदारमतवादाचे प्रतिबिंब दिसून येते. आधुनिक उदारमतवाद मानवी स्वातंत्र्याचा विचार करताना समाजहिताला महत्त्व देतात. मानव विवेकशील व बुद्धिवान प्राणी असला, तरी आपल्या क्षमतेच्या जोरावर दुसऱ्याच्या स्वातंत्र्य आणि अधिकारावर गदा आणू शकतो, याची स्पष्ट कल्पना आधुनिक उदारमतवाद्यांना आल्यामुळे, त्यांनी व्यक्तिस्वातंत्र्यावर मर्यादा लादण्यासाठी राज्याला अधिक अधिकार देण्यास मान्यता प्रदान करण्यास सुरुवात केली. कल्याणकारी राज्य आणि वितरणात्मक न्याय ह्या समाजहिताला पोषक गोष्टींचीही उदारमतवादाला जोड देण्याचा प्रयत्न केला. पारंपरिक उदारमतवादाच्या

प्रभावातून व्यक्तिवादी विचारसरणी अस्तित्वात येऊन स्वातंत्र्य संकल्पनेला वाजवीपेक्षा जास्त महत्त्व मिळाले. मानवी विकासासाठी स्वातंत्र्यावर कोणतीही बंधने नसावीत. व्यक्तिविकासातून समाज विकास होईल ही उदारमतवादाची अपेक्षा होती. मात्र व्यक्तिवादाच्या प्रभावामुळे समाजहिताकडे दुर्लक्ष झाले. व्यक्तिहिताचा अतिरेक झाला. परिणामत: उदारमतवादी विचारसरणी ही भांडवलशाहीला पूरक विचारसरणी आहे असे मानले जाऊ लागले. उदारमतवादाने आर्थिक स्वातंत्र्य व मुक्त अर्थव्यवस्थेद्वारे होणारे शोषण व अन्याय-अत्याचाराकडे दुर्लक्ष केल्यामुळे समाजात विषमता वाढू लागली. व्यक्तिवादातून अतेरिकी स्वार्थ आणि व्यक्तिहिताला महत्त्व प्राप्त होऊ लागल्यामुळे सामाजिक संघटना, सहजीवन, सहअस्तित्व ह्या संकल्पनांना काहीही महत्त्व राहिले नाही. व्यक्तिस्वातंत्र्याच्या अतिरेकातून सामाजिक प्रतिष्ठेकडे झालेले दुर्लक्ष उदारमतवाद्यांना जाणवू लागले. औद्योगिक क्रांतीनंतर बदलेल्या सामाजिक आणि आर्थिक परिस्थितीतून व्यक्तिवादाऐवजी समाजहिताकडे लक्ष देण्याची गरज जाणवू लागली. याच जाणिवेतून उदारमतवाद विचारसरणीत बदल होत गेला. समाजहिताला महत्त्व देण्यासाठी उदारमतवादी विचारसरणीत जो बदल करण्यात आला, त्याला नव-उदारमतवाद असे संबोधिले जाऊ लागले. नव-उदारमतवादात व्यक्तिस्वातंत्र्याबरोबरच समाजहिताचाही विचार केला जातो. त्यामुळे नव-उदारमतवाद विचारसरणी लोकशाही समाजवाद विचारसरणीशी नाते जोडणारी आहे. नव-उदारमतवादातून लोककल्याणकारी राज्याची संकल्पना उदयास आली.

कांट यांनी व्यक्तीच्या पर्याय निवडीच्या क्षमतेवर विश्वास व्यक्त केला. व्यक्तीच्या आपल्या इच्छेनुसार पर्याय निवडीच्या स्वायत्ततेचे समर्थन केले, परंतु व्यक्तीने इतरांच्या स्वायत्ततेचा आदर करून पर्याय-निवड केली पाहिजे. सर्व व्यक्तींची स्वायत्तता समान असल्यामुळे उत्तरदायित्वाच्या आधारावर पर्याय-निवड होणे आवश्यक आहे. पर्याय-निवडीतून इतरांच्या स्वायत्तेतवर अतिक्रमण होत असेल, तर राज्याला व्यक्तीवर बंधने लादण्याचा अधिकार योग्य ठरतो. कांटने स्वातंत्र्य खऱ्या अर्थाने सामाजिक जीवनात अभिव्यक्त होते, हा आधुनिक उदारमतवादाला पोषक विचार मांडला. टी. एच. ग्रीन यांनी सकारात्मक स्वातंत्र्य ही संकल्पना मांडली. ग्रीनच्या मते, मानवी जागृतीत स्वातंत्र्य असते, स्वातंत्र्य म्हणजे ऐच्छिक कार्य करण्याची प्रेरणा असते. म्हणून व्यक्तीच्या स्वातंत्र्यावर उचित बंधने लादल्यास समाजातील अज्ञान व अडचणी दूर होतील, त्यातून समाजाचे हित साधले जाईल. ग्रीनच्या जनकल्याणकारी स्वातंत्र्य संकल्पनेत समाजहिताचा विचार समाविष्ट आहे. राज्याच्या कार्यावर बंधने लादण्यावर भर देण्यापेक्षा राज्याकडे व्यक्तिविकासासाठी आवश्यक सकारात्मक कार्य सोपविण्याचा आग्रह धरला. राज्याला दंडशाहीयुक्त संस्था न मानता नैतिक संस्था मानले. व्यक्तीच्या नैतिक विकासासाठी योग्य

वातावरण निर्माण करावे यावर भर दिला. या ग्रीनच्या विचाराबद्दल मत व्यक्त करताना वेपर म्हणतो की, ग्रीनने उदारमतवादाला स्वार्थाच्या दलदलीतून बाहेर काढून आस्थेच्या पातळीवर आणले. व्यक्तिवादाच्या तत्त्वज्ञानाला सामाजिकतेची जोड दिली. जे. एस. मिल यांनी उदारमतवादी विचारसरणीत सुधारणेचा पुरस्कार केला. लोकहितासाठी शासनाने अधिकाधिक प्रमाणात व्यक्तिस्वातंत्र्यावर नियंत्रण ठेवावे. व्यक्तीची कृती समाजाला विघातक ठरत असेल, तर त्या कृतीवर नियंत्रण ठेवण्याचा अधिकार राज्याला दिला. तसेच संपत्तीच्या हक्कावर राज्याचे नियंत्रण असावे. संपत्तीच्या हक्कावर राज्याने नियत्रंण ठेवल्यास विषमता नष्ट होईल आणि समता निर्माण करता येईल हा आशावाद व्यक्त केला. लोकशाहीतील उणिवा दूर करण्यासाठी स्त्रियांना मताधिकार, खुले मतदान, प्रमाणशीर प्रतिनिधित्व पद्धत इ. उदारमतवादाला पोषक मते मांडली. मिलच्या उदारमतवादी विचारातून लोकशाहीच्या विकासास हातभार लागला. मॅक आयव्हर यांनी सामाजिक सेवेसाठी स्वातंत्र्यावर नियंत्रण ठेवण्याच्या अधिकाराला मान्यता दिली. राज्याच्या सार्वभौम सत्तेने समाजातील संस्थांवर नियंत्रण ठेवल्यास समाजहित साधले जाईल आणि व्यक्तिस्वातंत्र्याचा अतिरेकदेखील टाळता येईल, असे आधुनिक उदारमतवादास पोषक मत मांडले. हॉबहाऊस यांनी सामूहिक हित ही स्वातंत्र्याची आधारशिला मानली. वैयक्तिक हिताला सामूहिक हिताशी जोडण्याचा प्रयत्न केला. राज्याची सत्ता निरंकुश नसून नैतिक स्वरूपाची आहे. राज्य हे साध्य नसून व्यक्तिविकासाचे साधन आहे. राज्य आपल्या सदस्यांच्या विकासासाठी आवश्यक वातावरण निर्माण करण्याचा प्रयत्न करते. प्रा. लास्की यांनी विसाव्या शतकात उदारमतवादी सिद्धान्तात सुधारणा घडवून आणण्याचा प्रयत्न केला. उदारमतवादाला समाजवादाशी जोडण्याचा प्रयत्न केला. व्यक्तीला विविध संस्था स्थापन करण्याचा अधिकार असल्याचे नमूद केले. व्यक्तीच्या विभिन्न गरजा भागविण्यासाठी ह्या संस्थांची गरज आहे. समाजातील इतर संस्थादेखील राज्याइतक्याच महत्त्वपूर्ण असल्यामुळे, त्यांना त्यांच्या क्षेत्रात कार्य करण्याचे स्वातंत्र्य असणे आवश्यक आहे. आर्थिक क्षेत्रावर नियंत्रण प्रस्थापित करण्यासाठी उत्पादन व वितरण साधनांवर समाज नियंत्रणाची आवश्यकता व्यक्त केली. अशा प्रकारे आधुनिक उदारमतवाद्यांनी उदारमतवादाला वैयक्तिक स्वार्थ व व्यक्तिहितापासून बाजूला काढून समाजहिताशी जोडण्याचा प्रयत्न केला.

आधुनिक उदारमतवादाची वैशिष्ट्ये

वरील विचारवंतांच्या विचारांवरून नव-उदारमतवादाची पुढील वैशिष्ट्ये सांगता येतात.

१. आधुनिक उदारमतवादी मानवी स्वातंत्र्याला समाजहिताशी जोडण्याचा प्रयत्न करतात. सामाजिक संदर्भाशिवाय स्वातंत्र्याला काहीही अर्थ नाही असे मानतात.

२. व्यक्तीची आवश्यकता म्हणून स्वातंत्र्य दिले जात नाही, तर परिस्थितीचा विचार करून स्वातंत्र्य दिले जाते वा त्याची जोपासना केली जाते.

३. व्यक्तीला राजकीय स्वातंत्र्यातून सामाजिक प्रभाव निर्माण करता येतो, म्हणून घटनात्मक शासन निर्माण करणे व शासनाला विरोध करण्याचा अधिकार व्यक्तीला देतात. शासनव्यवस्थेत परिवर्तन शांततामय व कायदेशीर मार्गाने करण्यावर भर देतात.

४. समाजव्यवस्थेत वैयक्तिक प्रतिष्ठेबरोबर सामाजिक प्रतिष्ठेलाही महत्त्व द्यावे.

५. आधुनिक उदारमतवादी स्वातंत्र्यावर समाजहितासाठी राज्याचे नियंत्रण मान्य करतात. स्वातंत्र्याच्या उपभोगास योग्य वातावरण निर्माण करण्याचे आणि स्वातंत्र्याच्या मार्गातील अडथळे दूर करण्याचे कार्य राज्याकडून केले जाते. आधुनिक उदारमतवाद 'राज्यापासून स्वातंत्र्य' यापेक्षा 'राज्याद्वारे स्वातंत्र्य' या सिद्धान्तावर विश्वास व्यक्त करतात.

६. आधुनिक उदारमतवादी राज्याच्या आर्थिक हस्तक्षेपाला मान्यता देतात. व्यक्तिविकासासाठी राज्याच्या कल्याणकारी धोरणाला मान्यता देतात.

७. आधुनिक उदारमतवादी व्यक्ती-हित आणि समाजहितात समन्वय साधण्याचा प्रयत्न करतात.

८. आधुनिक उदारमतवादी उदारमतवादाला समाजवादाची जोड देण्याचा प्रयत्न करतात. समाजातील चांगल्या तत्त्वांना मान्यता देऊन त्यांना उदारमतवादात सामावून घेण्याचा प्रयत्न करतात.

९. उदारमतवादी प्रौढमताधिकार, लोकशाही विकेंद्रीकरण, मुक्त निवडणुका, अभिव्यक्ती स्वातंत्र्य इत्यादींना महत्त्व देतात.

१०. आंतरराष्ट्रीय क्षेत्रात समाजाच्या सार्वत्रिक विकासासाठी राज्याच्या सार्वभौम सत्तेवर नियंत्रण ठेवणे, तसेच समाजाच्या आर्थिक विकासासाठी योग्य त्या उपाययोजना करून समाजाचा आर्थिक विकास घडवून आणणे.

अशा प्रकारे नव-उदारमतवादात व्यक्ती-हित व समाजहित यांच्यात समन्वय निर्माण करण्याचा प्रयत्न केलेला दिसतो. लोकशाही समाजवाद विचारसरणीचा आधुनिक उदारमतावादातील तत्त्वांवर प्रभाव पडलेला दिसतो. इंग्लंड, फ्रान्स आणि भारतात आधुनिक उदारमतवादी विचार स्वीकृत झालेला दिसतो.

वर्तमानकालीन उदारमतवाद : उदारमतवादी विचारसरणीला दीर्घ स्वरूपाचा वैचारिक वारसा मिळालेला आहे. या विचारसरणीच्या विकासात जॉन लॉक, कांट, जे. एस. मिल, टी. एच. ग्रीन इत्यादी विचारवंतांनी मोलाचे योगदान दिलेले आहे. २० व्या

शतकाच्या पूर्वार्धात समाजवाद आणि साम्यवादाच्या प्रभावामुळे उदारमतवादाचे महत्त्व कमी होऊ लागले. आधुनिक उदारमतवाद्यांनी समाजहित, कल्याणकारी राज्याला समर्थन दिलेले असले, तरी भांडवलशाहीला पूरक विचारसरणी ही आपली ओळख पुसू शकली नाही. सर्वसामान्यांना उदारमतवादाचे फारसे आकर्षण राहिले नाही, परंतु दुसऱ्या महायुद्धानंतर बदलेल्या सामाजिक व आर्थिक परिस्थितीतून उदारमतवादी विचाराचे पुनरुज्जीवन घडून आले. दुसऱ्या महायुद्धानंतर सर्वंकषशाहीचा असलेला धोका, राज्याचे वाढते कार्यक्षेत्र आणि व्यक्तिजीवनातील राज्याचा वाढता हस्तक्षेप इत्यादी कारणांमुळे पारंपरिक उदारमतवादाचा नव्याने अर्थ लावण्याची आवश्यकता भासू लागली आणि या गरजेतून वर्तमानकालीन उदारमतवादाचा विकास झाला. व्यक्तीच्या स्वतंत्र व्यक्तिमत्त्वाला महत्त्व प्राप्त करून देणे, व्यक्तीला स्वत: आणि समाजासाठी उपयुक्त बनविणे आणि स्वातंत्र्याला सुरक्षित ठेवण्यासाठी आवश्यक संस्था आणि धोरणांचा पुरस्कार करणे हे वर्तमानकालीन उदारमतवादाचे प्रमुख तत्त्व होते. वर्तमानकालीन उदारमतवादात सुरुवातीला योगदान देणाऱ्या अभ्यासकांनी उदारमतवादाची मूळ तत्त्वे म्हणजे आर्थिक क्षेत्रातील राज्याचा हस्तक्षेप कमी करणे, राज्याचे कार्यक्षेत्र मर्यादित करणे यांवर भर दिला. स्वयंप्रेरित अर्थव्यवस्था, मुक्त बाजार यंत्रणा, मुक्त समाज, मुक्त निवड स्वातंत्र्य इत्यादींवर भर दिला. इसाया बर्लिन, रॉबर्ट ढाल, एफ. ए. हायेक, रॉबर्ट नॉजिक, मिल्टन फ्रीडमन इत्यादी उदारमतवाद्यांनी वर्तमानकालीन उदारमतवादाची वैचारिक बैठक विकसित करण्यासाठी योगदान दिले.

वर्तमानकालीन उदारमतवादाच्या पुनरुज्जीवनात जॉन रॉल्स या विचारवंताच्या विचारांचे योगदान सर्वांत महत्त्वाचे मानले जाते. रॉल्स यांनी 'अ थिअरी ऑफ जस्टीस' (१९७१) 'पोलिटीकल लिबरलीझम' (१९९३) या ग्रंथांद्वारे उदारमतवादी चिंतनाला नवी दिशा प्राप्त करून दिली. रॉल्स यांनी मिल आणि रूसोच्या विचारांचा विस्तार केला. रूसोच्या सामाजिक करार सिद्धान्ताच्या माध्यमातून सामाजिक न्यायाची संकल्पना मांडून, स्वातंत्र्य संकल्पनेला समतेशी जोडण्याचा प्रयत्न केला. समाजातील प्रत्येक घटकांना समानतेने स्वातंत्र्य प्राप्त झाले पाहिजे. स्वातंत्र्य ही विशिष्ट वर्गांची वा गटाची मक्तेदारी होता कामा नये. समाजाच्या विशिष्ट वर्गांच्या भौतिक सुखासाठी इतरांच्या स्वातंत्र्याचा बळी देण्याची आवश्यकता नाही. सर्व सामाजिक प्राथमिक वस्तू (Primary goods) म्हणजे स्वतंत्रता, संधी, उत्पन्न आणि संपदा आणि आत्म-सन्मानाची साधने समान स्वरूपात वितरित झाली पाहिजे. परंतु असमान वितरणातून समाजातील सर्वाधिक हीन स्थितीच्या लोकांना लाभ प्राप्त होत असेल, तर काहीही हरकत नाही. रॉल्स सामाजिक न्यायाच्या माध्यमातून सामाजिक वस्तूंच्या समान वितरणावर भर देतो, मात्र समाजातील दुर्बल हिताच्या विकासासाठी असमान वितरणाला मान्यता देतो. रॉल्स सर्वांना योग्य

पद्धतीने स्वातंत्र्य आणि न्याय प्राप्त होण्यासाठी पुढील दोन तत्त्वे प्रस्तुत करतो.

१. प्रत्येक व्यक्तीला मूलभूत स्वातंत्र्याचा अधिकार असला पाहिजे. हा अधिकार दुसऱ्याच्या स्वातंत्र्यास बाधा आणणारा नसावा.

२. सामाजिक आणि आर्थिक व्यवहारांत विषमता असली, तरी ही विषमता सर्वांना फायदेशीर असली पाहिजे. अधिकार पदे आणि सामाजिक दर्जा यांमुळे विषमता निर्माण होत असेल, तर ती अधिकार पदे आणि सामाजिक दर्जा सर्वांसाठी खुला असला पाहिजे.

यांतील पहिले तत्त्व स्वातंत्र्य (Liberty Principle) आणि दुसरे तत्त्व विषमतेचे (Difference Principal) आहे. पहिल्या तत्त्वात व्यक्तिविकासासाठी दिल्या जाणाऱ्या विविध स्वातंत्र्यांचा समावेश होता, तर दुसऱ्या तत्त्वात समता निर्मितीसाठी विषमतेला मान्यता दिलेली आहे. रॉल्स दोन्ही तत्त्वांपैकी पहिले तत्त्व निश्चित स्वरूपाचे मानतो. दुसरे तत्त्व अमलात आणण्यासाठी पहिल्या तत्त्वावर बंधने घालणे अनुचित मानतो. रॉल्स दोन्ही तत्त्वांमध्ये पहिल्या तत्त्वाला प्राधान्य देतो. व्यक्तीला जास्तीत जास्त स्वातंत्र्य मिळाले पाहिजे. सर्व व्यक्तींना समान स्वातंत्र्याचा उपभोग घेता आला पाहिजे. एकाचे स्वातंत्र्य दुसऱ्यांच्या स्वातंत्र्यात अडथळा आणणार नाही हे पाहणे, म्हणजे न्याय होय. त्याचे दुसरे तत्त्व कमाल लाभ देणारे आहे. त्याला तो लोकशाहीच्या समतेचे तत्त्व म्हणतो. व्यक्तींना आनुवांशिकतेमुळे प्राप्त होणारी विशिष्ट क्षमता ही सामाजिकदृष्ट्या मौल्यवान ठेवा असून, त्यांचा उपयोग समाजातील सर्व व्यक्तींच्या विकासासाठी झाला पाहिजे. जन्मजात वा अनुवांशिकक्षमताप्राप्त लोकांना अधिक लाभ मिळविण्याचा अधिकार नाही, तर त्यांनी या क्षमतेचा उपयोग समाजातील उपेक्षित लोकांच्या कल्याणासाठी केला पाहिजे. याचा अर्थ रॉल्सने मांडलेल्या दोन न्यायतत्त्वांमुळे नैसर्गिक क्षमता आणि अनुवांशिकतेच्या आधारावर निर्माण होणारी विषमता नष्ट होईल. तो वैयक्तिक क्षमतांना सामाजिक ठेवा मानतो आणि त्यांचा उपयोग वंचित वर्गांच्या कल्याणासाठी करावा हे अपेक्षितो. रॉल्स सर्व स्वातंत्र्ये, संधी, संपत्ती आणि दर्जा यांबाबत समानता अपेक्षित करतो. सर्वांच्या वितरणात असमानता केवळ उपेक्षित घटकांच्या कल्याणासाठी योग्य मानतो. रॉल्स स्वातंत्र्याच्या समान उपभोगास मान्यता देतो.

रॉल्सच्या उदारमतवादी सिद्धान्तानुसार प्रत्येक व्यक्तीला आपल्या इच्छेनुसार निवडस्वातंत्र्य असले पाहिजे. व्यक्तीला आपल्या इच्छेनुसार चांगले जीवन घडविण्याचा अधिकार असावा. राज्याने अथवा समाजाने आपल्या इच्छा नागरिकांवर लादण्याचा प्रयत्न करू नये. व्यक्तीला निवडस्वातंत्र्य असावे, त्यावर राज्य वा समाजाचे नियंत्रण नसावे हे रॉल्स अपेक्षित करतो. निवडस्वातंत्र्याचे समर्थन करताना रॉल्स उपयोगितावादाला नाकारतो. उपयोगितावादामुळे व्यक्तीचे व्यक्तिगत गुण वा नैतिकतेचा ऱ्हास होतो.

उपयोगितावाद भौतिक सुखाला अति महत्त्व देतो. सुखासाठी कोणत्याही प्रकारची तडजोड मान्य करत नाही.

रॉल्स न्यायाच्या आधारावर अधिकार वाटपाचे समर्थन करतो. समाजातील विषमता सामाजिक संस्था आणि त्यांच्या व्यवहारातून निर्माण होते. या विषमतेतून कार्यक्षमतेची प्रेरणा निर्माण करता येईल, हे वास्तव मान्य करून स्वातंत्र्याचा लाभ सर्वांना कसा होईल आणि प्रत्येकाने स्वातंत्र्याचा उपभोग घेताना इतरांना कसा मिळेल यांचा विचार करतो. अनिर्बंध स्वातंत्र्याचा विचार न करता सामाजिक दर्जा आणि स्थानामुळे स्वातंत्र्याच्या लाभापासून वंचित असलेल्या वर्गाला ते कसे मिळेल, या विवंचनेतून समाज घटकांची सुटका करण्यासाठी न्याय सिद्धान्त मांडतो. समाजात योग्य स्वातंत्र्यवाटप होईल यावर भर देतो. कार्यक्षमता आणि कल्याण यांऐवजी न्यायाला प्राधान्य देतो. व्यक्तीच्या वैयक्तिक कौशल्य, बुद्धिमत्ता आणि सामाजिक स्थानाला व्यक्तिगत न मानता सामाजिक मानतो आणि त्यांचा उपयोग उपेक्षित वर्गांच्या विकासासाठी करण्याला न्याय असे म्हणतो.

मुक्त समाजव्यवस्थेत जीवनमूल्यांबाबत मतभेद असतात; पण सामाजिक सहकार्यासाठी व्यक्ती आपले मतभेद दूर करतील असा रॉल्स विश्वास व्यक्त करतो. परंतु रॉल्सच्या मतावर समुदायवाद्यांनी आपली नापसंती दर्शविली आहे. समाजात खोलवर रुजलेले मतभेद (धर्म, पंथ, जात, भाषा, वांशिकता) दूर होणे जवळपास अशक्य आहे. समाजातील विभिन्न समुदायांच्या सामूहिक मूल्यांकडे रॉल्सने दुर्लक्ष करून व्यक्तिवादाचे समर्थन केलेले आहे. रॉल्सच्या उदारमतवादी विचारामध्ये काही प्रमाणात उणिवा असल्या, तरी त्यांनी उदारमतवादाचा लावलेला नवा अन्वयार्थ उदारमतवादासंबंधी नवचिंतनाला जन्म देणारा ठरला. स्वातंत्र्यमूल्याला असलेले महत्त्व, न्यूनतम राज्याची संकल्पना, आर्थिक स्वातंत्र्याचे गुणगान यांत अडकलेल्या समाजाचे वैचारिक समाधान करण्यास उदारमतवाद अपुरा असल्याचे रॉल्सच्या निदर्शनास आल्याने, त्यांनी त्याला वितरणात्मक न्यायाची जोड देण्याचा प्रयत्न केला. त्यांचा हा प्रयत्न त्यांच्या चिंतनशीलतेचा आवाका लक्षात आणून देतो. समकालीन आव्हानाचा मुकाबला करण्यासाठी पारंपरिक उदारमतवादाची चौकट अपुरी आहे. या चौकटीला व्यापक व समृद्ध बनविण्यासाठी उदारमतवादी विचारात समानता, स्वातंत्र्य, अधिकार, वितरणात्मक न्याय, बहुलवाद, समुदायवाद इत्यादी संकल्पनांचा ऊहापोह करण्याची आवश्यकता आहे. निव्वळ स्वातंत्र्यावर भर देणारा उदारमतवाद भविष्यात कुचकामी ठरण्याची शक्यता आहे. उदारमतवादाची चौकट विकसित होण्यासाठी आणखी चिंतन व संशोधनाची आवश्यकता आहे.

उदारमतवादाचे राज्यविषयक विचार वा भूमिका : उदारमतवाद ही विचारसरणी राज्याच्या कार्यक्षेत्राबाबत विशिष्ट दृष्टिकोन बाळगणारी आहे. उदारमतवाद्यांनी राज्याला आवश्यक आपत्ती मानलेले आहे. ते राज्य नष्ट करण्याची अराज्यवाद्याप्रमाणे भाषा करत नाहीत, परंतु राज्याचे कार्यक्षेत्र मर्यादित असावे यावर सुरुवातीपासून भर देतात. राज्याचे प्रामुख्याने संरक्षण, कायदा व सुव्यवस्थेपुरते कार्य मर्यादित असावे, असे त्यांना वाटते. राज्याच्या कार्यक्षेत्रात वाढ करणे म्हणजे राज्याला व्यक्तिजीवनात हस्तक्षेप करण्याची संधी उपलब्ध करून देण्यासारखे आहे. राज्याचा मानवी जीवनातील हस्तक्षेप जितका कमी राहील, तेवढ्या प्रमाणात व्यक्तीला विकासाची संधी जास्त प्रमाणात मिळेल. राज्याचे कार्यक्षेत्र मर्यादित ठेवून व्यक्तिवादी व्यक्तीला स्वत:च्या विकासाचा मार्ग निश्चित करण्याचे स्वातंत्र्य देतात. उदारमतवादी राज्याला साध्याचा दर्जा देत नाही. राज्य हे व्यक्तिविकासाचे साधन मानतात. उदारमतवाद ही विचारधारा व्यक्तीला केंद्रस्थानी मानते. व्यक्तिनिष्ठता हा उदारमतवादाचा पाया मानला जातो. व्यक्तिविकासासाठी योग्य वातावरण निर्माण करणे हे राज्याचे प्रमुख कार्य असते. व्यक्तिविकास हे राज्याच्या कार्याचे प्रमुख उद्दिष्ट मानले जाते. व्यक्तिविकासाच्या मार्गातील अडथळे दूर करणे हे राज्याचे प्रधान कर्तव्य असते.

उदारमतवादी विचारधारेत राज्याची उद्दिष्टे व कार्ये मर्यादित स्वरूपाची असतात. व्यक्तिस्वातंत्र्याचे रक्षण करणे आणि व्यक्तिस्वातंत्र्यावर अतिक्रमण होणार नाही हे पाहणे राज्याचे कार्य असते. हे कार्य पार पाडण्यासाठी राज्याने कायदेनिर्मिती करावी. कायद्याद्वारे स्वातंत्र्याचे योग्य प्रकारे रक्षण होऊ शकते. उदारमतवाद ही विचारसरणी व्यक्तिस्वातंत्र्य व व्यक्तिवर्तनावर मर्यादित बंधने घालण्यास मान्यता देते. व्यक्तिविकासासाठी व्यक्तीला आचार-विचार स्वातंत्र्य, अभिव्यक्ती स्वातंत्र्य, व्यवसाय स्वातंत्र्य, संघटना स्वातंत्र्य बहाल करते. या स्वातंत्र्याच्या माध्यमातून राज्याने व्यक्तिजीवनात हस्तक्षेप केला, तर राज्याविरोधात संघर्ष करण्याची अनुमती देते. उदारमतवादी विचारसरणी व्यक्तीची विवेकशीलता, बुद्धिमत्ता, कार्यकुशलतेवर विश्वास व्यक्त करते. प्रत्येक व्यक्तीला आपले चांगलेवाईट वा हित कळत असल्याने राज्याला त्यांच्या भवितव्याविषयी निर्णय घेण्याचा अधिकार नसावा. प्रत्येक व्यक्ती आपल्या भविष्याचा निर्णय घेण्यास समर्थ आहे, असे उदारमतवादी मानतात. व्यक्तीकडे असलेल्या अंगभूत गुणांना वाव मिळेल असे पोषक वातावरण निर्माण करणे राज्याचे कार्य आहे. व्यक्ती स्वयंस्फूर्तीतून आपला विश्वास साधू शकते; पण त्यांना अडचण आल्यास राज्याने मदतीचा हात द्यावा अशी उदारमतवादी अपेक्षा करतात.

स्वातंत्र्य म्हणजे निर्बंध. स्वातंत्र्य हा उदारमतवादाचा नकारात्मक अर्थ घेणारे विचारवंत राज्याच्या व्यक्तिजीवनावरील कोणत्याही मर्यादा मान्य करत नाहीत. परंतु

राज्याचे व्यक्तिजीवनावर नियंत्रण नसेल, तर स्वातंत्र्याचे स्वैराचारात रूपांतर होण्यास वेळ लागणार नाही, हे सकारात्मक उदारमतवादीच्या लक्षात आल्यामुळे त्यांनी काही प्रमाणात मर्यादा लादण्यास मान्यता दिली. व्यक्ती ही विवेकशील आणि बुद्धिवान असली, तरी अनैतिकतेच्या आहारी जाण्याची शक्यता आहे. अनैतिकता राज्य आणि समाजाच्या विकासाला मारक असते. अनैतिक वर्तन करणारी व्यक्ती समाजस्वास्थ्याला हानिकारक असते. स्वातंत्र्याचा दुरुपयोग करणाऱ्या व्यक्ती वर्तनावर वा इतरांच्या स्वातंत्र्यात अडथळे आणणाऱ्या व्यक्तीवर नियंत्रण लादण्याचा अधिकार उदारमतवादी देतात. मिलसारखा विचारवंत मानतो की, 'जर एखाद्या व्यक्तीच्या कृतीमुळे दुसऱ्यांना हानी पोहचत असेल वा त्यांच्या स्वातंत्र्यावर अतिक्रमण होत असेल, तर अशा कृतीवर मर्यादा लादण्याचा अधिकार राज्याला असेल'. समाजातील अनैतिकता, गुन्हेगारी नष्ट करण्यासाठी उदारमतवादी व्यक्ती वर्तन व स्वातंत्र्यावर मर्यादा लादण्यास मान्यता देतात. थोडक्यात असे सांगता येईल की, उदारमतवादी विचारधारा राज्याचे कार्यक्षेत्र मर्यादित ठेवण्यावर भर देतात. व्यक्तीला वेगवेगळ्या प्रकारची स्वातंत्र्ये बहाल करून स्वातंत्र्यरक्षणाचे विविध उपाय सुचवितात. मर्यादित प्रमाणात व्यक्तिजीवनात हस्तक्षेप करण्याचा अधिकार राज्याला बहाल करतात.

उदारमतवाद मूल्यमापन, परीक्षण वा गुणदोष

उदारमतवादाचे दोष : उदारमतवादी विचारसरणी जगातील सर्वाधिक लोकप्रिय आणि प्रदीर्घ परंपरा असणारी विचारसरणी असली, तरी दोषापासून मुक्त नाही. या विचारसरणीच्या विकासासोबत तिच्यातील दोषदेखील निदर्शनास येऊ लागले. या विचारसरणीच्या उणिवा पुढीलप्रमाणे सांगता येतात.

१. उदारमतवादी विचारसरणीला अखंड स्वरूपाची वैचारिक परंपरा नाही. या विचारसरणीच्या परंपरेत तुटकता आढळून येते. उदारमतवादात एक-विचारांना सामावून घेणारा प्रवाह असल्यामुळे त्यातील समान धागा शोधणे अशक्य बनते. या विचारसरणीत समाविष्ट तत्त्वे स्पष्ट स्वरूपाची नाहीत. त्या तत्त्वांचा एकमेकांशी मेळ बसत नाही. परस्परविरोधी तत्त्वांचा समावेश आणि वैचारिक विसंगतीच्या प्रभावामुळे शास्त्रशुद्धपणे उदारमतवाद विकसित करण्यात विचारवंत अपयशी ठरले आहेत.

२. आधुनिक काळात लोकशाही राष्ट्रात स्वातंत्र्याबरोबर त्यावरील मर्यादा-देखील स्पष्ट शब्दांत सांगितल्या जातात. मात्र उदारमतवादी अमर्याद स्वरूपात स्वातंत्र्यासाठी मागणी करून स्वातंत्र्यावरील बंधने अमान्य करतात. त्यामुळे स्वातंत्र्याचा अर्थ स्वैराचार होऊ शकतो. अतिरेकी स्वातंत्र्यातून समाजातील शांतता व सुव्यवस्थेला धोका पोहोचू शकतो, याकडे उदारमतवादी दुर्लक्ष करतात.

३. उदारमतवाद विचारसरणी मुक्त आर्थिक स्वातंत्र्याचा पुरस्कार करते. मुक्त बाजारयंत्रणा, व्यवसाय स्वातंत्र्य, जागतिकीकरण, खाजगी मालमत्तेचे समर्थन इत्यादी उदारमतवादाच्या आर्थिक विचारांचा अभ्यास केल्यानंतर असे दिसून येते की, हा विचार भांडवलशाहीला पूरक आहे. भांडवलशाहीच्या विकासासाठी उदारमतवादाचा प्रचार–प्रसार केला गेला, असे अनेक अभ्यासक मानतात. उदारमतवादी तत्वज्ञान भांडवलदार वर्गाचे तत्वज्ञान आहे, अशी टीका केली जाते.

४. उदारमतवादाच्या प्रभावामुळे पाश्चिमात्य देशात मुक्त अर्थव्यवस्थेचा स्वीकार केला गेला. त्या अर्थव्यवस्थेचे नफा हे वैशिष्टच असते. जास्तीत जास्त नफा मिळविण्यासाठी श्रमिकांचे शोषण केले जाते. श्रमिकांच्या शोषणाकडे उदारमतवादाने दुर्लक्ष केल्यामुळे मार्क्सवाद व साम्राज्यवादी विचारांचा उदय झालेला दिसतो. मार्क्सने उदारमतवादाची मांडणी शास्त्रीयदृष्ट्या कशी चुकीची आहे, हे समप्रमाणात सिद्ध करून दाखविले.

५. उदारमतवादात राज्यविषयक विचारांत मोठ्या प्रमाणावर मतभेद आढळून येतात. काही उदारमतवादी राज्याला आवश्यक आपत्ती मानून, राज्याकडे मर्यादित अधिकार सोपवून पोलिसी राज्याची वा न्यूनतम राज्याची संकल्पना मांडतात; तर काही समाजहिताच्या दृष्टिकोनातून व्यक्तिस्वातंत्र्यावर मर्यादित प्रमाणात बंधने लादण्याचा राज्याचा अधिकार मान्य करतात. राज्याचे नेमके स्वरूप कसे असावे, राज्याचे कार्यक्षेत्र कितपत असावे, याबाबत उदारमतवादी विचारसरणीत मोठ्या प्रमाणावर मतभेद आहेत. या मतभेदामुळे उदारमतवादाचे नेमके स्वरूप लक्षात येण्यास अडचणी निर्माण होतात.

६. उदारमतवाद ही विचारसरणी विशिष्ट मूल्ये वा विचारांवर आधारलेली नाही. विभिन्न मूल्ये आणि विचारांचा उदारमतवादाने आपल्यात समावेश केल्यामुळे उदारमतवाद म्हणजे नेमके काय, हे स्पष्ट करणे अनेकदा कठीण बनते. उदारमतवाद हा अनेक विचार वा तत्त्वांची सरमिसळ असलेला विचार आहे, असेदेखील उपहासाने म्हटले जाते.

७. उदारमतवादी विचारसरणी नैसर्गिक हक्क सिद्धान्ताला मान्यता देऊन स्वातंत्र्यावर बंधने टाकण्यास नकार देतात; म्हणून उदारमतवाद ही विचारधारा स्वातंत्र्याचे अतिरेकी प्रमाणात समर्थन करते. अमर्याद स्वातंत्र्यातून समाजात अनेक प्रश्न निर्माण होतील, हे लक्षात घेत नाही.

८. उदारमतवाद ही विचारसरणी व्यक्तिवाद, व्यक्तिहित, व्यक्तिकल्याण ह्यांवर भर देते. व्यक्तिविकासाचा विचार करून तत्त्वांची मांडणी करते. व्यक्तिहितामुळे अनेकदा समाजहिताकडे दुर्लक्ष होते, हे उदारमतवादी लक्षात घेत नाहीत. व्यक्तिहितासोबत

समाजहित उदारमतवाद्यांना महत्त्वपूर्ण वाटत नाही. ही विचारसरणी व्यक्तिहिताला जास्त महत्त्व देते, असे अनेक अभ्यासकांना वाटते.

९. उदारमतवादी सिद्धान्तात अनेक विरोधाभासाचे अस्तित्व आढळून येते. उदारमतवाद हा सामान्य हिताची गोष्ट करतो, तर दुसऱ्या बाजूला खाजगी संपत्तीचे गुणगान करून तिच्यावर मर्यादा लादण्यास नकार देतो. एका बाजूला उदारमतवाद स्वातंत्र्याला महत्त्व देतो, तर दुसऱ्या बाजूला भांडवलवादाचे समर्थन करतो; म्हणून उदारमतवाद ही परस्पर विरोधी तत्त्वांनी युक्त विचारसरणी असल्याची टीका केली जाते.

उदारमतवादाचे गुण : उदारमतवादावर वरील प्रकारची टीका होत असली, तरी त्या विचारसरणीत पुढील अनेक गुण दिसून येतात.

१. उदारमतवादी विचारसरणीने इतिहासात आपले वेगळे अस्तित्व निर्माण केलेले आढळते. उदारमतवादाने राजकीय तत्त्वज्ञानात मोलाची भर टाकलेली दिसते. उदारमतवादी विचारसरणीने जगातील विविध देशांत झालेली स्वातंत्र्य आंदोलने आणि क्रांतींना प्रोत्साहन दिलेले वा प्रेरणा दिलेल्या दिसतात, यातूनच या विचारसरणीचे महत्त्व दिसून येते.

२. उदारमतवाद्यांनी व्यक्तिस्वातंत्र्याचा पुरस्कार करून स्वातंत्र्याचे महत्त्व सर्वांना पटवून दिलेले आहे. राज्याने व्यक्तिविकासासाठी स्वांतत्र्याचे संरक्षण केले पाहिजे. व्यक्तिविकासाची प्रारंभिक अट स्वातंत्र्य असे मत मांडून स्वातंत्र्य संकल्पनेचे महत्त्व विशद केलेले आहे.

३. व्यक्तीच्या व्यक्तिमत्त्वाचा विकास तिला मिळणाऱ्या आर्थिक, सामाजिक, राजकीय आणि इतर क्षेत्रांतील स्वातंत्र्यावर अवलंबून असतो. व्यक्तिस्वातंत्र्याचे रक्षण हे राज्याचे प्रमुख कर्तव्य आहे, हे प्रतिपादन मानवी विकासाच्या दृष्टीने उदारमतवादाचे सर्वाधिक मोठे योगदान आहे.

४. उदारमतवादी विचारसरणी व लोकशाही तत्त्वात बऱ्याच प्रमाणात समानता दिसून येते. लोकशाहीप्रधान राज्यात उदारमतवादामुळे लोकशाही यशस्वी होण्यास हातभार लागलेला आहे. उदा. भारत. आधुनिक काळात सर्वत्र लोकशाहीचा जगभर जो बोलबाला झालेला दिसतो, त्याला उदारमतवाद विचारसरणी कारणीभूत मानली जाते.

५. समाजाच्या सामूहिकतेपुढे व्यक्तीचे स्वातंत्र्य कुचकामी मानले जाते. या परिस्थितीत उदारमतवादाने सामाजिक सामूहिकतेच्या विरोधात व्यक्तीच्या नैतिक अधिकार व स्वातंत्र्याचे समर्थन करून व्यक्तिवादाचे रूप धारण केले. सर्व व्यक्तींना समान नैतिक स्थान देण्याची आणि व्यक्तीच्या क्षमतेवर विश्वास व्यक्त करण्याची उदारमतवादाची भूमिका मानवी जीवनातील स्वातंत्र्याचे महत्त्व अधोरेखित करते.

६. उदारमतवाद ही विचारसरणी खुल्या समाजाला मान्यता देते. समाजातील विभिन्न समुदाय व व्यक्तींना आपला स्वत:चा विकास करण्याची संधी उपलब्ध करून देते. समाजातील विविध जीवनपद्धतींना मान्यता देऊन समाजातील श्रेणीबद्धतेला नाकारते, म्हणजे एका अर्थाने उदारमतवाद बहुलवादाचे समर्थन करतो.

७. नव–उदारमतवादाने व्यक्तिहित व समाजहित यांचा समन्वय केल्याने लोकशाहीत समाजवादाच्या विकासाला चालना मिळाली. कल्याणकारी राज्याचा सिद्धान्त नव–उदारमतवादातून उदयाला आलेला आहे. उदारमतवादामुळे समाजकल्याणाच्या बरोबर व्यक्तिकल्याणालाही स्थान दिलेले आहे. समाजहितासाठी व्यक्तीचा बळी दिला जाऊ नये, ही भूमिका विकसित केली आहे.

८. उदारमतवादाने व्यक्तिस्वातंत्र्याच्या केलेल्या समर्थनामुळे राजकीय व्यवस्थांना आपल्या अनियंत्रित सत्तेवर मर्यादा घालाव्या लागल्या. उदारमतवादाच्या प्रभावामुळे युरोपात राजसत्ता आणि धर्मसंस्थांचा प्रभाव कमी होण्यास हातभार लागला.

अशा प्रकारे उदारमतवाद विचारसरणीत गुणदोष आढळून येतात.

उदारमतवादाचे भवितव्य वा महत्त्व : उदारमतवाद ही विचारसरणी मुक्त समाजरचनेला महत्त्व देणारी आहे. श्रेणीबद्धतेला नाकारून समाजातील विभिन्न गटांच्या अस्तित्वाला मान्यता देणारी आणि त्यांच्या विकासासाठी आवश्यक स्वातंत्र्याचे समर्थन करणारी विचारधारा आहे. उदारमतवादाचा वैचारिक आवाका आणि तिच्यातील विविध विचारप्रवाहांचे अस्तित्व लक्षात घेता, या विचारसरणीचे अस्तित्व दीर्घ काळापासून का टिकलेले आहे, याचा बोध आपणास होतो. समाजवाद आणि साम्यवादाच्या प्रभावामुळे उदारमतवादाचे अस्तित्व आता राहिलेले नाही, अशी अनेक विचारवंतांनी ठाम मते मांडली; परंतु अनेक देशांत साम्यवादी विचारांचे पतन आणि समाजवादाच्या पिछेहाटीमुळे हा विचार असत्य ठरविला. जागतिकीकरणाच्या पर्वात राजकीय विचारधारेच्या अंताच्या पार्श्वभूमीवर अनेक विचारधारा शेवटच्या आचके देत असतानाही, उदारमतवादाने आपले अस्तित्व टिकवून धरले, यात या विचारसरणीचे वेगळेपण लक्षात येते. उदारमतवादातील वैचारिक उणिवांवर अनेकांनी कठोर प्रहार केलेले आहेत. या प्रहारावर मात करून उदारमतवादाने आपल्या वैचारिक चिंतनात परिस्थितीनुरूप बदल करून, आपले अस्तित्व टिकवून ठेवले आहे.

भारतीय उदारमतवाद : युरोपातील उदारमतवादाच्या प्रभावाने भारतात उदारमतवादाचे बीजारोपण झाले. ब्रिटिशांच्या आगमनासोबत अनेक पाश्चिमात्य विचारांची भारतीयांना ओळख होऊ लागली. ब्रिटिश उदारमतवादापासून प्रेरणा घेऊन भारतातील प्रबोधन युगातील विचारवंत आपल्या विचारांची मांडणी करू लागले. कारण

ब्रिटिशांच्या आगमनकाळात भारतीय समाजात अनेक रूढी, परंपरा आणि अंधश्रद्धा अस्तित्वात होत्या. आर्थिक व धार्मिक क्षेत्रांत समाजाची मोठ्या प्रमाणात पिछेहाट झाली होती. ब्रिटिशांनी पाश्चात्त्य शिक्षणाची सोय केल्यामुळे भारतात मध्यम वर्गाचा उदय झाला. या वर्गाच्या जोरावर ब्रिटिश आपल्या राज्यकारभाराचा गाडा हाकत होते. पाश्चिमात्य शिक्षण पद्धतीने भारावलेल्या मध्यम वर्गातून भारतात सुरुवातीचे राजकीय नेतृत्व निर्माण झाले. या नेतृत्वाने पाश्चात्त्य उदारमतवादाच्या मदतीने भारतीय समाजातील समस्या सोडविण्याचा प्रयत्न सुरू केला. भारतात सामाजिक व धार्मिक जागृतीसाठी उदारमतवादातील व्यक्तिस्वातंत्र्याची कल्पना, व्यक्तिप्रतिष्ठेला असलेले महत्त्व, धार्मिक सुधारणेची गरज इत्यादी तत्त्वांची नितांत आवश्यकता होती. ब्रिटिश उदारमतवादाच्या आधारावर सर्वप्रथम राजा राममोहन रॉय यांनी भारतात सामाजिक व धार्मिक सुधारणा घडवून आणण्याचा प्रयत्न सुरू केला. रॉय यांच्या कार्यापासून प्रेरणा घेऊन केशवचंद्र सेन, दादाभाई नवरोजी, न्यायमूर्ती रानडे यांनी समाजजागृतीचे कार्य सुरू केले. भारतीय उदारमतवाद्यांनी ब्रिटिश राजवटीवर भिस्त ठेवून नेमस्त मार्गाने आपले कार्य सुरू केले. एकाच वेळेस ब्रिटिश राजवटीला विरोध आणि सामाजिक सुधारणा घडवून आणणे शक्य नव्हते. सामाजिक सुधारणेला लोकमत फारसे अनुकूल नसल्यामुळे ब्रिटिशांच्या मदतीने सुधारणा घडवून आणण्याचा प्रयास भारतीय उदारमतवाद्यांनी सुरू केला. भारतातील प्रमुख उदारमतवादी नेत्यांचे विचार पुढीलप्रमाणे सांगता येतात.

राजा राममोहन रॉय : रॉय यांना आधुनिक भारताचे जनक मानले जाते. भारतीय समाजात जागृती करण्याचा सर्वप्रथम प्रयत्न रॉय यांनी केला. त्यामुळे आधुनिक भारतातील अनेक विचारसरणींचा प्रारंभ त्यांच्या विचारांत आढळून येतो. भारतीय उदारमतवादाचे अस्तित्वदेखील रॉय यांच्या विचारांत सर्वप्रथम आढळून येते. रॉय यांनी कलकत्ता येथे स्थापन केलेल्या आत्मीय सभेच्या माध्यमातून आपल्या कार्याचा श्रीगणेशा केला. रॉय हे मूलत: सामाजिक व धार्मिक सुधारक होते. भारतात धार्मिक क्षेत्रात अनागोंदी व कर्मकांडाचे प्रस्थ माजले होते. श्रद्धा आणि अंधश्रद्धेतील फरक समाजात राहिला नव्हता. सामाजिक क्षेत्रात रूढी, प्रथा आणि परंपरेने थैमान घातले होते. रूढी आणि परंपरेने ग्रस्त असलेल्या समाजात सामाजिक परिवर्तनाशिवाय प्रगतीची शक्यता वाटत नव्हती. सामाजिक व धार्मिक क्षेत्रांत क्रांतिकारक बदल घडवून आणण्यासाठी त्यांनी भारतीय समाजात प्राचीन काळापासून अस्तित्वात असलेल्या सतीच्या प्रथेविरुद्ध बंड केले. या अमानुष प्रथेविरुध्द रॉय यांनी आत्मीय सभेच्या माध्यमातून आंदोलन सुरू केले. समाजात जनजागृती घडवून आणण्याचा प्रयत्न केला. रॉय यांच्या प्रयत्नांना यश येऊन १८२९ मध्ये गव्हर्नर जनरल लॉर्ड विल्यम बेंटिंग यांनी सती-बंदीचा कायदा केला आणि या प्रथेस कायमची मूठमाती

दिली. रॉय यांनी हिंदू धर्मात आढळून येणारी मूर्तिपूजा व धर्ममार्तंडानी स्वत:चे महत्त्व वाढविण्यासाठी चालविलेल्या प्रयत्नांवर टीकाही केली. मूर्तिपूजेला विरोध केला. एकेश्वरवादाचे समर्थन केले. मूर्तिपूजेला विरोध आणि एकेश्वरवादाच्या बीजारोपणासाठी ब्राम्हो समाज संस्थेची स्थापना केली. हिंदू धर्मातील समुद्र पर्यटनाच्या बंदीस विरोध केला. स्वत: समुद्र पर्यटन करून या रूढीची अव्यवहार्यता लक्षात आणून दिली. हिंदू समाज खऱ्या धर्मतत्त्वापासून अलिप्त राहिल्यामुळे कर्मकांडाचे प्रस्थ माजले. या प्रस्थाच्या विरोधात जनजागृती करण्यासाठी संवादकौमुदी हे वर्तमानपत्र सुरू केले. रॉय यांनी सर्व धर्मीयांसाठी कलकत्ता येथे विश्वमंदिराची स्थापना केली. विश्वाचा कर्ता करविता एकच परमेश्वर आहे. सर्व धर्मांची मूलतत्त्वे एकच आहेत. ईश्वराने मानवामानवामध्ये भेदभाव केला नसून मानवाने आपसांत भेदभाव निर्माण केला. हा भेदभाव दूर करण्यासाठी आणि सर्वांना उपासना करण्याचे एक ठिकाण म्हणून विश्वमंदिराची उभारणी केली. या मंदिराच्या निर्मितीमुळे सर्व लोक आपआपसांतील भेद विसरून वैश्विक धर्माची स्थापना करतील, हा विश्वास व्यक्त केला. रॉय यांनी पारंपरिक शिक्षणाऐवजी पाश्चिमात्य शिक्षण पद्धतीचा पुरस्कार केला. पौर्वात्य शिक्षण पद्धतीच्या दोषांवर उघडपणे टीका केली. पाश्चात्त्य विद्यांचा प्रसार करण्यासाठी राखून ठेवलेले एक लक्ष रुपये शासनाने अरबी व संस्कृत ग्रंथांचे भाषांतर करण्यासाठी खर्च केल्यामुळे रॉय यांनी सरकारला धारेवर धरले. रॉय यांनी संस्कृत पाठशाळा सुरू करण्याच्या इंग्रज शासनाच्या निर्णयाला विरोध केला. जनतेला पाश्चिमात्य शिक्षण उपलब्ध करून देण्याकरिता कलकत्त्याला हिंदू कॉलेज काढले. स्वत: अभ्यासक्रमांची पुस्तके लिहिली. त्याप्रमाणे भारतात संस्कृतीचे ज्ञान उपलब्ध करून देण्याकरिता वेंदात कॉलेज काढले. त्यांच्या शिक्षणविषयक विचारांमुळे भारतात पाश्चिमात्य शिक्षण पद्धतीचा पाया घातला गेला.

रॉय यांना भारतीय समाजाच्या प्रगतीसाठी ब्रिटिश राजवट योग्य वाटत होती. ब्रिटिश राजवटीच्या समर्थनामुळे काही लोकांनी त्यांच्यावर ब्रिटिशधार्जिणे अशी टीकादेखील केली. परंतु भारतात सुधारणा घडवून आणण्यासाठी त्यांना काही काळ ब्रिटिश राजवट राहणे आवश्यक वाटत होते. ब्रिटिश राजवटीबद्दल आपली निष्ठा त्यांनी कायम ठेवलेली असली, तरी उदारमतवादी तत्त्वांनुसार समाजसुधारणा घडवून आणण्याचा वसा टाकला नाही. रॉय यांनी स्त्री व पुरुषांना समान मानून स्त्रियांना मालमत्तेचा अधिकार दिला जावा याचे समर्थन केले. स्त्रियांचा वारसा हक्क, बहुपत्नीत्वावर बंदी आणि विधवा विवाहाचे समर्थन केले. स्त्रीबद्दलच्या अनिष्ट रूढी, परंपरा नष्ट करण्यासाठी कायदे निर्मितीचा आग्रह धरला. स्त्रियांना अज्ञानातून मुक्त करण्यासाठी स्त्री-शिक्षणाचा पुरस्कार केला. विचार स्वातंत्र्य व आविष्करण स्वातंत्र्यावर रॉय यांचा विशेष भर होता. त्यांनी अभिव्यक्ती स्वातंत्र्याला मानवी स्वातंत्र्याचे मूलाधार मानले. भारतीयांमध्ये पसरत असलेल्या जागृतीची

भीती वाटून कोर्ट ऑफ डायरेक्टने १७ जानेवारी १८२३ मध्ये इंग्लंडच्या संसदेला येथील वृत्तपत्र व्यवसायावर निर्बंध घालण्याविषयीचे भारत सरकारचे अधिकार विस्तृत करण्याची विनंती केली. गर्व्हनर जनरल जॉन ऍडम्स यांनी १४ मार्च १८२३ रोजी स्वातंत्र्याचा संकोच करणारा वटहुकूम काढला. रॉय व बॅकिंग हॅम यांनी या वटहुकुमाविरुध्द कलकत्ता उच्च न्यायालयात अर्ज दाखल केला. तो फेटाळला गेला. राजा व कार्यकारी मंडळाकडे अर्ज केला, तोही फेटाळला गेला. त्या निषेधार्थ रॉय यांनी आपले पर्शियन भाषेतील मिरात-अल-अखबार हे वर्तमान पत्र बंद केले. भारतात आर्थिक शोषण सिद्धान्त मांडणारे रॉय हे प्रथम विचारवंत होते. इंग्रजी राजवटीतील आकडेवारीचा उपयोग करून आर्थिक शोषणाचे वास्तव चित्र त्यांनी सर्वांसमोर मांडले. दादाभाईंप्रमाणे मर्यादित प्रमाणात रॉय यांनी भारताकडून ब्रिटनकडे जाणाऱ्या संपत्तीचा ओघ दाखविण्याचा प्रयत्न केला. रॉय यांनी आंतरराष्ट्रीय सहजीवनाचे सुंदर चित्र रेखाटलेले आहे. आंतरराष्ट्रीय दृष्टी असणारे अठराव्या शतकातील ते पहिलेच विचारवंत होते. रॉय हे उच्चकोटीचे मानवतावादी विचारवंत मानले जातात. त्यांच्या विचारांवर राष्ट्रवादाबरोबर आंतरराष्ट्रवादाचाही प्रभाव दिसून येतो. वैश्विक सद्भावावर त्यांची अटळ श्रद्धा होती. 'हे जगन्नियन्त्या, असा एक धर्म तू निर्माण कर की, जो माणसांमाणसातील भेद व परस्परांबद्दलची नावड नष्ट करून अखिल मानवमात्राच्या ऐक्यासाठी व शांततामय सहजीवनासाठी उपकारक ठरू शकेल', या शब्दांत ते आंतरराष्ट्रवादाची भलामण करतात. माणसा माणसांतील भेदभाव आणि दुरावा नष्ट होऊन आणि मानवी ऐक्य व शांतता प्रस्थापित करण्यासाठी रॉय यांनी आयुष्यभर आंतरराष्ट्रीय शांतता, विकास आणि सहकार्य प्रस्थापित करण्यासाठी प्रयत्न केले. रॉय स्वातंत्र्याचा मूळ आधार हक्क मानतात. स्वातंत्र्यप्राप्तीसाठी व्यक्तींना विविध हक्कांची प्राप्ती झाली पाहिजे, यासाठी नैसर्गिक अधिकाराच्या सिद्धान्ताला ते मान्यता देतात. उपरोक्त कार्य व विचारांच्या माध्यमातून रॉय यांनी भारतात उदारमतवादी विचारसरणीचे बीजारोपण केलेले होते.

दादाभाई नौरोजी : ब्रिटिश राजवटीमुळे भारतात उदारमतवादाचे बीजारोपण झालेले असल्यामुळे दादाभाईंना ब्रिटिश सत्तेबद्दल आत्मीयता वाटत होती. ब्रिटनची राणी व पार्लमेंटने भारतीय जनतेला काही आश्वासने व वचने दिलेले होती. त्या आश्वासनांना अनुलक्षून दादाभाईंनी ब्रिटिशांकडे काही मागण्या केल्या. ब्रिटिश साम्राज्याचे नागरिक म्हणून भारतीयांना इंग्रजांप्रमाणे समान वागणूक मिळावी, सनदी सेवेत मुक्त प्रवेश मिळावा, ब्रिटिश पार्लमेंटमध्ये भारतीयांना प्रतिनिधित्व द्यावे, भारतीय प्रतिनिधींचे कायदेमंडळ निर्माण करावे, मंडळाचे प्रतिनिधी जनतेने निवडलेले असावेत. मंडळातील सदस्यांना करविषयक धोरण ठरविण्याचा व प्रश्न विचारण्याचा अधिकार असावा, कायदेमंडळात भारतीय प्रतिनिधींना जास्तीत जास्त जागा द्याव्यात, प्रशासन व लष्करावरील खर्च कमी

करावा इ. मागण्या केल्या. त्या मागण्या पूर्ण न केल्यामुळे ब्रिटिशांप्रति आपली नाराजी व्यक्त केली. ब्रिटिशांच्या आर्थिक आणि विस्तारवादी धोरणामुळे भारतीयांमध्ये असंतोष निर्माण झाला होता. हा असंतोष सनदशीर मार्गाने व्यक्त करण्यासाठी त्यांनी 'बॉम्बे असोसिएशन' ही पहिली राजकीय संस्था स्थापन करून हिंदी राजकारणाचा पाया घातला. 'रास्तगोफ्तार' साप्ताहिकातून ब्रिटिशांच्या अर्थनीतीचे स्वरूप उघडे करून त्यांनी भारतीयांना जागृत करण्याचे कार्य केले.

ब्रिटिश अर्थनीतीमुळे ब्रिटिश राजवटीकडे उदारमतवादी दृष्टीने पाहणाऱ्या दादाभाईंच्या मनात अविश्वास निर्माण झाला. ब्रिटिशांनी राजधर्मापेक्षा नेहमीच व्यापाराला झुकते माप दिले. भारतातील परंपरागत अर्थव्यवस्था नष्ट करण्याचे प्रयत्न केले. ब्रिटिश राजवटीने केलेल्या आर्थिक पिळवणुकीतून दारिद्र्य जन्माला आले हे स्पष्ट करण्यासाठी आर्थिक शोषण सिद्धान्त मांडला. ब्रिटिश अर्थनीतीमुळे भारताची प्रचंड आर्थिक लूट होत आहे. लष्करावरील खर्च, सनदी अधिकाऱ्यांचे पगार, व्यापारातील नफा यांद्वारे दर वर्षी कोट्यवधी रुपये ब्रिटनला जातात. त्यामुळे भारतीय समाज दरिद्री बनत चालला आहे. ब्रिटिशांनी आपल्या फायद्यासाठी भारताचे औद्योगिकरण केले नाही. राजकीय गुलामगिरीपेक्षा भयंकर अशा आर्थिक गुलामगिरीचे पाश भारतीयांभोवती घट्ट आवळण्याचे कार्य ब्रिटिश अर्थनीतीने सुरू केले. ब्रिटिश आपल्या न्यायप्रियतेचा डंका वाजवितात. परंतु प्रत्यक्षात भारतीयांवर अन्याय-अत्याचार करतात. ब्रिटिशांच्या आर्थिक पिळवणुकीचे तर्कशुद्ध विश्लेषण करून त्यांनी ब्रिटिश राजवटीचे पितळ उघडे पाडले. १८५१ ते १८७१ या कालावधीतील आकडेवारी घेऊन ब्रिटिशांच्या लुटीचे चित्रे मांडले. दादाभाईंनी विशेष माहिती, आकडेवारी आणि उदाहरणांच्या आधारावर ठोस पुरावे देऊन आर्थिक शोषण मांडण्याचा प्रयत्न केला. ब्रिटिशांच्या आर्थिक धोरणामुळे भारताची निर्यात हळूहळू कमी झाली. भारतातून दर वर्षी तीन लाख पौंड किंमतीचे कापड व इतर वस्तूंची निर्यात होत होती. पण ब्रिटिश अर्थनीतीमुळे १८२० पर्यंत निर्यात पूर्णपणे बंद पडली. ब्रिटिश शासनाचा युवराज भारतात आला असता, त्यांच्या स्वागतासाठी प्रचंड पैशांची उधळपट्टी करण्यात आली होती. ब्रिटिश साम्राज्य हे भारतीयांच्या श्रमावर उभे आहे, याची जाणीव ब्रिटिशांना नाही. १८७७ ते ७८ आणि १८८२ ते १८९७ या वर्षांत देशात मोठ्या प्रमाणावर दुष्काळ पडला. भारतात दुष्काळ निवारण करण्यासाठी ब्रिटिश शासनाने दुष्काळ निवारण समितीची स्थापना केली. मात्र या समितीने दुष्काळ निवारणासाठी उपाययोजना करण्याऐवजी भारतातील पैसा मायदेशाच्या विकासासाठी खर्च करण्याच्या शिफारशी केल्या. हजारो लोक अन्नाअभावी मृत्युमुखी पडले. दुष्काळ काळात अन्नधान्याच्या किमती वाढविल्यामुळे दारिद्र्य वाढले. तसेच दुष्काळ काळात अन्नधान्याच्या व्यापारातून ब्रिटिशांनी भरपूर नफा कमावला.

दादाभाईंनी मांडलेल्या आर्थिक शोषण सिद्धान्तामुळे भारतीय स्वातंत्र्य आंदोलनास सैद्धांतिक पाया उपलब्ध करून दिला. ब्रिटिश शोषणाचे स्वरूप भारतीयांसमोर उघडे करून, भविष्यातील स्वातंत्र्य आंदोलन उभे करण्यासाठी वैचारिक अस्त्र निर्माण करून दिले. ब्रिटिश भारताच्या आर्थिक शोषणासोबत नैतिक शोषणही करतात. प्रशासनात उच्चपदावर भारतीयांची नेमणूक केली जात नाही. त्यामुळे त्यांना प्रशासनाचा अनुभव मिळत नाही. आर्थिक व नैतिक शोषण नष्ट करण्यासाठी दादाभाईंनी काही उपाययोजना सुचविलेल्या दिसतात. भारताचे औद्योगिकीकरण केल्यास रोजगार उपलब्ध होईल. त्यातून दारिद्र्य कमी होईल. दादाभाईंच्या उदारमतवादी विचारांत आर्थिक उदारमतवादाची झलक दिसते.

न्यायमूर्ती म. गो. रानडे : राजा राममोहन रॉय, दादाभाई नौरोजी यांच्याप्रमाणे न्या. रानडे हे उदारमतवादाचे पुरस्कर्ते होते. भारतीय लोकांची प्रगती पाश्चात्त्य उदारमतवादाचे अनुकरण केल्याशिवाय होणार नाही अशी त्यांची श्रद्धा होती. बुद्धिप्रामाण्यवाद त्यांच्या उदारमतवादाचा केंद्रबिंदू होता. ब्रिटिश न्यायप्रियतेवर त्यांचा अतूट विश्वास होता. भारतातील समकालीन राष्ट्रीय जीवन आणि पाश्चात्त्य उदारमतवादी विचारवंतांचे लेखन हीच मूलत: त्यांच्या राजकीय चिंतनाची उगमस्थाने होती. विवेकनिष्ठेच्या बळावर उदारमतवादी मांडणी, हे त्यांच्या उदारमतवादाचे प्रमुख वैशिष्ट्य होते. राजकीय ध्येयपूर्तीसाठी रानडे यांनी मांडलेले तत्त्वज्ञान राजकीय उदारमतवाद नावाने ओळखले जाते. रानडेंचा उदारमतवाद विवेकशीलतेवर आधारलेला आहे. राष्ट्रीय सभेच्या राजकारणाला वैचारिक व तात्विक अधिष्ठान देण्याचे श्रेय रानडे यांना दिले जाते. ब्रिटिशांनी संविधानिक मार्गाने आपले अधिकार मिळविले, त्याचप्रमाणे भारतीयांनीदेखील संविधानिक मार्गाने अधिकार मागणी करावी असा त्यांचा आग्रह होता. जेम्स केलॉकसारख्या अभ्यासकाने असे म्हटले आहे की, '१८ व्या शतकाच्या उत्तरार्धात भारतात झालेल्या चळवळीवर रानडेंच्या विचारांचा ठसा उमटलेला होता.' रानडे हे ब्रिटिश राजवटीचे कट्टर समर्थक होते. ब्रिटिश राजवटीबद्दल न्या. रानडे यांच्या मनात कृतज्ञेची भावना होती. ब्रिटिश राज्यकर्त्यांची उदारमतवादी दृष्टी, बुद्धिमत्ता, शास्त्रीय दृष्टिकोन, स्वातंत्र्यप्रियता इ. बाबत त्यांना आदर वाटत होता. न्यायमूर्ती रानडेंना ब्रिटिश राजवट दैवी वाटत होती. ब्रिटिशांनी देशात कायद्याचे राज्य निर्माण करून शांतता प्रस्थापित केली. परमेश्वरानेच ब्रिटिशांना भारताच्या कल्याणासाठी पाठविले आहे, अशी त्यांची श्रद्धा होती. त्यांचा हा मार्ग मवाळवादी विचारांशी नाते सांगणारा होता. कायदा आणि सुव्यवस्था, घटनात्मक चौकट न मोडता भारतीयांनी ब्रिटिशांसमोर आपल्या मांगण्या मांडाव्यात. त्यासाठी तर्कशुद्ध युक्तिवादाचा आणि नम्रतापूर्ण वर्तनाचा अवलंब करून ब्रिटिशांना आपल्या मागण्या पटवून द्याव्यात असे मत मांडले.

रानडे उदारमतवादात सामाजिक स्वातंत्र्याचा पुरस्कार करतात. भारतीय समाजाच्या प्रगतीत जातिव्यवस्था हा एक मोठा अडथळा मानतात. मानवा-मानवात भेदभाव करणाऱ्या जातिव्यवस्थेला विरोध करतात. भारतीय समाजात स्त्रियांना दुय्यम दर्जा दिला जातो. त्यांच्या प्रगतीच्या आड येणाऱ्या रूढी अस्तित्वात होत्या, त्या रूढी नष्ट करून रानड्यांनी स्त्री-पुरुष समतेचा आग्रह धरला. राजकीय उदारमतवादामध्ये भारतात प्रतिनिधिक संस्थांची स्थापना झपाट्याने केली पाहिजे, या संस्थांमध्ये भारतीयांना प्रतिनिधित्व दिले जावे, या संस्थेच्या कामात भारतीयांनी सहभाग घेतल्यास प्रशासनाचा अनुभव येईल, भारतात कायद्याचे राज्य निर्माण करून सर्वांसाठी समान कायदा करावा, व्यक्ती-हक्कांची हमी राज्याने द्यावी इत्यादी मागण्या त्यांनी राजकीय उदारमतवादाच्या अंतर्गत केलेल्या होत्या. उदारमतवादाचा राजकीय आविष्कार करण्यासाठी सनदशीर शासनाची स्थापना करण्याची आवश्यकता व्यक्त केली होती. रानडे राजकीय उदारमतवादात राजकीय हक्कांची मागणी करत असले, तरी हक्कांसोबत कर्तव्यांनादेखील महत्त्व देतात. अध्यात्मवादी वृत्तीच्या प्रभावामुळे उदारमतवादातील अतिभौतिकवादाला नाकारतात. रानडेंचा राजकीय उदारमतवाद पाश्चिमात्य उदारमतवादापेक्षा वेगळी भूमिका मांडताना दिसतो. भारतीय परिस्थितीच्या आधारावर उदारमतवाद मांडण्याचा प्रयत्न रानडे करतात.

दादाभाईंनी भारताच्या दारिद्र्याबद्दल ब्रिटिश राजवटीला जबाबदार धरले. ब्रिटिशांच्या अयोग्य धोरणामुळे भारत दरिद्री बनला, हा विचार मांडला. दादाभाईंचा हा दृष्टिकोन रानडेंना मान्य नव्हता. रानडेंच्या मते भारतात फार पूर्वीपासून दारिद्र्य आहे. आपल्याला दारिद्र्याचा जुना वारसा लाभलेला आहे. ब्रिटिश लष्कर व प्रशासनावर होणाऱ्या खर्चातून भारताची लूट होत नाही. कारण त्या मोबदल्यात ब्रिटिशांनी भारतात शांतता व सुव्यवस्था निर्माण केली. ब्रिटिश भारतातून पैसा आपल्या देशात नेत असले, तरी जुन्या काळातील राज्यकर्ते व सावकारांनी केलेल्या लुटीपेक्षा ते फार कमी आहे. कमी व्याजावर कर्ज देणारा सावकार आपल्याला ब्रिटिशरूपी मिळाला आहे, हे मत व्यक्त करून दादाभाईंचा आर्थिक शोषण सिद्धान्त त्यांनी फेटाळला. ब्रिटिशांकडून भारताचे आर्थिक शोषण होत नसून, भारताच्या दारिद्र्याला आपण जबाबदार आहोत. परकीय सत्तेकडे दारिद्र्याचे ओझे ढकलून आपण नामानिराळे राहू शकत नाही, हा विश्वास व्यक्त करून ते भारतीय दारिद्र्याच्या कारणांची मीमांसा करतात. भारताचे दारिद्र्य दूर करण्यासाठी भारताचे औद्योगिकीकरण करावे, शेतीचे आधुनिकीकरण करणे गरजेचे मानतात.

रानडे प्रणीत उदारमतवादात बुद्धिप्रामाण्यवाद, विवेकवाद, व्यक्तिस्वातंत्र्याला महत्त्व, सनदशीर शासन, कर्तव्यांना महत्त्व, कायद्याचे अधिराज्य इत्यादी मूल्यांचे अस्तित्व आढळून येते. पाश्चिमात्य उदारमतवादाला अपेक्षित अतेरिकी व्यक्तिस्वातंत्र्याला नाकारून

भारतीय परिस्थितीनुसार ते मांडणी करतात. रानडे उदारमतवादी असले, तरी जुन्या रूढींवर कठोर प्रहार करू शकले नाही. ते एका बाजूला व्यक्तिस्वातंत्र्याचा पुरस्कार करतात, तर दुसऱ्या बाजूला ब्रिटिशांचे राज्य राहावे हे मत व्यक्त करतात; म्हणून त्यांच्या उदारमतवादी विचारांत परस्परविसंगती दिसून येते. तसेच वैयक्तिक जीवनात ते रूढींपासून मुक्त राहू शकले नाहीत. या मर्यादा त्यांच्या उदारमतवादात दिसतात.

लघुत्तरी प्रश्न

१. उदारमतवादाचे स्वरूप
२. उदारमतवादाची ऐतिहासिक पार्श्वभूमी
३. उदारमतवाद वैशिष्ट्ये
४. उदारमतवाद मूलतत्त्वे
५. पारंपरिक उदारमतवाद
६. आधुनिक उदारमतवाद
७. वर्तमानकालीन उदारमतवाद
८. उदारमतवाद भवितव्य
९. भारतीय उदारमतवाद
१०. राजा राममोहन रॉय
११. दादाभाई नौरोजी
१२. न्यायमूर्ती रानडे

दीर्घोत्तरी प्रश्न

१. उदारमतवाद अर्थ, व्याख्या, स्वरूप आणि वैशिष्ट्ये स्पष्ट करा.
२. उदारमतवादाचे तत्त्वज्ञान वा मूलतत्त्वे विशद करा.
३. उदारमतवादाच्या विविध प्रकारांचे टीकात्मक विश्लेषण करा.
४. उदारमतवादाच्या राज्यविषयक विचारांचे परीक्षण करा.
५. भारतातील प्रमुख उदारमतवादी विचारवंतांच्या विचारांचे विवेचन करा.

प्रकरण तिसरे

लोकशाही

Democracy

आधुनिक काळात राजकीय सिद्धान्तात लोकशाही सर्वाधिक चर्चेचा विषय आहे. लोकशाही ही शासनपद्धती लोकांच्या इच्छेला महत्त्व देणारी एकमेव शासनप्रणाली आहे. त्यामुळे जगात लोकशाही शासनप्रणाली आदर्श मानली जाते. जगातील अनेक देशांनी लोकशाही शासनपद्धतीचा स्वीकार केलेला दिसतो. लोकशाहीचा उदय ग्रीक नगरराज्यात झालेला दिसतो. ग्रीक नगरराज्यामध्ये प्रत्यक्ष लोकशाही अस्तित्वात होती. ॲरिस्टॉटलच्या लिखाणात लोकतंत्र शासन प्रकाराचा उल्लेख आहे, त्यावरून लोकशाही हा प्राचीन काळापासून अस्तित्वात असलेला शासन प्रकार आहे. मध्ययुगात लोकशाहीचे स्वरूप अधिक व्यापक झाले. आधुनिक काळात वाढती लोकसंख्या आणि राज्याच्या वाढत्या आकारमानामुळे प्रत्यक्ष लोकशाहीऐवजी प्रतिनिधीची संकल्पना विकसित होऊन, अप्रत्यक्ष वा प्रातिनिधिक लोकशाहीचा उदय झाला. सद्यःकाळात जगातल्या विविध देशांनी अप्रत्यक्ष वा प्रातिनिधिक लोकशाहीचा स्वीकार केलेला आहे. लोकशाही शब्दाचा अर्थ 'लोकांचे शासन' किंवा 'लोकांना उत्तरदायी असलेले शासन' असा व्यवहारात केला जातो. लोकशाहीला इंग्रजीत Democracy असे म्हणतात. Democracy हा शब्द Demos (डेमॉस) म्हणजे लोक वा प्रजा आणि kratia (क्रेटॉस वा क्रेटिया) म्हणजे सत्ता वा राज्य करणे अशा दोन ग्रीक शब्दांपासून तयार झालेला दिसतो. लोकशाही या शब्दाचा अर्थ लोकांची सत्ता म्हणजे लोकशाही असा होतो. लोकशाही विचार प्राचीन काळापासून अस्तित्वात असला, तरी त्याचे सिद्धान्त आणि तत्त्वज्ञान विकसित झालेले नव्हते. माल्कम वायलीच्या मते, स्थल-काल-परिस्थितीनुसार लोकशाही विकसित होते आणि त्यात सतत परिवर्तन होत असते. त्यामुळे ती एक गतिमान संकल्पना आहे. आधुनिक लोकशाही शासनपद्धतीचा विकास जवळपास हजार वर्षांपासून सतत चालू राहिलेला आहे. इंग्लंडमध्ये राजा आणि प्रजा यांच्या दीर्घ संघर्ष, विचारविनिमय आणि तडजोडीच्या माध्यमातून लोकशाहीचा विकास झाला. त्यामुळे इंग्लंड देशाला लोकशाहीची जननी मानले जाते. प्राचीन काळापासून ते आधुनिक काळापर्यंत लोकशाही व्यवस्थेत अनेक स्थित्यंतरे झालेली

आहेत. लोकशक्ती वा लोकइच्छेनुसार कारभार करणारी शासनपद्धती हा लोकशाहीचा आशय प्राचीन काळापासून ते आधुनिक काळापर्यंत कायम राहिलेला आढळतो.

१. **अब्राहम लिंकन :** यांच्या मते, लोकशाही म्हणजे लोकांचे, लोकांनी, लोकांसाठी चालवलेले राज्य होय.

२. **सिसो :** यांच्या मते, ज्या शासन व्यवस्थेत प्रत्येकाचा वाटा किंवा अंश असतो, या शासन प्रकाराला लोकशाही असे म्हणतात.

३. **प्रा. सिली :** यांच्या मते, लोकशाही शासनात भाग घेण्याची संधी प्रत्येक व्यक्तीला मिळत असते.

४. **प्रा. डायसी :** यांच्या मते, संपूर्ण राष्ट्राच्या मानाने फार मोठ्या अंशाकडून कारभार चालविणारा शासनप्रकार म्हणजे लोकशाही होय.

५. **लॉर्ड ब्राईस :** यांच्या मते, एखाद्या राज्याची शासनसत्ता विशिष्ट वर्गाच्या वा गटाच्या ठायी अधिष्ठित नसते, तर संपूर्ण लोकसमुदायाच्या हाती असते, असा शासनप्रकार म्हणजे लोकशाही होय.

६. **प्रा. मॅक आयव्हर :** यांच्या मते, लोकशाही हा निव्वळ बहुमतानुसार चालणारा शासनप्रकार नसून, शासनप्रकार कोण करतो व त्याने कशा प्रकारे शासन कारभार करावा, हे ठरविणारा मार्ग आहे.

७. **बेन्थम :** यांच्या मते, ज्या शासनपद्धतीत प्रत्येकाची गणना एक एवढीच होत असते व एकापेक्षा कोणाचीही गणना होत नसते तिला लोकशाही असे म्हणतात.

८. **सारतोरी :** यांच्या मते, लोकशाही शासनव्यवस्था शासनकर्ते आणि जबाबदेही आणि उत्तरदायी बनवित असते. या व्यवस्थेची परिणामकारकता राजकीय नेतृत्वाच्या कौशल्यावर आधारित असते.

वरील व्याख्यांचा विचार करता लोकशाही शासनपद्धती ही अत्यंत व्यापक आहे. काही विचारवंत लोकशाही ही एक जीवनपद्धती आहे असे मानतात. लोकशाहीत जनता सार्वभौम असते. अंतिम निर्णय घेण्याचा अधिकार जनतेला असतो. जनतेने निवडलेले प्रतिनिधी अंतिमत: जनतेला जबाबदार असतात. त्याशिवाय लोकशाही यशस्वी होऊ शकणार नाही.

लोकशाहीचे स्वरूप : लोकशाहीची सुरुवात ग्रीक गणराज्यातील अथेन्स नगर राज्यापासून झाली असे मानले जाते. भारतातदेखील वेदकाळात सभा आणि समिती, बौद्धकाळात गणराज्यसारखी लोकशाही शासनपद्धती अस्तित्वात असल्याचे उल्लेख सापडतात. परंतु प्राचीन काळातील लोकशाही आधुनिक काळातील लोकशाहीपेक्षा भिन्न स्वरूपाची होती. प्राचीन काळी कारागीर, स्त्रिया व गुलामांना लोकशाही व्यवस्थेत कोणतेही अधिकार नव्हते. कुलीन लोकांपुरती लोकशाही मर्यादित होती. 'अथेन्समध्ये

लोकशाहीचा अरुणोदय झाला, परंतु उजेड फक्त श्रीमंतांच्या हवेल्यांपर्यंत पोहोचला, गरिबांच्या वा गुलामांच्या झोपड्यापर्यंत पोहोचला नाही,' असे अथेन्स लोकशाहीचे वर्णन एका विचारवंताने केलेले आहे. आधुनिक लोकशाहीच्या उदयाला व विकासाला सर्वप्रथम इंग्लंडच्या भूमीत सुरुवात झाली. युरोपातील प्रबोधन वा ज्ञानोदयाच्या युगात इंग्लंडमध्ये राजा आणि प्रजा यांतील संघर्षातून लोकशाहीचा विकास झालेला दिसतो. १६८८ च्या वैभवशाली रक्तविहीन क्रांतीनंतर इंग्लंडने लोकशाही शासनप्रणालीवर अधिकृत मोहोर उमटविली. १७८९ फ्रेंच राज्यक्रांती, अमेरिकन स्वातंत्र्ययुद्धातून लोकशाहीच्या विकासाला गती प्राप्त झाली. १९ व्या शतकात लोकशाही आणि हुकूमशाहीचा लपंडाव अनेक युरोपिय देशांत सुरू राहिला. विसावे शतक हे लोकशाहीसाठी सुवर्णयुग मानले जाते. या शतकात जगातील बहुसंख्य देशांनी लोकशाही शासनपद्धतीचा स्वीकार केलेला आहे.

लोकशाही शासनपद्धतीचे आधुनिक काळात महत्त्व वाढण्याचे प्रमुख कारण म्हणजे राजकीय सत्तेत समान भागीदारी आणि समान स्वातंत्र्य उपभोगण्याचा अधिकार वा संधी होय. लोकशाही पद्धती ही जनसार्वभौमत्वावर आधारलेली शासनपद्धती मानली जाते. लोकशाही सत्तेचा अंतिम मालक जनता समजली जाते. जनतेच्या प्रत्यक्षाप्रत्यक्ष सहभागावर लोकशाहीचा डोलारा उभा राहतो. लोकशाही व्यवस्थेत निवडलेल्या प्रतिनिधीच्या माध्यमातून राज्यकारभार चालत असतो. प्रतिनिधी निवडण्याचा अधिकार हा जनतेला बहाल केलेला असतो. निवडलेल्या प्रतिनिधींनी योग्य पद्धतीने राज्यकारभार केला नाही, तर जनतेला विरोध करण्याचादेखील अधिकार असतो. काही देशांत तर निवडलेल्या प्रतिनिधींना परत बोलविण्याचादेखील अधिकार असतो. जनतेने निवडलेल्या प्रतिनिधींनी योग्य पद्धतीने काम केले नाही, तर जनता पुढील निवडणुकीत मतदानाच्या माध्यमातून प्रतिनिधीला पराभूत करू शकते. म्हणजेच लोकशाही शासनपद्धतीत सत्तेचा खरा मालक ही जनता असते. लोकशाही शासनपद्धती ही जनतेला उत्तरदायी आणि जबाबदार असलेली जगातील एकमेव शासनप्रणाली मानली जाते.

लोकशाहीचे प्रकार आणि आधुनिक काळातील वर्गीकरण

लोकशाहीच्या पारंपरिक वर्गीकरणानुसार प्रत्यक्ष लोकशाही आणि अप्रत्यक्ष लोकशाही हे ठळक दोन प्रकार पाडले जातात. जगातील सर्व लोकशाह्यांच्या प्रकाराचा दोन प्रकारांत समावेश केला जातो. परंतु आधुनिक काळात लोकशाहीचे प्रत्यक्ष कामकाज आणि लोकशाहीविषयक सिद्धान्ताचा आधार घेऊन वर्गीकरण केले जाते.

१. **प्रत्यक्ष लोकशाही वा प्रत्यक्ष सहभागात्मक लोकशाही :** (Direct Democracy and Direct Participatory Democracy) राज्यकारभारात जनता

प्रत्यक्ष भाग घेते, त्या शासन प्रकाराला प्रत्यक्ष लोकशाही म्हणतात. या प्रकारात राज्यातील सर्व नागरिक विशिष्ट ठिकाणी एकत्र येऊन विचारविनिमय करून राज्यकारभार चालवीत असत, कायदे व नियम स्वत: तयार करत असत, जनतेकडून राज्याचा प्रमुख निवडला जाई, राज्याचा प्रमुख जनतेच्या मर्जीनुसार निर्णय घेत असे. कायदेनिर्मिती, अंमलबजावणी आणि न्यायदानदेखील जनतेकडून केले जात असते. प्रशासकीय अधिकाऱ्याची निवडदेखील विशिष्ट काळासाठी जनतेकडून केली जात असे. ग्रीक नगरराज्यातील लोकशाही प्रत्यक्ष राजकीय सहभाग आणि राजकीय उत्तरदायित्वावर आधारलेली होती. अथेन्ससारख्या गणराज्यात राजकारणात सहभागी होणे हे पवित्र कर्तव्य वा उच्च दर्जाचे कार्य मानले जात होते. राज्य आणि समाज, राज्य आणि व्यक्ती यांत फरक केला जात नसल्यामुळे व्यक्ती स्वत:ला राज्याचा एक भाग मानत असे. भारतातदेखील वेदकाळात सभा आणि समिती, बौद्धकाळात गणराज्य शासनपद्धतीत लोकांच्या प्रत्यक्ष सहभागाला अत्यंत महत्त्वाचे स्थान होते. रोमनकाळातदेखील मर्यादित प्रमाणात प्रत्यक्ष लोकशाही अस्तित्वात असल्याचे आढळून येते. रोमनकाळात सिनेट व मंत्र्याचे अस्तित्व आढळून येते. कायद्याची निर्मिती करताना जनतेचे मत लक्षात घेतले जाई. आधुनिक काळात फ्रेंच विचारवंत रूसोने प्रत्यक्ष लोकशाहीचे जोरदार समर्थन केलेले आहे. प्रत्यक्ष लोकशाही हा लोकशाहीचा सर्वोत्तम राजकीय सहभाग देणारा प्रकार असला, तरी सद्य:काळात हा निर्माण करणे शक्य नाही. प्राचीन काळी ग्रीक नगरराज्यात हा प्रकार अस्तित्वात होता. नगरराज्याची लोकसंख्या खूप कमी होती. ग्रीक नगरराज्यात परकीय, कारागीर, स्त्रिया आणि गुलामांना राजकीय सहभागापासून दूर ठेवले होते. मर्यादित लोकांना नागरिकत्वाचा अधिकार असल्याने त्यांना एकत्र येणे सहज शक्य होते. परंतु सद्यःकाळात राष्ट्राचे आकारमान व लोकसंख्या प्रचंड वाढल्यामुळे कोणत्याही देशात प्रत्यक्ष लोकशाही हा शासनप्रकार दिसून येत नाही.

आधुनिक काळात अनेक देशांमध्ये अप्रत्यक्ष लोकशाही अस्तित्वात असली, तरी त्या लोकशाहीला व्यापक स्वरूप देण्यासाठी प्रत्यक्ष लोकशाहीस पूरक असे काही मार्ग वापरले जातात. स्वित्झर्लंडसारख्या देशात प्रत्यावहन (Recall) अधिकार जनतेला दिलेला आहे. या अधिकाराचा वापर करून जनता इच्छेनुरूप कार्य करू न शकणाऱ्या जनतेने निवडलेल्या प्रतिनिधीस परत बोलवू शकते. निवडून दिलेल्या प्रतिनिधीचे प्रतिनिधित्व रद्द करण्याचा अधिकार प्रत्यावहनामुळे जनतेला मिळतो. याशिवाय सार्वमताचा अधिकार दिलेला आहे. कायदेमंडळाने केलेल्या कायद्यावर जनतेचे मत घेणे म्हणजे सार्वमत होय. जनतेला कायदा मान्य नसेल, तर जनता सार्वमताद्वारे कायदा नाकारू शकते. तसेच जनतेला विधिउपक्रमाचा अधिकार

दिलेला आहे. विधीमंडळ कायदा करत नसेल, तर जनता स्वत: विधेयक तयार करून विधीमंडळाकडे पाठवू शकते. या महत्त्वपूर्ण अधिकाराद्वारे अप्रत्यक्ष लोकशाहीतील दोष दूर करण्याचा प्रयास आधुनिक काळात स्वित्झर्लंड, अमेरिकेतील काही घटक राज्ये आणि युरोपातील काही देशांत केला जात आहे.

२. **अप्रत्यक्ष वा प्रातिनिधिक लोकशाही :** (Indirect or Representative Democracy) आधुनिक काळात वाढती लोकसंख्या आणि व्यापक भू-प्रदेशामुळे प्रत्यक्ष लोकशाहीऐवजी अप्रत्यक्ष लोकशाही जगातील सर्व राष्ट्रांनी स्वीकारलेली दिसते. प्रातिनिधिक लोकशाहीत जनतेला प्रौढ मताधिकाराचा अधिकार असतो. राज्यातील नागरिक राज्यकारभारात प्रत्यक्ष भाग न घेता प्रतिनिधी निवडून देतात. त्या निवडलेल्या प्रतिनिधींमार्फत राज्यकारभार चालतो. त्या लोकशाहीला प्रातिनिधिक लोकशाही असे म्हणतात. या प्रकारात जनता सार्वभौम असते. प्रतिनिधी निवडण्याचा अधिकार जनतेला असतो. जनतेचे प्रश्न, समस्या प्रतिनिधींमार्फत सोडविल्या जातात. जनतेच्या इच्छा, आकांक्षा व मागण्यांना मांडण्याचे कार्य जनप्रतिनिधी करत असतात. प्रतिनिधी अंतिमत: जनतेला जबाबदार असतात. या लोकशाहीचे मुख्य दोन प्रकार आहे.

अ) **संसदीय लोकशाही :** या पद्धतीत राज्यातील जनता कायदे मंडळाचे सदस्य प्रत्यक्ष व गुप्त मतदानाने निवडून देते. कायदे मंडळातून कार्यकारी मंडळ निर्माण केले जाते. कार्यकारी मंडळ सामूहिकरित्या कायदे मंडळाला जबाबदार असते. जोपर्यंत कायदे मंडळाचा विश्वास आहे, तोपर्यंतच कार्यकारी मंडळाला सत्तेवर राहता येते. कायदे मंडळाने अविश्वास प्रस्ताव मंजूर केल्यास कार्यकारी मंडळाला राजीनामा द्यावा लागतो. कार्यकारी मंडळाचे सदस्य कायदे मंडळाच्या कामात भाग घेतात. कार्यकारी मंडळाच्या सदस्यांचा बहुतांशी वेळ कायदे मंडळाच्या कामकाजात व्यतीत होतो. या प्रकारात वास्तव व नामधारी असे दोन शासन-प्रमुख असतात. नामधारी-प्रमुख कायदेशीरदृष्ट्या देशाचा सर्वोच्च प्रमुख असतो. मात्र खरी सत्ता वास्तव-प्रमुखाच्या हातात असते. भारत, इंग्लड इत्यादी देशांत हा शासन प्रकार दिसून येतो.

ब) **अध्यक्ष लोकशाही :** या लोकशाहीत राजकीय सत्तेचे विभाजन केलेले असते. कायदे मंडळ व कार्यकारी मंडळ एकमेकांपासून स्वतंत्र असतात. कायदे मंडळाचे सदस्य कार्यकारी मंडळ सदस्य बनू शकत नाही. कार्यकारी मंडळाचे सदस्य कायदे मंडळाच्या कामकाजात भाग घेत नाही. मंत्री हे अध्यक्षाला जबाबदार असतात. जनता प्रत्येक निवडणुकीद्वारे अध्यक्षाला निवडून देते. अध्यक्ष कायदे मंडळाला जबाबदार नसतो. त्याचा कालावधी निश्चित असतो. कायदे मंडळ, कार्यकारी

मंडळ आणि न्याय मंडळे ही स्वायत्त पद्धतीने काम करत असतात. ही शासनपद्धती अमेरिकेत आहे.

३. **उदारमतवादी लोकशाही :** उदारमतवादी लोकशाही हा जगातील सर्वांत लोकप्रिय प्रकार आहे. परंतु जगातील सर्व देशांतील उदारमतवादी लोकशाही समान नाही, तसेच उदारमतवादी लोकशाही व्यवस्थेत काळानुरूप अनेक बदल झालेले आहेत. या बदलातून उदारमतवादी लोकशाहीचे अनेक विचारप्रवाह विकसित झालेले आहेत. त्या विचारप्रवाहांचा अभ्यास आपण उपरोक्त मुद्द्यांत करणार आहोत.

अ) **संरक्षणात्मक लोकशाही (Protective Democracy) :** लोकशाही शासनप्रणालीचा उदय हा नागरिकांच्या अधिकार संरक्षणाच्या हेतूने झालेला दिसतो. लोकशाहीचा स्वीकार उदारमतवाद्यांनी अधिकार संरक्षणाच्या उद्देशाने सुरुवातीला केल्यामुळे तत्कालीन काळातील लोकशाहीला संरक्षणात्मक लोकशाही हे बिरुद लावले गेले. मध्ययुगात सामंतशाही, आध्यात्मिक सत्ता आणि राजेशाहीचे प्राबल्य होते. या काळात नागरिकांच्या अधिकाराला महत्त्व नव्हते. युरोपात १४ व्या व १५ व्या शतकात प्रबोधन युग अवतरले. या युगात विज्ञान व तंत्रज्ञान क्षेत्रांत झालेल्या क्रांतीतून भांडवलशाहीचा उदय झाला. भांडवलशाहीतून मध्यवर्गाचा उदय झाला. सामंतशाहीकडून भांडवलशाहीकडे झालेल्या प्रवासात मध्यवर्गीयांच्या अधिकार संरक्षणासाठी उदारमतवाद नावाची विचारधारा उदयाला आली. उदारमतवादी विचारधारेने राजेशाहीची पकड वा नियंत्रण कमी करण्यासाठी संघर्ष करण्यास सुरुवात केली. इंग्लंडमधील राजा व प्रजा यांतील संघर्ष हे एक उत्तम उदाहरण मानता येईल. भांडवलशाहीच्या विकासासोबत सामंतशाही आणि राजेशाहीचा प्रभाव कमी होऊ लागला. भांडवलशाहीने आपल्या विकासास पूरक विचारसरणी निर्माण करण्यास प्रोत्साहन दिले, त्यातूनच भांडवलशाहीला पूरक व्यक्तिवादी विचारसरणीचा उदय झाला. व्यक्तिवादी विचारसरणी व्यक्तीला स्वयंभू मानते. व्यक्ती ही स्वायत्त व स्वतंत्र असल्यामुळे, आपल्या जीवनाविषयी निर्णय घेण्यास ती स्वतंत्र आहे. आपल्या शुभ वा चांगल्या जीवनाची कल्पना व्यक्ती स्वत: निर्धारित करू शकते. प्रत्येक व्यक्तीच्या विकासासाठी आवश्यक अधिकार राज्याने उपलब्ध करून दिले पाहिजेत अशा मागण्या व्यक्तिवादाच्या समर्थकांनी सुरू केल्या. व्यक्तिवादींनी जीवन, मालमत्ता, स्वातंत्र्य इत्यादी अधिकारांसाठी संघर्ष सुरू केला. लोकशाही शासनप्रणाली उपरोक्त अधिकारासाठी योग्य असल्याने राजेशाहीला विरोध सुरू केला. लोकशाही शासनपद्धतीत चांगल्या पद्धतीने जनतेच्या अधिकारांचे संरक्षण होऊ शकते, असा विश्वास व्यक्तिवाद्यांनी व्यक्त केला. व्यक्तिवाद्यांनी संरक्षणात्मक लोकशाहीची भलामण सुरू केली. संरक्षणात्मक लोकशाहीच्या माध्यमातून

अधिकार-संरक्षण ही शासनाची जबाबदारी मानली गेली. अधिकारावरून व्यक्ती-व्यक्तीतील संघर्षात मध्यस्थाची जबाबदारीदेखील शासनाकडे देण्यात आली. व्यक्तीच्या अधिकारावर कोणीही अतिक्रमण केल्यास शासनाने दंडशक्तीचा वापर करण्याचा अधिकार देण्यात आला. संरक्षणात्मक लोकशाहीचे समर्थन करण्यामागे व्यक्तिवाद्यांचा दुसरा दृष्टिकोन हा होता की, शासनाकडून जर अधिकारावर आक्रमण केले गेले, तर संरक्षणाची व्यवस्था केली पाहिजे. म्हणून शासनाच्या अधिकारावर नियंत्रण वा मर्यादा आणण्यासाठी लोकांचे नियंत्रण असणारी व्यवस्था असली पाहिजे. शासनावर नियंत्रण ठेवणारी लोकशाही ही एकमेव शासनप्रणाली असल्यामुळे उदारमतवाद्यांनी लोकशाहीचा पुरस्कार केला. लोकशाही व्यवस्थेत प्रतिनिधींच्या माध्यमातून कारभार चालत असतो. प्रतिनिधी विशिष्ट काळासाठी निवडले जातात. शांततेच्या माध्यमातून सत्तांतरदेखील घडवून आणता येते. शासनाचे कार्य संविधान व कायद्यानुसार निश्चित केलेले असते. लोकशाहीप्रधान देशात निष्पक्ष न्यायव्यवस्था, विरोधी पक्षाचे अस्तित्व, उत्तरदायित्वाची संकल्पना, जनतेचे राज्यकर्त्यांवरील नियंत्रण, सत्तेचे विकेंद्रीकरण, कायद्याचे अधिराज्य, नियंत्रण व संतुलन आणि सत्ता-विभाजन तत्त्व इत्यादींचे अस्तित्व असल्यामुळे जनतेच्या अधिकारांचे योग्य पद्धतीने संरक्षण होऊ शकते, हा विश्वास दृढ होऊ लागला. परंतु सुरुवातीच्या काळातील संरक्षणात्मक लोकशाही युगात मर्यादित लोकांना मतदानाचा अधिकार होता. मतदानासाठी शिक्षण व संपत्तीची अट होती. जॉन लॉक, जेम्स मिल, मॅडीसन आणि माँटेस्क्यूसारख्या लोकशाहीवादी विचारवंतांनीदेखील सार्वत्रिक प्रौढ मताधिकाराला विरोध केला. परंतु ही परिस्थिती कायम राहिली नाही. फ्रेंच राज्यक्रांती आणि अमेरिकन राज्यक्रांतीनंतर परिस्थितीत बदल होत गेला. प्रौढ मताधिकाराला असलेला विरोध कमी होऊ लागला. इंग्लंडमध्ये झालेल्या सुधारणा कायद्याने टप्प्याटप्प्याने मताधिकाराची व्याप्ती वाढत, शेवटी प्रौढ मताधिकाराला मान्यता प्रदान केली. इंग्लंडचा आदर्श घेऊन इतर देशांनीदेखील प्रौढ मताधिकाराच्या तत्त्वाला मान्यता प्रदान केली. संरक्षणात्मक लोकशाहीच्या माध्यमातून नागरिकांच्या अधिकार संरक्षणाच्या गरजेतून लोकशाहीची निवड करण्यात आली.

ब) **विकासात्मक लोकशाही :** विकासात्मक लोकशाही हा आधुनिक काळातील उदारमतवादी लोकशाहीचा प्रगत शासनप्रकार मानला जातो. आधुनिक काळात लोकशाही निव्वळ शासनपद्धती मानली जात नसून, जीवनपद्धती मानली जाते. लोकशाहीच्या माध्यमातून नागरिकांच्या विकासाला चालना देता येऊ शकते. व्यक्तिगत अधिकारांना संरक्षण आणि सत्तेच्या दुरुपयोगावर अंकुश उदारमतवादी लोकशाहीत चांगल्या पद्धतीने करता येऊ शकतो. संरक्षणात्मक लोकशाहीयुगात

सर्व नागरिकांना राजकीय सहभागाची संधी उपलब्ध नसल्यामुळे, राज्यकर्त्या वर्गांवर अंकुश ठेवणे शक्य नव्हते. लोकशाही व्यवस्थेत जास्तीत जास्त नागरिकांना सहभागी करून घेण्याचा विचार मांडला जाऊ लागला. राजकीय सहभागाच्या माध्यमातून लोकांमध्ये आत्मविश्वास प्राप्त होतो. लोकशाही मूल्यांची ओळख होऊन राजकीय जागरूकता वाढते. त्यामुळे लोकांमध्ये शासन करण्याचा आत्मविश्वास निर्माण होतो. लोकशाही शासनप्रणाली ही नागरिकांच्या विकासासाठी उपयुक्त आहे, असे मानले जाऊ लागले. सुरुवातीच्या काळात लोकशाही ही गरीब देशासाठी उपयुक्त नाही असे मानले जात होते. दारिद्र्य असलेल्या देशाच्या विकासासाठी हुकूमशाही असणे आवश्यक असते. हुकूमशाहीच्या माध्यमातून सशक्त नेतृत्व निर्माण करता येते. मुसोलिनीसारखा हुकूमशहा लोकशाहीला बडबड्यांचे दुकान असे म्हणत असे. लोकशाहीत जे काम करायला ४८ वर्षे लागतील, ते काम हुकूमशाहीत ४८ तासांत पूर्ण होऊ शकते. लोकशाही ही खर्चिक व वेळखाऊ आणि मंद विकास करणारी शासनपद्धती आहे. पण हा दृष्टिकोन आधुनिक काळात अभ्यासकांनी अमान्य केला. दारिद्र्य, विषमता आणि अन्याय असलेल्या राष्ट्रांतदेखील लोकशाही नागरिकांच्या विकासात प्रभावी कामगिरी बजावू शकते, हे भारताच्या उदाहरणावरून सिद्ध झालेले आहे. लोकशाही व्यवस्थेत विचारविनिमय आणि शांततेच्या माध्यमातून नागरिक आपल्या गरजा शासनापुढे मांडू शकतात. विकास ह्या शब्दाचा अर्थदेखील आधुनिक काळात बदललेला आहे. विकास या संकल्पनेचा विचार आर्थिक दृष्टिकोनातून केला जात असे. आर्थिक विकास म्हणजे राष्ट्राचा विकास मानला जात असे. नागरिकांच्या आर्थिक विकासासाठी लोकशाही उपयुक्त नाही, असादेखील प्रचार केला गेला. विकासाचा कोणताही एक नमुना प्रमाणित मानला जाऊ शकत नाही. देशकाल आणि परिस्थितीप्रमाणे विकासाची कल्पना बदलत असते. आधुनिक लोकशाही व्यवस्थेत संतुलित वा जनकेंद्रित विकास नमुन्याला महत्त्व प्राप्त होत आहे. विकासाची कल्पना मानवी निर्देशांकाशी जोडली जात आहे. मानवी निर्देशांकाच्या कसोट्यांमध्ये बदल होत आहे. नागरिकांच्या सर्वोत्तम विकासासाठी लोकशाही शासनप्रणालीशिवाय पर्याय नाही, हे सर्वांनी आधुनिक काळात मान्य केलेले आहे. उदारमतवादी लोकशाहीला विकासात्मक दृष्टिकोनातून पाहिले जाते.

क) **बहुलवादी लोकशाही :** उदारमतवादी लोकशाहीत निर्णय-प्रक्रियेबाबत कोणत्या तत्त्वाचा स्वीकार करावा हा मूलभूत प्रश्न आहे. या प्रश्नाचे उत्तर उपयोगितावाद्यांनी 'अधिकतम लोकांचे अधिकतम सुख' हे दिलेले आहे. लोकशाहीत बहुसंख्य व्यक्तींच्या हितानुसार नीतिनिर्धारणाला उपयोगितावाद्यांनी महत्त्व दिले आहे. परंतु उपयोगितावादाचा हा दृष्टिकोन आधुनिक काळात अमान्य केला जातो.

उपयोगितावादाच्या आधारावर केले जाणारे नीतिनिर्धारण अल्पसंख्याकांवर अन्याय करणारे ठरेल. लोकशाही म्हणजे लोकांचे शासन मानले जाते. उदारमतवादी लोकशाहीत नीतिनिर्धारण करताना सर्वांचा विचार करणे गरजेचे असते. शासनाकडून सर्व नागरिक आपल्या हितसंबंधांच्या पूर्तीची अपेक्षा करत असतात. नीतिनिर्धारण बहुलवादाच्या आधारावर केले जावे, असे रॉबर्ट ढालसारख्या बहुलवादाच्या समर्थकाचे मत आहे. नागरिक आपल्या हितसंबंधांच्या परिपूर्तीसाठी हितसंबंधीगट वा दबावगटाची स्थापना करत असतात. शासनाचा निर्णय आपल्या गटाला अनुकूल व्हावा म्हणून लॉबिंगदेखील करत असतात. शासनाने निर्णय निर्धारण करताना हितसंबंधी गटांना पूरक दृष्टिकोन स्वीकारावा. लोकशाहीत प्रत्येक नागरिकाला हितसंबंधांचे संरक्षण व प्रतिनिधित्व करण्याचा पूर्ण अधिकार असतो. हितसंबंधी गटांना मोकळीक असणे गरजेचे असते. हितसंबंधी गटाच्या माध्यमातून शासनावर नियंत्रण प्रस्थापित करता येते. लोकशाहीतील संस्थात्मक प्रक्रिया पूर्ण करण्यासाठीदेखील गटाची कार्ये आवश्यक असतात. लोकशाहीत दिलेल्या विविध अधिकार व स्वातंत्र्याच्या संरक्षणासाठीदेखील गटाचे कार्य पूरक असते. अर्थात सामाजिक व आर्थिक विषमतेमुळे सर्वच हितसंबंधी गटांचा नीतिनिर्धारणावर प्रभाव पडणे शक्य नाही, हे जरी खरे असले, तरी लोकशाहीत हिताचा संघर्ष खुला राखणे तिच्या यशासाठी आवश्यक मानले जाते. निवडणुका आणि संविधानात्मक तरतुदी राज्यकर्त्यांवर नियंत्रण ठेवण्यास अपुऱ्या आहेत. निवडणुकीत धनशक्ती आणि भ्रामक प्रचार करून राज्यकर्ते जनतेला भ्रमित करू शकतात, तसेच संविधान व कायद्यात दुरुस्त्या करून पळवाट शोधू शकतात. रॉबर्ट ढाल मानतो की, समाजातील हितसंबंधी गट, राजकीय पक्ष शासनाच्या नीतिनिर्धारणावर अंकुश प्रस्थापित करू शकतात. लोकशाहीचा सैद्धांतिक पातळीवरून विचार करून चालणार नाही, त्यातील प्रक्रियांचा विचार केला पाहिजे. रॉबर्ट ढाल बहुलवादाच्या आधारावर लोकशाहीतील निर्णय प्रक्रिया आधारित असावी यावर भर देतो.

लोकशाहीविषयक दृष्टिकोन वा सिद्धान्त : लोकशाही शासनप्रणालीचा विविध अभ्यासकांनी विविध दृष्टिकोनांनुसार विचार केलेला आहे. उदारमतवादी लोकशाही हा जगातील सर्वाधिक लोकप्रिय शासनप्रकार असला, तरी दोषापासून मुक्त नाही. म्हणून या शासनप्रणालीला नवा पर्याय देण्याच्या हेतूने, वा त्यात रचनात्मक सुधारणा करण्याच्या हेतूने काही दृष्टिकोन अभ्यासकांनी मांडलेले आहेत. ते पुढीलप्रमाणे सांगता येतात.

१. **लोकशाहीचा अभिजनवादी दृष्टिकोन वा सिद्धान्त :** विल्फ्रेड पॅरेटा, मोस्का, रॉबर्ट मिचेल्स, कार्ल मॅनहेम, बर्नहॅम इत्यादी विचारवंतांनी अभिजनवादी सिद्धान्ताची मांडणी केलेली आहे. या विचारवंतांच्या विचारांचे प्रमुख सूत्र म्हणजे लोकशाही

व्यवस्थेत मानवी समानतेला महत्त्व दिले जाते. सर्व नागरिकांना समान योग्यतेचे मानले जाते आणि सर्वांना राजकीय प्रक्रियेत सहभागी होण्याची संधी दिली जाते; पण प्रत्यक्ष व्यवहारात लोकशाही शासनव्यवस्थेतदेखील मूठभर लोकांच्या हातात सत्ता असते. राजकीय प्रक्रियेत सत्तास्थानी असलेल्या वर्गाला राजकीय श्रेष्ठजन असे म्हणतात. लोकशाहीतदेखील एक प्रकारची अल्पजनसत्ता असते. लोकशाहीत अंतिम सत्ता ही जनतेच्या हातात असते, हा भ्रम आहे. मोस्का व पॅरेटासारखे अभ्यासक मानतात की, समाजात एक असा अल्पसंख्य गट असतो. त्यांच्या हाती बुद्धी, सत्ता, संपत्ती, शिक्षण व प्रभाव एकवटला असतो. अल्पसंख्याक मूठभर लोकांची सामाजिक मिरासदारी प्रस्थापित होते. प्रत्येक समाजात अल्पसंख्याक असलेल्या अभिजनाच्या ताब्यात सत्तेची सूत्रे असतात. सत्तेचे केंद्रीकरण अभिजनाच्या हातात असल्यामुळे लोकशाही हा भ्रम असतो. मोस्का आणि पॅरेटो लोकशाहीला अभिजनसत्ता असे म्हणतात. सी. राईट मिल्स यांनी अमेरिकन व्यवस्थेचा अभ्यास करून असे म्हटले आहे की, अभिजनाच्या धारणा, सामाजिक पार्श्वभूमी आणि हितसंबंध समान असतात. सत्ता टिकविण्यासाठी ते एकोप्याने राहतात. प्रत्येक समाजात मूठभर लोकांकडे सत्ता असते. समाजवादी व्यवस्था असलेल्या देशातदेखील मूठभर लोकांच्या हातात सत्ता असते, मात्र ते ती श्रमिकांच्या नावाने चालवितात, परंतु श्रमिकांना सत्तेत सहभागी करून घेतले जात नाही. लोकशाही नावाचा प्रकार हा प्रत्यक्षात एक देखावा ठरतो, असे अभिजनवादी मानतात. अभिजनवादी सिद्धान्ताची मांडणी करणारा एक गट अभिजनवाद आणि लोकशाही यांत सुसंवाद वा समन्वय प्रस्थापित करण्याचा प्रयत्न करतो. त्यात सर्वांत प्रभावशाली कार्य जोसेफ शूम्पीटर यांनी केल्याचे दिसते. त्यांनी 'कॅपिटॅलिझम, सोशॅलिझम ॲन्ड डेमॉक्रसी' या ग्रंथात लोकशाहीविषयी विचार मांडले आहेत. त्यांनी लोकशाहीचा अत्यंत वास्तवतावादी पद्धतीने विचार केला आहे. लोकशाहीचा कार्यपद्धतीच्या आधारावर विचार केला आहे. लोकशाहीत कार्यपद्धतीच्या आधारावर मते मागितली जातात. मते मिळविण्यासाठी अभिजनांमध्ये स्पर्धा असते. स्पर्धेत विजयी होणारे अभिजन सत्तास्थानी बसतात. अभिजनांच्या विजयानंतर त्यांच्या हातात अमर्याद सत्ता प्राप्त होते. ते आपल्या सत्तेचा पाहिजे तसा वापर करू शकतात. निवडून दिल्यानंतर जनतेच्या हाती फारशी सत्ता उरत नाही. लोकांनी निवडून दिलेले असल्यामुळे त्यांची संमती गृहीत धरलेली असते. निर्वाचित असलेला नेता हाच खरा सार्वभौम असतो, असे शूम्पीटरला वाटते. लोकशाहीत नागरिक निवडणुकांच्या माध्यमातून राजकीय नेत्यांना सत्ता प्रदान करतात. सर्वच नागरिकांना राजकारणात सहभाग घेऊन प्रत्यक्ष राजकारभार करणे व्यवहारात शक्य नसते.

राज्यकारभार करण्यासाठी आवश्यक कौशल्याच्या अभावामुळेदेखील नागरिक प्रतिनिधीच्या हातात सत्ता सोपवितात. याचा अर्थ सत्तेचा मूळ मालक नागरिक असला, तरी त्यांच्या हातात फारशी सत्ता नसते. खरी सत्ता त्यांनी निवडून दिलेल्या प्रतिनिधीच्या म्हणजे राजकीय अभिजनांच्या हातात असते. लोकशाही व्यवस्थेत अभिजनवर्गांच्या हातात सत्ता असते हे तथ्य नाकारता येणार नाही. सारतोरीसारखा विचारवंत लोकशाहीतील अभिजनसत्तेला योग्य ठरतो. लोकशाहीतील अभिजनसत्ता ही लोकशाहीला पूरक असते. त्यातून लोकशाहीला धोका होत नाही, तर ती अधिक मजबूत बनते. निवडणुका राजकीय सहभागाचे साधन नसून शासनकर्ते निवडण्याचे माध्यम आहे. निवडणुकीच्या माध्यमातून निवडलेल्या वर्गांच्या हातात सत्तेची सूत्रे असतात. राज्यकर्ता वर्ग आपल्या इच्छेप्रमाणे शासनकारभार चालवत असतो. नागरिक फक्त शासनयंत्रणेतील मूक साक्षीदार असतात.

अशा प्रकारे अभिजनवादी मांडणी करणारा एक गट अभिजनवादी सिद्धान्ताची लोकशाहीशी सांगड घालण्याचा प्रयत्न करतो. परंतु काही अभ्यासकांच्या मते हा प्रयत्न लोकशाहीच्या आत्म्याला मारक आहे. अभिजनवादी लोकशाही मूल्यांना महत्त्व देत नाही. लोकशाहीतील जनसहभागाला निरर्थक मानतात. अभिजनवाद्याची भूमिका मान्य केल्यास नागरिकांना फक्त निवडणुका येण्याची वाट पाहावी लागेल; कारण निवडून दिल्यानंतर शासनकर्त्यांवर कोणतेही नियंत्रण नसते, असे अभिजनवादी मानतात. जनसामान्यांकडे शासन चालविण्याचे कौशल्य नसते. शासन चालविण्यासाठी विशेष कौशल्य व गुणांची आवश्यकता असते. जनतेचे कार्य फक्त निवडणुकीतून अभिजन निवडणे असते, असे हा सिद्धान्त मानतो. परंतु नागरिकांच्या क्षमतेची हा सिद्धान्त उपेक्षा करतो. पारंपरिक कुलीन व हुकूमशाही व्यवस्थेत विशिष्ट लोक शासन करण्यास योग्य आहेत, असे मानले जात असे. अभिजनवादी सिद्धान्त त्यांची री ओढताना दिसतो.

२. **लोकशाहीविषयीचा मार्क्सवादी विचार वा सिद्धान्त :** मार्क्सवादी लोकशाही सिद्धान्त हा उदारमतवादी लोकशाहीच्या आलोचनातून विकसित झालेला आहे. पाश्चिमात्य उदारमतवादी लोकशाहीतील नागरी स्वातंत्र्य, प्रौढमताधिकार, प्रातिनिधिक सरकारे आणि बहुमताने निर्णय घेण्याच्या पद्धती लोकशाही असल्याचा देखावा निर्माण करतात असे मार्क्सवाद्यांना वाटते. वरील सर्व घटक लोकशाही असल्याचे सिद्ध करतात. परंतु प्रत्यक्षात निर्णय-यंत्रणा व नीतिनिर्धारणावर भांडवलदाराची मजबूत पकड असते. भांडवलदाराच्या इच्छेनुसार निर्णय घेतले जातात. राज्यकर्ता वर्ग हा भांडवलदाराच्या मदतीने निवडून येतो. अभिजनवाद्यांप्रमाणे मार्क्सवादी लोकशाही सत्ता मूठभर लोकांच्या इच्छेने चालत

असते, असे मानतात. मार्क्सवादी उदारमतवादी लोकशाहीच्या विसंगतीवर बोट ठेवतात. उदारमतवादी लोकशाही एका बाजूला समता आणि दुसऱ्या बाजूला वैयक्तिक स्वातंत्र्य आणि बाजारपेठीय अर्थव्यवस्थेचे समर्थन करतात. या अर्थव्यवस्थेमुळे समाजात आर्थिक विषमता निर्माण होते. त्यामुळे नागरिकांच्या स्वातंत्र्यावर बंधने येतात. उदारमतवादी लोकशाहीतील निवडणुकांमुळे शासन श्रमिकांच्या काही मागण्या मान्य करते. पण तत्कालीन उपायांनी भांडवलशाहीच्या दोषांचे निराकरण होणे शक्य नाही. निवडणुका घेऊन सत्तांतर घडवून आणता येईल; पण व्यवस्था बदलता येणार नाही. लोकशाहीतील वैयक्तिक अधिकारामुळे लोक स्वार्थी बनतात. स्वत:चे हितसंबंध पूर्ण करण्याचा प्रयत्न करतात. इतरांकडे स्पर्धक म्हणून पाहतात. पाश्चिमात्य लोकशाही ही सदोष पायावर उभी असल्याचे मार्क्सवाद्यांचे मत आहे. लोकशाहीच्या नावाने भांडवलशाहीच लोकांवर राज्य करते आहे. म्हणून खरी लोकशाही प्रस्थापित करण्यासाठी सद्य:कालीन लोकशाहीची कल्पना मोडीत काढावी लागेल. मार्क्सवादाला अपेक्षित लोकशाही ही खरी लोकशाही आहे. लोकशाहीचा व्यापक अर्थाने विचार करणारा मार्क्स हा जगातील पहिला विचारवंत आहे, असे मार्क्सवादी मानतात.

मार्क्सवादी लोकशाही सिद्धान्ताचा विकास कार्ल मार्क्स, एंगल्स आणि लेनिन यांनी केलेला दिसतो. मार्क्सवादाचे प्रणेते असलेले हे तिन्ही विचारवंत उदारमतवादी लोकशाहीच्या पाश्चिमात्य प्रतिमानाला भांडवलदाराचे साहाय्य मानतात. मार्क्सवादी लोकशाही प्रतिमान ऐतिहासिक भौतिकवाद सिद्धान्तातील भांडवलशाही व्यवस्थेविरुद्ध सर्वहारा वर्गांच्या क्रांतीतून साकार होते असे मानतात. भांडवलशाही विरुद्धच्या क्रांतीनंतर सर्वहारांची सर्वाधिकारशाही निर्माण केली जाते. सर्वहारांच्या सर्वाधिकारशाहीशी मूठभर भांडवलदारासाठी हुकूमशाही असेल या व्यवस्थेद्वारा बूर्झ्वा व त्यांच्या समर्थकांचा नायनाटकेला जाईल. परंतु ही व्यवस्था श्रमिकासाठी लोकशाही असेल. सर्वहारांना गुलामगिरीतून मुक्त करणारी ही व्यवस्था आहे. सर्वहारा सर्वाधिकारशाही प्रतिनिधी लोकशाहीपेक्षा पूर्णत: भिन्न असेल. प्रातिनिधिक व्यवस्थेत आढळणारी विधीमंडळे, प्रतिनिधी निवड, कार्यकारी मंडळे यांचे अस्तित्व असणार नाही. उदारमतवादी लोकशाहीपेक्षा परिपूर्ण असणाऱ्या आणि सर्वहारा वर्गाला सहभागी करून घेण्यासाठी प्रचलित पद्धतीपेक्षा अभिनव स्वरूपाच्या पद्धतीचा वापर केला जाईल. सर्वहारा सर्वाधिकारशाहीच्या माध्यमातून बूर्झ्वा वर्गांचा नायनाट केल्यानंतर सर्व खाजगी मालमत्ता समाजाच्या मालकीची केली जाईल. सर्व खाजगी मालमत्ता समाजाच्या मालकीची झाल्यामुळे कोणीच कोणाचे शोषण करणार नाही, अतिरिक्त मूल्य घेणार नाही. त्यामुळे वर्गविग्रह नष्ट होतील. समाजात फक्त सर्वहारा

हा एकमेव वर्ग राहील. वर्गविग्रह समाप्त झाल्यामुळे वर्गांचे प्रतिनिधित्व करणारी राज्यसंस्थादेखील अडगळ ठरेल. राज्य विरून जाईल असे मार्क्सवादी मानतात. राज्य आणि वर्गांचा अडथळा नष्ट झाल्यानंतर समाजातील संघर्ष समाप्त होतील. प्रत्येक व्यक्तीला क्षमतेप्रमाणे काम मिळेल आणि गरजेप्रमाणे वाटा दिला जाईल. सर्वहारांच्या सर्वाधिकारशाहीच्या माध्यमातून सामूहिक जीवनपद्धती निर्माण करण्याचा प्रयत्न केला जाईल. सामूहिक जीवनाच्या निर्मितीसाठी मार्क्सवादी 'कम्यून्स' स्थापनेला महत्त्व देतात. समाजातील अंतिम स्तरात कम्यून्स निर्माण केले जातील. कम्यून्समध्ये चर्चा करून निर्णय घेतले जातील. कम्यून्स आपला निर्णय वरती कळवेल, अशा पद्धतीने चर्चा व विचारविनिमयाच्या माध्यमातून सर्वसंमतीने राज्यकारभार चालविला जाईल. मार्क्सवादी सहभागप्रधान आणि सामूहिक निर्णयप्रक्रियेला महत्त्व देतात. सहकारी तत्त्वावर आर्थिक लोकशाही निर्माण करतात. मार्क्सवादी लोकशाही ही अर्थकारणावर भर देते आणि समतेला जास्त महत्त्व देते, त्यामानाने स्वातंत्र्याकडे फारसे लक्ष पुरवत नाही. परंतु ते असे मानतात की, या व्यवस्थेत प्रत्येकाला अमर्याद स्वरूपाचे निवडस्वातंत्र्य उपलब्ध असेल. नागरिकांना आपल्या इच्छेप्रमाणे वागता येईल. मार्क्सवादी अभ्यासकांनी वर्णन केलेली साम्यवादी व्यवस्था ही खरी लोकशाही व्यवस्था आहे असे मानतात. मार्क्सवादी उदारमतवादी लोकशाहीला भांडवलदारी बटीक मानतात. तिला पर्याय उपलब्ध करून देण्यासाठी साम्यवादी व्यवस्था वा सर्वहारांच्या सर्वाधिकारशाहीची भलामण करतात आणि ही व्यवस्था जगाच्या कल्याणासाठी योग्य राहील हा दावा करतात. परंतु मार्क्सवाद्यांनी केलेला दावा रशिया व चीनच्या उदाहरणावरून खरा ठरला नाही. रशिया व चीनमध्ये साम्यवाद्यांच्या नावाने श्रमिकांचे अतोनात शोषण झाले. सर्वहारांची सर्वाधिकारशाही ही प्रत्यक्षात कम्युनिस्ट पक्षाची हुकूमशाही ठरली. सर्वहारा वर्गाला कोणत्याही प्रकारच्या स्वातंत्र्याचा लाभ घेता आला नाही. अर्थात यात मार्क्सवादाची चूक नाही. मार्क्सने उदारमतवादी लोकशाहीचा दोष लक्षात घेऊन, लोकशाहीला नवा पर्याय देण्यासाठी चिंतन केले. मार्क्सच्या शिष्यांनी मार्क्सच्या मॉडेलची पूर्णपणे मोडतोड करून, आपल्या मनमर्जीप्रमाणे त्यात बदल केले. त्यामुळे त्यातून लोकशाही निर्माण होण्याऐवजी हुकूमशाही निर्माण झाली. मार्क्सवादी विचारांतील उणिवा दूर करण्यासाठी नव-मार्क्सवाद्यांनी उदारमतवादी लोकशाहीचा स्वीकार केला. आर्थिक समतेसाठी स्वातंत्र्याचा त्याग करण्याची आवश्यकता नाही हे मान्य केले. विषमता नष्ट करण्यासाठी नव-मार्क्सवादी लोकसहभाग वाढविण्यावर भर देतात. जागतिकीकरणाच्या माध्यमातून शोषण प्रक्रियेला बळ प्राप्त होत असल्यामुळे, तिला लोकशाहीचा शत्रू मानतात.

३. **स्त्रीवादी लोकशाही दृष्टीकोन :** स्त्रीवादी अभ्यासक लोकशाहीच्या विकासात लिंगभेदाचा फारसा विचार केला गेला नाही असे मानतात. उदारमतवाद्यांनी राज्य आणि समाजाचे विभाजन करताना पुरुषाच्या जगाचे विभाजन केलेले आहे. स्त्रिया प्राकृतिकरीत्या परिवारिक क्षेत्राशी जोडलेल्या असतात. परिवार ही एक जीवशास्त्रीय संस्था मानली गेली. परिवाराचा प्रमुख पुरुष आहे, हे गृहीत धरले गेले. उदारमतवादी प्राकृतिक समानतेचा विचार करताना परिवाराचा प्रतिनिधी अर्थात परिवारप्रमुख पुरुषांमधील समानता मानतात. परिवाराचे सामाजिक संबंध म्हणजे परिवारप्रमुख पुरुषाचे संबंध मानतात. परिवारातील अंतर्गत संबंधांना खाजगी संबंध मानतात. उदारमतवाद्यांनी खाजगी आणि सार्वजनिक ही विभागणी केलेली आहे. परिवार हा खाजगी स्वरूपाचा असल्यामुळे त्याला राजकीय क्षेत्रापासून दूर ठेवले आहे. खाजगी जीवनात लिंगभेदाच्या आधारावर श्रमविभाजन केलेले असते. परिवारातील कामांची जबाबदारी स्त्रियांकडे दिलेली असते. उदारमतवादी सार्वजनिक क्षेत्रात काम करण्यासाठी पुरुष लायक आहेत, असे मानतात. परिवारातील कामांना कोणत्याही प्रकारचे मूल्य दिले जात नसल्यामुळे स्त्रिया आर्थिकदृष्ट्या परावलंबी असतात. परिवारातील जबाबदाऱ्यांमुळे स्त्रियांना सार्वजनिक क्षेत्राची दारे बंद करण्यात आली होती. सार्वजनिक क्षेत्रातील प्रवेशासाठी स्त्रियांनी मोठ्या प्रमाणावर संघर्ष केला. नैसर्गिक आणि जैविक घटकांचा आधार घेऊन अनेक विचारवंतांनी स्त्रिया सार्वजनिक क्षेत्रात काम करण्यासाठी अयोग्य आहेत असे ठरविण्याचा प्रयत्न केला. पारिवारिक जबाबदारीचा दाखला देऊन वा समाजातील स्त्री-भूमिकांचे गौरवीकरण व दैवतीकरण करूनदेखील स्त्रियांना सार्वजनिक क्षेत्रापासून लांब ठेवण्याचा प्रयत्न केला गेला. परंतु तरीदेखील स्त्रियांनी हार न मानता आपला संघर्ष सुरू ठेवला. पुरुषप्रधान व्यवस्थेला स्त्रियांच्या मागण्यांची दखल घ्यावी लागली. स्त्रियांना सार्वजनिक क्षेत्रात प्रवेश देण्यासाठी मताधिकार देण्यात आला. स्त्रियांना मताधिकार प्राप्त झालेला असला, तरी सार्वजनिक क्षेत्रात योग्य वाटा मिळालेला नाही. लोकशाहीत वैधानिक समता अस्तित्वात असल्याचे दिसत असले, तरी राजकीय संस्था आणि निर्णयप्रक्रियेत स्त्रियांचे स्थान नगण्य स्वरूपात आढळून येते. स्त्रीवादी अभ्यासक परिवाराच्या लोकशाहीकरणावर भर दिला पाहिजे, हे मत व्यक्त करतात. परिवाराच्या लोकशाहीकरणातून स्त्रियांना सार्वजनिक जीवनात शिरण्याची व्यापक संधी मिळेल. सार्वजनिक जीवनात स्त्रियांना योग्य संधी देण्यासाठी कौटुंबिक जबाबदाऱ्यांचे पुनर्वितरण केले जावे, घरगुती कार्यात पुरुषांनी सहकार्य करावे, बालसंगोपनासाठी राज्याने सहकार्य करावे, महिलांसाठी राजकीय संस्थांमध्ये राखीव जागा असाव्यात इत्यादी मागण्या स्त्रीवाद्यांकडून केल्या जात आहेत. लोकशाही समानतेची हमी देत

असली, तरी स्त्रियापर्यंत ती पोहोचली नाही. लोकशाहीतील राजकीय समानतेच्या कल्पनेत भेदभावाला स्थान नसते. उदारमतवाद्यांनी राजकारणाला पुरुषाचे क्षेत्र मानले. लोकशाही सिद्धान्तात पुरुषांच्या श्रेष्ठतेला असलेल्या महत्त्वाला स्त्रीवादी विरोध करतात. लोकशाही सिद्धान्ताची पुनर्मांडणी केली पाहिजे यावर भर देतात. प्राकृतिकदृष्ट्या स्त्री पुरुषापेक्षा काकणभरदेखील कमी नाही. जहाल स्त्रीवादी मानतात की, 'स्त्रियांना फाशी जाण्याचा अधिकार आहे, तसा संसदेत जाण्याचादेखील अधिकार असला पाहिजे.' उदारमतवादी लोकशाहीच्या समानतेच्या सिद्धान्तातील अंतविरोधाची दखल घेतली पाहिजे. स्त्री-पुरुषातील भेद लक्षात घेऊन सार्वजनिक क्षेत्रात स्त्रियांचा सहभाग वाढविण्यासाठी विभेदीकृत अधिकारांना लोकशाही सिद्धान्तात स्थान दिले पाहिजे, असे स्त्रीवादी अभ्यासक मानतात. अशा पद्धतीने स्त्रीवादी लोकशाही संकल्पनेत पुरुषांच्या बरोबरीने स्त्रियांचा राजकीय सहभाग वाढविण्यावर भर देतात. लोकशाही सिद्धान्तातील लिंगभेदाच्या आधारावर केल्या जाणाऱ्या भेदभावाला उघड करण्याचे कार्य स्त्रीवादी लोकशाही संकल्पनेने केले. यावरून स्त्रीवादी लोकशाही सिद्धान्ताची उपयुक्तता लक्षात येते.

लोकशाहीची वैशिष्ट्ये : लोकशाही शासनप्रणालीची पुढील वैशिष्ट्ये सांगितली जातात.

१. **जनसार्वभौमत्व :** लोकशाही व्यवस्थेत जनसार्वभौमत्वाला महत्त्वपूर्ण स्थान असते. लोकशाहीत अंतिम निर्णय घेण्याची सत्ता लोकांकडे असते. अब्राहम लिंकन यांनी लोकशाहीची व्याख्या करताना लोकशाही म्हणजे लोकांचे, लोकांनी आणि लोकांसाठी चालविलेले राज्य अशी केली आहे. याचा अर्थ, लोकशाही व्यवस्थेच्या केंद्रस्थानी जनता असते. राज्यातील अंतिम सत्ता जनतेच्या हातात असल्यामुळे अंतिम निर्णय घेण्याचा अधिकार जनतेला असतो. लोकशाहीत जनतेने निवडून दिलेल्या प्रतिनिधीच्या माध्यमातून कारभार करत असले, तरी प्रतिनिधीने केलेल्या कायद्याला विरोध करण्याचा अधिकार जनतेला असतो. प्रतिनिधीने केलेला कायदा जनतेला मान्य नसेल, तर तो फेटाळण्याचा अधिकार जनतेला असतो. लोकशाहीत सत्तेचा अंतिम मालक जनतेला मानले जाते.

२. **मुक्त आणि सार्वत्रिक निवडणुका :** प्रत्यक्ष लोकशाहीची कल्पना आधुनिक काळात शक्य नाही. कारण आधुनिक काळात राज्यांची लोकसंख्या आणि आकारमान प्रचंड वाढल्यामुळे जगातील सर्वच देशांत प्रातिनिधिक लोकशाहीचे अस्तित्व आढळून येते. प्रातिनिधिक लोकशाहीचा डोलारा निवडणुकांवर उभा असतो. सार्वत्रिक निवडणुकांच्या माध्यमातून जनता आपले प्रतिनिधी निवडून देत

असते. निवडलेल्या प्रतिनिधीच्या माध्यमातून राज्यकारभार चालत असतो. लोकशाही व्यवस्था नीटपणे चालण्यासाठी मुक्त आणि निःपक्षपाती वातावरणात निवडणुका होणे गरजेचे असते. निवडणुकांच्या माध्यमातून शांततेने सत्तांतर करता येते, तसेच राजकीय सत्ता मिळविण्यासाठी राजकीय पक्षांमध्ये स्पर्धा असते. प्रत्येक राजकीय पक्ष जास्तीत जास्त प्रतिनिधी निवडून यावेत यासाठी प्रयत्न करतो. निवडणुका जनतेपुढे विविध राजकीय पर्याय उपलब्ध करून देण्याचे कार्य करीत असतात.

३. **सार्वत्रिक प्रौढमताधिकार :** लोकशाही व्यवस्थेत सार्वत्रिक प्रौढमताधिकाराची नितांत गरज असते. लोकशाहीच्या उदयाच्या सुरुवातीच्या टप्प्यात मर्यादित लोकांना मतदानाचा अधिकार नव्हता. मताधिकारासाठी संपत्ती व शिक्षणाची अट होती. समाजातील अनेक घटक मतदानाच्या अधिकारापासून वंचित होते. विसाव्या शतकात जगातील बहुसंख्य देशांनी प्रौढमताधिकाराच्या तत्त्वाला मान्यता दिली. त्यामुळे विशिष्ट वय असलेल्या नागरिकाला कोणताही भेदभाव न करता मतदानाचा अधिकार दिला जातो. अर्थात प्रत्येक देशात मताधिकारासाठी वयाची अट भिन्न भिन्न आहे. भारतात १८ वर्ष पूर्ण केलेल्या नागरिकाला मतदानाचा अधिकार दिलेला आहे. मतदानाच्या अधिकारामुळे नागरिकांना लोकशाही व्यवस्थेत आपला सहभाग नोंदविता येतो.

४. **मुक्त राजकीय सहभाग :** लोकशाही व्यवस्थेत जनतेच्या राजकीय सहभागावर कोणत्याही प्रकारची बंधने नसतात. जनतेला मुक्तपणे राजकीय सहभाग घेता येतो. लोकशाही व्यवस्थेत जनतेने राजकीय सहभाग घ्यावा, म्हणून मोठ्या प्रमाणावर प्रोत्साहन दिले जाते. उदा. भारतात निवडणुकीच्या काळात जनतेने मतदान करावे म्हणून शासनातर्फे मोठ्या प्रमाणावर प्रचार-प्रसार केला जातो. जनतेच्या राजकीय सहभागात वाढ व्हावी, म्हणून मतदानाच्या अधिकारातील भेदभाव कमी करण्यात येऊन सर्वांना प्रौढमताधिकाराच्या तत्त्वानुसार मतदानाचा अधिकार देण्यात आला. मतदानाशिवाय सरकारवर टीका करणे, सरकारच्या धोरणाला विरोध करणे, मोर्चा, निदर्शने, धरणे इत्यादी मार्गांनीदेखील राजकीय सहभाग दर्शविता येतो.

५. **कायद्यावर आधारित शासन :** लोकशाही व्यवस्थेतील शासन हे कायद्यावर आधारित असते. लोकशाहीत कायदा ही सर्वोच्च शक्ती मानली जाते, व्यक्ती नव्हे. लोकशाही शासन निश्चित कायद्याच्या आधारावर चालविले जात असते. देशातील सर्वोत्तम कायद्याचा समावेश घटनेत केलेला असतो. घटनेतील कायदे राज्यकर्त्या वर्गांवरदेखील बंधनकारक असतात. शासन हे राज्यकर्त्यांच्या मर्जीने चालत नसून

कायद्याच्या आधारावर चालत असते. राज्यकर्त्या व्यक्तींनादेखील कायद्याच्या आधारावर विशिष्ट काळ सत्ता प्राप्त होते आणि कालावधी संपल्यानंतर पदावरून दूर व्हावे लागते. लोकशाही व्यवस्थेतील न्यायदानदेखील व्यक्तीच्या लहरीवर होत नसून कायद्यानुसार होत असते. लोकशाही शासन कायद्यावर आधारित असल्यामुळे कायदे सर्वांसाठी समान असतात. तसेच बंधनकारकदेखील असतात. कायद्याचे समान संरक्षण सर्वांना उपलब्ध करून दिलेले असते. कायद्याच्या आधारावर कोणताही भेदभाव लोकशाही व्यवस्थेत केला जात नाही.

६. **विकेंद्रीकरणाला महत्त्व :** लोकशाही व्यवस्था ही विकेंद्रीकरणाला महत्त्व देते. केंद्रीकरण हे सर्वाधिकारशाहीला जन्म देत असते. म्हणून लोकशाही व्यवस्थेत सत्ता एक व्यक्ती वा व्यक्तीगटाच्या हातात केंद्रित होणार नाही, याची दक्षता घेतली जाते. लोकशाही व्यवस्थेत कायदेमंडळ, कार्यकारीमंडळ आणि न्यायमंडळ यांत सत्तेचे विभाजन केलेले असते. या तिन्ही विभागांना मर्यादित प्रमाणात सत्ता प्रदान केलेली असते. या तिन्ही विभागांचे एकमेकांवर नियंत्रण असावे, म्हणून अनेक देशांत नियंत्रण आणि संतुलन तत्त्वाचा अवलंब केलेला आहे. उदा. अमेरिकन राज्यघटना. काही देशांत सत्तेचे विकेंद्रीकरण साध्य करण्यासाठी संघराज्य शासनपद्धती निर्माण केलेली असते. संघराज्य शासनप्रणालीत केंद्र सरकार आणि घटकराज्य सरकार यांत अधिकार विभागणी केलेली असते. घटकराज्यांना घटनेनुसार स्वायत्तता प्रदान केलेली असते, जेणेकरून केंद्रसरकार त्यांच्या कारभारात हस्तक्षेप करणार नाही. एकात्म शासनप्रणाली असलेल्या देशात स्थानिक स्वराज्य संस्थांची निर्मिती करून लोकशाही विकेंद्रीकरण साधण्याचा प्रयत्न केला जातो.

७. **स्वातंत्र्याला महत्त्व :** लोकशाही शासनप्रणाली स्वातंत्र्याला महत्त्व देणारी शासनप्रणाली मानली जाते. लोकशाही व्यवस्थेत नागरिकांच्या व्यक्तिमत्त्व-विकासासाठी विविध प्रकारची स्वातंत्र्ये उपलब्ध करून दिली जातात. स्वातंत्र्यांना आवश्यक कायदेशीर संरक्षणदेखील उपलब्ध करून दिले जाते, जेणेकरून शासनव्यवस्थेने जनतेच्या जीवनात अनावश्यक हस्तक्षेप करू नये हा हेतू असतो. लोकशाही व्यवस्था शासनाच्या हस्तक्षेपाला मर्यादित करण्याचे कार्यदेखील करत असते. लोकशाहीत धार्मिक, सामाजिक, राजकीय, सांस्कृतिक इत्यादी विविध प्रकारची स्वातंत्र्ये उपलब्ध करून दिलेली असतात. या स्वातंत्र्याचा कोणीही अपहार करू नये, म्हणून न्यायालयाचे संरक्षणदेखील दिलेले असते. स्वातंत्र्यावर कोणतीही व्यक्ती, संस्था आणि सरकारने अतिक्रमण करण्याचा प्रयत्न केल्यास, नागरिक न्यायालयात दाद मागू शकतो. म्हणून लोकशाही स्वातंत्र्याला महत्त्व देणारी शासनप्रणाली आहे.

लोकशाहीचे आवश्यक वा आधारभूत घटक : लोकशाही अतिशय व्यापक संकल्पना आहे. आधुनिक काळात लोकशाही ही शासनपद्धती न राहता जीवनपद्धती बनलेली आहे. त्यासाठी लोकशाहीमध्ये काही आवश्यक तत्त्वे असणे गरजेचे आहे. जगातल्या अनेक देशांनी लोकशाहीचा स्वीकार केला आहे. लोकशाही निर्माण करण्यासाठी पुढील घटक आवश्यक असतात.

१. **लिखित राज्यघटना :** लोकशाहीत लिखित राज्यघटना आवश्यक असते. प्रत्येक देशाचा राज्यकारभार विशिष्ट नियमांनुसार चालतो. त्या नियमांच्या संग्रहाला राज्यघटना म्हणतात. घटनेतील नियमांच्या मर्यादेत राहून शासनातील विविध घटकांना आपले कार्य करावे लागते. शासनाचे अधिकारकार्य आणि जनतेचे हक्क इ. बाबतच्या गोष्टींचा घटनेत समावेश असतो. घटना लिखित असली, म्हणजे नागरिकांनादेखील व्यवस्थित राज्यकारभार चालू आहे की नाही, हे पडताळून पाहता येते. प्रत्येक राज्याला राज्यघटना आवश्यक असते. शासनपद्धती, सत्तेचे विभाजन, सत्तेचे विकेंद्रीकरण आणि जनतेचे हक्क ह्या संबंधीची आधारभूत तत्त्वे व सूत्रे राज्यघटनेत समाविष्ट केलेली असतात. राज्यघटना लिखित असली म्हणजे राज्यकर्त्यांवर अप्रत्यक्ष नियंत्रण येते. इंग्लंडचा अपवाद वगळता सर्व देशांच्या राज्यघटना लिखित आहेत.

२. **कायदे मंडळ :** कायदे मंडळ हे लोकशाहीचे प्रमुख अंग आहे. कायद्याद्वारे राज्याची इच्छा व्यक्त होत असते. कायदे तयार करण्याचे काम कायदे मंडळ करत असते. कायदे मंडळात जनतेचे प्रतिनिधी असतात. ते प्रतिनिधी सरकारच्या कामकाजावर नियंत्रण ठेवतात, सरकारच्या आर्थिक कार्यावर नियंत्रण ठेवतात, अयोग्य कार्याबद्दल सरकारला जाब विचारतात, जनतेच्या तक्रारींना वाचा फोडतात, सार्वजनिक प्रश्नांवर चर्चा करून जनहितासाठी कार्य करतात. कायदे मंडळात सर्व जनतेने निवडून दिलेले प्रतिनिधी असतात. व्यक्तिस्वातंत्र्य, मूलभूत हक्क आणि लोकशाही मूल्ये टिकवून ठेवण्यासाठी कायदे मंडळाची स्थापना लोकशाहीत केलेली असते. कायदे मंडळ सदस्याच्या दर्जावर लोकशाही दर्जा अवलंबून असतो.

३. **स्वतंत्र न्यायमंडळ :** व्यक्तिस्वातंत्र्य, लोकशाही शासन व्यवस्था कार्यक्षम आणि निःपक्षपातीपणे चालविण्यासाठी न्यायमंडळाला स्वातंत्र्य असणे गरजेचे आहे. लोकशाहीच्या यशासाठी निःपक्ष व स्वतंत्र न्यायमंडळ असणे आवश्यक आहे. कायदे मंडळ आणि कार्यकारी मंडळ यांच्या नियंत्रणापासून न्यायमंडळ स्वतंत्र असणे आवश्यक असते. घटनाबाह्य कायदे रद्द करण्यासाठी न्यायालयांना न्यायालयीन पुनर्विलोकनाचा अधिकार दिलेला असतो. या अधिकाराच्या माध्यमातून न्यायमंडळ घटनेच्या पावित्र्याचे रक्षण करू शकते, तसेच जनतेवर लादल्या जाणाऱ्या

अन्यायकारक घटनाबाह्य कायद्याला अवैध घोषित करू शकते. व्यक्तीच्या मूलभूत हक्कांच्या संरक्षणाची जबाबदारी न्यायमंडळाकडे सोपविली जाते. न्यायमंडळाचे स्वातंत्र्य जपण्यासाठी न्यायाधीशांना सेवेची शाश्वती व अधिक वेतन दिले जाते.

४. **बहुमताचे शासन :** लोकशाहीत सर्व लोक समान मानले जात असले, तरी प्रत्यक्षात सर्वांचे प्रत्येक वेळी एकमत होईलच असे नाही. त्यामुळे एखाद्या प्रश्नावर ज्या बाजूने बहुमताचा कल असेल, त्यानुसार निर्णय घेतले जातात. सार्वजनिक क्षेत्रातील निर्णय घेताना बहुमताचा अवलंब केला जातो. निवडणुकीत ज्या पक्षाला बहुमत मिळेल, तोच पक्ष राज्यकारभार चालविण्यास पात्र समजला जातो. अल्पमताचे शासन लोकशाहीला मान्य नाही. लोकशाहीत निर्णय प्रक्रियेचा आधार बहुमत मानला जातो. बहुमताच्या आधारावर राज्यकारभार चालविला जातो.

५. **राजकीय पक्ष :** राजकीय पक्षाशिवाय लोकशाहीची कल्पनाच करता येणार नाही. लार्ड ॲक्टन यांनी राजकीय पक्षाला लोकशाहीचे वाहक मानले आहे. प्रातिनिधिक लोकशाहीच्या यशासाठी राजकीय पक्षाचे अस्तित्व आवश्यक असते. जनहित साधण्याच्या हेतूने राजकीय पक्षाची स्थापना केली जाते. लोकशाहीत सुसंघटित राजकीय पक्षाची आवश्यकता असते. तसेच लोकशाहीत राजकीय पक्षांना कार्य करण्याचे स्वातंत्र्य असते. निवडणुकीच्या काळात पक्षाचे धोरण व कार्यक्रम जनतेसमोर मांडून बहुमताचा पाठिंबा मिळविण्याचा प्रयत्न राजकीय पक्ष करतात. सत्ता मिळाल्यानंतर आपला कार्यक्रम अमलात आणण्याचा प्रयत्न करतात. लोकशाहीच्या यशासाठी द्विपक्ष वा बहुपक्ष पद्धतीस योग्य मानले जाते.

६. **प्रभावी विरोधी पक्ष :** लोकशाहीच्या यशासाठी दोन किंवा त्यापेक्षा जास्त पक्ष अस्तित्वात असणे आवश्यक असते. सत्ताधारी पक्षाने सत्तेचा गैरवापर करू नये, म्हणून त्याला विरोध करणारा प्रभावी विरोधी पक्ष आवश्यक असतो. सत्ताधारी पक्ष बेजबाबदारपणे सत्तेचा वापर करू लागला, तर जनतेचा रखवालदार या नात्याने विरोधी पक्षाला काम करावे लागते. विरोधी पक्ष लोकांना पर्यायी व्यवस्था देण्याचे काम करतो. सत्ताधारी पक्ष बहुमताच्या जोरावर जुलमी बनण्याची शक्यता असते. त्यावर नियंत्रण ठेवण्याचे काम विरोधी पक्ष करीत असतो. सत्ताधारी पक्षाला तुल्यबळ असा विरोध करणारा विरोधी पक्ष असेल, तर सत्ताधारी पक्ष जबाबदारीने वागतो. विरोधी पक्षामुळे सत्ताधारी पक्षावर अकुंश राहतो. कायदेमंडळात विविध संसदीय आयुधांचा वापर करून विरोधी पक्ष सत्ताधारी पक्षावर नियंत्रण ठेवू शकतो. विरोधी पक्षाच्या अभावी लोकशाहीची कल्पनाच करता येत नाही. त्यामुळे प्रभावी विरोधी पक्ष लोकशाहीचा महत्त्वपूर्ण घटक मानला जातो.

७. **स्वतंत्र वृत्तपत्रे :** लोकमत हा लोकशाहीचा आधार आहे. लोकशाहीचे यशापयश

योग्य लोकमतावर अवलंबून असते. लोकमत घडविण्यासाठी आधुनिक काळात विविध साधनांचा वापर केला जातो. वृत्तपत्रे हे लोकमत घडविण्याचे प्रभावी साधन मानले जाते. वृत्तपत्रे लोकमत तयार करण्याचे कार्य करीत असतात. जनतेच्या मागण्या शासनापर्यंत नेणे आणि शासनाचे कार्यक्रम जनतेपर्यंत पोहोचविणे असे दुहेरी कार्य वर्तमानपत्रे पार पाडीत असतात. हे कार्य व्यवस्थित पार पाडण्यासाठी त्यांना स्वातंत्र्य असणे गरजेचे असते. शासनाचे धोरण योग्य असेल तर त्याचा गौरव करणे, अयोग्य असेल तर टीका करणे हे वृत्तपत्राचे काम असते. हे काम योग्य मार्गाने करण्यासाठी शासनाचे कोणतेही दडपण वृत्तपत्रांवर असू नये. त्यांना स्वातंत्र्य द्यावे. सरकारच्या दडपणातून वर्तमानपत्र बातम्या प्रसिद्ध करत असेल, तर जनतेला एकांगी माहिती मिळू शकते. सरकारी दडपणाखाली काम करणारी वर्तमानपत्रे निपक्ष:पातीपणे काम करू शकत नाहीत. म्हणून लोकशाहीच्या यशासाठी स्वतंत्र व निपक्ष:पातीपणे कार्य करणारी वर्तमानपत्रे असणे गरजेचे आहे.

८. **स्थानिक स्वराज्य संस्था :** लोकशाहीत राज्यकारभाराचे शिक्षण व अनुभव मिळण्याचे केंद्र म्हणजे स्थानिक स्वराज्य संस्था होय. या संस्थांच्या माध्यमातून स्थानिक लोकांना राजकीय सहभाग उपलब्ध करून देता येतो. नवीन नेतृत्वाची निर्मिती या संस्थेतून होत असते. लोकशाहीच्या यशासाठी या संस्था आवश्यक आहेत. लोकशाहीत सत्तेचे जेवढ्या जास्त प्रमाणात विकेंद्रीकरण केले जाईल, तितक्या प्रमाणात लोकशाही यशस्वी होईल. या संस्थेतील कामाचा अनुभव भावी काळात उच्च शासन व्यवस्थेतील कामकाज करण्यासाठी उपयोगी ठरतो. कोणत्याही शासनसंस्थेत सत्ता एकाच केंद्राभोवती एकवटली, तर ते सत्ताकेंद्र अत्याचारी व हुकूमशाही होण्याची शक्यता असते. म्हणून लोकशाहीचे विकेंद्रीकरण हा लोकशाही व्यवस्थेचा गाभा मानले जाते. लोकशाही विकेंद्रीकरण करण्यासाठी भारतात जिल्हा परिषद, नगर परिषद इ. स्थानिक संस्था निर्माण केलेल्या दिसतात. लॉर्ड ब्राईसच्या मते लोकशाही शिक्षणाची उत्कृष्ट शाळा आणि लोकशाहीच्या यशाची निश्चित खात्री म्हणजे स्थानिक स्वराज्य पद्धती होय.

९. **कायद्याचे राज्य :** कोणतीही व्यक्ती कायद्यापेक्षा श्रेष्ठ नाही. प्रत्येक व्यक्ती कोणत्याही दर्जा वा अधिकाराची असो, सर्वांनी राज्यातील सर्वसामान्य कायदे पाळले पाहिजेत आणि त्यांच्यावर सर्वसाधारण न्यायालयांचा अधिकार चालला पाहिजे. त्यातून कायद्याचे सार्वभौमत्व स्पष्ट होते. कायद्यापेक्षा कोणतीही व्यक्ती श्रेष्ठ नाही. कायदे सर्वांसाठी समान असले पाहिजेत.

१०. **स्वातंत्र्य व समतेला महत्त्व :** लोकशाही यशस्वी करण्यासाठी स्वातंत्र्य व समता प्रस्थापित करणे गरजेचे असते. त्यामुळे लोकशाहीत प्रत्येक व्यक्ती स्वतंत्र व समान

मानली जाते. प्रत्येक नागरिकाला सार्वजनिक जीवनात सहभागी होण्याचे आणि आपल्या प्रगतीसाठी विविध गोष्टी करण्याचे समान स्वातंत्र्य असते. कोणतेही सार्वजनिक पद बहाल करताना धर्म, लिंग, जात, वर्ग, वर्ण, जन्मस्थान इत्यादींच्या आधारावर भेदाभेद केला जात नाही. प्रत्येक व्यक्तीला आपल्या योग्यतेनुसार कोणतेही सार्वजनिक पद धारण करता येते. व्यक्तीच्या व्यक्तिमत्त्व विकासासाठी आचारविचार, उच्चार, धर्म, उपासना, व्यवसाय, शिक्षण इत्यादी स्वातंत्र्ये बहाल केलेली असतात. प्रत्येकाला समान संधी उपलब्ध करून देण्यासाठी समता तत्त्वालादेखील महत्त्व दिलेले असते. लोकशाही ही स्वातंत्र्य व समता तत्त्वांना महत्त्व देणारी शासनप्रणाली मानली जाते.

अशा विविध घटकांची वा आवश्यक लक्षणांची लोकशाही शासन निर्माण करण्यासाठी आवश्यकता असते. वरील सर्व घटक लोकशाही यशस्वी होण्यासाठी उपयुक्त ठरतात.

लोकशाहीच्या यशासाठी आवश्यक अटी वा घटक : जगात इंग्लड देशात सर्वप्रथम लोकशाहीचा उदय व प्रसार झाला. लोकशाहीचे स्वरूप, शासन यंत्रणा आणि लोकांचा दृष्टिकोन यांत अनुकूल बदल होत गेल्यामुळे लोकशाही लोकप्रिय होत गेली. परंतु २० व्या शतकात जगातील अनेक देशांनी लोकशाहीचा स्वीकार केला. पण पहिल्या महायुद्धानंतर अनेक देशांत लोकशाही शासनाविरुद्ध क्रांती होऊन लोकशाही नष्ट झाली. दुसऱ्या महायुद्धानंतर आशिया, आफ्रिका खंडांतील देशांनी लोकशाही शासन पद्धतीचा स्वीकार केला. पण अल्पकाळात त्या देशांमध्ये लोकशाही अपयशी ठरली. लोकशाही यशस्वी करण्यासाठी आवश्यक परिस्थिती असल्याशिवाय लोकशाही यशस्वी होऊ शकत नाही. लोकशाही यशस्वी करण्यासाठी पुढील गोष्टी आवश्यक असतात.

१. **जागृत नागरिक :** लोकशाहीच्या यशासाठी नागरिकांनी जागृत राहून सार्वजनिक कार्यात सक्रिय सहभाग घेतला पाहिजे. इतर नागरिकांचे स्वातंत्र्य व कर्तव्यपालनाबाबत मदत केली पाहिजे. सरकारच्या चांगल्या कार्याबद्दल प्रोत्साहन दिले पाहिजे. अन्यायकारक कायदे व निर्णयाला विरोध केला पाहिजे. निवडून दिलेले प्रतिनिधी व सरकारी अधिकारी योग्य काम करतात किंवा नाही याकडे लक्ष दिले पाहिजे. आपल्या अडचणी शासनाकडून सोडवून घेतल्या पाहिजेत. निवडणुकीच्या माध्यमातून योग्य प्रतिनिधीची निवड केली पाहिजे. नागरिकांनी प्रत्येक बाबतीत सक्रिय सहानुभूती दाखविली पाहिजे. लॉर्ड ॲक्टनच्या मते, लोकशाहीच्या यशासाठी अखंड जागरूकता हे मूल्य आवश्यक आहे. लोकशाहीत जनतेच्या जागरूकतेमुळे सत्तेचा दुरुपयोग टाळता येतो आणि राज्यकर्त्यांवरदेखील अंकुश प्रस्थापित होतो.

२. **लोकशाही मूल्यांवर विश्वास :** लोकशाहीशी संबंधी मानवी मूल्य आणि शासन पद्धतीवर जनतेचा विश्वास असावा. जनतेने लोकशाहीची शिकवण आत्मसात केली पाहिजे. संघर्ष करण्याऐवजी समन्वय करण्याची प्रवृत्ती जनतेत असली पाहिजे. आपल्या मताबरोबर दुसऱ्याच्या मताची किंमत केली पाहिजे. स्वातंत्र्य, समता, बंधुता या तत्त्वांवर जनतेची निष्ठा असल्याशिवाय लोकशाही यशस्वी होणार नाही. लोकशाहीची शिकवण, तिचा सिद्धान्त व तिच्या आदर्शावर विश्वास असला पाहिजे. प्रत्येक नागरिकांनी इतर नागरिकांशी सहकार्य करून आपले कर्तव्य पार पाडले पाहिजे. लोकशाही यशस्वी करण्याची इर्षा मनात ठेवून सहकार्य भावनेचा विकास केल्यास, सर्वांचा विकास व शांतता प्रस्थापित होईल आणि लोकशाहीवरचा विश्वास विकसित होण्यास साहाय्य मिळेल. विचारविनिमय, विरोधी मतास स्थान, शांततेच्या माध्यमातून सत्तांतर इत्यादी लोकशाही मूल्यांवर जनतेचा विश्वास असल्याशिवाय लोकशाही यशस्वी होणे शक्य नाही.

३. **व्यक्तिपूजेचा त्याग :** लोकशाहीत व्यक्तीपेक्षा तत्त्व व उद्दिष्टांना महत्त्वपूर्ण स्थान असते. सत्तारूढ नेत्यावर विधायक स्वरूपाची टीका करणे हे नागरिकांचे कर्तव्य आहे. देशाची सेवा करणाऱ्या नेत्यांबद्दल आदर असावा; पण आपली प्रशासकीय यंत्रणा मोडून पडेल इतकी सत्ता कोणत्याही व्यक्ती किंवा गटाकडे देऊ नये. व्यक्तिपूजा हुकूमशाही व्यवस्थेचे लक्षण आहे. लोकशाहीला व्यक्तिपूजा मान्य नाही. राजकीय नेत्याचे विभूती पूजन आणि व्यक्तिनिष्ठ अनुयायित्व ह्यामुळे लोकशाहीला धोका पोहोचतो. डॉ. बाबासाहेब आंबेडकर सांगत की, भारतात लोकशाही यशस्वी होण्यासाठी नागरिकांनी कोणत्याही मोठ्या व्यक्तीच्या चरणी आपले स्वातंत्र्य अर्पण करू नये.

४. **सामाजिक समता :** सामाजिक समता लोकशाहीच्या यशासाठी आवश्यक आहे. जातिभेद, लिंगभेद, प्रादेशिकता आणि भाषावाद, उच्चनीच भावना लोकशाहीच्या यशाला धोका निर्माण करतात. लोकशाहीच्या यशासाठी मानवनिर्मित विषमता नष्ट करून समता निर्माण केली पाहिजे. समता म्हणजे सारखेपणा नव्हे, तर सर्व नागरिकांना समान दर्जा व संधी उपलब्ध करून दिली पाहिजे. प्रत्येक व्यक्तीच्या विकासासाठी आवश्यक परिस्थिती निर्माण केली पाहिजे, तरच लोकशाही यशस्वी होईल. बंधुभावाची व एकीची भावना निर्माण करण्यासाठी आर्थिक, सामाजिक व राजकीय समता असली पाहिजे. पं. नेहरूंच्या मते, लोकशाही म्हणजे समानता किंवा समता; केवळ मतदानाच्या हक्काबाबत नव्हे, तर आर्थिक आणि सामाजिक समता होय. आपल्या देशात अस्तित्वात असलेल्या सामाजिक आणि आर्थिक क्षेत्रांतील विषमतेचा नायनाट केल्याशिवाय लोकशाही यशस्वी होणार नाही. देशातील

विषमता राजकीय लोकशाही उद्ध्वस्त केल्याशिवाय राहणार नाही. लोकशाहीच्या यशासाठी सामाजिक समता निर्माण करणे गरजेचे आहे.

५. **विवेकशील नेता :** नेत्यांच्या व्यक्तिमत्त्वावरही लोकशाहीचे यश अवलंबून असते. नेत्याचे चारित्र्य उच्च दर्जाचे असले पाहिजे, त्याने घेतलेले निर्णय विवेकपूर्ण असले पाहिजेत आणि त्याच्याकडे माणसे ओळखण्याची कला असली पाहिजे. अनुभवी, हुशार, त्यागी व दूरदृष्टी असलेला नेता लोकशाहीला यशस्वी करू शकतो. नेत्याने घेतलेले निर्णय विवेकबुद्धीवर आधारलेले असावेत. कारण स्वार्थी नेत्यांच्या हातात लोकशाहीचा कारभार गेल्यास ते स्वार्थासाठी लोकशाही नष्ट करू शकतात. अनुभवी, त्यागी, कर्तृत्ववान, दूरदृष्टी असणारा, प्रामाणिक आणि कार्यक्षम नेता लोकशाही यंत्रणेचा योग्य वापर करून लोककल्याण आणि देशहित साध्य करू शकतो.

६. **राष्ट्रीय चारित्र्य :** लोकशाहीच्या यशासाठी नागरिकांचे चारित्र्य उच्च दर्जाचे असले पाहिजे. देशातील नागरिकांचा नैतिक मूल्यांवर विश्वास असावा. राष्ट्रीय चारित्र्य निर्माण करण्यासाठी प्रयत्न केला पाहिजे. राष्ट्रप्रेम, इमानदारी, स्वार्थत्याग, सेवाभाव, राष्ट्रासाठी कोणतेही त्याग व कष्ट करण्याची तयारी इ. गुणांच्या जोरावर लोकशाही यशस्वी होऊ शकते. ह्या गुणांच्या अभावी लोकशाही यशस्वी होऊ शकत नाही. राष्ट्रीय चारित्र्य आणि नैतिकतेला महत्त्व देणारे नेते आणि नागरिक असतील, तर लोकशाही यशस्वी होण्यास वेळ लागणार नाही.

७. **प्रामाणिक व कार्यक्षम शासनयंत्रणा :** लोकशाही शासन आणि शासन अधिकारी यांच्या कार्यक्षम यंत्रणेवर, वर्तनावर लोकशाहीचे यश अवलंबून असते. प्रशासनात वशिलेबाजी, भ्रष्टाचार असेल तर जनतेचा लोकशाहीवर विश्वास राहणार नाही. शासकीय अधिकारी तज्ज्ञ म्हणून असून उपयोगाचे नाही, तर ते प्रामाणिक व नि:स्वार्थी असले पाहिजे. आधुनिक काळातील कल्याणकारी राज्य संकल्पनेमुळे शासनाधिकाऱ्यांच्या जबाबदाऱ्या वाढलेल्या आहेत. म्हणून त्यांनी जबाबदारीने कार्य करणे गरजेचे आहे. जनतेच्या प्रतिनिधीशी विचारविनिमय करून आणि सामोपचाराने निर्णयाची अंमलबजावणी केली पाहिजे.

८. **सत्तेचे विकेंद्रीकरण :** लोकशाही शिक्षणाच्या शाळा आणि लोकशाहीचा पाया या दृष्टीने स्थानिक स्वराज्य संस्था स्थापन केल्या जातात. लोकशाही यशस्वी करण्यासाठी सत्तेचे विकेंद्रीकरण गरजेचे असते. जनतेचा राज्यकारभारात सहभाग आवश्यक असतो. त्याशिवाय लोकशाही यशस्वी होऊ शकणार नाही. लोकशाही यशस्वी होण्यासाठी कर्तव्यनिष्ठ आणि जबाबदार नागरिकांची आवश्यकता असते आणि असे नागरिक स्थानिक स्वशासन व्यवस्थेतून निर्माण होऊ शकतात.

नागरिकांमध्ये सहिष्णुता, सहकार्य, सार्वजनिक हित करण्याची दृष्टी इत्यादी गुण स्थानिक स्वराज्य संस्थेच्या कार्यात भाग घेतल्यामुळे वाढीस लागतात.

९. **सामाजिक व आर्थिक समतानिर्मिती :** लोकशाहीच्या यशासाठी आर्थिक व सामाजिक समता निर्माण होणे आवश्यक आहे. समाजव्यवस्थेत मोठ्या प्रमाणावर आर्थिक विषमतेचे अस्तित्व असेल, तर लोकशाही व्यवस्थेने उपलब्ध करून दिलेले अधिकार जनतेला नीटपणे वापरता येणार नाहीत. दारिद्र्य असलेल्या समाजात लोकशाहीतील मतदानाच्या अधिकाराचे फारसे अप्रूप नसते. मतदान अधिकाराविषयी जागरूकता नसल्यामुळे लोक पैसा घेऊन मतदान करतात. लोकशाहीच्या यशासाठी आर्थिक विषमता नष्ट करणे गरजेचे मानले जाते. आर्थिक विकेंद्रीकरणावर भर, वस्तू आणि सेवांचे योग्य वितरण, समाजातील आर्थिकदृष्ट्या दुर्बल घटकांच्या विकासासाठी योजना इत्यादींचा वापर करावा लागतो. धर्म, जात, वंश, लिंग, संस्कृती आणि जन्मस्थान इत्यादींच्या आधारावर असलेला सामाजिक भेदभाव आणि विषमतादेखील लोकशाहीला मारक असते. समाजातील सर्व प्रकारचे भेदाभेद आणि विषमता नष्ट करून सामाजिक समता निर्माण करणे लोकशाहीच्या यशासाठी आवश्यक मानले जाते.

१०. **स्वतंत्र न्यायमंडळ :** व्यक्तिस्वातंत्र्य, लोकशाही शासन व्यवस्था कार्यक्षम आणि निःपक्षपातीपणे चालविण्यासाठी न्यायमंडळाला स्वातंत्र्य असणे गरजेचे आहे. लोकशाहीच्या यशासाठी निःपक्ष व स्वतंत्र न्यायमंडळ असणे आवश्यक आहे. कायदे मंडळ आणि कार्यकारी मंडळ यांच्या नियंत्रणापासून न्यायमंडळ स्वतंत्र असणे आवश्यक असते. घटनाबाह्य कायदे रद्द करण्यासाठी न्यायालयांना न्यायालयीन पुनर्विलोकनाचा अधिकार दिलेला असतो. या अधिकाराच्या माध्यमातून न्यायमंडळ घटनेच्या पावित्र्याचे रक्षण करू शकते, तसेच जनतेवर लादल्या जाणाऱ्या अन्यायकारक घटनाबाह्य कायद्याला अवैध घोषित करू शकते. व्यक्तीच्या मूलभूत हक्कांच्या संरक्षणाची जबाबदारी न्यायमंडळाकडे सोपविली जाते. न्यायमंडळाचे स्वातंत्र्य जपण्यासाठी न्यायाधीशांना सेवेची शाश्वती व अधिक वेतन दिले जाते.

अशा प्रकारे लोकशाही यशस्वी होण्यासाठी वरील गोष्टींची नितांत गरज असते. या गोष्टींच्या अभावातून अनेक देशांत लोकशाही यंत्रणा धोक्यात आलेली दिसते. लोकशाही शासन पद्धती आपोआप यशस्वी होत नाही, तर ती यशस्वी करण्यासाठी वरील अटी पूर्ण करणे गरजेचे आहे.

लोकशाहीचे गुणदोष, परीक्षण वा मूल्यमापन

लोकशाहीतील गुण : आधुनिक युग हे लोकशाहीचे युग मानले जाते. त्या दृष्टीने राज्यांचे शासन लोकशाही तंत्रानुसार असले पाहिजे अशी अपेक्षा सर्वत्र केली जाते. लोकशाहीत अनेक गुण आहेत, म्हणून लोकशाही शासनाची जोपासना लोकशाहीवादी देशांमध्ये झाली आहे. जगातल्या अनेक देशांनी लोकशाहीचा स्वीकार केलेला दिसतो. कारण इतर शासन प्रणालींपेक्षा लोकशाहीत जास्त गुण दिसून येतात. ते पुढीलप्रमाणे होत.

१. **जनतेचे सार्वभौमत्व :** लोकशाहीत सार्वभौम सत्ता जनतेच्या हातात असते. त्यामुळे राज्यकर्ता वर्ग जनतेच्या हिताची काळजी करतो. जनतेच्या इच्छा-आकांक्षा पूर्ण करण्याचा प्रयत्न करतो. विशिष्ट वर्गाचेच हितसंबंध जोपासले जात नाहीत, तर सर्वसामान्य जनतेचे हितसंबंध जपले जातात, हा सर्वांत मोठा गुण लोकशाहीचा मानला जातो.

२. **सर्वांना समान संधी :** लोकशाहीत सर्व नागरिकांना समान मानले जाते. सार्वजनिक क्षेत्रात प्रत्येक व्यक्तीला मुक्तपणे प्रवेश दिला जातो. सर्वांना समान संधी हे लोकशाहीचे मुख्य वैशिष्ट्य आहे. लोकशाही व्यवस्थेत निर्णय प्रक्रियेत सर्व व्यक्तींच्या हितसंबंधांचा विचार केला जातो. सर्व घटकांच्या इच्छा-आकांक्षा घेऊन नीतिनिर्धारण केले जात असल्यामुळे, लोकशाही व्यवस्थेला सर्व वर्गांचा पाठिंबा मिळतो.

३. **प्रौढमताधिकार तत्त्वांचा अवलंब :** लोकशाहीत निवडणुकीच्या माध्यमातून प्रतिनिधींची निवड केली जाते. निवडणुकीस सर्व व्यक्तींना निर्भीडपणे भाग घेता येतो. प्रौढ मताधिकाराच्या मतानुसार विशिष्ट वय पूर्ण झालेल्या व्यक्तीला मतदानाचा अधिकार दिला जातो. लोकशाही व्यवस्थेत प्रौढमताधिकार तत्त्वांचा अवलंब केलेला असल्यामुळे, राजकीय सहभागाचे प्रमाण इतर शासनव्यवस्थांपेक्षा जास्त आढळून येते. वाढत्या राजकीय सहभागामुळे लोकशाही शासन अधिमान्य व स्थिर राहते.

४. **शांततापूर्ण मार्गाने सत्तांतर :** लोकशाहीत शांततापूर्ण आणि घटनात्मक मार्गाने सत्तांतर घडवून आणले जाते. सत्ताबदल करण्यासाठी हिंसा किंवा क्रांतीची गरज नसते. निवडणुकीच्या माध्यमातून शांततेने सत्ताबदल घडवून आणता येतो.

५. **जनहिताला महत्त्व :** लोकशाहीत प्रतिनिधी आणि जनता यांच्यात जवळचा संबंध असतो. प्रतिनिधींना जनतेशी सतत संपर्क ठेवावा लागतो. जनतेच्या इच्छा-आकांक्षा लक्षात घेऊन कार्य करावे लागते, अन्यथा जनता प्रतिनिधींना पदावरून दूर करू शकते. जनतेचे शासन असल्याकारणाने जनतेला लोकशाहीवर विश्वास असतो, त्यांच्या प्रगती आणि कल्याणासाठी राज्य कार्य करेल. जनतेशी सदैव संपर्क असल्यामुळे सरकार अतिशय कार्यकुशल असते.

६. **उत्तरदायित्व वा जबाबदारीला महत्त्व :** लोकशाही शासनपद्धतीत लोकांमध्ये जबाबदारीची जाणीव निर्माण होते. लोकशाहीत होणाऱ्या निवडणुकीत प्रत्येक राजकीय पक्ष आपल्या भूमिका जनतेसमोर मांडत असतो. जनता विविध पर्यायांचा विचार करून कोणता पक्ष व उमेदवार चांगला आहे याचा विचार करून मतदान करत असल्यामुळे लोकशाही शासन व्यवस्थेत जनतेत जबाबदारीची भावना वाढत असते.

७. **शैक्षणिक मूल्य :** लोकशाही शासनप्रणालीला फार मोठे शैक्षणिक मूल्य असते. लोकशाही व्यवस्थेत विचारविनिमयाच्या माध्यमातून राज्यकारभार चालविला जातो. शासन कोणत्याही प्रश्नावर निर्णय घेण्याआधी समाजातील विविध घटकांची मते जाणून घेण्याचा प्रयत्न करते. त्यातून त्या प्रश्नाच्या विविध पैलूंचे शासनाला आकलन होत असते. जनतेलादेखील चर्चेत सहभागी करून घेतले जात असल्यामुळे त्या प्रश्नाविषयी जनतेत जाण विकसित होत असते. तसेच निवडणुकीच्या काळात राजकीय पक्षाकडून राष्ट्रीय प्रश्नांसंदर्भात विविध भूमिका मांडल्या जातात. राजकीय पक्ष आपआपल्या परीने हे प्रश्न सोडविण्यासाठी उपाययोजना सुचवितात. जनता विविध राजकीय पक्षांचे जाहीरनामे, घोषणापत्रे, आश्वासने लक्षात घेऊन योग्य निर्णय घेऊ शकतात. निवडणुकीतील प्रचारामुळे जनतेला मोठ्या प्रमाणावर राजकीय शिक्षण प्राप्त होत असते. लोकशाही शासनपद्धती ही जनतेला जागृत करणारी शासनपद्धती मानली जाते.

८. **आदर्श नागरिक निर्मिती :** लोकशाही शासनपद्धती आदर्श नागरिक निर्मितीसाठी उपयुक्त मानली जाते. लोकशाही व्यवस्थेत जबाबदारीची जाणीव, समानसंधी, भेदभावाचा अभाव, विचारविनिमयाच्या आधारावर चालणारी निर्णय प्रक्रिया, शांततेच्या माध्यमातून होणारे सत्तांतर इत्यादी गोष्टींमुळे नागरिकांमध्ये राष्ट्रभक्ती, नीतिमत्ता, शांततेच्या माध्यमातून प्रश्न सोडविण्याची क्षमता इत्यादी गुण विकसित होतात आणि हे गुण आदर्श नागरिक निर्मितीसाठी आवश्यक मानले जातात. जे. एस. मिल म्हणतो की, इतर कोणत्याही शासनपद्धतीपेक्षा लोकशाही व्यवस्थेत चारित्र्यसंवर्धन चांगल्या प्रकारे होत असते.

अशा प्रकारे लोकशाही शासनपद्धतीत अनेक गुण दिसून येतात. लोकशाहीच्या असलेल्या गुणांमुळे ती शासनपद्धती जगात सर्वोत्तम मानली जाते.

लोकशाहीचे दोष वा टीका : लोकशाही शासनप्रणाली तत्त्वत: खूप चांगली असली, तरी लोकशाहीच्या यशासाठी आवश्यक परिस्थिती नसेल तर लोकशाही अपयशी ठरते. पहिल्या महायुद्धानंतर जर्मनी आणि इटली या देशांत लोकशाही व्यवस्था यशस्वी होण्यासाठी आवश्यक परिस्थिती नसल्यामुळे, तेथे हुकूमशाहीचा उदय झालेला दिसतो.

लोकशाहीच्या मार्गात पुढील अडथळे येतात. ते पुढीलप्रमाणे-

१. **निवडणुकांना महत्त्व :** लोकशाहीत विशिष्ट काळासाठी प्रतिनिधींची निवड करण्यासाठी निवडणुका घेतल्या जातात. निवडणुकीत लायक आणि नि:स्वार्थी प्रतिनिधी निवडले जातील अशी अपेक्षा असते. पण निवडणुकीतील प्रचारतंत्र, आरोप-प्रत्यारोप आणि खर्चाचा विचार करता बुद्धिवान माणसे निवडणुकीत भाग घेण्याची शक्यता नसते. भाग घेतला तरी निवडून येण्याची शक्यता नसते. परिणामत: संधिसाधू व धंदेवाईक राजकारणी आश्वासने व पैशाचा वापर करून निवडून येतात. पैशाच्या जोरावर सामान्य दर्जाचे प्रतिनिधी निवडून आल्यामुळे त्यांना राष्ट्रापुढील प्रश्न कळत नाही. ते अधिकाऱ्यांच्या सल्ल्याप्रमाणे राज्यकारभार करतात. त्यामुळे लोकप्रतिनिधींऐवजी अधिकारीच राज्य चालवतात. निवडणुकीतील अपप्रवृत्तींमुळे लायक नसलेल्या आणि बेजबाबदार लोकांच्या हातात सत्ता जाते. त्यांच्या अंगी राज्यकारभार करण्यासाठी आवश्यक ज्ञानाचा अभाव असतो. ह्यामुळे लोकशाही म्हणजे अपात्र व लायक नसलेल्यांचा कारभार असा समज निर्माण होतो. त्यामुळे लोकशाहीवर जनतेचा विश्वास नष्ट होतो. सर सिडने लोच्या मते, अर्थखात्याचा कारकून होण्यासाठी गणिताची परीक्षा देणे आवश्यक असले, तरी अर्थखात्याच्या प्रमुखाला म्हणजे मंत्र्याला त्याची गरज नसते. यातून लोकशाहीच्या दोषांची जाणीव होते. जी. डी. एच. कोलच्या मते,

२. **अल्पमतवाद्यांचे राज्य :** लोकशाहीत बहुसंख्याकांच्या हाती सत्ता असते. मात्र प्रत्यक्षात राजकीय पक्षांच्या हातात सत्ता असते. अनेक लहान-लहान पक्ष एक येऊन सत्ता मिळवू शकतात. युती किंवा आघाडीच्या सरकारात कोणत्याही पक्षाकडे बहुमत नसले, तरीदेखील इतरांच्या मदतीने सत्ता प्राप्त करता येते. पर्यायाने लोकशाहीचा पाया असलेली जनसार्वभौमत्वाची संकल्पना व्यवहारात निरर्थक ठरते. एकप्रतिनिधी पद्धतीत अनेक उमेदवारांपैकी सर्वाधिक जास्त मते असलेला उमेदवार निवडून येतो. अनेक उमेदवारांमुळे होणाऱ्या मतविभागणीमुळे तो निवडून आलेला असतो. निवडून आलेल्या उमेदवाराला निम्मीसुद्धा मते नसतात, याचा अर्थ बहुसंख्य लोकांना नको असलेला प्रतिनिधीही निवडून येऊ शकतो. लोकशाहीतील प्रतिनिधित्व पद्धतच मुळात भ्रम निर्माण करणारी आहे. एका व्यक्तीचे प्रतिनिधित्व दुसरी व्यक्ती करू शकत नाही, फारतर एखाद्या उद्योग वा व्यवसायाचे प्रतिनिधित्व करता येईल.

३. **गुणांपेक्षा संख्येला महत्त्व :** व्यक्तीव्यक्तीतील समानता तत्त्वावर लोकशाही भर देते. पण व्यक्तीव्यक्तीमध्ये बुद्धी, विचारक्षमता, कौशल्य इत्यादींबाबत भेदभाव असतो. परंतु लोकशाहीत प्रत्येकाची गणना एक इतकीच केली जात असल्यामुळे

गुणवत्तेऐवजी संख्येला महत्त्व प्राप्त होते. लोकशाहीत बहुमताने शासन प्रतिनिधीच्या डोक्यात काय भरलेले आहे, यापेक्षा प्रतिनिधींची संख्या किती आहे, याला जास्त महत्त्व दिले जाते. बहुमताच्या आधारे निर्णय होत असल्यामुळे, तो योग्य की अयोग्य, यापेक्षा निर्णयाच्या बाजूला बहुमत आहे किंवा नाही याचा विचार केला जातो. त्यामुळे आपोआप गुणवत्तेपेक्षा संख्येला जास्त महत्त्व येते.

४. **वेळ व पैशांची हानी :** लोकशाही अत्यंत खर्चिक शासनप्रणाली मानली जाते. लोकप्रतिनिधींना दिलेल्या सवलतींचा खर्च सरकारी तिजोरीतून केला जातो. निवडणुकांसाठी मोठ्या प्रमाणावर पैसा खर्च करावा लागतो. परिणामत: राष्ट्रविकासासाठी पैसा शिल्लक राहत नाही. लोकशाहीत कोणताही निर्णय जलद गतीने घेतला जात नाही. निर्णयप्रक्रिया प्रचंड किचकट व वेळखाऊ असल्यामुळे लोकांचे प्रश्न वेळेवर सुटत नाहीत. लोकशाही शासनपद्धती अकार्यक्षम, खर्चिक व विलंबकारी असल्यामुळे, लोकशाहीच्या यशस्वितेत अडचणी निर्माण होतात. लोकशाहीत कोणताही प्रश्न सोडविण्यासाठी समिती नियुक्त केली जाते. लोकशाहीतील समिती पद्धतीची उपरोधिक शब्दांत टीका करताना असे सांगितले जाते की, जे काम एक व्यक्ती एका दिवसात करू शकते, ते काम सात दिवसांत सात व्यक्तींनी करणे होय. कायदेमंडळातील द्वितीय सभागृहाचा फारसा उपयोग होत नसला, तरी त्यासाठी मोठ्या प्रमाणावर पैसा खर्च होतो. अशा अनुत्पादक खर्चामुळे लोककल्याणकारी कार्यासाठी पैसा शिल्लक राहत नाही. फ्रॅगसारखा लेखक लोकशाहीला अपात्रता आणि अकार्यक्षमतेची जननी मानतो.

५. **भ्रष्टाचार :** भ्रष्टाचार हा लोकशाहीतील सर्वांत मोठा अडथळा आहे. निवडणुका आणि किचकट कायद्यामुळे भ्रष्टाचाराला उत्तेजन मिळते. निवडणुकांच्या काळात प्रतिनिधी निवडून येण्यासाठी प्रचंड पैसा खर्च करतात. निवडून आल्यानंतर सत्ता हे सेवेचे माध्यम न ठरता, पैसा कमवण्याचे माध्यम ठरते. लाच दिल्याशिवाय कोणतेही काम होत नाही. प्रत्यक्ष व्यवहारात नितितत्त्वे, प्रामाणिकपणा आणि नैतिक मूल्यांना महत्त्व दिले जात नाही. सत्तास्पर्धा, सत्तेचे राजकारण, निवडणुकांचा खर्च, चंगळवाद यांमुळे भ्रष्टाचार कमी होण्याऐवजी वाढताना दिसतो. भ्रष्टाचार हा लोकशाही शासनव्यवस्थेला लागलेला फार मोठा कलंक मानला जातो.

६. **सरकार नेहमी बदलत राहते :** लोकशाही प्रतिनिधीची निवड विशिष्ट काळासाठी केली जाते. प्रतिनिधींची मुदत संपल्यानंतर निवडणुका होऊन नवीन प्रतिनिधी निवडले जातात. निवडणुकीच्या माध्यमातून सत्ताबद्दल झाल्यास नवीन पक्ष सत्तेवर येतो. परिणामत: जुन्या सरकारने राबवलेली ध्येयधोरणे व कार्यक्रम बदलले जातात आणि नवीन धोरणे आखली जातात. धोरणबदलामुळे प्रशासनाच्या कोणत्याही क्षेत्रात

स्थैर्य राहत नाही. अनेक योजना व कार्यक्रम अचानक बंद झाल्यामुळे योजनेशी संबंधित नागरिकांना त्रास सहन करावा लागतो. वारंवार होणाऱ्या सत्तांतरांमुळे सामाजिक, राजकीय आणि आर्थिक धोरणांत स्थैर्य राहत नाही. राजकीय स्थैर्याअभावी इतर क्षेत्रांतील प्रगतीवर विपरीत परिणाम होत असतो. राजकर्त्यांची धरसोड वृत्ती आणि लोकरंजनवादी कार्यक्रमामुळे जनतेला अनेक अडचणींना सामोरे जावे लागते.

७. **प्रादेशिक पक्ष :** प्रादेशिक पक्ष विशिष्ट ध्येयाने प्रेरित होऊन निर्माण झालेले असतात. भारतीय राजकारणावर प्रादेशिक पक्षांचा प्रभाव वाढत चाललेला दिसतो. प्रादेशिक पक्ष विशिष्ट प्रांतापुरते मर्यादित असतात. त्या पक्षाचे प्रतिनिधी आपल्या प्रांतापुरत्या संकुचित मागण्या करतात. आपल्या प्रांताच्या विकासाकडे जास्त लक्ष दिले जावे, याकरिता जातीने प्रयत्न करतात. आधुनिक काळात आघाडी सरकारांमध्ये प्रादेशिक पक्षांचे महत्त्व वाजवीपेक्षा जास्त वाढताना दिसते. प्रादेशिक पक्षांमुळे प्रांताप्रांतात संघर्ष निर्माण होऊ शकतो. त्यांच्या संकुचित दृष्टिकोनामुळे देशाच्या एकात्मतेला धोका पोहचतो.

८. **वृत्तपत्रांची बांधिलकी :** वर्तमानपत्र लोकशाहीचे आधारस्तंभ मानले जातात. लोकशाहीच्या यशासाठी वर्तमानपत्रे स्वतंत्र असणे आवश्यक आहे. पण आधुनिक काळात अनेक वर्तमानपत्रे राजकीय पक्षाची बांधिलकी बाळगतात. परिणामत: ही वृत्तपत्रे चुकीची व दिशाभूल करणारी माहिती जनतेला देतात. एखाद्या पक्षाची प्रमाणाबाहेर स्तुती करणे, कारण नसताना इतर पक्षांवर टीका करणे अशा दोषांमुळे लोकांचा वर्तमानपत्रांवरचा विश्वास नष्ट होतो.

९. **पक्षपद्धती :** लोकशाहीत पक्षपद्धती आवश्यक असते. विविध राजकीय पक्षांच्या माध्यमातून निवडणुका लढविल्या जातात. परंतु प्रत्यक्ष व्यवहारात पक्षपद्धती हाच लोकशाहीच्या यशातील सर्वांत मोठा अडथळा ठरत असतो. पक्षांच्या माध्यमातून जनतेच्या राजकीय जाणिवा विकसित करण्यासाठी जनप्रबोधन केले पाहिजे. जनतेत राष्ट्रप्रेमाची भावना विकसित करून, विकासासाठी त्याग-भावना विकसित करण्यास हातभार लावला पाहिजे. पण प्रत्यक्षात राजकीय पक्ष निवडणुकीच्या काळात खोटीनाटी आश्वासने देतात. राजकीय पक्ष निवडणुकीत यश मिळविण्यासाठी जनतेची फसवणूक करतात. राजकीय पक्ष राष्ट्रहितापेक्षा संपत्ती, प्रतिष्ठा, पक्षहित यांकडे लक्ष केंद्रित करतात. राजकीय पक्षाच्या संधिसाधू आणि संकुचित दृष्टिकोनामुळे राष्ट्राचे नुकसान होते. उमेदवारांची लायकी, अभ्यासवृत्ती, समाजकार्याची आवड, स्वार्थ, त्यागी वृत्ती इत्यादी गोष्टी विचारात न घेता त्यांची जात, धर्म, पैसा, निवडून येण्याची क्षमता यांचा विचार करून अयोग्य लोकांना तिकीटवाटप करतात. त्यामुळे नि:स्वार्थी व लायक लोक पक्षीय राजकारणापासून अलिप्त राहणे पसंत करतात.

१०. **अपात्र व्यक्तींच्या हाती राज्यकारभाराची सूत्रे :** लोकशाही व्यवस्थेत अनेकदा अपात्र, अज्ञानी, सार्वजनिक कामाचा अनुभव नसलेल्या व्यक्तींच्या हाती सत्तासूत्रे असतात. लोकशाहीत निवडणुका लढविण्यासाठी नागरिकत्व आणि वयाशिवाय कोणत्याही प्रकारच्या अटी लादलेल्या नसतात. निवडणुकांमधील वातावरण लक्षात घेता बुद्धिवान आणि चारित्र्यवान व्यक्ती निवडणूक लढविण्याची शक्यता फारच कमी असते. निवडणुकीत धनशक्ती, गुंडागर्दी यांचा सर्रास वापर केला जातो. त्यांच्या जोरावर अनेकदा अज्ञानी, अपात्र, सार्वजनिक जीवनाविषयी अनुभव नसलेली व्यक्ती निवडून येते. अपात्र प्रतिनिधींच्या हातामध्ये कारभार गेल्यामुळे लोकशाही व्यवस्थेत अनेक प्रवृत्ती व कुप्रथा सुरू होतात.

११. **बहुमताची जुलूमशाही :** लोकशाहीत बहुसंख्याकांची हुकूमशाही निर्माण होते. संसदीय लोकशाहीत ज्या पक्षाला बहुमत प्राप्त होते, त्यांच्या हाती शासनाची सूत्रे येतात. हा सत्ताधारी पक्ष बहुमताच्या जोरावर मनमानी पद्धतीने राज्यकारभार करून अल्पसंख्याकांची मते दाबून टाकण्याचा प्रयत्न करतो. टॉकव्हिलच्या मते, अल्पसंख्याक आणि व्यक्तिस्वातंत्र्याला बहुमताच्या जुलूमशाहीचा धोका असतो, असे सांगितलेले आहे. जे. एस. मिल यांनीदेखील दर्जाहीन प्रतिनिधी आणि बहुसंख्याकांचे वर्चस्व हे लोकशाहीचे अवगुण मानले आहेत.

अशा प्रकारे लोकशाही शासनपद्धतीत विविध दोष दिसून येतात. हे दोष दूर केल्याशिवाय लोकशाहीचे भवितव्य अंधकारमय आहे.

लोकशाहीचे दोष दूर करण्याचे उपाय : लोकशाही शासनपद्धती सूत्रबद्ध आणि कायदेशीर मार्गाने चालविण्यासाठी लोकशाहीच्या मार्गातील अडथळे वा दोष दूर करणे गरजेचे आहे. लोकशाही यशस्वी होण्यासाठी लोकशाही मानसिकता निर्माण करणे गरजेचे आहे. लोकशाही शासनपद्धती यशस्वी करण्यासाठी पुढील उपाययोजना सुचविल्या जातात.

१. **शिक्षणाचा सार्वत्रिक प्रसार :** लोकशाहीच्या यशासाठी शिक्षणाचा सार्वत्रिक प्रसार केला पाहिजे. इंग्लंडसारख्या देशात १००% शिक्षण प्रसार झालेला असल्यामुळे, तेथील लोकशाही प्रगत झाली. शिक्षणातून व्यक्तीची वैचारिक पातळी उंचावत असते. नव्या नव्या गोष्टींचे ज्ञान व्यक्तीला मिळते. शिक्षणातून जबाबदार नागरिक निर्माण होत असल्यामुळे, शिक्षणाचा सर्वत्र प्रसार केला पाहिजे. अज्ञानी आणि मागासलेल्या समाजाला लोकशाही परंपरेची जाणीव नसल्यामुळे जनतेच्या परंपरागत निष्ठा प्रभावी ठरतात. म्हणून लोकशाही यशस्वी करण्यासाठी शिक्षणाच्या सार्वत्रिकीकरणाची गरज असते.

२. **लोकशिक्षण :** लोकशाहीच्या यशासाठी मतदाराचे लोकशिक्षण केले पाहिजे. मतदारांना मताच्या हक्काविषयी जागृत केले पाहिजे. मतदारांनी जागृतपणे मतदान करून योग्य प्रतिनिधीची निवड केली पाहिजे. अंधपणे कोणत्याही नेत्यावर प्रमाणापेक्षा जास्त विश्वास ठेवू नये. राजकीय पक्षांनी मतदारांचे प्रबोधन केले पाहिजे. शासनाच्या योजना जनतेपर्यंत पोहोचविण्याचा प्रयत्न केला पाहिजे. पक्षनेते हुकूमशहा होणार नाही, यांची काळजी घेतली पाहिजे. जनतेने विभूतिपूजेवर विश्वास ठेवू नये. राजकारणातील अंधश्रद्धा अणि भक्तीचे हुकूमशाहीत रूपांतर होणार नाही, याबाबत जनतेचे प्रशिक्षण व प्रबोधन केले पाहिजे. जनता जागृत, तर राज्यकर्ते सत्तेचा गैरवापर करणार नाहीत.

३. **लोकशाही तत्त्वांची अंमलबजावणी :** समता, स्वातंत्र्य, बंधुता, सामाजिक न्याय ही लोकशाही तत्त्वे मान्य झालेली असली, तरी त्यांची योग्य पद्धतीने अंमलबजावणी केली जात नाही. या मूल्यांचा फक्त गवगवा केला जातो. प्रत्यक्षात आणण्यासाठी विशेष प्रयत्न केले जात नाहीत. वरील तत्त्वांची प्रामाणिक व नियोजनबद्ध पध्दतीने शासनाने अंमलबजावणी केल्यास, जनतेचा पाठिंबा शासनाला मिळेल. त्यामुळे लोकशाही यशस्वी व्हायला हातभार लागेल.

४. **कल्याणकारी योजना :** लोकशाहीच्या यशासाठी शासनाने जास्तीत जास्त लोककल्याणकारी योजना राबविल्या पाहिजेत. शासनाकडून पूर्ण होतील अशाच योजना राबविण्याचा प्रयत्न करावा, न पेलवणाऱ्या योजनांमुळे जनतेचा भ्रमनिरास होतो. शासनाने आपल्या योजना राबविताना जनतेचे सहकार्य घेतले पाहिजे. समाजाच्या शेवटच्या स्तरापर्यंत कल्याणकारी योजना समाजास पोहोचविल्या पाहिजेत, तरच लोकशाही यशस्वी होईल. शासन व लोकशाहीव्यवस्था यांवरील जनतेचा विश्वास विकसित करण्यासाठी कल्याणकारी योजनांची व्यापक प्रमाणात अंमलबजावणी करण्याची गरज आहे.

५. **उत्पादन साधनांचे विकेंद्रीकरण :** लोकशाहीच्या यशासाठी आर्थिक विषमता नष्ट होणे आवश्यक आहे. आर्थिक विषमतेतून समाजात श्रीमंत आणि गरीब वर्ग निर्माण होतात. उत्पादन साधनांची मालकी, संपत्ती आणि सत्ता ह्यांचे केंद्रीकरण झाल्यास समाजात आर्थिक विषमता निर्माण होते. समाजात श्रीमंत आणि गरीब यांच्यात खूप मोठी दरी असेल, तर लोकशाही यशस्वी होऊ शकत नाही. म्हणून शासनाने उत्पादन साधनांचे व वितरणाचे विकेंद्रीकरण केले पाहिजे. महत्त्वपूर्ण क्षेत्रातील उत्पादन सरकारने स्वत: केले पाहिजे किंवा खाजगी उत्पादकांवर नियंत्रण ठेवले पाहिजे. विषमता नष्ट करण्यासाठी, अधिक लोकांच्या हातात उत्पादनसाधने देण्यासाठी शासनाने कायदे करावे, तर लोकशाही यशस्वी होईल.

६. **मूलभूत प्रश्न सोडविणे :** दारिद्र्य, बेरोजगार, दहशतवाद, नक्षलवाद या समस्या लोकशाहीच्या मार्गातील अडथळे आहेत. या समस्या सोडविण्यासाठी शासनाने त्वरित निर्णय घेतले पाहिजे. या समस्या सुटल्या नाही, तर लोकशाहीला धोका निर्माण होऊ शकतो. म्हणून शासनाने प्रयत्नपूर्वक वरील समस्या सोडविण्यासाठी प्रभावी कार्यक्रमांची अंमलबजावणी करावी. लोकशाही हा समस्या सोडविण्याचा नवा मार्ग म्हणून स्वीकारला पाहिजे. या दृष्टीने जाणीवपूर्वक प्रयत्न होणे आवश्यक आहे.

अशा प्रकारे वरील उपाययोजनांची अंमलबजावणी केल्यास लोकशाही व्यवस्था यशस्वी होऊ शकते.

लोकशाहीचे महत्त्व आणि भवितव्य : १३ व्या शतकापासून लोकशाही विचारप्रणाली व शासनपद्धतीचा उदय आणि विकास सुरू आहे. लोकशाहीला प्रदीर्घ परंपरा दिसून येते. या प्रदीर्घ परंपरेतून लोकशाही ही विचारप्रणाली विकसित होऊन सद्यःकाळात सर्वमान्य झालेली आहे. लोकशाही तत्त्वे मानवी जीवनास पोषक व उपयुक्त असल्याने अमेरिका, इंग्लंड, भारत आणि जगातील बहुसंख्य देशांनी लोकशाही शासनपद्धतीचा स्वीकार केलेला आहे. लोकशाही मार्गांनी प्रगती करून इंग्लंड व अमेरिका जगातील सर्वश्रेष्ठ सत्ता बनलेल्या दिसतात. त्या देशांचा आदर्श घेऊन नवोदित आशिया व आफ्रिका खंडातील देश आपल्या देशात लोकशाही शासनपद्धतीचा अंगीकार करून प्रगती घडवून आणण्याचा प्रयत्न करत आहेत.

जगात लोकशाहीला पर्याय देणाऱ्या नाझीवाद, फॅसिस्टवाद, साम्यवाद विचारप्रणाल्या निर्माण झाल्या. या विचारप्रणालीच्या समर्थकांनी या विचारप्रणाल्या लोकशाहीपेक्षा प्रभावी आणि मानवी जीवनाच्या विकासाला पोषक आहेत, हा दावा केला. परंतु प्रत्यक्षात या विचारप्रणालींनी विकासापेक्षा जगाच्या विनाशात जास्त भर टाकलेली दिसते. विचारप्रणालीच्या नावावर संपूर्ण समाजाला व राष्ट्रांना एकेकाळी वेठीस धरलेले होते. म्हणून लोकशाहीला आव्हान देणाऱ्या विचारप्रणाल्या काळाच्या ओघात नष्ट झालेल्या आहेत. जगातील काही देशांमध्ये लोकशाही शासनप्रणाली अपयशी ठरल्या आहेत. पण तो लोकशाहीचा दोष नाही. लोकशाही राबविणाऱ्या राज्यकर्त्यांची अयोग्य धोरणे त्यासाठी कारणीभूत आहेत. लोकशाहीची मूळ सूत्रे व मूल्ये आजही बदललेली नाहीत. प्राचीन लोकशाही विचारप्रणालीने उपलब्ध करून दिलेला गाभा आजही कायम आहे. लोकशाहीत जे बदल झालेले आहेत, ते संकल्पनात्मक स्वरूपाचे नसून वरवरचे आहेत. लोकशाही व्यवस्थेत सर्व वर्गांना, जातींना व धर्मांना प्रतिनिधित्व दिले जात असल्याने, सर्व वर्गांचे समाधान करणे शक्य आहे. म्हणून आधुनिक काळात राष्ट्रीय नव्हे

तर आंतरराष्ट्रीय क्षेत्रातही लोकशाही तत्त्वाचा अवलंब केला जातो. उदा. जागतिक संघटना युनोमध्येदेखील लोकशाही तत्त्वांच्या आधारावर बहुमताने निर्णय घेतले जातात. त्यामुळे मानवी जीवन, आंतरराष्ट्रीय व शासकीय क्षेत्रांत लोकशाही व्यवस्थेनुसार आदर्श राज्य स्थापन करण्याचा प्रयत्न केला जात असल्यामुळे लोकशाही ही फक्त शासनपद्धती राहिली नसून, जीवनपद्धती बनलेली आहे.

भारतासारख्या आशिया खंडातील मागासलेल्या राष्ट्राने घटनात्मक लोकशाहीचा स्वीकार करून एक नवा आदर्श निर्माण केलेला आहे. लोकशाही यशस्वी करण्यासाठी साक्षरता, उच्च आर्थिक स्थिती, समाजात समतापूर्ण रचना ही तत्त्वे महत्त्वाची मानली जात होती. भारतासारख्या निरक्षर, विविध जाती, धर्म, पंथ, भाषा आणि आर्थिक विषमता असलेल्या देशात लोकशाहीचा स्वीकार करणेच मुळात एक आव्हान होते. भारतासारख्या देशाने हे आव्हान स्वीकारून गेल्या ६० वर्षांपासून लोकशाही शासनपद्धतीचा अवलंब करून जगापुढे एक आदर्श निर्माण केलेला आहे. आशिया खंडातील इतर देशांतील लोकशाही कोसळून लष्करीशाही व हुकूमशाही निर्माण झाल्याची उदाहरणे आहेत. मात्र या सर्वांना भारत हा देश अपवाद ठरला आहे. भारतात लोकशाही शासनपद्धती ही समाजात खोलपर्यंत रुजलेली दिसते. दर पाच वर्षांनी निवडणुकीच्या माध्यमातून सत्तांतर होताना दिसते. सत्तांतर करताना कोणत्याही प्रकारची हिंसा, दादागिरी व अन्य मार्गाचा अवलंब केला जात नाही. निवडणुकीच्या मार्गाने शांततेने सत्तांतर होते. निवडणुकीत बहुमतप्राप्त पक्ष शासन करतो. त्यांचा कार्यकाल संपला की, निवडणुकांना सामोरे जातो. बहुमत न मिळाल्यास विरोधी बाकावर जाऊन बसतो, या अर्थाने भारतासारख्या देशातील लोकशाहीला उज्ज्वल भवितव्य दिसून येते.

भारतात लोकशाही शासनपद्धती यशस्वीपणे वाटचाल करत असली, तरी लोकशाही शासनपद्धतीत अनेक दोषही आहेत. भारतात बेरोजगारी, दारिद्र्य, प्रदेशवाद, मूलतत्त्ववाद, दहशतवाद, नक्षलवाद, जमातवाद इत्यादी प्रमुख समस्यांवर पकड मिळविण्यात लोकशाहीला यश आलेले नाही. तसेच भारतीय लोकशाहीत अनेक दोष शिरलेले आहेत. भ्रष्टाचार, विभूतिपूजा, अधिकारलालसा, संधीसाधूपणा, उधळपट्टी, घराणेशाही ह्या दोषांनी लोकशाही ग्रस्त आहे. कमीअधिक प्रमाणात नवस्वतंत्र आफ्रोआशियाई देशातील लोकशाहीत हे दोष दिसून येतात. मात्र हे सर्व दोष परिस्थितीजन्य स्वरूपाचे आहेत. लोकमताच्या जागृतीसोबत हे दोष कमी होतील. कारण आज जगात लोकशाही शासनप्रकाराला प्रभावी पर्याय ठरू शकेल, असा शासनप्रकार अस्तित्वात नाही. त्यामुळे जगात लोकशाही हा शासनप्रकार उत्कृष्ट शासनप्रकार असल्याने लोकशाहीचे भवितव्य उज्ज्वल दिसून येते.

लघुत्तरी प्रश्न

१. लोकशाही म्हणजे काय?
२. लोकशाहीचे स्वरूप
३. लोकशाहीचे प्रकार
४. प्रत्यक्ष सहभागात्मक लोकशाही
५. उदारमतवादी लोकशाही
६. लोकशाहीविषयी मार्क्सवादी दृष्टीकोन
७. लोकशाहीविषयी स्त्रीवादी दृष्टिकोन
८. लोकशाहीसाठी आवश्यक घटक
९. लोकशाहीचे गुण
१०. लोकशाहीचे दोष
११. लोकशाही यशस्वी करण्यासाठीचे उपाय
१२. लोकशाहीचे महत्त्व आणि भवितव्य

दीर्घोत्तरी प्रश्न

१. लोकशाहीचे अर्थ, व्याख्या व स्वरूप स्पष्ट करा.
२. लोकशाहीच्या आधुनिक काळातील वर्गीकरणाची सविस्तर चर्चा करा.
३. उदारमतवादी लोकशाहीच्या विविध प्रकारांचे टीकात्मक विवेचन करा.
४. लोकशाहीचा अभिजनवादी दृष्टिकोन विशद करा.
५. लोकशाहीच्या यशासाठी आवश्यक घटक वा अटी सांगा.
६. लोकशाही स्थापनेसाठी आवश्यक घटक सांगा.
७. लोकशाहीचे अंगभूत दोष कथन करा.
८. लोकशाहीच्या गुणांची चर्चा करा.
९. लोकशाहीचे दोष दूर करण्यासाठी उपाययोजनांचे विश्लेषण करा.

प्रकरण चौथे

लोकशाही समाजवाद

Democratic Socialism

समाजवाद म्हणजे काय? युरोपमध्ये आधुनिक युगात जन्माला आलेल्या भांडवलशाहीतून मानवी विकासाला चालना मिळेल. दारिद्र्य, बेरोजगारी, संसाधनाची कमतरता दूर होऊन प्रत्येकाच्या विकासाला वाव मिळेल, अशी अपेक्षा होती. भांडवलशाहीचे समर्थक ॲडम स्मिथसारख्या विचारवंतांनी भांडवलशाहीच्या माध्यमातून न्यायवितरण होईल, व्यक्तीच्या क्षमतांना योग्य वाव मिळेल, नैसर्गिक संसाधने व स्रोतांचे योग्य वितरण होऊन मानवी विकासाला चालना मिळेल, हे गृहीत धरून मुक्त अर्थव्यवस्थेचे (Laissez-faire) समर्थन केले. भांडवलशाही व्यवस्थेतील फायद्याकडे आकर्षित होऊन अनेक युरोपियन देशांनी भांडवलशाही अर्थव्यवस्थेला मान्यता दिली. भांडवलशाही व्यवस्थेने काही प्रमाणात राहणीमानात वाढ आणि आर्थिक प्रगती साध्य केलेली असली, तरी विषमतावादी समाजव्यवस्था निर्मितीला हातभारदेखील लावला. परंतु श्रमिकाची होणारी पिळवणूक आणि शोषणामुळे भांडवलशाहीच्या विरोधात आवाज उठविला जाऊ लागला. भांडवलशाही व्यवस्थेमुळे समाजातील मूठभर लोकांच्या हातात केंद्रीकरण होऊ लागले. श्रमिकांच्या श्रमप्रधान जीवनात फारसा फरक पडला नाही. खेड्यापाड्यांतून कामाच्या निमित्ताने स्थलांतरित झालेल्या मजूरवर्गाला कोणत्याही प्रकारचे कायदेशीर संरक्षण उपलब्ध नव्हते. त्यांचे जीवन पूर्णपणे भांडवलदाराच्या मर्जीवर अवलंबून होते. म्हणून औद्योगिक भांडवलशाही व्यवस्थेने निर्माण केलेल्या प्रश्नाविषयी १८ व्या शतकात युरोपातील विचारवंतांमध्ये चिंतन-मनन सुरू झाले. भांडवलशाही व्यवस्थेने निर्माण केलेली विषमता, संपत्तीचे केंद्रीकरण आणि श्रमिकांचे शोषण नष्ट करण्यासाठी विचारवंतांनी समाजवाद नावाचा नवा पर्याय समोर आणला. उदारमतवादी भांडवलशाही लोकशाहीतून उपरोक्त प्रश्न सुटण्याची सुतराम शक्यता नसल्यामुळे, समाजवाद हाच खऱ्या अर्थाने श्रमिकांना न्याय देणारा आणि नवसमाज रचनेची पायाभरणी करणारा विचार, असा दावा केला जाऊ लागला.

भांडवलशाही अर्थव्यवस्थेने केलेल्या अन्याय-अत्याचार व शोषणातून समाजवाद

विचारसरणीचा उदय झालेला दिसतो. लोकशाही समाजवाद ही विचारसरणी समाजवादातील चांगली तत्त्वे आणि लोकशाहीतील चांगली तत्त्वे यांच्या समन्वयातून निर्माण झालेली असल्यामुळे, लोकशाही समाजवादाचा अभ्यास करण्याच्या आधी आपल्याला समाजवाद विचारसरणीचा अभ्यास करणे आवश्यक आहे. समाजवाद ही विचारधारा भांडवलशाही व्यवस्थेकडून केल्या जाणाऱ्या शोषणाला विरोध करते. संपत्तीचे केंद्रीकरण नष्ट करण्यासाठी खाजगी मालमत्तेला विरोध करून मालमत्तेच्या सामूहिकीकरणावर भर देते. व्यक्तीच्या वैयक्तिक कृतीवर भर देण्याऐवजी सामूहिक कृतीवर भर देते. मानवी श्रमाच्या माध्यमातून निर्माण होणाऱ्या संपत्तीच्या न्यायवितरणाचा आग्रह धरते. त्यासाठी समता तत्त्वाला महत्त्वपूर्ण स्थान देते.

समाजवादाची व्याख्या व स्वरूप : समाजवाद म्हणजे नेमके काय, हे समजून घेण्यासाठी समाजवाद शब्दाची परिभाषा समजून घेणे आवश्यक आहे. परंतु समाजवादाबद्दल असंख्य विचारवंतांनी उलटसुलट विचार व्यक्त केलेले असल्यामुळे निश्चित परिभाषा तयार करणे, अवघड काम आहे. सी. इ. एम. जोडसारख्या विचारवंताने समाजवाद म्हणजे वापरून वापरून गुळगुळीत बनलेले नाणे वा वापरून वापरून आकार बदललेली टोपी, असे म्हटले आहे. समाजवाद हा रंग बदलणाऱ्या सरड्याप्रमाणे आहे, असेदेखील काही अभ्यासकांनी म्हटले आहे. समाजवाद भांडवलशाहीतील असमान वितरण व्यवस्था नाकारून आर्थिक उत्पादन व वितरणाची नवी व्यवस्था सुचवितो. मात्र ही नवी व्यवस्था निर्माण करण्यासाठी कोणत्या मार्गाचा अवलंब करावा, यावरून निर्माण झालेल्या मतभेदातून समाजावादांतर्गत अनेक विचारधारा निर्माण झाल्या. त्यात क्रांतिकारी समाजवाद आणि उत्क्रांतिवादी समाजवाद ह्या प्रमुख दोन विचारधारा निर्माण झाल्या. क्रांतिकारी समाजवाद भांडवलशाही नष्ट करण्यासाठी हिंसक मार्गाला प्राधान्य देतो, तर उत्क्रांतिवादी समाजवाद सनदशीर मार्गाने समाजवाद निर्माण करण्याचा प्रयत्न करतो. क्रांतिकारी समाजवादात साम्यवादी आणि श्रमिक संघवाद्यांचा समावेश होतो, तर उत्क्रांतिवादी समाजवादात फेबियन समाजवादी, व्यवसाय संघवादी आणि विकासवादी समाजवाद्यांचा समावेश होतो. समाजवाद शब्दाला इंग्रजीत Socialism असे म्हटले जाते. हा शब्द Socious या मूळ लॅटीन शब्दापासून तयार झालेला आहे. Socious चा अर्थ समाज असा होतो. समाजवाद शब्दाचा शब्दश: अर्थ समाजाच्या हिताचा विचार करणारा वा समाजाला महत्त्व देणारा विचार, असा सांगितला जातो. समाजवाद शब्दाचा सर्वप्रथम वापर 'पुअर मॅन्सगार्डियन' वृत्तपत्रात करण्यात आला होता. समाजवाद शब्दाच्या काही अभ्यासकांनी केलेल्या व्याख्या पुढीलप्रमाणे होत. 'An Association of all classes of all Nations' या रॉबर्ट ओवेन यांच्या नेतृत्वाखालील संघटनेच्या चर्चेत हा

शब्द सातत्याने चर्चिला गेलेला दिसतो. फ्रेंच लेखक Reybaud यांनी आपल्या 'Reformateur Moderner' ग्रंथात सेन्ट सायमन, फोरियर आणि रॉबर्ट ओवेन यांच्या सिद्धान्ताची चर्चा करताना हा शब्द वापरलेला आढळतो. एकोणाविसाव्या शतकात हा शब्द युरोपमध्ये प्रसिद्ध होऊ लागला आणि नंतरच्या काळात समाजवाद शब्दाला तत्त्वप्रणाली आणि चळवळीचे स्वरूप प्राप्त होऊ लागले.

१. **एन्सायक्लोपिडीया ब्रिटानिकानुसार :** समाजवाद म्हणजे मालमत्तेचे आजपेक्षा चांगल्या पद्धतीने वितरण करण्याचा आणि उत्पादन वाढविण्याचा सिद्धान्त होय.
२. **सेलर्स :** समाजवाद ही एक लोकशाही चळवळ आहे. जास्तीत जास्त न्याय आणि स्वातंत्र्य एकाच वेळी उपलब्ध करून देणारी समाजव्यवस्था स्थापन करणे, हा तिचा अंतिम उद्देश आहे.
३. **बर्न :** समाजवाद म्हणजे समाजहितासाठी प्रमुख उत्पादन व विनिमय साधने यांची खाजगी मालकी नष्ट करणे व त्यावर सामुदायिक नियंत्रण प्रस्थापित करणे होय.
४. **एलिटर :** समाजवाद म्हणजे उत्पादन व वितरणाची साधने समाजाच्या मालकीची व्हावी आणि प्रत्येक व्यक्तीला गुणांची जोपासना करण्याची संधी दिली जावी. त्यासाठी संपत्तीचे न्याय्य वितरण करावे.
५. **बट्रोल रसेल :** भूमी आणि संपत्तीची सामूहिक मालकी प्रस्थापित करणारा वाद म्हणजे समाजवाद होय.
६. **ह्युगन :** समाजवाद ही श्रमिक वर्गाची राजकीय चळवळ असून, कामगारांचे शोषण नष्ट करणे हा तिचा अंतिम उद्देश आहे.
७. **रेम्से मॅकडोनाल्ड :** समाजातील आर्थिक आणि भौतिक साधनांवर जनतेचे नियंत्रण प्रस्थापित होणे, म्हणजे समाजवाद होय.
८. **अलेक्झांडर ग्रे :** समाजाच्या संपत्तीवर सामाजिक मालकीची मागणी समाजवाद करतो आणि सर्व प्रकारची हस्तांतरित संपत्ती समाजाला प्राप्त होऊन, तिचा विनियोग समाजाद्वारे केला जावा, हे मत व्यक्त करतो.
९. **टॉम बॉटमोर :** समाजवाद ही एक अशी व्यवस्था आहे की, ज्यामध्ये सर्व व्यक्तींना आर्थिक स्रोत, ज्ञान आणि राजकीय सत्तेसंबंधी सर्वाधिक समान संधी उपलब्ध आहे आणि एक व्यक्ती वा गटाचे इतरांवर न्यूनतम वर्चस्व आहे.

समाजवादाची सर्वसामान्य व्याख्या करता येत नसली तरी समाजवाद पूँजीवादातून निर्माण झालेल्या समस्यांच्या विरोधातील प्रतिक्रिया मानली जाते. समाजवाद ही विचारधारा सामूहिक मालकी आणि सामूहिक नियंत्रणाचे समर्थन करते. समाजातील आर्थिक शोषण, अत्याचार, असमानता, बेरोजगारी, दारिद्र्य आणि नफेखोरी प्रवृत्तीच्या विरोधातील एल्गार, म्हणजे समाजवाद होय. समाजातील आर्थिक व भौतिक साधनांवर

समाज वा जनतेचे नियंत्रण प्रस्थापित करून, सामाजिक उत्पादन आणि सामाजिक वितरणाला महत्त्व देणे वा राज्यांतर्गत उत्पादित होणाऱ्या आर्थिक वस्तूंचे न्यायसंगत वितरण करून मानवतेची मूल्ये रुजविण्यास साहाय्य करणे, हा समाजवाद निर्मितीचा प्रमुख उद्देश मानला जातो. समाजवादात राज्याच्या माध्यमातून सामाजिक व आर्थिक समानता प्रस्थापित करण्याचा प्रयत्न केला जातो. समाजातील प्रत्येक व्यक्तीला सामाजिक प्रतिष्ठा व संधी बहाल करण्याचा प्रयत्न केला जातो.

समाजवादाची तत्त्वे वा वैशिष्ट्ये : समाजवादाचे अनेक पंथ वा उपपंथ आढळून येत असले, तरी समाजावादाची काही सामान्य वैशिष्ट्ये आढळून येतात.

१. **समाजहिताला प्राधान्य :** व्यक्तिवाद आणि समाजवाद ह्या परस्परविरोधी विचारसरणी मानल्या जातात. व्यक्तिवाद व्यक्तिहिताला प्राधान्य देतो. व्यक्ती ही बुद्धिवान प्राणी असल्यामुळे, प्रत्येकाला आपले हित कळत असते, म्हणून समाज वा राज्याने व्यक्तिहितात हस्तक्षेप करू नये असे व्यक्तिवादी मानतात. व्यक्तिवादाने व्यक्तिहिताला दिलेल्या अवाजवी महत्त्वामुळे समाजहिताकडे दुर्लक्ष झाले. सर्व व्यक्तींना आपले हित कळत असले, तरी त्यांची पूर्तता करण्यायोग्य परिस्थिती समाजात उपलब्ध नसेल, तर समाजातील बलवान व्यक्तीच्या हिताची पूर्ती होते. दुर्बलाच्या हिताची पूर्ती होत नाही, तसेच प्रत्येकाला आपले हित कळेलच असे नाही. व्यक्ती आपले हित साध्य करताना दुसऱ्याचे अहित करण्याची शक्यता जास्त असते, म्हणून समाजवादी व्यक्तिहितापेक्षा समाजहिताला जास्त महत्त्व देतात. सामाजिक हितासमोर व्यक्तिहिताला गौण मानतात. समाजातील उत्पादन व वितरण समाजहिताच्या अनुरूप व्हावे, यावर भर देतात. समाजहितासाठी खाजगी मालमत्तेवर नियंत्रण प्रस्थापित करण्याची भाषा करतात. समाजहितासाठी खाजगी मालमत्ता नष्ट करण्यास मान्यता देतात.

२. **उदारमतवादाला विरोध :** समाजवाद ही विचारसरणी उदारमतवादी विचारसरणीला विरोध करते. उदारमतवादी विचारसरणी व्यक्तिहित, व्यक्तिस्वातंत्र्याचे अवाजवी प्रमाणात समर्थन करते. खाजगी मालमत्तेच्या अधिकाराचे समर्थन करून, त्यावर नियंत्रण लादण्यास विरोध करते. मुक्त व अहस्तक्षेपवादी अर्थव्यवस्थेचे समर्थन करून, राज्याच्या आर्थिक क्षेत्रातील नियंत्रणाला विरोध करते. उदारमतवादाच्या उपरोक्त विचारांमुळे भांडवलशाहीच्या विकासाला गती मिळाली आणि त्यांच्याकडून केल्या जाणाऱ्या शोषण व अन्याय-अत्याचाराला तात्त्विक आधार मिळाला, म्हणून भांडवलशाहीला पाठिंबा देणाऱ्या उदारमतवादी विचारसरणीला समाजवाद विरोध करतो. उदारमतवादामुळे समाजात निर्माण झालेल्या प्रश्नाचे निराकरण करण्यासाठी पर्यायी कार्यक्रम, पर्यायी समाजरचना निर्मितीचे सुतौवाच समाजवाद करतो.

३. **भांडवलशाहीला विरोध :** समाजवादी भांडवलशाहीला विरोध करतात. भांडवलशाही व्यवस्थेत संपत्तीचे केंद्रीकरण, विषमता आणि शोषणाला वाव मिळतो. भांडवलदार वर्ग श्रमिकांना श्रमाचा योग्य मोबदला देत नाही. अत्यंत अल्प मोबदल्यात श्रमिकांकडून प्रचंड काम करून घेतात. भांडवलशाहीमुळे राष्ट्रीय उत्पन्नात मोठ्या प्रमाणावर वाढ झालेली असली, तरी प्रत्यक्ष श्रमिकांना त्यांचा काहीही फायदा होत नाही. भांडवलदार आपल्याकडील अतिरिक्त संपत्तीच्या जोरावर इतर उद्योग विकत घेतात. भांडवलशाही श्रमिकाप्रमाणे ग्राहकांचीदेखील शत्रू असते. ग्राहकांना जास्त किंमतीत विकणे, उत्पादनाबद्दल खोटी जाहिरातबाजी करून ग्राहकांची फसवणूक करणे, वस्तूंची कृत्रिम टंचाई निर्माण करणे, साठेबाजी करणे, प्रतिस्पर्धी कंपन्याची टिंगलटवाळी करून त्या बंद पाडणे, वस्तू उत्पादनात मक्तेदारी निर्माण करणे इत्यादी मार्गांनी भांडवलशाहीत सातत्याने प्रयत्न सुरू असतात. भांडवलशाही समाज, राष्ट्र, श्रमिक आणि ग्राहकांसाठी घातक असल्यामुळे ती नष्ट करण्याची भाषा समाजवाद करतो.

४. **समतेला महत्त्व :** समाजवाद आणि समता याचा घनिष्ठ संबंध आहे. समाजवाद विचारधारेची निर्मिती समतेच्या प्रस्थापनेसाठी झालेली आहे. भांडवलशाही व्यवस्थेकडून श्रमिकांच्या केलेल्या जाणाऱ्या आर्थिक शोषणातून समाजात आर्थिक विषमता मोठ्या प्रमाणावर वाढलेली आहे. भांडवलदार दिवसेंदिवस श्रीमंत होत असताना, श्रमिक मात्र आपल्या दैनंदिन गरजादेखील पूर्ण करू शकत नाही. भांडवलशाहीत होणाऱ्या संपत्तीच्या केंद्रीकरणामुळे आर्थिक विषमतेत वाढ झालेली आहे. समाजातील आर्थिक विषमता नष्ट करण्यासाठी, समता प्रस्थापित करण्यावर समाजवादी भर देतात. समता प्रस्थापित करण्यासाठी खाजगी संपत्ती व उद्योग-व्यवसायाचे राष्ट्रीकरण केले पाहिजे, वा त्यांच्यावर समाजाचे नियंत्रण प्रस्थापित करण्याची आवश्यकता समाजवादी सांगतात. संपत्तीचे सामाजीकरण आणि खाजगी मालमत्तेच्या निर्मूलनाशिवाय आर्थिक समता शक्य नाही, असे समाजवाद्यांना वाटते.

५. **राष्ट्रीयीकरणावर भर :** समाजवाद ही विचारसरणी उत्पादन साधनांवरील खाजगी मालकीला विरोध करते. उत्पादन साधनांवरील खाजगी मालकीतून संपत्तीचे केंद्रीकरण होते. आर्थिक विषमतेत वाढ होते. समाजात नफेखारी वृत्तीला उत्तेजन मिळते आणि श्रमिकांचे शोषण करण्याची संधी भांडवलदारांना उपलब्ध होते. म्हणून उत्पादन साधनांवरील खाजगी मालकी नष्ट करून, त्यावर समाजाची वा राष्ट्राची मालकी करणे वा उत्पादन साधनांवर समाजाचे नियंत्रण प्रस्थापित करणे गरजेचे असते. राज्यातील उद्योग मोठ्या प्रमाणावर सहकारी तत्त्वावर चालविले

गेले पाहिजेत, जेणे करून समाजातील विविध घटकांना उत्पादन प्रक्रियेत आपले योगदान देता येईल.

६. **अनिर्बंध स्पर्धेला लगाम :** भांडवलशाही अर्थव्यवस्था स्पर्धेला अत्यंत महत्त्व देते. भांडवलशाही व्यवस्थेत अनिर्बंध स्वरूपाची स्पर्धा असते. स्पर्धेच्या माध्यमातून लवकरात लवकर विकास साध्य करता येतो, तसेच कमी किंमतीत ग्राहकांना वस्तू उपलब्ध करून देता येते, असा दावा भांडवलशाहीचे समर्थक करतात; परंतु समाजवादी असे मानतात की, स्पर्धेमुळे उद्योग जास्त नफा देणाऱ्या वस्तूंच्या उत्पादनाकडे लक्ष देतात. परिणामत: जीवनावश्यक वस्तूंच्या उत्पादनाकडे दुर्लक्ष होते. स्पर्धेमुळे प्रतिस्पर्धी कंपन्याचे दोष जाहीर करणे, वस्तू उत्पादनात मक्तेदारी निर्माण करणे, लहानलहान उद्योगांचे विलिनीकरण करणे, प्रचंड जाहिरातबाजी करून वस्तू घेण्यास ग्राहकांना मजबूर करणे इत्यादी मार्गांचा वापर केला जातो. त्यामुळे समाजवादी अनिर्बंध स्पर्धेला लगाम लावण्यावर भर देतात. मंदी, बेकारी, रोजगाराची अनिश्चितता हे स्पर्धेमुळे निर्माण होणारे दोष टाळण्यासाठी; स्पर्धेऐवजी सहकार्य, समन्वय व सहकारावर आधारित नवीन अर्थव्यवस्था निर्मितीचा प्रयत्न समाजवादाकडून केला जातो.

७. **राज्याला व्यापक अधिकार :** समाजवादात राज्याला व्यापक अधिकार बहाल केले जातात. समाजवाद ही विचारसरणी समाजाच्या विकासाची जबाबदारी राज्याकडे सोपविते. समाज विकासाच्या आड येणाऱ्या सर्व अडथळ्यांवर मात करण्यासाठी राज्याकडे व्यापक अधिकार असणे गरजेचे असते. राज्याने शांतता व सुव्यवस्थेपुरते आपले कार्यक्षेत्र मर्यादित करू नये, तर व्यक्तिविकासासाठी आवश्यक ते प्रयत्न करावेत. व्यक्तिविकासाच्या मार्गात येणारे अडथळे दूर करण्याचा प्रयत्न करावा. व्यक्तिविकासाला पूरक वातावरण निर्माण करावे. समाजवाद व्यक्तिविकासाची जबाबदारी वा उत्तरदायित्व राज्याकडे सोपवते आणि ही जबाबदारी योग्य मार्गाने पूर्ण करण्यासाठी राज्याला व्यापक अधिकार देण्याचे समर्थन करते.

८. **लोकशाहीचा स्वीकार :** समाजवाद विचारसरणी लोकशाहीला मान्यता देते. समाजवाद लोकशाही व सनदशीर मार्गानेदेखील प्रस्थापित करता येईल, यावर समाजवादी विश्वास व्यक्त करतात. लोकशाही मार्गाने समाजवादाची प्रस्थापना करण्यासाठी लोकशाही समाजवाद नावाच्या समन्वयकारी विचारसरणीचा उदय समाजवादातून झालेला आहे. लोकशाहीतील चांगली तत्त्वे आणि समाजवादातील चांगली तत्त्वे यांच्या समन्वयातून लोकशाही समाजवाद निर्माण करता येईल, असा आशावाद समाजवादी व्यक्त करतात. परंतु समाजवादातील क्रांतिकारी गट

लोकशाहीविषयी फारसा समाधानी नाही. लोकशाही मार्गाने समाजवाद प्रस्थापित होणार नाही असे त्यांना वाटते, म्हणून ते लोकशाहीऐवजी श्रमिकांना प्राधान्य देणाऱ्या सर्वंकषशाहीचा पुरस्कार करतात.

९. **नवसमाजरचनेची स्थापना :** उदारमतवादी भांडवलशाही व्यवस्थेपासून समाजातील व्यक्तीची सुटका करण्यासाठी समाजवाद नवसमाजरचनेची कल्पना मांडतो. समाजवादी समाजरचनेत खाजगी मालमत्तेवर नियंत्रण, सहकारी पद्धतीने उत्पादन, शेतीचे सामाजीकरण, न्यायपूर्ण वितरण, व्यक्तिविकासाला संधी, सामूहिक विकासाला प्राधान्य, नियोजनाच्या माध्यमातून विकास इत्यादींवर आधारित नवसमाजरचना निर्माण करण्याचा प्रयत्न समाजवादाच्या माध्यमातून केला जात आहे. समाजवाद पर्यायी समाजरचना निर्मितीसाठी तात्त्विक दर्शनाचेदेखील काम करतो.

समाजवादाचा विकास : राज्यशास्त्रात समाजवादाविषयी तत्त्वचिंतन करणारा प्लेटो हा प्रथम विचारवंत मानला जातो. त्याने पालक वर्गासाठी समाजवाद सांगितला. बायबलच्या जुन्या करारातदेखील समाजातील कष्टकरी स्त्रिया, दुर्बल व्यक्तींना विशेष संरक्षण देण्याची भाषा केलेली आहे. तुझे आणि माझे हा भाव त्याज्य मानला जावा हा आग्रह धरलेला आहे. मध्ययुगात चर्चने ऐहिकता, धनसंचय, व्यापारी व सावकारी वृत्तीला विरोध करून समाजवादास साहाय्य विचारांची पेरणी करण्याचा प्रयत्न केला. थॉमस मोर यांनी 'युटोपिया' आदर्श समाजरचनेचे चित्र रेखाटलेले आहे. १७ व्या शतकात प्युरिटन पंथातील रॅडिकल गटाने जमीनदारांच्या विरोधात 'डिगर्स ॲण्ड लेव्हलर्स' चळवळीच्या माध्यमातून जमिनीवर सामूहिक मालकी प्रस्थापित करण्याचा प्रयत्न केला. रूसोने आपल्या 'Discourses on the origin of inequality' या ग्रंथात आधुनिक काळात निर्माण झालेल्या विषमतेविषयी मते मांडली. मानवी इतिहासात राजकीय व नैतिक विषमता का निर्माण होते, याविषयी सखोल मांडणी केली. १८ व्या शतकात औद्योगिकीकरणाने पश्चिम युरोपातील अर्थव्यवस्थांमध्ये आमूलाग्र बदल घडून आला. रोजगाराच्या निमित्ताने ग्रामीण भागातून शहरी भागात मोठ्या प्रमाणावर स्थलांतर सुरू झाले. स्थलांतरित समुदाय उपजीविका भागविण्यासाठी औद्योगिक प्रतिष्ठानांमध्ये काम करू लागला. उदरनिर्वाहासाठी त्यांना कोठेतरी श्रम विकणे भाग होते. कोणत्याही प्रकारचे सामाजिक संरक्षण उपलब्ध नसताना, श्रमिक धोकादायक परिस्थितीत कारखान्यामध्ये काम करू लागला. अत्यंत अल्पवेतनात व दीर्घकाळपर्यंत श्रमिक श्रम करून भांडवलदारांच्या संपत्तीत भर घालत होते. त्या मोबल्यात अल्पवेतन मिळते होते. या परिस्थितीचा अर्थ उकलण्याचा प्रयत्न काही अभ्यासकांनी सुरू केला. फ्रेंच राज्यक्रांतीचा मसुदा तयार करताना फ्रँकोसीस बेब्यू (Babeuf) यांनी खाजगी मालमत्तेच्या अधिकारावर टीका केली. फ्रेंच राज्यक्रांतीच्या

स्वातंत्र्य, समता आणि बंधुता या घोषणा प्रत्यक्षात आणण्यासाठी खाजगी मालमत्ता नष्ट करणे आवश्यक मानले. खाजगी मालमत्ता हे विषमतेचे खरे मूळ आहे. हेन्री सायमन यांनी 'दि न्यु ख्रिश्चॅनिटी' या ग्रंथात ख्रिश्चन धर्मातील समानतेच्या शिकवणीच्या माध्यमातून समाजवादाला अनुकूल विचार मांडले. समाजवादाच्या विकासात खालील काही विचारवंतांनी मोलाचे योगदान दिलेले आहे.

सिस्मंडी (Sismondi) यांनी १८१९ साली प्रसिद्ध केलेल्या 'New Principles of Political Economy' या ग्रंथात भांडवलशाही अर्थव्यवस्थेच्या दोषांचे विश्लेषण करण्याचा सर्वप्रथम प्रयत्न केला. त्यांनी प्रचलित निर्हस्तक्षेप वा मुक्त बाजार व्यवस्थेच्या सिद्धान्ताला विरोध केला. उत्पादित संपत्तीच्या पुनर्वितरणासाठी सरकारचा हस्तक्षेप अनिवार्य मानला. आर्थिक व्यक्तिवादातून निर्माण होणाऱ्या समस्येचा ऊहापोह केला. व्यक्तिहितातून समाजहित साध्य होईल, ह्या भांडवलशाहीच्या गृहीतकावर कडाडून हल्ला केला. हे गृहीतक जर सत्य राहिले असते, तर जगात दारिद्र्य, विषमतेचे अस्तित्व राहिले नसते. भांडवलशाही अर्थव्यवस्थेने उत्पादन आणि संपत्तीत प्रचंड वाढ घडवून आणली, परंतु योग्य वितरण न झाल्यामुळे समाजात विषमतेचे प्रमाण वाढले. भांडवलदाराच्या नफेखोरीतून विषमतेच्या वाढीला हातभार लागला. वस्तू उत्पादनात आपले श्रम वेचणाऱ्या श्रमिकांना नफ्यातून काहीही वाटा न मिळाल्यामुळे, त्यांना कष्ट करून दारिद्र्यात खितपत पडावे लागत आहे. भांडवलदाराकडून होणाऱ्या शोषणाला वाचा फोडण्याचे कार्य सिस्मंडी यांनी केलेले असले, तरी तो समाजवादी विचारवंत मानला जात नाही; कारण त्याने खाजगी मालमत्तेचे समर्थन केलेले आहे. समाजाचा सांस्कृतिक दर्जा टिकवून ठेवण्यासाठी श्रीमंतांचे अस्तित्व आवश्यक मानलेले आहे. त्याने आर्थिक वृद्धीला महत्त्व देण्याऐवजी मानवी सुखाला प्राधान्य दिले पाहिजे, यावर भर दिला. अर्थात भांडवलशाहीच्या दोषाविषयी दिशादर्शन करण्याचे आणि संपत्तीच्या न्यायवितरणाबाबत सुतौवाच करण्याचे कार्य सिस्मंडी यांनी केल्यामुळे समाजवादी इतिहासात सिस्मंडी समाजवादी नसला, तरी त्यांचे नाव आदराने घेतले जाते. समाजवादी विचारांच्या बीजारोपणास आवश्यक पार्श्वभूमी तयार करण्यास सिस्मंडीच्या विचारांनी साह्य केले, असे मानले जाते.

सेंट सायमनचा ख्रिश्चन समाजवाद : ख्रिश्चन धर्मगुरूंनी भांडवलशाही व्यवस्थेवर केलेल्या टीकेतून ख्रिश्चन समाजवादाचा उदय झालेला आढळतो. सेंट सायमन आणि त्यांच्या अनुयायांनी ख्रिश्चन समाजवाद विकसित करण्यात मोलाची भूमिका बजावलेली आहे. सेंट सायमनचा जन्म सरदार घराण्यात झाला असला, तरी त्याने आयुष्यभर सामाजिक आणि आर्थिक सुधारणा करण्यासाठी प्रयत्न केले. श्रमिकांची परिस्थिती बदलण्यासाठी सायमन खाजगी मालमत्तेच्या पुनर्घटन वा पुनर्वाटपाला महत्त्व देतो. भांडवलशाही व्यवस्थेत श्रमिकांच्या श्रमाचा अपहार करून भांडवलदार शोषण

करत असतात. भांडवलशाही व्यवस्थेत श्रम न करणारा ऐतखाऊ वर्ग चैनीचे जीवन जगत असतो. आपल्या गरजा पूर्ण करण्यासाठी श्रमिकांचे शोषण करत असतो. खाजगी मालमत्तेचे अस्तित्व शोषणाला कारणीभूत आहे, म्हणून सेंट सायमन जरी खाजगी मालमत्ता नष्ट करण्याची भाषा करत नसला तरी त्याचे अनुयायी मात्र खाजगी मालमत्ता नष्ट करण्यावर भर देतात. भांडवलशाही पद्धतीतील वारसा हक्कामुळे विशिष्ट वर्गांमध्ये भांडवलाचे चलनवलन होत राहते. भांडवलाच्या असमान वितरणामुळे समाजातील उत्पादन व्यवस्थेत अराजकता निर्माण होते. ही अराजकता नष्ट करण्यासाठी समूहवादाशिवाय पर्याय नाही असे सायमनवाद्यांना वाटते. सायमनवादी समूहवादी कल्पनेच्या माध्यमातून सर्व मालमत्ता, उत्पादन साधने राज्याने ताब्यात घेऊन, सामाजिक कल्याणाच्या आधारावर विभाजन करावे, असे सांगतात. या व्यवस्थेत सर्वांना समान संधी उपलब्ध होईल. प्रत्येकाला आपल्या कुवतीनुसार काम आणि गरजेनुसार मोबदला देता येईल. श्रम करून उत्पादन करणारा वर्ग समाजोपयोगी असतो. या वर्गाकडेच समाजाचे नेतृत्व असले पाहिजे. सायमन नवीन सामाजिक व्यवस्थेचे सुतौवाच करतो. नवीन समाजरचनेचे नेतृत्व उत्पादक वर्गाकडे देतो. या समाजरचनेत त्रिसदनात्मक संसदेची स्थापना करावी. प्रथमगृह अविष्कार सदन असेल, त्यात अभियंता, कवी, कलाकार म्हणजे समाजव्यवस्थेत कलाविष्कार करणारे लोक सदस्य असतील, तर दुसरे सदन परीक्षा सदन असेल, त्यात गणिततज्ज्ञ व भौतिकतज्ज्ञ असतील आणि तिसरे व्यावसायिक सदन असेल, त्यात औद्योगिक क्षेत्रातील उत्पादक असतील.

अशा प्रकारे सायमनपंथीयांनी समाजवादाला पूरक विचार मांडलेले आहेत, अर्थात सायमनवाद्यांनी समाजवादी सिद्धान्त मांडला नाही. समाजवाद निर्माण करण्यासाठी चळवळदेखील चालविली नाही; परंतु त्यांचे मालमत्तेसंबंधी विचार व मालमत्तेच्या पुनर्घटनाबाबतचे विचार समाजवादी विचारांशी जवळीक साधणारे आहेत. सेंट सायमन राजकीय व आर्थिक सुधारणा घडवून आणण्यासाठी अध्यात्मीकरणाचा मार्ग अवलंबितो. सायमनपंथ हा ख्रिश्चन धर्मातील मूलतत्त्वांना अनुसरून समाजाचा विचार करत असल्यामुळे, या समाजवादात वास्तवतेसोबत आदर्शवादाचेदेखील संमिश्रण मोठ्या प्रमाणावर असल्यामुळे, हा समाजवाद श्रमिकांपेक्षा उच्चवर्गीयांना अधिक भावणारा होता.

रॉबर्ट ओवेन : समाजवाद शब्दाच्या सर्वप्रथम वापराचे श्रेय अनेकांनी रॉबर्ट ओवेन यांना दिलेले आहे. ओवेनला इंग्लंडमधील समाजवादी आणि सहकारी चळवळीचा जनक मानले जाते. रॉबर्ट ओवेन हा स्वत: कारखानदार होता. मँचेस्टरमधील कारखान्यातील कामगारांचे दैन्य पाहून, भांडवलशाही व्यवस्थेत सुधारणा करण्यासाठी प्रत्यक्ष प्रयोग करणारा समाजवादी होता. त्याने फक्त योजना मांडल्या नाही, तर प्रत्यक्ष साकारण्याचा प्रयत्नदेखील केला. न्यू लानार्क येथे प्रयोग करण्यासाठी एक नमुनेदार

वसाहत निर्माण केली. श्रमिकांची कष्टमय जीवन आणि दारिद्र्यातून सुटका करण्यासाठी अनेक प्रयोग केले. त्यात कामगारांचे कामाचे तास कमी करणे, कामगारांच्या मुलासाठी शाळा व शिक्षणाची सोय करणे, श्रमिकांना अधिक व नियमित वेतन देणे, कामगारांतील व्यसनाधीनता कमी करण्यासाठी प्रयत्न करणे, कारखाना बंद असलेल्या काळात वेतन देणे इत्यादी प्रयोग केले. या प्रयोगाचा कारखान्याच्या नफ्यावर काहीही परिणाम झाला नाही, हे त्यांनी सिद्ध करून दाखविले. आपल्या प्रयोगाचे इतर भांडवलदारांनी अनुकरण करावे, यासाठी त्यांनी पुष्कळ प्रयत्न केले; परंतु फारसे यश आले नाही. कायदेशीर मार्गानेही सुधारणा करण्याचा प्रयत्न केला, पण यश आले नाही. परंतु ओवेनने चिकाटी न सोडता सहकारी समाजवादाचा प्रयोग करण्यासाठी संघटना स्थापन केली. नेपोलियनसोबतचे इंग्लंडचे युद्ध संपल्यानंतर निर्माण झालेली बेकारी दूर करण्यासाठी, सहकारी समाजवादांतर्गत सहकारी खेड्याची संकल्पना मांडली. खेड्यातील लोकांनी स्वतःच्या उदरनिर्वाहापुरते उत्पादन करावे हे प्रयोगाचे मुख्य ध्येय होते. अमेरिकेतदेखील त्यांनी काही प्रयोग केले. अमेरिकेत 'New Harmony' नावाची वसाहत स्थापन केली परंतु हा प्रयोग फारसा यशस्वी झाला नाही. या प्रयोगामुळे आपल्या संपत्तीतला बराचसा भाग गमवावा लागला. परंतु त्यांचा धीर खचला नाही. ओवेन समाजपरिवर्तनासाठी राज्याला केंद्रबिदू मानत नव्हता, तर समाजाला केंद्रबिंदू मानतो. मानवाला स्वभावत: चांगला मानतो. माणसातील दोषाबद्दल परिस्थितीला जबाबदार मानतो. शिक्षण, सुसंवाद, सहकार्यातून आदर्श समाजाची निर्मिती करता येईल, हा विश्वास व्यक्त करतो.

ओवेन यांनी आयुष्याच्या अखेरच्या पर्वात कामगार चळवळीचे नेतृत्व केले. कामगार चळवळीचे नेतृत्व करत असताना कामगार संघटनांमध्ये ऐक्य घडवून आणण्याचा प्रयत्न केला. त्यासाठी 'Grand National Consolidated Trade Union' संघटनेची स्थापना केली. आदर्शवादी ओवेनचे कामगार नेत्यांशी न पटल्यामुळे काही काळ नेतृत्वाचा त्याग करावा लागला. शासनसंस्थांऐवजी भांडवलदारांच्या सहकार्याने सहकारी जीवनाला महत्त्व देणारा समाजवाद प्रस्थापित करण्याचा ओवेनचा प्रयत्न फारसा यशस्वी झाला नाही. कामगारांनादेखील आकर्षित करू शकला नाही. त्यांनी केलेल्या प्रयोगांना मर्यादित यश मिळाले. त्यांच्या प्रयोगाचा आदर्श घेऊन वसाहती स्थापन करण्याचा प्रयत्न कोणत्याही भांडवलदारांनी केला नाही. ओवेनचे विचार हे वास्तवतेपेक्षा स्वप्नरंजनावर आधारलेले होते, असे अभ्यासकांनी नमूद केले. त्यांच्या प्रयोगातील उणिवा लक्षात घेऊन मार्क्ससारख्या विचारवंतांने ओवेनला स्वप्नाळू समाजवादी ठरविले. ओवेन यांनी कामगारांना स्वयंस्फूर्त, स्वयंशासित आणि स्व-शिक्षित बनविण्यासाठी अनेक प्रयोग केले. या प्रयोगांना कामगारांनी पाठिंबा दिला. हे प्रयोग लागू व्हावे, म्हणून कामगार संघटनांनी प्रयत्न केले. सामूहिक जीवन आणि कम्यून्सची कल्पना प्रत्यक्षात

उतरविण्यासाठी ओवेन यांनी आयुष्य वेचले; परंतु त्यांच्या विचार व प्रयोगाला तात्कालिक काळात इंग्लंडमध्ये फारसे यश आले नसले, तरी भविष्यातील इंग्लंडमधील लोकशाही समाजवादी विचाराचा पाया त्यांच्या विचारसरणीच्या आधारावर रचला गेला, हे कोणालाही नाकारता येणार नाही, यात त्यांच्या कार्याची महती आपल्या लक्षात येते.

चार्लस फोरियर : फोरियर रॉबर्ट ओवेनचा समकालीन विचारवंत होता. त्याच्या विचारांवर रूसोच्या विचारांचा प्रभाव होता. रूसोने आधुनिक संस्कृतीला संकुचित मानसिकता असलेली मानलेले आहे. स्वार्थीपणा, भंपकपणा, फसवेगिरी इत्यादी आधुनिक संस्कृतीची प्रमुख मूल्ये आहेत, असे रूसो मानतो. रूसोच्या विचाराप्रती विश्वास प्रकट करून, फोरियर आधुनिक व्यक्तिवादी आणि स्पर्धात्मक अर्थव्यवस्थेला महत्त्व देणाऱ्या विचारांना विरोध करतो. प्राचीन काळापासून मानवी समाजाच्या विकास आणि विनाशाचे विवेचन करतो. भांडवलशाही व्यवस्थेलादेखील विकासानंतर विनाशाला सामोरे जावे लागेल, असे भाकीत करतो. भांडवलशाही व्यवस्थेत आत्यंतिक व्यक्तिवादावर भर दिला जातो. आत्यंतिक व्यक्तिवादावर आधारित समाजात नैतिक मूल्यांना काहीही महत्त्व नसते. अशा समाजात गुणी माणसाऐवजी दुर्गणी माणसाची भरभराट होते. स्वहितासाठी व्यक्ती नैतिक मूल्यांना पायदळी तुडवितो. स्व-स्वार्थीसाठी इतरांचे नुकसानदेखील करायला मागेपुढे पाहत नाही. दुसऱ्याला इजा व नुकसान पोहोचवून नफा कमविला जातो. भांडवलशाही व्यवस्थेतील दोषाचे निराकरण करण्यासाठी, उत्पादन व वितरणाची न्याय्य तत्त्वांच्या आधारावर पुनर्रचना करण्याचा प्रयत्न करतो. त्यासाठी त्याने एक योजना सादर केलेली आहे. या योजनेनुसार उत्पादन आणि उपभोग व्यक्ती वा कुटुंबांनी करण्याऐवजी सामूहिकरीत्या करावा आणि त्यासाठी एक संघटना स्थापन करावी. या संघटनेत ४०० ते २००० स्त्री-पुरुषांचे सहकारी तत्त्वावर असलेले स्वयंपूर्ण समूह तयार करावेत. या समूहांनी संघटनेच्या जमिनीवर एकत्र राहावे, श्रम करून उत्पादन काढावे आणि उत्पादनाची समान पद्धतीने वाटणी करून घ्यावी. समूहातील प्रत्येक सदस्य श्रद्धा व विश्वासानुसार एकत्र आलेला असल्यामुळे उत्पादकता वाढेल. प्रत्येकाला आपल्या गरजेप्रमाणे वाटा मिळत असल्यामुळे, फाजील श्रम करण्याची आवश्यकता नाही. संघटनेचे सर्व व्यवहार सहकारी पद्धतीने चालविले जातील. सर्व सदस्य स्वयंपूर्ण व स्वयंशासित असतील. संघटना-कारभार स्थानिक प्रतिनिधीकडून चालविला जाईल. अशा संघटना सर्वत्र स्थापन केल्या जातील. संघटनांचा कारभार पाहणारी एक मध्यवर्ती सत्ता असेल. आदर्श वसाहतीच्या माध्यमातून नवसमाज निर्मितीचा प्रयत्न केला जाईल. या समाजात प्रत्येक स्वयंपूर्ण व स्वयंशासित असल्यामुळे कोणत्याही प्रकारच्या विषमतेचे अस्तित्व राहणार नाही. सर्वत्र सुख व समाधानाचे वातावरण असेल.

फोरियर आपली योजना यशस्वी करण्यासाठी क्रांतीला महत्त्व देत नाही. सनदशीर मार्गाने आदर्श वसाहत निर्मितीचा प्रयत्न करण्यावर भर देतो. शासनाने सनदशीर मार्गाने आदर्श वसाहती स्थापन कराव्यात अशी अपेक्षा व्यक्त करतो. भांडवलदारांनी वसाहतींना मदत करावी असे आवाहन करतो. समाजातील सामायिक मालकी आणि श्रमाला फोरियरने सर्वाधिक महत्त्व दिले. श्रमाच्या माध्यमातून नवनिर्मितीचा आनंद प्राप्त होतो, म्हणून निव्वळ नफ्याला महत्त्व देण्याऐवजी आनंद निर्मितीला महत्त्व दिले. श्रमाला आनंद निर्मितीचे साधन मानले. फोरियरचे समाजवादी विचार सहकार आणि समाजवाद यात समन्वय साधणारे आहेत. मानवाच्या भौतिक जीवनाला नाकारून श्रमप्रधान आनंददायी जीवनाचे समर्थन करणारे आहेत. फोरियरच्या आदर्श वसाहतीची अनेकांनी खिल्ली उडविली. तत्कालीन काळातील शासनकर्त्यांनीदेखील त्याच्या कल्पना राबविण्यात फारसा उत्साह दर्शविला नाही. फोरियरची आदर्श वसाहत स्वप्नरंजन कल्पनेचा एक भाग असली, तरी त्याने समाजवादी मूल्यांची मांडणी करताना मानवी जीवनाचा अर्थ उलगडून दाखविण्याचा प्रयत्न केला. मानवी जीवनातील विषमता आणि वर्ग संघर्ष नष्ट करून, आनंद निर्मितीसाठी अविरत प्रयत्न केले. तत्कालीन काळात त्याच्या विचारांना फारसे महत्त्व मिळाले नसले, तरी लोकशाही समाजवादी विचारसरणीच्या विकासात त्यांनी मोलाची भर घातलेली आहे. लोकशाही समाजवाद विचारधारेने फोरियरच्या मतापासून अनेक गोष्टी घेतलेल्या आहेत.

लुई ब्लॅकचा सहकारी समाजवाद : भांडवलशाही व्यवस्थेत असलेल्या स्पर्धेमुळे समाजात अनेक प्रश्न निर्माण होतात. स्पर्धा हे अनर्थांचे कारण असते. म्हणून स्पर्धा नष्ट करण्यासाठी सहकारी तत्त्वावर नवसमाजाची उभारणी करणे गरजेचे आहे. सहकारी तत्त्वावर सामाजिक कारखाने उभारल्यास, स्पर्धा नष्ट करता येईल. भांडवलशाही व्यवस्थेतील दोषांचे निराकरण करून समता आणि सहकार्यावर समाजव्यवस्था आणि अर्थव्यवस्था उभी करण्यासाठी सामाजिक कारखानदाराची नितांत गरज आहे. भांडवलशाही नष्ट करण्यासाठी क्रांतिकारी वा हिंसक मार्ग अवलंबण्याची आवश्यकता नाही. सहकारी तत्त्वावर सामाजिक कारखानदारी श्रमिकांनी विकसित करावी आणि या कारखानदारीस शासन व जनतेने योग्य प्रकारे सहकार्य केल्यास, भांडवलशाही आपोआप नष्ट होईल. सामाजिक कारखानदारीशी स्पर्धा करणे भांडवलशाहीला शक्य होणार नाही. १८४८ मध्ये झालेल्या फ्रान्समधील क्रांतीनंतर स्थापन झालेल्या हंगामी सरकारचा लुई एक भाग होते. त्यांच्या सामाजिक कारखानदारीच्या योजनेला हंगामी सरकारने मान्यता दिली. त्या तत्त्वानुसार काही कारखाने सरकारने सुरू केले, परंतु लुईच्या तत्त्वाचा योग्य वापर न करता कारखाने सुरू केले गेले आणि ते अल्पकाळात बंद पडले. त्यासाठी त्यांना जबाबदार मानून, पदत्याग करण्यास भाग पाडले. लुई ब्लॅक हा क्रांतिकारी समाजवादी

नव्हता, तसा तो स्वप्नाळू समाजवादीदेखील नव्हता. सहकारी तत्त्वावर कारखानदारी चालवावी या मताचा ठाम समर्थक होता. कारखान्याचे व्यवस्थापन कामगारांकडे सोपवावे, या मताचा होता. कारखाने चालविण्यासाठी लागणाऱ्या आवश्यक कौशल्याच्या अभावामुळे कारखाने बंद पडले. या अपयशाबद्दल लुईना जबाबदार मानण्यात आले. वास्तविक दोष नसतानाही अपयशाचे खापर त्यांच्या अंगावर फोडण्यात आले. वास्तविक कारखानदारीसाठी सहकार-तत्त्व विकसित करण्यात लुईचे फार मोठे योगदान आहे. सहकाराचे तत्त्व आज सर्वत्र मान्यदेखील करण्यात आलेले आहे. लुईच्या विचारातील सच्चेपणा तत्कालीन काळातील राज्यकर्त्यांच्या लक्षात आला नाही. सामाजिक कारखानदारीचा चालताबोलता प्रयोग अंमलबजावणीविना निकाली काढण्यात आला. कामगार वर्गासाठी समाजवाद मांडणारा विचारवंत म्हणून लुई ब्लॅकच्या विचारांची दखल घेणे भाग आहे.

रॉड्बर्टस् : रॉड्बर्टस हा जर्मन राज्य-समाजवादी होता. समाजवादाच्या स्थापनेत राज्यसंस्थेची भूमिका सर्वाधिक महत्त्वाची आहे, यावर भर देणारा होता. राज्यसंस्थेच्या हस्तक्षेपाशिवाय अर्थव्यवस्था, सामाजिक स्थैर्य आणि सामाजिक प्रगती घडवून येणे, त्यांना अशक्य वाटत होते. भांडवलशाही ही नेहमीच विस्तारवादी आणि साम्राज्यवादाला प्रोत्साहन देणारी असते. कच्चा माल मिळविण्यासाठी आणि पक्क्या मालाला हक्कांची बाजारपेठ मिळविण्यासाठी भांडवलदार वसाहतवादाला प्राधान्य देतात. त्यातून राष्ट्राराष्ट्रांमध्ये वसाहती मिळविण्यासाठी स्पर्धा निर्माण होते आणि त्यांचे रूपांतर भविष्यात युद्धात होत असते. भांडवलशाही अर्थव्यवस्था नष्ट करून समाजवादी अर्थव्यवस्था निर्माण करणे आवश्यक असते. अशी अर्थव्यवस्था निर्माण करण्यासाठी उत्क्रांतीचा मार्ग उत्तम असतो. राज्यसंस्थेने उत्क्रांतीच्या मार्गाने वैधानिक सुधारणा करून हळूहळू भांडवलशाही नष्ट करावी. उत्पादन साधनांची मालकी राज्याने आपल्या ताब्यात घ्यावी, जेणे करून कामगारांच्या परिस्थितीत योग्य तो बदल करता येईल. रॉड्बर्टस् राज्यनियंत्रित अर्थव्यवस्थेचे समर्थन करतो, एका अर्थी त्यांचे विचार राज्य-समाजवादाशी जुळणारे आहेत. शास्त्रीय दृष्टिकोनातून आर्थिक प्रश्नांची मांडणी आणि उकल करण्याचे प्रयत्न केल्यामुळे, त्यांना शास्त्रीय समाजवादीदेखील म्हटले जाते.

प्रुधाँ (Proudhan) **:** प्रुधाँ यांनी १८४० मध्ये 'What is Property' हा जगप्रसिद्ध ग्रंथ लिहिला. या ग्रंथात मालमत्तेच्या अधिकाराबद्दल अत्यंत क्रांतिकारी व जहाल विचारांची मांडणी केली. तो म्हणतो की, 'खाजगी मालमत्ता ही एक चोरी आहे'. खाजगी मालमत्तेची निर्मिती श्रमांतून झाली नसून, फसवणूक, लबाडी आणि लालसेतून झालेली आहे. खाजगी मालमत्तेमुळे समाजात आर्थिक विषमता निर्माण होते. समाजात संचयन

भावना निर्माण होते. सर्वांना समान संधी मिळत नाही. संपत्तीच्या जोरावर संपत्तीधारक इतरांची संधी हिरावून घेतात. म्हणून प्रत्येक व्यक्तीच्या व्यक्तिमत्त्व विकासाला वाव मिळत नाही. खाजगी मालमत्तेवर कठोर टीका करणारा प्रुधाँ खाजगी मालमत्ता नष्ट करण्यावर भर न देता, त्यावर सामाजिक नियंत्रण आणण्याची भाषा करतो, जेणे करून खाजगी मालमत्तेचा दुरुपयोग टाळता येईल. भांडवलशाहीत व्याजाला असलेले अतिरेकी महत्त्वदेखील त्याला मान्य नव्हते. भांडवलशाही व्याजाचे रूपांतर मालमत्तेत होत असते. व्याज नष्ट केल्यास मालमत्तेच्या रूपाने होणारे शोषण थांबेल. समाजातील विषमता आणि वर्ग नष्ट होऊन समाजवाद स्थापन होईल, असा विश्वास प्रुधाँ व्यक्त करतो. प्रुधाँ समाजवादाचा समर्थक असला, तरी व्यक्तिस्वातंत्र्याचा कट्टर समर्थक होता. राज्य खाजगी मालमत्तेचे संरक्षक म्हणून कार्य करत असते. राज्याची निर्मिती मालमत्तेतून झालेली आहे. राज्य विषमता आणि खाजगी मालमत्ता निर्मितीचे साधन असल्यामुळे, ते नष्ट करण्याचा सल्ला देऊन तो अराज्यवादी विचार मांडतो.

कार्ल मार्क्स आणि फ्रेडरिक एंजल्स : समाजवादी इतिहासात सर्वांत प्रभावशाली आणि शास्त्रीय पद्धतीने समाजवाद मांडण्याचे कार्य कार्ल मार्क्स आणि एंजल्स यांनी केलेले आहे. समाजवादी विचारवंतांपासून आपला वेगळेपणा सिद्ध करण्यासाठी, ते स्वत:ला समाजवादी न मानता साम्यवादी मानतात. समाजवादी विचार स्वप्नरंजनात्मक आणि अशास्त्रीय असल्याची टीका करतात. समाजवादी समाजवादाला नैतिकतेच्या चौकटीत बसविण्याचा प्रयत्न करतात. सुव्यवस्थित आणि शास्त्रीय पद्धतीने विचार न मांडता, वरवरची मलपट्टी करणारे विचार मांडतात असे मार्क्सला वाटते. त्यामुळे मार्क्सने प्रत्यक्ष व्यवहारात उतरविता येईल असा समाजवाद आणण्याचा प्रयत्न केला. मार्क्सचे पूर्वसूरी सिस्माडी, रॉबर्ट ओवेन, चार्लस फेरियर, प्रुधाँ हे समाजवादी विचारवंत मानले जातात. या विचारवंतांनी भांडवलशाही अर्थव्यवस्थेतील दोषांना दूर करण्यासाठी आपआपल्या दृष्टिकोनांनुसार नवीन प्रकारची समाजरचना निर्मितीची स्वप्ने रंगविली. ही स्वप्ने काल्पनिक आणि वास्तवाला सोडून असल्यामुळे, या विचारवंतांना मार्क्स 'स्वप्नाळू समाजवादी' म्हणतो. कारण त्यांनी समाजवादी समाजरचनेची उपयुक्तता पटवून देऊन, सहकारी संघटना स्थापन करण्याचे आवाहन केले. त्यांनी सुचविलेली समाजरचना आणि विविध पर्याय वस्तुस्थितीपेक्षा कल्पनेवर आधारलेले होते, त्यात शास्त्रीय भूमिकांचा अभाव होता. या समाजवाद्यांनी भांडवलशाही अर्थव्यवस्था क्रमाक्रमाने नष्ट करून समाजवाद स्थापन करता येईल हा विचार मांडला. मार्क्सला हे विचार अशक्यप्राय वाटत होते. मार्क्सने अर्थशास्त्रीय आणि ऐतिहासिक भौतिकवादाच्या मदतीने भांडवलशाहीचे विश्लेषण करून, समाजाचा विकास निश्चित अशा नियमानुसार होत असतो, हे शास्त्रीयदृष्ट्या पटवून दिले. समाज एका अवस्थेतून दुसऱ्या अवस्थेत ज्या नियमानुसार

जात असतो, त्याच नियमानुसार भांडवलशाही नष्ट होईल. समाजवादी अर्थव्यवस्था प्रस्थापित होणे अपरिहार्य, हे सिद्ध करून दाखविले. मार्क्सने शास्त्रीय नियम आणि तर्कशुद्ध पद्धतीने विचारांची मांडणी केल्यामुळे, त्याच्या समाजवादी विचारांना 'शास्त्रीय समाजवादी' असे म्हणतात. मार्क्सने समाजवादापेक्षा वेगळेपणा दाखविण्यासाठी 'साम्यवाद' या शब्दाचा स्वीकार केलेला आहे. मार्क्सने शास्त्रज्ञासारखा समाजाचे स्वरूप व त्याच्या विकासाच्या मूलभूत नियमांचा शोध घेण्याचा प्रयत्न केला. मानव समाजात होणारे परिवर्तन अकस्मात होत नसते. बाह्य परिस्थितीत झालेल्या विशिष्ट बदलांमुळे विशिष्ट नियमाने परिवर्तन घडत असते. मार्क्स स्वत:ला आपले विचार वैज्ञानिक तथ्यावर आधारित आहेत असे वाटत असल्याने, त्याने त्यास शास्त्रीय समाजवाद असे नाव दिले. मानवी समाज हा वस्तुनिष्ठ नियमांवर आधारित असतो. या नियमांचा ऐतिहासिक विकासक्रम जाणून घेतल्याशिवाय आदर्श समाज अस्तित्वात येण्याचे स्वप्न पाहणे मार्क्सला अयोग्य वाटते. मार्क्स भौतिकवादाच्या आधारावर ऐतिहासिक विकासक्रमाचा आढावा घेतो. या ऐतिहासिक विकासक्रमात भांडवलशाही विरुद्ध श्रमिक क्रांती करतील, कारण भांडवलशाहीच्या लाभापासून श्रमिकांची वंचितता भांडवलशाही नष्ट करून समाजवाद निर्माण करण्यास श्रमिकांना प्रेरणा देते. श्रमिकांजवळ क्रांतीशिवाय दुसरा पर्याय उपलब्ध नसल्यामुळे मार्क्स समाजवादी क्रांती हे ऐतिहासिक सत्य मानतो. अशा प्रकारे मार्क्स भौतिकवादाच्या आधारावर समाजवाद प्रस्थापित करण्याचा प्रयत्न करतो. उत्पादन पद्धतीतील बदलातून सामाजिक परिवर्तन घडेल, यावर मार्क्सचा ठाम विश्वास होता. मार्क्सचा समाजवाद भौतिकवादाच्या अस्तित्वामुळे त्याला इतरांपेक्षा वेगळपणा प्रदान करणारा ठरतो.

बर्नस्टाइनचा विकासवादी समाजवाद : बर्नस्टाइन यांनी आपल्या 'विकासवादी समाजवाद' या ग्रंथात विकासवादी समाजवादाची मांडणी केली. कार्ल मार्क्सच्या समाजवादी विचारांची आलोचना करून, त्यांनी विकासवादी समाजवाद मांडला. त्यांच्या मते ऐतिहासिक विकास प्रक्रिया ही क्रमिक वा निरंतर चालणारी प्रक्रिया आहे. मार्क्स मानतो त्याप्रमाणे आकस्मिक चालणारी नाही. मानवी समाजाचा विकास हा वर्गसंघर्षातून झालेला नसून वर्ग सहयोगातून झालेला आहे. समाजवादी आणि मार्क्सवादी मानतात त्याप्रमाणे पूँजीवाद अंताकडे चालला नसून, पूर्वीपेक्षा अधिक सशक्त बनत आहे. पूँजीवादाचे बळकटीकरण समाजवाद स्थापनेत अनेक अडथळे निर्माण करते. पूँजीवादावर निरंतर दबाव निर्माण करण्यासाठी श्रमिकांनी निरंतरपणे आंदोलन चालू ठेवणे गरजेचे आहे. श्रमिकांची स्थिती सुधारण्यासाठी राज्याची भूमिका बर्नस्टाइन महत्त्वपूर्ण मानतो. राज्याने श्रमिक कल्याणासाठी वैधानिक प्रयत्न केले पाहिजेत. राज्याच्या कायद्याद्वारे श्रमिकाच्या हिताची वृद्धी केली जाऊ शकते, तसेच भांडवलदारावर दबावदेखील टाकता

येऊ शकतो. निरंतर पद्धतीने श्रमिकांच्या परिस्थितीत बदल करण्यासाठी लोकतांत्रिक राज्य आवश्यक असते. लोकतांत्रिक व्यवस्थाच श्रमिकांच्या परिस्थितीत बदल घडवून आणणारे कायदे निर्माण करू शकते. बर्नस्टाईनचा विकासवादी समाजवाद नजीकच्या भविष्यात पूँजीवादाचा अंत होईल यावर विश्वास ठेवत नाही. समाजवाद स्थापन होईल यावरदेखील विश्वास ठेवत नाही. श्रमिकांच्या हितरक्षणासाठी निरंतर चालणाऱ्या आंदोलनावर भर देतो. श्रमिकांचे संघटन टिकवून ठेवणे आणि त्याद्वारे पूँजीवादावरचे दडपण कायम ठेवण्यावर भर देतो. विकासवादी समाजवाद क्रांतीपेक्षा सुधारणांवर भर देतो आणि या सुधारणा राज्याच्या कायद्याद्वारे शांततापूर्ण व संवैधानिक मार्गाने कराव्यात असे सुचवितो. श्रमिकांची स्थिती सुधारणासाठी लोकतांत्रिक व्यवस्थेला योग्य मानतो.

समाजवाद महत्त्व आणि भवितव्य : अशा प्रकारे समाजवाद ह्या विचारधारेच्या विकासात योगदान देणाऱ्या काही महत्त्वपूर्ण विचारवंतांची माहिती अभ्यासली आहे. समाजवादाविषयीच्या चिंतनाला प्लेटोपासून सुरुवात झालेली असली, तरी आधुनिक काळात खऱ्या अर्थाने औद्योगिक क्रांतीच्या दुष्परिणामातून समाजवादी विचारांना धार आली. औद्योगिक क्रांतीच्या काळात आणि औद्योगिक क्रांतीनंतर खऱ्या अर्थाने समाजवादी विचारांना बहर आला. समाजातील आर्थिक विषमता आणि शोषण नष्ट करून समताप्रधान नवसमाज निर्माण करण्यासाठी, समाजवादाविषयी लेखन करणाऱ्या विविध विचारवंतांच्या विचारांत मोठ्या प्रमाणावर विभिन्नता असल्यामुळे समाजवादाचे युरोपियन समाजवाद, सहकारी समाजवाद, विकासवादी समाजवाद, क्रांतिकारी समाजवाद, उत्क्रांतिवादी समाजवाद, शास्त्रीय समाजवाद, लोकशाही समाजवाद इत्यादी विविध प्रकार वा पंथ निर्माण झाले. मार्क्सवाद्यांनी आपल्या पूर्वसूरीच्या रॉबर्ट ओवेन, फोरियर, सेंट सायमनसारख्या समाजवाद्यांना स्वप्नाळू समाजवादी ठरविले. परंतु मार्क्सच्या लेखनातदेखील अनेक अशास्त्रीय व अतार्किक गोष्टींचा भरणा आहे. मार्क्सच्या शास्त्रीय समाजवादातदेखील अनेक नैतिक कल्पनांचा समावेश आहे. स्वनाळू समाजवादी म्हणून हिणविल्या गेलेल्या विचारवंतांच्या विचारामध्येदेखील अनेक शास्त्रीय कल्पनांचा ऊहापोह आहे, हे लक्षात घेतले पाहिजे. मार्क्सने भविष्यकाळात समाजवाद प्रस्थापित होईल ही शक्यता जोरकसपणे वर्तविली आणि त्यासाठी आवश्यक मार्गदर्शनदेखील केले. परंतु विकसित राष्ट्रात समाजवाद प्रस्थापित होईल हे मार्क्सचे भाकीत खोटे ठरले. रशिया व चीनसारख्या औद्योगिकदृष्ट्या मागासलेल्या देशात समाजवाद आला. रशियाने समाजवादाने सुरुवातील भव्यदिव्य यश मिळवून जगाला आश्चर्यचकित केले, पण हे यश दीर्घकाळ टिकविता आले नाही. रशियाच्या वाटेने गेलेल्या देशांनी समाजवादाचा त्याग केला. सोव्हिएट युनियनच्या पतनानंतर समाजवादी विचारांना आहोटी लागली. चीनसारखा समाजवादी देशदेखील भांडवलशाहीचा जप करू लागला.

जागतिकीकरणाच्या युगात क्युबा आणि उत्तर-कोरिया वगळता समाजवादाचे फारसे अवशेष आढळून येत नाहीत. त्यामुळे समाजवाद विचारसरणी संपली, असा गैरसमज कोणी करून घेऊ नये. समाजवादी विचारधारा मानणारी राष्ट्रे आज दिसून येत नसली, तरी या विचारधारेने जगात घडवून आणलेल्या सुधारणेची तुलना दुसऱ्या कोणत्याही विचारसरणीशी करता येत नाही. अर्ध्या जगाला प्रभावित करणाऱ्या विचारधारेने उदारमतवादी भांडवलशाही राष्ट्रांनादेखील बदलण्यास भाग पाडले. समाजवादाच्या प्रभावाने उदारमतवादी भांडवलशाही राष्ट्रांनी नियोजन आणि कल्याणकारी राज्य संकल्पनेचा अंगीकार केला. समाजवादी क्रांतीच्या धाकाने पूँजीवाद्यांना आपल्या वर्तनात बदल करावा लागला. कामगाराचे वेतन, नोकरीची हमी, नुकसानभरपाई, कायदेशीर संरक्षण, बोनस, निवृत्ती वेतन इत्यादी गोष्टी समाजवादी चळवळीच्या दडपणातून भांडवलदार आणि शासनांना मान्य कराव्या लागल्या. समाजवादाने समता तत्त्वाला दिलेल्या महत्त्वामुळे अनेक देशांमध्ये समता प्रस्थापित करण्यासाठी व्यापक प्रयत्न केले गेले. समाजवादाने उत्पादन व्यवस्थेची परखड चिकित्सा केली. विषमतेची कारणमीमांसा केली. भांडवलशाही शोषणातून मुक्त करण्यासाठी नवा मार्ग दाखविला. समाजवाद हा काल्पनिक सिद्धान्त नसून, अनुभवनिष्ठ विवेचन करणारा आणि मानवमुक्तीचा मार्ग दाखविणारा वास्तवतावादी सिद्धान्त आहे. समाजवाद ही प्रामुख्याने आर्थिक विषमतेच्या विरोधातील प्रतिक्रिया मानली गेली. आर्थिक विषमता नष्ट करण्यासाठी समाजवादाने सुचविलेल्या मार्गांना पर्यायी मार्ग सुचविले, अशी विचारधारा अजूनतरी जन्माला आलेली नाही. समाजवादी चिंतन हे शेवटी मानवमुक्तीचे चिंतन आहे असे मानावे लागेल. समाजवादाला आलेल्या अपयशामुळे हे चिंतन अयोग्य वा अशास्त्रीय आहे, असे आपण म्हणू शकत नाही. समाजवादाला आलेले अपशय चुकीच्या पद्धतीने समाजवाद राबविण्यातून आलेले आहे, हेदेखील आपण लक्षात घेतले पाहिजे.

लोकशाही समाजवाद म्हणजे काय? : समाजवाद विचारसरणीची विविध रूपे वा प्रकार अस्तित्वात आहेत. या विविध प्रकारांत लोकशाही आणि समाजवाद यांच्यात समन्वय प्रस्थापित करणारा लोकशाही समाजवाद नावाचा समाजवादाचा नवा प्रकार इंग्लंडमध्ये दुसऱ्या महायुद्धानंतर उदयाला आला. या प्रकारात लोकशाहीतील चांगली तत्त्वे आणि समाजवादातील तत्त्वे यांचा समन्वय आहे. समाजवादातील भौतिक प्रेरणा आणि लोकशाहीतील नैतिक प्रेरणेतून लोकशाही समाजवादाची पायाभरणी केलेली आहे. लोकशाही समाजवादाची तत्त्वे व वैशिष्ट्ये निश्चित करण्यात आली असली तरी त्यांची निश्चित व्याख्या करता येत नाही. कारण लोकशाहीच्या अनेक व्याख्या आहेत. समाजवादाच्यादेखील अनेक व्याख्या आहेत. तसेच लोकशाही समाजवाद विचार परिस्थितीप्रमाणे बदलणारा असल्यामुळे निश्चित व्याख्या करता येत नाही. मात्र लोकशाही

समाजवाद शब्दाचा आशय व्यक्त करता येतो. साधारणत: व्यक्तीचे स्वातंत्र्य व आत्मविकासक्षमता सुरक्षित ठेवून समाजात सामाजिक, आर्थिक, राजकीय समता, न्याय आणि शोषणमुक्त समाज प्रस्थापित करण्याचे स्वप्न पाहणारी विचारसरणी म्हणजे लोकशाही समाजवाद होय. थोडक्यात असे सांगता येईल की, लोकशाही समाजवाद एका बाजूला समाजवाद स्थापन करण्याचा प्रयत्न करतो, तर दुसऱ्या बाजूला लोकतंत्रात्मक व्यवस्थेवर विश्वास प्रकट करून लोकशाही मार्गाने समाजवाद आणण्याचा प्रयत्न करतो. लोकशाही समाजवादी एकदम समाजवाद स्थापनेची भाषा करत नाही, तर क्रमाक्रमाने समाजवादाची स्थापना करण्याचा मानस व्यक्त करतात. पूँजीवाद नष्ट न करता त्यात सुधारणा घडवून आणण्याचा प्रयत्न करतात. उत्पादन आणि प्राकृतिक संसाधनाच्या न्यायपूर्ण वा समान वितरणाचा आग्रह धरतात, त्यासाठी अवाजवी व मोठ्या उद्योगाचे राष्ट्रीयीकरण आणि संमिश्र अर्थव्यवस्थेचे समर्थन करतात.

लोकशाही समाजवाद विचारसरणीचा विकास : इंग्लंडमध्ये झालेल्या औद्योगिक क्रांतीतून भांडवलशाहीचा उदय व विकास झाला. भांडवलशाहीच्या अविवेकी शोषणाची प्रतिक्रिया म्हणून समाजवाद विचारधारा निर्माण झाली. समाजवादी विचारधारा मांडणाऱ्या पहिल्या टप्प्यातील विचारवंतांनी भांडवलशाहीतून निर्माण झालेले शोषण व विषमता नष्ट करण्यासाठी नैतिक आणि वैधानिक मार्गाने समाजवाद प्रस्थापित करण्याचा प्रयत्न केला. त्यात सेंट सायमन, फोरियन, रॉबर्ट ओवेन, सिस्मंडी इत्यादी प्रमुख विचारवंतांचा समावेश होता. समाजवादाची नैतिक आणि वैधानिक अंगाने मांडणी करणाऱ्या विचारवंतांना कार्ल मार्क्सने कल्पितादर्शवादी वा स्वप्नरंजक समाजवादी म्हटले. समाजवादाच्या दुसऱ्या टप्प्यात कार्ल मार्क्सने ऐतिहासिक भौतिकवादाच्या आधारावर समाजवादाची शास्त्रीय पद्धतीने मांडणी करण्याचा प्रयत्न केला. आपल्या विचारांतील वेगळेपणा प्रदर्शित करण्यासाठी मार्क्सने समाजवादाऐवजी साम्यवाद हा शब्द वापरला. समाजवाद ही ऐतिहासिक अपरिहार्यता मानली. समाजवाद प्रस्थापित करण्यासाठी क्रांतीची आवश्यकता प्रतिप्रादित केली. मार्क्सच्या विचारांचा आधार घेऊन लेनिन यांनी रशियात क्रांती घडवून आणली.

इंग्लंडमध्ये झालेल्या औद्योगिक क्रांतीच्या पार्श्वभूमीवर मार्क्सने शास्त्रीय समाजवादाची मांडणी केली. परंतु इंग्लंडसारख्या संसदीय लोकशाहीची दीर्घ परंपरा लाभलेल्या देशात मार्क्सवाद रुजला नाही. मार्क्सवादातील क्रांतिकारी तत्त्वे इंग्लंडच्या कामगारांना मानवणारी नव्हती. वैधानिक आणि सनदशीर मार्गाने आपले हितसंबंध जपणाऱ्या जनतेला मार्क्सवादापेक्षा लोकशाहीशी जवळीक साधणाऱ्या समाजवादाविषयी आकर्षण जास्त होते. मार्क्सवादाला पर्याय म्हणून वेगवेगळ्या प्रकारच्या समाजवादी

विचारधारा इंग्लंडच्या भूमीत अवतीर्ण झाल्या. उदा. फेबियन समाजवाद, व्यवसाय संघवाद. मात्र, या समाजवादी विचारसरणीला मर्यादित प्रमाणात यश लाभले. भांडवलशाहीच्या दोषातून मुक्त करणाऱ्या समाजवादाविषयी चिंतन सुरू झाले. या चिंतनातून भांडवलशाहीतील दोषांना टाळून लोकशाही मार्गाने समाजवाद आणणारी लोकशाही समाजवादी विचारसरणी इंग्लंडमध्ये जन्माला आली. लोकशाही समाजवादाने आपली वैचारिक बांधिलकी मार्क्सवादाशी न ठेवता मार्क्सपूर्व समाजवादाशी ठेवली. मार्क्सपूर्व समाजवादी कल्पनारम्य जगात वावरणारे विद्वान नव्हते, तर भविष्याचा अदमास घेऊन व्यावहारिक मांडणी करणारे तत्त्वचिंतक होते. त्यांच्या विचारांना कालबाह्य मानून सोडून दिल्यास समाजवादी विचारांची अपरिमित हानी होईल, म्हणून त्यांच्या विचारांतील समकालीन काळात उपयुक्त ठरणारे विचार लोकशाही समाजवादाने स्वीकृत केले. भांडवलशाहीच्या दोषांची सर्वप्रथम ओळख करून देण्याचे कार्य मार्क्सपूर्व समाजवाद्यांनी केले होते हे कोणालाही विसरता येणार नाही. सिस्मंडी यांनी आर्थिक व्यक्तिवादावर टीका केली आणि भांडवलशाहीतील नफ्याद्वारे होणाऱ्या शोषणाकडे लक्ष वेधले. सेंट सायमन यांनी खाजगी मालमत्तेच्या विभाजनाची शिफारस केली. संपत्तीच्या वारसा हक्काला विरोध केला. रॉबर्ट ओवेन यांनी कामगारांच्या सहकार्यावर आधारित सहकारी तत्त्वांवर नवीन समाजरचना निर्माण करण्याचा प्रयत्न केला. स्वत: भांडवलदार असूनही त्यांनी 'न्यू लॅनार्क' ही आदर्श वसाहत निर्माण केली. या वसाहतीत कामगारांना आदर्श जीवन उपलब्ध करून देण्यासाठी अनेक प्रयोग केले. या प्रयोगांमुळे त्यांना इंग्लंडमधील लोकशाही समाजवादाचे जनकदेखील म्हटले गेले. जी. डी. एच. कोलसारख्या अभ्यासकाने लुई ब्लॅकला लोकशाही समाजवादाचा खरा प्रर्वतक मानले आहे. त्यांनी सर्वप्रथम प्रातिनिधिक लोकशाही आणि सहकारी समाजवादाचा पुरस्कार केला. बर्नस्टाइन यांनी 'Evolutionary Socialism' या ग्रंथात क्रांतिकारक मार्गाने समाजवादी व्यवस्था स्थापन करता येईल, हा विश्वास व्यक्त केला. लोकशाही व्यवस्थेच्या अंतर्गत भांडवलशाही व्यवस्थेत सुधारणा करून समाजवाद प्रस्थापित करता येईल. इंग्लंडमधील बहुसंख्य समाजवादी विचारवंतांनी लोकशाही मार्गाने समाजवाद स्थापनेवर भर दिल्यामुळे लोकशाही समाजवादास पूरक वातावरण निर्माण झाले. इंग्लंडमधल्या लोकशाही समाजवाद विचारधारेवर एखाद्या विशिष्ट समाजवादी विचारवंताचा प्रभाव पडला असे मानता येणार नाही, असे प्रो. वुइल्यम इबेन्स्टिन यांनी म्हटले आहे. याचा अर्थ इंग्लंडमधील सर्वच समाजवादी विचारवंतांच्या प्रभावातून लोकशाही समाजवादाचा विकास झाला असे मानता येईल.

मार्क्स संघर्षाचे तत्त्वज्ञान इंग्लंडच्या भूमीवर फारसे रुजणार नाही, ही सुरुवातीपासून जाणीव असलेल्या सिडने वेब, श्रीमती वेब, आर. एच. टोनी, जी. डी. एच. कोल, बर्नाड शॉ, प्रा. हेरॉल्ड लास्की इ. विचारवंतानी फेबियन सोसायटीच्या माध्यमातून

लोकशाही समाजवादाचा पुरस्कार केला. फेबियन समाजवादाचा विचार मध्यवर्गीयांना समाजवादाकडे आकर्षित करू शकला, परंतु श्रमिकांमध्ये फारसा लोकप्रिय होऊ शकला नाही. फेबियन समाजवादातील उणिवा लक्षात घेऊन इंग्लंडमधील मजूर पक्षाने आपल्या धोरण व कार्यक्रमात व्यापक बदल करून लोकशाही समाजवादास अनुकूल भूमिका घेतली. १९२१ साली आर. एच. टोनी यांनी प्रसिद्ध केलेल्या 'The Acquisitive Society' या ग्रंथामुळे लोकशाही समाजवादी तत्त्वज्ञानाला वैचारिक पाया उपलब्ध झाला. १९४० मध्ये डर्बिन यांचा 'The Politics of Democratic Socialism' असे म्हटले की, इंग्लंड लोकशाही समाजवादाच्या चौकटीत राहूनच आपले आर्थिक प्रश्न सोडवेल आणि राजकीय स्वातंत्र्य आणि आर्थिक समतेच्या मार्गाने चालणाऱ्या नव्या समाजाची निर्मिती करेल. जगाला नव्या मार्गावर घेऊन जाण्यासाठीचे आवश्यक नेतृत्व करेल. क्लेमंट ॲटलीनी स्पष्ट केले की, इंग्लंड मास्को किंवा बर्लिनच्या मार्गाने जाणार नाही, तर समाजवादी मार्गाने जाईल. इंग्लंडमध्ये भांडवलशाहीच्या विरोधातील वाढत्या असंतोषामुळे अनेक बुद्धिवान नागरिक मजूर पक्षात सहभागी होऊ लागले. दुसऱ्या महायुद्धानंतर इंग्लंडमध्ये मजूर पक्षाची सत्ता आली. या पक्षाने लोकशाही समाजवादी कार्यक्रमाची अंमलबजावणी सुरू केली. त्यास जनतेचा पाठिंबा मोठ्या प्रमाणावर मिळाला. फ्रॅन्सिस बुइल्यम्य यांनी 'The Moral Case for Socialism' या ग्रंथात म्हटले की, लोकशाही समाजवादामुळे एकमेकांच्या सहकार्याने कार्य करून सहकार आणि सहजीवनापासून मिळणाऱ्या फायद्यापर्यंत पोहोचविण्याचे आणि माणसांच्या माणुसकीला जिंवत करणारे तत्त्वज्ञान म्हणून समाजवादाकडे पाहिले पाहिजे. समाजवादातील गुणांचा ऊहापोह दुसऱ्या महायुद्धानंतर सर्वत्र होऊ लागला. इंग्लंडमध्ये लोकशाही समाजवादाच्या यशाने प्रभावित होऊन इंग्लंडच्या वसाहती असलेल्या भारत, अमेरिका व कॅनडा या देशांनी ही विचारसरणी स्वीकारली. क्रांतीच्या मार्गाऐवजी सनदशीर मार्गाने समाजवाद निर्माण होऊ शकतो, हे बहुसंख्य देशांना पटल्यामुळे आधुनिक काळात अनेक देशांनी लोकशाही समाजवाद स्वीकारला.

लोकशाही व समाजवाद यांतील परस्परसंबंध वा समन्वय

स्वातंत्र्य, समता, बंधुता आणि न्याय या चतु:सूत्रीवर लोकशाहीची संकल्पना आधारलेली आहे. व्यक्ती ही लोकशाहीचा केंद्रबिंदू मानली जाते. व्यक्ती-जीवनाचा सर्वांगीण विकास घडवून आणण्यासाठी अनुकूल परिस्थिती निर्माण लोकशाहीत मालमत्तेचा अधिकार आणि विभिन्न प्रकारचे स्वातंत्र्य देणे आवश्यक मानले जाते. समाजवाद हा विचार खाजगी मालमत्तेच्या विरोधी आहे. मालमत्तेच्या अधिकारामुळे विषमता निर्माण होते, असे तो मानतो. खाजगी मालमत्तेचा अधिकार नष्ट करण्यासाठी उत्पादनाची सर्व साधने समाजाच्या मालकीची केली जावी, तरच समानता निर्माण होईल

असे समाजवाद्यांना वाटते. स्वातंत्र्याच्या जोरावर समाजातील सबल लोक प्रगती करून घेतात, तर दुर्बलांच्या वाट्याला काहीही येत नाही, म्हणून समाजवादी व्यक्तिस्वातंत्र्याला विरोध करतात. लोकशाही व्यक्तिस्वातंत्र्य मूल्याला सर्वाधिक महत्त्व देते, तर समाजवाद हा समता मूल्याला सर्वाधिक महत्त्व देतो. स्वातंत्र्य आणि समता ही परस्परविरोधी मूल्ये आहेत. एकाच्या अंमलबजावणीतून दुसऱ्यावर आघात होत असल्यामुळे लोकशाही आणि समाजवादाचा मेळ होणे शक्य नाही, असे मानले जात होते.

समाजवाद व लोकशाही यांतील काही तत्त्वे एकमेकांच्या विरोधी दिसून येतात. समाजवाद व्यक्तिस्वातंत्र्याला महत्त्व देत नाही, तर लोकशाही व्यक्तिस्वातंत्र्याला महत्त्व देते. लोकशाहीत खाजगी मालमत्तेचा हक्क दिला जातो, तर समाजवाद खाजगी मालमत्ता नष्ट करण्याचा विचार मांडतो. लोकशाही आणि समाजवाद या दोन्ही विचारसरणींमध्ये काही तत्त्वे परस्परविरोधी असली, तरी त्यात समन्वय निर्मितीचा प्रयत्न आधुनिक काळात वेगाने सुरू आहे. ब्रिटन, भारत, इतर अनेक देशांत लोकशाही व समाजवाद तत्त्वांमध्ये समन्वय साधण्याचा प्रयत्न केला जात आहे. लोकशाहीतील स्वातंत्र्य व समाजवादातील समता या परस्परविरोधी तत्त्वांमध्ये लोकशाही समाजवादाच्या माध्यमातून समन्वय साधण्याचा प्रयत्न केला जातो. लोकशाही समाजवाद दुहेरी निष्ठा व्यक्त करणारे तत्त्वज्ञान आहे. एका बाजूला स्वातंत्र्याला महत्त्व तर दुसऱ्या बाजूला समतेला महत्त्व दिले जाते. लोकशाही समाजवादात स्वातंत्र्य आणि समता या दोन संकल्पना एकमेकांशी निगडित आहेत, असे मानले जाते. लोकशाहीत नैतिक प्रेरणा आणि मूल्य यांना महत्त्व असते, तर समाजवादात भौतिकतेला महत्त्व असते. लोकशाही समाजवादात दोन्ही गोष्टींना महत्त्व दिले जाते. पुढील मुद्द्यांच्या आधारावर लोकशाही आणि समाजवाद विचारसरणीत समन्वय साधला जातो.

१) लोकशाहीत व्यक्ती-विकासाला महत्त्व असते. नागरिकांच्या सर्वांगीण विकासासाठी मूलभूत स्वातंत्र्य दिलेले असते. या स्वातंत्र्याचा उपयोग करून समाजातील बलवान घटक आर्थिक, राजकीय सत्ता हस्तगत करतात. लोकशाहीतील स्वातंत्र्यामुळे सत्ता व संपत्तीचे केंद्रीकरण झाल्यामुळे सामाजिक व आर्थिक विषमता निर्माण होते. ही विषमता नष्ट करण्यासाठी लोकशाही असलेल्या देशांनी समता तत्त्वाला प्राधान्य देऊन, स्वातंत्र्यावर नियंत्रण ठेवण्यासाठी लोकशाही समाजवाद विचारसरणीचा स्वीकार केलेला आहे.

२) लोकशाहीत समानतेला महत्त्व असते. लोकशाहीत कायद्यासमोर सर्व व्यक्तींना समान मानले जाते. सर्वांना समान अधिकार दिलेले असतात, पण प्रत्यक्षात या समानतेचा लाभ सर्व वर्गांना घेता येत नाही. समाजातील बलवान वर्ग सर्व प्रकारच्या समानतेचा लाभ घेऊ शकतो. समाजात समता निर्माण होण्यासाठी आवश्यक

परिस्थिती असल्याशिवाय समता निर्माण होऊ शकत नाही. म्हणून लोकशाही व्यवस्थेत समताप्रधान वातावरण व परिस्थिती निर्माण करण्यासाठी लोकशाही विचारसरणीला समाजवादाची जोड दिली जाते.

३) लोकशाही ही संकल्पना फक्त राजकीय नसून ती जीवनप्रणाली मानली जाते. लोकशाहीला जीवनप्रणालीचे स्वरूप प्राप्त करून द्यावयाचे असेल, तर ती समाजातील शेवटच्या स्तरापर्यंत पोहोचणे आवश्यक आहे. हे सर्व आर्थिक समतेशिवाय शक्य नाही. म्हणून लोकशाहीला व्यापक पाया उपलब्ध करून देण्यासाठी लोकशाहीला समाजवादाची जोड उपलब्ध करून दिली जात असते.

४) लोकशाहीत स्वातंत्र्य संकल्पनेला महत्त्व दिले जात असले, तरी कोणत्याही देशात अनिर्बंध स्वातंत्र्य दिले जात नाही. १००% स्वातंत्र्य देणे लोकशाहीतही शक्य नाही. समाजहितासाठी स्वातंत्र्यावर योग्य बंधने वा मर्यादा लादलेल्या असतात. लोकशाही समाजवादातही कोणत्याही व्यक्तीला अमर्याद स्वातंत्र्य दिले जात नाही. समाजाचा घटक या नात्याने व्यक्तीच्या स्वातंत्र्यावर समाजहितासाठी काही बंधने टाकली जातात, याचा अर्थ स्वातंत्र्य देण्यासही काही मर्यादा दिसतात. सर्व व्यक्ती जन्मत: समान आहेत. या तत्त्वांच्या आधारावर समाजवादात समता निर्माण करण्याचा प्रयत्न केला जातो. मात्र व्यक्तीमधील नैसर्गिक विषमता नष्ट करता येत नाही. म्हणजेच समता प्रस्थापित करताना समतेवर मर्यादा येतात. १००% समता निर्माण करणे शक्य होत नाही. स्वातंत्र्य आणि समता प्रस्थापित करताना येणाऱ्या अडचणी लक्षात घेऊन लोकशाही समाजवादात समता व स्वातंत्र्य या तत्त्वांत समन्वय साधला जातो.

अशा प्रकारे लोकशाही समाजवादाचा क्रांतीवर विश्वास नाही. घटनात्मक मार्गाने समाजवाद निर्माण करण्याचा प्रयत्न केला जातो. भारत, अमेरिका इ. देशांनी प्रखर मार्गाचा अवलंब न करता, शांततेच्या मार्गाने समाजवाद निर्माण केला. त्यात लोकशाहीतील चांगली तत्त्वे व समाजवादातील चांगली तत्त्वे यांच्यात समन्वय करून लोकशाही समाजवादाची निर्मिती केली. यावरून दिसते की, लोकशाही आणि समाजवाद यांत परस्परविरोध नसून परस्पर-समन्वय दिसून येतो.

लोकशाही समाजवादाची मूलतत्त्वे वा वैशिष्ट्ये वा तत्त्वज्ञान : लोकशाही समाजवादाची वैचारिक पाळेमुळे समाजवाद विचारसरणीत आढळून येतात. लोकशाही समाजवादाची तात्त्विक व सविस्तर मांडणी एखादा ग्रंथ वा पुस्तकात आढळून येत नाही. विविध देशांतील समाजवादी विचारवंतांनी लोकशाही मार्गाने समाजवाद प्रस्थापित करण्यासाठी विविध प्रकारचे सांगितलेले समाजवाद, इंग्लंडमधील मजूर पक्षाच्या नेत्यांनी लिहिलेली पुस्तके आणि पक्षाने वेळोवेळी प्रसिद्ध केलेले जाहीरनामे, ॲटली सरकारने

राबविलेल्या समाजवादी कार्यक्रमपत्रिका आणि १९५१ मध्ये फ्रँकफूर्ट येथे भरलेल्या 'आंतरराष्ट्रीय समाजवादी काँग्रेस'च्या जाहीरनाम्यात समाविष्ट तत्त्वे आणि कार्यक्रमाचा विचार करून लोकशाही समाजवादाची मूलतत्त्वे स्पष्ट करता येतात.

१. **स्वार्थी व्यक्तिवादाला विरोध :** औद्योगिक क्रांतीच्या काळात इंग्लंड व युरोपियन देशांत व्यक्तिवादाचा बोलबाला होता. व्यक्तिवाद व्यक्तीची बुद्धिमत्ता आणि क्षमतेवर आपला विश्वास प्रकट करतो. प्रत्येक व्यक्तीला आपले हित कळत असते. ते हित साध्य करण्यासाठी प्रत्येक व्यक्तीला स्वातंत्र्य असावे. या स्वातंत्र्याच्या जोरावर व्यक्ती आपल्या स्वत:चे कल्याण साधू शकते. प्रत्येक व्यक्तीचे कल्याण झाले की, आपोआप समाजाचे कल्याण होईल हा व्यक्तिवादी विचार आहे. लोकशाही समाजवादाला हा व्यक्तिवादी विचार मान्य नाही. व्यक्तीचे स्वातंत्र्य समाजहिताला मारक ठरू शकते. समाजात बलवान व दुर्बल हे दोन्ही घटक अस्तित्वात असतात. मुक्त वातावरणात बलवानगट सामर्थ्यशाली बनतात. दुर्बल घटकांच्या वाट्याला फारसे काहीही येत नाही. परिणामत: मुक्त वातावरणात विषमता निर्माण होते. व्यक्तीच्या कल्याणातून समाजकल्याण साध्य होण्याची शक्यता नसते. समाजातील दुर्बल घटकांच्या विकासाचे उत्तरदायित्व राज्याला घ्यावे लागते. राज्य समाजातील दुर्बल घटकांच्या हितसंबंध रक्षणासाठी व्यक्तिस्वातंत्र्यावर मर्यादा लादते; कारण स्वातंत्र्यातून स्वार्थी व्यक्तिवादाला चालना मिळते. लोकशाही समाजवाद हा स्वार्थी व्यक्तिवादाला विरोध करतो.

२. **भांडवलशाहीला विरोध :** भांडवलशाही ही मुक्त स्पर्धेवर आधारलेली असते. भांडवलदार मुक्त बाजारपेठांचा वापर करून जास्तीत जास्त नफा मिळवण्याचा प्रयत्न करतात. श्रमिक हा भांडवलशाही अर्थव्यवस्थेचा मूलभूत घटक असूनही त्यास योग्य वेतन मिळत नाही. भांडवलशाही समाजातील मूठभर लोकांच्या हातात संपत्तीचे केंद्रीकरण होते. भांडवलशाहीच्या विकासासोबत भांडवलदार अधिक श्रीमंत होतात आणि श्रमिक अधिक गरीब होत जातात. भांडवलशाहीतील व्याज ही संस्था भांडवलदारांना अधिक श्रीमंत बनविण्यास मदत करते. भांडवलशाही श्रमिकांचे आर्थिक व मानसिक शोषण करणारी व्यवस्था आहे. या व्यवस्थेतून आर्थिक विषमता वाढत असते, म्हणून लोकशाही समाजवाद भांडवलशाहीला विरोध करतो. लोकशाही समाजवाद्यांना भांडवलशाही अर्थव्यवस्था नष्ट करणे आवश्यक वाटते. परंतु ते हिंसक व क्रांतिकारक मार्गाने भांडवलशाही नष्ट करण्याची भाषा न करता सनदशीर मार्गाने नष्ट करण्यावर भर देतात. त्यासाठी श्रीमंतावर अवाजवी कर, राष्ट्रीयीकरण, कामगारांना वेतनवाढ व सोयी-सवलती आणि सुविधांची उपलब्धता, उत्पादन साधनावर शासनाचे

नियंत्रण, न्यायपूर्ण वितरणाचा आग्रह इत्यादी मार्गांनी भांडवलशाहीवर नियंत्रण प्रस्थापित करण्याचा प्रयत्न करतात.

३. **खाजगी उत्पादनक्षेत्रावर नियंत्रण :** लोकशाहीत खाजगी उत्पादनाला मान्यता दिली जाते. खाजगी उद्योग नफा कमावण्यासाठी कामगारांची पिळवणूक करतात. श्रमिकांची पिळवणुकीपासून मुक्तता करण्यासाठी लोकशाही समाजावादात खाजगी उत्पादनक्षेत्रावर नियंत्रण ठेवले जाते. वस्तूची निर्मिती, मूल्य, वस्तू-विक्रीचे अधिकार इत्यादींवर सरकारचे नियंत्रण असते. महत्त्वपूर्ण क्षेत्रात सरकारी उद्योगाकडून उत्पादन केले जाते. किरकोळ वस्तू-निर्मितीचा अधिकार खाजगी क्षेत्राला दिला जातो. लोकशाही समाजवादात संमिश्र अर्थव्यवस्थेचा स्वीकार केला जातो. संपूर्ण राष्ट्रीयीकरणाऐवजी मर्यादित प्रमाणात राष्ट्रीयीकरणाला मान्यता दिली जाते. सरकारी उद्योगांसोबत खाजगी उद्योगांचे अस्तित्व कायम ठेवले जाते. मात्र त्यांच्यावर सरकारचे नियंत्रण असते.

४. **अनिर्बंध आर्थिक स्पर्धेला विरोध :** भांडवलशाही व्यवस्थेत आर्थिक क्षेत्रात अनिर्बंध स्पर्धा असते. या स्पर्धेतून श्रम व संपत्तीचा अपव्यय होतो. योग्य आणि आवश्यक वस्तूंचे उत्पादन होत नाही. श्रमिकांना नफा मिळविण्याचे साधन मानले जाते. समाजाची गरज लक्षात न घेता, नफा देणाऱ्या वस्तूंचे उत्पादन केले जाते. प्रा. लास्कीसारख्या अभ्यासक मानतात की, समाजाला अन्नाची गरज असताना भांडवलशाही व्यवस्था चित्रपटगृहे उघडते. चैनीच्या वस्तू निर्माण करण्यावर भर देते. लोकशाही समाजवादाचा उद्देश अनिर्बंध स्पर्धा नष्ट करून सहकार्यावर आधारित उत्पादन करण्यावर भर देतो. उत्पादन आणि वितरण न्याय्य मार्गांनी होण्यासाठी राज्याने प्रयत्न करावा. राज्य ही आपत्ती नसून अनिष्ट स्पर्धा नष्ट करण्याचे एक साधन मानले जाते. वस्तूंचे उत्पादन किती असावे, किंमत किती असावी यांवर राज्याचे नियंत्रण असते. लोकांच्या गरजा लक्षात घेऊन वस्तूंचे उत्पादन आणि वितरण केले जात असल्यामुळे अनिर्बंध स्पर्धेला लगाम लावता येतो, असे लोकशाही समाजवादी विचारवंतांचे मत आहे.

५. **समतेचा पुरस्कार :** लोकशाही स्वातंत्र्यावर जास्त भर देते. अमर्याद स्वातंत्र्यामुळे समाजातील मूठभर लोकांच्या हातात संपत्तीचे केंद्रीकरण होते. समाजातील इतर व्यक्तींना प्राथमिक गरजादेखील पूर्ण करता येत नाहीत. म्हणून लोकशाही समाजवाद स्वातंत्र्याबरोबर समतेलाही महत्त्व देतो. समतादेखील पूर्णपणे निर्माण करता येत नाही. नैसर्गिक विषमता नष्ट करणे कोणालाही शक्य नाही. त्यामुळे लोकशाही समाजवाद मानवनिर्मित विषमता नष्ट करून समता निर्माण करण्याचा प्रयत्न करतो.

६. **मूलभूत हक्कांचे रक्षण :** लोकशाही समाजवादात समतेला महत्त्व असले, तरी स्वातंत्र्याकडे पूर्णपणे दुर्लक्ष केले जात नाही. व्यक्तिविकासासाठी प्रत्येकाला स्वातंत्र्य दिलेले असते. त्यासाठी लोकशाही समाजवादी देशाच्या घटनेत मूलभूत हक्कांचा समावेश केलेला असतो. हक्क-संरक्षणाची जबाबदारी न्यायालयाकडे दिलेली असते. हक्कांवर कुणीही आक्रमण वा उल्लंघन केल्यास न्यायालयात दाद मागता येते.

७. **लोकशाहीचा पाया व्यापक :** लोकशाही समाजवादात स्वातंत्र्य, समता यांचा योग्य समन्वय असल्याने लोकशाहीचा पाया व्यापक बनतो. आर्थिक विषमता कमी झाल्यामुळे अधिक लोक राजकीय प्रक्रियेत सहभागी होतात. त्यामुळे लोकशाहीचे स्वरूप केवळ राजकीय न ठरता, इतर क्षेत्रांतही लोकशाही निर्माण होऊ शकते.

८. **लोकशाही ही एक जीवनपद्धती :** लोकशाही समाजवादात लोकशाहीला राजकीय व्यवस्था न मानता जीवनपद्धती मानले जाते. सुखी व समाधानी समाजाच्या निर्मितीसाठी लोकशाहीला समाजवादाची जोड दिली जाते. भांडवलशाही लोकशाहीतील भौतिकता आणि खाजगी मालमत्तेच्या निर्बंध अधिकारामुळे स्वार्थ, नफेखोरी, शोषण व विषमता फोफावते. म्हणून लोकशाहीला नैतिक पाया उपलब्ध करून देण्यासाठी समाजवादाशी सांगड घातली जाते. मानवी प्रगतीतून सुख, समाधान आणि आनंद निर्माण व्हावा, हा उद्देश असतो.

९. **वर्गसंघर्षाऐवजी वर्गसमन्वयावर भर :** मार्क्सवादातील वर्गसंघर्षाची कल्पना लोकशाही समाजवादाला मान्य नाही. ते वर्गसंघर्षाऐवजी वर्गसमन्वय व वर्गसहकार्यावर जास्त भर देतात. समाजातील सर्व वर्गांनी परस्परांना सहकार्य करून राष्ट्रीय उत्पन्नात वाढ घडवून आणावी आणि त्या वाढीव राष्ट्रीय उत्पन्नाचे न्याय्य वितरण समाजात करावे. ना नफा ना तोटा या तत्त्वावर उत्पादन करावे. त्यासाठी उत्पादन प्रक्रियेवर समाजाचे नियंत्रण असावे.

१०. **कल्याणकारी राज्याची संकल्पना :** मार्क्सवादाचा राज्य हे कामगार वर्गाचे शोषण करण्याचे भांडवलदाराच्या हातातील साधन आहे. मार्क्सवादी क्रांतीनंतर राज्य नष्ट करून कामगारांची हुकूमशाही स्थापन करावी यावर भर देतात. लोकशाही समाजवाद्यांना ही भूमिका मान्य नाही. त्यांच्या मते राज्य ही लोककल्याणकारी आणि समाजाची सेवा करणारी संस्था आहे. त्यामुळे राज्य नष्ट करणे अशक्य आहे. त्याऐवजी राज्यकल्याणकारी मार्ग वापरून जनतेचे कल्याण घडवून आणावे. लोकशाही समाजवादी कल्याणकारी राज्याच्या अंमलबजावणीसाठी कामगारांच्या हुकूमशाहीऐवजी लोकशाहीला प्राधान्य देतात.

११. आर्थिक नियोजनाचा स्वीकार : राष्ट्राच्या प्रगतीसाठी लोकशाही समाजवादात आर्थिक नियोजनाचे धोरण स्वीकारले जाते. आर्थिक नियोजन विशिष्ट हेतूने केले जाते. समाजाची सर्वांगीण प्रगती व्हावी, लोकांचे राहणीमान सुधारावे, बेकारीचे प्रमाण कमी व्हावे, आर्थिक विषमता कमी व्हावी या हेतूंसाठी आर्थिक नियोजन केले जाते. लोकशाही समाजवादात नियोजनाचे उद्दिष्ट सर्वांना समान न्याय व संधी, समता प्रस्थापना हे असते. लोकशाही समाजवादातील नियोजन हे लोकसहकार्यावर आधारित असते. साम्यवाद राष्ट्रासारखे जबरदस्तीने लादलेले नियोजन नसते.

१२. उत्क्रांती तत्त्वावर विश्वास : लोकशाही समाजवादी उत्क्रांती तत्त्वाद्वारे परिवर्तन घडवून आणण्यासाठी प्रयत्न करतात. समाजव्यवस्थेतील मूल्यव्यवस्था ही कालातीत असते. त्यात कालानुरूप बदल घडवून आणण्यासाठी उत्क्रांती तत्त्व योग्य असते. समाजव्यवस्थेतील सर्व मूल्ये कालबाह्य झालेली नसतात. समाजव्यवस्थेच्या परिवर्तनासाठी उपयुक्त जुन्या मूल्यांचे संगोपन केले जाते. कालबाह्य मूल्य सनदशीर आणि वैधानिक मार्गाने टप्प्याने बदलली जातात. कोणत्याही प्रकारची जोरजबरदस्ती वा हिंसेचा वापर केला जात नाही. संघर्षाऐवजी समन्वयावर भर दिला जातो.

१३. समता आणि स्वातंत्र्य यात समन्वय : लोकशाही समाजवाद स्वातंत्र्य आणि समता या दोन्ही तत्त्वांचा पुरस्कार करतो. स्वातंत्र्य आणि समता यांच्या अमर्यादित वापरातून परस्परविरोध निर्माण होतो. लोकशाही समाजवाद मर्यादित स्वातंत्र्य आणि मानवनिर्मित समतानिर्मितीचा प्रयत्न करतो. मर्यादित स्वातंत्र्याच्या माध्यमातून व्यक्तिविकासाला वाव मिळतो, तर समतेच्या माध्यमातून सर्वांच्या विकासाला संधी प्राप्त होते. लोकशाही समाजवाद स्वातंत्र्य आणि समता या परस्परविरोधी तत्त्वांमध्ये समन्वय प्रस्थापित करण्याचा प्रयत्न करतो.

अशा प्रकारे लोकशाही समाजवादाची तत्त्वे ही समाजवादापेक्षा भिन्न आहेत.

लोकशाही समाजवादाची राज्यविषयक भूमिका : लोकशाही समाजवाद राज्य ही मानवनिर्मित संस्था आहे असे मानतो. व्यक्ती आणि समाजात सुसंवाद घडवून आणण्याची भूमिका राज्याने पार पाडावयाची आहे. राज्याने संघर्षाऐवजी समन्वयावर भर दिला पाहिजे. समाजातील लोकांच्या गरजा लक्षात घेऊन विविध घटक व संस्थांमध्ये समन्वय घडवून आणणे, हे राज्याचे प्रमुख कर्तव्य असते. व्यक्तिहित आणि समाजहित परस्परविरोधी संकल्पना नाहीत. राज्याने समाजासोबत व्यक्तीच्या विकासासाठीदेखील आपले योगदान देणे गरजेचे असते. राज्याने स्वातंत्र्य आणि समता तत्त्वातील अतिरेक टाळून दोन्हींमध्ये समन्वय घडवून आणणे गरजेचे असते. लोकशाही समाजवादी आर्थिक क्षेत्रात राज्याकडे महत्त्वपूर्ण जबाबदारी सोपवितात. भांडवलशाही व्यवस्थेने मान्य केलेल्या मूल्यव्यवस्थेतून संपत्तीचे केंद्रीकरण, नफेखोरी, स्वार्थी व्यक्तिता, आर्थिक विषमता,

अनिर्बंध स्पर्धा आणि मुक्त बाजारव्यवस्था जन्माला आणली. भांडवलशाही व्यवस्थेने निर्माण केलेल्या दोषावर मात करण्यासाठी लोकशाही समाजवादी साम्यवाद्याप्रमाणे आक्रमक्र भूमिका घेत नाही. संपूर्ण राष्ट्रीयीकरणावर भर न देता, मर्यादित प्रमाणात राष्ट्रीयीकरण करण्यावर भर देतात. देशातील महत्त्वपूर्ण उत्पादन साधने राष्ट्राच्या मालकीची असावीत आणि कमी महत्त्वपूर्ण उद्योग खाजगी क्षेत्राकडे सोपविण्यावर भर देतात. खाजगी उत्पादनावर शासनाचे नियंत्रण प्रस्थापित करतात. राष्ट्रातील नैसर्गिक साधनसंपत्ती, मनुष्यबळ, तंत्रज्ञान लक्षात घेऊन आर्थिक नियोजनाच्या माध्यमातून आर्थिक धोरणाची आखणी करावी यावर भर देतात. लोकशाही समाजवादी राज्यव्यवस्थेच्या कार्यात जनप्रतिनिधीच्या भूमिकेला महत्त्वपूर्ण स्थान देतात. जनप्रतिनिधींना योग्य पद्धतीने काम करता यावे म्हणून विधीमंडळ, कार्यकारीमंडळ आणि स्वतंत्र न्यायमंडळ निर्मिती करण्यावर भर देतात. राज्यसंस्थाच्या विविध घटकांमध्ये सकारात्मक सहकार्य निर्माण करण्याची आवश्यकता विशद करतात. भांडवलशाही व्यवस्थेतील अनियंत्रित स्पर्धा आणि साम्यवादातील अतिराज्यनियंत्रण या दोन्ही टोकाच्या भूमिका टाळून मर्यादित स्पर्धा आणि संवैधानिक राज्यनियंत्रणाची भाषा करतात. राज्यनियंत्रण दमनकारी स्वरूपाऐवजी पर्यवेक्षण स्वरूपाचे असावे. राज्यातील सत्तेचे विकेंद्रीकरण करून राजकीय सहभागाची योग्य संधी नागरिकांना उपलब्ध करून देण्यावर भर देतात. त्यासाठी स्थानिक संस्थांची निर्मिती करून स्थानिक प्रश्न हाताळणीचा अधिकार स्थानिक नागरिकांना उपलब्ध करून देतात. नागरिकांच्या व्यक्तिमत्त्व विकासासाठी मूलभूत व नागरी अधिकार प्रदान करतात. लोकशाही समाजवादी राज्य भांडवलशाही आणि साम्यवादी राज्यातील दोष टाळून मध्यमार्गी स्वरूपाच्या राज्याची कल्पना मांडतात. राज्याच्या माध्यमातून व्यक्तिविकासाला वाव मिळेल याची दक्षता घेतात.

लोकशाही समाजवादाचे मूल्यमापन, परीक्षण वा गुणदोष

लोकशाही समाजवाद ही विचारधारा साम्यवाद आणि उदारमतवादी लोकशाहीतील मधला पर्याय म्हणून दुसऱ्या महायुद्धानंतर जगातील अनेक देशांनी स्वीकारली. लोकशाही समाजवादात व्यक्ती आणि समाज ह्या एकाच नाण्याच्या दोन बाजू आहेत, असे मानले जाते. व्यक्ती हा समाजाचा घटक असतो. समाजाच्या विकासातच व्यक्तिविकास अंतर्भूत असतो, हे गृहीतक लोकशाही समाजवादाने मान्य केलेले असल्यामुळे अनेक पश्चिमी देशांनी समाजवादाचा स्वीकार केला. लोकशाही विचारसरणीला अनुसरून लोकशाही समाजवाद सनदशीर, वैधानिक आणि जनसमर्थनाच्या मार्गाने समता, न्याय, स्वातंत्र्य, बंधुत्व इत्यादी मूल्यांची स्थापना करण्याच प्रयत्न करत असल्यामुळे, हा विचार अल्पकाळात लोकप्रिय झाला. लोकशाही समाजवादी विचारसरणीचे पुढील गुण सांगितले जातात.

लोकशाही समाजवादाचे गुण : लोकशाही समाजवाद विचारसरणीत पुढील गुण दिसून येतात.

१. **व्यक्तिस्वातंत्र्याचा विचार :** लोकशाही समाजवादी आत्यंतिक व्यक्तिवादी विचारसरणीला विरोध करतात. व्यक्तिवाद अमर्याद स्वातंत्र्याचे समर्थन करतो. अमर्याद स्वातंत्र्यातून समाजातील समर्थ घटकांचा विकास होईल. दुर्बल घटकांचा विकास खुंटेल. लोकशाही समाजवादी समाजाचे अहित होणार या मर्यादेपर्यंत स्वातंत्र्य देतात. स्वातंत्र्याच्या माध्यमातून व्यक्तिप्रतिष्ठा व व्यक्तिविकासाला वाव मिळतो. लोकशाही समाजवाद ही व्यक्तीच्या स्वातंत्र्याचा विचार करणारी विचारसरणी मानली जाते.

२. **समाजहिताला प्राधान्य :** व्यक्ती ही एकटी जीवन जगत नसून समाजाचा घटक म्हणून जीवन जगत असते. समाजामुळे व्यक्तिजीवनाला अर्थ प्राप्त होतो. व्यक्तिहितापेक्षा समाज मोठा असून समाजहितातच व्यक्तिहित सामावलेले असते. म्हणून लोकशाही समाजवादात समाजहिताला प्राधान्य देतात. समाजहिताला प्राधान्य दिल्यास समाजातील प्रत्येक व्यक्तीला शोषणमुक्त करता येऊ शकते. शोषणमुक्त समाजात प्रत्येक व्यक्तीला आपल्या श्रमाचा योग्य मोबदला देता येईल आणि त्यातून श्रमिकांच्या परिस्थितीत बदल होईल. सामाजिक न्यायाच्या प्रस्थापनेसाठी लोकशाही समाजवाद समाजहिताला महत्त्व देतो.

३. **समतेला प्राधान्य :** उदारमतवादी भांडवलशाही व्यवस्थेत समतेला काहीही महत्त्व नसते. खाजगी संपत्ती ही श्रमाचे फळ मानली जाते. प्रत्येकाला आपल्या क्षमतेप्रमाणे खाजगी मालमत्ता व संपत्ती धारण करण्याचा अधिकार दिला जातो. खाजगी मालमत्तेमुळे उदारमतवादी व्यवस्थेतील समता ही फक्त राजकीय अधिकारापुरती मर्यादित राजकीय समता असते. समाजात आर्थिक समतेशिवाय राजकीय समतेला अर्थ नसतो. लोकशाही समाजवादी सामाजिक व आर्थिक समता निर्माण करण्यासाठी खाजगी मालमत्तेवर नियंत्रण आणण्याचा प्रयत्न करतात. निसर्गनिर्मित विषमता नष्ट करणे शक्य नसले, तरी मानवनिर्मित विषमता नष्ट करण्याचा प्रयत्न करतात. लोकशाही समाजवाद हा समतेला प्राधान्य देणारा विचार आहे.

४. **साधनांची नैतिकता :** लोकशाही समाजवादाचा अहिंसा व शांततामय मार्गावर विश्वास आहे. ध्येय गाठण्यासाठी वापरली जाणारी साधने शुद्ध व योग्य असली पाहिजेत. लोकशाही समाजवादी साध्य व साधने शुद्ध असावीत यांचा पुरस्कार करतात. क्रांती व हिंसात्मक मार्गावर विश्वास न ठेवता शांततामय मार्गाने समाजवाद निर्माण करण्यावर भर देतात. उच्च आणि उदात्त ध्येयाच्या प्राप्तीसाठी साधनेदेखील तितकीच शुद्ध असावीत, ही नैतिक भूमिका लोकशाही समाजवादाने स्वीकारलेली दिसते.

५. **स्वातंत्र्य व समता समन्वय :** लोकशाही समाजवादात स्वातंत्र्य व समता ह्या परस्परविरोधी तत्त्वांमध्ये समन्वय साधण्याचा प्रयत्न केला जातो. अतिस्वातंत्र्यामुळे समता धोक्यात येते, तर १००% समता निर्माण करणे शक्य नाही, म्हणून मर्यादित स्वातंत्र्य व मर्यादित समतेचा पुरस्कार लोकशाही समाजवादात केला जातो.

६. **खाजगी मालमत्तेवर नियंत्रण :** भांडवलशाही व्यवस्थेत खाजगी मालमत्तेचा अधिकार दिला जातो. मालमत्ता संपादन, विनियोग आणि उपभोगाचा अधिकार दिला जातो. खाजगी मालमत्तेच्या अधिकारामुळे समाजात संपत्तीचे केंद्रीकरण आणि आर्थिक विषमता निर्माण होते. लोकशाही समाजवादात खाजगी मालमत्तेचा समाजहितासाठी उपयोग करण्यासाठी तिच्यावर नियंत्रण आणले जाते. खाजगी मालमत्तेचा अधिकार अमर्याद स्वरूपात दिला जात नाही. मालमत्ताधारकावर कर लादले जातात. वाढत्या मालमत्तेसोबत कराचे प्रमाण वाढविले जाते. करारच्या रूपाने जमा झालेल्या पैशाचा विनियोग समाजातील श्रमिक वा दुर्बल घटकांच्या विकासासाठी केला जातो.

लोकशाही समाजवादाचे दोष : लोकशाही समाजवादी विचारसरणी तत्त्वत: खूप चांगली असली, तरी चुकीच्या पद्धतीने अंमलबजावणी केल्यामुळे तिच्यात अनेक दोष शिरलेले आहेत. ते पुढीलप्रमाणे होत.

१. **हुकूमशाही व्यवस्थेकडे वाटचाल :** लोकशाही समाजवादात व्यक्तिहितापेक्षा समाजहिताला प्राधान्य दिले जाते. समाजहितासाठी स्वातंत्र्यावर बंधने लादण्यात येतात. समाजकल्याणाच्या नावाखाली शासन संस्थेकडे सत्तेचे केंद्रीकरण होत जाते. सत्ता समाजातील विशिष्ट गटाकडे जाते व हे गट शक्य तितकी सत्ता वाढविण्याचा प्रयत्न करतात. या गोष्टीमुळे लोकशाहीवर मर्यादा येतात आणि लोकशाहीची हुकूमशाहीच्या दिशेने वाटचाल सुरू होते.

२. **कामगार चळवळी :** लोकशाही समाजवादात श्रमिकांना महत्त्वाचे स्थान असते. श्रमिकांच्या उन्नतीसाठी हा विचार जन्माला आला आहे. औद्योगिक क्षेत्रात काम करणारे श्रमिक संघटना निर्माण करतात. या संघटनेचे नेतृत्व श्रमिकांऐवजी अनेक राजकीय पक्षांच्या नेतृत्वाकडे असते. राजकीय पक्षांचे नेतृत्व अनेकदा श्रमिकांचा वापर आपल्या फायद्यासाठी करून घेतात. श्रमिकांना भडकावून संप, आंदोलने घडवून आणली जातात. श्रमिक आणि कारखानादार यांच्यात वैर निर्माण करून संघर्षमय वातावरण निर्माण केले जाते. या संघर्षामुळे औद्योगिक क्षेत्रात अशांतता निर्माण होऊन कारखाने बंद पडतात वा उत्पादनात घट येते.

३. **लाचलुचपत व भ्रष्टाचार :** लोकशाही समाजवादी व्यवस्थेत मोठ्या व अवजड

उद्योगाचे समाजहितासाठी राष्ट्रीयीकरण केले जाते. खाजगी उत्पादन क्षेत्रावर नियंत्रण प्रस्थापित केले जाते. त्यामुळे उद्योगाचे व्यवस्थापन राजकीय नेते आणि सनदी अधिकाऱ्यांकडे जाते. त्यांच्याकडे उद्योग चालविण्यासाठी आवश्यक कौशल्याचा अभाव असतो. राजकीय कारणासाठी अर्थकारणाला मुरड घातली जाते. राजकीय हेतूसाठी उद्योग चालविले जात असल्यामुळे राजकीय क्षेत्राप्रमाणे लाचलुचपत व भ्रष्टाचार फोफावतो.

४. **ग्राहकाच्या दृष्टीने अयोग्य :** खाजगी क्षेत्राप्रमाणे सार्वजनिक क्षेत्रातील उद्योग चालविले जात नाहीत. सार्वजनिक क्षेत्रातील उद्योग चालविण्यासाठी आवश्यक कौशल्यांचा अभाव सनदी सेवकांकडे असतो. सरकारी पद्धतीने निर्णय घेतले जातात. दप्तरदिरंगाई, लालफीतशाहीमुळे उत्पादन खर्च वाढतो. लवकरात लवकर निर्णय न घेतल्यामुळे कार्यक्षमतेवरदेखील परिणाम होतो. पर्यायाने वस्तूंच्या किमती वाढतात. त्यामुळे ग्राहकांचे नुकसान होते. मक्तेदारीमुळे सर्व वस्तूंचे भाव सारखे असतात. याउलट भांडवलशाहीत स्पर्धेचे वातावरण असल्याने ग्राहकाच्या आवडीनिवडी लक्षात घेऊन वस्तूंचे उत्पादन केले जाते. तसेच स्पर्धेमुळे कमीतकमी किमतीत वस्तू विकली जाते.

५. **भौतिक तत्त्वज्ञान :** समाजवाद हा मूलत: भौतिक स्वरूपाचा विचार आहे. वस्तूचे उत्पादन, विनिमय, वितरण इ. अर्थशास्त्राशी संबंधित गोष्टी आहेत. त्यांचा लोकशाहीशी संबंध जोडणे अनेकदा अव्यवहार्य ठरते. कारण उद्योग व्यवसाय चालविणे हे राज्याचे काम नसते. उद्योग चालविण्यासाठी आवश्यक गोष्टीची कमतरता राज्याकडे असते, हे लक्षात न घेता उद्योगाचे सरसकट राष्ट्रीयीकरण केले जाते. राष्ट्रीयीकरण केलेले उद्योग अल्पकाळात तोट्यात जातात.

६. **उत्पादन वाढीसाठी घातक :** लोकशाही समाजवादी विचारधारा ही मक्तेदारी, राष्ट्रीयीकरण, अर्थव्यवस्थेच्या सरकारीकरणावर भर देते. आर्थिक क्षेत्रात प्रभावी नियंत्रण निर्माण केल्यामुळे उद्योगांतील आपआपसातील स्पर्धा नष्ट होते. मक्तेदारीमुळे ग्राहकाकडे फारसा पर्याय उरत नाही. वस्तूची किंमत, विक्री व वितरणाबाबत शासकीय निर्णयावर अवलंबून राहावे लागते. ही परिस्थिती उत्पादनवाढीसाठी फारशी आशादायक मानली जात नाही.

अर्थात लोकशाही समाजवादी विचारसरणीत काही अंगभूत दोष आहेत. परंतु उपरोक्त टीका संपूर्णतः खऱ्या आहेत असे मानता येणार नाही. लोकशाही समाजवादी देशाचे हुकूमशाही व्यवस्थेत परिवर्तन झाल्याचे उदाहरण नाही. जगातील अनेक देशांत लोकशाही समाजवादी विचारधारेने परिवर्तन आणण्याचे मोठे कार्य केलेले आढळते. अनेक देशांत लोकशाही समाजवादी विचारधारेला सरकारच्या धोरणनिर्मितीत अनेक

वर्षं महत्त्वाचे स्थान मिळालेले होते. उदा. भारत. १९५० ते १९९० लोकशाही समाजवादी विचारसरणीवर काही प्रमाणात टीका केली जात असली, तरी एके काळी या विचारसरणीने संपूर्ण जगाला प्रभावित केलेले होते हे अमान्य करता येणार नाही.

श्रमिक संघवाद : Syndicalism

श्रमिक संघवाद हे समाजवादाचे फ्रेंच रूप मानले जाते. १९ व्या शतकाच्या शेवटी फ्रान्समधील श्रमिक आंदोलनातून श्रमिक संघवादाचा उदय झाला. कोकरच्या मते, 'या सिद्धान्ताचा उदय आंशिक स्वरूपात मार्क्सवादातून आणि आंशिक स्वरूपात अराज्यवादातून झाला आहे. परंतु त्यात अनेक परस्परविरोधी तत्त्वांचा समावेश आहे.' जॉर्ज सोरेल यांना श्रमिक संघवादाचे जनक मानले जाते. एमिली पुगे, एमिली पतोप, एडुअर्ड बर्थ, ह्युबर्ट लागरदेल, पेलोतिए, लियो जोहो, एलसैस्ट एम्बरीस यांनी श्रमिक संघवादाच्या विकासात योगदान दिलेले आहे. फ्रान्समध्ये श्रमिक संघवादाचा उदय झाला आणि नंतरच्या काळात इटली व जगातील इतर देशांत श्रमिक संघवादाचा प्रसार झाला. १९३० पर्यंत ही विचारसरणी प्रभावी होती. पहिल्या महायुद्ध काळात श्रमिक संघवादाचे उग्रवादी वा क्रांतिवादी श्रमिक संघवाद आणि सुधारणावादी श्रमिक संघवाद हे दोन गट निर्माण झाले. क्रांतिवादी श्रमिक संघवाद अराज्यवादी मार्गाचा पुरस्कार करतात, तर सुधारणावादी वा मवाळवादी श्रमिक संघवादी मर्यादित अधिकार व सत्ता असलेल्या राज्याचे समर्थन करतात. परंतु श्रमिक संघवादाच्या विकासातून दोन्ही उपप्रकारातील भेद अग्राह्य मानण्यात आले आणि दोन्हींसाठी श्रमिक संघवाद शब्दप्रयोगाचा वापर केला जाऊ लागला. 'श्रमिक ज्या परिस्थितीत कार्य करतात त्या परिस्थितीवर श्रमिकांचे नियंत्रण असले पाहिजे'. हे श्रमिक संघवादाचे प्रमुख गृहीतक मानले जाते. श्रमिक संघवादी आर्थिक जीवनावर नियंत्रण व संचालनावर भर देतात.

श्रमिक संघवादाचा अर्थ व व्याख्या

श्रमिक संघवादाला syndicalism असे म्हणतात. हा शब्द syndicate किंवा Syndica या फ्रेंच शब्दापासून तयार झालेला आहे. त्याचा अर्थ मजूर किंवा श्रमिक संघ असा होतो.

१. **F. W. कोकर :** यांच्या मते, श्रमिक संघवाद म्हणजे ज्या परिस्थितीत श्रमिक काम करतात, त्या परिस्थितीवर श्रमिकांचे नियत्रंण असावे. संपूर्ण आर्थिक व्यवस्था श्रमिकांच्या ताब्यात व नियंत्रणाखाली असावी.

२. **सी. इ. एम. जोड :** यांच्या मते, श्रमिक संघवाद म्हणजे श्रमिक संघटनांच्या द्वारे नवा समाज निर्माण करू पाहणारा आणि श्रमिक संघटनांना या नवसमाजाचा एकदम मूलभूत पाया समजणारा सामाजिक सिद्धान्त आहे.

३. **जे. एस. राऊसेक :** यांच्या मते, भविष्यकाळातील समाजाला आणि सामाजिक परिवर्तनाला पायाभूत असलेली श्रमिकांची क्रांतिकारी चळवळ म्हणजे श्रमिक संघवाद होय. भांडवलशाहीच्या विरोधातील श्रमिकांची प्रतिक्रिया म्हणून चळवळीचा उदय झाला.

वरील व्याख्यांचा विचार करता श्रमिक संघवादी हे समाजवादाचे एक अनोखे रूप मानले जाते. श्रमिकांची भांडवलशाहीच्या मगरमिठीतून सुटका करण्यासाठी श्रमिक संघवादी अर्थव्यवस्थेवर श्रमिकांचे नियंत्रण प्रस्थापित करण्यावर भर देतात. श्रमिक ज्या परिस्थितीत कार्य करतात त्या परिस्थितीवर त्यांचे नियंत्रण आल्याशिवाय श्रमिकांचे कल्याण होणार नाही असे मानतात. आपले ध्येय साध्य करण्यासाठी हिंसक आणि क्रांतिवादी मार्गांचा पुरस्कार करतात.

श्रमिक संघवादाची मूलतत्त्वे : जार्ज सोरेल आणि इतर श्रमिक संघवादी विचारवंतांनी मांडलेल्या विचारांच्या आधारावर श्रमिक संघवादाची पुढील मूलतत्त्वे सांगता येतात.

१. **राज्याला विरोध :** अराज्यवादीप्रमाणे श्रमिक संघवादी राज्याला विरोध करतात. राज्य ही संस्था सैद्धांतिकदृष्ट्या अपूर्ण आहे. राज्य नि:पक्षपातीपणे सर्वांचे प्रतिनिधित्व करत नसून, समाजातील विशिष्ट वर्गांचे प्रतिनिधित्व करणारी संस्था असल्यामुळे ती समाजाच्या सामान्य इच्छेचे प्रतिनिधित्व करत नाही. समाजात अनेक प्रकारच्या संस्था असतात. त्या संस्थांचे हितसंबंध अलग अलग असल्यामुळे राज्याकडे सर्वोच्च सत्ता सोपविणे अयोग्य आहे. श्रमिक संघवादी राज्याला मध्यवर्गीय संस्था मानतात. मध्यवर्गीय श्रमिकांच्या अपेक्षा समजू शकत नाही. त्यांची पूर्ततादेखील करू शकत नाही. राज्याचे कार्य नोकरशाहीच्या माध्यमातून चालत असते. नोकरशाहीचा दृष्टिकोन संकुचित असतो. नोकरशाहीत नियुक्त लोक अभिमानी आणि सहानुभूतिशून्य असतात. त्यांच्यात उपक्रमशीलता आणि कल्पकतेचा अभाव असतो. त्यांच्याकडून श्रमिक भले होणे अशक्य नाही. राज्याकडून केले जाणारे नियम व कायदे निर्वाचित प्रतिनिधीकडून केले जातात, त्यात जनतेची काहीही भूमिका नसते. राज्य ही भांडवलशाही आणि खाजगी मालमत्तेचा पाठपुरावा करणारी संस्था आहे. भांडवलदारांचे राज्यकर्त्या वर्गांशी मैत्रीचे संबंध असल्यामुळे राज्यामार्फत श्रमिकांना न्याय मिळण्याची शक्यता खूप कमी आहे. राज्याकडून श्रमिकांची पिळवणूक व श्रमिकांचे शोषण होण्याची जास्त शक्यता आहे. म्हणून श्रमिकांनी क्रांतिकारक मार्गाचा अवलंब करून राज्यसंस्था आणि उत्पादन साधने आपल्या ताब्यात घ्यावी. राज्याची सत्ता ताब्यात आल्यानंतर सर्व सत्ता जनतेच्या हातात सोपवावी. जनतेकडून कायदे व नियम तयार केले जावेत.

त्यामुळे नागरिकांना शासन करण्याची संधी मिळेल. या प्रकारच्या व्यवस्थेत दमनकारी आणि निरंकुश राज्याची आवश्यकता राहणार नाही.

२. **भांडवलशाहीला विरोध :** भांडवलशाही अर्थव्यवस्था कामगारांचे आर्थिक व नैतिक शोषण करत असते. श्रमिकांना कोणत्याही प्रकारचे निर्मितीस्वातंत्र्य देत नसून त्यांचे वस्तुकरण करत असते. भांडवलशाहीतील नफेखोरीवृत्तीमुळे श्रमिकांचे शोषण होत असते. भांडवलशाही वर्गकलह आणि वर्गसंघर्षांला जन्म देत असते. समाजातील वर्गकलह नष्ट करण्यासाठी भांडवलशाहीला नष्ट करणे गरजेचे आहे.

३. **राजकीय पक्षांना विरोध :** श्रमिक संघवादी हे मुख्यत: राजकीय कार्यक्रमावर नव्हे, तर आर्थिक कार्यक्रमावर भर देतात. राजकीय पक्ष कृत्रिम स्वरूपाचे गट असतात. या गटांत भिन्न भिन्न स्वार्थांच्या आणि भिन्न भिन्न वर्गांच्या व्यक्ती असतात. त्यांचे हित श्रमिकांच्या विरोधी असते. भांडवलशाही देशात राजकीय पक्ष भांडवलदाराच्या हितसंबंधाची जपवणूक करतात. त्यांचे नेतृत्व अनेकदा मध्यवर्गीयांकडे असते. राजकीय पक्षांना श्रमिकांच्या हितापेक्षा राजकीय सत्ता मिळविण्यात जास्त रस असतो. मध्यवर्गीय नेतृत्व संघर्षाऐवजी तडजोडीची भूमिका घेतात, म्हणून श्रमिकांनी राजकीय पक्षाच्या नादी लागू नये. श्रमिकांचे प्रश्न श्रमिकच सोडवू शकतात, असे श्रमिक संघवाद्यांना वाटते.

४. **लोकशाहीचा विरोध :** श्रमिक संघवादी लोकशाहीला विरोध करतात. लोकशाही शासन प्रणाली राजकीय पक्ष चालवितात. राजकीय पक्ष हे अनैसर्गिक गट आहेत. ते निवडणुका लढवण्यासाठी भांडवलदारांकडून देणग्या घेतात. त्यामुळे सत्तेवर आल्यानंतर भांडवलदारांना फायदेशीर होईल असे वर्तन व कायदे करतात. म्हणून श्रमिक संघवादाच्या मते लोकशाही नष्ट केल्याशिवाय कामगारांना नव–समाजाची निर्मिती करता येणार नाही.

५. **राष्ट्रवादाला आणि युद्धाला विरोध :** श्रमिक संघवादी राज्यासोबत राष्ट्रवाद वा देशभक्तीलादेखील विरोध करतात. श्रमिक संघवादी मार्क्सच्या मतावर विश्वास प्रकट करून श्रमिकांना कोणताही देश नसतो असे मानतात. राष्ट्रप्रेम, देशभक्ती इत्यादी भावनिक गोष्टींच्या आहारी जाऊन श्रमिकांनी क्रांतीपासून परावृत्त होऊ नये, म्हणून ते राष्ट्रवादाला विरोध करतात. श्रमिक आंदोलन शांततापूर्ण वातावरणातच यशस्वी होऊ शकते. युद्ध हे भांडवलदाराकडून स्वत:च्या हितसंबंधाच्या रक्षणासाठी घडवून आणले जाते. राष्ट्रवादाचा अंगार फुलवून राष्ट्र युद्ध घडवून आणतात. युद्धकाळात राष्ट्रभक्तीचे गौरवीकरण केले जाते. त्यामुळे त्या काळात श्रमिकांचे प्रश्न दडपले जाऊ शकतात. श्रमिकांनी युद्धात भाग घेऊ नये असे श्रमिक संघवाद्यांना वाटते. त्यामुळे श्रमिकांचे आपल्या ध्येयावरील लक्ष विचलित होऊ शकते.

६. **क्रांतिकारक मार्गांचा अवलंब :** श्रमिक संघवाद विचारसरणी भांडवलशाही व राज्य नष्ट करण्यासाठी क्रांतिकारक मार्गाचा अवलंब करण्यावर भर देतात. भांडवलशाही नष्ट करण्यासाठी श्रमिकांनी आपल्यातील व्यावसायिक भेदाकडे दुर्लक्ष करून, फक्त श्रमिक म्हणून आपली बळकट संघटना उभारावी. इतर राजकीय चळवळींपासून अलिप्त राहून श्रमिक म्हणून आपला लढा चालवावा. संघटनेचे नेतृत्व मध्यमवर्गीयाकडे देऊ नये. ते तडजोडवादी व मवाळवादी असतात. त्यांना कामगारांचे प्रश्न समजत नाहीत. त्यामुळे कामगार हाच श्रमिक संघटनेचा नेता असावा. श्रमिकांनी संघटनांची उभारणी करताना आणि कार्यक्रम आखताना दुहेरी उद्देश ठेवावा. संघटना ही भांडवलशाही नष्ट करण्याचे शस्त्र आणि नवसमाज निर्मितीचे अस्त्र बनली पाहिजे.

७. **अंतिम उद्दिष्टे :** श्रमिकांनी केवळ वेतन व काम करण्याची सुधारलेली परिस्थिती प्राप्त करणे, ह्यासारखी मर्यादित उद्दिष्टे ठेवू नये. समाजातील संपूर्ण अर्थव्यवस्था आपल्या ताब्यात ठेवणे हे अंतिम उद्दिष्ट ठेवले पाहिजे. हे उद्दिष्ट साध्य करण्यासाठी श्रमिकांनी कोणत्याही दडपणाला बळी पडू नये. आपली एकजूट कायम ठेवावी. सतत संघर्ष करण्यासाठी तयार राहावे. कोणत्याही प्रकारची तडजोड न करता भांडवलशाही व राज्य नष्ट होत नाही, तोपर्यंत लढा सुरू ठेवावा. श्रमिकांना समाजात महत्त्व प्राप्त होत नाही, तोपर्यंत लढा चालू राहील याची दक्षता घ्यावी, असे श्रमिक संघवादी सांगतात.

८. **प्रत्यक्ष कृतीचे मार्ग :** श्रमिकांनी आपल्या लढ्यामध्ये प्रत्यक्ष कृतिमार्गाचा अवलंब करावा. त्याकरिता सार्वत्रिक संप, बहिष्कार व सावकाश काम करून मालकाचे नुकसान करावे. कामाचा वेळ फुकट घालवावा. वस्तूबाबत ग्राहकांनी असंतुष्ट राहावे, म्हणून वस्तूत दोष ठेवावे. वस्तूतील दोष ग्राहकांच्या नजरेत आणून द्यावेत. कारखाने बंद पाडणे, घातपात, बहिष्कार, निरोधन, सर्वव्यापी संघ हे जहालवादी मार्ग वापरण्यास श्रमिक संघवादाची काहीही हरकत नाही. या प्रत्यक्ष मार्गांचा अवलंब करून कारखानदारांचे नुकसान करावे. त्यामुळे श्रमिकांच्या शक्तीत वाढ होईल. भांडवलशाहीला धक्के देऊन ती कमकुवत करावी. या मार्गातून भांडवलशाही यंत्रणेवर दडपण आणले जाईल आणि त्यातून श्रमिकांचे संपूर्ण अर्थव्यवस्थेवर नियंत्रण प्रस्थापित करता येईल.

९. **श्रमिकांच्या हाती सत्तेचे केंद्रीकरण :** श्रमिक संघवादी दंडशक्तीयुक्त राज्यसंस्था आणि भांडवलशाही नष्ट करून सर्व सत्तेचे केंद्रीकरण श्रमिकांच्या हातात यावे यासाठी व्यूहरचना करतात. अर्थव्यवस्थेवर श्रमिकांची पकड मजबूत झाल्याशिवाय परिस्थितीत बदल होण्याची वा श्रमिकांना प्रतिष्ठा मिळण्याची शक्यता नाही. श्रमिक

संघवादी राजकीय सत्तेसोबत आर्थिक सत्तादेखील आपल्या ताब्यात घ्यावी, यावर भर देतात. राष्ट्रीय जीवनात श्रमिकांना प्रतिष्ठा मिळावी म्हणून धडपड करतात. कामगारांना समाजात प्रतिष्ठा मिळावी आणि उत्पादन क्षेत्रात योग्य स्थान मिळावे, यासाठी ही विचारधारा व्यापक प्रयत्न करते.

१०. **नव-समाजाविषयी अनिश्चितता :** श्रमिक संघवादी नव-समाजाविषयी कोणतेही निश्चित मार्गदर्शन करत नाहीत. सारेलसारखा श्रमिक संघवादी मानतो की, सर्व काही अनिश्चित असे ठेवले पाहिजे; कारण निश्चित योजनेमुळे कामगारांचा उत्साह कमी होण्याची शक्यता असते. श्रमिक क्रांतीनंतर येणाऱ्या नव-समाजाविषयी कोणतीही पूर्वकल्पना वा कोणतेही पूर्वचित्र श्रमिक संघवादी मांडत नाहीत. क्रांतीनंतर श्रमिकांच्या हाती सत्ता येईल, त्या वेळी स्वयंस्फूर्तीने जी व्यवस्था सुचेल ती अमलात आणता येईल. या व्यवस्थेत साधारणत: उत्पादन साधने समाजाच्या मालकीची असतील. उत्पादन मात्र श्रमिक संघामार्फत पार पाडले जाईल. शांतता प्रस्थापित करण्यासाठी संघ प्रयत्न करतील अशा त्रोटक स्वरूपात श्रमिक संघवाद्यांनी मार्ग सुचविलेले आहेत. क्रांतीनंतर अस्तित्वात येणाऱ्या नव-समाजाविषयी भाकितकथन केलेले नाही. एक प्रकारची नव-समाजाविषयी अनिश्चितता श्रमिक संघवादात दिसून येते. पातोद वा पूगे (Pouget or Pouget) यांनी लिहिलेल्या 'How we shall bring about the Revolution' या ग्रंथात श्रमिक संघवादाच्या आदर्श भावी समाजाची थोड्याफार प्रमाणात झलक पाहायला मिळते. आदर्श समाजातील बहुसंख्य कार्ये श्रमिक संघाद्वारे संचलित केली जातील. उदा. कारखाने. राष्ट्रव्यापी मजूर संघामार्फत उद्योगांमध्ये एकरूपता केली जाईल. प्रतिक्रांतिवाद्यांना समाज-बहिष्कृत केले जाईल इत्यादी त्रोटक स्वरूपाच्या उपाययोजना सुचविलेल्या दिसतात.

श्रमिक संघवादाचे मूल्यमापन वा परीक्षण : फ्रान्समधील तत्कालीन परिस्थितीच्या आधारावर श्रमिक संघवादाची मूलतत्त्वे आधारलेली आहेत. श्रमिक संघवादी विचारसरणीवर कार्ल मार्क्सच्या विचारांचादेखील प्रभाव दिसून येतो. उत्पादनक्षेत्रात श्रमिकांना योग्य स्थान व प्रतिष्ठा मिळावी या उद्देशाने ही चळवळ सुरू झाली. उत्पादन व्यवस्थेवर श्रमिकांचे नियंत्रण असावे ही श्रमिक संघवादाची प्रमुख मागणी आहे.

श्रमिक संघवादाचे गुण : श्रमिक संघवादाच्या व्यावहारिकतेविषयी किती शंका प्रदर्शित केल्या जात असल्या, तरी श्रमिक आंदोलनावर त्यांनी टाकलेला प्रभाव अमान्य करता येणार नाही. श्रमिक संघवादी विचारसरणीमुळे श्रमिकांच्या प्रश्नाकडे समाजाचे लक्ष वेधले गेले. समाजव्यवस्थेत श्रमिक हा महत्त्वपूर्ण घटक असतानाही भांडवलशाहीतील

शोषणाला बळी पडला. भांडवलशाही व्यवस्थेकडून श्रमिकांना योग्य मानसन्मान दिला जात नाही. उत्पादन व्यवस्थेतील श्रमिकांच्या योगदानाची दखल घेतली जात नव्हती. परंतु श्रमिक संघवादाच्या उदयामुळे श्रमिकांची दखल घेणे राज्यकर्त्यांवर्गांना भाग पडले. सुधारणावादी समाजवादी नीतीच्या विरोधात मार्क्सवादी वर्गसंघर्षाच्या सिद्धान्तांना प्रतिष्ठा मिळवून देण्यात श्रमिक संघवादाने प्रभावी भूमिका बजावली. श्रमिक संघवाद्यांनी भांडवलशाहीसोबत राजकीय पक्ष, लोकशाही आणि राष्ट्रवादालादेखील विरोध केला. संसदीय लोकशाहीतील उणिवांवर अचूकपणे बोट ठेवले. श्रमिक संघवादी चळवळीचा फ्रान्समधील मजूर चळवळीवर व्यापक प्रभाव पडला. इंग्लंडमधील व्यवसाय संघवाद विचारसरणीवरदेखील प्रभाव पडलेला दिसतो. व्यवसाय संघवाद हा श्रमिक संघवाद आणि फेबियन समाजवाद यांचे संमिश्रण मानले जाते. इटलीमधील श्रमिक चळवळीवरदेखील सोरेलच्या विचारांचा प्रभाव आढळून येतो. फॅसिस्टांची श्रमिकविषयक धोरणे व कार्यक्रम आणि महामंडळात्मक राज्य संकल्पनेवर श्रमिक संघवादाचा प्रभाव स्पष्ट दिसून येतो. रशियातील बोल्शेविक पक्षाच्या ध्येयधोरणावर श्रमिक संघवादाचा प्रभाव पडलेला आढळतो. उत्पादन व्यवस्था श्रमिकांच्या हाती सोपविण्याची मागणी ही समाजवादी चळवळीतील महत्त्वपूर्ण मागणी बनण्यात श्रमिक संघवादाचे योगदान आहे. श्रमिक संघवादाच्या योगदानाबद्दल बर्ट्रोल रसेल सांगतात की, संसदीय समाजवाद काळात धुळीत पडलेल्या स्वतंत्रता भावनेला जागृत करण्याचे कार्य केले. मानवाला ही आठवण करून दिली की, समाजात थोड्या थोड्या सुधारणांची गरज नसून आधारभूत पुनर्निर्माणाची आवश्यकता आहे.

श्रमिक संघवादाचे दोष : पहिल्या महायुद्धानंतर युरोपातील विभिन्न देशांत राष्ट्रवादाच्या वाढत्या प्रभावामुळे श्रमिक संघवादाचा प्रभाव कमी होऊ लागला. श्रमिक संघवाद्यांनी वर्गभेदाऐवजी राष्ट्रवादाला महत्त्व देऊन राष्ट्रीय सरकारांना पाठिंबा दिला. महायुद्धानंतर फ्रान्समध्ये क्रांतिकारी समाजवादाचा अंत झाला आणि सुधारात्मक श्रमिक संघवादाचा उदय झाला. या संघवादाने निषेधात्मक कार्यक्रमाच्याऐवजी रचनात्मक कार्यक्रमावर भर दिला. आदर्श समाजव्यवस्थेत राज्यसंस्थेला महत्त्वपूर्ण स्थान दिले. फ्रान्सनंतर इटली, स्पेन आणि अमेरिकेत श्रमिक संघवादाचा प्रचार व प्रसार झाला होता. परंतु पहिल्या महायुद्धानंतर श्रमिक संघवाद फारसा यशस्वी होऊ न शकल्यामुळे त्या देशांतदेखील अल्पकाळात प्रभाव ओसरून समाप्त झाला. तसेच श्रमिक संघवादाच्या तात्त्विक बैठकीत अनेक दोष असल्यामुळे या विचारधारेवर पुढील टीका केल्या जातात.

१. श्रमिक संघवादाने श्रमिकाच्या वा उत्पादकाच्या हिताचा विचार केला, परंतु उपभोक्त्यांच्या हिताचा विचार केला नाही. समाजाच्या उन्नतीसाठी उत्पादकाच्या हितासोबत उपभोक्त्यांच्या हिताचे रक्षण केले पाहिजे, ही गोष्ट लक्षात घेतली नाही.

२. श्रमिक संघवादी उत्पादनाचे नियंत्रण विविध श्रमिक संघांकडे सोपवितात. परंतु विभिन्न संघांमध्ये संघर्ष निर्माण झाल्यास त्यांचे निवारण करण्यासाठी कोणतीही उच्च वा सर्वश्रेष्ठ सत्ता निर्माण करत नाहीत.
३. श्रमिक संघवाद्यांनी क्रांती वा परिवर्तन घडवून आणण्यासाठी सांगितलेली साधने अनुचित वा असंवैधानिक आहेत. सार्वत्रिक संप, हिंसा, बहिष्कार, विध्वंसक साधनांच्या माध्यमातून परिवर्तन घडवून आणण्याचा ते आग्रह धरतात. मात्र या मार्गांच्या माध्यमातून समाजात अराजकता निर्माण होईल आणि त्यांचा उत्पादनावर विपरीत परिणाम होईल हे लक्षात घेत नाहीत.
४. राज्यसंस्था नष्ट करण्याची भाषा श्रमिक संघवादाला अराज्यवादाच्या जवळ नेऊन ठेवते. परंतु राज्य नष्ट केल्यानंतर पर्यायी व्यवस्थेबाबत कोणतेही मार्गदर्शन करत नसल्यामुळे एक प्रकारची संग्दिधता निर्माण होते.
५. राष्ट्रप्रेम, देशभक्ती आणि राष्ट्रवाद इत्यादींना श्रमिक संघवादी भावनात्मक मानतात. कामगारांनी ह्या भावनात्मक गोष्टींच्या आहारी जाऊ नये हा सल्ला देतात. परंतु प्रत्येक विचारसरणी ही बुद्धीपेक्षा भावनेवर आधारलेली असते, हे विसरतात. राष्ट्रप्रेम हे अनेकदा आपल्याला आपल्या वैयक्तिक भूमिका विसरण्यास भाग पाडते, हे पहिल्या महायुद्धाच्या काळात श्रमिक संघवाद्यांना दिसून आले. श्रमिकांनी आपला पाठिंबा वर्गलढ्याला देण्याऐवजी राष्ट्रीय सरकारला दिला, हे विसरता येणार नाही.
६. श्रमिक संघवादाच्या पुरस्कर्त्यांनी नवीन समाजरचनेबद्दल निश्चित स्वरूपाची योजना सादर केली नाही. नवीन समाजरचनेचा आराखडा निश्चित नसताना राज्यविरहित समाज स्थापन करण्याची भाषा अराजकतेला निमंत्रण देणारी ठरेल. भविष्यकाळाचे निश्चित चित्र उपलब्ध नसल्यामुळे श्रमिक तत्कालीन ध्येयाकडे आकर्षित होतील, मुख्य उद्दिष्ट बाजूलाच राहील हे श्रमिक संघवाद्यांनी लक्षात घेतलेले नाही.

फेबियन समाजवाद : Febianism or Febian Socialism

फेबियन समाजवाद ही संपूर्णत: एक इंग्लिश समाजवादी विचारधारा आहे. फेबियन सोसायटीची स्थापना १८८४ मध्ये औद्योगिक क्रांतीमुळे निर्माण झालेल्या सामाजिक व आर्थिक समस्या सोडविण्यासाठी, विचारविनिमय करण्यासाठी एकत्र आलेल्या बुद्धिवंतांनी केली. या सोसायटीचे सदस्य राष्ट्रीय आणि सार्वजनिक गोष्टींबद्दल विचारविमर्श करत असत. सोसायटीच्या सदस्यांमध्ये प्रतिभाशाली विद्वान होते. त्यात सिडनी वेब, श्रीमती सिडनी वेब, एच. जी वेल्स, बर्नाड शॉं, प्रा. हेरॉल्ड लास्की, जी. डी. एच. कोल, बिऍटिस वेब, जे कॅम्पबेल, जे. आर. मॅक्डोनाल्ड इत्यादींचा समावेश होता. १८७८ मध्ये फेबिनय सोसायटीने समाजवादी धोरणाचा अंगीकार केला आणि स्वत:ला समाजवादी घोषित केले. फेबियन सोसायटीवर मार्क्सचे सिद्धान्त आणि जे. एस. मिलच्या

व्यक्तिवादाचा प्रभाव होता. फेबियन समाजवादी हे समाजवादी असले तरी मार्क्सवादी नव्हते. कार्ल मार्क्सच्या विचारांवर फेबियनवादी विश्वास व्यक्त करत असले, तरी मार्क्सवादी क्रांतिकारक मार्गांना विरोध करतात. शांततेच्या मार्गांने वा सनदशीर मार्गाने समाजवाद आणण्याचा प्रयत्न करतात. हनिबाल या पराक्रमी राजाने आक्रमण केलेले असताना इटलीच्या फेबियस राजाने संयमाचे धोरण स्वीकारले आणि वेळ येताच जोरदार प्रतिआक्रमण केले, ह्या ऐतिहासिक घटनेवरून फेबियन हे नाव घेण्यात आले. फेबियन समाजवादी उपयुक्त संधी व वेळेची वाट पाहण्यावर भर देतात. उपयुक्त वातावरण व संधी उपलब्ध झाल्यावर समाजवादाची स्थापना करता येईल, असा विश्वास व्यक्त करतात. इंग्लंडमध्ये उद्योग क्षेत्रात मंदीच्या अनुकूल परिस्थितीत विशिष्ट वर्गाच्या ताब्यातील उत्पादन साधने समाजाच्या मालकीची करण्यास योग्य काळ आहे असे फेबियनवाद्यांना वाटते. कोकरच्या मते, फेबियन समाजवादी शिक्षित मध्यवर्गामध्ये समाजवादाचा प्रचार व प्रसार करण्यावर लक्ष केंद्रित करतात. राष्ट्रीय आणि स्थानिक सरकाराच्या माध्यमातून हळूहळू समाजवाद व्यावहारिक पातळीवर उतरविण्याचा प्रयत्न करतात. फेबियन समाजवाद ही विचारधारा शांततामय मार्गाने समाजवाद आणता येईल यावर विश्वास व्यक्त करते.

फेबियन समाजवादाची मूलतत्त्वे वा वैशिष्ट्ये : समाजवादाचे विभिन्न पंथ वा प्रकार आहेत, त्यात फेबियन समाजवाद हा वैशिष्ट्यपूर्ण प्रकार मानला जातो. फेबियन समाजवादाची मूलतत्त्वेदेखील इतर समाजवादांपेक्षा भिन्न स्वरूपाची आढळून येतात. ती मूलतत्त्वे पुढीलप्रमाणे सांगता येतात.

१. **लोकशाही समाजवादावर विश्वास :** फेबियन समाजवादी लोकशाही आणि समाजवाद दोन्ही तत्त्वांना महत्त्व देणारे आहेत. ते लोकशाहीच्या चौकटीत समाजवाद निर्माण करण्याचा प्रयत्न करतात. व्यक्तीची कोणत्याही प्रकारची गुलामगिरी त्यांना मान्य नाही. गुलामगिरीमुळे व्यक्तिविकास होऊ शकत नाही. व्यक्तीची गुलामगिरी नष्ट करण्यासाठी आर्थिक समता निर्माण करावी. सिडने ऑलिव्हरसारखा फेबिनयवादी सांगतो की, भांडवलशाही व्यवस्था आणि खाजगी मालमत्तेमुळे चारित्र्य व नीतीमत्तेचा ऱ्हास होतो. समाजात नैतिक वातावरण निर्माण करण्यासाठी समाजवाद स्थापन करणे आवश्यक असते. वुइल्यम क्लार्क यांच्या मते, औद्योगिक प्रगती होत असताना भांडवलदारांनी उद्योगधंदे काढून मोबदला मिळविला. परंतु आधुनिक काळात व्यवस्थापक नेमून त्यांच्यामार्फत उद्योग चालवितात. स्वत: श्रम न करताही प्रचंड नफा कमवितात. सर्व भांडवली संस्था सामाजिक मालकीच्या केल्या पाहिजेत. भांडवलशाही आणि लोकशाही यांत परस्परविरोध असल्या कारणाने भांडवलशाही

नियंत्रित केल्याशिवाय लोकशाही टिकणार नाही. भांडवलशाही नष्ट करण्यासाठी लोकशाहीला समाजवादाची जोड देणे आवश्यक आहे.

२. **भांडवलशाहीला विरोध :** फेबियन समाजवादी भांडवलशाहीला विरोध करतात. भांडवलशाही व्यवस्थेत अल्पसंख्याक भांडवलदारांना लाभ मिळतो. बहुसंख्य श्रमिक व इतरांना कष्टप्रद जीवन जगावे लागते. भांडवलदार इतरांची फसवणूक व पिळवणूक करून लाभ प्राप्त करतात. जॉर्ज बनार्ड शॉ यांच्या मते, खाजगी मालमत्तेमुळे भांडवलदार, जमीनदार इत्यादी खंड, नफा स्वरूपांत उत्पन्न मिळवितात. परंतु त्यासाठी ते कोणतेही कष्ट करत नाहीत. प्रत्यक्ष कष्ट करणाऱ्याच्या वाट्याला फारसे काही हाती लागत नाही. खाजगी मालकीच्या हक्कामुळे समाजात श्रीमंत व गरीब वर्ग निर्माण होतात. हे सर्व दोष दूर करण्यासाठी ते खाजगी मालमत्तेचे सामाजीकरण करण्यावर भर देतात. मार्क्सप्रमाणे भांडवलशाहीचा एकदम नायनाट न करता हळूहळू व सनदशीर मार्गाने सुधारणा कराव्यात हे मत व्यक्त करतात.

३. **उद्योगधंद्याचे राष्ट्रीयीकरण :** भांडवलशाहीत मूठभर लोकांच्या हातात कारखान्याचे नियंत्रण असल्यामुळे वस्तूंच्या उत्पादनातून प्रमाणापेक्षा जास्त नफा मिळण्याची संधी प्राप्त होते. नफेखोरीला आळा घालण्यासाठी सर्व उद्योगांचे राष्ट्रीयीकरण करून सरकारच्या मालकीचे करावे. राष्ट्रीयीकरण व सामाजिक नियंत्रणे ही धोरणे क्रमाक्रमाने अमलात आणावी. समाज व सरकार ह्यांच्या अंगी राष्ट्रीयकृत उद्योग चालविण्याची पात्रता व कार्यक्षमता आल्याशिवाय राष्ट्रीयीकरण करणे योग्य ठरणार नाही. ज्या भांडवलदाराकडील उद्योगाचे राष्ट्रीयीकरण करताना त्यांना काही प्रमाणात नुकसानभरपाई दिली पाहिजे, असे फेबियनवादाचे मत आहे.

४. **श्रमिकांच्या कल्याणावर भर :** उद्योगधंद्याची मालकी समाजाकडे आल्यास नफा व जमिनीवरील खंड राज्याच्या तिजोरीत जमा होईल. हा वाढीव नफ्याचा वाटा कामगारांना देण्यासाठी त्यांच्या कामगारांच्या वेतनात वाढ करता येईल. वेतनवाढीमुळे त्यांच्या राहणीमानात बदल घडवून येईल. सर्व संपत्ती राष्ट्राच्या मालकीची केल्यास सर्वांना समान संधी मिळेल.

५. **समाजवादाचा प्रचार :** फेबियन समाजवाद हे निव्वळ तत्त्व न राहता प्रत्यक्ष व्यवहारात निर्माण झाला पाहिजे. फेबियन समाजवाद व्यवहारात निर्माण करण्यासाठी अनुकूल लोकमत तयार केले पाहिजे. लोकमत तयार करण्यासाठी फेबियनवाद्यांनी सर्वत्र प्रचार केला पाहिजे. समाजवादाचा जनतेत मोठ्या प्रमाणात प्रचार करणे आणि वस्तुस्थितीची जाणीव करुन देणे आवश्यक आहे. निरनिराळे प्रश्न व उपाययोजनांबाबत लहान लहान पुस्तिका व पत्रके प्रकाशित करणे. समाजातील हुशार व्यक्ती, विचारवंत यांच्यावर प्रभाव पाडून त्यांच्यामार्फत सामाजिक जागृती

करण्याकडे लक्ष केंद्रित करावे. मार्क्स व लेनिनप्रमाणे ग्रंथ प्रसिद्ध करूनदेखील समाजवादाचा प्रचार करावा.

६. **मार्क्सच्या संकल्पना अमान्य :** कार्ल मार्क्स यांनी मांडलेल्या ऐतिहासिक भौतिकवाद, वर्गसंघर्ष आणि अतिरिक्त मूल्य इत्यादी संकल्पना फेबियनवाद्यांना मान्य नाहीत. मार्क्सप्रणीत इतिहासाची भौतिक मीमांसा मान्य करत नाहीत. त्यांच्या मते, भांडवलदार हे फक्त कामगारांची पिळवणूक करत नसून संपूर्ण समाजाची पिळवणूक करतात. त्या समाजात कामगारदेखील समाविष्ट होतात. सामाजिक न्यायासाठी उत्पादन साधनांची मालकी राष्ट्राकडे दिल्यास भांडवलदार वर्ग आपोआप नष्ट होईल. मार्क्सने मांडलेला मूल्य सिद्धान्त अमान्य करतात. श्रमातून मूल्य निर्माण होत नसून सामाजिक प्रक्रियेतून निर्माण होत असते. भांडवलशाही व्यवस्थेच्या दोषाविषयीची मार्क्सची मते मान्य करतात; परंतु मार्क्सप्रमाणे क्रांती करून वा अचानक भांडवलशाही नष्ट करायला मान्यता देत नाहीत. त्यामुळे फेबियनवादी समाजवादी असले, तरी मार्क्सवादी नाहीत.

७. **राज्य ही विश्वस्त संस्था :** फेबियन समाजवादी राज्य नष्ट करावे हा विचार मांडत नाहीत. राज्याला वर्गीय संस्था मानत नाहीत. राज्य ही संपूर्ण समाजाच्या हिताचे प्रतिनिधित्व करणारी आणि हितपूर्ती करणारी संस्था आहे. राज्य नष्ट करण्याऐवजी राज्याद्वारे व्यापक कार्य पार पाडण्यावर भर देतात. राज्य ही संस्था समाजकल्याणासाठी निर्माण झाली असून, समाजावर नियंत्रण ठेवणारी दंडशक्तियुक्त सामाजिक विश्वस्त संस्था आहे. समाजाने भूमी, भांडवल, उत्पादन साधने राज्याकडे सोपवावित. खरी लोकशाही निर्माण करण्यासाठी राज्याने सत्तेचे विकेंद्रीकरण करून स्थानिक स्वराज्य संस्था स्थापन कराव्यात. स्थानिक स्वराज्य संस्थांपासून सुरुवात करून लहान लहान योजना आणि कार्यक्रम स्वीकारून लोकशाही मार्गाने सामाजिक आणि आर्थिक बदल घडवून आणण्याचे ध्येय फेबियनवादी ठेवतात.

८. **साधनशुचिता :** फेबियन समाजवादी साधनशुचितेला महत्त्व देतात. साध्य कितीही श्रेष्ठ असले तरी ते पूर्ण करण्यासाठी वापरली जाणारी साधनेदेखील शुद्ध वा पवित्र असली पाहिजेत. ते समाजवाद निर्माण करण्यासाठी शांततामय व सनदशीर मार्गाला महत्त्व देतात आणि क्रांतीला विरोध करतात. बर्नाड शॉ सांगतात की, वैध उपायाच्या माध्यमातून समाजवादाकडे वाटचाल करता येऊ शकते. समाजाची सामाजिक सद्विवेक बुद्धी जागृत करून आणि समाजवादी उद्दिष्टांबाबत जनतेला जागृत करून समाजवादाची स्थापना करता येईल. लोकशाहीला फेबियन समाजवादी समाजवादाचा प्राकृतिक सहयोगी मानतात. लोकशाही मार्गाने समाजवाद प्रस्थापित करण्यावर भर देतात. संसदेमार्फत कायदे करून परिवर्तन घडवून आणता येईल.

खाजगी मालमत्तेचे क्रमाक्रमाने सामाजिक मालमत्तेत रूपांतर करता येईल, हे सर्व वैधानिक मार्गाने शक्य आहे.

९. **फेबियन समाजवादी कार्यक्रम :** फेबियन समाजवादी समाजवाद प्रत्यक्षात आणण्यासाठी काही ठळक उपाययोजनांची चर्चा करतात. त्यात स्थानिक स्वराज्य संस्थांपासून समाजवादाची स्थापना करून, नंतर तो सर्वत्र लागू करण्यावर भर देतात. कामगार वर्गाचे तास कमी करणे, वेतन सुधारणे, शिक्षणाच्या सोयी व संधीत वाढ करणे आणि बेकारीविरुद्ध उपाययोजना करणे इत्यादींवर भर देतात. उत्पादन आणि व्यवसायातून प्राप्त होणारे व्याज, खंड व नफ्याचा उपयोग सामाजिक हितासाठी करणाऱ्या व्यवस्थेची निर्मिती करण्याचे सुचवितात. श्रीमंत वर्गांवर कर लादून मिळणाऱ्या उत्पन्नातून गरिबांच्या राहणीमानात आणि सुखात वाढ घडवून आणावी. उद्योगधंद्यांवर सामाजिक मालकी वा नियंत्रण प्रस्थापित करावे आणि सामाजिक कल्याणाच्या आधारावर राज्याने धोरणआखणी करावी.

फेबियन समाजवादाचे मूल्यमापन वा गुणदोष : फेबियन समाजवादी विचारसरणीत मूल्यमापन करताना पुढील स्वरूपाचे गुणदोष आढळून येतात.

फेबियन समाजवादाचे गुण वा महत्त्व : फेबियन समाजवादात अनेक हुशार व आंतरराष्ट्रीय कीर्तीचे विचारवंत असल्याकारणाने त्यांचा प्रभाव इंग्लडमध्ये मोठ्या प्रमाणावर पडला. या सोसायटीच्या सदस्यांनी लेखन, प्रचार व प्रसाराच्या माध्यमातून समाजवादाची बीजे इंग्लंडमध्ये रुजविण्यासाठी मोलाचे योगदान दिलेले आहे. विशेषत: इंग्लंडमध्ये सुशिक्षित व मध्यवर्गीयांना फेबियन समाजवादाची धोरणे उपयुक्त वाटली. त्यांनी आपली विचारसरणी निरनिराळ्या पक्षातील लोकांना पटवून दिली. पार्लमेंटमध्ये अनेक कायदे मंजूर करून घेतले.. फेबियनवाद्यांनी स्थानिक स्वराज्य संस्थेपासून समाजवादाची सुरुवात करून नंतर समाजवाद देशभर राबवावा, श्रीमंतांवर जास्त कर बसवावे, शेती व उद्योगधंद्याची मालकी राज्याकडे ठेवावी, कामगारांचे कामाचे तास कमी करावेत, त्यांना जास्त वेतन द्यावे इ. व्यापक शिफारशी केलेल्या दिसतात. इंग्लंडमधील कामगारांच्या प्रश्नाकडे लक्ष वेधण्याचे आणि त्यांच्या प्रयत्नामुळे कामगारांच्या परिस्थितीत सुधारणा होण्यास मदत मिळाली. प्रथम लोकशाही आणि नंतर समाजवाद अशी त्यांची भूमिका होती. ही फेबियनवाद्यांची भूमिका इंग्लंडच्या वातावरणाला पोषक होती. आर्थिक लोकशाही आणि राजकीय लोकशाहीच्या एकत्रीकरणाचा फेबियन समाजवाद्यांचा प्रयोग इंग्लंडमध्ये काही काळ कमालीचा लोकप्रिय बनला होता. मजूर पक्षाच्या निर्मितीवरदेखील फेबियनवाद्यांचा प्रभाव पडला. मजूर पक्षाच्या मंत्रीमंडळात तीन चतुर्थांश मंत्री फेबियनगटाचे होते. परंतु फेबियन समाजवादाच्या

लोकप्रियतेचा आलेख कायमस्वरूपी टिकविता आला नाही, अल्प काळात प्रभाव कमी होऊ लागला.

फेबियन समाजवादाचे दोष

फेबियन समाजवादात अनेक गुण असले, तरी तिच्यातील संकल्पनात्मक दोषांमुळे पुढील टीका केल्या जातात.

१. फेबियन समाजवाद्यांनी मध्यमवर्गीयांच्या मनात लोकशाही समाजवादाबद्दल आपलुकी निर्माण केलेली असली, तरी कामगार वर्गावर त्यांचा फारसा प्रभाव पडू शकला नाही. त्यांनी कामगार हितापेक्षा सर्व वर्गांच्या हिताला महत्त्व दिले. राष्ट्रीय संपत्तीचा वापर सर्व वर्गांसाठी केला जावा या तत्त्वामुळे श्रमिकांच्या मनात हा समाजवाद रुजू शकला नाही, असे काही फेबियनवादी टीकेला उत्तर देण्याचा प्रयत्न करतात.

२. फेबियन समाजवादी हे संधीसाधू आहेत अशी टीका केली जाते. ते परिस्थितीनुसार आपले विचार बदलतात. त्यांची विचारसरणी व उपाययोजना ह्या दोन्हींमध्ये तफावत आहे. एका बाजूला भांडवलशाही व जमीनदारी नष्ट करणे हे उद्दिष्ट ठेवतात, तर दुसरीकडे स्थानिक स्वराज्य संस्थांमार्फत पाणीपुरवठा, वीजपुरवठा इ. कमी महत्त्वाच्या कार्यक्रमाची मांडणी करतात. स्थानिक पातळीपासून समाजवाद राबविण्याच्या कल्पनेमुळे हे बदल केलेले आहेत असे प्रत्युत्तर फेबियनवादी देतात.

३. फेबियन समाजवाद्यांनी एखादे तत्त्वज्ञान किंवा सिद्धान्ताची मांडणी केलेली नाही. समाजवाद अमलात आणताना प्रशासनाकडून अडथळे येतील, याचा विचार केलेला नाही. सामाजिक न्याय आणि आर्थिक समता निर्माण करण्यासाठी आवश्यक ते तात्त्विक मार्गदर्शन, स्पष्टीकरण व खास कार्यक्रम ते देत नाहीत. समाजवादी कार्यक्रम राबविला म्हणजे आपोआप सामाजिक न्याय व आर्थिक समता निर्माण होईल, असे गृहीत धरतात; परंतु ते योग्य नाही असे टीकाकारांचे मत आहे.

४. राजकीय लोकशाही आणि समाजवादाची अंमलबजावणी यांतील गुंतागुंत वा धोके फेबियनवाद्यांनी लक्षात घेतले नाही. समाजवादाची अंमलबजावणी शासनामार्फत म्हणजे सनदी सेवकांमार्फत करण्याचा प्रयत्न करतात. परंतु सनदी सेवकांची काम करण्याची विशिष्ट अशी रीत वा पद्धत असते. समाजवाद अमलात आणताना नोकरशाहीकडून आणल्या जाणाऱ्या अडथळ्यांचा विचार फेबियनवाद्यांनी फारसा केला नाही.

अभ्यासकांनी केलेल्या उपरोक्त टीकेमध्ये तथ्यांश आहे; कारण फेबियन समाजवाद ही विचारसरणी इंग्लंडपुरती मर्यादित राहिली. इंग्लंडमध्येदेखील त्यांना फारसे अनुयायी मिळाले नाहीत. ही चळवळ मध्यम वर्ग व बुद्धिवंतांपुरती मर्यादित राहिलेली दिसते.

श्रेणी वा व्यवसाय संघवाद Guild Socialism

व्यवसाय संघवाद हे उद्योगधंद्यावर श्रमिकांच्या नियंत्रणाचा पुरस्कार करणारे राजकीय आंदोलन मानले जाते. व्यवसाय संघवादाचा उदय २० व्या शतकाच्या पूवार्धात इंग्लंडमध्ये झाला. श्रमिक संघवादातील क्रांतिकारक तत्त्वे आणि फेबियन समाजवादातील अति सौम्य तत्त्वे मान्य नसलेल्या समाजवादींनी फेबियन व श्रमिक संघवादाच्या समन्वयातून व्यवसाय संघवाद विचारधारा विकसित केली आहे. रौकोसारखा अभ्यासक, व्यवसाय संघवाद हे इंग्लंड फेबियन समाजवाद आणि फ्रेंच श्रमिक संघवाद यांचे बौद्धिक अपत्य आहे, असे मानतो. हेलीवैल यांनीदेखील व्यवसाय संघवादाला श्रमिक संघवाद आणि फेबियन समाजवादाच्या संमिश्रणातून तयार झालेली विचारधारा मानले आहे. फेबियन समाजवाद आणि श्रमिक संघवादाबद्दल असमाधानी असलेल्या समाजवाद्यांनी व्यवसाय संघवादाचा उदय घडवून आणला. ए. जे. पेन्टी यांनी १९०६ मध्ये 'द रेस्टोरेशन ऑफ द गिल्ड सिस्टीम' या ग्रंथात सर्वप्रथम व्यवसाय संघवादाची मांडणी केली आहे. त्यामुळे त्यांना व्यवसाय संघवादाचे जनक मानले जाते. पेन्टी यांनी उद्योगांमध्ये स्वशासन आणण्यासाठी मध्ययुगीन काळातील व्यवसाय संघाच्या पुनरुज्जीवनावर भर दिला आहे. ए. जे. पेन्टी, एस. जी. हॉब्सन, ए. आर. औरेज, जी. डी. एच. कोल इत्यादींनीदेखील व्यवसाय संघवादाच्या विकासात योगदान दिलेले आहे. १९१५ मध्ये श्रमिक आंदोलनात श्रेणी वा व्यवसाय संघवादाच्या प्रसारासाठी 'राष्ट्रीय श्रेणी संघा'ची (National Guilds League) स्थापना केली. १९२५ मध्ये 'राष्ट्रीय श्रेणी संघा'च्या अंतासोबत व्यवसाय संघवादाचे स्वतंत्र अस्तित्वदेखील समाप्त झाले. भांडवलशाहीतील पिळवणुकीपासून श्रमिकांचे संरक्षण करण्यासाठी उत्पादन साधनांची मालकी समाजाकडे असावी, परंतु व्यवस्थापन कामगारांकडे असावे हे व्यवसाय संघवादाचे मुख्य गृहीतक आहे.

व्यवसाय संघवाद व्याख्या व अर्थ

श्रमिक संघवादातील क्रांतिकारक तत्त्वे व फेबियन संघवादातील अती सौम्य तत्त्वे जगाला मानवणारी नव्हती, म्हणून काही विचारवंतांनी फेबियन व श्रमिक संघवादाच्या तत्त्वांचा समन्वय करून व्यवसाय संघवाद ही नवीन विचारसरणी निर्माण केली.

१. समाजातील विशिष्ट कार्य जबाबदारीने पूर्ण करण्यासाठी परस्परावलंबी लोकांची स्वयंशासित संघटना म्हणजे व्यवसाय संघवाद होय.
२. समाजाच्या विशिष्ट कार्यासाठी एकत्र येणाऱ्या व्यावसायिकांची स्वयंनियंत्रित संघटना म्हणजे व्यवसाय संघवाद होय.
३. बर्नस यांच्या मते, व्यवसाय संघवाद म्हणजे उत्पादन साधनांची मालकी शासनाकडे आणि उद्योगधंद्यांचे व्यवस्थापन व संचालन कामगारांच्या व्यवसाय संघाकडे सोपवावे असे प्रतिपादन करणारी विचारसरणी आहे.

४. प्रा. जोड यांच्या मते, व्यवसाय संघवाद हा असा सामाजिक सिद्धान्त आहे की, ज्यात व्यावसायिक संघटनांना किंवा संस्थांना समाजात आधार मानला जातो व या संघटनाच समाजविकासाच्या साधनस्वरूप असतात.

व्यवसाय संघवादाची मूलतत्त्वे किंवा वैशिष्ट्ये : फेबियन समाजवाद आणि श्रमिक संघवाद यांच्या समन्वयातून व्यवसाय संघवादाची वैचारिक बैठक तयार झालेली आहे. व्यवसाय संघाची वैशिष्ट्येदेखील दोन्ही समाजवादांपेक्षा वेगळी दिसून येतात. व्यवसाय संघवादाची वैशिष्ट्ये व मूलतत्त्वे पुढीलप्रमाणे होत.

१. **भांडवलशाहीला विरोध :** भांडवलशाही ही श्रमिकांच्या हिताविरोधी काम करत असते. श्रमिकांना एक निर्जीव उत्पादन साधन बनविते. त्यांच्यातील नवनिर्मिती व सृजनक्षमता नष्ट करून यंत्राप्रमाणे राबविते. कमी वेतन देऊन कामगारांचे शोषण करते. कामगाराला कोणतेही आर्थिक प्रोत्साहन देत नाही. बाजारप्रणीत भांडवलशाहीत श्रमिकांना वेतन इतके कमी दिले जाते की, उपजीविका भागविणेदेखील कठीण होते. जास्तीत जास्त श्रम करून कमीतकमी देणे देणे हा भांडवलशाहीचा प्रधान गुण आहे. श्रमिकांच्या श्रमांच्या बदल्यात राहण्यासाठी आवश्यक संसाधने उपलब्ध करून दिली जातात. त्यांच्या श्रमाच्या कमाईवर भांडवलदार मात्र ऐशआराम व चैन करतात. भांडवलशाही ही श्रमिकांच्या शोषणावर उभी असलेली व्यवस्था असल्यामुळे नष्ट करणे आवश्यक आहे, असे व्यवसाय संघवाद्यांना वाटते.

२. **औद्योगिक क्षेत्रात लोकशाही :** आधुनिक काळात कल्याणकारी राज्याच्या संकल्पनेमुळे राज्याचे कार्यक्षेत्र वाढलेले आहे. राज्यावरील कामाचा ताण कमी करण्यासाठी कारखान्याचे व्यवस्थापन कामगारांकडे सोपवावे, मालकी मात्र राज्याकडे असू द्यावी. औद्योगिक क्षेत्रात व्यवसाय संघांना स्वायत्तपणे काम करू दिल्यास औद्योगिक क्षेत्रात लोकशाही निर्माण करता येईल. श्रमिकांच्या निव्वळ भौतिक विकासावर व्यवसाय संघवादी भर देत नाहीत. श्रमिकांना कार्याचा आनंद मिळाला पाहिजे. त्यांच्यातील सृजनक्षमतांचा विकास झाला पाहिजे आणि प्रतिष्ठादेखील मिळाली पाहिजे, यासाठी औद्योगिक क्षेत्रात लोकशाही निर्माण होणे आवश्यक मानतात.

३. **व्यवसाय संघाची स्थापना :** भांडवलशाही अर्थव्यवस्था आणि शक्तिमान राज्यव्यवस्थेपासून व्यक्तीचे रक्षण होण्यासाठी व्यवसाय संघाची स्थापना होणे आवश्यक आहे. प्रत्येक समाजात विभिन्न प्रकारची कार्ये असतात. ती पार पाडण्यासाठी विभिन्न प्रकारचे व्यवसाय संघ निर्माण केले जावे. साधारणतः प्रत्येक

व्यवसायासाठी एक व्यवसाय संघ असेल, तो त्या उद्योगाची व्यवस्था पाहील. व्यवसाय संघ श्रमिकांपुरता मर्यादित नसून त्यांना सहकार्य करणाऱ्या कारकून, तंत्रज्ञ इत्यादींचादेखील समावेश असेल. तेदेखील श्रमिक आहेत.

४. **उत्पादनावर व्यवसाय संघाचे नियंत्रण :** उद्योगधंद्याचे व्यवस्थापन व्यवसाय संघमार्फत पार पाडले जाईल. वस्तूच्या निर्मितीपासून ते विक्रीपर्यंतच्या सर्व प्रक्रियेवर पर्यवेक्षण, नियंत्रण आणि निर्णय संघामार्फत घेतले जातील. संघ आपल्या हितसंबंधांची परिपूर्ती करण्याचा प्रयत्न करेल. ग्राहकाच्या हितरक्षणाची जबाबदारी ग्राहक संघ आणि राज्याने घ्यावी. कमीतकमी किमतीत वस्तू मिळाली पाहिजे हे ग्राहक संघाचे ध्येय असते, म्हणून ग्राहक संघ आणि व्यवसाय संघ यांच्यात समन्वय असणे गरजेचे आहे.

५. **साधनशुचिता :** व्यवसाय संघवाद हा लोकशाही विचार असल्याने ते हिंसाचाराला विरोध करतात. साध्याप्रमाणे साधने शुद्ध असली पाहिजे यावर भर देतात. शांतता व लोकशाहीच्या मार्गाने संघवाद निर्माण करू इच्छितात. व्यवसाय संघवादाची स्थापना क्रमाक्रमाने व हळुवार पद्धतीने करावयाची आहे. आर्थिक सत्तेचे हस्तांतरण हळूहळू वा क्रमाक्रमाने भांडवलदाराच्या हातातून श्रमिक प्रतिनिधीच्या हातात आणावयाचे आहे. शांततापूर्ण मार्गाने भांडवलशाहीच्या उच्चाटनातून श्रमिक व सामान्य जनता अनावश्यक त्रासातून वाचू शकते. हिंसक मार्गाने समाजवाद निर्माण करण्याचा प्रयत्न केल्यास राज्याच्या सत्तेचा उपयोग करून भांडवलदार हा लढा दाबून टाकू शकतात. संघवादाच्या स्थापनेसाठी साधनशुचितेचा वापर करणे योग्य मानतात.

६. **व्यावसायिक प्रतिनिधित्वाचे समर्थन :** राज्य आणि राजकीय संस्थांत श्रमिकांचा राजकीय सहभाग सुनिश्चित करण्यासाठी ते प्रादेशिक प्रतिनिधित्व पद्धतीला विरोध करून व्यावसायिक प्रतिनिधित्वाचे समर्थन करतात. प्रादेशिक प्रतिनिधित्व ही प्रतिनिधित्वाची अपुरी संकल्पना आहे. एक प्रतिनिधी मतदारसंघातील विभिन्न व्यक्ती व विविध हितसंबंधीयांचे प्रतिनिधित्व करणे शक्य नाही. त्यामुळे प्रादेशिक प्रतिनिधित्व ही हास्यास्पद संकल्पना असून लोकशाहीचे विडंबन आहे. प्रत्येक व्यावसायिकाच्या समस्या वेगवेगळ्या असतात. म्हणून व्यक्तीला नव्हे तर हितसंबंधाला प्रतिनिधित्व देण्यासाठी व्यावसायिक प्रतिनिधित्व द्यावे. प्रत्येकाला फक्त आपल्या व्यवसायबद्दल जास्त ज्ञान असते. त्यासाठी व्यावसायिक मतदारसंघ निर्माण करावे. या मतदारसंघामुळे प्रत्येक जण आपल्या व्यवसायाचे प्रतिनिधित्व करेल. त्यामुळे समाजात प्रत्येक व्यवसायाला प्रतिनिधित्व मिळेल. व्यवसाय प्रतिनिधित्वाच्या माध्यमातून व्यवसाय संघवादी श्रमिकांना राजकीय भागीदारी देऊ इच्छितात.

७. **विकेंद्रीकरण :** राजकीय व आर्थिक ह्या दोन्ही क्षेत्रांच्या व सत्तेच्या विकेंद्रीकरणाचा पुरस्कार व्यवसाय संघवादी करतात. राज्याप्रमाणे इतर सामाजिक संस्थांना व आर्थिक संस्थांना राज्याप्रमाणेच सार्वभौम सत्ता दिली जावी. आर्थिक बाबतीत सत्ता व्यवसाय संघाकडे असली पाहिजे. सत्तेचे केंद्रीकरण टाळण्यासाठी त्या दृष्टीने स्थानिक स्तरावरील संघांना अधिक स्वायत्तता देणे आवश्यक असते. विकेंद्रीकरणाच्या माध्यमातून समाजात राजकीय लोकशाही व आर्थिक लोकशाही ह्यांचा संगम होऊ शकेल आणि त्यातून लोकशाहीला खरा अर्थ प्राप्त होऊ शकेल. लोकशाही ही राजकीय क्षेत्रापुरती मर्यादित संकल्पना नसून तिला विविध आयाम आहेत. या आयामांना वास्तवतेत आणण्यासाठी व्यवसाय संघवादी विकेंद्रीकरणाचे समर्थन करतात.

व्यवसाय संघवादाचे मूल्यमापन, परीक्षण वा गुणदोष

व्यवसाय संघवादाचे गुण : व्यवसाय संघवादी वर्तमान समाजातील आर्थिक विषमता आणि शोषण नष्ट करण्यासाठी समाजाचे नव्याने गठन करण्यावर भर देतात. व्यवसाय संघवादाने मजदूर संघ, समाजवादी आणि युद्धोत्तर श्रमिक संघवादावर प्रभाव पाडलेला दिसतो. अमेरिकन राष्ट्रपती रूझवेल्ट यांनी महामंदीवर मात करण्यासाठी कार्यान्वित केलेल्या नवीन योजनेवर (New Deal Policy) श्रेणी समाजवादाचा स्पष्ट प्रभाव दिसून येतो. अमेरिकन सरकारने संमत केलेल्या राष्ट्रीय पुनरुद्धार अधिनियमातील अनेक तरतुदींवर श्रेणी समाजवादाचा प्रभाव पडलेला दिसतो. बहुलतावाद्यांवरदेखील प्रभाव आढळून येतो. बहुलतावादी औद्योगिक व व्यावसायिक संघाचे महत्त्व देऊन राज्ये या समुदायांना समान समुदाय मानण्याची वकालत करतात. व्यावसायिक संघवादाने समर्थन केलेल्या व्यवसाय प्रतिनिधित्वाचा अनेक राष्ट्रांनी मर्यादित प्रमाणात स्वीकार केलेला आहे, यात श्रेणी समाजवादाचे महत्त्व लक्षात येते. श्रेणी समाजवादात पुढील गुण आढळून येतात.

१. या विचारसरणीमुळे श्रमिकांच्या उत्पादन क्षेत्रातील योगदानाकडे समाजाचे लक्ष वेधले गेले. श्रमिकांना उद्योगाच्या व्यवस्थापनात स्थान दिले पाहिजे, हे तत्त्व रुजविण्यात श्रेणी समाजवादाने फार मोठे योगदान दिलेले दिसते. आर्थिक लोकशाहीच्या प्रस्थापनेसाठी श्रमिकांना उद्योगधंद्यात प्रतिनिधित्व दिले पाहिजे, हा विचारदेखील श्रेणी समाजवादामुळे लोकप्रिय बनला.

२. व्यवसाय संघवादी भांडवलशाही नष्ट करण्यासाठी साधनशुचितेला महत्त्व देतो. त्यामुळे ही विचारधारा मार्क्सच्या जहाल मार्गाला योग्य पर्याय आहे, असे अनेक समाजवाद्यांना वाटते.

३. राज्यसत्तेला सर्वश्रेष्ठ मानणे चुकीचे आहे हे या विचारसरणीने दाखवून दिले आहे.
४. लोकशाही यशस्वी करण्यासाठी आर्थिक व राजकीय क्षेत्रांत सत्तेचे विकेंद्रीकरण केले पाहिजे, हा विचार लोकशाहीच्या यशासाठी योग्य मानला गेला.
५. या विचारसरणीने मांडलेली व्यावसायिक प्रतिनिधित्वाची कल्पना मर्यादित प्रमाणात अनेक राष्ट्रांनी स्वीकारलेली आहे, याचे श्रेय संघवादाला दिले पाहिजे.
६. संघाच्या माध्यमातून उद्योग चालविण्याची कल्पना फारशी यशस्वी व लोकप्रिय झाली नसली, तरी जगातील अनेक देशांत सहकारी तत्त्वावर उद्योग चालविले जातात. या सहकारी उद्योग चालविण्याच्या कल्पनेवर श्रेणी समाजवादाचा स्पष्ट प्रभाव दिसून येतो.

व्यवसाय संघवादाचे दोष : व्यवसाय संघवादात अनेक गुण आढळून येत असले, तरी या विचारसरणीत अनेक गंभीर स्वरूपाच्या उणिवा आढळून आलेल्या आहेत. गेटेलसारखा अभ्यासक मानतो की, श्रेणी समाजवादाने राज्याचे सार्वभौमत्व नष्ट करण्याचा प्रयत्न केला. परंतु विभिन्न सामुदायिक संघांमध्ये संघर्ष निर्माण झाल्यास, त्यांचे निवारण करण्यासाठी सर्वोच्च सत्ता कोणती असेल याचे स्पष्टीकरण दिले नाही. आदर्श समाजव्यवस्थेबाबतही श्रेणी समाजवादामध्ये एकमत आढळून येत नाही. हाब्सन राज्याला व्यावसायिक संघापेक्षा श्रेष्ठ मानतो, तर बहुलवादी राज्याला अन्य समुदायाप्रमाणे समान मानतात.

१. **व्यवसाय प्रतिनिधित्व पद्धत अयोग्य :** तांत्रिकदृष्ट्या व्यवसाय प्रतिनिधित्वाची पद्धत चुकीची आहे. या पद्धतीत व्यक्तीचा आर्थिक घटक म्हणून विचार केला जातो. मात्र व्यक्तीचे व्यक्तिमत्त्व अनेक प्रकारचे असल्यामुळे सर्व व्यक्तींना प्रतिनिधित्व देता येणार नाही. तसेच व्यक्तीच्या सामाजिक व सांस्कृतिक पैलूंकडे व्यावसायिक प्रतिनिधित्व पद्धतीत दुर्लक्ष होते. व्यावसायिक प्रतिनिधित्वामुळे समाजातील एकात्मता नष्ट होते.
२. **व्यावसायिक प्रतिनिधित्वातील अडचणी :** कोणत्या व्यवसायाला किती प्रतिनिधित्व द्यावे हा प्रश्नसुद्धा वादग्रस्त आहे. व्यावसायिक मतदार संघाच्या आधारावर निवडलेले प्रतिनिधी व्यावसायिक हितसंबंध जोपासण्याचा प्रयत्न करतील. त्यामुळेदेखील व्यावसायिक प्रतिनिधित्व देताना अडचणी येतात.
३. **कार्यविभागणी अशक्य :** राज्याने कायदा व सुव्यवस्था क्षेत्रात काम करावे आणि व्यवसाय संघाने उत्पादन क्षेत्रात कार्य करावे अशी भूमिका संघवादी मांडतात. पण प्रत्यक्षात ही कार्ये एकमेकांशी संबंधित असल्याने त्यांच्यात विभागणी करणे अशक्य आहे. व्यवसाय संघवादामुळे प्रत्येक व्यवसायात विविध व्यवसाय संघ निर्माण

करावे लागतील. वेगवेगळ्या व्यवसाय संघांत मतभेद आणि भांडणे निर्माण होतील. त्यांचा उत्पादनावर विपरीत परिणाम होईल. ही गोष्ट देशहितासाठी घातक ठरेल, याकडे व्यवसाय संघवाद लक्ष देत नाही.

४. **व्यवसाय संघांना समान दर्जा अयोग्य :** प्रो. कोल यांच्या मतानुसार, राज्य आणि व्यवसाय संघ ह्यांचा दर्जा एकच राहणार असून राज्याचे सर्वश्रेष्ठत्व आणि सार्वभौमत्व त्यामुळे टिकू शकणार नाही. राज्याचे सार्वभौमत्व नष्ट केले, तर व्यवसाय संघाचे सार्वभौमत्व प्रस्थापित होईल. ही गोष्ट राज्याच्या अस्तित्वासाठी घातक ठरेल. आजच्या काळात आंतरराष्ट्रीय व्यापार आणि यंत्रांद्वारे मोठ्या प्रमाणावर उत्पादन होत आहे. उद्योग आणि व्यापार क्षेत्रांत मोठ्या प्रमाणावर स्पर्धा निर्माण झालेली आहे. त्या स्पर्धेत व्यवसाय संघ ही संकल्पना कितपत राबविता येईल याबाबत विचारवंतांमध्ये शंका आहे.

५. **आधुनिक काळात उपयुक्त नाही :** आधुनिक काळात उद्योगधंद्याच्या क्षेत्रात मोठ्या प्रमाणावर यंत्राद्वारे उत्पादन केले जाते, म्हणून आज व्यवसाय संघांच्या माध्यमातून उद्योग चालविणे शक्य नाही. मध्ययुगीन व्यवसाय संघाची तरफदारी व्यवसाय संघवाद्यांनी केलेली असली, तरी त्यात शोषण, विषमता, सक्ती इत्यादी गंभीर दोष असल्यामुळे ते टिकू शकले नाही. प्रो एस्मीन सांगतात की, व्यवसाय संघवाद एक मिथ्या धारणा आहे. ते समाजाच्या एकतेला योग्य महत्त्व देत नाही. राष्ट्रीय प्रभुत्वाच्या दृष्टीने विचार करता हा सिद्धान्त राष्ट्रीय एकात्मतेसाठी घातक सिद्ध होईल.

६. **राज्याबाबत विचारात विसंगती :** हाब्सनसारखे विचारवंत राज्य आणि व्यवसाय संघाचा दर्जा समान मानत नाही, तर राज्याला सर्वश्रेष्ठ स्थान देतात. तरकोल आणि बहुलवादी अभ्यासक राज्य आणि व्यवसाय संघाला समान मानतात. या समानतेमुळे राज्याचे सार्वभौमत्व धोक्यात येईल. राज्याचे सार्वभौमत्व नष्ट झाल्यास संघातील संघर्षनिवारण कोण करेल, याबाबत कोणतेही निश्चित स्वरूपाचे मार्गदर्शन करत नाही. त्यांची राज्याबद्दलची भूमिका विसंगतीने भरलेली आहे.

अशा प्रकारे व्यवसाय संघवाद विचारसरणीचे मूल्यमापन करता येते.

लघुत्तरी प्रश्न

१. रॉबर्ट ओवेन

२. सेंट सायमन

३. बर्नस्टाईन

४. समाजवादाचे महत्त्व आणि भवितव्य

५. लोकशाही आणि समाजवाद परस्परसंबंध व समन्वय
६. लोकशाही समाजवादाची राज्यविषयक भूमिका
७. लोकशाही समाजवादाचे गुणदोष
८. फेबियन समाजवाद
९. श्रमिक संघवादाचे मूल्यमापन
१०. व्यवसाय संघवादाचे दोष

दीर्घोत्तरी प्रश्न

१. समाजवादाची व्याख्या सांगून समाजवादाची तत्त्वे वा वैशिष्ट्ये स्पष्ट करा.
२. समाजवादाच्या विकासात योगदान करणाऱ्या विचारवंतांची थोडक्यात माहिती द्या.
३. लोकशाही समाजवादाच्या मूलतत्त्वांचे टीकात्मक परीक्षण करा.
४. श्रमिक संघवाद विचारसरणीतील प्रमुख तत्त्वांची चर्चा करा.
५. फेबियन समाजवाद अपयशाची कारणमीमांसा करा.
६. व्यवसाय संघवाद विचारसरणीची प्रमुख वैशिष्ट्ये विशद करा.

प्रकरण पाचवे

राष्ट्रवाद

Nationalism

राष्ट्रवाद विचारसरणीचा उदय १८ व्या शतकात झाला असून, याच शतकाच्या मध्यापासून तिच्या विकासाची प्रक्रिया वेगाने सुरू झालेली आढळते. प्रो. हॅन्सकोहन यांच्या मते, राष्ट्रवाद हा १८ व्या शतकाच्या द्वितीयार्धापेक्षा जुना नसून त्याचा प्रभाव फ्रेंच राज्यक्रांतीच्या काळात मोठ्या प्रमाणावर पडलेला दिसून येतो. फ्रेंच राज्यक्रांतीच्या आधी कोणत्याही राज्यशास्त्रज्ञाने राष्ट्रवादाविषयी तत्त्वज्ञान प्रस्तुत केलेले नाही, हे खरे असले तरी काही अभ्यासकांच्या मते राष्ट्रवाद ही जुनी संकल्पना आहे. ज्यू, ग्रीक आणि भारतीय लोकांमध्ये स्वतंत्र राष्ट्रीयत्वाची भावना अस्तित्वात होती, असे मानले जाते. राष्ट्रवाद हा शब्द प्रत्यक्षात वापरण्यात आलेला नसला तरी त्याला पूरक असणाऱ्या भावना, प्रवृत्ती आणि प्रेरणा अनेक शतकांपासून विकसित होत आलेल्या आहेत. राष्ट्रवादाची बीजे प्राचीन काळापासून अस्तित्वात असल्याचे दिसून येते. फ्रेंच राज्यक्रांतीमुळे राजकीय सत्ता लोकांच्या हातात आल्यामुळे राष्ट्रवादाच्या विकासाला मदत झालेली दिसते. राष्ट्रवाद ही संकल्पना फ्रेंच राज्यक्रांतीचा परिपाक आहे. रॉयल इन्स्टिट्यूटने प्रकाशित केलेल्या 'नॅशनॅलिझम' या ग्रंथातदेखील हे नमूद केलेले आहे.

राष्ट्रवाद ही संकल्पना आधुनिक काळात एक महान शक्ती मानली जाते. राजकीय शक्ती वा संकल्पनेच्या स्वरूपात राष्ट्रवादाचा उदय १८ व्या शतकात झाला. राष्ट्रवाद संकल्पना समजण्याआधी राष्ट्र (Nation) आणि राष्ट्रीयता (Nationality) या शब्दांचा अर्थ लक्षात घेणे गरजेचे आहे. या दोन्ही शब्दांची उत्पत्ती Natus या लॅटिन शब्दापासून झालेली आहे. त्याचा अर्थ जन्म वा वंश असा होता. युरोपमध्ये सुरुवातीला राष्ट्र हा शब्द वांशिक एकता या अर्थाने वापरला जात असे. राष्ट्र म्हणजे वांशिक एकता आणि रक्तसंबंधामुळे निर्माण होणारा एकात्म समाज असा होता. राष्ट्र हा अशा प्रकारचा जनसमुदाय असतो की, ज्यात जीवनाचे समान आदर्श, एकच संस्कृती, समान भाव-भावना, समान निष्ठा आणि समान परंपरा असते आणि त्यामुळे त्या समाजाची विशिष्ट जीवनपद्धती विकसित होत असते. एखाद्या विशिष्ट भूभागावर राहणाऱ्या आणि समान परंपरा व

आकांक्षा, भूतकाळाच्या अनुभवातील समान स्मृती, शत्रू-मित्रत्वाच्या समान भावना आणि सर्वांचे एकमेकांशी निगडित असलेले हितसंबंध असणाऱ्या अशा एकसंध जनसमुदायाला राष्ट्र म्हटले जाते. राष्ट्र हे इतिहासक्रमातील स्थित्यंतरातून निर्माण केले जाते. बेनिडिक्ट ॲन्डर्सन यांच्या मते, 'राष्ट्र हा कल्पित समूह आहे, ज्यातील लोक हे समान भूप्रदेश, संस्कृतीच्या बंधनांनी बांधलेले असतात. एकता हे राष्ट्राचे सर्वांत प्रभावी वैशिष्ट्य असून त्यांची निर्मिती विविध प्रकारच्या दृश्य घटना आणि प्रतिनिधित्वाद्वारे केली जाते. त्यात उत्सवी घटना, माध्यमातील प्रतिमा आणि प्रतीके यांचा समावेश असतो'. ॲन्डर्सन यांची राष्ट्र संकल्पना एकता निर्माण करताना विविधतेला नष्ट करते आणि विविध हितसंबंधी गट आणि त्यांच्या वर्चस्ववादी स्थानाचे नैसर्गिककरण करते. राष्ट्र संकल्पना एकता प्रस्थापित करण्यासाठी बहुविविधता नाकारते. पिल्सबरी या अमेरिकन मानसशास्त्रज्ञाने राष्ट्रीयतेला मानसिक अवस्था म्हटले आहे. तो राष्ट्राची व्याख्या करताना सांगतो की, राष्ट्र म्हणजे स्वत:ला एकात्म मानणारा समूह होय. एका विशिष्ट मर्यादित तो गटाच्या हितासाठी व्यक्तिहितास तिलांजली देण्यास प्रवृत्त होतो... या समूहातील प्रत्येक व्यक्ती समूहाच्या प्रगतीने आनंदित होतात, तर समूहाच्या संकटाने व्यतीत होतात. राष्ट्राचे सुखदु:ख हे स्वत:चे सुखदु:ख मानतात. सुरुवातीला राष्ट्र आणि राष्ट्रीयता शब्द समान अर्थाने वापरले जात होते. एकोणिविसाव्या शतकात राष्ट्र आणि राष्ट्रीयता हे शब्द भिन्न अर्थाने वापरले जाऊ लागले. राष्ट्र हा शब्द राजकीय स्वातंत्र्य आणि सार्वभौमत्वाशी निगडित आहे. राष्ट्रीयता ही एक अराजकीय मान्यता असून विदेशी नियंत्रणाखाली असलेल्या समुदायातदेखील असू शकते. राष्ट्रीयतेची सर्वमान्य व्याख्या करणे शक्य नाही. लोकांमध्ये एकत्र राहण्याच्या आकांक्षेला राष्ट्रीयता म्हटले जाते. ब्लंट्श्ली सांगतो की, राष्ट्रीयता विभिन्न व्यवसाय आणि आनुवांशिक समाजातील अशा वर्गांचा समूह की ज्यांची चेतना, भावना एक असते आणि जो भाषा, परंपरेद्वारा एका समान सभ्यतेच्या स्वरूपात विकसित होतो. ही सभ्यता त्या समूहात एकतेचे भान निर्माण करते. इतरांपेक्षा वेगळे आहोत हा भावदेखील निर्माण करते. उपरोक्त मताचा विचार केला तर राष्ट्र आणि राष्ट्रीयता ह्या संकल्पनेतील अंतर स्पष्ट होते.

राष्ट्रवाद ही संकल्पना राष्ट्र संकल्पनेशी निगडित वा संबंधित आहे. राष्ट्रवादात राष्ट्र, राष्ट्राभिमान, राष्ट्रीय उत्कर्ष इत्यादी संकल्पनांचा समावेश आहे. राष्ट्रवाद अशा ऐतिहासिक प्रक्रियेचे सुतौवाच करतो की, ज्याद्वारे राष्ट्रीयता राजकीय एककाचे रूप धारण करते. या भावनेने प्रेरित समूह एक निश्चित स्वरूपाचे राष्ट्र निर्माण करण्याचा प्रयत्न करतो. जगामध्ये आपले विशिष्ट स्थान निर्माण करण्याचा प्रयत्न करतो. राष्ट्रवाद समाजातील भावनात्मक आणि प्रेरणात्मक प्रवृत्तीतून निर्माण होत असतो. या संकल्पनेचा संबंध मानवाच्या बुद्धीशी नसून भावनेशी आहे. राष्ट्रवाद ही मानसिक व भावनिक संकल्पना

आहे. संकल्पनात्मकदृष्ट्या राष्ट्रवादाचा अर्थ वेगळा आहे. व्यवहारात राष्ट्रवाद म्हणजे राष्ट्रावर प्रेम करणे, राष्ट्राच्या कल्याणसाठी आपले सर्वस्व अर्पण करणे, राष्ट्रासाठी सेवा करणे इत्यादी अर्थ घेतले जातात.

राष्ट्रवादाची व्याख्या : राष्ट्रवाद ही अत्यंत गुंतागुंतीची संकल्पना आहे. राष्ट्रवादाची निश्चित आणि सर्वसामान्य अशी व्याख्या करणे अतिशय अवघड काम आहे. असे असले तरी काही विचारवंतांनी राष्ट्रवादाची व्याख्या करण्याचा प्रयत्न केलेला आहे.

१. **आशिर्वादम :** यांच्या मते, राष्ट्रवाद ही एक ऐतिहासिक प्रक्रिया असून ज्यात राष्ट्रीयत्वाचे एका राजकीय घटकांत रूपांतर होऊन, आपल्या वैधानिक हक्कासाठी लोक राष्ट्राची निर्मिती करतात.
२. **हॅन्सकोहन :** यांच्या मते, राष्ट्रवाद ही प्रथमतः आणि मुख्यतः मानसिक अवस्था आहे. आत्मीयतेच्या जाणिवेची ती कृती आहे.
३. **आल्फ्रेडगाझिया :** यांच्या मते, राष्ट्रवाद म्हणजे स्वदेशाबद्दलचे प्रेम आणि परकीयांबद्दलचा संशय या दोन्ही भावनांचे एकत्रीकरण होय.
४. **लुई साईन्डर :** यांच्या मते, निश्चित स्वरूपाच्या भौगालिक क्षेत्रात राहणाऱ्या; समान भाषा, रूढी, परंपरांनी प्रभावित झालेल्या; समान धर्म असणाऱ्या लोकांची मानसिक एकता म्हणजे राष्ट्रवाद होय.
५. **रॉयल इन्स्टिटयूट ऑफ इंटरनॅशनल अफेअर्सचा अभ्यासगट :** यांच्या मते, व्यक्ती वा गट ह्यांच्यामध्ये एखाद्या राष्ट्राचे सभासद असण्याबद्दल जी जाणीव असते किंवा त्या राष्ट्राची शक्ती, स्वातंत्र्य, आणि उत्कर्ष ह्यांत वाढ घडवून आणावयाची इच्छा आणि आकांक्षा यांचा उल्लेख करण्यासाठी राष्ट्रवाद ही संज्ञा वापरली जाते.
६. **गिलख्रिस्ट :** यांच्या मते, राष्ट्रवाद म्हणजे सामान्यतः एकाच प्रदेशात राहणारे, एकाच वंशाचे, एकच भाषा असणारे; समान इतिहास, समान परंपरा, एक धर्म, समान हितसंबंध, समान राजकीय संघटन इत्यादींमुळे निर्माण होणाऱ्या एकात्मतेच्या भावनेला राष्ट्रवाद असे म्हणतात.

राष्ट्रवादाची सर्वमान्य व्याख्या करता येत नसली, तरी वरील व्याख्यांवरून त्याचे स्वरूप निश्चित करता येते. राष्ट्रवाद निर्माण करण्यासाठी समूहांमध्ये काही समान मूल्य वा घटक असणे गरजेचे असते. समान भूप्रदेश, समान रूढी, परंपरा व इतिहास, समान राजकीय आकांक्षा इत्यादी घटकांमुळे समूहातील सदस्यांमध्ये एकता आणि आपलेपणाची भावना निर्माण होते. आपण सर्व एक आहोत आणि इतरांपेक्षा वेगळे आहोत ही भावना राष्ट्रवाद निर्मितीला पोषक वातावरण निर्माण करते. त्यामुळे राष्ट्रवाद ही मानसिक व

भावनिक संकल्पना मानली जाते. राष्ट्रवादाच्या माध्यमातून राष्ट्रप्रेम, राष्ट्रभक्ती, राष्ट्रत्याग व राष्ट्राप्रति समर्पणाची भावना नागरिकांमध्ये निर्माण करता येते. त्यामुळे आधुनिक काळात ही संकल्पना सर्वांत शक्तिशाली तसेच विध्वंसकारीदेखील मानली जाते.

राष्ट्रवादाचे स्वरूप : राष्ट्रवाद ही एक मानसिक किंवा भावनिक अवस्था असून त्यात स्वदेश प्रेम, मातृभाषा, स्वकीय, स्वसंस्कृती, साहित्य, इतिहास, लोकपरंपरा व श्रद्धा, धर्म आणि वंश यांबद्दल आत्मीयता व आस्था निर्माण होते. आपल्या देशात राहणाऱ्या व्यक्तीबद्दल आपुलकी वा आपलेपणाची भावना निर्माण होऊन लोकांमध्ये ऐक्य निर्माण होत असते.

१. राष्ट्रवाद या मानसिक भावनेमुळे आपल्या राष्ट्राविषयी प्रेमाची भावना निर्माण होते. त्यासोबत दुसऱ्या राष्ट्राविषयी साशंकतेची भावनादेखील निर्माण होत असते. त्यामुळे स्वकीयांबद्दल प्रेम व परकीयांबद्दल अलगतेची भावना विकसित करण्यास राष्ट्रवाद हातभार लावतो.

२. राष्ट्रवादाची भावना देशावर प्रेम करावयास लावणारी मानसिक अवस्था आहे. राष्ट्रप्रेमाने भारलेले नागरिक साहजिकच राष्ट्रासाठी कोणताही त्याग करण्यास तयार होतात. राष्ट्रभक्तीने भारलेले लोक देशासाठी सर्वस्वाचा त्याग करण्यास केव्हाही तयार असतात. अशा व्यक्तींच्या त्यागातून राष्ट्रविकासाचा पाया रचला जातो.

३. राष्ट्रवादाने प्रेरित झालेल्या विशिष्ट भूप्रदेशात राहणाऱ्या व्यक्ती व त्यांच्या समूहात आपले स्वतंत्र राजकीय अस्तित्व असावे ही आकांक्षा निर्माण होण्यास प्रारंभ होतो. उदा. ज्यू वंशीयांतील आत्मीयतेतून इस्त्रालय राष्ट्राची निर्मिती झालेली दिसते.

४. राष्ट्रवादाने भारलेल्या व्यक्तींना आपले स्वतंत्र व सार्वभौम राष्ट्र असावे असे वाटते. स्वातंत्र्यपूर्व काळात भारतीयांमध्ये राष्ट्रवादाची भावना निर्माण झाल्यावर भारतीय स्वातंत्र्य चळवळ गतिमान बनली. भारतीयांनी ब्रिटिशांच्या नियंत्रणापासून मुक्तीसाठी स्वातंत्र्याची हाक दिली. या हाकेस जनतेचा उत्सफूर्त प्रतिसाद मिळाल्याने ब्रिटिशांना भारताला स्वातंत्र्य द्यावे लागले.

५. व्यक्तिगत जीवनात धर्माला जे स्थान आहे ते स्थान राष्ट्राच्या जीवनात राष्ट्रवादाला आहे. राष्ट्रवाद राष्ट्राविषयी प्रेम विकसित करत नसून, राष्ट्रासाठी बलिदानाची भावनासुद्धा निर्माण करत असतो. उदा. भारतीय स्वातंत्र्यासाठी भगतसिंग, राजगुरू आणि सुखदेव यांनी केलेले बलिदान होय.

६. राष्ट्रीयत्वाच्या भावनेतून राष्ट्राची निर्मिती होत असते. राष्ट्रीयत्व ही मनाची विशिष्ट अशी अवस्था आहे. त्या अवस्थेतून व्यक्ती–व्यक्ती राजकीय संबंध निर्माण होत असतात.

७. राष्ट्रवादाचा संबंध राष्ट्रीय प्रगती व विकासासाठी जोडला जातो. राजकीय आणि सामाजिक ऐक्य आणि राष्ट्राप्रति आत्मीयता राष्ट्राच्या प्रगतीसाठी आवश्यक असते. उच्च राष्ट्रीयता असलेल्या समाजाची लवकर प्रगती होत असते.
८. समान मूल्यांतून राष्ट्रवादाची भावना निर्माण होत असल्याने, राष्ट्रवादातून ऐक्य भावना विकसित होणे ही स्वाभाविक गोष्ट आहे.

राष्ट्रवाद संकल्पनेचा विकास : राष्ट्रवाद संकल्पनेचा विकास १८ व्या शतकात युरोपमध्ये झाला असे मानले जात असले, तरी १४ व्या शतकात युरोपमध्ये घडलेल्या राजकीय व लष्करी घटनांमधून राष्ट्रवादाच्या उदयाला अनुकूल परिस्थिती निर्माण झाली. त्यात ब्रिटिश व फ्रेंच यांतील शंभर वर्षांच्या युद्धाचा अंत ही घटना महत्त्वपूर्ण मानली जाते. १६ व्या व १७ व्या शतकातील युरोपमध्ये आधुनिक राज्याच्या उदयामुळे राष्ट्रवादाच्या विकासाला पोषक वातावरण निर्माण झाले. आधुनिक राज्याच्या उदयामुळे चर्च आणि सामंतांच्या सत्तेला उतरती कळा लागली. धार्मिक शक्ती आणि सामंतशाहीच्या अस्तामुळे आधुनिक राज्याकडे सत्ता केंद्रित झाली. सार्वभौमत्वाच्या सिद्धान्तामुळे राज्य ही सर्वश्रेष्ठ संस्था बनली. नव्याने उदयाला येत असलेल्या व्यापारी व उद्योजक वर्गांच्या मदतीने आधुनिक राज्यव्यवस्था निरंकुश राजेशाहीच्या ताब्यात गेली. निरंकुश राजसत्तेमुळे सरंजामशाहीची पाळेमुळे उखडली गेली. राजाच्या वाढत्या सत्तेमुळे धार्मिक सत्तेचे महत्त्व कमी होत गेले. चर्चच्या वाढत्या सत्तेला लगाम घालण्यासाठी राजांनी धार्मिक सुधारकांना पाठिंबा दिला. उदा. मार्टिन ल्यूथर यांना जर्मनीतील अनेक राजांनी पाठिंबा दिला होता. धार्मिक सुधारणांमुळे कॅथॉलिक चर्चचे महत्त्व कमी झाले. निरंकुश राजांनी राजनिष्ठा विकसित करण्यासाठी प्रादेशिक सीमांची आखणी केली. रहिवास, संचार, धर्म, शिक्षण आणि भाषांबाबत समान कायदे व नियम तयार केले. प्रादेशिक सीमांमुळे सांस्कृतिक, भाषिक, वांशिकदृष्ट्या समान असलेल्या समुदायांत एकात्मतेची भावना निर्माण होऊ लागली. नव्याने उदयाला आलेल्या व्यापारी व उद्योजक वर्गांनी राजकीय समावेशन व सहभागासाठी राजकीय अधिकार व प्रतिनिधित्वाची मागणी केली. या मागणीवरून राजा व राजकीय सहभागाची मागणी करणारा वर्ग (पार्लमेंट) यांत संघर्ष निर्माण झाला. उदा. इंग्लंडमधील १६८८ ची वैभवशाली क्रांती. औद्योगिक क्रांतीनंतर सरंजामशाहीचे उरलेसुरले अवशेषदेखील नष्ट होण्यास सुरुवात झाली. औद्योगिक क्रांतीतून उदयाला आलेल्या व्यापारी, उद्योजक, बुद्धिजीवी आणि मध्यवर्गाला एकसंध करण्यास राष्ट्र संकल्पनेने महत्त्वाची भूमिका बजावली. राजकीय सत्तेला विरोध करण्यासाठी राष्ट्रवाद ही संकल्पना उपयुक्त आहे, हे सामान्य जनतेच्या लक्षात येऊ लागल्यामुळे राजेशाहीला प्रखर विरोध होऊ लागला. उदा. १७७९ ची फ्रेंच राज्यक्रांती. युरोपमध्ये १८ व्या व १९ व्या शतकात झालेल्या क्रांती वा बंडामध्ये राष्ट्रवाद संकल्पनेचा वारंवार पुर्नउच्चार होऊ

लागला. १९ व्या शतकात राष्ट्रवादाच्या प्रभावामुळे निरंकुश राजेशाहीचे संवैधानिक लोकशाहीत रूपांतर होऊ लागले. युरोपातील राष्ट्रवादाच्या प्रसारामुळे युरोपियन वसाहती असलेल्या आशिया, आफ्रिका आणि लॅटिन अमेरिकन देशांतदेखील राष्ट्रवादाचा प्रसार-प्रचार होऊ लागला. वसाहतीवादी देशांवर होणाऱ्या अन्याय-अत्याचारांच्या विरोधात प्रतिध्वनी उमटू लागला. वसाहतीवादी देशांमध्ये राष्ट्रवादाच्या प्रभावामुळे राष्ट्रीय स्वातंत्र्यासाठी आंदोलने सुरू झाली. सुरुवातीला पाश्चिमात्य शिक्षण पद्धतीने पुढे आलेल्या सुशिक्षित व मध्यवर्गीय नेत्यांनी राष्ट्रीय चळवळीचे नेतृत्व केले. नंतरच्या काळात सामान्य जनतादेखील स्वातंत्र्य आंदोलनात सहभागी होऊ लागली. रशियासारख्या बलाढ्य देशाचा जपानसारख्या चिमुकल्या देशाने केलेल्या पराभवामुळे वसाहतीवादी देशांमध्ये उत्साहाचे वातावरण निर्माण झाले. आशिया आणि आफ्रिका खंडांतील देशांतील राष्ट्रीय आंदोलनांच्या प्रभावामुळे वसाहतींवरचे वर्चस्व टिकवणे पाश्चिमात्य देशांना कठीण होऊ लागले. युरोपियन देशांतदेखील वसाहतीवरील होणाऱ्या अन्याय-अत्याचारांचे पडसाद उमटू लागले. दुसऱ्या महायुद्धामुळे युरोपियन देशांची आर्थिक परिस्थिती बिकट झाल्यामुळे आणि वसाहतीतील राष्ट्रवादी चळवळीचा जोर वाढल्यामुळे, वसाहतींना स्वातंत्र्याचा दर्जा देण्याशिवाय दुसरा पर्याय राहिला नाही. दुसऱ्या महायुद्धानंतर बहुसंख्य आशिया, आफ्रिका आणि लॅटिन अमेरिकेतील देश स्वतंत्र झाले आणि त्यांनी राष्ट्र-राज्याची स्थापना केली. अशा प्रकारे राष्ट्रवाद ही संकल्पना जगभर विकसित झालेली आढळते.

राष्ट्रवादाचे आधारभूत घटक : राष्ट्रवाद ही भावनिक संकल्पना आहे. राष्ट्रवाद निर्माण होण्यासाठी विशिष्ट घटकांची आवश्यकता असते. समान इतिहास, परंपरा, भाषा, आणि समान संस्कृती असलेल्या समूहामध्ये एकात्मतेची भावना विकसित होणे आणि आपण इतर समुदायांपेक्षा भिन्न आहोत ही भावना म्हणजे राष्ट्र होय. राष्ट्र हा एक भावनिकदृष्ट्या एकात्म असलेल्या व्यक्तींचा समूह असतो. या समूहाला राजकीय स्वातंत्र्य वा राजकीय अधिमान्यता मिळाली की, त्यांचे राष्ट्र-राज्यात रूपांतर होते. राष्ट्र-राज्याची स्थापना वा संरक्षण हा राष्ट्रवादाचा मध्यवर्ती आशय मानला जातो. राष्ट्रवाद आपोआप निर्माण होत नसून त्यासाठी काही घटकांची आवश्यकता असते. राष्ट्रवादाचे पुढील काही महत्त्वपूर्ण आधारभूत घटक मानले जातात.

१. **समान भूप्रदेश :** राष्ट्रवादी भावना निर्माण होण्यास भौगोलिक एकता वा समान भूप्रदेशाची महत्त्वपूर्ण भूमिका असते. एकाच भूप्रदेशात वास्तव्य करणाऱ्या लोकांची शरीर प्रकृती, मानसिक प्रवृत्ती, आहार, राहणीमान, लोकांचे हितसंबंध, सवयी समान असतात. हवामान, पर्जन्यमानदेखील सारखे असते. या सारखेपणामुळे

समुदायातील घटकांमध्ये आपोआप मानसिक एकता निर्माण होते. दीर्घकाळ एकाच भूप्रदेशावर वास्तव्य केल्यामुळे समूहांच्या संस्कृतींतदेखील एकजिनसीपणा निर्माण होतो. आपण राहत असलेल्या भूमीबद्दल एक प्रकारची आत्मीयता निर्माण होते. या आत्मीयतेमुळे आपण त्या भूमीला मातृभूमी असे म्हणतो. मातृभूमीविषयी प्रेम असल्याने लोक तिच्या संरक्षणासाठी व विकासासाठी एकत्र येतात. मातृभूमीच्या रक्षणासाठी आपले सर्वस्व वेचण्याची तयारी ठेवतात. एकाच भूप्रदेशात राहणाऱ्या लोकांमध्ये आपण सर्व एक आहोत ह्या भावनेसोबत परस्पर सहकार्याची आणि जवळीकतेची भावना विकसित होते. या उलट भूप्रदेश सलग नसेल तर राष्ट्रवादाच्या निर्मितीत अडथळे येतात. उदा. पूर्व व पश्चिम पाकिस्तानात इस्लाम धर्म समान असूनही भूप्रदेशाच्या अलगतेमुळे पूर्व पाकिस्तान अवघ्या २० वर्षांत पाकिस्तानमधून बाहेर पडला आणि बांगलादेश नावाचा स्वतंत्र देश निर्माण झाला. समान भूप्रदेश आणि निश्चित भौगोलिक मर्यादांमुळे लोकांना राष्ट्राची प्रतिमा उभी करता येते. या प्रतिमांच्या माध्यमातून भावनिक आत्मीयता विकसित करता येते. अर्थात राष्ट्र निर्माण करण्यासाठी भौगोलिक एकात्मता वा समान भूप्रदेश हा एकमेव निकष नाही. युरोपातील अनेक राष्ट्रांमध्ये समान भूप्रदेश असूनही राष्ट्र निर्माण झालेले दिसून येत नाही. ज्यू लोकांकडे समान भूप्रदेश नसतानाही त्यांनी दीर्घकाळ आपल्या राष्ट्रीयत्वाची भावना टिकवून ठेवली आणि अखेर १९४८ मध्ये इस्त्राईल ह्या जगातील एकमेव ज्यू राष्ट्राची स्थापना केली. अर्न्स्ट रेनान म्हणतात की, केवळ भूमीमुळे राष्ट्र तयार होत नाही. माणूस हा राष्ट्रवादाचा आत्मा आहे. राष्ट्र हे आध्यात्मिक तत्त्व आहे, इतिहासाच्या गुंतागुंतीच्या घडामोडींचा परिणाम आहे, एक आध्यात्मिक कुटुंब आहे; केवळ जगाच्या भौगोलिक रचनेने ठरलेला समूह म्हणजे राष्ट्र नव्हे. निव्वळ भौगोलिक एकात्मता वा समान भूप्रदेशामुळे राष्ट्रवाद निर्माण होत नाही, तर त्यासाठी आणखी काही घटकांची आवश्यकता असते.

२. **वांशिक एकता :** राष्ट्रवादाच्या निर्मितीसाठी वंश हा घटकदेखील महत्त्वपूर्ण मानला जातो. राष्ट्रात एकाच वंशाचे लोक राहत असतील तर त्यांच्यामध्ये राष्ट्रीयत्वाची भावना लवकर निर्माण होते. बर्नार्ड जोसेफ यांच्या मते, 'वंशाची जाणीव अगर राष्ट्रातील लोकांमध्ये आपण एकवंशीय आहोत असा विश्वास असणे, ह्याचा राष्ट्र-निर्मितीवर प्रभाव पडलेला दिसून येतो'. बर्जेस व लिकॉक यांनी वंश हा घटक एक राष्ट्रीयत्व निर्माण करण्यासाठी महत्त्वपूर्ण मानला आहे. एकाच वंशाच्या लोकांमध्ये परस्परांबद्दल आपुलकीची भावना असल्याने, ते लोक लवकर एकत्र येतात. वंशशुद्धता, वंशश्रेष्ठता वा वंशाभिमान राष्ट्रीयत्व विकसित करत असतो. वंशश्रेष्ठत्वाच्या आधारावर जनतेत एकता निर्माण करता येते. राष्ट्र निर्माण करण्यासाठी

वंशाभिमानाचा उपयोग केल्याची अनेक उदाहरणे आहेत. उदा. हिटलरने वंशश्रेष्ठत्वाच्या आधारावर जर्मन जनतेत राष्ट्रवाद निर्मितीचा प्रयत्न केला होता. वांशिक एकतेसंदर्भात परस्परविरोधी भूमिका विचारवंतांमध्ये आहेत. मॅझिनी जोसेफ, जे. एच. रोज, लाई ब्राईससारखे अभ्यासक राष्ट्रवाद निर्मितीसाठी वांशिक एकतेला महत्त्व देत नाहीत तर झिमर्न, बर्नार्ड जोसेफ हे विचारवंत वांशिक एकता राष्ट्रवादासाठी आवश्यक मानतात. वांशिक एकात्मता ही राष्ट्रवादासाठी पूरक मानली जाते. वांशिक भिन्नता राष्ट्रीय एकात्मतेसाठी बाधक ठरू शकते. उदा. भिन्न वंशीयांना एकत्र राहणे अशक्य झाल्यामुळे तुर्क साम्राज्याचे तुकडे पडले. अमेरिकेतदेखील गोरे विरुद्ध निग्रो हा संघर्ष उफाळून येतो. राष्ट्रीयत्वाच्या निर्मितीसाठी वंश हा घटक उपयुक्त घटक असला, तरी आधुनिक काळात या घटकाचे महत्त्व कमी झालेले दिसते. वांशिक शुद्धता वर्णसंकरामुळे आधुनिक काळात सापडणे शक्य नाही. वंशश्रेष्ठत्वाचा अभिमान हा घटक मानवाच्या आणि मानव जातीच्या विकासाच्या प्रक्रियेतील अडथळा आहे, असे आधुनिक काळात मानले जाऊ लागले आहे.

३. **भाषिक एकता :** युरोपातील राष्ट्रनिर्मिती प्रक्रियेमुळे भाषिक एकता हा राष्ट्रनिर्मितीतील प्रमुख घटक मानला जाऊ लागला. आधुनिक पाश्चिमात्य राष्ट्र-राज्य ही भाषिक तत्त्वाच्या आधारावर निर्माण झालेली एकभाषिक राज्ये आहेत. उदा. इंग्लिश भाषा-इंग्लंड देश, जर्मनी भाषा-जर्मन देश. भाषिक एकात्मतेच्या बाबतीत युरोपमध्ये परस्परविरोधी प्रक्रिया आकाराला आलेला आहेत. जर्मन आणि इटालियन भाषिकांना एकत्र आणून जर्मनीच्या एकीकरण आणि इटलीच्या एकीकरणाची प्रक्रिया तर दुसऱ्या बाजूला ऑस्ट्रिन साम्राज्यात हंगेरियन्स, पोल, माग्यार, सॅलाव्ह इत्यादी भाषिक व सांस्कृतिक भेदामुळे आस्ट्रियन साम्राज्याची विघटनाची प्रक्रिया होत. भाषा हे संवाद साधण्याचे प्रभावी माध्यम आहे. भाषेच्या माध्यमातून साहित्य, वाङ्मय, संस्कृती, मूल्य, आचारविचारांचा प्रचार-प्रसार होत असतो. समान भाषेमुळे नागरिक एकमेकांचे आचारविचार समजू शकतात. समान भाषिकांमध्ये विचारांची देवाणघेवाण सुलभ होत असल्यामुळे भावनिक जवळीक लवकर निर्माण होते, म्हणून रॅम्से मूरसारखा अभ्यासक भाषेला राष्ट्रनिर्मितीच्या कार्यात महत्त्वपूर्ण स्थान देतो. भाषेमुळे आचार-विचार, संस्कार, संस्कृती इत्यादींची ओळख होऊन लोकांमध्ये ऐक्याची भावना वृद्धिंगत होत असते. राष्ट्रीयत्व निर्माण करण्यासाठी भाषा हा घटक महत्त्वपूर्ण असला तरी तो एकमेव घटक नाही. एकच भाषा बोलणाऱ्या लोकांची राष्ट्रे जशी जगात आढळून येतात तशी भिन्न भिन्न भाषा बोलणाऱ्यांचीदेखील राष्ट्रे आढळून येतात. उदा. स्वित्झर्लंड, भारत, कॅनडा. भाषिक विविधता ही राष्ट्रवादाच्या निर्मितीत अडथळे आणण्याचे

कार्य करते, हेदेखील लक्षात घेतले पाहिजे. उदा. दक्षिण भारतीय लोक राष्ट्रभाषा हिंदीला भारतात विरोध करतात. भाषिक विविधता असलेल्या राष्ट्रामध्ये विविध भाषिकांना एकत्र बांधून ठेवण्यासाठी संघराज्य शासनपद्धतीचा अवलंब केला जातो. उदा. स्वित्झर्लंड, भारत या देशांत विविध भाषिकांना एकत्र जोडून ठेवण्यासाठी संघराज्य निर्माण केलेले आहे. संघराज्याच्या माध्यमातून विभिन्न भाषिकांमध्ये राष्ट्रवादाची भावना निर्माण केली जाते. अनेकदा भाषिक एकतेपेक्षा एकत्र राहण्याची प्रबळ इच्छाशक्ती हादेखील राष्ट्रवादाचा पाया ठरत असल्यामुळे आधुनिक काळात एका राष्ट्रात अनेक भाषेचे लोक राहताना आढळतात.

४. **धार्मिक एकात्मता :** समाजाला संघटित करणारी धर्म ही मोठी शक्ती आहे. धर्म ही व्यक्तीच्या जीवनातील आत्मीयता व जिव्हाळा निर्माण करणारी प्रमुख शक्ती मानली जाते. धर्माबाबत मानवी संवेदना अतिशय तीव्र असल्यामुळे प्राचीन काळी समाजाला संघटित करण्यासाठी धर्माचा मोठ्या प्रमाणावर वापर केला जात असे. प्रत्येक धर्माचे सण-समारंभ व उत्सव, चालीरिती, पूजाअर्चा, रूढी व परंपरा, श्रद्धा समान असल्याने एकाच धर्मातील लोकांमध्ये लवकर ऐक्य निर्माण होते. धार्मिक समानतेतून विशिष्ट घटकांबद्दल त्यांच्याबद्दल स्वाभिमान वाढीस लागतो. धार्मिक आधारावर राष्ट्रवाद निर्मितीचा प्रयत्न अनेक देशांत झालेला दिसतो. उदा. पाकिस्तानची निर्मिती धर्म या एकमेव कारणामुळे झाली. धर्माच्या आधारावर राष्ट्र निर्माण करण्याची प्रक्रिया अनेक देशांत घडलेली आहे. उदा. ज्यू लोकांमध्ये धर्माच्या आधारावर भावनिक ऐक्य साधले गेले. पश्चिम व मध्य आशियातील अनेक देशांत राष्ट्रवादाचा आधार धर्म असल्याचे दिसते. जगातील अनेक देश धर्माधिष्ठित आहेत. उदा. पाकिस्तानचा अधिकृत धर्म इस्लाम आहे. धार्मिक एकात्मतेतून राष्ट्रवाद विकसित होत असला, तरी याच तत्त्वांच्या आधारावर राष्ट्रवादी भावना जागृत होत असतेच, असे नाही. धर्मयुद्धानंतर आधुनिक काळात धर्म आणि राज्य यांच्यात फारकत करून धर्मनिरपेक्ष राज्याची संकल्पना पुढे आली आहे. धार्मिक राष्ट्रवादातून विविध धर्म व पंथांमध्ये संघर्षाचे वातावरण तयार होते. अल्पसंख्याकांच्या अधिकारावर गदा येत आहे. उदा. इस्लामिक राष्ट्रांमध्ये विविध पंथांमध्ये होत असलेला संघर्ष, त्यामुळे आधुनिक काळात सर्वधर्मसमभाव, धर्मनिरपेक्षता यांसारख्या मानवी कल्याणाच्या विचार करणाऱ्या तत्त्वांना महत्त्व प्राप्त होत आहे. बहुधार्मिक देशात धर्मनिरपेक्ष तत्त्वाच्या आधारावर राष्ट्रवादाची उभारणी करण्याचा प्रयत्न केला जात आहे. उदा. भारत.

५. **समान इतिहास :** इतिहासाचा आधार घेऊन राष्ट्रवाद निर्मितीचे प्रयत्न अनेक देशांत केले जातात. जे. एस. मिलच्या मते, राष्ट्राचा गौरवपूर्ण इतिहास आणि

त्यासंबंधी स्मृती, ऐतिहासिक घटनासंबंधी वाटणारा अभिमान आणि अपमान, सुख आणि दु:ख अशा सामूहिक भावना राष्ट्रवादाच्या निर्मितीमध्ये सर्वांत महत्त्वाची भूमिका बजावतात. ऐतिहासिक घटना वा प्रसंगाबद्दल एक प्रकारची आत्मीयतेची भावना जनतेत असते. या भावनेचा आधार घेऊन जनतेला संघटित करण्यासाठी राजकीय नेते इतिहासाच्या गौरवीकरणावर सातत्याने भर देतात. त्यासाठी इतिहासाचे पुनर्लेखन करण्याचादेखील प्रयत्न केला जातो. उदा. भारतात जहाल नेते लोकमान्य टिळकांनी सांस्कृतिक आधारावर इतिहासाची मांडणी करून भारतीय जनतेत राष्ट्रवाद निर्मितीचा प्रयत्न केला होता. देशाचे सांस्कृतिक वैभव, महापुरुषांच्या जीवनगाथा, सांस्कृतिक मूल्य व वारसा, इतिहासातील रोमांचकारी घटना व प्रसंग, राष्ट्रवादावर आलेली संकटे इत्यादींचा वापर करून राष्ट्रवादाचा जागर पेटविण्याचा प्रयत्न केला जातो. राष्ट्रीय संस्कृतीच्या निर्मितीत इतिहास आणि परंपरेला महत्त्वपूर्ण स्थान असते. रेम्सू म्यूरच्या मते, वीरतापूर्ण सफलता, साहसपूर्णपणे सहन केलेली कष्ट इत्यादी गोष्टी राष्ट्रभावनेचे पोषण करण्यास साहाय्यक ठरतात. राष्ट्रवाद निर्मितीत इतिहासाचे योगदान महत्त्वपूर्ण मानले जाते.

६. **समान राजकीय हितसंबंध :** वंश, भाषा, धर्म, संस्कृती इत्यादींबाबत विविधता असूनही समान राजकीय हितसंबंधांमुळे राष्ट्रीयत्व भावनेचा विकास होतो. विशेषत: परकीय अमलाखाली असलेले लोक गुलामगिरीतून मुक्त होण्यासाठी आपसातील भेद विसरून एकत्र येतात. उदा. भारताच्या स्वातंत्र्य आंदोलनात अनेक जाती-धर्माच्या लोकांनी भाग घेतलेला दिसतो. परकीय राजवटीकडून केल्या जाणाऱ्या अन्याय-अत्याचार व दडपशाहीमुळे लोकांमध्ये राष्ट्रवादाला पूरक वातावरण निर्माण होते. झिमर्नसारखा अभ्यासक मानतो की, राजकीय दडपणशाहीमुळे राष्ट्रवादी भावना बळावते व स्वातंत्र्य चळवळींना प्रोत्साहन मिळते. युरोपमध्ये राष्ट्रीयत्वाची भावना राजकीय दडपशाहीच्या परिणामातून आत्म-चेतनेच्या रूपात विकसित झालेली होती. आशिया, आफ्रिका व लॅटिन अमेरिकेतील युरोपियन वसाहतींमध्येदेखील आपला देश स्वतंत्र व सार्वभौम व्हावा या अपेक्षेने लोकांनी परकीय सत्तेच्या विरोधात संघर्ष सुरू केला. देशाला स्वातंत्र्य मिळविण्यासाठी आणि मिळालेले स्वातंत्र्य टिकवून ठेवण्यासाठी, तसेच देशाची सर्वच क्षेत्रांत प्रगती घडवून आणण्यासाठी समान राजकीय हितसंबंध उपयुक्त ठरतात. तसेच राष्ट्रीयत्वाची भावना दृढ करण्यासही साहाय्यकारी ठरतात.

७. **समान आर्थिक हितसंबंध :** आधुनिक काळात समान आर्थिक हितसंबंधामुळे राष्ट्रवादाला प्रोत्साहन मिळते. जास्तीत जास्त वेगाने आर्थिक प्रगती साधून दारिद्र्य दूर करणे हे प्रत्येक देशाचे उद्दिष्ट असते. हे उद्दिष्ट गाठण्यासाठी धर्म, भाषा, वंश हे राष्ट्रवादाचे पारंपरिक घटक बाजूला सारून आर्थिक विकासासाठी एकत्र येण्याची

भावना वाढत चाललेली आहे. भारतीय घटक राज्यांना परस्परांच्या मदतीची नितांत गरज आहे. उदा. पंजाबचा गहू, आसामचा चहा, दक्षिण भारतातील तांदूळ सर्वांना हवा आहे. त्यामुळे भारतीय समाजात अनेक भेद असूनही परस्परांच्या गरजेपोटी एकतेची भावना निर्माण होऊन, भारतात राष्ट्रवाद विकास होत आहे. समान आर्थिक हितसंबंधांतून राष्ट्रवादाच्या निर्मितीस अनुकूल परिस्थिती निर्माण होत असते. आर्थिक हितसंबंध समाजव्यवस्थेत परस्पर सहकार्य विकसित करण्यात प्रभावी भूमिका बजावतो. परस्पर सामंजस्यातून आपण सर्व एक आहोत ही भावना बळावते. आर्थिक प्रगतीचे स्वप्न राष्ट्राचा आर्थिक उत्कर्ष साधण्यास साहाय्यक ठरते. राष्ट्र आर्थिकदृष्ट्या समृद्ध व बलवान बनल्यास राष्ट्राला प्रतिष्ठा प्राप्त होईल, आंतरराष्ट्रीय पातळीवर महत्त्व वाढेल ही भावना जनतेत सुखकारक प्रतिमा निर्माण करते. राष्ट्राला आर्थिक आघाडीवर यशस्वी करण्यासाठी राष्ट्रातील जनता आपआपसांतील मतभेद विसरून एकत्र येऊ लागते. उदा. विविध भाषिक, वांशिक समुदाय अस्तित्वात असूनही व्यावसायिक व आर्थिक हितसंबंधांमुळे स्वित्झर्लंड हे एक स्वतंत्र राष्ट्र म्हणून उदयाला आलेले आहे. अर्थात समान आर्थिक हितसंबंध राष्ट्रवाद निर्मितीला पूरक असला, तरी तो एकमेव घटक नाही. आर्थिक हितसंबंधांतून राष्ट्रे निर्माण झाल्याची उदाहरणे फारशी आढळून येत नाहीत. समान आर्थिक हितसंबंधांतून राष्ट्रे निर्माण झाली असती तर भांडवलदार आणि कामगारांची स्वतंत्र राष्ट्रे उदयाला आली असती. रेनानसारखा अभ्यासक सांगतो की, आर्थिक संबंधातील एकात्मतेमुळे जकातीचा संघ निर्माण होतो, राष्ट्र नव्हे. समान आर्थिक हितसंबंध राष्ट्रवादास पूरक असला तरी राष्ट्रनिर्मितीसाठी अपुरा आहे असे अभ्यासकांना वाटते.

८. **सांस्कृतिक एकता :** राष्ट्रनिर्मितीपूर्वीची अवस्था म्हणजे राष्ट्रक होय. राष्ट्रक ही सांस्कृतिक संकल्पना आहे. सांस्कृतिक एकता नेहमीच राष्ट्रवादाला पूरक मानली जाते. सांस्कृतिक एकतेत समान रूढी व परंपरा, चालीरिती, साहित्य व वाङ्‌मय, कला इत्यादींचा समावेश होतो. सांस्कृतिक समानतेमुळे मूल्य, आचारविचार, आदर्श यांबाबत लोकांमध्ये एकवाक्यता असते. राष्ट्रीय वाङ्‌मय हा राष्ट्रीय संस्कृतीचा ठेवा याच कारणामुळे मानला जातो. बर्नार्ड जोसेफ यांच्या मते, अनेक वर्षांपासून जडलेल्या सवयी आणि लाभलेले ज्ञान ह्यांचा परिपाक म्हणून निर्माण झालेल्या परंपरांचा प्रभाव राष्ट्रवादावर पडणे ही नैसर्गिक बाब आहे. सांस्कृतिक विरासत वा वारसा लोकांमध्ये एकात्मता विकसित करण्यास मदत करतो. उदा. भारतात अनेक भाषा व धर्म असले तरी सांस्कृतिक एकतेमुळे राष्ट्रवादाच्या निर्मितीचा हातभार लागलेला दिसतो.

९. **एकत्र राहण्याची वृत्ती :** राष्ट्रनिर्मितीसाठी लोकांमध्ये एकत्र राहण्याची प्रवृत्ती असणे

आवश्यक मानले जाते. अरनाल्ड टायनबीच्या मते, 'राष्ट्र बनण्यासाठी इच्छा हा सर्वांत मोठा घटक असतो'. लोकांमध्ये धर्म, वंश, जात, लिंग, भाषा, वंश इत्यादींबाबत विविध प्रकारची भिन्नता असूनही एकत्र राहण्याची प्रवृत्ती प्रबल असेल, तर राष्ट्र निर्माण होण्यास कोणतीही अडचण नसते. उदा. अमेरिका हा देश विविध देशांतून स्थलांतरित झालेल्या लोकांनी निर्माण केलेला आहे. सक्ती नव्हे तर संमती वा इच्छा हा राष्ट्राचा आधार असतो असे टी. एच. ग्रीनसारख्या राज्यशास्त्रज्ञाने अनेक दशके आधी नमूद केलेले होते. आपल्या प्रगतीसाठी व संरक्षणासाठी आपण एकत्र राहिले पाहिजे ही भावना राष्ट्रवादाला आकार देण्याचे कार्य करीत असते.

अशा प्रकारे विविध कारणांच्या परिणामातून राष्ट्रवाद भावनेचा विकास होत असतो. राष्ट्रवाद निर्माण करण्यासाठी सर्वच घटक प्रत्येक राष्ट्रात अस्तित्वात असतीलच असे नाही. म्हणून प्रत्येक देशात राष्ट्रवादाच्या विकासासाठी विविध घटकांनी योगदान दिलेले आहे, हे नाकारता येणार नाही. कोणत्या देशात कोणत्या घटकांमुळे राष्ट्रवाद निर्माण झाला हे ठामपणे सांगता येत नाही. राष्ट्रवाद हा शेवटी अनेक घटकांच्या परिणामातून घडणारी सामूहिक-भावनिक कृती असते.

राष्ट्रवादाचे प्रकार वा वर्गीकरण : राज्यशास्त्राच्या अभ्यासात राष्ट्रवाद ही अत्यंत गुंतागुंतीची आणि शक्तिशाली संकल्पना मानली जाते. राष्ट्रवाद संकल्पनेचा विकास फ्रेंच राज्यक्रांतीपासून सुरू झाला. या प्रक्रियेत राष्ट्रवादाविषयी लेखन करणाऱ्या अभ्यासकांनी राष्ट्रवादाचे विविध प्रकारांत वर्गीकरण करण्याचा प्रयत्न केलेला आहे. हॅन्सकोहन यांनी पाश्चिमात्य राष्ट्रवाद आणि गैर पाश्चिमात्य वा पौर्वात्य राष्ट्रवाद हे राष्ट्रवादाच्या विकासावर आधारित राष्ट्रवादाचे दोन प्रकार पाडलेले आहेत. हेस यांनी राष्ट्रवादाच्या विकासाच्या पाच अवस्था स्पष्ट केलेल्या आहेत. मानवतावादी राष्ट्रवाद, पारंपरिक राष्ट्रवाद, जॅकोबिन राष्ट्रवाद, उदारमतवादी राष्ट्रवाद आणि एकात्म राष्ट्रवाद. या पाच अवस्थांमधील राष्ट्रवादापैकी चार अवस्था १८ व १९ व्या शतकात अस्तित्वात होत्या, तर पाचवी व शेवटीची अवस्था विसाव्या शतकात अस्तित्वात होती. विक्नूसी राइट यांनी मध्ययुगीन, राजसत्तात्मक, क्रांतिकारक, उदारमतवादी आणि सर्वंकष असे शासनप्रणालीच्या आधारावर राष्ट्रवादाचे पाच प्रकार विशद केले. प्रो. लुई स्नायडर यांनी एकीकरण घडविणारा राष्ट्रवाद, विघटन घडविणारा राष्ट्रवाद, आक्रमक राष्ट्रवाद आणि विद्यमान राष्ट्रवाद या राष्ट्रवादाच्या विकासाच्या चार अवस्था विशद केलेल्या आहेत. राष्ट्रवादाचा अभ्यास करणाऱ्या अभ्यासकांनी विविध दृष्टिकोन व विचारांच्या आधारावर राष्ट्रवादाचे विविध प्रकारांत वर्गीकरण केले आहे. या वर्गीकरणाच्या आधारावर राष्ट्रवादाचे प्रागतिक वा पुरोगामी राष्ट्रवाद आणि प्रतिगामी वा प्रतिक्रियावादी राष्ट्रवाद हे मुख्य दोन प्रकार पाडले जातात.

अ) **पुरोगामी वा प्रागतिक राष्ट्रवाद :** प्रागतिक राष्ट्रवाद हा विधायक कार्यावर भर देणारा आणि आपल्या राष्ट्राच्या कल्याणासोबत इतरांच्या कल्याणाचा विचार करणारा राष्ट्रवाद मानला जातो. राष्ट्र-विकासासाठी राष्ट्रवाद हा प्रकार वैधानिक, सनदशीर आणि शांततेच्या मार्गाला महत्त्व देतो.

ब) **प्रतिगामी राष्ट्रवाद :** प्रतिगामी राष्ट्रवाद विघातक स्वरूपाचा राष्ट्रवाद मानला जातो. राष्ट्राच्या प्रगतीसाठी कोणत्याही मार्गांचा अवलंब करण्यास मान्यता देतो. हिंसा, युद्ध, आक्रमकता, कूटनीती इत्यादी मार्गांनी राष्ट्राची प्रगती करण्याचा प्रयत्न करतो, म्हणून राष्ट्रवादाचा हा प्रकार इतर राष्ट्रांसाठी घातक मानला जातो. राष्ट्र-विकासासाठी कोणत्याही स्तरावर जाण्याची तयारी ह्या प्रकारच्या राष्ट्रवादात असते.

पुरोगामी वा प्रागतिक आणि प्रतिगामी राष्ट्रवादातील फरक वा भेद : पुरोगामी राष्ट्रवाद आणि प्रतिगामी राष्ट्रवाद ह्या दोन्ही प्रकारांत स्वरूप व लक्षणे भिन्न भिन्न आढळून येतात. खालील मुद्द्यांच्या माध्यमातून ह्या दोन्ही राष्ट्रवादांतील फरकाचे चांगल्या पद्धतीने स्पष्टीकरण करता येऊ शकेल. ते मुद्दे पुढीलप्रमाणे होत.

१. पुरोगामी राष्ट्रवादात राष्ट्राचा सर्वांगीण विकास घडवून आणण्याचा प्रयत्न केला जातो आणि हा विकास टप्प्याटप्पाने व शांततेच्या मार्गाने झाला पाहिजे हा भर दिला जातो. पुरोगामी राष्ट्रवाद साधनशुचितेवर भर देणारा आहे. आपल्या राष्ट्राच्या विकासासोबत इतर राष्ट्रांचाही विकास व्हावा असा मानवतावादी उद्देश बाळगणारा आहे. इतर राष्ट्रांचे हितसंबंध लक्षात घेऊन विकासाची रूपरेषा तयार केली जाते. आपल्या राष्ट्राचा विकास होताना इतर राष्ट्रांच्या हितसंबंधाला धक्का लागणार नाही याची काळजी घेतली जाते. याउलट प्रतिगामी राष्ट्रवाद साधनशुचितेला अजिबात महत्त्व देत नाही. राष्ट्राचा विकास साधणे हे एकमेव उद्दिष्ट मानतात आणि हे उद्दिष्ट गाठण्यासाठी कोणत्याही मार्गांच्या वापराला मान्यता देतात. आक्रमण, हिंसा, दडपशाही, रक्तपात इत्यादींपैकी कोणत्याही मार्गाने राष्ट्राचा विकास घडवून आणण्याचा प्रयत्न करतात. आपल्या राष्ट्राचा विकास घडवून दुसऱ्या राष्ट्राच्या सार्वभौमत्वावरदेखील गदा आणण्यास मागेपुढे पाहत नाहीत. आपल्या राष्ट्राच्या हितसंबंधांच्या परिपूर्तीसाठी इतर राष्ट्रांच्या हितसंबंधांना धक्का लागला तरी चालेल, पण राष्ट्राची प्रगती झाली पाहिजे यावर भर देतात. प्रतिगामी राष्ट्रवाद हा जहाल मतवादावर विश्वास व्यक्त करणारा राष्ट्रवाद मानला जातो.

२. पुरोगामी राष्ट्रवाद हा काळानुरूप बदलणारा असतो. राष्ट्राचे आधुनिकीकरण घडवून आणण्यासाठी नवीन नवीन विचार व कल्पनांचे स्वागत असते. कालबाह्य झालेल्या जुन्या रूढी, परंपरा व प्रथांचा त्याग करण्यासही तयार होतो. राजकीय संस्थांचे

आधुनिकीकरण घडवून आणण्याचा प्रयत्न करतो तर प्रतिगामी राष्ट्रवाद 'जुने ते सोने' या वृत्तीवर विश्वास ठेवणारा असल्यामुळे जुन्या रूढी, परंपरा व प्रथा यांना महत्त्व देतो. जुन्या राजकीय संस्थांचे जतन केले जाते वा त्या टिकवून ठेवण्यावर भर दिला जातो. नवीन बदल व विचारांना विरोध केला जातो. जुने विचार कालबाह्य झाले असतील तरी ते टिकवून ठेवण्याचा प्रयत्न केला जातो.

३. पुरोगामी राष्ट्रवादात सातत्याने विधायक स्वरूपाच्या कार्यावर भर दिला जातो. विधायक कार्याला अनुकूल वातावरण निर्माण करण्यासाठी सतत प्रोत्साहन दिले जाते. विधायक मार्गांनी राष्ट्राचा विकास घडवून आणण्याचा प्रयत्न केला जातो तर प्रतिगामी राष्ट्रवाद विध्वंसक कार्यावर भर देतो. राष्ट्राच्या उन्नतीसाठी हिंसा, जबरदस्ती, अन्याय-अत्याचाराला मान्यता दिली जाते. विघटनात्मक कार्यावर भर देऊन समाजात फूट घडवून आणली जाते. लोकांमध्ये आक्रमक वृत्ती निर्माण करून युद्धाला प्रोत्साहन दिले जाते. प्रतिगामी राष्ट्रवाद हा युद्धज्वर वाढविण्यास आणि विस्तारवादी वृत्ती निर्माण करण्यास कारणीभूत मानला जातो.

४. पुरोगामी राष्ट्रवाद राष्ट्राचा विकास हळूहळू वा टप्प्याटप्प्याने व्हावा यावर भर देतो. राष्ट्र-विकास घडवून आणण्यासाठी कोणत्याही प्रकारची दडपशाही करत नाही. याउलट प्रतिगामी राष्ट्रवादात राष्ट्राचा जलद गतीने विकास व्हावा यावर भर दिला जातो. विकासासाठी कोणत्याही प्रकारचा विधिनिषेध मानत नाही. वेळप्रसंगी हिंसेचा वापर करूनदेखील विकास घडवून आणण्याचा प्रयत्न करतात.

५. पुरोगामी राष्ट्रवादात धर्मनिरपेक्ष विचारांचा अवलंब केला जातो. सर्व धर्मांना समान स्थान दिले जाते. धर्मांच्या आधारावर कोणताही भेदभाव केला जात नाही. सर्व धर्मीयांना विकासाची समान संधी उपलब्ध करून दिली जाते, तर प्रतिगामी राष्ट्रवादात विशिष्ट धर्माला राजधर्माची मान्यता असते. उदा. मुस्लीम धर्म पाकिस्तानाचा अधिकृत धर्म आहे. इतर धर्मीयांना दुय्यम दर्जा दिला जातो. इतर धर्मीयांबाबत सहिष्णू वृत्ती दाखविली जात नाही, त्यांच्या रास्त अधिकारांना मान्यता दिली जात नाही.

६. पुरोगामी राष्ट्रवादात वंश, जात, लिंग, भाषा इ. घटकांच्या आधारावर व्यक्तीचे मोजमाप केले जात नाही. वरील सर्व भेदभाव लक्षात न घेता राष्ट्राचे नागरिक या नात्याने सर्वांना समान अधिकार व संधी उपलब्ध करून दिली जाते, तर प्रतिगामी राष्ट्रवादात वंश, जात, भाषा, लिंग इत्यादी घटकांच्या आधारावर भेदभाव केला जातो. वंशश्रेष्ठत्व, लिंगभाव आणि भाषेच्या आधारावर समाजातील काही घटकांना विशेषाधिकार दिले जातात आणि इतरांना नष्ट करण्याचादेखील प्रयत्न केला जातो.

उदा. हिटलरने जर्मनीत आर्य वंशाचा जयजयकार करून ज्यूंचा नायनाट करण्याचा प्रयत्न केला.

७. पुरोगामी राष्ट्रवाद हा राष्ट्र-विकासाची रूपरेखा निश्चित करताना अल्पसंख्याक आणि बहुसंख्याक यांत फरक करत नाही. बहुसंख्याकांच्या विकासासोबत अल्पसंख्याकांचादेखील विकास घडवून आणण्याचा प्रयत्न करतो. 'सबका साथ सबका विकास' हा पुरोगामी राष्ट्रवादाचा नारा आहे. म्हणून अल्पसंख्याकांच्या हितरक्षणासाठी हा राष्ट्रवाद उपयुक्त मानला जातो, तर प्रतिगामी राष्ट्रवादात अल्पसंख्याकांना शत्रू समजून वागणूक दिली जाते. त्यांना नष्ट करण्याचा प्रयत्न केला जातो. अल्पसंख्याकांना दुय्यम स्थान दिले जाते. राष्ट्र-विकासाच्या कक्षेतून त्यांना वगळले जाते. त्यांच्या राष्ट्रनिष्ठेबद्दल शंका घेतल्या जातात. हा राष्ट्रवादाचा प्रकार अल्पसंख्याकांसाठी घातक मानला जातो.

८. पुरोगामी राष्ट्रवाद आंतरराष्ट्रीय शांतता व विश्वराज्य निर्मितीसाठी उपयोगी मानला जातो. या राष्ट्रवादात जागतिक शांतता, परस्पर सहकार्य, सहअस्तित्व इत्यादींना महत्त्वाचे स्थान असते. युनो व जागतिक पातळीवरील संस्थांचे नियम व कायदे यांविषयी आदराची भावना असते. इतर राष्ट्रांच्या सार्वभौमत्वाचा आदर केला जातो. अनाक्रमण तत्त्वांच्या आधारावर राष्ट्रा-राष्ट्रांतील संघर्षाचे मुद्दे विचारविनिमय करून सोडविण्याचा प्रयत्न केला जातो. प्रतिगामी राष्ट्रवाद हा जागतिक शांततेला मान्यता देत नाही. विस्तारवादी व साम्राज्यवादी धोरणाचा पुरस्कार करतो. इतर राष्ट्रांच्या सार्वभौमत्वावर आक्रमण करण्यास मागेपुढे पाहत नाही. युद्धाच्या माध्यमातून प्रश्न सोडविण्याचा प्रयत्न करतो. युनो व जागतिक संस्थांच्या नियमांचा आदर करत नाही.

राष्ट्रवादाचे मुख्य दोन प्रकारांत वर्गीकरण केले जात असले, तरी हे दोन्ही प्रकार एकमेकांपासून पूर्णपणे विलग करता येत नाहीत; कारण ते एकमेकांमध्ये मिसळलेले वा गुंतलेले आहेत. अनेकदा दोन्ही प्रकारच्या राष्ट्रवादाचे दर्शन एकाच राष्ट्रातदेखील दिसून येते. एखाद्या घटनेनुसार वा प्रसंगानुसार राष्ट्रवादाचे वेगवेगळ्या प्रकारांत वर्गीकरण करता येते. त्यामुळे अभ्यासाच्या सोईसाठी उपरोक्त मुद्द्यांच्या माध्यमातून दोन्ही राष्ट्रवादांतील फरक स्पष्ट करण्याचा प्रयत्न केलेला आहे.

राष्ट्रवादाचे मूल्यमापन, परीक्षण वा गुणदोष

आधुनिक काळात राष्ट्रवाद ही एक सार्वत्रिक स्वरूपात आढळून येणारी राजकीय संकल्पना आहे. त्यामुळे राष्ट्रवाद हा आधुनिक राज्याच्या इतिहासाचा अविभाज्य घटक बनलेला आहे. राष्ट्र उभारणीसाठी राष्ट्रवाद फार मोठी शक्ती म्हणून सिद्ध झालेला आहे. समस्याग्रस्त व परकीय राजवटीच्या गुलाम असलेल्या समूहासाठी राष्ट्रवाद हा वरदान

सिद्ध झालेला आहे. तिसऱ्या जगातील विविध भेदांमुळे विखुरलेल्या समूहांना एकत्र आणणारी प्रमुख विचारधारा बनला आहे. राष्ट्रवाद हा आधुनिक जगात परवलीचा शब्द बनलेला असला, तरी त्याच्यातील काही प्रतिगामी गुणांमुळे टीकेलादेखील पात्र ठरला आहे. राष्ट्रवाद हा प्रगतीकारक की विनाशकारक हे ठरविण्यासाठी राष्ट्रवादाच्या गुणदोषांचे विश्लेषण करणे आवश्यक आहे.

राष्ट्रवादाचे गुण : राष्ट्रवाद संकल्पनेने विभिन्न वर्गांतील लोकांना एकत्र आणून त्यांच्यात परस्परसंबंध निर्माण करण्याचे फार मोठे ऐतिहासिक कार्य केलेले असल्यामुळे राष्ट्रवाद संकल्पनेत पुढील गुण दिसून येतात.

१. **देशभक्तीच्या भावनेची निर्मिती :** राष्ट्रवाद ही संकल्पना नागरिकांमध्ये देशभक्तीची भावना निर्माण करत असते. देशभक्तीच्या भावनेमुळे जनतेत देशाविषयी प्रेम व आत्मीयता निर्माण होते. हा देश माझा आहे, देशाचे संरक्षण आणि विकासासाठी प्रयत्न करणे हे माझे उत्तरदायित्व आहे, ही भावना देशभक्तीतून निर्माण होत असते. देशावर गंभीर स्वरूपाचे संकट वा परकीय सत्तेने आक्रमण केल्यास देशभक्तीच्या भावनेला उधाण येत असते. राष्ट्र हे सर्वश्रेष्ठ आहे हा भाव निर्माण करत असते. हेजसारखा अभ्यासक सांगतो की, 'राष्ट्रवाद हा शुद्ध देशभक्तीचा पर्याय बनतो, तेव्हा तो मानवता आणि मानवी जगतासाठी अद्वितीय वरदान सिद्ध होतो.'

२. **सामाजिक एकतेला साहाय्यक :** राष्ट्रवाद ही संकल्पना सामाजिक एकता निर्माण करण्यासाठी साहाय्यक ठरत असते. समाजव्यवस्थेत धर्म, जात, वंश, लिंग, पंथ, आर्थिक परिस्थिती इत्यादी कारणांवरून भेदभावाचे वातावरण अस्तित्वात असते. हा भेद नष्ट करून समाजामध्ये एकतेचे वातावरण निर्माण करण्यास राष्ट्रवाद हा पूरक ठरत असतो. राष्ट्रवाद संकल्पना आपआपसांतील भेद विसरून आपण सर्व समान आहोत ही भावना विकसित करत असते. राष्ट्रासाठी त्याग करावयासदेखील तयार करत असते. त्यामुळे राष्ट्रवाद ही संकल्पना विविधतेतून एकता निर्माण करणारी ठरते. राष्ट्रवादाच्या माध्यमातून भेदभावविरहित सामाजिक आणि राजकीय संस्कृती विकसित होण्यास हातभार लागतो.

३. **राष्ट्र विकासाला साहाय्यक :** राष्ट्रवाद ही संकल्पना राष्ट्र विकासाला साहाय्यक ठरत असते. राष्ट्रवादामुळे राष्ट्राविषयी आत्मभान विकसित होत असते. आपल्या राष्ट्राला प्रतिष्ठा व मानसन्मान मिळाला पाहिजे, जगात आपले राष्ट्र सर्वश्रेष्ठ बनले पाहिजे अशी भावना जनतेत निर्माण होत असते. जनता राष्ट्रविकासासाठी आपआपसांतील मतभेद विसरून राष्ट्राच्या प्रगतीसाठी प्रयत्न करू लागते. देशातील सर्व नागरिक प्रगतीसाठी सामूहिक प्रयत्न करू लागले की, आपोआप राष्ट्रविकासाला चालना मिळते.

४. **आंतरराष्ट्रीय पातळीवर सहकार्य भावनेचा विकास :** राष्ट्रवाद ही संकल्पना राष्ट्रा-राष्ट्रांमध्ये आंतरराष्ट्रीय पातळीवर सहकार्य भावना रुजविण्यास साहाय्यक ठरत असते. राष्ट्रभक्तीच्या भावनेमुळे प्रत्येक राष्ट्र वेगाने प्रगती करण्याचा प्रयत्न करत असते. परंतु कोणत्याही राष्ट्राला एकट्याच्या बळावर प्रगती करणे शक्य नसते. आधुनिक काळात झालेला तांत्रिक विकास लक्षात घेता, प्रत्येक राष्ट्राला प्रगतीसाठी एकमेकांच्या सहकार्याची नितांत गरज असते. राष्ट्रे विकासासाठी एकमेकांना विभिन्न प्रकारचे सहकार्य करतात. म्हणून राष्ट्रवाद संकल्पनेमुळे आंतरराष्ट्रीय पातळीवर सहकार्य भावनेचा विकास होतो.

५. **वसाहतवाद नष्ट झाला :** वसाहतवादाविरुद्ध लढण्यासाठी राष्ट्रवाद एक प्रभावी अस्त्र बनलेले होते. स्वयंनिर्णयाच्या तत्त्वांमुळे युरोपियनांच्या गुलाम असलेल्या आफ्रोआशियाई देशामध्ये स्वातंत्र्याची लाट आली. वसाहतवादाचा नाश करण्यास राष्ट्रवाद उपयुक्त ठरला. राष्ट्रवादाच्या प्रभावामुळे वसाहतीवादी देशात एकात्मतेची भावना विकसित झाली. आपल्या रूढी, परंपरा, संस्कृती यांबद्दल आदर निर्माण झाला. परकीय सत्तेचे जोखड फेकून दिल्याशिवाय आपल्या रूढी, परंपरा आणि संस्कृतीला महत्त्व प्राप्त होणार नाही ही जाणीव निर्माण झाली. या जाणिवेमुळे वसाहतवादी राजवट नष्ट करण्यासाठी संघर्ष सुरू झाला. या संघर्षाला तोंड देणे अशक्य झाल्यामुळे साम्राज्यवादी देशांनी वसाहतींना स्वातंत्र्य बहाल केले. उदा. आफ्रो-आशियाई देशांमधील स्वातंत्र्य चळवळी आणि राष्ट्रवादाच्या उदयामुळे वसाहतवाद नष्ट होण्यास हातभार लागला.

६. **राजकीय ऐक्यास साहाय्यक :** राष्ट्रवाद ही संकल्पना राजकीय ऐक्यासाठी पूरक मानली जाते. राष्ट्रवादामुळे आपण सर्व एक आहोत आणि इतरांपेक्षा वेगळे आहोत हा भाव निर्माण होत असल्यामुळे राष्ट्रातील जनतेत मतभेद वा संघर्ष निर्माण करणारे भाषा, धर्म, जात, वंश, वर्ग, वर्ण आणि लिंग इत्यादी घटकांचे महत्त्व आपोआप कमी होते. राष्ट्राचे घटक या नात्याने नागरिक एकमेकांना सहकार्य करू लागतात. राष्ट्रवाद ही संकल्पना राजकीय ऐक्यास साहाय्यक ठरत असते.

राष्ट्रवादाचे दोष : राष्ट्रवाद संकल्पनेत उपरोक्त गुण आढळून येत असले, तरी राष्ट्रवाद हा प्रगतिकारक आहे की अधोगतीकारक आहे या मुद्द्यांवरून अनेक प्रकारचे मतभेद अभ्यासकांमध्ये आढळून येतात. राष्ट्रवाद संकल्पनेला अनेक प्रमुख विचारधारांचा विरोध राहिलेला आहे. मार्क्सवादासारखी प्रभावी विचारधारादेखील राष्ट्रवादाला विरोध करते. मार्क्सवादी सांगतात की, 'राष्ट्रवाद हा श्रमिक वर्गांत राज्यसंस्था आणि राज्यकर्त्यावर्गांबद्दल निष्ठेची भावना निर्माण करतो. राष्ट्रवाद संकल्पना भांडवलशाहीला

पूरक आहे'. राष्ट्रवाद संकल्पनेत अनेक गंभीर स्वरूपाच्या उणिवा अभ्यासकांनी नमूद केलेल्या आहेत, वा राष्ट्रवादाचे विध्वंसक स्वरूप स्पष्ट करण्याचा प्रयत्न केलेला आहे. राष्ट्रवाद संकल्पनेत पुढील दोष आढळून येतात.

१. **संकुचित दृष्टीकोन निर्मिती :** राष्ट्रवादातून संकुचित दृष्टीकोनाची निर्मिती होत असते. राष्ट्रवादाचा अर्थ आपल्या राष्ट्रावर प्रेम करणे आणि इतर राष्ट्रांचा द्वेष करणे असा संकुचितपणे घेतला जातो. राष्ट्रवादाच्या नावाखाली नागरिक फक्त आपल्या राष्ट्रावर प्रेम करतात आणि इतर राष्ट्रांचा द्वेष करतात. परिणामतः राष्ट्रवादामुळे राष्ट्रा-राष्ट्रांत द्वेषभावना वा शत्रुत्व निर्माण होते. राष्ट्रे एकमेकांना आपले शत्रू मानू लागतात. ही शत्रुत्वाची भावना युद्धज्वर निर्माण करण्यास वा राष्ट्रा-राष्ट्रांत युद्ध घडवून आणण्यास कारणीभूत ठरते. लहानसहान कारणांवरून राष्ट्रांमधील संघर्ष वाढून युद्धमय वातावरण तयार होते. राष्ट्रवादाच्या भावनेमुळे संकुचित दृष्टीकोनाची निर्मिती होत असते. या भावनेमुळे लोक फक्त आपल्या राष्ट्राचा विचार करतात आणि ही प्रवृत्ती आंतरराष्ट्रवाद, सहअस्तित्वाच्या भावनेत बाधा आणणारी आहे.

२. **साम्राज्यवाद आणि वसाहतवादास पूरक :** राष्ट्रवाद ही संकल्पना वसाहतवाद आणि साम्राज्यवादाला पूरक ठरली आहे. राष्ट्रवादाच्या माध्यमातून वर्चस्व भावनेचा विकास होत असतो. युरोपियन देशांनी आपले वर्चस्व निर्माण करण्यासाठी आफ्रो-आशियाई राष्ट्रांना गुलाम बनविलेले होते. वसाहतवादाच्या काळात मोठ्या प्रमाणावर साम्राज्यवादी देशांनी वसाहतीचे आर्थिक आणि राजकीय शोषण केले. आधुनिक काळात राजकीय साम्राज्यवाद नष्ट झालेला असला तरी तांत्रिक आणि आर्थिक ताकदीच्या आधारावर काही राष्ट्रे अप्रत्यक्षपणे साम्राज्यवादी वर्तन करून जगातील राष्ट्रांचे शोषण करीत आहेत. उदा. अमेरिकेचा डॉलर साम्राज्यवाद.

३. **वांशिक आणि जातीय भावनावाढीस पूरक :** राष्ट्रवाद संकल्पना अनेकदा जातीय आणि वांशिक भावनेला खतपाणी घालण्याचे कार्य करीत असते. वंशश्रेष्ठत्वाच्या आधारावर आपले राष्ट्र जातीय आणि वांशिकदृष्ट्या श्रेष्ठ आहे. या श्रेष्ठतेच्या आधारावर आपल्या वंशाचा इतर वंशांवर राज्य करण्याचा अधिकार दैवी आहे, असा आभास निर्माण केला जातो. उदा. हिटलर यांनी वंशश्रेष्ठत्वाच्या आधारावर जर्मनी राष्ट्रवादाची उभारणी केली आणि इतर वंशियांवर राज्य करण्यासाठी दुसरे महायुद्ध घडवून आणले. वांशिक श्रेष्ठतेच्या गृहीतकाचा वापर करून श्वेतवर्गीयांनी साम्राज्यवादाला तात्त्विक आधार मिळविला होता. काळ्या वंशाच्या लोकांच्या विकासासाठी आम्ही वसाहतींची स्थापना केली, त्यात आमचा कोणताही स्वार्थ नाही हे पालुपद नेहमीच वापरलेले दिसते. अशा प्रकारे राष्ट्रवाद वांशिक आणि जातीय भावना यांच्या वाढीस हातभार लावत असतो.

४. **व्यक्तिविकासासाठी हानीकारक :** राष्ट्रवाद हा एक राष्ट्रीय धर्म बनलेला आहे. राष्ट्रवादाच्या प्रभावामुळे राष्ट्रहित, राष्ट्रीय अधिकार, राष्ट्रीय सन्मान इत्यादींचे महत्त्व अतोनात वाढलेले आहे. राष्ट्रवाद हा एकजिनसीपणाला महत्त्व देतो, विविधतेला नाकारतो. राष्ट्रहिताच्या नावाखाली व्यक्तीला सर्वस्वाचा त्याग करायला भाग पाडतो. राष्ट्रविकासाच्या नावाखाली व्यक्तिस्वातंत्र्याचा बळी दिला जातो. राष्ट्राच्या नावाने स्वातंत्र्यावर अनेक बंधने लादली जातात. राष्ट्रवाद ही संकल्पना व्यक्तिविकासासाठी हानीकारक मानली जाते. राष्ट्रवादाच्या माध्यमातून बहुसंख्याकांच्या परंपरा अल्पसंख्याकांवर लादल्या जातात. अल्पसंख्याकांचे रास्त अधिकारदेखील डावलले जातात.

५. **आंतरराष्ट्रवाद शांततेसाठी धोकादायक :** राष्ट्रवाद ही संकल्पना आंतरराष्ट्रीय शांततेसाठी अत्यंत धोकादायक मानली जाते. राष्ट्रवादी भूमिकेतून प्रत्येक राष्ट्राचे नागरिक आपल्या राष्ट्राला सर्वश्रेष्ठ मानतात आणि इतर राष्ट्रांना कनिष्ठ वा तुच्छ मानतात. राष्ट्राचे प्रभुत्व व वर्चस्व प्रस्थापित करण्यासाठी इतर राष्ट्रांच्या भूप्रदेशावर दावा सांगतात वा तो बळकाविण्याचा प्रयत्न करतात. राष्ट्राराष्ट्रांतील प्रश्न सोडविण्यासाठी राष्ट्रे विचारविनिमय व चर्चेचा मार्ग अवलंविण्याऐवजी युद्धाचा मार्ग वापरतात. राष्ट्रवादाचा वापर युद्धज्वर वाढविण्यासाठीदेखील केला जातो. राष्ट्रवादामुळे शस्त्रस्पर्धा, युद्धमय वातावरण निर्माण होत असते. राष्ट्रवाद ही संकल्पना सहअस्तित्व आणि आंतरराष्ट्रीय शांततेसाठी धोकादायक मानली जाते. प्रत्येक राष्ट्र राष्ट्रहित लक्षात घेऊन परराष्ट्र धोरणाची आखणी करत असल्यामुळे आंतरराष्ट्रीय शांतता प्रस्थापित करताना वा आंतरराष्ट्रीय संघटनेचे नियम लागू करताना अनेक अडचणी येतात.

अशा प्रकारे राष्ट्रवाद संकल्पनेत दोष दिसून येतात. राष्ट्रवाद ही संकल्पना सर्वमान्य झालेली असली, तरी ती दोषांपासून मुक्त नाही.

राष्ट्र आणि राज्य परस्परसंबंध वा फरक

राष्ट्र आणि राज्य ह्या राज्यशास्त्रातील अतिशय महत्त्वपूर्ण संकल्पना आहेत. राष्ट्र व राज्य हे शब्द बऱ्याचदा समानार्थी वापरले जातात. मात्र दोन्ही संकल्पनांमध्ये मूलभूत स्वरूपाचा फरक दिसून येतो. कायद्यासाठी विशिष्ट भूप्रदेशात सुसंघटित झालेला समाज वा समुदाय म्हणजे राज्य होय. राज्य म्हणजे विशिष्ट भूप्रदेशावर कमी अधिक लोकसंख्येने वास्तव्य करणारा जनसमुदाय की जो शासनाच्या नियमांचे पालन करतो आणि अंतर्गत व बाह्यदृष्ट्या सार्वभौम असतो. भूप्रदेश, लोकसंख्या, शासनसंस्था व सार्वभौमत्व या चार घटकांची राज्यनिर्मितीसाठी आवश्यकता असते. राज्य ही राजकीय संकल्पना असून सार्वभौम राजकीय शासन हा त्यातील मुख्य विचार आहे. मात्र राष्ट्र निर्माण करण्यासाठी

चारही घटकांची आवश्यकता नसते. सार्वभौम सत्तेच्या नियंत्रणाखाली असलेल्या लोकांना राष्ट्र म्हणता येणार नाही. राष्ट्र निर्माण करण्यासाठी समाजातील घटकांमध्ये एकात्मतेची भावना असावी लागते. आपण अन्य समाजापेक्षा वेगळे आहोत ही भावना राष्ट्रासाठी आवश्यक असते. पण राष्ट्राकरिता लोकसमुदायात परस्पर भावनिक संबंध असावे लागतात. भावनिक ऐक्य साधलेल्या राष्ट्रावर राजकीय शासन प्रस्थापित होते, तेव्हा त्यास राष्ट्र-राज्य ही संज्ञा वापरली जाते. राज्यातील नागरिकांवर शासन व कायद्याचे बंधन असते. राष्ट्राला कायद्याचे बंधन नसते. राज्यासाठी सार्वभौमत्व आवश्यक असते, तर राष्ट्राला सार्वभौमत्वाची गरज नसते. राष्ट्र ही संकल्पना वस्तुनिष्ठ व कायदेशीर संकल्पना आहे. त्यासंबंधीचे निश्चित नियम आहेत. तर राष्ट्र ही संकल्पना व्यक्तिनिष्ठ, मानसिक व भावनिक असते. या संकल्पनेचे मोजमाप करता येत नाही. राष्ट्रवाद मोजण्याचे मापदंड अस्तित्वात नाहीत. राज्य हे राष्ट्रीयत्वावर आधारित असते, तर राष्ट्र हे राज्याशिवाय असू शकते. राष्ट्रीयत्व हा अनुभव व जीवनाचा मार्ग आहे, तर राज्यनिर्मिती ही सुसंस्कृत जीवनाशी संबंधित संकल्पना आहे. राष्ट्राची निर्मिती एकात्मतेच्या भावनेतून होते. ती भावना नष्ट वा कमी झाल्यास राष्ट्र नष्ट होते. एका कायद्याच्या नियंत्रणाखाली असलेल्या लोकांचे एक राज्य असते; पण एक राष्ट्र असेलच असे नाही. उदा. बांगलादेश फुटून निघण्यापूर्वी पाकिस्तान हे राज्य होते. एकात्मतेची भावना नसल्याने पाकिस्तान राष्ट्र होऊ शकले नाही. पाकिस्तानचे अल्प काळात दोन भागांत विभाजन झाले. काही वेळेस राज्यातून राष्ट्राची निर्मिती होते. उदा. ब्रिटिश राजवटीत भारतात एक राष्ट्र ही संकल्पना निर्माण झाली. स्वातंत्र्य मिळाल्यानंतर भारताचे राज्यात रूपांतर झाले. राज्य ही राजकीय संस्था आहे. राजकीय जागृतीतून राज्य निर्माण होते ही राजकीय जाणीव व जागरूकता निश्चित स्वरूपाची असते. मात्र राष्ट्राच्या बाबतीत निश्चितता नसते. राष्ट्रातील राष्ट्रीयत्वाची भावना केव्हा प्रकट होईल हे निश्चित सांगता येणे कठीण आहे. तिची मान्यता मानवी मनाच्या स्थितीवर अवलंबून असते. राष्ट्रीय वृत्तीचा क्षोभ एखाद्या विशिष्ट प्रसंगी स्पष्ट दिसेल, तर कधी दिसणारही नाही. याचा अर्थ राष्ट्र, राज्य संकल्पनेत भेद असला तरी दोन्ही संकल्पना परस्परपूरक आहेत.

राष्ट्र आणि राष्ट्रक यांतील फरक

राष्ट्र आणि राष्ट्रक हे शब्द समानार्थी मानले जात असले तरी त्यात सूक्ष्म भेद आहेत. आपले एक स्वतंत्र व सार्वभौम राज्य असावे अशी आकांक्षा लोकांमध्ये निर्माण झाल्यास राष्ट्र ही संकल्पना अस्तित्वात येते. ही आकांक्षा नसल्यास फक्त एकीची भावना असेल तर अशा समाजास राष्ट्रक असे म्हणतात. राष्ट्र संकल्पनेत राजकीय स्वातंत्र्य प्राप्त करण्याचे ध्येय असते, तर राष्ट्रक ही राजकीयेतर संकल्पना आहे. समाज घटकांतील राजकीय ऐक्य राजकीय स्वरूपाचे असेल तर त्याला राष्ट्र म्हणता येईल. राष्ट्रकल्पनेत

राजकीय स्वातंत्र्याची भावना दृढ असते तर राष्ट्रक संकल्पना भावनिक ऐक्यापुरती मर्यादित असते. राष्ट्रकांमध्ये स्वातंत्र्याची ओढ व राजकीय मान्यतेचा शिरकाव झाला तर राष्ट्रकांचे राष्ट्रात रूपांतर होत असते. हेज सांगतो की, 'राष्ट्रकाने ऐक्य आणि सार्वभौमत्व प्राप्त केले की ते राष्ट्र बनते'. समान स्वरूपाची बांधिलकी असणारा आणि आध्यात्मिक आणि मानसिक भावनांनी एकत्र येणारा समाज म्हणजे राष्ट्रक होय. एका राज्यात अनेक राष्ट्रके असू शकतात. राष्ट्रकांचे रूपांतर राष्ट्रात होत असते. त्याकरीता राष्ट्रकाला स्वातंत्र्य मिळविण्यासाठी संघटित प्रयत्नांची गरज असते. लॉर्ड ब्राईसच्या मते भाषा, वाङ्मय, रूढी, परंपरा इत्यादींसारख्या बंधनांनी बांधले गेल्यामुळे एकात्मतेची भावना निर्माण होऊन, इतर समाजापेक्षा आपण वेगळे आहोत असे मानणारा समाज म्हणजे राष्ट्रक होय अशी व्याख्या केलेली आहे. राजकीय संघटनेद्वारे संघटित झालेले लोक म्हणजे राष्ट्र होय. एकात्मतेची भावना असलेला समाज म्हणजे राष्ट्रक होय. राष्ट्र तयार होण्यासाठी स्वातंत्र्य मिळविण्यासाठी प्रयत्न करावे लागतात. याचा अर्थ राष्ट्रक म्हणजे स्वतंत्र होऊ इच्छिणारे लोक तर राष्ट्र म्हणजे स्वतंत्र झालेले लोक. हा फरक मान्य केला तर राष्ट्रक ही राष्ट्र–निर्मितीपूर्वीची संकल्पना वा टप्पा मानता येईल. उदा. १९४८ पूर्वी भारताचे स्वरूप राष्ट्रकाचे होते. स्वातंत्र्य मिळाल्यानंतर भारताला राष्ट्राचा दर्जा मिळाला. राजकीयदृष्ट्या सुसंघटित नसलेला, राष्ट्र बनण्याची आकांक्षा बाळगणारा आणि इतरांपेक्षा स्वत:चे वेगळेपण दाखविणारा समाज राष्ट्रक असतो. राजकीय संघटनेद्वारा स्वातंत्र्य मिळविलेल्या समाजाला राष्ट्र असे म्हणतात. राजकीय दर्जा व स्वातंत्र्य या संदर्भात राष्ट्र व राष्ट्रक यांत भेद केला जातो. इतर वेळेस मात्र दोन्ही संकल्पना समान अर्थाने वापरल्या जातात.

बेनेडिक्ट ॲन्डर्सन यांचे राष्ट्रवादाबद्दलचे विचार : (Benedict Anderson) - बेनेडिक्ट ॲन्डर्सन एक सामाजिक आणि राजकीय संकल्पनांचे अभ्यासक आणि एक प्रसिद्ध इतिहासकार आहेत. त्यांनी १९८३ साली प्रकाशित केलेल्या Imagined Communities (इमॅजिन्ड कम्युनिटीज) या ग्रंथात राष्ट्राला एक कल्पित समुदाय मानले आहे. 'काल्पनिक जनसमूहाचे राष्ट्र' ही संकल्पना मांडली. राष्ट्रवादासंबंधी पारंपरिक अवधारणेत संशोधन करून नव्याने मांडणी करण्याचा प्रयत्न केलेला आहे. ॲन्डर्सन यांनी केलेली राष्ट्र संकल्पनेची व्याख्या जगप्रसिद्ध आहे. त्यांच्या मते, राष्ट्रवाद आणि कल्पनेच्या जगातील मानवसमूह यांच्यात दुवा आहे. राष्ट्र कल्पित समूह असून त्यातील लोक समान भूप्रदेश आणि संस्कृतीच्या बंधनांनी बांधलेले आहेत. एकता हे राष्ट्राचे सर्वांत प्रभावी वैशिष्ट्य आहे. विविध प्रकारच्या दृश्य घटनांमधून एकता साध्य केली जाते. त्यात उत्सवी घटना, (Ceremorical events) माध्यमातील प्रतिमा (Media images) आणि प्रतीके (Monuments) यांचा समावेश असतो. ही एकतेची संकल्पना

एका बाजूला विविधतेला नष्ट करण्याचा प्रयत्न करते, तर दुसऱ्या बाजूला विविध हितसंबंधीगट आणि त्यांच्या वर्चस्ववादी स्थानाचे नैसर्गिकीकरण करते. एकतेची संकल्पना एका अर्थाने बहुसंख्याक समाजाची मूल्ये समाजातील इतर समुदायावर प्रस्थापित करण्याचा प्रयत्न करते वा अल्पसंख्याकांनी राष्ट्रीय प्रवाहात सामील होण्यासाठी बहुसंख्याकांच्या मूल्यांना मान्यता द्यावी हा प्रत्यक्षाप्रत्यक्षपणे प्रयत्न करते.

ॲन्डर्सन यांनी राष्ट्रवाद प्रश्नांकित करून त्याला कल्पित समुदायाच्या स्वरूपात मानलेले आहे. त्याने मानवाच्या उगमाविषयी भावनेच्या आधारावर किंवा मानववंशशास्त्राच्या आधारावर राष्ट्राला कल्पित राजकीय समुदाय मानले आहे. सीमित आणि स्वायत्त या दोन्ही अर्थांनी राष्ट्र हा कल्पित समुदाय आहे. समुदायातील छोट्यात छोट्या जातीतील सदस्य आपल्या जातीतील सर्व सदस्यांना ओळखत नाहीत वा त्यांना कधी भेटत नाहीत, तरीदेखील त्यांच्या मनात आपल्या जातीच्या लोकांबद्दल प्रेम वा आत्मीयतेचा भाव असतो. त्याचप्रमाणे राष्ट्रातील सर्व लोक एकमेकांच्या परिचयाचे नसतात, एकमेकांना कधीही भेटलेले नसतात, तरीदेखील त्यांच्यात एकात्मतेची भावना अस्तित्वात असते. आपण सर्व एक आहोत ही समाजात निर्माण झालेली भावना वास्तविक स्वरूपाची नसून कल्पित स्वरूपाची असते असे ॲन्डर्सन यांना वाटते.

आंतरराष्ट्रवाद : Internationalism

१९ व्या शतकाच्या अंतापर्यंत राष्ट्र-राज्य ही सर्वोच्च राजकीय संघटना मानली जात होती. परंतु २० व्या शतकात व्यक्तीच्या धारणेमध्ये बदल होऊ लागला. २० व्या शतकात घडलेल्या काही घटनांमुळे राष्ट्रवादाचे महत्त्व कमी होऊन आंतरराष्ट्रवादाच्या विकासाला पोषक वातावरण निर्माण होऊ लागले. आंतरराष्ट्रवाद हा मानवी बंधुत्व वा मानवतावाद या आध्यात्मिक भावनेचे राजकीय रूपांतर आहे. आंतरराष्ट्रवाद मानवी समाजाच्या समानतेवर भर देतो. राष्ट्रा-राष्ट्रांतील मतभेद आणि अडथळे कमी करण्याचा प्रयत्न करतो. आंतरराष्ट्रीय शांतता आणि सद्भावावर विश्वास व्यक्त करतो. राष्ट्रीय सार्वभौमत्वाची संकल्पना विसर्जित करून संपूर्ण मानवाचे एक विश्व-राज्य निर्माण करणे हे आंतरराष्ट्रवादाचे प्रमुख ध्येय मानले जाते. आंतरराष्ट्रवाद हा राष्ट्रवादी भावनेचा एक विस्तार मानला जातो. आंतरराष्ट्रवाद राष्ट्रवादाला विरोध करत नाही. राष्ट्रवादात ज्याप्रमाणे नागरिक राष्ट्रासाठी त्याग व बलिदान करतात त्याप्रमाणे इतर राष्ट्रांबद्दल सह-अस्तित्व, परस्पर सहकार्य विकसित करतात. आंतरराष्ट्रवादाच्या माध्यमातून जगातील सर्व राष्ट्रांमध्ये विधायक भावना निर्माण करण्याचा प्रयत्न केला जातो. आंतरराष्ट्रवाद हा अखिल मानव जातीच्या कल्याणाचा विचार करणारी विचारधारा आहे. संपूर्ण विश्व एक राष्ट्र असून अखिल मानव जातीच्या कल्याणासाठी प्रत्येक राष्ट्राने प्रयत्न करावा आणि व्यक्ती ही

विशिष्ट राष्ट्राची नागरिक नसून संपूर्ण जगाची नागरिक आहे ही भावना आंतरराष्ट्रवादाचा पाया मानली जाते. राष्ट्रवाद ही संकल्पना राष्ट्राप्रति प्रेम आणि स्नेहभाव निर्माण करते, तर आंतरराष्ट्रवाद संपूर्ण विश्वाविषयी स्नेहभावना निर्माण करतो, म्हणून राष्ट्रवाद आणि आंतरराष्ट्रवाद परस्परविरोधी अवधारणा नसून परस्परपूरक अवधारणा आहेत. आंतरराष्ट्रवाद आंतरराष्ट्रीय पातळीवर सामंजस्य प्रस्थापित करण्याचा प्रयत्न करतो. सर्व राष्ट्रे स्वतंत्रतापूर्वक जीवन व्यतीत करत असताना पारस्परिक सद्भावनेच्या आधारावर वागण्याचा प्रयत्न करतील, तेव्हा संपूर्ण विश्व एक कुटुंब बनेल. आंतरराष्ट्रवादाचा उदय म्हणजे राष्ट्रवादाचा अंत नसून राष्ट्रा-राष्ट्रांत परस्पर सहयोगाच्या वातावरणाची निर्मिती होय. झिमर्नसारखा अभ्यासक सांगतो की, राष्ट्रवाद आणि आंतरराष्ट्रवाद ह्यांमध्ये विरोध नसून आंतरराष्ट्रीयवादाकडे राष्ट्रवादाच्या मार्गानेच जाता येईल.

आंतरराष्ट्रवादाच्या व्याख्या

१. **गोल्ड स्मिथ :** आंतरराष्ट्रवाद ही एक अशी भावना आहे की, व्यक्ती ही केवळ तिच्या देशाची नागरिक असत नाही, तर ती सर्व जगाची नागरिक असते.
२. **विल्यम गॅरिसन :** आंतरराष्ट्रवाद हा व्यापक विचार असून संपूर्ण जग म्हणजे आपला देश, जगातले सर्व मानव म्हणजे आपले बांधव असे मानणारा आणि आपल्या राष्ट्राप्रमाणे इतर राष्ट्रांवरही प्रेम करायला शिकविणारी भावना म्हणजे आंतरराष्ट्रवाद होय.
३. **आशिवार्दम :** राष्ट्रीय प्रतिष्ठा, शांततामय सहजीवनाच्या आधारावर समानतेच्या भूमिकेतून परस्परांना सहकार्य करणाऱ्या स्वयंशासित राष्ट्रांना एकत्र आणणारा विचार म्हणजे आंतरराष्ट्रवाद होय.

वरील व्याख्यांचा विचार करता आंतरराष्ट्रवाद व्यक्तींमध्ये जागतिक नागरिक ही संकल्पना रुजविण्यास मदत करतो. जगातील राष्ट्रांनी आपल्या विचार आणि कृतीच्या माध्यमातून परस्पर सहकार्य, सहअस्तित्व आणि सार्वभौमत्वाचा आदर विकसित करण्यास आंतरराष्ट्रवाद प्रोत्साहन देतो. स्वतःच्या राष्ट्रीय भावनांना बाजूला ठेवून आंतरराष्ट्रीय हितसंबंधांच्या रक्षणासाठी सामूहिक कृती करण्यावर भर देतो. शांततेची आकांक्षा ठेवणाऱ्या राष्ट्रामधील सहजीवनाला आंतरराष्ट्रवाद संबोधिले जाते.

आंतरराष्ट्रवादाची आधारभूत तत्त्वे वा वैशिष्ट्ये : आंतरराष्ट्रवाद हा व्यापक स्वरूपाचा विचार आहे. संपूर्ण विश्वातील मानवजातीच्या कल्याणाचा विचार करणाऱ्या आंतरराष्ट्रवादाची काही वैशिष्ट्ये वा तत्त्वे सांगता येतात.

१. आंतरराष्ट्रवाद ही संकल्पना वैश्विक पातळीवर बंधुभाव वा भ्रातृभाव यांच्या निर्मितीला महत्त्व देते.

२. आंतरराष्ट्रवाद राष्ट्रवाद नष्ट करण्याची भाषा करत नाही, परंतु राष्ट्रवादाचा विस्तार करून व्यक्तीमध्ये जागतिक नागरिक ही संकल्पना रुजविण्याचा प्रयत्न करतो.
३. आंतरराष्ट्रवाद जागतिक शांतता, राष्ट्रा-राष्ट्रांतील परस्पर सहकार्य आणि सहअस्तित्व वा सहजीवनास प्राधान्य देतो.
४. आंतरराष्ट्रवाद राष्ट्रा-राष्ट्रांमध्ये मैत्रीचे बंध निर्माण करण्याचा प्रयत्न करतो.
५. आंतरराष्ट्रवाद हा आक्रमणकारी वृत्ती, युद्ध, वसाहतवाद आणि साम्राज्यवादी वृत्तीला विरोध करतो.
६. आंतरराष्ट्रीय शांतता प्रस्थापित करण्यासाठी शांततामय व सनदशीर आणि नैतिक पद्धतींचा अवलंब करण्यास महत्त्व देतो.
७. आंतरराष्ट्रवाद राष्ट्रा-राष्ट्रांतील प्रश्न आंतरराष्ट्रीय संघटनेच्या माध्यमातून सोडविण्यास प्राधान्य देतो.

आंतरराष्ट्रवादाचा विकास : आंतरराष्ट्रवाद ही संकल्पना २० व्या शतकात उदयाला आलेली असली तरी तिची पाळेमुळे प्राचीन काळापासून अस्तित्वात असल्याचे आढळून येते. राज्य या संकल्पनेच्या उदयासोबतच राज्या-राज्यांमध्ये सहकार्य प्रस्थापित करण्याचा प्रयत्न सुरू झाला. उदा. ग्रीक नगरराज्याचा ऍम्फीक्टिओनिक लीग ग्रीकमधील स्टोईक तत्त्वज्ञानांनी वैश्विक बंधुभावाच्या सर्वप्रथम मांडल्याचे दिसते. नगरराज्याच्या ऱ्हासानंतर जगात मोठीमोठी साम्राज्ये निर्माण झाल्यामुळे वैश्विक बंधुत्वाचा विचार मागे पडला. साम्राज्यांच्या विघटनानंतर निर्माण झालेल्या संरजामशाही ही आंतरराष्ट्रवादाच्या विकासाला पूरक नव्हती. रोमन सम्राटांनी ख्रिश्चन धर्म स्वीकारल्यामुळे युरोपियन लोकांमध्ये धर्माच्या आधारावर एकत्र येण्याची प्रक्रिया सुरू झाली. ख्रिश्चन धर्म आणि पोपच्या वाढत्या प्रभावामुळे आंतरराष्ट्रवादाच्या वाढीला पोषक वातावरण निर्माण होऊ लागले. त्याच प्रभावातून १३ व्या शतकात दांते यांनी 'De Monarchia' (डी मोनेशिया) हा ग्रंथ लिहिला आणि त्यात सर्वप्रथम जागतिक संघराज्याची कल्पना मांडली. पायरी ड्युबीस या फ्रेंच विचारवंताने 'Recovery of Holi Land' या ग्रंथात आंतरराष्ट्रीय प्रश्न चर्चा आणि मध्यस्थीच्या मार्गांनी सोडवावेत हा विचार मांडला. युरोपियन राजे आणि ख्रिश्चन पोप यांच्यातील संघर्षामुळे पवित्र रोमन साम्राज्य नष्ट झाले. आधुनिक काळातील राष्ट्र-राज्ये निर्माण होण्यास सुरुवात झाली. या राष्ट्र-राज्यांमधील संघर्षामुळे तणाव व युद्धाचे वातावरण निर्माण होऊ लागले. वातावरणातील तणाव व संघर्ष कमी करण्यासाठी राज्या-राज्यांतील संबंधांच्या नियमांची चर्चा सुरू झाली आणि चर्चेच्या फलश्रुतीतून आंतरराष्ट्रीय कायद्याचा विकास होऊ लागला. ह्युगोग्रोशियससारख्या विचारवंताने आंतरराष्ट्रीय कायद्याची मांडणी केली. राष्ट्रांनी परस्परांशी आंतरराष्ट्रीय कायद्याच्या आधारावर व्यवहार करावेत हा सल्ला दिला. सतराव्या शतकात सली यांनी 'The Grand

Design' आणि विल्यम पेन यांनी 'Present and Future of Peace of Europe' या ग्रंथात आंतरराष्ट्रीय पातळीवर राष्ट्रा-राष्ट्रांमध्ये सहकार्य निर्माण करणाऱ्या अनेक उपाययोजन सुचविल्या. करारवादी विचारवंत रूसो यांनी १७६१ मध्ये जागतिक संघराज्याची कल्पना मांडली. राज्यांनी परस्परांतील वाद लवादाच्या माध्यमातून सोडवावे, जागतिक संघराज्याने प्रादेशिक अखंडतेची हमी द्यावी, जागतिक संघराज्याची मध्यवर्ती संसद असावी आणि त्यात सर्व राज्यांना समान अधिकार असावा आणि करार भंग करणाऱ्या राष्ट्राविरोधात लष्करी कारवाई करावी इत्यादी सूचना केल्या. रूसोच्या विचारप्रभावातून जेरेमी बेंथम यांनी 'Priciples for International Law' या ग्रंथात युद्ध टाळण्यासाठी आंतरराष्ट्रीय कायद्याची तत्त्वे मांडली. इमॅन्यूअल कॉंट यांनी 'Towards Eternal Peace' या ग्रंथात आंतरराष्ट्रीय संघराज्याची कल्पना मांडली. आंतरराष्ट्रवादाच्या वाढत्या प्रभावामुळे १८१७ मध्ये व्हिएन्ना येथे ब्रिटन, रशिया, ऑस्ट्रिया आणि प्रशिया या चार बड्या राष्ट्रांनी पवित्र युती केली. परस्परांतील वादग्रस्त प्रश्न विचारविनिमयाने सोडविण्याचे मान्य केले. या पवित्र युतीचे पुढे युरोपीय मंडळात (Concert of Eupore) रूपांतर झाले. १९ व्या शतकात विभिन्न क्षेत्रांत सहकार्य करणाऱ्या आंतरराष्ट्रीय संघटनांची स्थापना झाली. १८९९ आणि १९०७ मध्ये भरलेल्या हेग परिषदेत आंतरराष्ट्रीय सहकार्याशी संबंधित अनेक मुद्द्यांवर चर्चा झाली. या चर्चेच्या आधारावर हेग या ठिकाणी कायमस्वरूपी लवाद न्यायालय स्थापन झाले. आंतरराष्ट्रीय पातळीवर सहकार्याची भावना विकसित होत असताना वसाहती मिळविण्यासाठी युरोपियन राष्ट्रांनी चालविलेल्या स्पर्धेमुळे पहिले महायुद्ध सुरू झाले. पहिले महायुद्ध संपल्यानंतर अमेरिकेचे अध्यक्ष विल्ड्रो विल्सन यांच्या प्रेरणेने १९१९ मध्ये राष्ट्रसंघाची स्थापना झाली. या संघटनेच्या स्थापनेस पुढाकार घेणाऱ्या विल्ड्रो विल्सन यास अमेरिकन सिनेटने राष्ट्रसंघाचे सदस्य होण्यास रोखले. राष्ट्रसंघाच्या रचनेतील उणिवा, इंग्लंड आणि फ्रान्समधील सुप्त संघर्ष यांमुळे संघाच्या आंतरराष्ट्रीय पातळीवर शांतता प्रस्थापित करण्याच्या प्रयत्नाला फारसे यश लाभले नाही. राष्ट्रसंघाला हिटलर आणि मुसोलिनीच्या आक्रमण कारवाया थांबविता आल्या नाहीत. राष्ट्रा-राष्ट्रांतील वाढता तणाव, वसाहती मिळविण्यासाठी चालेली स्पर्धा आणि हिटलर व मुसोलिनीच्या साम्राज्यवादी आणि आक्रमक वृत्तीमुळे दुसरे महायुद्ध घडून आले. या महायुद्धामुळे जगाची अपरिमित वित्त आणि मनुष्यहानी झाली. भविष्यकालीन काळात असे महायुद्ध घडल्यास मानवजात शिल्लक राहणार नाही ही जाणीव निर्माण झाल्यामुळे महायुद्धकाळात आंतरराष्ट्रीय संघटना स्थापन करण्याचा विचार प्रभावी बनू लागला. १९४१ साली अमेरिकेचे अध्यक्ष रूझवेल्ट आणि इंग्लंड पंतप्रधान विस्टन चर्चिल यांच्यातील चर्चेतून तयार केलेल्या अटलांटिक सनदेत आंतरराष्ट्रीय संघटनेच्या स्थापनेचे बीजारोपण झाले. अमेरिकेचे अध्यक्ष रूझवेल्ट यांनी १ जानेवारी १९४२ मध्ये संयुक्त राष्ट्रे

(United Nations) या संकल्पनेची घोषणा केली. कासाब्लाका परिषदेत (१९४३) फ्रान्सने आंतरराष्ट्रीय संघटनेच्या स्थापनेला समर्थन दिले. मॉस्को परिषदेत आंतरराष्ट्रीय संघटना स्थापनेवर आम सहमती होऊ लागली. डंबस्टोन ओकस प्रस्तावातून संयुक्त राष्ट्र संघटना स्थापनेच्या कल्पनेस स्पष्ट रूप प्राप्त झाले. डंबस्टोन ओकस प्रस्तावावर २१ ऑगस्ट ते ७ ऑक्टोबर १९४४ मध्ये दोन टप्प्यांत चर्चा झाली. फेब्रुवारी १९४५ मध्ये याल्टा परिषदेत संयुक्त राष्ट्र संघटनेच्या रचनेवर सविस्तर चर्चा झाली. सॅन फ्रान्सिस्को परिषदेत संयुक्त राष्ट्र संघटना स्थापनेच्या दिशेने अंतिम पाऊल पडले. २४ ऑक्टोबर१९४५ रोजी सुरक्षा परिषदेतील पाच कायम सदस्य राष्ट्रांनी मान्यता दिल्यामुळे संयुक्त राष्ट्र संघटनेची अधिकृत स्थापना झाली.

अशा प्रकारे प्राचीन काळापासून ते युनोच्या स्थापनेपर्यंत आंतरराष्ट्रवाद संकल्पनेच्या विकासाचा इतिहास सांगता येतो.

आंतरराष्ट्रवादाच्या विकासाची कारणे

१. **महायुद्धे :** भांडवलशाही व्यवस्थेतून उदयाला आलेल्या वसाहतवादामुळे १९१४ ते १९१८ या काळात पहिले महायुद्ध झाले. पहिल्या महायुद्धाला जबाबदार राष्ट्रांना धडा शिकविण्यासाठी व्हर्सायचा तह करण्यात आला. व्हर्सायच्या तहाने पराभूत राष्ट्रांना दिलेल्या अन्यायकारक वागणुकीतून दुसऱ्या महायुद्धाची बीजे रोवली गेली. १९३९ ते १९४५ या कालखंडात दुसरे महायुद्ध झाले. या दोन्ही महायुद्धांत मोठ्या प्रमाणावर मानवी व वित्तहानी घडून आली. पहिल्या महायुद्धापेक्षा दुसरे महायुद्ध महाभयंकर स्वरूपाचे होते. दुसऱ्या महायुद्धात अणूबॉम्बसारख्या महाभयंकर अस्त्राचा वापर झाला. या दोन्ही महायुद्धांमुळे अनेक गंभीर स्वरूपाचे प्रश्न निर्माण झाले. मानवाचा सामाजिक, आर्थिक व औद्योगिक विकास थांबला. महागाई, बेरोजगारी, दारिद्र्य इ. प्रश्न निर्माण झाले. युरोपखंडाचा नकाशा बदलला. अनेक राष्ट्रांचे तुकडे पडले. अनेक साम्राज्ये नष्ट झाली. वसाहतींना स्वातंत्र्य द्यावे लागले. महायुद्धातून निर्माण झालेले प्रश्न लवकरात लवकर सोडविले गेले नाही, तर मानवी अस्तित्वाला धोका निर्माण होऊ शकतो. राष्ट्रा–राष्ट्रांतील तणावांचे निराकरण योग्य मार्गांनी झाले नाही, तर मानव जातीपुढे तिसऱ्या महायुद्धाचा धोका निर्माण होऊ शकतो. तिसरे महायुद्ध झाले तर मानव जात शिल्लक राहणार नाही, ही जाणीव निर्माण झाल्यामुळे आंतरराष्ट्रीय संघटना प्रस्थापित करण्यासाठी वेगाने हालचाली होऊ लागल्या. भविष्यात मानवाला युद्धाला तोंड द्यावे लागू नये म्हणून राष्ट्रा–राष्ट्रांतील प्रश्न सामोपचार आणि शांततेच्या मार्गांनी सोडविण्यावर भर दिला जाऊ लागला. आंतरराष्ट्रीय शांततेसाठी राष्ट्रांमध्ये परस्पर सहकार्य वृद्धिंगत करण्यास प्राधान्य दिले जाऊ लागले. सहअस्तित्वाची तत्त्वे, परस्पर सार्वभौम आणि प्रादेशिक अखंडतेला

महत्त्व प्राप्त होऊ लागले. या सर्व घडामोडींच्या परिणामांतून आंतरराष्ट्रवादाच्या विकासाला पोषक वातावरण निर्माण होऊ लागले.

२. **परस्परावलंबित्व :** राहणीमानाच्या दर्जात झालेली वाढ आणि लोकसंख्या वाढीमुळे मानवाच्या गरजा दिवसेंदिवस वाढू लागल्या. वाढत्या गरजांची पूर्तता करणे कोणत्याही एकट्या राष्ट्रांला शक्य नव्हते. आपल्या राष्ट्रांच्या गरजा पूर्ण करण्यासाठी इतर राष्ट्रांच्या मदतीची नितांत गरज भासू लागली. उदा. अमेरिकेसारखा प्रगत देशदेखील खजिन तेलासाठी अरब राष्ट्रांवर अवलंबून आहे. गरजपूर्तीसाठी विविध राष्ट्रे एकमेकांना आर्थिक, तांत्रिक सहकार्य करू लागली. प्रत्येक राष्ट्राला उत्पन्न वाढीसाठी कच्चा माल, खनिज संपत्तीचा पुरवठा इत्यादींची गरज होती. राष्ट्रांमधून निर्माण होणाऱ्या मालासाठी बाजारपेठांची आवश्यकता होती. परस्परांच्या गरजा पूर्ण करण्यासाठी राष्ट्रे एकमेकांशी मैत्रीकरार व तह करू लागली. उदा. रशिया व भारत यांतील मैत्रीकरार. राष्ट्रा-राष्ट्रांतील जवळिकीमुळे आंतरराष्ट्रवादाच्या विकासाला चालना मिळू लागली.

३. **विज्ञान व तंत्रज्ञान क्षेत्रातील क्रांती :** आधुनिक काळात विज्ञान व तंत्रज्ञानातील क्रांतीमुळे दळणवळणाच्या साधनांत क्रांतिकारी बदल झाले. जलद संपर्क साधनांमुळे राष्ट्राराष्ट्रांतील भौगालिक अंतर कमी झाले. प्रसिद्ध माध्यमे, सामाजिक माध्यमे, दूरदर्शन आणि इंटरनेट इ. मुळे एका ठिकाणाहून दुसऱ्या ठिकाणी संपर्क साधणे सोपे व सुलभ झाले. परस्पर संपर्काची वेगवान साधने उपलब्ध झाल्यामुळे विचारांचे आदानप्रदान करणे सहज शक्य होऊ लागले. वाढत्या संपर्कामुळे एकमेकांचे आचारविचार व संस्कृतीचा परिचय होऊन पूर्वग्रह दूर होऊ लागले. तंत्रज्ञानाचा वापर विधायक होऊ लागला. तंत्रज्ञानाच्या माध्यमातून राष्ट्रे एकमेकांच्या जवळ येऊ लागली आणि त्यांच्यात मैत्रीपूर्ण संबंध निर्माण होऊ लागले. विज्ञान आणि तंत्रज्ञान क्षेत्रातील क्रांतीमुळे आंतरराष्ट्रवादाला पूरक वातावरण निर्माण होऊ लागले.

४. **नैसर्गिक संकटे :** भूकंप, पूर, दुष्काळ इ. नैसर्गिक संकटे प्रत्येक देशावर येत असतात. अशा संकटात सापडलेल्या राष्ट्राला इतर राष्ट्रांकडून मदत दिली जाते. उदा. गुजरातमधील कच्छच्या भूकंपाच्या वेळेस अनेक देशांनी मदत केली. अशा विधायक कार्यातून जगातील नागरिकांमध्ये आत्मीयता आणि आपलेपणाची भावना विकसित होऊ लागली. भविष्यात आपल्या राष्ट्रावर संकट आल्यास इतर राष्ट्रांकडून मदत मिळेल ही हमीदेखील प्राप्त होऊ लागली. परस्पर सहकार्याच्या सकारात्मक वातावरणातून आंतरराष्ट्रवादाच्या विकासाला चालना मिळाली.

५. **महाभयंकर शस्त्रांची निर्मिती :** दुसऱ्या महायुद्धानंतर अणूबॉम्ब, हायड्रोजन बॉम्ब, न्युट्रान बॉम्ब, क्षेपणास्त्रे, रासानिक आणि जैविक अस्त्रे इत्यादी प्रकारची महाभयंकर

अस्त्रे विकसित होऊ लागली. प्रत्येक राष्ट्र आपल्या संरक्षणासाठी महाभयंकर अस्त्रांच्या निर्मितीसाठी प्रयत्न करू लागले. त्यामुळे राष्ट्रांच्या संरक्षण खर्चात वाढ होऊ लागली. परंतु या विनाशकारी अस्त्रांमुळे तिसऱ्या महायुद्धाची भीती निर्माण झाली. ही भीती कमी करण्यासाठी नि:शस्त्रीकरणाची चळवळ आकार घेऊ लागली. ही विनाशकारी शस्त्रे आणि त्यासाठी केल्या जाणाऱ्या चाचण्यांवर व प्रयोगांवर बंदी घालण्याची मागणी पुढे येऊ लागली. मानवजातीला आपले अस्तित्व टिकवायचे असेल तर शस्त्रस्पर्धेला लगाम घालणे गरजेचे होऊ लागले. राष्ट्राराष्ट्रांतील शस्त्रास्त्र स्पर्धा कमी करण्यासाठी शस्त्रकपात, शस्त्रास्त्र निर्मितीवर बंदी, शस्त्रास्त्रांवर नियंत्रण इत्यादींसाठी जागतिक परिषदा व करार होऊ लागले. उदा. सर्वंकष अणुचाचणी करार. या कराराच्या माध्यमातून शस्त्रस्पर्धेला आळा घालण्याचा प्रयत्न होऊ लागला. शस्त्रास्त्र निर्मितीवर होणाऱ्या खर्चाबाबत जनजागृतीदेखील केली जाऊ लागली. या सर्व घडामोडी आंतरराष्ट्रवादाच्या विकासाला साहाय्यक ठरू लागल्या.

६. **आंतरराष्ट्रीय प्रचार व प्रसार :** दुसऱ्या महायुद्धानंतर मोठ्या प्रमाणावर विकसित झालेल्या प्रसिद्धी माध्यमांमुळे आंतरराष्ट्रीय प्रचार व प्रसाराला बळ मिळू लागले. वर्तमानपत्रे, रेडिओ, टी. व्ही., इंटरनेट, सोशल मिडियामुळे जागतिक शांततेचे महत्त्व पटवून देणे सहज शक्य होऊ लागले. युद्धाच्या दुष्परिणामांचीदेखील जगाला चांगल्या प्रकारे जाणीव करून देणे सहज शक्य होऊ लागले. भविष्यकाळात युद्ध घडले तर जगाच्या हानीची कल्पनादेखील प्रचाराच्या माध्यमातून देणे शक्य होऊ लागले आणि युद्धाच्या राष्ट्रविकासावर होणाऱ्या परिणामाबद्दलदेखील जनतेला अवगत करता येऊ लागले. आंतरराष्ट्रीय शांतता प्रस्थापित करण्यासाठी अनेक गट, स्वयंसेवी संस्था, आंतरराष्ट्रीय संघटना आणि प्रादेशिक संघटना प्रयत्न करू लागल्यामुळे जागतिक पातळीवर तणावाचे वातावरण कमी होऊ लागले. जागतिक लोकमताच्या वाढत्या दडपणामुळे युद्धखोर राष्ट्रावर दडपण येऊ लागले. आंतरराष्ट्रीय प्रचार व प्रसारामुळेदेखील आंतरराष्ट्रवादाला मदत मिळू लागली.

७. **आंतरराष्ट्रीय कायद्याचा विकास :** ह्युगो ग्रोशियस, जेरेमी बेंथम इत्यादी विचारवंतांनी आंतरराष्ट्रीय कायद्याच्या विकासात योगदान दिले. आंतरराष्ट्रीय कायद्यामुळे राष्ट्राराष्ट्रांत न्याय व कायदेशीर मार्गांनी आर्थिक, राजकीय संबंध प्रस्थापित करण्याचे माध्यम उपलब्ध झाले. राष्ट्राराष्ट्रांतील तणाव व संघर्षांच्या मुद्द्यांचे निराकरण करण्यासाठी मार्गदेखील उपलब्ध झाले. आंतरराष्ट्रीय कायदे बंधनकारक नसले तरी या कायद्यामुळे राष्ट्रावर योग्य मार्गांनी वागण्याचे नैतिक दडपण येऊ लागले. आंतरराष्ट्रीय कायद्याचा भंग करणाऱ्या राष्ट्राचा धिक्कार होऊ लागला. उदा. इराकने कुवेतवर केलेल्या आक्रमणाचा धिक्कार जगातील सर्व राष्ट्रांनी केला.

आंतरराष्ट्रीय कायद्यामुळे जागतिक शांततेला बळ मिळू लागले. युद्धे कमी होण्यासदेखील हातभार लागला. आंतरराष्ट्रीय कायद्याची उपलब्धी आंतरराष्ट्रवादाला बळ देणारी ठरली.

८. **आंतरराष्ट्रीय संघटनांची निर्मिती :** पहिल्या महायुद्धानंतर स्थापन झालेला राष्ट्रसंघ आणि दुसऱ्या महायुद्धानंतर स्थापन झालेल्या संयुक्त राष्ट्र संघटनेमुळे आंतरराष्ट्रीय शांतता निर्माण करण्याच्या प्रयत्नाला संस्थात्मक आधार प्राप्त झाला. आज जगातील बहुसंख्य देश युनोचे सदस्य बनले आहेत. आज युनो राष्ट्राराष्ट्रांतील प्रश्न शांततेच्या मार्गाने सोडविण्याचा प्रयत्न करते. जागतिक प्रश्नांवर चर्चा घडवून आणते. सदस्य राष्ट्रांना आपली बाजू मांडण्यासाठी युनो हे हक्काचे कायमस्वरूपी व्यासपीठ उपलब्ध झाले आहे. आंतरराष्ट्रीय पातळीवर राष्ट्राराष्ट्रांत परस्पर सहकार्य, मैत्रीची भावना, सहिष्णुता आणि सह-अस्तित्व भावना निर्माण करण्यासाठी युनोने मोठ्या प्रमाणावर राष्ट्रांमध्ये जनजागृती घडवून आणण्यासाठी प्रयत्न केलेले आढळतात. युद्धखोर राष्ट्रांवर युनोने कारवाईदेखील केलेली आहे. उदा. इराकने कुवेतवर हल्ला केला होता, तेव्हा अमेरिकेच्या नेतृत्वाखाली युनोने शांतिसेना स्थापन करून कुवेत इराकपासून मुक्त केला. युनिसेफ, युनेस्को, जागतिक बँक इ. युनोशी संलग्न संस्था सामाजिक व आर्थिक क्षेत्रांत जगातील राष्ट्रांना मदत व सहकार्य करत असतात. राष्ट्राराष्ट्रांत मानवविकास आणि मानवी कल्याण साधण्यासाठी जागतिक बँक, आंतरराष्ट्रीय नाणेनिधी, आंतरराष्ट्रीय व्यापार संघटना यांसारख्या संलग्न संघटनांची निर्मिती केल्यामुळे मानवी विकास व कल्याणाला चालना मिळाली आणि त्यातून आंतरराष्ट्रवादाचा विकास घडून आला.

अशा प्रकारे २० व्या शतकात आंतरराष्ट्रवादाच्या विकासात साहाय्यक ठरणारे घटक निर्माण झाल्यामुळे आंतरराष्ट्रवाद संकल्पनेच्या विकासाला हातभार लागलेला दिसतो.

आंतरराष्ट्रवादाच्या मार्गातील अडथळे वा समस्या : Hindrances and Problem of Internationalism

आंतरराष्ट्रवाद ही संकल्पना विसाव्या शतकात वेगाने पुढे आलेले असली तरी तिची वाट अद्यापही बिकट आहे. आंतरराष्ट्रवादाच्या विकासात अनेक घटक अडथळे आणण्याचा प्रयत्न करत आहेत. जोपर्यंत या अडथळ्यांवर योग्य पद्धतीने मात करता येत नाही, तोपर्यंत आंतरराष्ट्रवादाचा योग्य पद्धतीने विकास होऊ शकणार नाही. आंतरराष्ट्रवादाच्या मार्गातील प्रमुख समस्या पुढीलप्रमाणे सांगता येतात.

१. **प्रबळ राष्ट्रवाद :** प्रबळ राष्ट्रवादाचे अस्तित्व हे आंतरराष्ट्रवादाच्या मार्गातील प्रमुख अडथळा बनलेला आहे. आंतरराष्ट्रवाद यशस्वी होण्यासाठी जगातील नागरिकांमध्ये

सहकार्यवृत्ती निर्माण होणे गरजेचे आहे. त्यासाठी राष्ट्राराष्ट्रांतील नागरिकांनी आपल्या राष्ट्रवादाला तिलांजली दिली पाहिजे, वा राष्ट्रवादाला आणि राष्ट्रीय संबंधाना दुय्यम स्थान दिले पाहिजे. कारण जागतिक समाज निर्माण होण्यासाठी त्याची नितांत गरज आहे. परंतु आजही राष्ट्रांमध्ये राष्ट्रवादाची प्रखरता कमी होताना दिसत नाही. राष्ट्राराष्ट्रांमध्ये राष्ट्रवादाचा विखार वाढविण्याचा प्रयत्न सुरू झालेला आहे. प्रखर राष्ट्रवादामुळे राष्ट्रांमधील आक्रमक आणि युद्धखोर वृत्ती वाढत चाललेली आहे. त्यामुळे राष्ट्राराष्ट्रांमध्ये लहानसहान गोष्टींवरून तीव्र संघर्ष होत आहेत. उदा. डोकलाम पठारावरून भारत–चीनमधील संघर्ष.

२. **राष्ट्रहिताला महत्त्व :** आंतरराष्ट्रीय पातळीवर वावरताना प्रत्येक राष्ट्र राष्ट्रहिताला केंद्रीय स्थानी ठेवून परराष्ट्र धोरणाची आखणी करत असते. आंतरराष्ट्रीय प्रश्नांकडे पाहण्याचा राष्ट्राचा दृष्टिकोन मानवतावादी स्वरूपाचा नसतो, तर राष्ट्रहितावर आधारलेला असतो. राष्ट्रे जगाच्या कल्याणाचा विचार करण्याऐवजी स्वत:च्या राष्ट्राचा स्वार्थ लक्षात घेऊन कृती करण्याचा प्रयत्न करत असतात. राष्ट्रीय हितासाठी चुकीच्या गोष्टींकडे डोळेझाक केली जाते. अयोग्य गोष्टींनादेखील पाठिंबा दिला जातो. उदा. शीतयुद्ध. अफगणिस्तानमधील रशियाचा हस्तक्षेप कमी करण्यासाठी अमेरिकेने इस्लामी मूलतत्त्ववादी संघटनांच्याकृती केलेले दुर्लक्ष वा पुरविलेली मदत.

३. **सार्वभौमत्वाला महत्त्व :** प्रत्येक राष्ट्र आपल्या सार्वभौमत्वाच्या रक्षणासाठी अत्यंत जागृत वा सजग असल्याचे दिसून येते. राष्ट्राच्या सार्वभौमत्वावर मर्यादा आली की राष्ट्रे आंतरराष्ट्रीय कायदे व नियमदेखील धुडकावयाला कमी करत नाहीत, तसेच आपले सार्वभौमत्व इतरांवर लादण्याचा प्रयत्न करतात. आपले सार्वभौमत्व प्रस्थापित करण्यासाठी आक्रमक वृत्ती धारण करतात. शेजारील राष्ट्राच्या भूमीवर आपल्या सार्वभौमत्वाचा दावा करताते. या आक्रमक कारवाईमुळे जगात युद्धसदृश्य वातावरण निर्माण होते. अशा वातावरणात आंतरराष्ट्रवादाचा विकास होणे शक्य नाही. उदा. दक्षिण चीन समुद्राच्या बेटे व सरहद्दीवरून चीनने अनेक राष्ट्रांशी शत्रुत्व पत्करले वा संघर्षाची भूमिका घेतलेली दिसते.

४. **आर्थिक साम्राज्यवाद :** आधुनिक काळात राजकीय साम्राज्यवादाचे अवशेष नष्ट झालेले असले, तरी आर्थिक साम्राज्यवादाचे अस्तित्व आजही कायम दिसून येते. भांडवलशाही व्यवस्थेतून आर्थिक साम्राज्यवादाला बळ प्राप्त होत आहे. भांडवलशाही व्यवस्थेतील खाजगीकरणामुळे उत्पादन अफाट स्वरूपात वाढलेले आहे. हा उत्पादित झालेला माल खपविण्यासाठी हक्कांची बाजारपेठ असणे गरजेचे असते. आर्थिकदृष्ट्या प्रबल राष्ट्रे बहुराष्ट्रीय कंपन्यांची स्थापना करत आहेत. या

कंपन्यांच्या माध्यमातून विविध राष्ट्रांच्या बाजारपेठेत शिरकाव करण्याचा प्रयत्न केला जात आहे. आपल्या देशातील माल आणि कंपन्यांना शिरकाव करता यावा म्हणून अविकसित व विकसनशील देशांना आर्थिक मदत, कर्ज आणि पायाभूत सुविधांची उभारणी, तांत्रिक ज्ञान, लष्करी साहित्य इत्यादी उपलब्ध करून दिले जात आहे. राष्ट्रांवर आर्थिक वर्चस्व प्रस्थापित झाले की, राजकीय वर्चस्व व नियंत्रण प्रस्थापित करणे सहज शक्य होते. उदा. अमेरिकेचा डॉलर साम्राज्यवाद. बाजारपेठेवर नियंत्रण मिळविण्यासाठी चाललेल्या स्पर्धेतून राष्ट्राराष्ट्रांमध्ये संघर्ष वाढताना दिसतो आहे. आर्थिक कारणामुळेदेखील राष्ट्रे एकमेकांना मदत वा सहकार्य करत नाहीत. आर्थिक साम्राज्यवादामुळे आंतरराष्ट्रवादाच्या मार्गात अडथळे निर्माण होतात.

५. **वैचारिक मतभिन्नता :** आधुनिक काळात आर्थिक, सामाजिक, राजकीय आणि सांस्कृतिक आधारावर अनेक विचारप्रणाल्या निर्माण झालेल्या आहेत. या विचारप्रणाल्यांमध्ये असलेली टोकाची मतभिन्नता आंतरराष्ट्रवादाच्या मार्गातील प्रमुख अडचण ठरलेली आहे. दुसऱ्या महायुद्धानंतर साम्यवाद आणि भांडवलशाही विचारप्रणालीच्या आधारावर जगातील राष्ट्रांचे दोन गटांत विभाजन घडून आले. अमेरिकेच्या नेतृत्वाखाली भांडवलशाही राष्ट्रांचा गट आणि रशियाच्या नेतृत्वाखाली साम्यवादी राष्ट्रांचा गट. या दोन्ही गटांतील राष्ट्रांनी केलेल्या कारवायांमुळे शीतयुद्धाचा जन्म झाला आणि जागतिक शांततेला गालबोट लागले. आधुनिक काळातदेखील मूलतत्त्ववादी विचारधारेच्या आधारावर निर्माण झालेल्या संघटना, राष्ट्रे आणि गटांनी जागतिक शांततेला हरताळ फासण्याचे कार्य केलेले आहे. उदा. इसिसचा उदय.

६. **शस्त्रास्त्र स्पर्धा :** शस्त्रसामर्थ्याने राष्ट्राचे संरक्षण चांगल्या प्रकारे करता येईल हा विश्वास दुसऱ्या महायुद्धानंतर राष्ट्रांमध्ये मोठ्या प्रमाणावर बळावू लागला. त्यामुळे प्रत्येक राष्ट्राने शस्त्रसंपन्न होण्याचा प्रयत्न सुरू केला. आपल्या राष्ट्रीय उत्पन्नातील प्रचंड पैसा शस्त्रनिर्मिती व संशोधनावर खर्च केला. शस्त्रनिर्मितीत आपले राष्ट्र मागे पडू नये, म्हणून राष्ट्रे उत्पन्नाचा मोठा भाग खर्च करून महाभयंकर अस्त्रे निर्माण करण्याचा प्रयत्न करीत आहेत. शस्त्रास्त्र स्पर्धेमुळे राष्ट्राराष्ट्रांत संशय आणि अविश्वासाचे वातावरण निर्माण होत आहे. या वातावरणामुळे जागतिक शांततेला धोका पोहचत आहे. त्यामुळे शस्त्रास्त्र स्पर्धा आंतरराष्ट्रीय शांततेस घातक ठरत असून, प्रत्यक्ष युद्ध होत नसले तरी युद्धसदृश्य वातावरण कायम राहते.

७. **प्रभावी आंतरराष्ट्रीय संघटनेचा अभाव :** राष्ट्राराष्ट्रांतील संघर्ष व मतभेद मिटविण्यासाठी युनो ही संघटना कार्य करीत आहे. आंतरराष्ट्रीय कायदेदेखील अस्तित्वात आहेत; पण युनोचे कार्य नैतिकतेच्या आधारावर चालत असते. युनोजवळ स्वत:चे लष्कर नाही. ही संघटना आर्थिकदृष्ट्या कमजोर आहे. युनोला

लागणारा निधी बड्या राष्ट्रांकडून मोठ्या प्रमाणावर मिळतो. त्यामुळे ते युनोला जुमानत नाहीत. युनोने कारवाईचा प्रयत्न केल्यास बडी राष्ट्रे निधी गोठविण्याचा निर्णय घेतात. त्यामुळे युनोला आक्रमक राष्ट्रांवर कारवाई करता येत नाही. अमेरिका, चीन, रशिया, इंग्लंड व फ्रान्स या देशांना नकाराधिकार वा व्हेटोचा अधिकार आहे. हे देश स्वार्थासाठी व्हेटोचा वापर करून युनोच्या कार्यात अडचणी निर्माण करतात. युनो प्रभावशाली नसल्याने आंतरराष्ट्रवादात अडथळे निर्माण होतात. याशिवाय नाटो, सिटो, सिएन्टो, सार्क, अलिप्त राष्ट्रांचा गट, वार्सा करार इ. वेगवेगळ्या संघटना क्षेत्रीय पातळीवर निर्माण झालेल्या आहेत. या संघटनांमुळे राष्ट्रे युनोला महत्त्व देत नाही.

आंतरराष्ट्रवाद ही संकल्पना कितीही आदर्श व आधुनिक काळात उपयुक्त मानली जात असली, तरी या संकल्पनेच्या विकासाच्या मार्गात अनेक अडचणी निर्माण झालेल्या दिसतात. जोपर्यंत या अडचणी नष्ट करण्यासाठी राष्ट्रे व्यापक प्रयत्न करीत नाही, तोपर्यंत आंतरराष्ट्रावादाचा विकास होणार नाही.

जागतिक सरकार वा विश्वराज्याची संकल्पना : World Government Concept and World State

आज जगात सर्वत्र राष्ट्र-राज्याचे अस्तित्व आढळून येते. परंतु भविष्यात राष्ट्र-राज्य ही संकल्पना इतिहासजमा होईल. संपूर्ण जगाचे मिळून एक विश्वराज्य वा जागतिक सरकार निर्माण होईल. जगात सुरुवातीला राज्य संकल्पनेचा विकास झाला. नंतरच्या काळात राष्ट्र-राज्याची संकल्पना उदयाला आली आणि भविष्यात राष्ट्र-राज्य नष्ट होऊन विश्वराज्य निर्माण होईल, अशी कल्पना अनेक राज्यशास्त्रज्ञांनी मांडलेली आहे. राजकीय संघटनेचे स्वरूप हे नेहमीच मानवी गरजा आणि वैचारिक प्रगतीवर आधारलेले असते. जशा गतकाळातील गणराज्य, साम्राज्यसारख्या संस्था काळाच्या उदरात नष्ट झाल्या, त्याप्रमाणे राष्ट्र-राज्यसुद्धा नष्ट होतील. कारण जगाकडे पाहण्याच्या दृष्टीत बदल होत आहे. राष्ट्रापुरता विचार करणारे नागरिक दुसऱ्या देशात आणि जगात घडणाऱ्या घटनांबद्दल रस घेऊ लागले आहेत. आपल्या प्रतिक्रिया व्यक्त करू लागले आहेत. राष्ट्राबद्दल विचार करणारे नागरिक आपल्या प्रेमाची आणि निष्ठेची क्षितिजे व्यापक करू लागले. मानवतेच्या दृष्टिकोनातून आंतरराष्ट्रीय घटनांबाबत विचार करू लागले. मानवी वर्तन आणि विचारांत झालेला बदल हा विश्वराज्य स्थापन करण्याचे सूचक चिन्ह मानावयास हरकत नाही, असे अनेक विचारवंतांना वाटते.

विश्वराज्यामुळे मानवी जीवनावर होणाऱ्या सकारात्मक परिणामांची चर्चादेखील अभ्यासक करतात. विश्वराज्याच्या रचना आणि कार्याबाबत अभ्यासकांमध्ये एकमत नसले, तरी जगातील सर्व राष्ट्रांचे मिळून एक विश्वराज्य निर्माण झाल्यास युद्धाचा प्रश्न

निकाली निघू शकतो. जगातील मानव शांततेच्या माध्यमातून आपली प्रगती साध्य करू शकतात. प्रत्येक देश लष्कर, शस्त्रास्त्र आणि सीमा-रक्षणासाठी खर्च करत असलेली रक्कम विधायक कार्यासाठी खर्च करता येईल. नैसर्गिक साधनसंपत्ती व तंत्रज्ञानाचा सर्वांसाठी वापर करता येईल. अविकसित देशाचा विकसित देशाच्या मदतीने विकास करता येईल. सर्व राष्ट्रे जगातील सरकारच्या नियंत्रणाखाली असल्याने आपआपसांत संघर्ष होणार नाही. सर्व राष्ट्रे एका सार्वभौम मध्यवर्ती सत्तेकडे म्हणजे विश्वराज्याकडे सार्वभौमत्वाचा त्याग करतील, त्यामुळे आपोआप जागतिक पातळीवरचे संघर्ष, मतभेद आणि तणाव संपुष्टात येईल आणि आंतरराष्ट्रीय पातळीवर कायमस्वरूपी शांतता प्रस्थापित होईल.

तंत्रज्ञानाचा विकास आणि युनोच्या स्थापनेमुळेदेखील विश्वराज्य स्थापनेला हातभार लागेल, असे अनेक अभ्यासकांना वाटते. दुसऱ्या महायुद्धानंतर युनोची स्थापना झाली. जगातील बहुसंख्य देश युनोचे सदस्य झाले. युनोच्या व्यासपीठावर राष्ट्रा-राष्ट्रांतील संघर्ष शांततेच्या मार्गाने सोडविण्याचा प्रयत्न केला जातो. त्यात युनोला काही प्रमाणात यशदेखील आलेले आहे. युनोचा प्रभाव दिवसेंदिवस वाढत आहे. जगातील अनेक राष्ट्रे प्रादेशिक पातळीवर एकत्र येण्याची प्रक्रिया सुरू झालेली आहे. उदा. युरोपियन युनियन. भविष्यात या प्रक्रिया अधिक वेगाने आकार घेण्याची शक्यता आहे. युनोने व्यापक स्वरूपात प्रयत्न केल्यास विश्वराज्य फारसे दूरचे स्वप्न राहणार नाही तर ती हकिकत बनेल असे अभ्यासकांना वाटते. विज्ञान आणि तंत्रज्ञान क्षेत्रातील क्रांतीमुळे जग जवळ येत चाललेले आहे. जगाला वैश्विक खेड्याचे स्वरूप प्राप्त होत आहे. दळणवळण क्षेत्रातील क्रांतिकारी शोधांमुळे भौगोलिक अंतर आणि राष्ट्रांच्या सीमांचा अडथळा गौण मुद्दा ठरला आहे. एका देशातील नागरिकांना दुसऱ्या देशातील नागरिकांशी सहज संवाद साधणे शक्य होत आहे. त्यामुळे सार्वभौमत्व, राष्ट्र, नागरिकत्व इत्यादी राष्ट्र-राज्याशी निगडित संकल्पनांना फारसा अर्थ राहिला नाही. हे सर्व परिवर्तन विश्वराज्याच्या निर्मितीसाठी योग्य आहे असे अनेक अभ्यासकांना वाटते. परंतु राष्ट्रीयत्वाच्या भावनेचा वाढता प्रभाव, राष्ट्रांमधील साम्राज्यवादी वृत्ती, राष्ट्राराष्ट्रांतील विविध बाबतीत विभिन्नता (सांस्कृतिक, आर्थिक) लक्षात घेता सद्यःकाळात विश्वराज्य निर्माण होणे शक्य नाही, असे अनेक अभ्यासकांना वाटते. प्रा. जी. सी. फील्ड हे स्पष्ट करतात की, आपण सर्व जगाचे अगर मानवजातीचे भाग आहोत असे म्हणू शकतो, परंतु राष्ट्राचे आणि गटाचे भाग असे म्हणताना आपल्याला जाणवणाऱ्या भावना आणि विश्वराज्याचा भाग म्हणून जाणवणाऱ्या भावना यांत जमीन-अस्मानाचे अंतर आहे. याचा अर्थ विश्वराज्याविषयी आपल्या सद्भावना ह्या मानवतावाद आणि कल्पनारम्य जगाच्या एक भाग वाटतात. वास्तवातील राजकीय संघटन वाटत नाही. विश्वराज्याऐवजी जागतिक सरकारची कल्पना हा व्यवहार्य पर्याय ठरेल असे काही

अभ्यासकांना वाटते. जागतिक सरकारमध्ये जगातील सर्व राष्ट्रांना घटकराज्याचा दर्जा दिला जाईल. जागतिक सरकार एक मध्यवर्ती वा संघ स्वरूपाचे सरकार असेल. विश्वसरकारमधील घटक राज्यांना सार्वभौम सत्ता दिली जाणार नाही, पण अंतर्गत बाबतीत पूर्ण स्वायत्तता वा स्वातंत्र्य दिले जाईल. राष्ट्रीय भावना आणि वैश्विक भावनेचा समन्वय साधता येईल. राष्ट्राराष्ट्रांनी सहकार्याची भूमिका घेतली, तर भविष्यात जागतिक सरकार स्थापन करणे अवघड नाही. प्रा. गेटेल मानतात की, राष्ट्रवादाप्रमाणे आंतरराष्ट्रवाद हासुद्धा आजच्या काळातील प्रमुख विचारप्रवाह आहे. या विचारप्रवाहाबद्दल जागतिक आस्था निर्माण होत आहे. म्हणून भविष्यात राष्ट्र-राज्याच्या पायावर विश्वराज्याची स्थापना होईल, परंतु ती नेमकी कधी होईल हे येणारा भविष्यकाळच आपल्याला सांगू शकेल. विश्वराज्य आणि जागतिक सरकारची संकल्पना महत्त्वपूर्ण असली, तरी ती केव्हा प्रत्यक्षात येईल याचा निर्णय भविष्यावर सोडणे योग्य ठरेल. सद्य:काळात वा नजीकच्या काळात स्थापन होण्याची शक्यता दिसून येत नाही.

विश्वराज्य वा जागतिक सरकार–रचना व स्वरूप : विश्वराज्य आणि जागतिक सरकारची रचना व स्वरूप कशा प्रकारचे राहील याबाबत अभ्यासकांनी विभिन्न मते व्यक्त केलेली आहेत. या मताच्या आधारावर विश्वराज्याची रचना साधारणपणे पुढीलप्रमाणे राहील.

१. विश्वराज्य वा जागतिक सरकार सर्वांत शक्तिशाली राहील. विश्वराज्याला शक्तिशाली बनविण्यासाठी सार्वभौमत्वाचे अधिकार दिले जातील.

२. विश्वराज्याचे सार्वभौमत्व कायमस्वरूपी टिकून राहण्यासाठी प्रभावी लष्कराची निर्मिती केली जाईल.

३. विश्वराज्याचे स्वरूप संघराज्याप्रमाणे असेल. मध्यवर्ती संस्था विश्वराज्याकडे असेल तर राष्ट्रांना घटकराज्याप्रमाणे सत्ता व स्वायत्तता बहाल केली जाईल.

४. विश्वराज्याच्या बळकटीसाठी राष्ट्रे आपले सार्वभौमत्व विश्वराज्याकडे विलीन करतील.

५. सार्वभौम सत्ता विश्वराज्याकडे असल्यामुळे राष्ट्राराष्ट्रांतील संघर्षाचे निराकरण करणे सहज शक्य होईल.

६. विश्वराज्याकडे सार्वभौम सत्ता असल्यामुळे राष्ट्राराष्ट्रांतील सीमा-प्रश्न वा इतर विवाद लवकरात लवकर सोडविता येतील. लष्करी सत्ता विश्वराज्याकडे असल्यामुळे राष्ट्रांना विश्वराज्याच्या आदेशाप्रमाणे वागणे भाग पडेल.

७. सर्व राष्ट्रे विश्वराज्याच्या नियंत्रणाखाली आल्यामुळे अंतर्गत संघर्ष उद्भवणार नाहीत. राष्ट्राकडे लष्कर राहणार नाही. त्यामुळे युद्ध कायमचे बंद होऊन जागतिक शांततेचा प्रश्न मिटेल.

विश्वराज्याच्या स्थापनेतील अडचणी वा समस्या : Hindrances of established of World State

मानवातील युद्धखोर आणि हिंसक वृत्तीचा कायमचा बंदोबस्त करण्यासाठी विश्वराज्याची कल्पना अभ्यासकांनी मांडलेली आहे. विश्वराज्यामुळे जगातून युद्धे कायमची हद्दपार होतील. युद्धामुळे मानवाची अपरिमित हानी झालेली आहे. युद्धामुळे मानवातील नैतिकता आणि मानवतेचा लोप होतो. बदला घेण्याच्या भावनेला युद्ध चालना देत असते. विश्वराज्य प्रस्थापित झाले तर युद्धाचा प्रश्न निकाली निघेल, म्हणून थॉमस हॉब्ज, मॉगैन्थासारख्या अभ्यासकांनी विश्वराज्याची संकल्पना मांडली होती. परंतु ही संकल्पना कितीही उदात्त व मानवी जीवनास योग्य असली तरी प्रत्यक्षात येणे अत्यंत अवघड कार्य मानले जाते. विश्वराज्याच्या स्थापनेत पुढील अडचणी येत असतात.

१. **राष्ट्रनिष्ठेचे अस्तित्व :** संकुचित राष्ट्रनिष्ठा वा राष्ट्रवादामुळे विश्वराज्य निर्माण होण्यात अडथळे निर्माण झालेले आहेत. राष्ट्रनिष्ठेमुळे लोकांची निष्ठा व प्रेम राष्ट्रापुरती मर्यादित असते. आपले राष्ट्र इतरांपेक्षा वेगळे आहे ही राष्ट्रवादाची भावना नष्ट केल्याशिवाय विश्वराज्य निर्माण होणार नाही. विश्वराज्यासाठी समान उद्दिष्टे असणारा समाज निर्माण करणे आवश्यक असते. राष्ट्रवादाच्या उपस्थितीत असा समाज निर्माण करणे जवळपास अशक्य आहे. राष्ट्रनिष्ठेचा त्याग करून नागरिक विश्वराज्यास अर्पण करण्यास तयार होणार नाहीत.

२. **राष्ट्रांचे सार्वभौमत्व :** अंतर्गत कारभारात सर्वश्रेष्ठत्व आणि बाह्य नियंत्रणापासून मुक्त अशी सार्वभौम राष्ट्रे युनोची सभासद असली, तरी आपले सार्वभौमत्व मर्यादित करायला तयार नाहीत. राष्ट्रे स्वार्थासाठी आरोप-प्रत्यारोप व युद्धाचा वापर करतात. राष्ट्रहिताच्या आधारावर परराष्ट्र धोरण ठरवतात. राष्ट्रहित संकल्पनेमुळे विश्वराज्य होऊ शकत नाही. राष्ट्राच्या सार्वभौमत्वाचे अस्तित्व असेपर्यंत विश्वराज्य हे कल्पनारम्य स्वप्न राहील. राष्ट्रे आपले सार्वभौमत्व सोडण्यास तयार नसल्यामुळे नजीकच्या भविष्यकाळात विश्वराज्य स्थापन होण्याची शक्यता दिसून येत नाही.

३. **युनोचे अपयश :** जागतिक शांततेसाठी युनोची स्थापना झालेली असली तरी युनोतील पाच बडच्या राष्ट्रांना व्हेटोचा अधिकार आहे. ते स्वार्थासाठी नकाराधिकाराचा वापर करतात. त्यामुळे अनेक प्रश्न युनोमध्ये 'जैसे थे' स्थितीत पडलेले आहेत. उदा. काश्मीर प्रश्न. युनोजवळ स्वत:चे लष्कर नाही. त्यामुळे आक्रमक राष्ट्रांवर कारवाई करता येत नाही. युनोच्या कायद्यामागे दंडशक्ती नसल्यामुळे ते कायदे कुणीही पाळत नाही. युनोच्या अपयशामुळे विश्वराज्य स्थापन करणे शक्य नाही.

४. **जागतिक सरकार अशक्य :** अनेक कायदेशीर, तांत्रिक आणि व्यावसायिक अडचणी विश्वराज्य निर्माण करताना येणार आहेत. विश्वराज्यात मध्यवर्ती सरकार व घटक राज्य सरकार यांत अधिकार विभागणी कोणत्या तत्त्वांच्या आधारावर करावी याबाबत कोणतीही मार्गदर्शक तत्त्वे उपलब्ध नाहीत. अधिकार विभागणीवरून राष्ट्राराष्ट्रांमध्ये संघर्ष होण्याची शक्यता आहे. बडी राष्ट्रे जास्त अधिकारांची मागणी करण्याची शक्यता आहे. अधिकार विभागणी करताना राष्ट्राराष्ट्रांत भेदभाव करता येईल काय याबाबतही एकमत नसल्यामुळे, विश्वराज्य नेमके कशा स्वरूपाचे आहे याचे चलचित्र उपलब्ध नसल्यामुळे, विश्वराज्य ही एक फक्त कविकल्पना आहे असे अनेक अभ्यासकांना वाटते.

५. **राष्ट्राराष्ट्रांतील विभिन्नता :** जगातील विविध राष्ट्राराष्ट्रांमध्ये लोकसंख्या, भूप्रदेश, साधनसामग्रीबाबत मोठ्या प्रमाणावर विषमता वा विभिन्नता आढळून येते. काही राष्ट्रे भूप्रदेश व लोकसंख्येच्या दृष्टीने फार मोठी आहेत, तर काही अत्यंत लहान आहेत. नैसर्गिक साधनसामग्रीबाबतही राष्ट्राराष्ट्रांमध्ये विषमता आढळून येते. काही राष्ट्रांमध्ये वाळवंट तर काही ठिकाणी सुपीक जमीन, या विभिन्नतेमुळे राष्ट्राराष्ट्रांमध्ये आर्थिक व इतर प्रकारची दरी निर्माण झालेली आहे. या विषम परिस्थितीतील राष्ट्रांमध्ये एकोपा कसा निर्माण करावा हा यक्षप्रश्न आहे. राष्ट्राराष्ट्रांतील विभिन्नता लक्षात घेऊन अधिकार वाटप व दर्जा कसा निश्चित करावा यांबाबतही निश्चित मार्ग उपलब्ध नसल्यामुळे विश्वराज्य निर्माण करता येणे शक्य नाही.

६. **नेतृत्वाचा मोह :** विश्वराज्य निर्माण करताना नेतृत्व कोणाकडे द्यावे हाही गहन प्रश्न आहे. कारण जगातील प्रत्येक राष्ट्रातील नेते विश्वराज्याचे नेतृत्व आपल्याकडे असावे यासाठी प्रयत्न करतील. त्यामुळे नेतृत्वावरून विश्वराज्यात एकमत होणे शक्य नाही.

७. **विश्वराज्याला पोषक वातावरण नाही :** जागतिक राजकारणातील सद्यःकालीन गटबाजी, सत्तास्पर्धा, आर्थिक नियंत्रणासाठी चालेली चुरस पाहता विश्वराज्य निर्माण होणे सध्या तरी शक्य दिसत नाही. जगातील काही राष्ट्रे आपल्या शक्तिसामर्थ्याचे प्रदर्शन करीत असतात. बलवान राष्ट्रे शक्तिसामर्थ्य वाढविण्यासाठी मोठ्या प्रमाणावर शस्त्रास्त्रांचे उत्पादन करीत आहेत. त्यांच्या भीतीतून इतर राष्ट्रेही शस्त्रास्त्रांची निर्मिती करतात. त्यातून जागतिक पातळीवर शस्त्रस्पर्धेला ऊत आलेला दिसतो. त्यामुळे सद्यःकाळात विश्वराज्याला पोषक वातावरण दिसून येत नाही.

विश्वराज्याच्या स्थापनेतील अडचणी लक्षात घेता सद्यःकाळात विश्वराज्य निर्माण होणे ही अशक्य संकल्पना आहे. विश्वराज्य स्थापन झाल्यास मानवी जीवनातील

अनेक समस्यांचे निराकरण होईल हा आशावाद योग्य असला, तरी त्यांच्या स्थापनेस सद्यःकाळ पोषक नाही. परंतु भविष्यात राष्ट्राराष्ट्रांतील मतभेद व संघर्षांचे प्रमाण कमी होऊन त्यांच्यात सहअस्तित्व आणि सहकार्याची भावना विकसित झाल्यास, विश्वराज्य वा जागतिक सरकार स्थापन करणे अशक्य नाही एवढे मात्र निश्चितपणे सांगता येते. अर्थात हे नेमके कधी घडेल हे निश्चित सांगता येत नाही. त्याबाबत येणारा काळ हाच उत्तर देईल.

लघुत्तरी प्रश्न

१. राष्ट्रवाद संकल्पनेचा विकास
२. राष्ट्रवादाचे प्रकार
३. राष्ट्रवादाचे गुण
४. राष्ट्रवादाचे दोष
५. राष्ट्र आणि राज्य
६. राष्ट्र आणि राष्ट्रक
७. बेनेडिक्ट अॅन्डर्सन यांचे राष्ट्रवादाबद्दलचे विचार
८. आंतरराष्ट्रवाद-आधारभूत तत्त्वे वा वैशिष्ट्ये
९. आंतरराष्ट्रवाद विकास
१०. आंतरराष्ट्रवादाच्या मार्गातील अडथळे वा अडचणी
११. विश्वराज्य
१२. विश्वराज्य स्थापनेतील अडचणी वा समस्या

दीर्घोत्तरी प्रश्न

१. राष्ट्रवाद म्हणजे काय ते सांगून राष्ट्रवादाचे आधारभूत घटक स्पष्ट करा.
२. पुरोगामी आणि प्रतिगामी राष्ट्रवादातील फरकाविषयी चर्चा करा.
३. राष्ट्रवादाचे गुण, दोष विशद करा.
४. आंतरराष्ट्रवाद म्हणजे काय ते सांगून आंतरराष्ट्रवादाच्या विकासाच्या कारणांचे विश्लेषण करा.
५. आंतरराष्ट्रवादाच्या मार्गातील प्रमुख समस्या सांगा.
६. जागतिक सरकार रचना, स्वरूप आणि त्यांच्या मार्गातील अडचणींचे टीकात्मक विश्लेषण करा?

प्रकरण सहावे

मार्क्सवाद

Marxism

एकोणिसाव्या आणि विसाव्या शतकांतील तत्त्वज्ञान आणि विचारपद्धतीवर प्रभाव पाडणारा कार्ल मार्क्स हा जागतिक कीर्तीचा विचारवंत होता. समाजवादाची शास्त्रीय पद्धतीने मांडणी केल्यामुळे त्याला शास्त्रीय समाजवादाचे जनक म्हटले जाते. मार्क्सने शास्त्रीय व तार्किक पद्धतीने जागतिक इतिहासाचे विश्लेषण करून भांडवलशाहीच्या विनाशाची अपरिहार्यता विशद केली. तर्कशुद्धतेच्या आधारावर साम्यवादाची स्थापना कशी करता येईल, याबाबतचा कृतिकार्यक्रमदेखील मांडला. आपल्या विचारसरणीतून क्रांतिकारक तत्त्वज्ञानाचा पाया रचला. मार्क्सच्या विचारांपासून प्रेरणा घेऊन रशिया, चीन व जगातील अनेक देशांत क्रांती झाल्या. जवळपास अर्ध्या जगावर मार्क्सच्या विचारांचा एक शतकभर प्रभाव पडलेला होता. मार्क्सला वगळून कोणत्याही सामाजिक शास्त्राला पुढे जाणे शक्य नाही. मार्क्सचा मित्र एंगल्स म्हणतो की, मार्क्सचे नाव व त्याचे कार्य जगाच्या राजकीय व आर्थिक इतिहासात अजरामर होईल. मार्क्स हा मानवी स्वातंत्र्याचा उद्गाता होता. भांडवलशाही व्यवस्थेत मानवाला त्याच्या अंगभूत गुणांमुळे स्वातंत्र्यप्राप्ती होत नाही. कारण मानवाचे स्वातंत्र्य वर्गव्यवस्थेशी निगडित असते. भांडवलशाही राज्यव्यवस्था व कायदा औपचारिकरीत्या सर्वांना समान स्वातंत्र्य देण्याची हमी देत असले, तरी वस्तुस्थिती फार वेगळी असते. स्वातंत्र्य हे शेवटी भांडवलशाही अर्थरचना आणि सांस्कृतिक विकासाशी निगडित असते. म्हणून भांडवलशाहीचे निराकरण केल्याशिवाय मानवाला खरे स्वातंत्र्य प्राप्त होऊ शकणार नाही. खरे स्वातंत्र्य प्रस्थापित करण्यासाठी आणि भांडवलशाहीच्या विनाशासाठी मार्क्सने साम्यवादाचे तत्त्वज्ञान मांडले. मार्क्सला मानवी जीवनात मनुष्यत्वाचे सत्त्व प्राप्त करावयाचे होते. साम्यवादी तत्त्वज्ञानाच्या माध्यमातून तो मानवाचे मानवीकरण करण्याचा प्रयत्न करतो. श्रमशक्तीच्या माध्यमातून मानवाच्या सृजनशीलतेला कसा वाव मिळेल याविषयीचे चिंतन सादर करतो, या अर्थाने मार्क्सचे विचार जग बदलण्याच्या प्रक्रियेचे एक भाग बनतात. मार्क्सवाद ही विचारधारा राहत

नाही, तर जीवन जगण्याचा एक मार्ग बनते. कुमार केतकर साधना साप्ताहिकातील 'मार्क्स : प्रभाव आणि परिणाम' या लेखात मार्क्सचे मानवी इतिहासातील योगदान पुढील शब्दात सांगतात की, मार्क्सनंतर आजपर्यंत संबंध विश्वाचा, संबंध मानवी नात्यांचा, संबंध इतिहासाचा व विज्ञानाचा आणि मूळ तात्त्विक विचारांचा सर्वंकष, व्यापक असा विचार करणारा एकही तत्त्वज्ञ गेल्या दोन शतकांत निर्माण झाला नाही. मार्क्सवादाच्या मर्यादा ओलांडून कुणालाही नवे तत्त्वज्ञान अजून रचता आलेले नाही. म्हणूनच जे काही प्रगत तत्त्वज्ञान आहे, त्यालाही मार्क्सला वगळून पुढे जाता आलेले नाही. जागतिक पातळीवर मार्क्सवादाला थेट पर्याय उभा राहिलेला नाही. आजच्या जगाचे संघर्ष समजून घेण्यासाठी मार्क्सवादाचा आधार घेतल्याशिवाय डाव्यासोबत उजव्या विचारधारेपुढेदेखील पर्याय नाही, हा मार्क्सवादाचा इतर विचारसरणींपेक्षा ठळक वेगळेपणा आहे.

जीवन परिचय : कार्ल हेनरिक मार्क्स यांचा जन्म ५ मे १८१८ मध्ये जर्मनीतील ट्रायर (Trier) येथील एका ज्यू कुटुंबात झाला. त्यांचे वडील वकील व पर्शियन देशभक्त होते. वयाच्या ६ व्या वर्षी वडिलांनी ज्यू धर्माचा त्याग करून ख्रिश्चन धर्म स्वीकारला. या घटनेचा त्यांच्या मनावर खूप मोठा परिणाम झाला. त्यांचे शालेय शिक्षण ट्रायर गावातील जेसुईट ग्रामर स्कूलमध्ये झाले. बॉन विद्यापीठात कायदा शाखेची पदवी मिळविण्यासाठी त्यांनी प्रवेश घेतला. कायद्याची पदवी घेतल्यानंतर बर्लिन विद्यापीठात काही काळ शिक्षण घेतले, याच काळात जेनी या तरुणीसोबत ते विवाहबद्ध झाले. जीना विद्यापीठात 'एपिक्युरसच्या भौतिकवादी तत्त्वज्ञाना'वर प्रबंध सादर करून डॉक्टरेटची पदवी मिळविली. डॉक्टरेटची पदवी मिळाल्यानंतर विद्यापीठात प्राध्यापक होण्याचा प्रयत्न केला; पण जहाल आणि क्रांतिकारक विचारांमुळे प्राध्यापकाची नोकरी मिळू शकली नाही. नोकरी न मिळाल्यामुळे वृत्तपत्रीय लिखाणाकडे वळला आणि अल्पकाळात तो प्रथम श्रेणीचा वृत्तपत्रकार म्हणून ओळखला जाऊ लागला. पत्रकारिता करत असताना जर्मनी आणि युरोपातील घडामोडींविषयीची परिपक्वता व सजगता वाढू लागली. फ्रेंच, जर्मन इअर बुकमध्ये संपादक मंडळाचा सदस्य म्हणूनही कार्य केले. परंतु संपादक मंडळाशी मतभेद होऊ लागल्यामुळे राजीनामा दिला. 'व्हेनिस टाईम्स' या वर्तमानपत्राचा संपादक म्हणूनदेखील कार्य केले. त्या काळात संपादकीयाच्या माध्यमातून जर्मन सरकारवर कठोर टीका केल्यामुळे सरकारने जर्मनी सोडून जाण्याचा आदेश दिला. समाजवादाचा अभ्यास करण्यासाठी तो फ्रान्समध्ये गेला. तेथे सुरू असलेल्या चळवळीमध्ये सहभाग घेतला. जर्मन सरकारविरोधी लेखन केल्यामुळे फ्रान्सने मार्क्सची देशातून हकालपट्टी केली. तेथून तो बेल्जियमला गेला. बेल्जियम येथे १८४८ मध्ये 'समाजवादाचा जाहीरनामा' हा

जगप्रसिद्ध ग्रंथ प्रकाशित केला. बेल्जियमहून जर्मनीत परत आल्यानंतर, जर्मन सरकारने देशद्रोहाचा खटला भरला. न्यायालयाने मार्क्सची निर्दोष मुक्तता केली, परंतु त्याचे वास्तव्य सरकारला नको असल्यामुळे देशातून हद्दपार करण्याचा आदेश बजावला. १८४९ साली मार्क्स इंग्लंडमध्ये वास्तव्यासाठी गेला आणि उर्वरित आयुष्य त्याने ब्रिटिश म्युझियमच्या ग्रंथालयात संशोधन करत व्यतित केले. इंग्लंडमधील वास्तव्यकाळात फ्रेडरिक एंगल्सची मैत्री झाली. एंगल्स हा एक धनवान उद्योजक होता. परंतु त्याला समाजवादी विचारांविषयी आस्था होती. मार्क्स आणि एंगल्सची मैत्री आयुष्याच्या अखेरपर्यंत टिकली. हलाखीच्या व निर्धन अवस्थेत जीवन जगणाऱ्या मार्क्सला एंगल्सच्या मैत्रीने तारले. एंगल्सने मार्क्सला फक्त आर्थिक मदत केली नाही, तर ग्रंथलेखनासदेखील मोलाचे साहाय्य केले. 'मार्क्सला एंगल्स मिळाला नसता तर तो कोरा बुद्धिवान राहिला असता', असे म्हटले जाते. एंगल्समुळे जर्मनीपुरता विचार करणारा मार्क्स इंग्लंडच्या भांडवलशाहीच्या आधारावर संपूर्ण विश्वाचा अर्थ लावण्याचा आणि त्यासाठी पर्यायी कार्यक्रम वा क्रांती-विचार मांडू लागला. मार्क्सने सर्वप्रथम कामगार संघटना स्थापन करून कामगारांना न्याय मिळवून देण्याचा प्रयत्न केला. आंतरराष्ट्रीय कामगार चळवळीत सक्रिय सहभाग घेतला. १८६७ साली 'दास कॅपिटल' (Das Capital) हा जगप्रसिद्ध ग्रंथ लिहिला. हा ग्रंथ साम्यवादाचे बायबल मानला जातो. या ग्रंथातून मार्क्सने उत्पादन पद्धती आणि आर्थिक घटकांच्या अनिवार्य प्रभावाचे विश्लेषण केले. मार्क्सने आपल्या आयुष्यात विपुल लेखन केलेले होते. आजही त्यांचे अप्रकाशित साहित्य प्रकाशित केले जात आहे. त्यांच्या अप्रकाशित लेखनाचा शोध घेतला जात आहे. त्यांनी The Holy family, The German Ideology, - Thesis on Feuerbach, The Poverty of Philosophy, The Communist Manifesto, Das Capital, Value; Price and Profit, The Critique of Political Economy, The Civil War in France, Class Struggle in France B. हे ग्रंथ लिहिले. New York Tribune Ment-Order Zeitung Urguhart Ls Free Press, Weime Press इत्यादी वर्तमानपत्रांत विपुल लेखन केले. आयुष्यभर आर्थिक अडचणींचा सामना करत मार्क्सने विपुल प्रमाणावर आपल्या विचारांच्या प्रचार व प्रसारासाठी लेखन केले. त्यांच्या लेखनाचा जगावर जबरदस्त प्रभाव पडलेला दिसतो. त्यांच्या विचारांच्या आधारावर १९१७ मध्ये रशियामध्ये क्रांती झाली. त्यानंतर चीन व इतर अनेक देशांत क्रांती झालेली होती. मार्क्सवादाच्या प्रभावाखाली अर्धे जग एके काळी आलेले होते. मार्क्सइतका प्रभावशाली विचारवंत जगाच्या इतिहासात क्वचित जन्माला आलेला दिसतो. जगाच्या विचारांची दिशा बदलविणारे तत्त्वज्ञान मार्क्सच्या लेखणीतून बहरलेले होते. वंचित वर्गाला केंद्रस्थानी मानून मार्क्सने केलेले अर्थकारणाचे विश्लेषण आजही

सर्वसामान्यांना आपल्याकडे आकर्षित करते. सोव्हिएट रशियाच्या पतनानंतर मार्क्सवाद संपला असे मानणारे अनेक भांडवलशाहीचे अभ्यासक नवभांडवलशाही व्यवस्थेमुळे निर्माण झालेले संपत्तीचे केंद्रीकरण, आर्थिक विषमता इत्यादीं समस्यांवर उत्तर शोधण्यासाठी मार्क्सवादाचा नव्याने अभ्यास करू लागले आहेत. मार्क्स स्वत: आपल्या तत्त्वज्ञानाचे सामर्थ्य मांडताना म्हणतो की, माझ्या तत्त्वज्ञानाची जगाला गरज भासणार नाही, आम्ही जगाच्या दृष्टीने बिनमहत्त्वाचे ठरू, तो दिवस सगळ्यांत आनंदाचा दिवस असेल. मार्क्सचे मत आपल्या त्यांच्या विचारांचे महती विशद पुरेसे आहे. मार्क्सच्या तत्त्वज्ञानाचे महत्त्व आजही कमी झालेली नाही, उलट त्याविषयीच्या आकर्षणात वाढ होत आहे.

मार्क्सवरील प्रभाव : मार्क्सच्या पूर्वसूरी विचारवंतांचा त्याच्यावर प्रभाव होता. 'त्यांच्याबद्दल नितांत कृतज्ञता व्यक्त करून, आपल्याला जग फक्त समजून घ्यायचे नाही तर बदलायचे आहे', हे स्पष्टपणे नमूद करून त्याने आपल्या विचारांची दिशा स्पष्ट केली. मार्क्सच्या विचारावर मॅब्ले, हॉलबॉच, स्पिनोझा, सेंट सायमन, सिस्मंडी, बॅबूफ, लुई ब्लँक इत्यादी विचारवंतांचा प्रभाव दिसून येतो. मार्क्सने हेगेलच्या विरोध विकासवाद वा द्वंद्ववादाच्या आधारावर आपल्या सिद्धान्ताची मांडणी केली, परंतु आपली द्वंद्ववादाची संकल्पना हेगेलसारखी नसून हेगेलविरोधी आहे, हेदेखील मार्क्सने नमूद केलेले आहे. हेगेलचा प्रभाव असलेल्या 'यंग हेगेलिन्स' या चर्चागटात तो सामील झाला आणि हेगेलच्या काही तत्त्वांना आव्हान देत नवीन मांडणी केली. मार्क्स हेगेलबद्दल लिहितो की, हेगेल डोक्यावर उभा होता, मी त्याला पायावर सरळ उभे केले. हेगेलप्रमाणेच फायरबाख या विचारवंताच्या जडवादाचा प्रभाव मार्क्सवर पडलेला दिसतो. डेव्हिड रिकार्डोच्या श्रममूल्य सिद्धान्ताचादेखील मार्क्सवर प्रभाव पडलेला होता. याशिवाय थॉम्पसन, हॉगस्किन, मोलेशॉट, ॲडम स्मिथ, कॅब्रेट आणि इंग्लंड व फ्रान्समधील समाजवादी विचारवंतांचा मार्क्सच्या विचारांवर प्रभाव होता. वैयक्तिक आयुष्यातील दारिद्र्य; औद्योगिक क्रांती आणि एंगल्सचा सहवास; इंग्लंड, फ्रान्स व जर्मनीतील वास्तव्य काळात आलेल्या अनुभवाचादेखील प्रभाव पडलेला दिसतो.

शास्त्रीय समाजवाद : (Scientific Socialism) औद्यागिक क्रांतीतून भांडवलशाहीच्या विकासाला चालना मिळाली. भांडवलशाहीच्या विकासासोबत जगातील अनेक प्रश्न सुटतील, असा भाबडा आशावाद उजव्या विचारसरणीचा वा मुक्त अर्थव्यवस्थेचा पुरस्कार करणाऱ्या ॲडॅम स्मिथसारख्या अनेक अर्थशास्त्रज्ञांनी मांडला. भांडवलशाहीमुळे काही प्रमाणात फायदे झालेले असले, तरी (राहणीमानात वाढ, उत्पादनवाढ) समाजात अनेक नवीन प्रश्न निर्माण झाले. भांडवलशाहीमुळे आर्थिक

विषमता आणि संपत्तीच्या केंद्रीकरणात वाढ झाली. भांडवलदार दिवसेंदिवस श्रीमंत होऊ लागला. श्रम करणाऱ्या श्रमिकाला मात्र उदरनिर्वाह करणेदेखील अशक्य होऊ लागले. भांडवलशाही व्यवस्थेने श्रमिकांच्या हक्कांची उत्पादन साधने नष्ट केली. औद्योगिक क्रांतीमुळे यंत्राच्या साहाय्याने मोठ्या प्रमाणावर उत्पादन सुरू झाले. उत्पादन निर्मितीसाठी मोठ्या प्रमाणावर भांडवलाची गरज असते. या बदलत्या परिस्थितीत लघु व कुटीर उद्योग करणाऱ्या उत्पादकाला भांडवलशाहीशी स्पर्धा करणे शक्य नसल्यामुळे, त्यांनी उत्पादन बंद करून उदरनिर्वाहासाठी श्रम विकण्यास सुरुवात केली. त्यांचा उदरनिर्वाह श्रमांवर आधारित आहे हे भांडवलदारांच्या लक्षात आल्यानंतर, त्यांनी अत्यंत अल्प मजुरीवर श्रमिकांना राबविण्यास सुरुवात केली. श्रमिकांमध्ये काम मिळविण्यावरून स्पर्धा सुरू असते, ही स्थिती भांडवलदारांना लाभदायक ठरली आणि त्यांनी कमीतकमी मोबदला देऊन श्रमिकांचे शोषण करण्यास सुरुवात केली. भांडवलशाहीचे दुष्परिणाम लक्षात येऊ लागल्यानंतर अनेक विचारवंत भांडवलशाही अर्थव्यवस्थेवर टीका करू लागले. सिस्माडी, सेंट सायमन, रॉबर्ट ओवेन, चार्लस फेरियर, प्रुधाँ इत्यादी समाजवादी अभ्यासकांनी भांडवलशाहीच्या दोषांना उजागर करण्याचा प्रयत्न केला. भांडवलशाही अर्थव्यवस्थेतील दोषांना दूर करण्यासाठी आपआपल्या दृष्टिकोनानुसार नवीन प्रकारच्या समाजरचना निर्मितीची स्वप्ने रंगविली. या विचारवंतांनीं सुचविलेल्या उपाययोजना आणि विचार काल्पनिक आणि वास्तवाला सोडून असल्यामुळे मार्क्स त्यांना 'स्वप्नाळू समाजवादी' असे संबोधतो. सहकारी संघटना वा शासनाच्या सहकार्याने ते समाजवाद आणू इच्छित होते. भांडवलशाही अर्थव्यवस्था हळूहळू नष्ट करून, समाजवाद स्थापनेचे स्वप्न पाहत होते. त्यांनी सुचविलेली समाजरचना आणि विविध पर्याय वस्तुस्थितीपेक्षा कल्पनेवर आधारलेले होते. शास्त्रीय भूमिकांचा त्यात अभाव होता. मार्क्सच्या मते त्यांचे मार्ग निरर्थक होते. मार्क्सने स्वत:च्या समाजवादाला शास्त्रीय समाजवाद म्हटले. समाजवादी विचारवंतांपेक्षा वेगळेपणा दर्शविण्यासाठी 'समाजवाद' शब्दाऐवजी 'साम्यवाद' हा शब्द वापरला. मार्क्सच्या शास्त्रीय समाजवादाचा पाया द्वंद्वात्मक भौतिकवादावर आधारलेला होता. मानवी समाजाचा विकास निश्चित नियमानुसार होत असतो. समाज एका अवस्थेतून दुसऱ्या अवस्थेत ज्या नियमानुसार जात असतो, त्याच नियमानुसार भांडवलशाही नष्ट होईल. मार्क्सने भांडवलशाही नष्ट करण्यासाठी इतिहासाचे द्वंद्वात्मक आकलन आणि भांडवलशाही व्यवस्थेत शोषणाला कारणीभूत असलेल्या अतिरिक्त मूल्यांविषयी विस्ताराने मांडणी केली. भांडवलशाहीच्या विकासात तिच्या विनाशाची बीजे रोवलेली आहेत. समाजवादाची स्थापना ऐतिहासिक अपरिहार्यता आहे. मार्क्सने मानवी इतिहासाच्या विकासाचे नियम शोधून काढले. शास्त्रीय पद्धतीने इतिहासात होणाऱ्या परिवर्तनाचे विश्लेषण केल्यामुळे त्यांच्या समाजवादाला 'शास्त्रीय समाजवादी' मानण्यात येऊ लागले.

मार्क्सने एखाद्या कसलेल्या वैज्ञानिकाप्रमाणे मानवी समाजात परिवर्तन होण्याचा मूलभूत नियम शोधण्याचा प्रयत्न केला. समाजात होणारे परिवर्तन अचानक होत नसते तर बाह्य परिस्थितीत झालेल्या विशिष्ट बदलांमुळे होत असते. परिवर्तनाचे विशिष्ट नियम आहेत. या नियमांनुसार परिवर्तन होईल यावर त्यांचा ठाम विश्वास होता. मार्क्सलादेखील आपले विचार वैज्ञानिक आणि शास्त्रीय पायावर उभे आहेत याची खात्री असल्यामुळे त्यांनी आपल्या विचारांना शास्त्रीय समाजवाद असे म्हटले. प्रा. सी. इ. एम. जोडसारखे अभ्यासक मानतात की, शास्त्रीय पद्धतीने लेखन करणारा मार्क्स हा पहिलाच समाजवादी होता. अर्थात मार्क्स स्वत:च्या समाजवादाला शास्त्रीय समाजवाद मानत असला, तरी त्यात अनेक अशास्त्रीय विचारांचा समावेश आहे. मार्क्सने केलेली अनेक भाकिते चुकलेली आहेत. भांडवलशाही नष्ट न होता वरचढ ठरलेली आहे. मार्क्सने विशद केलेल्या नियमानुसार समाजव्यवस्थेत परिवर्तन घडून आलेले दिसून येत नाही.

मार्क्सची परात्मभाव संकल्पना : (Concept of Alienation) परात्मभाव संकल्पना आध्यात्मिक अर्थाने ख्रिश्चन धर्मात निर्माण झालेली होती. परमेश्वर आणि स्वत:त अंतर निर्माण झाल्याची भावना प्रबळ होते, त्याला ख्रिश्चन धर्मात परात्मभाव असे म्हणतात. जगातील इतर धर्मांत ही परात्मभाव संकल्पना मर्यादित प्रमाणात आढळून येते. मार्क्स ऐतिहासिक आणि भौतिक दृष्टिकोनांतून परात्मभाव संकल्पनेकडे पाहतो. काही दृश्य कारणांमुळे मानवात परात्मभाव निर्माण होतो. आपल्या जीवनातील घटना आणि परिस्थितीच्या संबंधातून परात्मभावाची जाणीव होते, तसेच बदलत्या परिस्थितीतून परात्मभावाचे निराकरणदेखील होते. परात्मभावाचे निराकरण मानवाला आपल्या गुणात्मक विकासाकडे नेते. मार्क्सने परात्मभाव संकल्पना मूळत: हेगेलच्या तत्त्वज्ञानातून घेतलेली आहे. विश्व चैतन्याने स्वत:च निर्माण केलेल्या जगासंबंधी त्यांच्या मनात अंतराय निर्माण होतो, त्या वेळी परात्मभाव निर्माण होतो असे हेगेलने मत व्यक्त केलेले आहे. मार्क्सने परात्मभाव संकल्पनेचा वापर जडवादी अंगाने केलेला आहे. मार्क्स परात्मभावाचा प्रश्न श्रमिकांच्या भूमिकेतून समजावून देण्याचा प्रयत्न करतो. श्रमिकाला परात्मभावाला बळी पडलेली व्यक्ती मानतो. श्रमिकांच्या श्रमशक्तीतून उत्पादित होणाऱ्या वस्तूंबद्दल श्रमिकांच्या मनात निर्माण होणाऱ्या दुराव्याशी मार्क्सने परात्मभाव संकल्पना जोडलेली आहे. परात्मभावनेमुळे श्रमिक स्वत: निर्माण केलेल्या वस्तूपासून दुरावतात. या वस्तूबद्दल एक प्रकारचा शत्रुभाव निर्माण होतो. श्रमांच्या माध्यमातून निर्मित केलेली वस्तू ही संबंधित श्रमिकांचा आत्माविष्कार असते. सृजनशीलता आणि यंत्राद्वारे तो आपल्या कल्पनांना वस्तुरूप देऊन वस्तू उत्पादित करत असतो. परंतु या वस्तूच्या निर्मितीचे श्रेय वा लाभ त्याला दिले जात नाही. तिचे श्रेय व लाभ दुसऱ्या व्यक्ती घेतात. एका अर्थाने ही वस्तू त्यांच्यापासून हिरावली जाते. त्यामुळे आपण निर्माण केलेल्या निर्मितीला मुकतो. तसेच

त्याने श्रम करून निर्माण केलेल्या वस्तू ह्याच शोषणाचे कारण बनतात. श्रमिक आपल्या गरजपूर्तीसाठी श्रम करत असल्यामुळे श्रम ही सृजनशील कृती असते. परंतु भांडवलशाही श्रम ही सृजनशील कृती न राहता एक प्रकारचा बोजा असते. श्रमाच्या माध्यमातून आनंद निर्माण होण्याऐवजी दुःख निर्माण होते. परात्मभावामुळे श्रम आणि उत्पादन यांत दुरावा निर्माण होतो. परात्मभावातून निर्माण झालेल्या उत्पादनातून खाजगी संपत्ती निर्माण होते. खाजगी संपत्ती संपूर्ण समाजजीवनावर वर्चस्व गाजवते. मार्क्स परात्मभाव नष्ट करण्याची भाषा करतो, म्हणजे संपूर्ण विश्वातील परात्मभावाने बळी पडलेल्या श्रमिकांच्या मुक्तीची भाषा करतो.

मार्क्सने परात्मभावाचे तीन प्रकार विशद केलेले आहेत. पहिल्या प्रकाराच्या परात्मभावात माणूस आणि निसर्ग यांत अंतर निर्माण होऊन तो निसर्गापासून दुरावू लागतो. आपल्या स्वार्थासाठी निसर्गाचा ऱ्हास घडवून आणतो. दुसऱ्या प्रकारच्या परात्मभावात मानव आणि मानव यांत अंतर निर्माण होते. वस्तूच्या उत्पादनातून मिळणाऱ्या लाभ आणि हानीतून मानवामानवात अंतर पडते. परात्मभावामुळे मानवी संबंध मानवी राहत नाही, तर ते व्यावसायिक वा यांत्रिक स्वरूपाचे बनतात. माणसामाणसांतील नाते स्वार्थावर आधारलेले असते. भांडवलदार श्रमाच्या माध्यमातून नफा कमवितो तर श्रमिकांचे श्रमाच्या माध्यमातून शोषण केले जाते. त्यांच्या वस्तुनिर्मितीचा आनंद हिरावला जातो. तिसऱ्या प्रकारचा परात्मभाव म्हणजे मानव स्वतःच स्वतःशी दुरावत जातो. वस्तू उत्पादनातील आनंद हिरावला गेल्यामुळे श्रम करणे हे यांत्रिक काम बनते. यांत्रिकतेमुळे श्रमिक जिंवत प्राणी वाटतो, परंतु त्यांची संवेदनशीलता हरपते. त्यांनीच निर्माण केलेली वस्तू त्यांच्यापासून हिरावून घेतली जाते. भांडवलशाहीने तयार केलेल्या विनिमयाच्या नियमाप्रमाणे वस्तूचे वितरण होते. मानवी व्यवहारदेखील याच नियमाने होत असल्यामुळे, श्रमिक हा भांडवलशाहीच्या हातातील एक खेळणे बनतो. भांडवलदार श्रमिकांना आपल्या इच्छेप्रमाणे हवे तसे राबवितो. यांत्रिकपणे त्यांच्याकडून काम करून घेतो, या अवस्थेला मार्क्सने परात्मभाव असे म्हटले आहे.

परात्मभाव संकल्पनेच्या माध्यमातून मार्क्सने श्रम आणि भांडवलशाहीतील अंतर्विरोधाचा उलगडा करण्याचा प्रयत्न केला आहे. भांडवलशाही श्रमापासून निर्माण होणाऱ्या भावनांसह सर्व गोष्टींचे वस्तुकरण (कमॉडिटिकेशन) करण्याचा प्रयत्न करत असते. प्रत्येक मानव वा श्रमिकामध्ये विशिष्ट प्रकारचे गुण वा सृजनशीलता अस्तित्वात असते. परंतु भांडवलशाही सर्वांना एकाच साच्यात काम करायला भाग पाडते. विभिन्न गुण असलेल्या कामगारांना एकाच श्रेणीत ढकलते. तांत्रिक श्रमविभागणीमुळे श्रमिक उत्पादन प्रक्रियेचा लहानसा भाग बनतो. त्याचा वस्तुनिर्मितीतील वाटा नगण्य असतो की, तो त्याला जाणवतदेखील नाही. आनंददायक काम अनेक श्रमिकांच्या वाट्याला

येत नाही. श्रमातून आनंद मिळत नसल्यामुळे श्रमिकांच्या मनात आपल्या कामाबद्दल आणि आपण उत्पादित करत असलेल्या वस्तूबद्दल दुरावा निर्माण होतो. श्रमाचे महत्त्व भांडवलशाहीत हरविले जात असल्यामुळे, ही व्यवस्था श्रमिकांसाठी दुःखदायक वा वेदनादायक अनुभव असते. भांडवलशाही व्यवस्थेत अल्प मजुरी दिली जात असल्यामुळे आपणच निर्माण केलेले उत्पादन श्रमिकांना क्षमता नसल्यामुळे विकत येत नाही. परिणामतः त्यांच्यात अस्वस्थता निर्माण होते. परात्मभाव समाजातील सर्व क्षेत्रांना घातक आहे. परस्पर संबंधांमुळे भांडवलदारांसकट सर्व समाज परात्मभावाचा बळी पडतो आणि मानवी समाज विकासाच्या चुकीच्या वाटेने मार्गक्रमण करू लागतो. परात्मभावातून निर्माण झालेली कोंडी फोडण्यासाठी श्रमिक संघर्षाला तयार होतो आणि शेवटी वर्गसंघर्ष निर्माण होतो. या वर्गसंघर्षात श्रमिकांचा विजय होऊन समाजवादी समाजरचनेची स्थापना होईल. त्यामुळे खाजगी मालमत्तेचा अधिकार नष्ट केला जाईल. सर्व संपत्तीचे सामाजीकरण केले जाईल. समाजवादी समाजरचनेत प्रत्येकाला आपल्या आवड व क्षमतेप्रमाणे काम दिले जाईल आणि गरजेप्रमाणे उत्पादित वस्तूत हिस्सा दिला जाईल. त्यामुळे श्रमिकांना श्रमाबद्दल वाटणारा दुरावा संपेल. साम्यवादी व्यवस्थेच्या स्थापनेतून परात्मभावावर मात करता येईल, असे मार्क्सला वाटते.

विरोध विकासवाद वा द्वंद्वात्मक भौतिकवाद : (Dialectical Materialism) द्वंद्ववाद वा विरोध विकासवाद ही कल्पना सर्वप्रथम हेगेल यांनी मांडली. हेगेलने द्वंद्वात्मक भौतिकवादाच्या माध्यमातून मानवी जीवनातील परिवर्तनाचे मूलभूत नियम मांडण्याचा प्रयत्न केला. मार्क्सने हेगेलच्या द्वंद्ववाद सिद्धान्तापासून प्रेरणा घेऊन आपला सिद्धान्त 'समाजवादाचा जाहीरनामा' (Communist Minifesto) या ग्रंथात सर्वप्रथम मांडला. परंतु मार्क्सचा द्वंद्ववाद आणि हेगेलच्या द्वंद्ववाद सिद्धान्तात मूलभूत स्वरूपाचे अंतर आहे. हेगेलेने आपल्या तत्त्वज्ञानात चैतन्य वा विचारांना द्वंद्ववादात परिवर्तनाचे कारण मानले, तर मार्क्सने पदार्थ वा भौतिक वस्तूला मानवी परिवर्तनातील कारणीभूत घटक मानले. मार्क्स हेगेलचा प्रभाव मान्य करतो; पण हेगेलच्या द्वंद्ववादाबद्दल पुढील मत व्यक्त करतो की, हेगेल डोक्यावर उभा होता मी त्याला पायावर उभे केले. याचा अर्थ मार्क्सचा द्वंद्ववाद हेगेलच्या विरोधी आहे. मार्क्सच्या द्वंद्ववादाची कल्पना समजून घेण्याआधी हेगेलचा द्वंद्ववाद लक्षात घेऊ. हेगेलच्या मते, मानवी जीवनात सतत परिवर्तन घडून येत असते. परंतु हे परिवर्तन सरळ मार्गाने होत नसते, तर वेड्यावाकड्या मार्गाने होत असते. हे परिवर्तन घडवून आणण्याचे काम विचार वा कल्पना करत असतात. माणसाच्या मनात एखादा विचार येतो, त्याला वाद (Thesis) असे म्हणतो. या विचारात काही कमतरता निर्माण होतात, म्हणून त्या विचारांच्या विरोधी दुसरा विचार काही काळानंतर निर्माण होतो, त्याला प्रतिवाद (Antithesis) असे म्हणतो. प्रतिवादात दोष

शिरल्यानंतर नवा विचार निर्माण होतो त्याला संवाद (Synthesis) म्हणतो. वाद आणि प्रतिवादातील संघर्षातून जो समन्वयवादी विचार निर्माण होतो, त्यास संवाद म्हणतो. संवादात दोष निर्माण झाल्यानंतर त्याचे वादात रूपांतर होते. अशा प्रकारे वाद, प्रतिवाद, संवाद या मार्गाने मानवी जीवनात परिवर्तन होते आणि ही प्रक्रिया अखंडपणे चालू असते. हेगेलने विरोध विकासवादाच्या माध्यमातून आत्म्याच्या विकासाचा चैतन्यवादी सिद्धान्त मांडलेला आहे.

हेगेल सृष्टीतील बदल हा विश्वचैतन्याचा (Geist) आविष्कार मानतो. मार्क्स हेगेलच्या विरोध विकासवादातील संघर्षांच्या तत्त्वज्ञानाचा वाद, प्रतिवाद आणि संवाद हा मूळ गाभा मान्य करतो. परंतु मानवी जीवनातील परिवर्तनासाठी चैतन्याऐवजी पदार्थ वा भौतिक वस्तू महत्त्वपूर्ण मानतो. मार्क्स आपल्या स्पष्टीकरणाच्या समर्थनार्थ लुडविग फायरबाखच्या जडवाद वा भौतिकवादी तत्त्वज्ञानाचा आधार घेऊन पदार्थ हेच अंतिम सत्य आहे, उदा. मानवाने आधी पक्षी उडताना पाहिला, त्यानंतर त्याला मानव अवकाश प्रवास करू शकतो, ही कल्पना सुचली. पदार्थ वा भौतिक वस्तू जन्माला येते, विकसित होते आणि कालांतराने नष्ट होते व त्यातून नवीन पदार्थ निर्माण होतो. ही प्रक्रिया कायमस्वरूपी चालू असते. द्वंद्व-विकास-विनाश आणि निर्मिती हे चक्र सातत्याने सुरू असते. याचा अर्थ मार्क्सने हेगेलचा द्वंद्वात्मक वादाचा सिद्धान्त भौतिक जगतासाठी वापरला. माणसाचा बौद्धिक विकास हा भौतिक वस्तूचा परिणाम मानतो. विचार वा कल्पनांचे महत्त्व नाकारतो. मानवी जीवनात परिवर्तन घडवून आणण्यासाठी भौतिक वस्तू कारणीभूत मानतो. मार्क्सच्या तत्त्वज्ञानात भौतिक वस्तूंना महत्त्वपूर्ण स्थान असल्यामुळे, त्यांच्या सिद्धान्ताला द्वंद्वात्मक भौतिकवाद असेही संबोधिले जाते. मार्क्स आपल्या 'साम्यवादाचा जाहीरनामा' या पुस्तकात भांडवलशाहीचा द्वंद्वात्मक मार्गाने विकास कसा होतो, याचे उदाहरण सादर करतो. त्यात भांडवलदार वाद, कामगार हा प्रतिवाद आणि वर्गविरहित समाज म्हणजे संवाद होय. मार्क्स द्वंद्वात्मक भौतिकवाद भांडवलशाही समाजव्यवस्थेला लागू करतो. भांडवलशाही व्यवस्थेत असलेल्या अंतर्विरोधातून ती नष्ट होईल हे भाकीत करतो. 'भांडवलशाहीच्या विकासातच तिच्या विनाशाची बीजे आहेत', हे विधान द्वंद्ववादाच्या आधारावर करतो. मार्क्स द्वंद्ववादाच्या माध्यमातून सर्वसमावेशक क्रांती घडवून आणण्याचा प्रयत्न करतो. जगात बदल घडवून आणणे हा मार्क्सचा उद्देश नसून, जग बदलणे हा मार्क्सचा अंतिम उद्देश आहे. या उद्देशापर्यंत पोहोचण्यासाठी निव्वळ क्रांती, म्हणजे राज्यकर्त्यावर्गात बदल हा हेतू नसून, संपूर्ण उत्पादन पद्धती आणि उत्पादन संबंधात बदल घडवून आणणे, हे अंतिम ध्येय मानतो.

मार्क्सचा द्वंद्ववादात्मक भौतिकवाद स्पष्ट करण्यासाठी एंगल्स यांनी एक उदाहरण दिले आहे. जमिनीमध्ये गव्हाचे बी पेरणे ही अवस्था म्हणजे वाद, बीचे रोपट्यात रूपांतर होणे म्हणजे प्रतिवाद, रोप तयार झाल्यानंतर बी नष्ट होते म्हणजे प्रतिवाद निर्माण झाल्यानंतर वाद नष्ट होतो. रोपट्याच्या गव्हाचे नवीन दाणे येणे ही अवस्था संवाद होय. गव्हाचे दाणे पक्व झाल्यानंतर रोपटे सुकून जाणे म्हणजे संवाद होय. संवाद निर्माण झाल्यानंतर प्रतिवाद नष्ट होतो. नवीन तयार झालेल्या गव्हाची बी जमिनीत पेरल्यास संवादाचे रूपांतर वादात होईल. एंगल्स सामाजिक परिवर्तनासाठी द्वंद्वात्मक भौतिकवाद कसा लागू करता येईल, यासाठी सामाजिक क्षेत्रातील उदाहरण देतो. प्रारंभिक अवस्थेत जमिनीवर संपूर्ण समाजाची मालकी होती, या अवस्थेला वाद म्हणता येईल. त्यानंतर जमिनीवर वैयक्तिक मालकी निर्माण झाली, हा प्रतिवाद होता, तर औद्योगिक क्रांतीतून यंत्रयुगाचा आविष्कार झाला. जमीन कसण्यासाठी आणि यंत्रखरेदीसाठी आवश्यक भांडवलाच्या अभावामुळे जमिनीवर समाजाची मालकी आणि कारखान्याचे राष्ट्रीयकरण व्हावे असा समन्वयकारी विचार निर्माण झाला, त्याला संवाद मानता येईल. संवादाच्या माध्यमातून भांडवलशाही अर्थव्यवस्था नष्ट होऊन राज्य आणि वर्ग नसलेली वर्गविरहित आणि राज्यविरहित अवस्था निर्माण होते. विकास म्हणजे विरोधी गोष्टीमधील संघर्ष होय. मार्क्सच्या सिद्धान्ताबद्दल लेनिन सांगतो की, विकास म्हणजे परस्परविरोधी गोष्टीतील संघर्ष होय. विरोधी गोष्टीतील समतोल हा सापेक्ष असतो. हा समतोल कायमस्वरूपी राहिला असता, तर विकासच झाला नसता. म्हणून संघर्ष हे विकासाचे उगमस्थान आहे. संघर्षातून विश्वाचा विकास होत असतो, असे मार्क्सवाद्यांना वाटते. व्यक्ती जन्माला येते, विकसित होते आणि मृत्यू पावते. मार्क्सने विरोध विकासवादाला भौतिकतेची जोड देऊन आध्यात्मिक, धार्मिक आणि ईश्वरी दृष्टिकोनाला नाकारलेले आहे. विकास हा निश्चित स्वरूपाच्या भौतिक नियमानुसार होत असतो, हे तथ्य मांडण्याचा प्रयत्न केलेला आहे. मार्क्सने विकासाचे दोन प्रमुख प्रकार विशद केले आहेत.

अ. **मात्रात्मक/संख्यात्मक परिवर्तन :** एका वस्तूपासून अनेक वस्तू तयार होणे म्हणजे मात्रात्मक परिवर्तन होय. उदा. गव्हाच्या एका बीपासून अनेक गहू तयार होणे.

ब. **गुणात्मक परिवर्तन :** एका वस्तूवर प्रक्रिया करून दुसरी वस्तू तयार करणे म्हणजे गुणात्मक परिवर्तन होय. उदा. ऊसापासून साखर तयार करणे.

या दोन मार्गांनी जगात परिवर्तन होत असते. समाजव्यवस्थेत होणारे परिवर्तन एका विशिष्ट नियमाने आणि शास्त्रशुद्ध पद्धतीने होत असते. त्यात ईश्वरी सत्तेचा काहीही वाटा नाही.

द्वंद्वात्मक भौतिकवादाचे मूल्यमापन वा परीक्षण : द्वंद्वात्मक भौतिकवादाच्या शास्त्रीयतेबाबत मार्क्स आणि मार्क्सच्या अनेक अनुयायांनी अनेक दावे केलेले आहेत. मार्क्सने सांगितलेले नियम हे शास्त्रीय व वैज्ञानिक तथ्यावर भर देणारे आहेत असा दावा केलेला आहे. परंतु मार्क्सच्या सिद्धान्तात अनेक गंभीर स्वरूपाच्या उणिवा आहेत. अभ्यासकांनी द्वंद्वात्मक भौतिकवाद सिद्धान्तातील पुढील उणिवा नमूद केलेल्या आहेत.

१. **अशास्त्रीय सिद्धान्त :** मार्क्सने मानवी जीवनात परिवर्तन द्वंद्वात्मक भौतिकवादाच्या माध्यमातून होते, हे स्पष्ट करण्यासाठी भौतिक नियम व पुरावे सादर केलेले आहेत आणि सिद्धान्त शास्त्रीय आहे असा दावादेखील केलेला आहे. परंतु भौतिक जगतातील नियम मानवी समाजाला जसेच्या तसे लागू करता येत नाहीत, हे मार्क्सने लक्षात घेतलेले नाही. मानव हा भौतिक जगतातील पदार्थाप्रमाणे निर्जीव नसून सजीव आहे. सर्वच विकास भौतिक नियमानुसार होत असेल, तर परिवर्तनातील मानवी भूमिकेला काहीही अर्थ राहत नाही. या सिद्धान्ताद्वारे मार्क्स समाजव्यवस्थेच्या परिवर्तनातील मानवाच्या योगदानाला नाकारतो. अयोग्य पद्धतीने परिवर्तनाचा सिद्धान्त मांडतो. मार्क्सचा सिद्धान्त अशास्त्रीय स्वरूपाचा आहे.

२. **भौतिकवादाला अति महत्त्व :** मार्क्स जडवादी विचारवंत असल्यामुळे इंद्रियजन्य पदार्थांचे अस्तित्व मान्य करतो. आत्म्यासारख्या इंद्रियगोचर गोष्टींना नाकारतो. मानवी परिवर्तनात आध्यात्मिक घटकांचा फार मोठा वाटा असतो. अध्यात्माशी निगडित आत्मा, ईश्वर इत्यादी सर्व गोष्टी नाकारतो, फक्त भौतिकवादाला महत्त्व देतो.

३. **जडवादाला महत्त्व :** मार्क्स हा भौतिकवादी विचारवंत आहे. भौतिकवादी विश्वातील सर्व वस्तू गतिमान आहेत असे मानतात. गती ही जड वस्तूमध्येदेखील असते असे मानतात. भौतिक वस्तूमध्ये गती नसते तर जीवित वस्तूत गती असते. जीवित व्यक्तीद्वारा भौतिक वस्तूत परिवर्तन होत असते, याचा अर्थ परिवर्तनात मानवी सहभाग महत्त्वपूर्ण असतो; परंतु मार्क्स जडवादाच्या प्रभावामुळे उपरोक्त गोष्टीकडे दुर्लक्ष करतो.

४. **द्वंद्वातून विकास :** मार्क्स मानवी जीवनातील परिवर्तनासाठी द्वंद्वात्मक भौतिकवादाला महत्त्व देतो. वाद, प्रतिवाद आणि संवाद या मार्गाने नियमानुसार परिवर्तन होईल असे मत मांडतो. परंतु द्वंद्वात्मक मार्गानेच परिवर्तन होईल असे नाही. मार्क्स स्वत: साम्यवाद ही शेवटची अवस्था आहे असे सांगून, द्वंद्वातून होणाऱ्या परिवर्तन प्रक्रियेला विरोध करतो.

५. **संघर्षाला महत्त्व :** मार्क्स विकास प्रक्रियेत संघर्षाला महत्त्व देतो. संघर्षाशिवाय विकास होऊच शकत नाही असे मानतो. परंतु मानवी इतिहासात संघर्षापेक्षा

समन्वयाला जास्त महत्त्व असते. जगाच्या इतिहासात समन्वयाने प्रभावी भूमिका बजावलेली आहे, हे मार्क्स लक्षात घेत नाही.

मार्क्सचा ऐतिहासिक भौतिकवाद वा इतिहासाची भौतिक मीमांसा : (Historical Materialism or Materialistic Interpretation of History)

मानवी इतिहासाकडे मार्क्स विशिष्ट दृष्टिकोनातून पाहतो. मानवाचा इतिहास हा मानवाची श्रमशक्ती, श्रमशैली आणि उत्पादन प्रगतीचा इतिहास आहे असे मानतो. इतिहासाचा मागोवा घेताना त्या त्या काळातील आर्थिक उत्पादनांची साधने, विनिमय व्यवहार आणि त्यावर अवलंबून असणारी समाजव्यवस्था इत्यादी घटकांचा विचार करावा लागतो. मार्क्सने हेगेलच्या भौतिकवादी सिद्धान्ताच्या आधारावर इतिहासाचे विश्लेषण करण्याचा प्रयत्न केला. उत्पादनाची साधने व आर्थिक घटकांच्या आधारावर इतिहासाची नव्याने मांडणी करण्याचा प्रयत्न केला. द्वंद्वात्मक भौतिकवाद हा मार्क्सच्या संपूर्ण विचारांचा पाया आहे. मार्क्सने मानव इतिहासात होणारी विविध परिवर्तने भौतिक किंवा आर्थिक कारणामुळे घडून येतात असे मत मांडल्यामुळे, या सिद्धान्ताला इतिहासाची आर्थिक किंवा भौतिक मीमांसा असे म्हटले जाते. मार्क्स समाज परिवर्तनाचा मूळ आधार समाजातील उत्पादनपद्धती मानतो. उत्पादनपद्धतीत होणारे बदल समाज-रचनेत बदल घडवून आणतात, त्यामुळे तो परिवर्तनाची कारणे अर्थव्यवस्थेत शोधतो. पाया (Basic Structure) आणि वैचारिक इमला (Super Structue) यांतील संबंधांतून परिवर्तनाची दिशा निश्चित होते. अर्थव्यवस्था हा पाया असून समाजव्यवस्था, राज्यव्यवस्था आणि समाजातील इतर व्यवस्था वैचारिक इमल्यात मोडतात. अर्थकारण हे वैचारिक इमल्यास नियंत्रित करत असते. अर्थकारण वा उत्पादन साधनावर नियंत्रण असलेल्या वर्गांचे सर्व व्यवस्थेवर नियंत्रण असते. व्यक्ती-व्यक्तीतील संबंध व्यक्तींच्या इच्छेवर ठरत नसून, त्यांच्याजवळ असलेल्या उत्पादन साधनाच्या जोरावर ठरत असतात. आर्थिक संबंध हा समाजरचनेचा आधार असतो. आर्थिक संबंधांत बदल घडवून आणल्यास वैचारिक मजल्यातील घटकांत बदल घडवून आणणे सहज शक्य आहे. मार्क्सने समाजव्यवस्थेत आर्थिक घटकांच्या आधारावर झालेले परिवर्तन स्पष्ट करण्यासाठी इतिहासाचे सहा टप्प्यांत विभाजन वा वर्गीकरण केलेले आहे.

१. **आदिम साम्यवाद : (Primitive Mommunism)** मानवी जीवनातील प्राचीन अवस्थेला मार्क्स आदिम साम्यवाद असे म्हणतो. या अवस्थेत खाजगी मालमत्तेचा उदय झालेला नव्हता. मानव निसर्गात उपलब्ध असलेल्या वस्तूंवर आपली उपजीविका भागवत होता. सामूहिक शिकार, फळे, कंदमुळे, आणि मासेमारी करून उदरनिर्वाह करत असत. मालमत्तेची कल्पना जन्माला आलेली नसल्यामुळे

तुझे आणि माझे हा भेदभावदेखील अस्तित्वात नव्हता. 'आहे रे' आणि 'नाही रे' वर्गदेखील निर्माण झालेले नव्हते. समाज सुसंघटित व सुस्थिर झालेला नव्हता. टोळी करून वा सामूहिक शिकार करून निसर्गातील साधनसामग्रीचा सामूहिकपणे उपभोग घेतला जात होता. मानवाला शेती व पशुपालनाचे ज्ञान नव्हते. सर्व वस्तूंवर सर्वांची मालकी होती. सर्व वस्तू आपआपसांत वाटून उदरनिर्वाह करत असत. प्रत्येक व्यक्ती आनंदाने जीवन जगत होती. खाजगी मालमत्तेची कल्पना नसल्यामुळे संघर्ष नव्हता, म्हणून या अवस्थेला प्राचीन वा आदिम साम्यवाद मानतो.

२. **गुलामगिरीची अवस्था : (Stage of Slavery)** वाढती लोकसंख्या आणि वाढत्या गरजा यांमुळे प्राचीन साम्यवाद ही अवस्था दीर्घकाळ टिकू शकली नाही. लोकसंख्या वाढीमुळे फळे, कंदमुळे, शिकार व मासेमारीसारखी निसर्गावर अवलंबून असणारी उदरनिर्वाहाची साधने अपुरी पडू लागली. वाढती लोकसंख्या व गरजांमुळे नवीन उत्पादन साधनांचा शोध घेणे अनिवार्य बनले. मानवाने आपल्या गरजापूर्तीसाठी शेती व पशुपालन या उत्पादन साधनांचा शोध लावला. शेती हे हक्काचे उत्पादन साधन मिळाल्याने भटका समाज स्थिर वास्तव्य करू लागला. मानवांची भटकंती थांबली. स्थिरतेमुळे कुटुंबसंस्था आणि विवाहसंस्था अस्तित्वात आल्या. शेतीतून मोठ्या प्रमाणावर उत्पादन होऊ लागल्यामुळे, तिच्यावर मालकी मिळविण्यासाठी स्पर्धा सुरू झाली. बुद्धिवान व बलवान लोकांनी जमिनीची मालकी मिळवली. जमिनीची मालकी मिळविण्यात यशस्वी झालेला आणि त्या मालकीला इतरांकडून स्वीकृती मिळविण्यात यशस्वी झालेल्या वर्गातील लोक म्हणजे मालक होय. जमिनीची मालकी मिळविण्यात अपयशी ठरलेला वर्ग उदरनिर्वाहासाठी मालकाच्या शेतीवर श्रम करू लागला. शेतीवर श्रम करणारा वर्ग म्हणजे गुलाम होय. या अवस्थेत मालक आणि गुलाम हे दोन वर्ग निर्माण झाले. दोन्ही वर्ग परस्परांच्या गरजेपोटी एकत्र आलेले असले, तरी त्यांचे हित परस्परविरोधी असल्याने, त्यांच्यातील समन्वय फार काळ टिकू शकला नाही. अल्पकाळात दोन्ही वर्गांत संघर्ष सुरू झाला. गुलामांचे बंड नष्ट करण्यासाठी मालकांनी एकत्र येऊन राज्य नावाची संस्था स्थापन केली. त्या संस्थेमार्फत गुलामांचे बंड नष्ट केले. उदा. ग्रीक नगरराज्यातील गुलामगिरी.

३. **सामंतशाही : (Feudalism)** गुलामांचे बंड नष्ट करण्यासाठी आणि जमिनीवरील मालकी हक्कांवरून मालक व गुलाम वर्गांत झालेला संघर्ष नष्ट करण्यासाठी शक्तिशाली लोकांनी एकत्र येऊन राजसत्तेची स्थापना केली. राजसत्तेने दंडशक्तीच्या जोरावर गुलामांचे बंड मोडून काढले आणि संपूर्ण जमिनीवर नियंत्रण मिळवले. गुलामांचे बंड नष्ट करण्यात आणि राजसत्ता स्थापन करण्यात मदत करणारे सरंजामदार, राजाचे सेनापती आणि राजाच्या नातेवाइकांमध्ये जमिनीचे फेरवाटप करण्यात आले.

जमिनीच्या मालकीच्या मोबदल्यात उत्पादनातून काही वाटा आणि युद्धकाळात राजाला सहकार्य करण्याचे मान्य करण्यात आले. या अवस्थेत जमिनीची मालकी असलेला वर्ग म्हणजे सामंत वा जमीनदार होय. जमिनीची मालकी नसलेला पण उदरनिर्वाहासाठी सामंताच्या जमिनीवर श्रम करणारा शेतमजूर होय. सामंत शेतमजुराला आपल्या उत्पन्नातून श्रमांच्या मोबदल्यात उदरनिर्वाहासाठी थोडा वाटा देत असे. अल्प मजुरी देऊन सामंत शेतमजुरांचे शोषण करत असे. शोषण सहन करण्याशिवाय त्यांच्याजवळ पर्याय नव्हता. सामंत युद्धकाळात राजाला सैन्य व पैसा पुरवित असत. त्यामुळे राजादेखील दुर्बल वा सामंतांच्या उपकाराखाली दाबलेला होता. याच काळात शहरातील उद्योग–व्यवसाय करणाऱ्या वर्गांनी उत्पादन वाढविण्यासाठी यंत्र नावाचे नवे उत्पादन साधन शोधून काढले. यंत्रावर काम करण्यासाठी त्यांना श्रमिकांची गरज होती. म्हणून शहरातील व्यावसायिक व उद्योजकांनी आपले लक्ष्य शेतमजुरांकडे वळवले. त्यांना सामंतांच्या विरुद्ध भडकविण्यास सुरुवात केली. शेतमजुरांना सर्व प्रकारची मदत व सहकार्य करून सामंतशाही नष्ट केली.

४. **भांडवलशाही : (Capitalism)** यंत्राच्या माध्यमातून उत्पादन होऊ लागल्यामुळे व्यापार, उद्योगक्षेत्रात वाढ होत जाऊन औद्योगिक क्रांती घडून आली. या क्रांतीमुळे उत्पादनपद्धतीत मोठ्या प्रमाणावर बदल झाले. उत्पादन पद्धतीतील बदलांमुळे उत्पादन संबंधात बदल घडून आले. या व्यवस्थेस भांडवलशाही संबोधिण्याचे मुख्य कारण म्हणजे, समाजाच्या सर्व व्यवहारांवर भांडवलदारांचे असलेले वर्चस्व होय. भांडवलाचा संचय करून भांडवलदार संपत्तीचे केंद्रीकरण करण्यात यशस्वी ठरला. कारखाना उभारण्यासाठी जमीन व भांडवलाची आवश्यकता होती. भांडवलदार लोकांनी कारखाने काढण्यास सुरुवात केली. या कारखान्यांमध्ये खेड्यातून आलेले लोक काम करू लागले. त्यांना श्रमिक असे म्हटले जाऊ लागले. श्रमिकांकडे उदरनिर्वाहाचे कोणतेही साधन नसल्याने, अत्यंत कमी वेतनात जास्तीतजास्त काम भांडवलदार करून घेऊ लागला. अल्प मजुरी श्रमिक काम करत असल्यामुळे, तो श्रम करूनदेखील गरीबच राहिला. याउलट भांडवलदार श्रम न करता श्रमिकांच्या श्रमांवर श्रीमंत होत राहिला. मानवी श्रम साठविता येत नसल्यामुळे श्रमिकांना श्रम करणे अपरिहार्य बनले. श्रमिकांना काम उपलब्ध करून देणे वा न देणे भांडवलदारावर अवलंबून होते. श्रमिकांमध्ये काम मिळविण्यावरून असलेल्या स्पर्धेचा फायदा घेऊन भांडवलदार अल्प मजुरी देऊन श्रमिकांना राबवित असत. श्रमिकांना आपले शोषण होत आहे हे दिसत असूनसुद्धा काहीही करू शकत नसत. अधिकाधिक नफा मिळविण्यासाठी भांडवलदाराने श्रमिकांच्या शोषणात

वाढ केली. श्रमिकांना उदरनिर्वाह चालविणे कठीण होऊ लागले. श्रमिक आपल्या हक्कांसाठी एकत्र येण्याची प्रक्रिया सुरू झाली. मोठ्या भांडवलदारांच्या स्पर्धेत लहान उद्योजक टिकू शकले नाहीत. त्यांनी आपले उद्योग मोठ्या उद्योगांत विलीन केले. समाजात भांडवलदारांची संख्या कमी होऊ लागली, मात्र श्रमिकांची संख्या वाढू लागली. श्रमिकांच्या समस्या समान असल्यामुळे आणि दळणवळण साधनांच्या विकासामुळे आणि त्यांच्यातील वैचारिक आदानप्रदानामुळे श्रमिकांमध्ये एकी निर्माण झाली. श्रमिकांनी भांडवलदारांविरुद्ध संघर्ष सुरू केला. त्या संघर्षात कामगारांचा विजय अटळ आहे. भांडवलदारांपेक्षा कामगारांची संख्या जास्त आहे. मूठभर भांडवलदार लाखो श्रमिकांच्या शक्तीपुढे टिकू शकणार नाहीत, असे मार्क्सचे मत आहे.

५. **श्रमिकांची हुकूमशाही : (Dictatorship of the Proletarial)** भांडवलदाराचा नायनाट करून श्रमिकांची सत्ता स्थापन करणे, एवढा मर्यादित उद्देश नाही. समाजवादी समाजरचना स्थापन करणे हा अंतिम उद्देश आहे. या उद्देशापर्यंत पोहोचण्यासाठी तात्पुरती स्थापन केलेली व्यवस्था म्हणजे श्रमिकांची हुकूमशाही होय. श्रमिक व भांडवलदार यांच्यातील संघर्षात श्रमिकांचा विजय अटळ आहे. पण पराभूत भांडवलदार शांत बसण्याची शक्यता नाही, ते प्रतिक्रांती करू शकतात. भांडवलदार श्रमिकांचे शोषण करण्यासाठी राज्य नावाच्या संस्थेचा वापर करीत असत. राज्याच्या विविध विभागांमार्फत श्रमिकांचे शोषण केले जाई. राजेशाही लयास जाऊन संसदीय लोकशाही स्थापन झालेली असली, तरी भांडवलदारांनी शोषणाचे नवनवीन मार्ग शोधून काढले. संसदीय लोकशाहीतही सत्तेची सूत्रे भांडवलदारांच्या हातात आहेत. लोकशाही एक प्रकारचा भ्रम आहे. श्रमिकांनी क्रांती केल्यानंतर राज्य नावाची संस्था आपल्या ताब्यात घ्यावी. राज्याचे लष्कर, कायदे, न्यायव्यवस्था इत्यादींच्या मार्गाने भांडवलशाहीचा नायनाट करावा आणि त्यांच्या ताब्यातील सर्व जमीन व उत्पादन साधने समाजाच्या मालकीची करावीत. मार्क्स या अवस्थेला तात्पुरती अवस्था म्हणतो. भांडवलदाराकडून होणारी प्रतिक्रांती टाळणे, भांडवलदार वर्ग नष्ट करणे आणि समाजवादाची स्थापना करणे, हे या अवस्थेचे मुख्य वैशिष्ट्य होते.

६. **साम्यवाद : (Socialism / Communism)** साम्यवादाची स्थापना करण्यासाठी भांडवल व श्रम यांतील द्वंद्व दूर करणे गरजेचे आहे. खरा साम्यवाद निर्माण करण्यासाठी खाजगी मालमत्ता नष्ट करणे आवश्यक असेल. नागरी समाज आणि राज्यसंस्था यांच्यातील अंतर्विरोध दूर करून त्यांच्या पलीकडे गरजेचे आहे. क्रांतीनंतर उत्पादन साधनांवर समाजाची मालकी प्रस्थापित केली जाईल. खाजगी

मालमत्तेची कल्पना नष्ट केल्यामुळे समाजातील भांडवलदार वर्गाचे अस्तित्व नष्ट होईल आणि एकच वर्ग राहील तो म्हणजे श्रमिक वर्ग होय. वर्ग नष्ट झाल्यामुळे वर्गसंघर्षदेखील संपेल. वर्गविहीन वा वर्गविरहित अवस्था निर्माण होईल. राज्य भांडवलदाराचे किंवा मालक-वर्गाच्या हितासाठी निर्माण झाले होते, तो वर्गच नष्ट झाल्यामुळे राज्यांची आवश्यकता राहणार नाही. 'राज्य विरून जाईल', म्हणजे राज्यविरहित समाज निर्माण होईल. 'प्रत्येकास काम, क्षमता आणि गरजेनुसार दाम दिला जाईल', या नव्या व्यवस्थेत विषमता निर्माण करणारी श्रमविभागणी रद्द केली जाईल. प्रत्येकाला आपल्या आवडत्या क्षेत्रात काम करण्याची वा क्षमतांचा योग्य उपयोग करण्याची संधी उपलब्ध करून दिली जाईल. कोणीच कोणाचे शोषण करणार नाही. अतिरिक्त मूल्य घेणार नसल्यामुळे सर्वत्र आनंदीआनंद व सुखमय जीवन वा खऱ्या स्वातंत्र्याचा लाभ घेता येईल. अशा वर्गविहीन, राज्यविहीन असलेल्या साम्यवाद अवस्थेला मार्क्स शेवटची अवस्था मानतो.

मार्क्सचा ऐतिहासिक भौतिकवाद वा इतिहासाची भौतिक मीमांसा सिद्धान्ताचे परीक्षण वा मूल्यमापन : मार्क्सने आर्थिक आणि भौतिक घटकांच्या आधारावर इतिहासाची मीमांसा प्रस्तुत केलेली असली, तरी अनेक अभ्यासकांनी त्याच्या विचारांवर कडाडून हल्ला केलेला आहे.

१. **एकांगी दृष्टिकोन :** इतिहासाची मीमांसा वा विश्लेषण करताना अनेक विचारवंतांनी एकाच घटकावर लक्ष केंद्रित करून विचार मांडलेले आहेत. मार्क्सनेदेखील तोच कित्ता गिरविलेला आहे. मानवी जीवनात परिवर्तन घडवून आणण्यासाठी आर्थिक घटकाला महत्त्व दिलेले आहे. आर्थिक घटकांच्या आधारावर संपूर्ण जगाच्या इतिहासाची मांडणी करण्याचा प्रयत्न केला. परंतु सामाजिक, राजकीय, आर्थिक, सांस्कृतिक घटक आणि वैयक्तिक महत्त्वाकांक्षादेखील इतिहासात परिवर्तन घडवून आणतात, हे मार्क्सने लक्षात घेतलेले नाही. आर्थिक घटकांवर एकांगी वा अवास्तव भर तो देतो.

२. **गतिचक्राला नाकारतो :** मार्क्स मानवी जीवनात परिवर्तन विरोध विकासवाद वा द्वंद्ववादाच्या माध्यमातून होतो, हे स्पष्ट करतो. परिवर्तनाची प्रक्रिया सातत्याने सुरू असते. त्यात कधी खंड पडत नाही. वाद, प्रतिवाद, संवाद यांच्या माध्यमातून हे चक्र सतत चालू असते. मार्क्स साम्यवाद ही मानवी परिवर्तनाची अंतिम वा शेवटची अवस्था आहे असे सांगून द्वंद्ववादाला नाकारतो. ही मार्क्सच्या विचारांतील मोठी उणीव मानली पाहिजे.

३. **राज्यविरहित समाज अशक्य कल्पना :** साम्यवाद या अवस्थेत राज्य नष्ट होईल हे मार्क्स सांगतो, पण रशिया व चीनमध्ये दीर्घकाळापासून साम्यवाद असूनही राज्य

नष्ट झालेले नाही वा राज्याचे अधिकार कमी झाले नाहीत. राज्याचे अधिकार वाढलेले आहेत. राज्यविरहित समाजाचे विचार प्रत्यक्षात अस्तित्वात येणे शक्य नाही.

४. **अयोग्य भाकीतकथन :** भांडवलशाहीच्या विकासातच तिच्या विनाशाची बीजे सामावलेली आहेत. भांडवलशाहीच्या विकासातून क्रांती जन्माला येईल. भांडवलशाही विकासासोबत श्रमिकांचे शोषण वाढत जाते, त्यातून वर्गसंघर्ष निर्माण होतो. श्रमिक क्रांती करून भांडवलशाही नष्ट करतात. क्रांतीस पोषक वातावरण इंग्लंड व जर्मनीत आहे. पहिली क्रांती या देशांत होईल असे भाकीत मार्क्सने केले होते. परंतु इंग्लंडमध्ये क्रांती झाली नाही. सर्वांत पहिली साम्यवादी क्रांती रशिया आणि त्यानंतर चीनमध्ये झाली. हे देश औद्योगिकीकरणाच्या प्रथम पायरीवर होते, म्हणून तेथील क्रांती श्रमिकांनी घडवलेली नव्हती तर शेतकऱ्यांनी घडविली होती. याचा अर्थ मार्क्सचे भाकीत चुकले, म्हणून त्याला चुकलेला भविष्यकर्ता असेदेखील म्हणतात.

५. **शोषणविरहित समाजनिर्मिती अशक्य :** मार्क्स भांडवलदारवर्गाच्या शोषणातून कामगारांना मुक्ती मिळवून देण्यासाठी कामगार-क्रांतीची गरज विशद करतो. कामगार-क्रांतीनंतर भांडवलशाहीचे उरलेसुरले सर्व अवशेष नष्ट करण्यासाठी कामगारांच्या हुकूमशाहीची स्थापना करतो. या काळात सर्व उत्पादन साधने समाजाच्या मालकीची करतो. सर्व उत्पादन साधने समाजाच्या मालकीची झाल्यामुळे शोषणविरहित समाजाची स्थापना होईल असे मानतो. परंतु प्रत्यक्ष व्यवहारात शोषणविरहित समाजाची स्थापना होणे शक्य नाही. भांडवलदार जरी नष्ट झाले, तरी प्रशासकांकडून कामगाराचे शोषण होईल हे लक्षात घेत नाही.

६. **हिंसात्मक मार्गावर भर :** कार्ल मार्क्स वर्गविरहित समाजरचना निर्माण करण्यासाठी क्रांती व हिंसात्मक मार्गाचे समर्थन करतो. क्रांतीशिवाय परिवर्तन होणार नाही यावर भर देतो. परंतु जगातील देशांनी अहिंसात्मक व सनदशीर मार्गाने समाजवाद निर्मितीचा प्रयत्न केलेला दिसतो. क्रांतीतून अराजकतेला निमंत्रण मिळू शकते, याकडे दुर्लक्ष होते. क्रांतीतून होणारे परिवर्तन कोणते वळण घेईल याचा अंदाज येत नाही. म्हणून मार्क्सचा हिंसात्मक मार्गावर दिलेला भर अयोग्य आहे.

मार्क्सच्या ऐतिहासिक भौतिकवाद सिद्धान्तावर अभ्यासकांनी घेतलेले आक्षेप योग्य आहेत. परंतु या सिद्धान्तात दोष असल्यामुळे, तो कुचकामी आहे असे मानता येणार नाही. या सिद्धान्ताच्या माध्यमातून भांडवलदाराकडून श्रमिकांचे शोषण कशा पद्धतीने केले जाते, हे शास्त्रीय पद्धतीने मांडण्याचा प्रयत्न मार्क्सने केलेला आहे. अर्थकारणाच्या प्रभावातून समाजव्यवस्थेत कसे बदल होतात, समाजव्यवस्था आणि

अर्थव्यवस्था कोणत्या नियम वा तत्त्वावर चालते, हे स्पष्ट करण्याचा प्रयत्न केला. उत्पादन-संबंध, उत्पादन-तंत्र, आणि उत्पादनावरची मालकी यांच्यातील संबंध आणि तंत्र यांतील समतोल आपण बदलणार नाही, तोपर्यंत जगात बदल घडून येण्याची शक्यता नाही. त्या बदलाचे मुख्य सूत्र द्वंद्वात्मक भौतिकवाद आहे, असे मार्क्स मानतो. मार्क्सला जग समजून घ्यायचे नव्हते, तर जग बदलायचे होते. त्यासाठी त्याने संपूर्ण मानवी इतिहासाची नव्याने मांडणी करण्याचा प्रयत्न केला. हा मार्क्सचा प्रयत्न त्याच्या चिंतनाची साक्ष देतो.

मार्क्सचा वर्गसंघर्ष-कलह वा वर्गसंघर्षाचा सिद्धान्त : Theory of Class Struggle

मार्क्सने 'साम्यवादाचा जाहीरनामा' या ग्रंथात वर्गसंघर्षाची कल्पना मांडली. मार्क्सच्या मते, मानवाचा आत्तापर्यंतचा ज्ञात इतिहास हा वर्गसंघर्षाचा इतिहास आहे. वर्गसंघर्षाच्या माध्यमातून मानवी समाजाच्या विकासाची एक एक पायरी गाठत मानव आजपर्यंत पोहोचला आहे. आदिम साम्यवाद अवस्था वगळता इतिहासाच्या प्रत्येक अवस्थेत दोन वर्गांचे अस्तित्व होते; मालक-गुलाम, सामंत-शेतमजूर, भांडवलदार-श्रमिक. समाजात अस्तित्वात असणारी उत्पादन साधने आणि त्यावरील मालकीवरून उत्पादनसंबंध ठरत असतात. खाजगी मालमत्ता वा आर्थिक घटकातून वर्गांची निर्मिती होत असते. मार्क्सने द्वंद्वात्मक भौतिकवादाच्या आधारावर ऐतिहासिक भौतिकवादाची मांडणी केलेली आहे. त्यात इतिहासातील विविध अवस्थांमध्ये वर्गसंघर्ष कशा प्रकारे विकसित झालेला आहे, याचे स्पष्टीकरण केलेले आहे. प्राचीन काळापासून मानवी समाजात दोन वर्ग अस्तित्वात होते. त्यांतील एक वर्ग शोषण आणि दुसरा शोषित होय. खाजगी मालमत्तेच्या मालकीतून वर्ग निर्माण झालेले असल्यामुळे मार्क्स संपत्तीधारक वर्गाला 'आहे रे' (Have) आणि संपत्ती नसलेल्या वर्गाला 'नाही रे' (Have not) असे म्हणतो. मार्क्सच्या मते खाजगी मालमत्तेची कल्पना गुलामगिरी अवस्थेत जन्माला आली. शेती या उत्पादन साधनाचा शोध या अवस्थेत लागला. शेती या उत्पादन साधनाच्या मालकीवरून मालक आणि गुलाम हे दोन वर्ग निर्माण झाले. नंतरच्या अवस्थेत सामंत-शेतमजूर आणि भांडवलशाहीत भांडवलदार-कामगार हे वर्ग निर्माण झालेले आहेत. विविध अवस्थांमध्ये निर्माण झालेले दोन्ही वर्ग एकमेकांच्या गरजेपोटी एकत्र आलेले असले, तरी त्यांचे हित परस्परविरोधी असल्याने त्यांच्यात एक दिवस संघर्ष होणे अपरिहार्य आहे. जगाच्या इतिहासात असा संघर्ष वेळावेळी झालेला दिसतो. एक अन्याय करणारा वर्ग शोषक आणि दुसरा अन्याय सहन करणारा वर्ग शोषित या दोन्ही वर्गांत सतत संघर्ष सुरू असतो. हा संघर्ष कधी उघडपणे तर कधी गुप्तपणे सुरू असतो. या संघर्षात कधी क्रांती होऊन नवसमाजाची निर्मिती होते, तर कधीकधी दोन्ही वर्गांचा नाश होऊन नवीन

दोन वर्ग निर्माण होतात. या वर्गसंघर्षात वर्गांची नावे बदलली, पण स्वरूप बदले नाही. या संघर्षात दोन्ही वर्गांत कधीच समन्वय निर्माण होणार नाही, कारण दोघांचे हेतू परस्परविरोधी असतात आणि त्यातच त्यांचे हित असते. मार्क्स या वर्गसंघर्षास 'आहे रे' वर्गास जबाबदार मानतो. भांडवलशाहीत वर्ग नष्ट करणे शक्य आहे. भांडवलशाहीत उत्पादन साधनांचे केंद्रीकरण होते. भांडवलदारांची संख्या कमी होत जाते. लहान उद्योजकांचा निभाव न लागल्यामुळे ते उद्योग मोठ्या भांडवलदारांना विकतात आणि श्रमिक बनतात. भांडवलशाहीत श्रमिकांची संख्या दिवसेंदिवस वाढत जाते. श्रमिकांच्या शोषणामुळे ते गरीब होत जातात. भांडवलदार अतिरिक्त मूल्याच्या जोरावर दिवसेंदिवस अधिक श्रीमंत होत जातात. समाजातील आर्थिक संबंधात असलेल्या विसंगती क्रांतीस पोषक ठरतात.

भांडवलशाहीच्या अंतर्विरोधातून कामगारक्रांती होत असते. मार्क्स वर्गसंघर्षाचे विश्लेषण करताना, भांडवलशाहीच्या दोषाचे वर्णन करताना म्हणतो की, 'भांडवलशाहीतच तिच्या विनाशाची बीजे दडलेली आहेत.' भांडवलशाहीच्या विकासासोबत कामगारांच्या शोषणात वाढ होत जाते. वाढत्या शोषणाला प्रतिकार करण्यासाठी कामगार एकत्र येऊ लागतात. सर्वांच्या समस्या समान असल्याने कामगारांमध्ये लवकर एकी निर्माण होते. भांडवलशाहीत कामगार कामाच्या निमित्ताने शहरी भागात स्थलांतरित होतात. एकाच ठिकाणी वास्तव्य करतात. सहवास्तव्य व समान समस्यामुळे एकतेला पूरक वातावरण निर्माण होते. एका कारखान्यात अनेक कामगार काम करतात. एका शहरात अनेक कारखाने असल्याने या कारखान्यांमध्ये लाखो कामगार काम करतात. दळणवळणाच्या साधनांच्या विकासामुळे कामगारांमध्ये विचारांचे आदान-प्रदान होते. भांडवलदार उत्पादित वस्तूंच्या विक्रीसाठी बाजारपेठा काबीज करण्यासाठी साम्राज्यवादी प्रवृत्तीस प्राधान्य देतात. साम्राज्यवादातून वसाहतीचीदेखील पिळवणूक होते. जगातील सर्व कामगारांच्या समस्या समान असल्यामुळे ते एकत्र येऊन क्रांती घडवितात आणि भांडवलशाहीचा नाश घडवून आणतात. भांडवलदार आणि कामगार यांच्यातील संघर्ष असमान शक्तींचा संघर्ष आहे. सर्व सत्ताधीश व साधनसाम्रगी असलेला भांडवलदार एका बाजूला आणि कोणत्याही प्रकारची साधने नसलेला कामगार हा दुसऱ्या बाजूला आहे. परंतु साधनसाम्रगीचा अभाव असला, तरी प्रबळ इच्छाशक्तीच्या जोरावर भांडवलदारावर कामगार विजय मिळवतील, हा विश्वास मार्क्स प्रकट करतो. जागतिक कामगारांना आपल्या शक्तीची जाणीव करून देण्यासाठी आव्हान करतो की, 'जगातील कामगारांनो, एक व्हा, संघर्ष करा, तुमच्याकडे गमविण्यासारखे काहीही नाही; तर कमविण्यासाठी सारे जग आहे. या लढ्यातून तुमच्या शृंखला दूर होतील'. मार्क्सला भांडवलदारांविरुद्ध वैश्विक क्रांती घडवून आणावयाची होती. वैश्विक पातळीवर साम्यवाद

निर्माण झाला, तरच तो टिकू शकेल. खरा साम्यवाद प्रस्थापित करण्यासाठी खाजगी मालमत्तेचा अंत घडवून आणणे आणि राज्यसंस्था व नागरी समाज यांतील अंतर्विरोध दूर करून त्यांच्या पलीकडे जाणे, मार्क्सला गरजेचे वाटत होते. मार्क्स कामगारांना क्रांतीसाठी प्रोत्साहित करतो. भांडवलशाहीच्या शोषणातून मुक्तीचा कामगारांचा निर्धार आणि त्यांची भांडवलदारांपेक्षा असलेली अधिक संख्या या गृहीतकावर मार्क्स वर्गसंघर्षात कामगारांचा विजय अटळ मानतो. क्रांतीनंतर कामगारांनी कामगारांची हुकूमशाही प्रस्थापित करावी, कारण ही अवस्था तात्पुरती वा संक्रमण काळातील आहे. या अवस्थेत समाजात अनेक बदल घडवून आणावयाचे आहेत. मालमत्तेचे सामाजीकरण करणे, भांडवलदारांनी प्रतिक्रांती करू नये म्हणून त्यांचा नायनाट करणे, जमिनीचे व मालमत्तेचे पुनर्वाटप करणे इत्यादींच्या माध्यमातून भांडवलशाहीचा नाश होऊन, समाजात एक वर्ग राहील, तो म्हणजे कामगार होय. खाजगी मालमत्तेचा अधिकार नसल्यामुळे आणि एकाच वर्गाचे अस्तित्व असल्यामुळे वर्गसंघर्ष नष्ट होऊन वर्गविहीन व्यवस्था निर्माण होईल. वर्गसंघर्ष नसल्यामुळे वर्गसंघर्षाचे अपत्य असलेली राज्यसंस्थादेखील आपोआप नष्ट होईल. उत्पादनाची साधने समाजाच्या मालकीची बनल्यामुळे, समाजाच्या गरजेनुसार उत्पादन आणि गरजेनुसार वितरण केले जाईल. मार्क्सच्या मते, साम्यवाद ही माणसावर बाहेरून लादलेली संकल्पना नसून, मानवी स्वभावाचा एक भाग आहे. असमान श्रमविभागणीमुळे मानवाचा हरवलेला आत्मा व सृजनशीलता साम्यवाद परत आणून देईल.

वर्गकलह सिद्धान्ताचे मूल्यमापन वा परीक्षण : मार्क्सने प्रतिपादित केलेला वर्गकलह वा वर्गसंघर्षाचा सिद्धान्त दोषांपासून मुक्त नाही. या सिद्धान्ताने कामगारांमध्ये चैतन्य व आत्मभान निर्माण करण्यात प्रभावी भूमिका बजावलेली असली, तरी तात्त्विकदृष्ट्या अत्यंत गंभीर स्वरूपाच्या उणिवा आढळून येतात. त्या पुढीलप्रमाणे होत.

१. **वर्गसंघर्षावर अनावश्यक भर :** मार्क्स जगाचा इतिहास वर्गसंघर्षाने भरलेला मानतो, पण इतिहासात कायमस्वरूपी वर्गसंघर्ष दिसून येत नाही. याउलट वर्गसंघर्षापेक्षा समन्वय जास्त दिसतो. मानवी समाजातील प्रेम, सद्भाव आणि सहकार्य यांकडे तो दुर्लक्ष करतो. समाजात कायमस्वरूपी वर्गसंघर्ष दिसून येत नाही.

२. **समाजात अनेक वर्ग :** मार्क्स समाजाची विभागणी दोनच वर्गांत करतो. वास्तविक समाजात अनेक वर्ग अस्तित्वात आहेत. तसेच त्याने मध्यवर्गांकडे संपूर्ण दुर्लक्ष केलेले आहे. औद्योगिक क्रांतीनंतर सर्वाधिक संख्या मध्यवर्गांची वाढली, या ऐतिहासिक तथ्याकडे दुर्लक्ष केल्यामुळे, त्यांची क्रांतिविषयक अनेक भाकिते चुकलेली आहेत.

३. **कामगाराचा विजय अर्धसत्य संकल्पना :** भांडवलदार व श्रमिक या संघर्षात कामगारांचा विजय अटळ मानतो. त्याचा हा विचार वैज्ञानिक तथ्यापेक्षा आदर्शावर आधारलेला दिसतो. रशियात साम्यवादी क्रांती अपयशी ठरली, त्यामुळे मार्क्सच्या विचारांत सत्यतेचा अभाव दिसून येतो.

४. **भांडवलशाहीचा अंत अशक्य :** भांडवलशाहीच्या विकासातच तिचा अंत दडलेला आहे, असे मार्क्स मानतो. मार्क्सच्या कथनानुसार भांडवलशाहीचा नायनाट झाला नाही. इंग्लंड व अमेरिकेसारख्या प्रगत भांडवलशाही देशांत क्रांती न होता, रशिया व चीनसारख्या औद्योगिकदृष्ट्या अप्रगत देशांमध्ये क्रांती झाली. रशियातील साम्यवादी राजवटदेखील दीर्घकाळ टिकू शकली नाही. जगात आजही सर्वत्र भांडवलशाहीचा वावर दिसून येतो. भांडवलशाही नष्ट होईल, हा मार्क्सचा अंदाज खरा ठरला नाही.

५. **वर्गविरहित व राज्यविरहित समाज अशक्य :** श्रमिक क्रांतीनंतर स्थापन करण्यात आलेली कामगारांची हुकूमशाही तात्पुरती व संक्रमणकाळातील अवस्था आहे, असे मार्क्स मानतो. समाजवादाची स्थापना झाल्यानंतर वर्ग आणि राज्य नष्ट होऊन वर्गविरहित आणि राज्यविरहित समाजाची स्थापना होईल. परंतु रशिया व चीनमध्ये क्रांती होऊनही वर्ग व राज्य नष्ट झाले नाहीत. रशियासारख्या देशाने साम्यवादाचा त्याग केला.

६. **जागतिक कामगार एकच हे दिवास्वप्न :** जगातील सर्व कामगारांच्या समस्या एकच असल्यामुळे ते एकत्र येऊन वैश्विक क्रांती घडवून आणतील असे मार्क्सला वाटत होते. परंतु कामगारांमध्ये अनेक प्रकारची विभिन्नता अस्तित्वात असल्याने एका कारखान्यातील कामगार एकत्र येत नाहीत, तर जगाचे कामगार कसे एकत्र येतील, हे मार्क्स लक्षात घेत नाही. कामगारांवर जात, वंश, वर्ण, धर्म, लिंग, राष्ट्रवाद, आर्थिक परिस्थिती वा वेतन इत्यादी घटकांतील तफावतदेखील एकता निर्माण करण्यास अडथळे निर्माण करते, हे लक्षात न घेता मार्क्स जगातील कामगारांना एक मानतो.

मार्क्सच्या वर्गकलहाच्या सिद्धान्तात अनेक दोष असले, तरी भांडवलदार कामगारांचे शोषण कसे करतात, हे दाखविणे हा या सिद्धान्ताचा प्रमुख हेतू होता. भांडवलदाराचे शोषणाचे स्वरूप स्पष्ट करून कामगारांना क्रांतीसाठी तयार करणे, या उद्देशाने मार्क्सने हा सिद्धान्त मांडला. या सिद्धान्ताच्या माध्यमातून कामगारांना भांडवलदाराविरोधात संघर्ष करण्यासाठी मोठ्या प्रमाणावर प्रेरणा मिळाली. कामगारांच्या लढ्याला सैद्धांतिक पाठबळ मिळाले, हे विसरता येणार नाही.

मार्क्सचे राज्यविषयक विचार : Theory of State

अराज्यवादी विचार मांडणारे विचार वगळता, बहुसंख्य विचारवंत राज्याला सर्वश्रेष्ठ आणि मानवी विकासासाठी निर्माण झालेली संस्था मानतात. राज्यशास्त्राचा जनक ॲरिस्टॉटल राज्य ही नैसर्गिक संस्था असून, ती कुटुंबसंस्थेचे विकसित रूप आहे असे मानतो. राज्याचा उद्देश व्यक्तीला सर्वोत्कृष्ट जीवनाची प्राप्ती करून देणे हा आहे. राज्याशिवाय राहणारा मानव पशू किंवा परमेश्वर असला पाहिजे. याचा अर्थ व्यक्ती-विकासासाठी राज्याची गरज असते. व्यक्तीचा विकास राज्यातच शक्य आहे. ॲरिस्टॉटलसह अनेक राज्यशास्त्रज्ञ राज्यसंस्था आवश्यक मानतात. राज्यविरहित समाज म्हणजे अराजकतेला निमंत्रण मानतात. मार्क्सचे राज्यविषयक विचार उपरोक्त विचारवंतांपेक्षा भिन्न आढळून येतात. मार्क्सचा राज्यविषयक विचार प्रामुख्याने भांडवलशाही राज्यव्यवस्थेवर आधारलेला आहे. भांडवलशाही व्यवस्थेत राज्य हे श्रमिकांचे शोषण करणारे भांडवलदाराच्या हातातील प्रमुख साधन आहे. राज्य ही भांडवलदाराच्या इशाऱ्यानुसार चालणारी संस्था आहे. मार्क्स राज्याला 'कॉर्पोरेट कंपनी' म्हणतो. राज्य हे जुलमाचे यंत्र आहे.

मार्क्सच्या मते, लोककल्याण हा राज्याचा उद्देश कधीच नव्हता. जनतेच्या विकासासाठी राज्य निर्माण झालेले नाही. एका वर्गाने दुसऱ्या वर्गाचे शोषण करण्यासाठी राज्य हे साधन शोधून काढले आहे. राज्य हे धनवान लोकांच्या हातातील निर्धनांचे शोषण करण्याचे साधन आहे. मार्क्स राज्याला वर्गसंघर्षाची उत्पत्ती मानतो. नैसर्गिक अवस्थेत वा आदिम साम्यवाद अवस्थेत राज्य अस्तित्वात नव्हते. संपत्तीचा अधिकार नव्हता, तेव्हा राज्याची गरज वा आवश्यकता नव्हती. राज्य संकल्पनेचे मूळ संपत्तीच्या खाजगी मालकीच्या तत्त्वात सामावलेले आहे. खाजगी मालमत्ता आणि वर्गसंघर्षातून राज्य संकल्पनेचा उदय झालेला आहे. गुलामगिरी अवस्थेत शेती उत्पादन साधनातून मालक व गुलाम हे दोन वर्ग निर्माण झालेत. दोन्ही वर्गांचे हितसंबंध परस्परविरोधी असल्याने वर्गसंघर्ष निर्माण झाला. गुलामांनी मालकाविरुद्ध बंड करू नये आणि गुलामांचे शोषण करता यावे यासाठी मालकवर्गाने एकत्र येऊन राज्य नावाची संस्था काढली. गुलामगिरीत गुलामांची, सरंजामशाहीत शेतमजुरांची आणि भांडवलशाहीत कामगारांची पिळवणूक करण्याचे राज्य हे साधन आहे. राज्य हे शासक वर्ग आणि भांडवलदार वर्गाचे हितसंबंध सुरक्षित करण्यासाठी व श्रमिक वर्गाच्या शोषणासाठी कार्य करत असते. भांडवलदार राज्याचे पोलीस, लष्कर, कायदे व न्यायालय इ. विभागांमार्फत कामगारांचे शोषण करतात. राज्य ही भांडवलदाराची कमिटी आहे आणि ती 'आहे रे' वर्गाने निर्माण केलेली आहे. राज्यसंस्था ही संपत्तीचे संरक्षण करण्यासाठी हितसंबंधी वर्गांनी निर्माण केलेली कृत्रिम संस्था आहे. शोषण करणाऱ्या वर्गांच्या शोषणाला अधिकृत मान्यता

मिळावी, त्यांना शोषितांचे नियमितपणे शोषण करता यावे आणि शोषणाच्या विरोधात शोषितांनी बंड केले, तर ते नष्ट करून आपले वर्चस्व कायम ठेवता यावे, यासाठी राज्य नावाची संस्था उपयुक्त ठरत असते. भांडवलदार राज्यसंस्थेवर वर्चस्व ठेवून आपला कार्यभार उरकत असतात. राज्य ही बहुसंख्याकांचे शोषण करणारी अमानवी संस्था आहे. राज्य ही सर्व समाजाचे प्रतिनिधित्व करणारी संस्था नव्हती. राज्याचे कायदे, न्यायालये आणि विविध विभागांचा वापर भांडवलदारांच्या हितरक्षणासाठी केला जात असतो. भांडवलशाही व्यवस्थेत राज्य उदारमतवादी असल्याचा दावा करते. सर्वांना समान स्वातंत्र्य आणि अधिकार बहाल करते. सर्वांना समान मानते. हे सर्व अधिकार हे औपचारिक स्वरूपाचे असतात. स्पर्धायुक्त बाजारव्यवस्थेत वस्तू आणि लाभांचे वाटप कुवत, क्षमता आणि योग्यतेप्रमाणे होत असल्यामुळे, अधिकाराचा सर्वांना लाभ मिळत नाही. मूठभर मालमत्ताधारकांना लाभ मिळतात. उदारमतवादी भांडवलशाही व्यवस्था ही श्रमिकांच्या मनात धूळफेक करण्यासाठी भांडवलदारांनी खेळलेली एक चाल आहे. मार्क्सच्या मते कामगारांनी एकत्र येऊन, क्रांती करून भांडवलदारवर्ग नष्ट करावा. क्रांतीनंतर राज्य आपल्या ताब्यात घ्यावे आणि कामगारांची हुकूमशाही निर्माण करावी. राज्याच्या सत्तेचा उपयोग करून भांडवलशाही नष्ट करावी. सर्व संपत्ती समाजाच्या मालकीची करावी. त्यामुळे समाजात एकच वर्ग अस्तित्वात राहील. तो वर्ग म्हणजे कामगार वर्ग होय. वर्ग व संपत्ती नसल्यामुळे संघर्ष राहणार नाही. संघर्ष नसल्यामुळे राज्याची गरज राहणार नाही. राज्य आपोआप विरून जाईल किंवा हळूहळू नष्ट होईल. कामगारक्रांतीचा संक्रमण काळ संपुष्टात आल्यावर राज्यसंस्था विसर्जित करावी असे मत मार्क्स मांडतो. राज्यविहीन व वर्गविहीन अवस्थेत प्रत्येक जण क्षमतेप्रमाणे काम करेल आणि प्रत्येकाला योग्य वाटा दिला जाईल. या अवस्थेला तो साम्यवाद असे नाव देतो. या अवस्थेत राज्याचे स्वरूप हे एखाद्या पुराणवस्तुसंग्रहालयातील वस्तूप्रमाणे बनेल.

राज्यविषयक सिद्धान्ताची वैशिष्ट्ये : मार्क्सचे राज्यविषयक विचार वर्गसंघर्षांच्या सिद्धान्ताशी सुसंगत स्वरूपाचे आहेत. वर्गीय शोषणास राज्याकडून होणारी मदत व सहकार्य उघडकीस आणणे, हा मार्क्सच्या सिद्धान्ताचा हेतू आहे. मार्क्सच्या राज्यविषयक सिद्धान्ताची काही नावीन्यपूर्ण वैशिष्ट्ये सांगता येतात.

१. **शक्ती हा राज्याचा आधार :** मार्क्स राज्यसंस्थेला नैसर्गिक संस्था मानत नाही. समाजातील शोषक वर्गाने आपला स्वार्थ साधण्यासाठी निर्माण केलेली कृत्रिम संस्था आहे. राज्याचे विविध विभाग पोलीस, कायदा व न्यायालय इत्यादींचा उपयोग करून भांडवलदार श्रमिकांचे शोषण करत असतात. राज्याचा आधार पाशवी शक्ती असतो. त्यांचा वापर भांडवलदार आपले भले करण्यासाठी वापरतो. शक्तीवर आधारलेली पाशवी संस्था क्रांती करून नष्ट करावी असे मार्क्सला वाटते.

२. **वर्गसंघर्षातून राज्याची उत्पत्ती :** राज्यसंस्थेचा उगम वर्गसंघर्षातून झालेला आहे. संपत्ती आणि वर्गांच्या निर्मितीनंतर राज्य उदयाला आलेले आहे. समाजातील संपत्ती वा मालमत्ताधारक वर्गांचे हितसंबंध सुरक्षित ठेवण्यासाठी आणि श्रमिकांचे शोषण करण्यासाठी राज्याचा जन्म झालेला आहे. राज्य ही शोषक वर्गांचा आधार असलेली संस्था आहे.

३. **राज्य हे शोषणाचे साधन :** राज्य ही संस्था एका वर्गाचे दुसऱ्या वर्गाकडून होणाऱ्या शोषणास हातभार लावत असते. भांडवलशाही व्यवस्थेत राज्याच्या माध्यमातून श्रमिकांचे शोषण होत असते. राज्य हे श्रमिकांच्या शोषणाचे भांडवलदाराच्या हातातील एक साधन आहे. क्रांतीनंतर शोषणमुक्त समाज निर्माण करण्यासाठी श्रमिकांनी राज्य नष्ट केले पाहिजे.

४. **जनकल्याण हा हेतू नाही. :** राज्यसंस्थेचा उदय व उद्देश हा जनकल्याण कधीच नव्हता. राज्य पक्षपाती हेतूने उदयाला आलेले आहे. जनकल्याण हा राज्याचा हेतू कधीच नव्हता. राज्याचा हेतू पक्षपाती असतो. श्रमिक वर्गाचे दमन करणे व भांडवलदारांना सोयी–सवलती देणे हे कार्य असते. भांडवलदारांच्या संपत्तीचे अंतर्गत व बाह्य धोक्यांपासून संरक्षण केले जाते.

५. **राज्याचा विलय :** राज्य ही वर्गीय स्वरूपाची संस्था आहे. या संस्थेच्या माध्यमातून श्रमिकांचे शोषण होते. म्हणून श्रमिक–क्रांतीनंतर राज्य नावाची वर्गीय संस्था नष्ट करणे योग्य ठरेल. साम्यवादी व्यवस्थेत वर्गसंघर्ष व खाजगी मालमत्तेचा अधिकार नसल्यामुळे, राज्याची आवश्यकता भासणार नाही. राज्य आपोआप नष्ट होईल वा विरून जाईल.

मार्क्सच्या विचारांचे परीक्षण वा मूल्यमापन : मार्क्सचे राज्यविषयक विचार अराज्यवादाच्या जवळ जाणारे आहेत. मार्क्स राज्य नष्ट करण्याची भाषा करतो. साम्यवाद व्यवस्थेत राज्यविरहित समाज स्थापन करण्याचा मनोदय व्यक्त करतो. परंतु मार्क्सच्या राज्यविषयक विचारांच्या अनेक मर्यादा आहेत. त्या पुढीलप्रमाणे सांगता येतात.

१. **राज्याचे एकांगी विवेचन :** राज्य ही वर्गीय संस्था आहे. शोषण आणि पिळवणूक करण्यासाठी ती जन्माला आलेली आहे, हा मार्क्सने राज्याबद्दल अत्यंत एकांगी स्वरूपाचा दृष्टिकोन मांडलेला आहे. राज्य ही संस्था मानवी जीवनासाठी आवश्यक मानली जाते. राज्याशिवाय मानवाचे परकीय आक्रमण व अंतर्गत अशांततेपासून संरक्षण कोण करेल, याचे उत्तर मार्क्स देत नाही.

२. **जनइच्छा हा राज्याचा आधार :** मार्क्सने पाशवी शक्ती हा राज्याचा आधार मानलेला आहे. शक्तीच्या जोरावर राज्य श्रमिकांचे शोषण करत असते. जनकल्याण हा राज्याचा हेतू कधीच नसतो, असे मार्क्स म्हणतो. 'शक्ती नव्हे, तर इच्छा हा

राज्याचा आधार आहे'. हे ग्रीनचे आज सर्वमान्य झालेले आहे. राज्याच्या विविध विभागांचा वापर करून, साधन म्हणून वापर करून भांडवलदार श्रमिकांचे शोषण करतो, हे काही प्रमाणात खरे असले, तरी कल्याणकारी राज्य संकल्पनेमुळे राज्याने श्रमिकांच्या विकासासाठी अनेक कार्य केलेली आहेत, हे मार्क्स लक्षात घेत नाही.

३. **परस्परविसंगती :** श्रमिकांच्या शोषणाच्या विरोधात सातत्याने आवाज उठविणारा मार्क्स, श्रमिकांच्या हुकूमशाहीत भांडवलदाराच्या शोषणाला मान्यता देतो. भांडवलदाराच्या हुकूमशाहीला विरोध करणारा मार्क्स क्रांतीनंतर श्रमिकांची हुकूमशाही स्थापन करण्याचा आग्रह धरतो. ही हुकूमशाही अल्पकाळ वा संक्रमणकाळापुरती मर्यादित असेल असे सांगतो. परंतु संक्रमणकाळ किती काळपर्यंत असेल, हे स्पष्ट करत नाही. ही एक प्रकारे मार्क्सच्या विचारांतील विसंगती आहे.

४. **राज्याचा लोप होणे अशक्य :** क्रांतीनंतर येणाऱ्या साम्यवादी व्यवस्थेत वर्गसंघर्ष व खाजगी मालमत्तेचा अधिकार नसल्यामुळे, राज्यसंस्था आपोआप लोप होईल असे मार्क्सला वाटते. परंतु रशिया व चीनमध्ये साम्यवादी राजवट स्थापन होऊनही राज्य नष्ट झाले नाही. साम्यवादी देशात राज्याचे अधिकार व्यापक प्रमाणात वाढले आणि तेथील नागरिकांची स्वातंत्र्ये धोक्यात आल्याची उदाहरणे आहेत.

५. **जनकल्याण हे राज्याचे कार्य :** मार्क्स शोषण व पिळवणूक हे राज्याचे कार्य मानतो. परंतु राज्ये आधुनिक काळात अनेक जनकल्याणकारी कार्य करताना दिसतात, हे मार्क्स लक्षात घेत नाही.

मार्क्सच्या राज्यविषयक विचारांत अनेक दोष आहेत. मार्क्सचा राज्यविषयक विचार मांडण्याचा उद्देश लक्षात घेतला, तर मार्क्सची भूमिका आपल्याला योग्य वाटते. त्याने राज्याचा विचार वर्गीय संस्था या नात्याने केलेला आहे. मार्क्सच्या समकालीन कालखंडात राज्याचे स्वरूप वर्गव्यवस्थेला अनुकूल होते. मर्यादित देशांमध्ये संसदीय लोकशाही होती. या लोकशाहीवरदेखील समाजातील वरिष्ठ वर्गांची पकड होती. या परिस्थितीत राज्याचे गुणगान करणे मार्क्ससारख्या तत्त्वचिंतकाला शक्य नव्हते. म्हणून त्यांनी राज्यविषयक विचारांच्या माध्यमातून भांडवलदाराकडून राज्यसंस्थेचा स्वार्थी हेतूसाठी केला जाणारा गैरवापर रोखण्यासाठी आणि भांडवलदारी शोषणाची पाळेमुळे समाजात किती खोलवर रुजलेली आहेत, हे दर्शविण्याचा प्रयत्न केला. मार्क्सच्या राज्यविषयक विचारांचा प्रभाव फार मोठ्या प्रमाणावर पडलेला आहे. मार्क्सच्या राज्यविषयक विचारांमुळे राज्यांनी आपल्या स्वरूपात व्यापक बदल घडवून आणले. शोषणकारी राज्याचे कल्याणकारी राज्यात रूपांतर केले आणि या सर्व बदलाचे श्रेय मार्क्सच्या राज्यविषयक सिद्धान्ताला दिले पाहिजे.

कार्ल मार्क्सचा अतिरिक्त मूल्य सिद्धान्त : Theory of Surplus Value

मार्क्सने 'दास कॅपिटल' या ग्रंथात अतिरिक्त मूल्य सिद्धान्त मांडला आहे. मार्क्सचा अतिरिक्त मूल्य सिद्धान्त हा राजकीय आर्थिक विचारांचा केंद्रबिंदू मानला जातो. त्यांनी मानवी इतिहासाचे आर्थिक दृष्टिकोनातून केलेले विश्लेषण समकालीन अर्थशास्त्राला एक प्रकारचे आव्हान मानले गेले. वस्तूच्या मूल्यनिश्चितीविषयी अर्थशास्त्रीय सिद्धान्तांना मार्क्सने पर्याय देण्याचा प्रयत्न केला. श्रम या घटकाला वस्तूच्या मूल्यनिश्चितीत नगण्य स्थान दिले जाते. श्रमाचे महत्त्व लक्षात घेतले जात नव्हते. मार्क्सने या सिद्धान्ताच्या माध्यमातून वस्तूंच्या मूल्यनिश्चितीत श्रमाचे महत्त्व अधोरेखित करण्याचा प्रयत्न केला. भांडवलदार वर्गाकडून कामगार वर्गाच्या होणाऱ्या पिळवणुकीचे चित्र समाजासमोर उजागर करण्यासाठी हा सिद्धान्त मांडलेला आहे. मार्क्सचा सिद्धान्त आर्थिकपेक्षा राजकीयदृष्ट्या अधिक महत्त्वाचा मानला जातो. मार्क्सच्या सिद्धान्तावर रिकार्डोच्या सिद्धान्ताचा प्रभाव आहे. अतिरिक्त मूल्य सिद्धान्त रिकार्डोच्या श्रममूल्य सिद्धान्ताची सुधारित आवृत्ती असेही म्हटले जाते. हा सिद्धान्त वस्तूची किंमत निर्धारित करणारा सिद्धान्त नसून, भांडवलशाहीत श्रमिकांच्या होणाऱ्या शोषणाचे विवेचन करणारा सिद्धान्त आहे.

अर्थशास्त्रात वस्तूचे मूल्य दोन मार्गांनी निश्चित होत असते.

१. **उपयोगिता मूल्य :** ज्या वस्तूला मूल्य आहे, पण त्या वस्तूवर श्रमखर्च झालेले नाही, त्याला उपयोगिता मूल्य असे म्हणतात. उदा. हवा, पाणी. उपयोगिता मूल्य वस्तूची उपयुक्तता आणि उपलब्धीवर निश्चित होते.
२. **विनीमय मूल्य :** वस्तू तयार करण्यासाठी श्रमखर्च होतो आणि श्रमानुसार वस्तूचे मूल्य ठरते, त्यास विनिमय मूल्य असे म्हणतात उदा. बाक. श्रम हा मूल्याचा प्रमुख आधार असतो.

मार्क्सचा सिद्धान्त हा विनिमय मूल्याबाबत आहे. अतिरिक्त मूल्य सिद्धान्त मूल्य निर्धारणाचा सिद्धान्त नसून, भांडवलदार श्रमिकांच्या श्रमावर श्रम न करता सुखी जीवन कसा जगतो आणि त्यांच्या श्रमाचे कशा पद्धतीने शोषण करतो हे स्पष्ट करणारा सिद्धान्त आहे. मार्क्सने उत्पादनात श्रम घटकाला सर्वाधिक महत्त्व दिले. वस्तू-निर्मितीत खर्च झालेल्या श्रमांनुसार वस्तूचे मूल्य निर्धारित झाले पाहिजे. वस्तूंचे मूल्य श्रमिकांच्या घामाची किंमत असते. परंतु भांडवलदार वस्तू-निर्मितीतील श्रमांचे योगदान लक्षात घेत नाही. श्रमिकांना योग्य वाटा देत नाही. श्रमिकांचा उत्पादनक्षेत्रात रास्त वाटा वा हिस्सा असतो. त्या हिश्शाच्या प्रमाणात मजुरी दिली जात नाही. उदा. एखादी वस्तू तयार करण्यासाठी कामगाराला आठ तास लागले, तर त्याला आठ तासाची मजुरी दिली पाहिजे; पण भांडवलदार त्याला फक्त सहा तासाची मजुरी देतो आणि उरलेल्या दोन तासांची मजुरी तो

स्वत: घेतो. हे उघडपणे झालेले शोषण श्रमिकाला कळते. परंतु श्रमिकाला रोजगार भांडवलदार पुरवत असतो. त्यामुळे श्रमिकाला शांत बसावे लागते, अन्यथा रोजगार गमावण्याची शक्यता असते. तसेच काम मिळविण्याबाबत श्रमिकांमध्ये स्पर्धा असल्यामुळे कामगार शांत बसतात आणि श्रमिक श्रमांचा संचय करू शकत नाही, याचा गैरफायदा घेऊन भांडवलदार श्रमिकांचे शोषण करतात.

अतिरिक्त मूल्य व्याख्या : कामगाराने प्रत्यक्ष केलेले काम आणि त्याला मिळणारी मजुरी यांतील फरकाला मार्क्स अतिरिक्त मूल्य असे म्हणतो.

मार्क्सच्या मते वस्तूची किंमत पुढील सूत्राच्या आधारे ठरते. कच्चा माल + मजुरी = वस्तूची किंमत उदा. एखादी खुर्ची बनवायला पन्नास रुपयांचा कच्चा माल लागला. खुर्ची बनविण्याऱ्या श्रमिकाला वीस रुपये मजुरी दिली, तर वरील सूत्रानुसार वस्तूचे मूल्य सत्तर रुपये पाहिजे; पण भांडवलदार ती शंभर रुपयांना विकतो. त्या तीस रुपयांना मार्क्स अतिरिक्त मूल्य म्हणतो. या तीस रुपयांमधून वस्तू तयार करणाऱ्या कामगाराला काहीही मिळत नाही. कारण वस्तूचे उत्पादन होते, तेव्हा वस्तू विकली जात नाही, मात्र मजुरी दिली जाते. नंतर नफा घेऊन वस्तू विकली जाते. वस्तूची किंमत वाढविण्यासाठी भांडवलदार कृत्रिम टंचाई किंवा अनेक युक्त्या-प्रयुक्त्या करून वस्तूची किंमत वाढविण्याचा प्रयत्न करतो. वस्तूंच्या किमती कृत्रिमरीत्या वाढविण्याचा प्रयत्न करतो. वस्तूची किंमत जितकी जास्त वाढेल, तितके अतिरिक्त मूल्य जास्त मिळते. अतिरिक्त मूल्याच्या जोरावर भांडवलदार श्रीमंत होत जातो, तर कामगार गरीब राहतो. त्यांचा समाजावरदेखील विपरीत परिणाम होतो. लहान उद्योजकांचे उद्योग भांडवलदाराच्या उद्योगाशी स्पर्धा करू शकत नाहीत. त्यामुळे ते आपले उद्योग मोठ्या भांडवलदारांना विकतात. त्यामुळे भांडवलदारांची संख्या कमीकमी होत जाते. कामगारांची संख्या वाढतच जाते. या शोषणाविरुद्ध कामगार क्रांती करून एक दिवस भांडवलशाही नष्ट करतील. क्रांतीनंतर सर्व उद्योग समाजाच्या मालकीचे करतील. उत्पादनक्षेत्रावर समाजाची मालकी प्रस्थापित झाल्यामुळे कोणीही अतिरिक्त मूल्य घेणार नाही. उद्योगातील नफा श्रमिकांच्या विकासासाठी खर्च केला जाईल. त्यामुळे श्रमिकांच्या जीवनात आनंदी दिवस येतील.

मूल्यमापन/परीक्षण/दोष : मार्क्सने अतिरिक्त मूल्य सिद्धान्ताच्या माध्यमातून श्रमाच्या वस्तू-निर्मितीतील योगदानावर सर्वाधिक भर दिला. वस्तू-निर्मितीत श्रम सर्वाधिक महत्त्वपूर्ण आहे, हे मांडण्याचा प्रयत्न केला. वस्तू-निर्मितीतील श्रमिकांच्या श्रमाची चोरी भांडवलदार कशा पद्धतीने करतात, हे सोदाहरण स्पष्ट करण्याचा प्रयत्न केला. तर्कशुद्ध आणि शास्त्रीय नियमांच्या आधारावर भांडवलशाही शोषणाची प्रक्रिया उलगडून दाखविली. परंतु अतिरिक्त मूल्य सिद्धान्ताविषयी असमाधानी असणाऱ्या

अभ्यासकांनी मार्क्सच्या सिद्धान्तावर पुढील आक्षेप घेतलेले आहेत. ते पुढीलप्रमाणे होत.

१. **अशास्त्रीय सिद्धान्त :** मार्क्स वस्तूच्या निर्मितीत श्रमाला सर्वाधिक महत्त्व देतो. श्रमानुसार वस्तूंची किंमत निश्चित करण्यावर भर देतो. परंतु वस्तूचे मूल्य मागणी आणि पुरवठा सिद्धान्तावर आधारित असते. श्रमानुसार वस्तूचे मूल्य ठरत नाही. मार्क्सचा सिद्धान्त अर्थशास्त्रीय चौकटीत बसत नसल्यामुळे, तो अशास्त्रीय आहे असे अनेक अभ्यासकांना वाटते.

२. **मूल्य शब्दाचा अयोग्य वापर :** वस्तूच्या निर्मितीत कच्चा माल, श्रम, भांडवल आणि संयोजन हे चारही घटक महत्त्वाचे असतात. मार्क्स फक्त त्यांतील श्रम या एका घटकाला महत्त्व देतो. मूल्य शब्दाचा हवा तसा वापर करून विसंगत स्वरूपाची विधाने करतो. वस्तूच्या मूल्याबाबत कच्चा माल + मजुरी = वस्तूची किंमत हा अशास्त्रीय सिद्धान्त मांडतो. मूल्य शब्दाचा अर्थशास्त्रीय आशय लक्षात न घेता राजकीय कारणासाठी वापर करतो.

३. **शारीरिक श्रमाला महत्त्व :** मार्क्स आपल्या सिद्धान्तात फक्त शारीरिक श्रमाला महत्त्व देतो आणि बौद्धिक श्रमांकडे दुर्लक्ष करतो. वास्तविक वस्तूच्या निर्मितीत बौद्धिक श्रमांचे शारीरिक श्रमांइतकेच महत्त्व असते. किंबहुना काही वेळेस शारीरिक श्रमांपेक्षा बौद्धिक श्रम अधिक महत्त्वाचे असतात. वस्तू निर्मितीत श्रमापेक्षाही तंत्रज्ञ, पैसा, संशोधन इत्यादी बौद्धिक श्रम महत्त्वाचे असतात. परंतु मार्क्स बौद्धिक श्रमाला अजिबात महत्त्व देत नाही.

४. **अतिरिक्त मूल्य सिद्धान्त दोषपूर्ण :** मार्क्सने मूल्य आणि किंमत यांत गल्लत केली. वस्तूचे मूल्य हा श्रमिक शक्तीचा परिणाम नसतो. श्रमाशिवाय अनेक महत्त्वपूर्ण गोष्टी वस्तूचे मूल्य निश्चित करतात. मार्क्स फक्त श्रमांच्या आधारावर वस्तूचे मूल्य निश्चित करून अतिरिक्त मूल्याचा सिद्धान्त मांडतो; पण हा सिद्धान्त भांडवलदार करत असलेल्या इतर खर्चांकडे दुर्लक्ष करतो. उदा. यंत्रसामग्री, व्यवस्थापन, दुरुस्तीखर्च, वाहतूकखर्च, जागेचे भाडे, कर्जावरील व्याज. त्यामुळे हा सिद्धान्त दोषपूर्ण आहे.

५. **अयोग्य भाकीतकथन :** मार्क्सचे अतिरिक्त मूल्याबाबतचे भविष्य खोटे ठरले आहे. मार्क्सने वर्णन केलेली परिस्थिती इंग्लंडमध्ये असताना, औद्योगिकदृष्ट्या मागासलेल्या रशिया व चीन या देशांत क्रांती झाली.

मार्क्सचा अतिरिक्त मूल्य सिद्धान्त आर्थिक असण्यापेक्षा राजकीय आहे. वस्तूच्या विनिमय मूल्यात श्रमाइतके इतर घटकही महत्त्वपूर्ण असतात. हा सिद्धान्त वर्गयुद्धाला प्रोत्साहन देण्यासाठी मार्क्सने केलेला प्रयत्न आहे. त्यात कोणत्याही प्रकारच्या अर्थशास्त्रीय सत्याचा समावेश नाही इत्यादी प्रकारचे आक्षेप अमान्य करता येणार नाहीत. भांडवलशाही व्यवस्थेत श्रम न करता भांडवलदार श्रीमंत होत आहेत, मात्र श्रमिकांची परिस्थिती

'जैसे थे' आहे, हेदेखील नाकारता येणार नाही. भांडवलदाराच्या शोषणाचे स्वरूप स्पष्ट करण्यासाठी मार्क्सने हा सिद्धान्त मांडला. या सिद्धान्तापासून जगातील अनेक श्रमिकांना लढायची वा संघर्ष करण्याची प्रेरणा मिळाली. मार्क्सने भांडवलदारांना दिलेल्या प्रत्यक्षाप्रत्यक्ष इशाऱ्यामुळे, त्यांनी आपल्या वर्तनात बदल करून कामगारांच्या वेतन व सवलतीत वाढ केली. आजच्या काळात श्रमिकाला काही प्रमाणात आलेले चांगले दिवस, हे मार्क्सच्या सिद्धान्ताचा प्रभाव मानला पाहिजे.

कार्ल मार्क्सचे धर्माविषयी विचार

मार्क्स हे भौतिकतावादी वा जडवादी विचारवंत होते. त्यामुळे त्यांनी धर्मविषयक विचारांचे महत्त्व नाकारले. 'धर्म ही अफूगोळी आहे', असे म्हटले. परंतु मार्क्सने व्यक्तिश: कोणत्याही धर्म, धर्मसंस्थापकावर टीका केली नाही. जडवादी विचारांच्या आधारावर धर्माचा विचार केलेला आहे. मानवी जीवनातील आर्थिक आणि भौतिक संबंधाला महत्त्वपूर्ण स्थान दिलेले आहे. पारलौकिक आणि आध्यात्मिक संबंधाची शास्त्रीयता निश्चित करता येत नसल्यामुळे, ते नाकारण्याचे धैर्यदेखील दाखविलेले आहे. धार्मिक विचार विज्ञानावर पांघरूण घालण्याचा प्रयत्न करतात. धर्माच्या नावाने अनेक अनावश्यक श्रद्धा निर्माण केल्या जातात. त्या श्रद्धेच्या भावविश्वात श्रमिक वर्ग गुरफटत जातात. भांडवलशाही व्यवस्था नेहमीच धार्मिक गोष्टींचा आधार घेऊन शोषणाला अधिकृत करण्याचे काम करतात. धर्म मानवाला भौतिक वास्तवापासून दूर ठेवतो आणि कल्पनेच्या जगात वावरायला शिकवतो. पाप-पुण्य, स्वर्ग-नरक यांसारख्या अशास्त्रीय व काल्पनिक गोष्टींच्या विचारांत गुंतवून ठेवतो. भौतिक जीवनापासून श्रमिकाला दूर घेऊन जाणाऱ्या धार्मिक विचारांपासून मानवाची सुटका करण्यासाठी आणि धर्माच्या आधारावर राज्यकर्ते आणि भांडवलदारांकडून होणाऱ्या शोषणाला उजागर करण्यासाठी मार्क्सने धार्मिक गोष्टीला विरोध दर्शविला.

भांडवलदारवर्ग धर्माचा वापर नशेप्रमाणे करतात. श्रद्धेच्या आधारावर अनेक गैरसमज जनतेत रुजवितात. उदा. गरिबी हे गतजन्माच्या पापाचे फळ आहे. समाजव्यवस्थेत अनेक गैरसमज वा अफवा पसरवून मानवाची विचारशक्ती गोठवून टाकतात. भौतिक पातळीवर ईश्वर वा आध्यात्मिक संकल्पनांचे अस्तित्व सिद्ध करता येत नसल्याने, मार्क्स भौतिकतेच्या आधारावर धर्म व ईश्वर नाकारतो. असंतुष्ट व गरजा पूर्ण होत नसलेल्या समाजातील असंतोष कमी करण्यासाठी राज्यकर्ते व भांडवलदार धर्माचा वापर करतात. धर्मातील तत्त्वज्ञानामुळे लोक आपले दु:ख विसरून भविष्यावर हवाला ठेवण्यास शिकतात. धर्माचा वापर करून भांडवलदार व धर्मगुरू कामगारांचे शोषण करतात. धर्म कर्तबगारीवर विश्वास ठेवण्याऐवजी नशिबावर विश्वास ठेवून जगण्यास प्रोत्साहन देतो. धर्मामुळे श्रमिकांची कर्तव्यशक्ती झाकली जाते. दोषपूर्ण अर्थव्यवस्था

असेल, तर भांडवलदार व राज्यकर्तेवर्ग धर्माचा आधार घेऊन लोकांना आपली दु:खे विसरण्यास व क्रांतीपासून त्यांना परावृत्त करण्याचा पद्धतशीर प्रयत्न करत असतात. वास्तवतेपेक्षा काल्पनिक गोष्टींवर विश्वास ठेवून दारिद्र्य व हलाखीच्या परिस्थितीत समाधान मानण्याची वृत्ती निर्माण करतात. मानवात परिस्थितीत परिवर्तन करण्याचे सामर्थ्य असून, धर्म व्यक्तीच्या विकासात अडथळे निर्माण करतो. जैसे थै परिस्थितीत राहण्यातच समाधान आहे ही शिकवण देतात, म्हणून मार्क्स धर्माचे महत्त्व नाकारून शुद्ध भौतिकतावादी भूमिका स्वीकारतो आणि धर्माला मानवाच्या विकासाचा शत्रू मानतो.

कामगार वर्गाची हुकूमशाही (Dictatorship of Proletariat)

श्रमिकांच्या क्रांतीला समाजवादी समाजरचना स्थापन करण्याच्या मार्गातील पहिले पाऊल मार्क्स मानतो. श्रमिकांच्या क्रांतीपुरते मार्क्सचे तत्त्वज्ञान मर्यादित नाही. मार्क्सला जगाचा अर्थ लावायचा नव्हता, तर जग बदलायचे होते. जग बदलण्यासाठी प्रस्थापित व्यवस्था नष्ट करून नवीन समताधिष्ठित समाजाची स्थापना करावयाची होती. त्यासाठी भांडवलदार (वर्ग) आणि राज्य हे दोन्ही नष्ट करावयाचे होते. परंतु हे सर्व एकदम वा एकत्र होणार नाही, म्हणून मार्क्सने टप्प्याटप्प्याने समाजवादी व्यवस्थेकडे पोहोचण्याच्या मार्गातील मुक्काम वा पडावाचे एक तात्पुरते ठिकाण म्हणून श्रमिकांच्या हुकूमशाही स्थापन करण्यावर भर दिला. क्रांतीनंतर श्रमिकांनी संक्रमणकालीन व तात्पुरती व्यवस्था म्हणून श्रमिकांची हुकूमशाही स्थापन करावी. भांडवलदार वर्गाचा अंत घडवून आणण्यासाठी क्रांतीशिवाय पर्याय नाही. भांडवलदार स्वत:हून सत्ता व खाजगी मालमत्ता त्यागणार नाहीत. लोकशाही मार्गाने भांडलवशाही नष्ट होण्याची सुतराम शक्यता नाही. श्रमिकांनी क्रांती करून भांडवलशाही नष्ट करावी आणि भांडवलशाहीला मदत करणाऱ्या राज्यसंस्थेवर आपले वर्चस्व प्रस्थापित करावे. राज्यसंस्था ताब्यात आल्यानंतर तिच्या दंडशक्तीच्या माध्यमातून भांडवलशाही नष्ट करणे आणि वेगाने सामाजिक परिर्वन घडवून आणणे शक्य होईल. श्रमिक-क्रांतीनंतर आपोआप बदल होणार नाही. बदल करण्यासाठी प्रयत्न करावे लागतील. भांडवलशाही व्यवस्था नष्ट करून साम्यवादी व्यवस्था निर्माण करण्यास वेळ लागेल. जोपर्यंत जुनी समाजव्यवस्था नष्ट करून नवी समाजव्यवस्था निर्माण होणार नाही, तोपर्यंत जुन्या-नव्या व्यवस्थेत संघर्ष नष्ट करण्यासाठी मधल्या वा संक्रमणकाळात कामगारांच्या हुकूमशाहीची आवश्यकता आहे. या अवस्थेत कामगार उत्पादनाची सर्व साधने सामूहिक मालकीची करतील. या व्यवस्थेला विरोध करणाऱ्या भांडवलदारांचा नायनाट केला जाईल. कारण या वर्गाकडून प्रतिक्रांतीचा धोका आहे. कामगारांची हुकूमशाही ही अल्पसंख्य भांडवलदारांसाठी हुकूमशाही असली, तरी बहुसंख्य कामगारांसाठी लोकशाही आहे. लास्कीच्या मते कामगारवर्गाची हुकूमशाही लोकशाहीविरोधी असते. ती भांडवलदार लोकांच्या विरोधातील लोकशाही व्यवस्था

असते. खरी समाजवादी समाजरचना असलेली ती एक चांगली व्यवस्था असते. ती कायमची असत नाही. ही एक तात्पुरती व्यवस्था असून, साम्यवादाच्या शेवटच्या टप्प्यापर्यंत पोहोचण्याचे साधन आहे. ही हुकूमशाही नव्या व्यवस्थेची स्थापना करण्याचे साधन आहे. समाजवादी अवस्था निर्माण झाल्यानंतर समाजात वर्ग राहणार नाही. त्यामुळे संघर्षही राहणार नाहीत. परिणामत: राज्याची गरजही राहणार नाही. वर्गविहीन व राज्यविहीन समाजरचनेचा अंतिम उद्देश साध्य होईल. मार्क्स या अंतिम अवस्थेला साम्यवाद असे म्हणतो. थोडक्यात असे म्हणता येईल की, भांडवलदारांकडून होणारी प्रतिक्रांती टाळणे, भांडवलदार वर्ग नष्ट करणे आणि समाजवादाच्या स्थापनेस पूरक पार्श्वभूमी तयार करणे इत्यादी उद्देशाने मार्क्स तात्पुरत्या स्वरूपात कामगारांची हुकूमशाही स्थापन करण्याबद्दल विचार मांडतो.

मार्क्सवादाचे मूल्यमापन : मार्क्सवाद ही जगातील सर्वाधिक प्रभावशाली विचारधारा मानली जाते. या विचारधारेचा एके काळी अर्ध्या जगावर प्रभाव होता. या विचारधारेने जगाच्या इतिहासाची दिशा बदलून टाकली. मार्क्सपूर्व समाजवादात क्रांतीचे रणशिंग फुंकण्याची ताकद नव्हती. मर्यादित विचार विश्वास क्रांती घडवून मार्क्सपूर्व समाजवादाचा हेतू होता. मार्क्सने संपूर्ण मानव जातीला क्रांतीसाठी प्रवृत्त करण्याचा प्रयत्न केला. जगभरातील श्रमिकांच्या लढ्याला तात्त्विक अधिष्ठान मिळवून दिले. 'दास कॅपिटल' हा ग्रंथ श्रमिकांसाठी बायबल ठरला. मार्क्सवादाचे मोठेपण फक्त श्रमिक मान्य करतात असे नाही, तर उजव्या विचारधारेतील विचारवंतदेखील मान्य करतात. जगातील आर्थिक संघर्ष समजून घेण्यासाठी मार्क्सवादाचा आधार घेतल्याशिवाय पर्याय नसतो. मार्क्सवादाला बंदिस्त पंथ वा गोळीबंद विचारसरणी समजण्याची चूक काही अभ्यासक करतात. परंतु मार्क्सच्यानंतर एंगल्स, लेनिन, स्टालिन, माओ, ट्रॉटस्की, नवमार्क्सवादी, उत्तर मार्क्सवाद्यांनी मार्क्सवादाचा विस्तार करून, त्यातील पैलू जगासमोर आणण्याचा प्रयत्न केलेला आहे. मार्क्स म्हणजे हिंसक क्रांती आणि हुकूमशाही हा रशियन राज्यक्रांतीनंतर पसरलेला सामाजिक समज सर्वत्र रुजला. पण मार्क्स हा मानवी स्वातंत्र्याचा कट्टर पुरस्कर्ता होता. मानवाला अधिकाधिक स्वातंत्र्य मिळवून देऊन, त्याला मनुष्यत्वाचे सत्त्व प्राप्त करून देण्यासाठी त्याने आपली लेखणी झिजवली. मार्क्स हा वैचारिक स्वातंत्र्य आणि समाजमुक्तीचा मोठा प्रवर्तक होता. त्याला हुकूमशाही मान्य नव्हती, हे नव-मार्क्सवाद्यांनी केलेल्या अध्ययनातून स्पष्ट झाले. मार्क्सने भांडवलशाहीला मानवतावादी दृष्टिकोनातून विरोध केला. श्रम आणि भांडवलशाहीतील अंतर्विरोध शोधून काढला. माणसाचे वस्तुकरण आणि परात्मभाव या संकल्पनांचे विश्लेषण केले. भांडवलशाहीच्या नाशातून मानवाचे वस्तुकरण, यांत्रिकीकरण आणि परात्मभाव दूर करून निसर्ग आणि

मानव, मानव आणि मानव यांतील अंतराय दूर करता येईल हा विश्वास प्रकट केला. कष्टकऱ्यांच्या संघटना उभ्या करून कामगारक्रांतीसाठी जगातील श्रमिकांना आव्हान केले. एका बाजूला तंत्रज्ञानाची प्रगती होत आहे, उत्पादनवाढ होत आहे; तर दुसऱ्या बाजूला दारिद्र्यदेखील वाढत आहे. माणसामाणसांतील मालकीहक्कांच्या कल्पनेतून विद्वेषाचे राजकारण वाढत आहे. मध्यमवर्ग आत्ममग्न होत चालेला आहे. या सर्व परिस्थितीत मार्क्सवादाची नवी मांडणी करण्याची गरज आहे. मार्क्सवादाच्या आधारावर नव्या बदलाचा अभ्यास करणे शक्य आहे. तंत्रज्ञानाचे लाभ सर्व समाजाला उपलब्ध करून देण्यासाठी मार्क्सवादाशिवाय तरणोपाय नाही. कारण आज तंत्रज्ञान आणि वाढत्या उत्पादनाचा लाभ समाजातील विशिष्ट वर्गाला होत आहे.

सोव्हिएट रशियाच्या पतनानंतर मार्क्सवाद संपला, अशी जोरदार हाकाटी सर्वत्र पिटली जात आहे. परंतु मार्क्सचे तत्त्वज्ञान आणि साम्यवादी राजवटीचा अस्त या दोन भिन्न गोष्टी आहेत, हे लक्षात घेतले जात नाही. साम्यवादी राजवटी कम्युनिस्ट पक्षाच्या प्रभावावर आधारित झालेल्या होत्या. साम्यवादी राजवटीने मार्क्सच्या मूळ तत्त्वाचा विपर्यास करून हुकूमशाही प्रस्थापित केली. व्यक्तिस्वातंत्र्याची गळचेपी केली. साम्यवादी राजवटीने केलेल्या कृती मार्क्सच्या तत्त्वज्ञानाशी विसंगत आहेत. सोव्हिएट रशियाच्या अपयशाचे खापर मार्क्सवर फोडता येणार नाही. मार्क्सने दिलेली उच्च दर्जाची ध्येयदृष्टी सोव्हिएट रशियातील मार्क्सवाद्यांना अमलात आणता आली नाही. मार्क्सवादाच्या नावावर त्यांनी अनेक खोट्या गोष्टी खपविल्या. मार्क्सने सामंतवाद आणि भांडवलशाहीची केलेली मीमांसा कुणालाही अयोग्य ठरविता आली नाही. जागतिकीकरणाच्या युगात तीव्र झालेली आर्थिक अरिष्टे आणि वाढती विषमता लक्षात घेता, मार्क्सच्या विचारांकडे दुर्लक्ष करणे आत्मघातकीपणाचे पाऊल ठरेल. मार्क्सवादाचे महत्त्व आजही संपलेले नाही. इसाया बर्लिनसारखा स्वातंत्र्याचा पुरस्कर्ता मार्क्सला 'ॲन एनलायटन्मेंट थिंकर' मानतो, तर मार्क्सचा अमेरिकन टीकाकार एडमंड विल्सन मार्क्सचा उल्लेख 'ग्रेट मास्टर ऑफ सटायर' असा करतो. मानवी मनाचा आणि नैसर्गिक क्षमतांचा अंदाज मार्क्सइतका कोणत्याही विचारवंताला लावता आला नाही. मार्क्सने आपले संपूर्ण आयुष्य–आर्थिक सामाजिक प्रश्नांची उकल करण्यासाठी खर्च केले. भांडवलशाही व्यवस्थेने आणलेल्या यांत्रिकीकरण आणि चंगळवादातून मानवी जीवनात एक प्रकारचा पोकळपणा आणला. माणसामाणसांतील आपुलकी संपली. स्वार्थ आणि व्यवहारावर आधारित मानवी संबंधाला महत्त्व आल्यामुळे, मानवी जीवनातील आनंद आणि प्रेम संपले. अशा पोकळ जीवनात रंग भरण्यासाठी मार्क्सवादाने सृजनशीलतेला महत्त्व दिले. मार्क्सने जीवनाला खरे स्वत्व प्राप्त करून

देण्यासाठी मूलगामी विचारांची मांडणी केली. मार्क्सचे विचार मान्य करा वा अमान्य करा, परंतु तुम्हाला मार्क्सला ओलांडून पुढे जाता येणार नाही. अर्थात मार्क्सच्या विचारांत सामर्थ्य असले, तरी त्यात उणिवा नाहीत असे नाही. मार्क्सने केलेली अनेक भाकिते चुकलेली आहेत. वर्गविरहित व राज्यविरहित समाजाची निर्मिती होऊ शकली नाही. भांडवलशाही नष्ट होण्याऐवजी प्रबळ बनलेली आहे. श्रमिकांऐवजी शेतकऱ्यांनी क्रांती केली. साम्यवादाच्या नावावर मार्क्सवाद्यांनी धुडगूस घातला. व्यक्तिस्वातंत्र्याची गळचेपी केली. या सर्व मर्यादा वा त्रुटी असूनही मार्क्सवादाचे महत्त्व कमी होत नाही. मार्क्सने मांडलेल्या विचारांतून क्रांतीची सावली भांडवलशाही राष्ट्रांवर पडू लागल्यामुळे, त्यांनी आपल्या धोरण व वर्तनात बदल केला. श्रमिकांच्या रास्त हक्कांना मान्यता दिली. श्रमिकांच्या वेतन व सुखसोयींमध्ये वाढ घडवून आणली. त्यामुळे श्रमिकांमधील क्रांतीची तीव्रता कमी होत गेली. याचा अर्थ त्यांचे शोषण संपले असे नाही. जोपर्यंत जगामध्ये शोषण आहे, शोषण करणारे वर्ग आणि शोषित वर्ग अस्तित्वात आहेत, तोपर्यंत मार्क्सवाद नष्ट होणे संभव नाही. मार्क्स हा कालातीत विचारवंत आहे.

लघुत्तरी प्रश्न

१. शास्त्रीय समाजवाद
२. परात्मभाव संकल्पना
३. वर्गसंघर्ष सिद्धान्त
४. मार्क्सचे राज्यविषयक विचार
५. मार्क्सचे धर्माविषयी विचार
६. कामगारवर्गाची हुकूमशाही
७. मार्क्सवादाचे मूल्यमापन

दीर्घोत्तरी प्रश्न

१. मार्क्सच्या ऐतिहासिक भौतिकवाद सिद्धान्ताचे विवेचन करा.
२. जगाचा इतिहास हा वर्गसंघर्षाने भरलेला आहे, या विधानाची चर्चा करा.
३. मार्क्सच्या राज्यविषयक सिद्धान्ताचे टीकात्मक विवेचन करा.
४. मार्क्सच्या द्वंद्वात्मक भौतिकवादी सिद्धान्तातून होणारी परिवर्तनाच्या प्रक्रियेची सविस्तर माहिती द्या.
५. मार्क्सच्या अतिरिक्त मूल्य सिद्धान्ताचे विवेचन करून त्याचे राजकीय महत्त्व स्पष्ट करा.

प्रकरण सातवे

नव–मार्क्सवाद

Neo-Marxism

नव–मार्क्सवादाचा विकास : मार्क्सवाद बंदिस्त वा गोळीबंद स्वरूपाची विचारसरणी नाही, तर तिचा सातत्याने विकास वा विस्तार सुरू आहे. मार्क्सच्या विचारांनी जगाला नवी दिशा देण्याचा प्रयत्न केलेला होता. मार्क्सने औद्योगिक क्रांतीच्या सुरुवातीच्या टप्प्यात विचार–मांडणी केलेली होती. म्हणून त्याच्या मांडणीवर तत्कालीन परिस्थितीचा प्रभाव होता. इंग्लंड, फ्रान्स आणि जर्मनीमधील कामगारांच्या परिस्थितीचे निरीक्षण करून मार्क्सने विचार मांडले. मार्क्सच्या मृत्यूनंतर परिस्थितीत अनेक बदल होत गेले. मार्क्सच्या विचारांचे स्पष्टीकरण करण्याचे वा त्यात सुधारणा करण्याचे कार्य एंगल्स यांनी केले. मार्क्सवाद हा श्रमिकांच्या क्रांतीसाठी दिशादर्शक सिद्धान्त असला, तरी प्रत्यक्ष क्रांती करताना येणाऱ्या व्यावहारिक अडचणी, जागतिक भांडवलशाहीचा वैश्विक विस्तार आणि साम्राज्यवादाला आलेले महत्त्व आणि त्यातून राष्ट्रा–राष्ट्रांतील स्पर्धा आणि युद्धे इत्यादी मुद्यांचा ऊहापोह मार्क्सच्या तत्त्वज्ञानात असणे शक्य नव्हते; म्हणून लेनिन, स्टालिन, माओ, ट्रॉटस्की, बुखारिन इत्यादी मार्क्सच्या अनुयायांनी मार्क्सवादाचा विस्तार करण्याचा प्रयत्न केला. मार्क्सच्या तत्त्वज्ञानाचा जगभर सुरू असलेल्या अभ्यासातून मार्क्सवादाचे अनेक नवे नवे पैलू प्रकट होऊ लागले. १९१७ साली झालेल्या सोव्हिएट रशियातील क्रांतीनंतर मार्क्सच्या विचारांच्या आधारावर नवसमाज निर्मितीस सुरुवात झाली. मार्क्सवादी तत्त्वज्ञानांची प्रत्यक्ष अंमलबजावणी करताना सोव्हिएट रशियातील सत्ताधारी कम्युनिस्ट पक्षाला अनेक अडचणींचा सामना करावा लागला. या समस्यांचे निराकरण करण्यासाठी लेनिन, स्टालिन यांनी अनेक व्यावहारिक उपाययोजना करून मार्क्सच्या मूळ ढाच्यात अनेक बदल घडवून आणले. साम्राज्यवादी शक्तीपासून बचावासाठी स्टालिन यांनी मार्क्सवादाला राष्ट्रवादाची जोड देण्याचा प्रयत्न केला. सोव्हिएट रशियात मार्क्सवादाच्या नावावर स्टालिन यांनी सुरू केलेल्या प्रयोगाला ट्रॉटस्कीसारखे मार्क्सवादी विरोध करू लागले. रशियन राज्यक्रांतीनंतर मार्क्सवादी विचारवंत दोन छावण्यांमध्ये वाटले गेले. रशिया सर्वप्रथम स्वत:च्या पायावर उभा करणे,

भांडवलशाहीच्या प्रतिक्रांतीपासून सोव्हिएत रशियाचा बचाव करणे आणि समाजवादी क्रांती घडू शकणाऱ्या देशांना मदत करणे ही ध्येये लक्षात घेऊन लेनिन, स्टालिन आणि माओ ही मार्क्सवादात सुधारणा घडवून आणणारी एक छावणी; तर रशियन राज्यक्रांतीला स्थिरता प्रदान करावयाची असेल तर संपूर्ण जगात समाजवादी क्रांती घडवून आणणे आवश्यक आहे, असे मत व्यक्त करणारे ट्रॉटस्कीसारखे विचारवंत व त्यांचे अनुयायी ही दुसरी छावणी होय. स्टालिन आणि ट्रॉटस्की यांत मतभेद निर्माण झाले. हे मतभेद विकोपाला गेले. स्टालिनच्या विचाराला करत असलेल्या विरोधामुळे ट्रॉटस्कीची रशियातून हकालपट्टी (काहींच्या मते त्यांनी रशियातून पलायन केले) करण्यात आली. ट्रॉटस्कीने मार्क्सच्या विचारांचा लावलेला लोकशाही समाजवादी अर्थ आणि स्टालिनवादाविरुद्ध उघडलेली आघाडी यांतून नव-मार्क्सवादाला अनुकूल वातावरण निर्माण होऊ लागले. ट्रॉटस्कीने मार्क्सवादाचा वेगळ्या दृष्टिकोनातून अर्थ लावण्याचा प्रयत्न केला. रशियासारख्या शेतीप्रधान व औद्योगिकदृष्ट्या प्रथम पायरीवर असलेल्या देशात साम्यवादी क्रांती प्रथम झाली. त्यामुळे मार्क्सवादी तत्त्वज्ञानाचे खऱ्या अर्थाने रोपण होऊ शकले नाही. स्टालिनसारख्या धूर्त मार्क्सवाद्यांनी परिस्थितीचा फायदा घेऊन, मार्क्सवादाच्या नावावर स्वत:चे मनसुबे पूर्ण केले. आपल्या विरोधकांचा काटा काढला. व्यक्तिस्वातंत्र्याची गळचेपी केली. औद्योगिकदृष्ट्या प्रगत देशात साम्यवादी क्रांती झाली असती, तर हे चित्र पाहायला मिळाले नसते. प्रगत भांडवलशाही व्यवस्थेत साम्यवादी समाजव्यवस्था निर्माण करणे शक्य होते. परंतु रशियासारख्या मागासलेल्या देशात हे शक्य नाही, असे मत युरोपातील मार्क्सवादी मांडू लागले. रशिया व चीनमधील सामाजिक व सांस्कृतिक वारसा मार्क्सवादाच्या विकृतीसाठी आयझॅक ड्युझर, अर्नेस्ट मॅन्डल यांनी कारणीभूत मानला. स्टालिनने मार्क्सवादाच्या नावावर रशियात जो धुमाकूळ घातला, त्याबद्दल युरोपातील अनेक विचारवंतांनी नापसंती दर्शविली. त्याच काळात १९२९-३० साली आलेल्या जागतिक महामंदीमुळे भांडवलशाही व्यवस्थेच्या यशाकडे साशंकतेने पाहिले जाऊ लागले.

रशियामध्ये मार्क्सवादाच्या नावावर जे काही घडत होते, ते मूळ मार्क्सवादी विचारांशी विसंगत आहे, असे काही पाश्चिमात्य देशातील अभ्यासकांना जाणवू लागले होते. स्टालिनने मार्क्सवादाच्या नावाखाली दडपशाही सुरू केली. या परिस्थितीत काही विचारवंतांनी मुख्य मार्क्सवादी परंपरेत राहून, मार्क्सवादी तत्त्वज्ञानाचा नव्या दृष्टिकोनातून अभ्यास करण्याचा प्रयत्न सुरू केला. १९७० च्या दशकात पारंपरिक मार्क्सवादाने समाजाचे केलेले विश्लेषण मार्क्सवादी अभ्यासकांना अप्रस्तुत वाटू लागले. पारंपरिक मार्क्सवाद्यांनी केलेले भांडवलवादाचे विश्लेषणही तत्कालीन परिस्थितीचे आकलन करण्यास अपुरे भासू लागले. भांडवलशाहीचे मार्क्सवाद्यांनी गृहीत धरलेले प्रतिमान बदलले गेले. भांडवलशाहीचे संघटित भांडवलशाहीत रूपांतर झाले. या परिस्थितीत मार्क्सवादामध्ये

संशोधन करण्याचा प्रयत्न फ्रँकफर्ट स्कूलने केला. या स्कूलचे विचारवंत विविध देशांत विखुरलेले असले, तरी त्यांनी मार्क्सच्या पुनर्विश्लेषणाची चळवळ सुरू ठेवली. म्हणून नव-मार्क्सवादाच्या उदयाला फ्रँकफर्ट स्कूलचे कार्य महत्त्वपूर्ण मानले जाते. नव-मार्क्सवाद्यांनी मार्क्सवादाची अतिशय नावीन्यपूर्ण स्वरूपात परिभाषा करण्यास सुरुवात केली. मार्क्सच्या विचारधारेचे अस्तित्व टिकवून ठेवण्यासाठी त्यात संशोधनाची गरज विशद करतात. या कार्यास प्रारंभ फ्रँकफर्ट स्कूलने सर्वप्रथम केल्यामुळे, नव-मार्क्सवाद फ्रँकफर्ट स्कूलचा विस्तार आहे असे मानले जाते. या विचारवंतांमध्ये गार्गी लुकाच, कार्लकोश, अंटोनिओ ग्रामची, रूडॉल्फ, एरिक फ्रॉम, ल्यूई अल्थ्यूजर, बॉलटर बेंजामिन, निकोल पुलान्त्सा, मॉरिश गोदेलिये, इम्यॅनुटल बॅलरस्टाइन, हॅरी ब्रेव्हरमन, मॅक्स हॉर्कहायमर आणि बहारो इत्यादींचा समावेश होतो. जर्मनीतील फ्रँकफर्ट स्कूलमधून पुढे आलेले हर्बर्ट मार्क्यूज, जार्गन हॅबरमास हेही नव्या विचारप्रणालीत समाविष्ट होतात. मार्क्सवादी परंपरेत राहून प्राप्त परिस्थितीच्या संदर्भात नव्या दृष्टिकोनानुसार मार्क्सवादी विचारांची मांडणी केली जाते, त्यास 'नव-मार्क्सवाद' असे म्हणतात. मार्क्सवादी विचारांशी बांधिलकी कायम ठेवून नव-मार्क्सवादी आपले क्रांतिकारी विचार मांडतात. नव-मार्क्सवादी मार्क्सच्या विचारांची पुनरावृत्ती न करता, आधुनिक समाजाची वास्तविकता वैज्ञानिक दृष्टिकोनाच्या आधारावर तपासण्याचा प्रयत्न करतात. शोषणमुक्त समाज निर्माण करून मानवी स्वातंत्र्य आणि सजृनशीलतेला पूरक वातावरण निर्माण करण्यासाठी, मार्क्सवादाचे नव्याने आकलन करण्याचा प्रयत्न करतात.

या नव्या मार्क्सवाद्यांनी मार्क्सच्या मूलभूत विचारांचे पुनरुज्जीवन करण्यास सुरुवात केली. त्यांनी मार्क्सच्या तत्त्वज्ञानाचा सूक्ष्म आणि सखोल अभ्यास करण्यास प्रारंभ केला. त्यातून हेगेली वारसा पुढे आणला. त्यांनी पॅरिस मॅन्यूस्क्रिप्ट (इॅकॉनॉमिक अँड फिलासॉफिकल मॅन्यूस्क्रिप्ट १८४४), होली फॅमिली (१९४५), जर्मन आयडियॉलॉजी या ग्रंथावर लक्ष केंद्रित केले. त्यांच्या मते, या वेळेपर्यंत मार्क्स हा हेगेलच्या प्रभावाखाली होता आणि तरुण मार्क्स मानवतावादी होता. मात्र अर्थशास्त्राच्या अभ्यासानंतर तो आर्थिक नियततत्त्ववादाकडे झुकला. त्यामुळे त्यांच्यातील मानवतावादी दृष्टी पुसट झाली. मानवी स्वातंत्र्य हे मार्क्सचे ध्येय होते. परंतु एंगल्सच्या सान्निध्यात तो बदलला. मार्क्सवादाचा लेनिनने लावलेला अर्थ नव-मार्क्सवादी अमान्य करतात. लेनिन परंपरेतील मार्क्सवाद्यांना ग्राम्य मार्क्सवादी (Vulger Maxists) अशी टीका करतात. मार्क्सच्या विचारांची तपासणी करणाऱ्या विचारवंतांना नव-मार्क्सवादी मानले जाते. होर्खायमर व अॅडॉर्नो यांनी मार्क्सवादातील हेगेली धागा शोधण्याचा प्रयत्न केला. मार्क्सवाद आणि मनोविश्लेषणवाद यांत समन्वय घडवून आणण्यासाठी 'क्रिटिकल थिअरी' नावाची नवी मीमांसापद्धती विकसित केली. प्रबोधन व मार्क्सवादाचे उद्दिष्ट मानवाला भयमुक्त करून त्याचे स्वातंत्र्य

अबाधित ठेवणे होते; पण ते सफल झाले नाही. प्रबोधन झालेल्या समाजातही सर्वनाशाचे सामर्थ्य प्रकर्षाने पुढे येत आहे. होर्खायमर हा राजकीय अर्थवादाची चिकित्सा न करता तत्त्वप्रणालीची विशेष चिकित्सा करतो. हर्बर्ट मारक्यूज परात्मभाव संकल्पनेवर लक्ष केंद्रित करतो. मार्क्स आणि हेगेल यांच्या विचारांतील आंतरिक सातत्य दाखवून देतो. हेगेल श्रमसंकल्पनेवर भर देतो. परंतु मार्क्सने तत्त्वज्ञानात्मक पातळीवर श्रमकल्पनेला उचलून परात्मभावी कामगारांशी निगडित केले. German Ideology या पुस्तकात मार्क्सला भविष्यकाळातील श्रमाचे स्वरूप आजपेक्षा भिन्न असल्याचे जाणवले होते. भांडवलशाही व साम्यवाद या दोन्ही समाजांतील भौतिक प्रक्रियेला श्रम ही एकच संज्ञा वापरत नाही. भांडवलशाही समाजात अभिप्रेत अर्थाने तो श्रम शब्द वापरतो. वस्तूच्या निर्मितीतून अतिरिक्त मूल्य व भांडवल निर्मिती होते, त्याला श्रम मानतो. इतर सर्व कृतिउत्पादक श्रम खऱ्या अर्थाने श्रम ठरत नाहीत. या पद्धतीने नव-मार्क्सवादी विचारवंत मार्क्सने मांडलेल्या संकल्पनेचे परीक्षण करतात. ते पारंपरिक मार्क्सवादावर टीका करून मार्क्सवादाचा नवा अर्थ लावण्याचा प्रयत्न करतात. एका अर्थाने ते मार्क्सवादाचा विस्तार करतात. मार्क्सवादाचा संकुचित अर्थ लावणाऱ्या लेनिनवादाला प्रतिवाद करण्यातून नव-मार्क्सवादी विचारवंतांचा उदय झाला. लेनिनवादाने मार्क्सचा खरा अर्थच बदलून टाकला. आपल्या हितासाठी लेनिन आणि स्टालिनने मार्क्सवादाला राबविले, या भावनेतून नव-मार्क्सवादाच्या माध्यमातून मार्क्सने खऱ्या तत्त्वाचा जगभर प्रचार आणि प्रसार व्हावा म्हणून प्रयत्न केले. त्याच्या प्रयत्नातून मार्क्सवादाचा नवा प्रवाह आणि नवे पैलू अभ्यासकांसमोर येण्यास हातभार लावलेला आहे. थोडक्यात नव-मार्क्सवादाने लेनिनवादाचे खरे रूप उघड करून मार्क्सवादाचा वास्तव अर्थ स्पष्ट करण्याचा प्रयत्न केलेला दिसतो. नव-मार्क्सवाद म्हणजे दुसरेतिसरे काही नसून बदलत्या परिस्थितीनुसार मार्क्सच्या तत्त्वाचा अर्थ घेणे होय. तसेच मार्क्सच्या तत्त्वांचा विपरीत अर्थ घेऊन रशियात मार्क्सवादाच्या नावावर सुरू असलेल्या उपक्रमाची समीक्षा करून तो कसा मार्क्सवादाच्या विसंगत आहे हे जगासमोर मांडणे, हा नव-मार्क्सवादाचा अंत:स्थ हेतू होता.

नव-मार्क्सवाद म्हणजे काय? नव-मार्क्सवाद ही निश्चित स्वरूपाची संकल्पना नाही. या संकल्पनेची मांडणी करणारे विचारवंत विविध क्षेत्रांतील आणि परस्परविरोधी भूमिका घेणारे आहेत. ह्या विचारधारेची मांडणी करणारे बहुसंख्य विचारवंत युरोप आणि अमेरिकेतील आहेत. या विचारसरणीवर ट्रॉटस्की आणि त्यांच्या अनुयायांच्या विचारांचा प्रभाव पडलेला दिसतो. नव-मार्क्सवाद म्हणजे मार्क्स, एंगल्स यांच्या मूळ संदर्भाच्या आधारावर सामाजिक सिद्धान्त मांडणे होय. नव-मार्क्सवादी मार्क्सच्या मूळ विचारासोबत सामाजिक शास्त्रातील इतर सैद्धांतिक परंपरेचा आधार घेतात. विशेषत: समाजशास्त्रज्ञ मॅक्स वेबर आणि मानसशास्त्रज्ञ सिंग्मड फ्रॉईड यांच्या संकल्पनेच्या आधारावर मार्क्सवादाचे

विवेचन करतात. नव-मार्क्सवादी परंपरा इतर सामाजिक शास्त्रातील सैद्धांतिक उसनवारीचे स्वागत करतात.

नव-मार्क्सवाद ही सुसंगत वा एकसंध चळवळ नसून त्या चळवळीत विविध विचारसरणींनी प्रभावित असलेले वा अनेक परस्परविरोधी विचारांचे पुरस्कर्ते एकत्र आलेले आढळतात. त्या सर्वांचा उद्देश मार्क्सवादाचा तात्त्विक आशय समजून त्यांचा विस्तार घडवून आणणे हा होता. मार्क्सने वर्णन केलेला साम्यवादी समाज कोणकोणत्या मार्गांनी आणि साधनांनी निर्माण करता येईल या विषयावर चिंतन, मनन वा प्रत्यक्षात कार्यदेखील करणे हे नवमार्क्सवादी विचारवंतांचे वैशिष्ट्य आढळते. १९८० च्या दशकात पोलंड, हंगेरी आणि पूर्व युरोपातील देशांतील साम्यवादी सरकारांचे पतन झाले. १९९० च्या दशकात सोव्हिएट रशियातील साम्यवादी प्रयोग संपला. या परिस्थितीत मार्क्सवाद संपला आणि भांडवलशाहीचा विजय झाला अशी हाकाटी सर्वत्र सुरू झाली. रशियातील प्रयोग म्हणजे मार्क्सवादाचा पराभव, हे आकलन मांडल्यामुळे सैद्धांतिक क्षेत्रात गोंधळ निर्माण झाला, या प्रस्थापित परिस्थितीत मार्क्सवादाचा नव्या पद्धतीने अभ्यास करण्याची गरज निर्माण झाली आणि या गरजेतून नव-मार्क्सवादी अभ्यासकांची परंपरा सुरू झाली. डॉ. एस. बी. फड यांनी 'उच्चतर राजकीय सिद्धान्त' या पुस्तकात नव-मार्क्सवादाची व्याख्या करण्याचा प्रयत्न केलेला आहे. त्यांच्या मते, औद्योगिक भांडवलशाही समाजात मार्क्स व एंगल्स यांच्या विचारांना नव्याने अर्थ लावण्याचा वा अभ्यासण्याचा प्रयत्न करणे, म्हणजे नव-मार्क्सवाद होय.

नव-मार्क्सवादाची लक्षणे : नव-मार्क्सवादी विचारांची तीन लक्षणे डॉ. अशोक चौसाळकर यांनी 'मार्क्सवाद-उत्तरमार्क्सवाद' या पुस्तकात नमूद केलेली आहेत. ती पुढीलप्रमाणे होत-

१. नव-मार्क्सवादी मार्क्सच्या विचारांचा अन्वयार्थ लेनिन, स्टालिन आणि कम्युनिस्ट पक्षाच्या माध्यमातून करत नाहीत.

२. मार्क्सची मूलभूत भूमिका मान्य करून बदलत्या परिस्थितीत त्यांच्या सिद्धान्ताची मांडणी करतात, तसेच मार्क्सवादातील अस्पष्ट गोष्टींचा अर्थ लावून नव्या पद्धतीने विस्तार करण्याचा प्रयत्न करतात.

३. हेगेल, फ्रॉइड, अस्तित्ववाद वा २० व्या शतकात उदयाला आलेल्या विचारसरणीचा मार्क्सवादाची पुनर्मांडणी करताना आधार घेतात.

डॉ. अशोक चौसाळकर यांनी स्पष्ट केलेल्या लक्षणांतून नव-मार्क्सवादाच्या अभ्यासाची दिशा व स्वरूपाची जाणीव होते. नव-मार्क्सवादी परंपरेचा उदय युरोपमध्ये सुरुवातीला झालेला असला, तरी नंतर ही परंपरा अमेरिका आणि जगभर पसरलेली दिसते.

नव-मार्क्सवादाच्या उदयाची कारणे : मार्क्सवादाच्या मांडणीनंतर बदलत्या परिप्रेक्ष्यात मार्क्सवादाची नव्याने चिकित्सा करण्याच्या हेतूने झालेल्या प्रयत्नांतून नव-मार्क्सवादाचा जन्म झाला. नव-मार्क्सवादाच्या उदयाला अनेक कारणे कारणीभूत मानली जातात. ती पुढीलप्रमाणे सांगता येतात.

१. **सोव्हिएट रशियातील राज्यक्रांती :** मार्क्सच्या विचारांच्या आधारावर लेनिन यांनी सोव्हिएट रशियात समाजवादी क्रांती १९१७ साली घडवून आणली. या क्रांतीनंतर समाजवादी समाजरचना स्थापन करताना लेनिन यांना मार्क्सवादातील अनेक तत्त्वांना मुरड घालावी लागली. मूळ स्वरूपात मार्क्सवाद लागू करणे शक्य नव्हते, म्हणून लेनिन यांनी मार्क्सवादातील अनेक तत्त्वांचा सोयीनुसार अर्थ घेऊन अंमलबजावणी करण्याचा प्रयत्न केला. लेनिनच्या मृत्यूनंतर स्टालिन हा लेनिनचा उत्तराधिकारी बनला. स्टालिन यांनी मार्क्सवादाचा वापर आपली सत्ता बळकट करण्यासाठी केला. मार्क्सवादाला अनेक अनावश्यक गोष्टींची जोड दिली. मार्क्सवादाची मांडणी राष्ट्रवादाच्या अंतर्गत करण्याचा प्रयत्न सुरू केला. एका राष्ट्रातील समाजवाद सिद्धान्ताची मांडणी करून आंतरराष्ट्रीय समाजवादी क्रांतीच्या ध्येयापासून मार्क्सवादाला दूर नेले. टॉटस्कीसारखा अभ्यासक स्टालिनच्या कृतीला लेनिनवादाचे विकृतीकरण आणि क्रांतिविरोधी प्रतिक्रियांची सुरुवात मानतो. स्टालिनच्या धोरणाचा मार्क्सवादाशी कोणत्याही प्रकारचा तात्त्विक संबंध नव्हता, असे टॉटस्की मानतो. रशियातील संपूर्ण सत्ता आपल्या ताब्यात ठेवण्यासाठी त्यांनी आखलेली धूर्त रणनीती आहे. रशियातील प्रयोग आंतरराष्ट्रीय सर्वहाराक्रांतीच्या आदर्शाची अवहेलना करणारा आहे. स्टालिन यांनी रशियात चालविलेली मार्क्सवादाची मोडतोड आणि मार्क्सवादाच्या नावावर चालविलेल्या अन्याय-अत्याचारांचे खरे रूप मांडण्यासाठी मार्क्सवादाचा नव्याने जो अभ्यास युरोप आणि अमेरिकेत सुरू झाला, त्यातून नव-मार्क्सवादाच्या उदयाला पोषक पार्श्वभूमी निर्माण झाली.

२. **भांडवलशाही व्यवस्थेचे अपयश :** मानवी विकासासाठी उदारमतवादी भांडवलशाही व्यवस्था हा सर्वोत्तम मार्ग आहे, हा सार्वत्रिक समज विकसित झाला होता. परंतु १९२९-३० मध्ये आलेल्या जागतिक महामंदीमुळे भांडवलशाही व्यवस्थेच्या मर्यादा उजागर झाल्या. भांडवलशाही व्यवस्थेने केलेला विकास मानवावर उलटला. अतिरिक्त उत्पादनातून अनेक महाभयंकर समस्या निर्माण झाल्या. दारिद्र्य, बेरोजगारी, महागाई, आर्थिक विकासाची गती मंद होणे इत्यादी समस्या युरोप आणि अमेरिकेमध्ये डोकावू लागल्या. या समस्येला तोंड देणे उदारमतवादी भांडवलशाही व्यवस्थांना शक्य न झाल्यामुळे त्या पत्त्यांच्या बंगल्याप्रमाणे कोसळू

लागल्या. महामंदीच्या लाटेला तोंड देऊ न शकलेल्या युरोपातील उदारमतवादी भांडवलशाही नष्ट होऊ लागल्या आणि त्यांच्या जागेवर हुकूमशाही व्यवस्था प्रस्थापित होऊ लागल्या. या व्यवस्था मुळात भांडवलशाही आणि समाजवाद या दोन्ही विचारधारांना विरोध करणाऱ्या होत्या. उदा. इटलीतील मुसोलिनीची फॅसिस्ट राजवट, जर्मनीतील हिटरलची नाझी राजवट. उदारमतवादी भांडवलशाहीला समर्थ पर्याय म्हणून मार्क्सवादाचा विचार युरोपात होऊ लागला. परंतु रशियातील मार्क्सवादी पर्यायाविषयी युरोप व अमेरिकेतील अभ्यासक फारसे खूश नव्हते, म्हणून मार्क्सवादातील लोकशाही व उदारमतवादी प्रारूप उजेडात आणण्यासाठी प्रयत्न सुरू झाले. भांडवलशाहीच्या अपयशातून नव-मार्क्सवादाच्या उदयाला चालना मिळाली.

३. **जागतिक परिस्थितीत बदल :** नव-मार्क्सवादी विचार मांडण्यास १९३० पासून साधारणत: सुरुवात झालेली होती. परंतु समकालीन काळात नव-मार्क्सवादी विचार फारसे लोकप्रिय होऊ शकले नाही. रशियन राजवटीच्या यशामुळे अभ्यासकांचे नव-मार्क्सवादी विचारांकडे दुर्लक्ष झाले. राज्यशास्त्रात विविध सामाजिक व नैसर्गिक शास्त्रांच्या प्रभावाने व्यवस्थावाद, अनुभववाद, वर्तनवाद, रचनात्मक कार्यवाद आणि आधुनिकतावाद या दृष्टिकोनांच्या आधारावर अध्ययन करण्याची परंपरा प्रभावी बनू लागली. मूल्यमुक्त संशोधन, राजकीय सिद्धान्ताच्या ऱ्हासाचा जयघोष तरूण अभ्यासकांनी सुरू केला. परंतु १९६० च्या दशकापासून जागतिक परिस्थितीत वेगाने बदल होत गेले. क्युबाच्या प्रश्नावरून अमेरिका आणि रशियामध्ये अणुसंघर्ष होण्यापर्यंत मजल गेली. व्हिएतनाम युद्धाने हजारो निष्पाप लोकांचा बळी घेतला. जगातील समृद्धी वाढत असताना मानवातील रानटीपणा व युद्धखोर वृत्ती कमी होत नव्हती. या सर्व समस्यांच्या निराकरणासाठी सामाजिक शास्त्रातील आलेल्या नव्या अध्ययन पद्धती वा दृष्टिकोनाकडे कोणते उत्तर नव्हते. या प्रश्नाचे उत्तर शोधण्यासाठी नव-मार्क्सवादी अभ्यासकांनी मार्क्सवादाचे सखोल अध्ययन करून नवीन नवीन सिद्धान्त मांडण्यास सुरुवात केली. त्यातूनदेखील नव-मार्क्सवादाच्या उदयाला पोषक वातावरण निर्माण झाले.

४. **साम्यवादी राष्ट्रांतील घडामोडी :** स्टालिनच्या मृत्यूनंतर साम्यवादी राष्ट्रांमध्ये अनेक घडामोडी झाल्या. स्टालिनच्या नंतर सत्तेवर आलेल्या ख्रुश्चेव्हने स्टालिनशाहीचे खरे रूप उघडे करून दाखविले. स्टालिनशाहीतील काळी कृत्ये जगासमोर आणली. ख्रुश्चेव्ह व ब्रेझनेव्हच्या काळात रशियाच्या प्रभावाला उतरती कळा लागली. चीनमधील सांस्कृतिक क्रांती फसली. झेकोस्लोव्हाकियातील 'मानवी चेहऱ्याचा समाजवादाचा' प्रयोग सोव्हिएट रशियाने हस्तक्षेप करून नष्ट केला. १९८० मध्ये पोलंडमध्ये लेक वालेसा यांच्या नेतृत्वाखाली साम्यवादी राजवटीविरुद्ध

बंडाला वाढता पाठिंबा मिळू लागला. पश्चिम युरोपातील साम्यवादी राजवटी उदा. हंगेरी, पूर्व जर्मनीमध्येदेखील लोकशाहीचे वारे वाहू लागले. या परिस्थितीत ना अमेरिकी उदारमतवादी भांडवलशाहीचा पर्याय योग्य वाटू लागला, ना सोव्हिएट रशियाचा साम्यवादी पर्याय योग्य वाटू लागला. जगातील लोक तिसऱ्या पर्यायाचा शोध घेऊ लागले आणि हा तिसरा पर्याय लोकशाही समाजवादाच्या रूपानेदेखील बहरू लागला. मार्क्सवादी तत्त्वज्ञानातील शाश्वत मूल्ये मान्य करून बदलत्या परिस्थितीत मार्क्सवाद कसा लागू करता येईल, यासाठी मार्क्सवादाचे नव्याने चिंतन, मनन सुरू झाले. या चिंतन व मननातून नव-मार्क्सवादाला महत्त्व प्राप्त होऊ लागले.

५. **मार्क्सवादाची पुनर्मांडणी :** मार्क्सच्या मृत्यूनंतर मार्क्सवादाचा विस्तार करण्याचा प्रयत्न एंगल्स, लेनिन, स्टालिन, माओ यांनी केला. व्यावहारिक पातळीवर मार्क्सवाद आणण्यासाठी अनेक व्यापक बदल केले. परंतु हे बदल करताना मार्क्सवादातील अनेक मूळ तत्त्वांची मोठ्या प्रमाणावर मोडतोड केली. आपल्या स्वार्थासाठी व सत्ता टिकविण्यासाठी मार्क्सवादाचा मनमर्जीप्रमाणे अर्थ लावत गेले. मार्क्सवादाच्या नावावर हिंसक कृत्ये व दडपशाही केली जाऊ लागली. हिंसा, हुकूमशाही व रक्तपात ही मार्क्सवादाची मूळ अंगे आहेत. भांडवलदार वर्ग नष्ट करण्यासाठी आणि क्रांती यशस्वी करण्यासाठीही आवश्यक आहेत असे सांगितले जाऊ लागले. मार्क्सवादाच्या नावावर असत्याला सत्याचा मुलामा चढविणाऱ्यांचे खरे रूप जगासमोर आणण्यासाठी नव-मार्क्सवादी अभ्यासकांनी मार्क्सवादाची नव्याने मांडणी करण्यास सुरुवात केली, त्यासाठी मार्क्सचे अप्रकाशित लेखन प्रसिद्ध केले. मार्क्सच्या विचारांतील हेगेलियन वारसा शोधण्याचा प्रयत्न केला. हेगेलच्या प्रभावात असेपर्यंत मार्क्स हा मानवतावादी व लोकशाहीवादी होता, त्याला एंगल्सने भौतिकवादी बनविले, असे काही नव-मार्क्सवादी मत मांडू लागले. मार्क्सच्या सुरुवातीच्या काळातील लिखाणाचा नव्याने अभ्यास होऊ लागला. परात्मभाव, वस्तुकरण इत्यादी संकल्पनांविषयी नव्याने उजाळा देण्याचा प्रयत्न होऊ लागला. ग्रामसीसारख्या नव-मार्क्सवाद्याने मार्क्सचे संरचना (Structure) आणि अधिसंरचना (Super Structure) या प्रक्रियेत काही गोष्टींचा नव्याने अर्थ लावण्याचा प्रयत्न केला. आर्थिक पाया बदलला की, अधिसंरचनेतील घटक बदलत नाहीत; कारण त्यांतील काही घटक हे स्वायत्त असतात. धर्म, संस्कृती, तत्त्वज्ञान, राज्यसंस्था हे घटक बदलाच्या प्रक्रियेत महत्त्वपूर्ण भूमिका बजावतात. त्यासाठी त्यांनी प्रभुत्व (Hegemony) ही संकल्पना मांडली. सत्ताधारी वर्ग आपले वर्चस्व फक्त आर्थिक घटकांच्या आधारावर निर्माण करत नाही, तर वैचारिक आधारावर वा सांस्कृतिक वर्चस्वाच्या आधारावर निर्माण करत असते. तसेच नव-मार्क्सवाद्यांनी ज्ञानसंपादन

हे प्रतिबिंबात्मक आहे, म्हणून मार्क्सवादी ज्ञानमीमांसा शस्त्र हे बिंबात्मक आहे, असा विचार मांडण्यास सुरुवात केली. या सैद्धांतिक उलथापालथीच्या परिणामातून मार्क्सवादी विचारांच्या पुनर्मांडणीचा आग्रह धरला जाऊ लागला. मार्क्सला अभिप्रेत नवी सामाजिक व्यवस्था प्रस्थापित करण्यासाठी मार्क्सवादाचे पुनर्गठन करणे आवश्यक आहे, असे अनेक अभ्यासकांना जाणवू लागले. त्यातून सुरू झालेल्या पुनर्विचाराच्या प्रक्रियेतून नव-मार्क्सवादाचा उदय झाला.

नव-मार्क्सवादाची वैशिष्ट्ये : (Salient Features of Neo-Marxism)

नव-मार्क्सवाद ही विचारधारा पारंपरिक मार्क्सवादापेक्षा वेगळी भूमिका मांडणारी आहे. पारंपरिक मार्क्सवाद मार्क्सच्या विचारांचा झापडबंद पद्धतीने विचार करतात. नव-मार्क्सवाद ही एकसंध विचार व तत्त्वज्ञान मांडणारी विचारधारा नाही. या विचारधारेबद्दल चिंतन-मनन करणारे अभ्यासक जगभर विखुरलेले आहेत, तसेच त्यांनी एका कालखंडातदेखील लेखन केलेले नाही. विविध कालखंडांत मार्क्सच्या विचारांचे नव्याने आकलन करण्याचा प्रयत्न केलेला आहे. अनेकदा या विचारधारेशी निगडित राहून लेखन करणाऱ्या विचारवंतांनी परस्परविरोधी मते मांडलेली आहेत. मार्क्सच्या विचारांशी असलेले नाते लक्षात घेऊन या सर्व अभ्यासकांचा नव-मार्क्सवादी अभ्यासक या नात्याने विचार केला जातो. अंतोनि ओग्रामची, जॉर्ज लुकाच, फ्रँकफर्ट स्कूल, फ्रेंच मार्क्सवाद, युरोकम्युनिझम, पूर्व युरोपातील नवमार्क्सवादी आणि तिसऱ्या जगातील मार्क्सवादी विचारवंतांनी मांडलेल्या विचारांच्या आधारावर नव-मार्क्सवादाची पुढील वैशिष्ट्ये सांगता येतात.

१. **आर्थिक घटक पायाभूत मानत नाही :** मार्क्सने आर्थिक पाया (Basic Structure) आणि वैचारिक इमला (Super Structure) यांच्यातील परस्परसंबंधाचे वर्णन करताना आर्थिक पाया हा वैचारिक इमल्यास नियंत्रित करतो. आर्थिक पायात बदल केला की, वैचारिक इमल्यात बदल होतात, म्हणजे आर्थिक घटक हा स्वतंत्र चल असून वैचारिक पायातील घटक परावलंबी चल आहे. परंतु नव-मार्क्सवादी मार्क्सच्या संरचना आणि अधिसंरचना यांतील परस्परसंबंधांना नाकारत नाही, मात्र मार्क्स मानतो त्याप्रमाणे पाया आणि इमला यांतील आंतरक्रिया एकांगी स्वरूपाच्या नसतात. आर्थिक घटक इमल्यातील सर्व घटकांचे पूर्णपणे नियंत्रण करू शकत नाही, त्यांतील काही घटक हे स्वायत्त असतात. उदा. धर्म, संस्कृती, तत्त्वज्ञान. वैचारिक इमल्यातील समाविष्ट घटक आर्थिक पायातदेखील बदल घडवून आणतात. आंतरक्रिया ह्या एकमार्गी नसून द्विमार्गी असतात, असे नव-मार्क्सवादी मानतात. आर्थिक घटक महत्त्वपूर्ण नसतात, तर सामाजिक परिवर्तनासाठी सामाजिक, सांस्कृतिक घटकदेखील प्रभावी भूमिका बजावू शकतात.

२. **लोकशाही समाजवादाचा पुरस्कार :** मार्क्सच्या मते उदारमतवादी भांडवलशाही व्यवस्थेत राज्याने नागरिकांना दिलेले अधिकार, स्वातंत्र्य आणि समतेची हमी प्रत्यक्षात अर्थशून्य असते. या व्यवस्थेतील अधिकार व स्वातंत्र्य अर्थरचनेशी निगडित असतात. समाजातील प्रभावशाली वर्गांना त्यांचा उपभोग घेता येतो. उदारमतवादी लोकशाही समाजवाद निर्मितीसाठी योग्य ठरू शकत नाही. मानवी विकासासाठी मानवी अधिकार आवश्यक असतात. उदारमतवादी भांडवलशाही लोकशाही नष्ट करून समाजवाद व्यवस्था निर्माण केल्याशिवाय मानव मुक्तीची कल्पना शक्य नाही. याचा अर्थ लोकशाहीच्या अंतर्गत समाजवाद निर्मितीची शक्यता मार्क्स खारिज करतो. समाजवाद निर्मितीसाठी वर्गसंघर्षातून होणारी क्रांती आवश्यक मानतो. क्रांतीनंतर भांडवलशाही नष्ट करण्यासाठी कामगारांच्या हुकूमशाहीला मान्यता देतो. परंतु नव-मार्क्सवादी लोकशाही मार्गाने समाजवादी समाजरचना निर्माण करण्याचे स्वप्न पाहतात. ग्रामसीसारख्या विचारवंत साम्यवादी क्रांती म्हणजे सत्तांतर नव्हे, तर कामगार वर्गांची लोकशाहीप्रधानकृती असते. विविध वर्गांमध्ये समन्वय व परस्पर सहकार्य निर्माण करून कामगार वर्गांची ताकद वाढवावी लागते. समाजातील सर्व वर्ग व स्तरांतील लोकांना आलेल्या अनुभवांची सरमिसळ होऊ द्यावी लागते आणि त्यातून निर्माण होणाऱ्या सामूहिक वर्ग-जाणिवांचा उपयोग करून लोकशाही मार्गाने समाजवाद स्थापन करता येतो. फ्रँकफर्ट स्कूलमधील विचारवंतांनीदेखील लोकशाही मार्गाने समाजवाद समाजरचना करता येईल, हा विश्वास व्यक्त केला.

३. **राज्यविषयक विचारांची पुनर्मांडणी :** नव-मार्क्सवादी मार्क्सच्या राज्यविषयक विचारांचा पुनर्विचार करण्याची गरज विशद करतात. मार्क्सवादी राज्यसंस्थेला वर्णवर्चस्व टिकवून ठेवणारी आणि शोषणाला मदत करणारी संस्था मानतात. समाजवादी व्यवस्थेत राज्य नावाच्या संस्थेचे अस्तित्व राहणार नाही, राज्य विरून जाईल असे प्रतिपादन मार्क्स करतो. परंतु रशिया व चीनमधील क्रांतीनंतर राज्य नष्ट होण्याची कोणतीही चिन्हे दिसत नव्हती, तर ती संस्था अधिक शक्तिशाली बनत चाललेली होती. समाजवादी व्यवस्थेत राज्यसंस्थेचे नेमके स्वरूप कसे असावे, याबाबत संदिग्धता निर्माण झाली होती. स्टालिन यांनी राज्यसंस्थेविषयीच्या मार्क्सवादी सिद्धान्ताची पुनर्मांडणी करणे गरजेचे आहे, असे मत मृत्यूपूर्वी मांडले होते. नव-मार्क्सवाद्यांचे मार्क्सचे राज्यविषयक विचार अमान्य करून त्यात सुधारणा घडवून आणण्याचा प्रयत्न केला. त्यांच्या मते राज्य नष्ट होणे शक्य नाही. अंतर्गत व बाह्य संरक्षण आणि कायदा व सुव्यवस्थेची राज्यसंस्थेची आवश्यकता आहे. परंतु भांडवलशाही आणि साम्यवादी व्यवस्थेसारखे शक्तिशाली वा केंद्रित सत्ता असलेले राज्य असणार नाही. शक्तिशाली राज्यव्यवस्था आणि तिच्या सर्वंकष

नोकरशाहीवर नियंत्रण प्रस्थापित करण्यासाठी राज्यसंस्थेच्या अंतर्गत बहुकेंद्रित सत्तास्थाने निर्माण केली जातील. राज्याच्या विविध अंगांना नियंत्रित करण्यासाठी लोकांना व्यापक प्रमाणात लोकशाही अधिकार बहाल केले जातील. केंद्रीकृत अर्थव्यवस्थेऐवजी नियमन आणि व्यवस्थापनाचे अधिकार कामगारांच्या हातात बहाल करून त्यांचे अर्थकारणातील महत्त्व वाढविण्यात येईल. अशा पद्धतीने नव-मार्क्सवादी राज्य नष्ट करण्याची वा शक्तिशाली राज्य निर्माण करण्याची भाषा करत नाहीत, तर मर्यादित सत्ता असलेले वा लोकांचे नियंत्रण असलेली राज्यसंस्था स्थापन करण्याचा प्रयत्न करतात.

४. **मार्क्सवादातील मानवतावादाचा शोध :** नव-मार्क्सवाद्यांनी मार्क्सच्या तत्त्वज्ञानाची पुनर्तपासणी करण्यास सुरुवात केली. मार्क्सवरील हेगेलचा प्रभाव शोधून काढण्याचा प्रयत्न केला, त्यासाठी मार्क्सने तरुण वयात लिहिलेल्या या ग्रंथांचा पुन्हा नव्याने अभ्यास सुरू केला, त्यांनी आपले लक्ष मार्क्सच्या मानवतावादी मतावर केंद्रित केले. मार्क्स हा मानवतावाद आणि स्वातंत्र्याचा कट्टर समर्थक होता. मानवी जातीला शोषणातून मुक्त करून शोषणमुक्त जगात घेऊन जाण्यासाठी आवश्यक तत्त्वचिंतन करणारा महानायक होता. परात्मभाव (alienation) ही मार्क्सच्या तत्त्वज्ञानातील मध्यवर्ती संकल्पना आहे. परात्मभावामुळे मानवी जीवनात निर्माण झालेला अंतराय दूर करून मानवाला मार्क्स आनंदी व सृजनशील बनवू इच्छित होता. हेगेलच्या प्रभावाखाली असेपर्यंत मार्क्स हा मानवतावादी विचारवंत होता. परंतु अर्थशास्त्राच्या अभ्यासानंतर तो आर्थिक नियामकतावादाकडे झुकला. त्यामुळे मार्क्सची मानवतावाद वृत्ती कमी होऊन तो भौतिकतेकडे झुकू लागला. हेगेली परंपरेतील असलेला तरुण मार्क्स मानवतावादी होता, मात्र एंगल्सचा सहवास आणि अर्थशास्त्राच्या अभ्यासानंतर आर्थिक परिवर्तनाला महत्त्व देणारा आणि सशस्त्र क्रांतीचा पुरस्कर्ता बनला. नव-मार्क्सवादी मार्क्सवादातील मानवतेचा शोध घेण्याचा प्रयत्न करतात.

५. **लेनिनकृत मीमांसा अमान्य :** समाजवादी क्रांतीचे मार्क्सचे ध्येय मानवी स्वातंत्र्य होते. परंतु लेनिन यांनी मार्क्सच्या ध्येयात बदल केला. साम्राज्यशाही व संरजामशाही नष्ट करून देशाची उत्पादनशक्ती वाढविणे हे लेनिनने समाजवादी क्रांतीचे ध्येय मानले. रशिया व समाजवादी देशात सुरू असलेले नवसमाजरचनेचे वा समाजवादाच्या नावावर चाललेले प्रयोग खऱ्या अर्थाने समाजवादी समाजरचना निर्माण करण्याचे प्रयोग नाही, तर भांडवलशाही राष्ट्राप्रमाणे वेगाने उत्पादनशक्ती वाढवून देशाला आर्थिक महाशक्तीच्या दिशने नेणारे आहेत. नव-मार्क्सवादी लेनिनकृत मार्क्सची मीमांसा अमान्य करतात. लेनिनचे राज्यविषयक भूमिका आणि

कामगारवर्गांच्या हुकूमशाहीबद्दलचे विचार अमान्य करतात. लेनिन, स्टालिन व माओ मार्क्सवादाचा अर्थ औद्योगिकदृष्ट्या अप्रगत देशातील क्रांतीच्या संदर्भात लावतात. मार्क्सला क्रांती औद्योगिकदृष्ट्या प्रगत राष्ट्रांत व संपूर्ण जगात होणे अपेक्षित होते. लेनिनची मीमांसा विकसित देश वा संपूर्ण जगात समाजवादी क्रांती घडवून आणण्यास अनउपयुक्त आहे. लेनिनच्या मार्क्सवादी मीमांसेला नव-मार्क्सवादी ग्राम्य मार्क्सवादी मानतात.

६. **मार्क्सवादात कालसंगत सुधारणा :** नव-मार्क्सवाद्यांनी मार्क्सवादात कालसंगत सुधारणा घडवून आणल्या. मार्क्सचे मानवमुक्तीचे तत्त्वज्ञान समाजवादी व्यवस्थेच्या स्थापनेशिवाय शक्य नव्हते. सोव्हिएट संघ वा चीनचा समाजवादी प्रयोग हा मार्क्सच्या मानवमुक्तीच्या प्रयोगाशी जुळणारा नाही. रशिया व चीनने कामगार वर्गांच्या हुकूमशाहीच्या नावावर लोकशाही नष्ट करून सामान्यांचे अधिकार हिरावून घेतले. सर्व सत्ता नोकरशाहीच्या हातात केंद्रित केली. समाजवादी समाजरचना स्थापन करण्यासाठी नव्या प्रयोगाकडे वळणे गरजेचे आहे, असे नव-मार्क्सवादी मानतात. उत्तर औद्योगिक समाजात श्रमिकाची भूमिका बदलली. श्रमिक फक्त उत्पादनक्षेत्रात कार्यरत नसून सेवाक्षेत्रातदेखील कार्यरत आहेत. विज्ञान व तंत्रज्ञानामुळे शारीरिक श्रमाचे महत्त्व कमी झाले. भांडवलदारांनी आपल्या वर्तनात बदल केल्यामुळे कामगारांचे उत्पन्न वाढून ते पांढरपेशे बनले. कामगार हा खऱ्या अर्थाने सर्वहारा राहिला नाही. त्यात क्रांती करण्याची उमेद राहिली नाही. मार्क्सने सांगितलेल्या वर्गसंघर्षाच्या सिद्धान्तानुसार क्रांती होणार नाही. लोकशाही मार्गाने समाजवादी समाजव्यवस्था निर्माण करण्याचा प्रयत्न केला जाईल. श्रम व उत्पन्न याचे पुनर्वितरण केले जाईल. लोकांनी स्थापन केलेल्या स्वायत्त व स्वतंत्र लोकपरिषदेमार्फत प्रशासन व व्यवस्थापन केले जाईल. व्यक्तीच्या व्यक्तिमत्त्वात असलेल्या सुप्तगुणांच्या विकासाला वाव दिला जाईल. लोकशाही अधिकार सर्वांना उपलब्ध करून दिले जातील. अशा प्रकारे मार्क्सवादी समाजरचनेत नव-मार्क्सवादी कालसंगत बदल सुचवितात.

७. **साधनशुचितेला महत्त्व :** कार्ल मार्क्स यांनी आपल्या चिंतनात वर्गसंघर्षाला मध्यवर्ती स्थान दिले होते. भांडवलशाही नष्ट करण्यासाठी होणाऱ्या वर्गसंघर्षात हिंसा अपरिहार्य आहे. लोकशाही मार्गाने समाजवाद स्थापन करण्याविषयी मार्क्सला विश्वास वाटत नव्हता. क्रांतीच्या मार्गाने समाजवादाची स्थापना होईल, यावर मार्क्सचा ठाम विश्वास होता. मार्क्सचे अनुयायी लेनिन, स्टालिन आणि माओ यांनी क्रांतीसाठी हिंसक मार्ग वापरलेला दिसतो. क्रांतीनंतर समाजवादी समाजरचना स्थापन करण्यासाठी आणि बुर्झ्वा व्यवस्थेचे अवशेष नष्ट करण्यासाठी हिंसा व दडपशाहीचे

वेळावेळी समर्थन केलेले आहे. परंतु नव-मार्क्सवादी लोकशाही मार्गाने समाजवाद प्रस्थापित करता येईल, यावर भर देतो. समाजवादाच्या स्थापनेसाठी क्रांती करण्याची आवश्यकता नाही. वैधानिक आणि सनदशीर मार्गाने समाजवाद स्थापन करण्यावर भर देतात. क्रांतीपेक्षा कामगारांमध्ये वर्ग-जाणीव निर्माण करून सनदशीर लढ्यासाठी तयार करण्यास प्राधान्य देतात, याचा अर्थ नव-मार्क्सवादी साधनशुचितेला महत्त्व देतात.

८. **जागतिक परिस्थितीचे नव्याने आकलन :** मार्क्सवादी आणि लेनिनवादी अन्वयार्थाच्या आधारावर जागतिक परिस्थितीचे विश्लेषण करण्याच्या डाव्या विचारवंतांच्या परंपरागत पद्धतीचा त्याग करून नव-मार्क्सवाद्यांनी जागतिक परिस्थितीचे बदलत्या परिप्रेक्ष्यानुसार आकलन करण्याचा प्रयत्न केला. सोव्हिएट रशियाच्या विकास प्रतिमानाबद्दल मूलभूत प्रश्न उपस्थित केले. भौतिकवादाचा 'सेकंड इंटरनॅशनल'ने लावलेला अर्थ नाकारला. मार्क्सवादी विचारांची स्वायत्तपणे मीमांसा करण्यास सुरुवात केली. भांडवलशाही आणि समाजवादी विकास प्रतिमानाबद्दल अनेक कळीचे प्रश्न उपस्थित करून मध्यमार्गी विकास प्रतिमान मांडण्याचा प्रयत्न केला. शाश्वत व निसर्गकेंद्री विकासाला महत्त्व दिले. विकासातून निसर्गाच्या होणाऱ्या ऱ्हासाबद्दल जागृती घडवून आणण्याचा प्रयत्न केला. दुसऱ्या महायुद्धानंतर विशेषत: युरोप आणि अमेरिका खंडांतील देशांना भेडसावणाऱ्या विविध समस्यांची चर्चा नव-मार्क्सवाद्यांनी केली. वेळप्रसंगी मार्क्सला नाकारण्याचे धैर्यदेखील दाखविले. आवश्यकता वाटेल तेथे मार्क्सवादाचा सुधारणा करून नवा अर्थ लावण्याचा प्रयत्न केला.

अशा प्रकारे नव-मार्क्सवादी विचारसरणीची वैशिष्ट्ये सांगता येतात.

नव-मार्क्सवादाच्या मर्यादा : मार्क्सच्या विचारांचा बदलत्या परिस्थितीत अर्थ लावण्यासाठी नव-मार्क्सवादी विचारांचा उदय झाला. या विचारधारेने मार्क्सवादातील अनेक संदिग्ध गोष्टींचे स्पष्टीकरण करण्याचा प्रयत्न केला. परंपरागत मार्क्सवाद्यांनी लावलेला अर्थदेखील नाकारला. या विचारधारेने मार्क्सवादाचा विस्तार घडवून आणण्यात प्रभावी भूमिका बजावलेली आहे. नव-मार्क्सवादाने उल्लेखनीय कार्य पार पाडलेले असले तरी ही विचारधारा दोषापासून मुक्त नाही. नव-मार्क्सवादातील काही उणिवा अभ्यासकांनी नमूद केलेल्या आहेत.

१. **साम्राज्यवाद व नव-साम्राज्यवादाकडे दुर्लक्ष :** नव-मार्क्सवाद्यांनी लेनिनकृत मार्क्सवादी अन्वयार्थ नाकारल्यामुळे साम्राज्यवाद व नव-साम्राज्यवादासारख्या महत्त्वपूर्ण संकल्पनांकडे दुर्लक्ष केले. लेनिन यांनी साम्राज्यशाहीतून होणाऱ्या शोषणाकडे जगाचे लक्ष वेधले. साम्राज्यशाहीच्या जोखडामुळे आफ्रो-आशियाई

आणि लॅटिन अमेरिका खंडातील देशांत होणाऱ्या शोषणाची प्रक्रिया केली. लेनिनच्या विश्लेषणामुळे जागतिक साम्यवादी चळवळीला वैचारिक पाया निर्माण झाला. त्याचा परिणाम म्हणून अनेक देशांत साम्यवादी चळवळी सुरू झाल्या. परंतु नव-मार्क्सवाद्यांनी आपली भूमिका औद्योगिकदृष्ट्या प्रगत देशापुरती मर्यादित ठेवली. युरोपकेंद्रित विचार मांडल्यामुळे साम्राज्यवाद व नव-साम्राज्यवाद या संकल्पनांकडे दुर्लक्ष केले.

२. **मार्क्सवादाचे अपूर्ण आकलन :** नव-मार्क्सवाद्यांनी मार्क्सवर असलेला हेगेलचा प्रभाव शोधून काढण्याचा प्रयत्न केला. मार्क्सवादातील सर्जनशीलता व मानवतावादाचा शोध घेण्याचा प्रयत्न केला. मार्क्सच्या परात्मभाव संकल्पनेचा पाठपुरावा केला. परंतु मार्क्स व एंगल्सनंतर विकसित झालेल्या मार्क्सवादी तत्त्वज्ञानाकडे पाठ फिरवली. वास्तविक लेनिन, स्टालिन व माओ या परंपरागत मार्क्सवाद्यांनी मार्क्सवादातील अनेक संकल्पनांचे त्यांना आलेल्या अनुभवाच्या आधारावर स्पष्टीकरण करण्याचा प्रयत्न केला. नव-मार्क्सवाद्यांनी ही सर्व स्पष्टीकरणे धुडकावून लावली.

३. **मूळ मार्क्सवादाशी फारकत :** नव-मार्क्सवादी चिंतनाचे मध्यवर्ती सूत्र मार्क्सचे विचार होते. मार्क्सच्या विचारांचा बदलत्या परिस्थितीनुसार अर्थ लावणे हे ध्येय होते. परंतु मार्क्सवादाचा नवा अर्थ लावण्याच्या प्रयत्नातून अनेकदा मूळ मार्क्सवाद नाकारण्यात झालेली आहे. मार्क्सच्या विचारांतील अतिरिक्त मूल्य, वर्गसंघर्ष, उत्पादनसंबंध व उत्पादन साधने इत्यादी महत्त्वपूर्ण संकल्पनांना टाळून नव-मार्क्सवाद्यांनी कमी महत्त्वपूर्ण गोष्टींवर आपले लक्ष्य केंद्रित केले. एका अर्थी मार्क्सवादाच्या मूळ आशयाशी फारकत घेतली.

४. **साम्यवादी प्रयोगाविषयी नकारात्मक भूमिका :** नव-मार्क्सवाद्यांनी लेनिन, स्टालिन व माओ यांनी साम्यवादी राजवटीची स्थापना करून समाजवादी समाजरचना निर्माण करण्याचा प्रयत्न केला, या प्रयोगाकडे नव-मार्क्सवाद्यांनी तुच्छतावादी दृष्टीने पाहिले. या प्रयोगाला ग्राम्य मार्क्सवादी ठरविले. लेनिन, स्टालिन आणि माओने प्रत्यक्ष अनुभवांच्या आधारावर मार्क्सवादी तत्त्वज्ञानाची अंमलबजावणी केली. मार्क्सवादी तत्त्वज्ञानाचा आवश्यकतेप्रमाणे अर्थ लावला. परंतु नव-मार्क्सवाद्यांनी या प्रयोगाचा सहानुभूतीपूर्वक विचार केला नाही. या प्रयोगात झालेल्या चुकांचे भांडवल करत राहिले, हा एक प्रकारे साम्यवादी प्रयोगाविषयी नकारात्मक भावनेचा प्रत्यय देणारा आहे.

५. **वैचारिक विसंगती :** नव-मार्क्सवादी ही एकसंध स्वरूपाची विचारसरणी नाही. या विचारसरणीत विविध विचारप्रवाहांचे संमिश्रण झालेले आहे. नव-मार्क्सवाद

ही निश्चित स्वरूपाची संकल्पना नाही. या विचारसरणीत परस्परविरोधी विचार मांडणारे विचारवंतदेखील स्वत:ला नव-मार्क्सवादी मानतात. नव-मार्क्सवाद्यांनी सुचविलेल्या शिफारशी व उपाययोजनांमध्ये मोठ्या प्रमाणावर तफावत वा विसंगती आढळून येते. नवसमाज रचनेविषयीच्या मतांमध्येदेखील एकमत दिसून येत नाही. अनेक परस्परविरोधी कल्पनांचा समावेश असल्यामुळे नव-मार्क्सवादात वैचारिकदृष्ट्या संदिग्धता आढळून येते.

६. **मर्यादित क्षेत्रापुरती मर्यादित :** नव-मार्क्सवादी विचारवंतांनी युरोप आणि अमेरिकेच्या परिस्थितीचा विचार करून विचारमांडणी केल्यामुळे ही विचारसरणी जगभर पसरू शकली नाही. नव-मार्क्सवादाची मांडणी करणारे बहुसंख्य अभ्यासक उपरोक्त देशांतील दिसून येतात. या अभ्यासकांनी साम्यवादी प्रयोगाला नाकारले. तिसऱ्या जगातील प्रश्नाला आपल्या चिंतनात स्थान दिले नाही. युरोप व अमेरिकेपुरता नव-मार्क्सवाद मर्यादित राहिला. जगभर या विचारसरणीचा प्रचार व प्रसार होऊ शकला नाही.

७. **मार्क्सवादातील पेच सोडविण्यास अपशयी :** समाजवादी व्यवस्थेत राज्यसंस्थेचे अस्तित्व राहील की नाही, याविषयी मार्क्सनंतरच्या परंपरावाद्यांनी समाधानकारक उत्तर दिले नाही. नव-मार्क्सवाद्यांकडून राज्यव्यवस्थेविषयी समाधानकारक उत्तराची अपेक्षा होती. परंतु नव-मार्क्सवाद्यांनी समाजवादी व्यवस्थेतील राज्याच्या स्थान वा अस्तित्वाविषयी फारशी साधकबाधक चर्चा केली नाही. राज्यसंस्थेबद्दल अत्यंत वरवरचे वा उथळ स्वरूपाचे चिंतन सादर केलेले आहे. राज्याच्या अस्तित्वाबद्दल मार्क्सने उठविलेल्या प्रश्नचिन्हाबद्दल वा राज्य नष्ट करण्याबाबतच्या विचारात फारशी समाधानकारक प्रगती ना परंपरागत मार्क्सवाद्याला करता आली, ना नव-मार्क्सवाद्याला करता आली. नव-मार्क्सवाद विचारधारादेखील मार्क्सवादातील राज्यसंस्थेविषयीचा पेच सोडविण्यात अपशयी ठरली, असे काही अभ्यासक मानतात.

अशा प्रकारे नव-मार्क्सवाद विचारसरणीतील उणिवा सांगता येतात. या उणिवांविषयी मत व्यक्त करताना अशोक चौसाळकर सांगतात की, 'नव-मार्क्सवाद विचारसरणी युरोप व अमेरिकेतीलदेखील फारशी लोकप्रिय ठरली नाही. तिचे स्वरूप तात्त्विक स्वरूपाचे आहे. नव-मार्क्सवादाची सैद्धांतिक अंमलबजावणी झालेली नाही. तिसऱ्या जगातील जगाचे प्रश्न त्यांनी हाताळलेले नाहीत'. अशोक चौसाळकर मानतात त्याप्रमाणे या चळवळीच्या आंतरराष्ट्रीय परिणामाविषयी भाकीत करणे योग्य ठरणार नाही. नव-मार्क्सवादाने उभा केलेला तिसरा पर्यायदेखील नाकारता येणार नाही. अशा प्रकारे नव-मार्क्सवादावरील घेतल्या जाणाऱ्या आक्षेपांना उत्तर देण्याचा प्रयत्न काही अभ्यासक करताना दिसतात.

प्रमुख नव–मार्क्सवादी विचार

अंतोनिओ ग्रामसी : **Antonio Gramsci** (इ. स. १८९१ ते १९३७)

अंतोनिओ ग्रामसी हा विसाव्या शतकातील सर्वश्रेष्ठ मार्क्सवादी विचारवंत मानला जातो. मार्क्स आणि लेनिननंतर मार्क्सवादाचे बदलत्या परिस्थितीनुसार सखोल विश्लेषण करणारा विचारवंत म्हणून ओळखला जातो. समकालीन काळात मार्क्सवादाबद्दल उपस्थित झालेल्या प्रश्नांचा त्याने मूलगामी पद्धतीने विचार केलेला आहे. ग्रामची हा इटालियन मार्क्सवादी विचारवंत मुसोलिनीचा समकालीन होता. फॅसिस्ट राजवटीचा कट्टर विरोधक आणि साम्यवादाचा समर्थक म्हणून तो ओळखला जातो. ग्रामची यांनी मार्क्सच्या ऐतिहासिक भौतिकवाद आणि आर्थिक निर्धारणवाद तत्त्वज्ञानाची फेररचना करण्याचा प्रयत्न केला. मार्क्सवादातील पाया आणि इमला कल्पनेतील पायासोबत अधिरचना म्हणजे इमला यांच्या अभ्यासाला महत्त्व दिले. मार्क्सवादात मानवतावादी जाणिवेला पुढे आणण्याचे कार्य केले. मार्क्सवादी तत्त्वज्ञानाचा सूक्ष्म अभ्यास करून इतिहासाच्या जडणघडणतील मानवाच्या सर्जनशीलतेला महत्त्व दिले. ग्रामची यांनी मार्क्सवादातील शास्त्रीयता पुढे आणण्याचा प्रयत्न केला, त्यामुळे परंपरागत मार्क्सवादाने मार्क्सवादात आणलेली पोथीनिष्ठता कमी होण्यास हातभार लावला.

ग्रामचीने अधिकृत मार्क्सवादी लेनिनवादी विवेचनापेक्षा वेगळ्या प्रकारे मार्क्सवादाचे विश्लेषण केलेले आहे. आर्थिक बदल हे इतर घटकांत बदल घडवून आणतात, ह्या गृहीतकास छेद देण्याचे कार्य करून बदलत्या परिस्थितीच्या संदर्भात मार्क्सवादाचा अर्थ लावण्याचा प्रयत्न केलेला आहे. भांडवलशाहीच्या अत्युच्य विकासासोबत अंतविरोधाची प्रक्रिया विकसित होऊन साम्यवादी अर्थव्यवस्था निर्माण होईल, ह्या तत्त्वावर त्यांचा विश्वास नव्हता. पाया आणि इमला या मार्क्सवादी संरचनेतील पारस्परिक संबंधांची पडताळणी करून नव्याने नवी तथ्ये उजागर केली. ग्रामचीने मानवी कर्तव्यास महत्त्व देणारे विचार मांडले. विरोध–विकासाच्या द्वंद्वात्मक प्रक्रियेतील प्रत्येक कृतीत मानव हा कर्ता असतो. तो फक्त निसर्गाने निर्माण केलेल्या नियमांच्या आधारावर काम करत नसतो, तर आपल्या ज्ञान व कृतीच्या आधारावर इतिहासाला वळण देण्याचा प्रयत्न करीत असतो. इतिहासात चालणाऱ्या प्रक्रियेत वैयक्तिरीत्या किंवा सामाजिक गटांचा एक भाग म्हणून कृती करत असतो. द्वंद्वात्मक विकासाचे नियम हे निसर्गाचे नियम नसून इतिहासाच्या विकासाचे नियम आहेत. मनुष्य तत्त्व आणि व्यवहार यांत समन्वय प्रस्थापित करून विकासाची दिशा निश्चित करत असतो. त्याने इतिहासापेक्षा वर्तमानकाळातील समाज–स्थिती समजून घेण्यास प्राधान्य दिले. भांडवलशाही समाजाची संरचना विश्लेषित करून पायाभूत संरचनेचे प्रतिबिंब म्हणजे अधिसंरचना नसते. अधिसंरचनेतही एक प्रकारची स्वायत्ता असते आणि वेळप्रसंगी ती पायापेक्षाही प्रभावी बनू शकते.

ग्रामची द्वंदात्मक भौतिकवादाची तीन वैशिष्टचे सांगतो. ती म्हणजे १) समाजातील सर्व घटकांची आंतरक्रिया २) विरोध विकासवादाचा क्रम ३) आर्थिक पाया आणि वैचारिक इमारतीचा परस्परसंबंध. बुखारिन आणि इतर मार्क्सवादी विचारवंत आर्थिक घटक वैचारिक इमल्यास पूर्णत: नियंत्रित करतात, हा आर्थिक नियामकतावादाचा विचार मांडतात. आर्थिक पायात बदल झाल्यास वैचारिक इमल्यातही आपोआप परिवर्तन होते, हे गृहीत धरतात; पण ही भूमिका ग्रामचीला मान्य नाही. त्यांच्या मते भांडवलशाही व्यवस्थेत आर्थिक घटकांसोबत आर्थिकेतर घटक सर्वोच्च नसले, तरी महत्त्वाचे असतात. त्यांच्याकडे दुर्लक्ष करणे सर्वथा अयोग्य आहे. कारण आर्थिक पाया वैचारिक इमल्यातील सर्व घटकांना नियंत्रित करू शकत नाही. वैचारिक इमल्यातील घटकांवर वर्चस्व गाजविणाऱ्या अनेक गोष्टी असतात. तत्त्वज्ञान, धर्म, नीतिमत्ता, संस्कृती हे घटक वैचारिक इमल्यातील घटकांवर प्रभाव पाडीत असतात. त्यामुळे आर्थिक पाया बदलला की; वैचारिक इमल्यात बदल होत नाही कारण वैचारिक इमल्यातील बरेच घटक स्वायत्त स्वरूपाचे असतात. आर्थिक बदलाचा त्यांच्यावर लगेच किंवा ताबडतोब परिणाम होत नाही, त्यामुळे प्रत्येक वेळी आर्थिक घटक प्रभाव पाडणारा किंवा नियंत्रण ठेवणारा घटक मानता येणार नाही. समाजक्रांतीसाठी आर्थिक क्षेत्र आणि इतर क्षेत्रांतील अंतविरोध सर्व स्तरावरून एकजीव झाले, तर क्रांती होऊ शकते. ग्रामचीने आर्थिक बाबींइतकेच इतर बाबींना महत्त्व दिले. मार्क्सच्या विरोधकांना नामोहरम करण्यासाठी आर्थिकेतर घटकांच्या अभ्यासावर भर दिला पाहिजे, ही अत्यंत नवीन भूमिका त्यांनी घेतली.

मार्क्सवादात आर्थिक पाया (Basic Structure) वैचारिक इमल्यावर (Super Structure) प्रभुत्व गाजवित असतो असे मानले जाते, हा एकांगी दृष्टिकोन तो नाकारतो. पायाभूत संरचना अधिसरंचनेस पूर्णपणे नियंत्रित करू शकत नाही. धर्म, संस्कृती, संस्कृती आणि तत्त्वज्ञान यांच्यात क्रांतीनंतर लगेच परिवर्तन होऊ शकत नाही. वैचारिक इमल्यात समाविष्ट घटकसुद्धा आर्थिक पायावर प्रभुत्व गाजवू शकतात, हे विश्लेषण मांडून मार्क्सवादाचा नवा अर्थ मांडतो. हा ग्रामचीचा दृष्टिकोन पायाभूत संरचना आणि अधिसरंचन यांच्यातील परस्परसंबंध स्पष्ट करणारा आहे. धर्म, संस्कृती, तत्त्वज्ञान हे सामाजिक परिवर्तनाच्या प्रक्रियेत प्रभावी भूमिका बजावतात. अधिसंरचनेतील घटक पायाभूत संरचनेस वळण देऊ शकतात, ही ग्रामचीची ऐतिहासिक भौतिकवादाबद्दलची भूमिका ऐतिहासिक विकासाची कल्पना आणि आर्थिक निर्धारणवाद अमान्य करतो. अधिसंरचनातील घटकांचे अस्तित्व स्पष्ट करण्यासाठी प्रभुत्व वा धुरीण (Hegemony) ही संकल्पना मांडतो. सत्ताधारी वर्ग निव्वळ सामाजिक आणि आर्थिक वर्चस्वाच्या जोरावर समाजव्यवस्थेवर वर्चस्व गाजवित नसतात, तर ते वैचारिक प्रभुत्वाच्या आधारावर आपले वर्चस्व प्रस्थापित करत असतात. वैचारिक प्रभुत्व सांस्कृतिक वर्चस्वातून निर्माण

होत असते. सांस्कृतिक वर्चस्व संस्कृती, साहित्य, नीती, तत्त्वज्ञान, कला, कायदे इत्यादींच्या माध्यमातून प्रस्थापित केले जाते. म्हणून कामगारवर्गाने सर्वसमावेशक क्रांती करण्यासाठी समाजावर सांस्कृतिक वर्चस्व प्रस्थापित केले पाहिजे. आपली नैतिक, राजकीय आणि सांस्कृतिक मूल्ये इतर वर्गांस स्वीकारण्यास भाग पाडले पाहिजे. वैचारिक वर्चस्व प्रस्थापित करण्यासाठी विचारवंतांच्या कार्याला ग्रामची मोलाचे स्थान देतो. विचारवंत आपल्या राजकीय कृतीतून सिद्धान्ताला वळण देत असतात. समाजात अस्तित्वात असलेल्या जाणिवेच्या कक्षा रुंदावण्याचे कार्य करतात. समाजातील वास्तव स्थितीचे अध्ययन करून व्यापक बदलासाठी उपाययोजना व कृतीचे मार्ग सुचवितात आणि इतिहासाला नवे वळण देण्याचा प्रयत्न करतात. तो पारंपरिक आणि समाजप्रतिबद्ध असे विचारवंतांचे दोन प्रकार करून समाजप्रतिबद्ध विचारवंत क्रांतिकारी कृतीचे सिद्धांकन करून जनतेच्या जाणिवेचा विस्तार करण्याचे कार्य करीत असतो. त्यातून क्रांतिइच्छुक वर्गाच्या सांस्कृतिक जाणिवा परिपक्व होत जातात. समाजातील वंचित वर्गांनी आजपर्यंत स्वत:चे प्रभुत्व वा वर्चस्व निर्माण केलेले नाही, मात्र हे कार्य हा वर्ग आपल्या वर्गातील विचारवंतांच्या सहकार्याने करू शकतो, हा आशावाद ग्रामची व्यक्त करतो.

आर्थिक निर्धारणवाद्यांनी कार्ल मार्क्सला ऐतिहासिक नियमांपुरते मर्यादित केलेले आहे, हे वास्तव मांडून ग्रामची मार्क्सवादाला राजकीय इच्छाशक्ती आणि क्रियाशीलतेची जोड दिल्याशिवाय समाजक्रांती घडून येणार नाही असे मत व्यक्त करतो, म्हणून समाजक्रांतीसाठी तो लोकांच्या क्रियाशीलतेवर भर देतो. लोक ज्या व्यवस्थेत राहतात त्या व्यवस्थेची आणि आपल्या परिस्थितीची जाणीव करून देणे आवश्यक असते आणि हे कार्य क्रांतिकारी विचारप्रणाली करू शकते. समाजप्रतिबद्ध विचारवंत नवीन क्रांतिकारी विचारांची मांडणी करतील. ते विचार जनता आपल्या अनुभवातून व विश्वासातून आत्मसात करेल, तेव्हा समाजक्रांती घडून येईल. कारण लोकांमध्ये आपोआप वर्गजाणिवा वा वर्गभान निर्माण होऊ शकत नाही. त्यासाठी क्रांतिकारी विचारांची गरज असते. एकदा क्रांतिकारी विचारांचे समाजात बीजारोपण झाले की, समाजक्रांतीसाठी पूरक वातावरण तयार होईल. त्यामुळे ग्रामची साम्यवादी क्रांती ही निव्वळ सत्ताबदल वा सत्तापालटाची चटकन होणारी प्रक्रिया मानत नाही. ती प्रगल्भ, जागृत आणि क्रांतिकारी कामगारवर्गाची सामूहिक कृती असते. त्यात कामगारवर्गांचा लोकशाही आत्मविश्वास सामावलेला आहे. क्रांतीची पूर्वतयारी म्हणून कामगारांनी विविध वर्गांच्या आघाड्या तयार केल्या पाहिजेत. परिवर्तनवादी शक्तींचे विविध गट निर्माण करून कामगारांनी सामूहिक शक्ती वाढविली पाहिजे, त्यासाठी पक्षातील सर्व स्तरांवरील लोकांचे अभिसरण होऊन वर्गजाणीव समृद्ध केली पाहिजे. साम्यवादी क्रांती यशस्वी करण्यासाठी निव्वळ आर्थिक क्षेत्रातील विषमता नष्ट करून किंवा मालमत्तेचा हक्क रद्द करून चालणार नाही. लोकांच्या मनावर झालेले

जुने संस्कार नष्ट करणे आवश्यक आहे. त्यामुळे समाजात आर्थिक परिवर्तनासोबत सांस्कृतिक परिवर्तन झाले पाहिजे. समतेवर आधारित समाजव्यवस्थेची उभारणी केल्याशिवाय साम्यवाद टिकू शकणार नाही. त्यासाठी क्रांतीपूर्व काळात बूर्ज्वा मनोवृत्ती आणि संस्कृतीवर आघात केले पाहिजेत, हे स्पष्ट मत व्यक्त केले. कारण भांडवलदारवर्ग फक्त दंडशक्ती, राजकीय आणि आर्थिक आधारावर आपले वर्चस्व प्रस्थापित करत नसून विचारप्रणालीच्या आधारावर आपले वर्चस्व प्रस्थापित करतात. बूर्ज्वावर्ग प्रभुत्वशाली संस्कृतीची निर्मिती करतात, त्यात आपल्या वर्गाची मूल्ये आणि जाणिवा मिसळतात. त्या संस्कृतीला संपूर्ण समाजातील वर्गाची प्रतिनिधित्व करणारी आणि सर्वांचे हित असणाऱ्या मूल्यांचा समावेश असणारी म्हणून सादर करतात. बूर्ज्वावर्ग आपल्या वर्गाची मूल्ये नैसर्गिक आणि सामान्य आहेत, ही समजूत समाजात दृढ करतात; म्हणून कामगारवर्गाने त्या संस्कृतीतील मूल्यांना उखडून टाकण्यासाठी आपल्या वर्गाच्या संस्कृती आणि मूल्यांचा विकास केला पाहिजे. आपल्या पर्यायी संस्कृतीचा प्रचार व प्रसार केला पाहिजे. लेनिन संस्कृतीला राजकीय ध्येयप्राप्तीच्या मार्गात दुय्यम स्थान दिले होते. ग्रामचीने समाजवादी क्रांतीत सांस्कृतिक वर्चस्वाला प्रथम स्थान दिले. ग्रामचीने आपल्या मार्क्सवादी विवेचनात वैचारिक इमल्याचा आर्थिक पायावर प्रभाव पडतो, हे शास्त्रीय पद्धतीने सिद्ध करून दिल्यामुळे ऐतिहासिक भौतिकवादाचा नव्याने अर्थ लावण्याची परंपरा विकसित केली. त्यामुळे त्याला पाश्चिमात्य मार्क्सवादाच्या विकासातील महत्त्वपूर्ण विचारवंत मानले जाते.

अशा प्रकारे कार्ल मार्क्सने मांडलेल्या ऐतिहासिक भौतिकवाद तत्त्वज्ञानाची फेरमांडणी वा पुनर्तपासणी ग्रामचीने केलेली आहे. मार्क्सच्या मांडणीत शिरलेली तांत्रिकता व यांत्रिकतेला बाजूला सारून त्याला मानवी सर्जनशीलता व कृतिशीलतेची जोड देण्याचा प्रयास केलेला दिसतो. बदलत्या जागतिक परिप्रेक्ष्यात मार्क्सवादी विचारसरणीचा नव्या परिप्रेक्ष्यात अर्थ लावण्याचा प्रयत्न करतो. ग्रामचीने आर्थिक घटकांपेक्षा सामुदायिक विचारांचे महत्त्व लक्षात आणून दिले. त्यांची ही दृष्टी मार्क्सवाद प्रगल्भ व विकसित करण्यात मोलाची मानली गेली. त्याने ऐतिहासिक भौतिकवादातील यांत्रिकतेच्या जागी सर्जनशील मानवाची सामूहिक कृती, प्रगल्भ व विस्तारित जाणिवांचे महत्त्व अधोरेखित केले. ग्रामचीच्या या योगदानामुळे नवमार्क्सवादी विचारवंतांत त्याचे स्थान फार वरच्या दर्जाचे मानले जाते.

जॉर्ज लुकाच : Georg Lukacs (इ. स. १८८५ ते १९७१)

जॉर्ज लुकाच हा हंगेरीयन तत्त्वज्ञ होता. जॉर्ज लुकाच यांनी 'History and Class Consciousness' या ग्रंथात मार्क्सवादाचे नव्या पद्धतीने विवेचन केले. त्याने मार्क्सच्या तत्त्वज्ञानातील हेगेली वारसा शोधून काढण्याचा प्रयत्न केला. मार्क्सवादी विचारांतील

आर्थिक नियामकतावादी विचारांत सुधारणा घडवून आणण्याचा प्रयत्न केला. मार्क्सच्या तत्त्वज्ञानाने स्पष्ट केलेले बिंबात्मक प्रमाणशास्त्र अपूर्ण आहे. इतिहासाच्या विकासक्रमात त्याने मानवाच्या स्थानाकडे दुर्लक्ष केले. मानव हा ऐतिहासिक प्रक्रियेला निर्णायक वळण देण्यात प्रभावी भूमिका बजावत असतो. लुकाच यांनी इतिहासाच्या वाटचालीचे विरोधात्मक विकासक्रम व त्यामधील मानवी सर्जनशीलतेचे स्वरूप स्पष्ट करण्याचा प्रयत्न केला. लुकाचने मार्क्सवादातील संकल्पनांचा अर्थ समजून घेण्यासाठी हेगेलच्या तत्त्वज्ञानाचा अभ्यास करणे गरजेचे आहे यावर भर दिला.

लुकाच प्रत्यक्षार्थवाद नाकारतो. शास्त्रीयतेचा दावा करणारा हा विचार वास्तवतेमध्ये जैसे थे वा यथास्थितीचे समर्थन करतो. प्रत्यक्षार्थवादाच्या आधारावर समग्र वास्तवाचे आकलन करणे शक्य नाही. मार्क्सवाद प्रत्येक घटनेचा विचार समग्र वास्तवतेच्या दृष्टीने करतो. भौतिकवाद तत्त्वज्ञान हे कामगारवर्गाबद्दल जाणून घेण्यास मदत करणारे, क्रांतिकारी आत्मभान विकसित करणारे आणि परिवर्तनाच्या चळवळीस दिशा देणारे तत्त्वज्ञान आहे. पारंपरिक मार्क्सवाद्यांनी मांडलेल्या बिंबात्मक प्रमाणशास्त्राला लुकाच नाकारतो. ज्ञान हे सभोवतालच्या परिस्थितीचे प्रतिबिंब नसते. कामगारवर्गाचे सिद्धान्त आणि व्यवहारांतून ते प्रकट होते. ऐतिहासिक भौतिकवाद ही कामगारांमध्ये वर्गीय भान जागृत करणारी इतिहास–विकासाची प्रक्रिया आहे. या प्रक्रियेत श्रमिक वर्गामध्ये परात्मभाव निर्माण होतो. मार्क्सच्या तत्त्वज्ञानातील परात्मभाव संकल्पनेचे विश्लेषण करतो. स्वश्रमातून निर्माण केलेल्या वस्तूविषयी कामगारांमध्ये शत्रुत्वाची भावना निर्माण होते, याला परात्मभाव असे म्हणतो. परात्मभावाची कारणे शोधण्यासाठी ऐतिहासिक भौतिकवादाचा आधार घ्यावा लागतो. मार्क्सच्या भांडवलग्रंथाचा आधार घेऊन वस्तुभवनाची (Reification) संकल्पना विकसित करतो. आधुनिक भांडवलशाहीत माणसाचे रूपांतर विक्रीयुक्त वस्तूमध्ये होत जाते. भांडवलशाही उत्पादनासोबत कामगारांचे मूल्यही उत्पादन वस्तूंमध्ये मोजले जाते. भांडवलशाहीतील विनिमय आणि उत्पादन व्यवस्थेचा तो एक भाग मानला जातो. त्यांचे माणूस म्हणून अस्तित्व नाकारले जाते. कामगारांतील सृजनशीलतेला काहीही महत्त्व दिले जात नाही. यंत्राप्रमाणे त्याला काम करावे लागते. यंत्र ज्याप्रमाणे वस्तू निर्माण करते, तसेच कामगारांनी श्रमातून वस्तूची निर्मिती करावी हे अपेक्षित केले जाते. उत्पादकांच्या रूपात काम करावे लागत असल्यामुळे त्यांची अवस्था एखाद्या विक्रीयोग्य वस्तूसारखी होते. अशा प्रकारे लुकाच यांनी सैद्धांतिक पातळीवरून मार्क्सवादी तत्त्वज्ञानाचे विश्लेषण करण्याचा प्रयत्न केला. मार्क्सच्या तत्त्वज्ञानाचे विश्लेषण करताना हेगेल तत्त्वज्ञानाच्या अभ्यासाचे महत्त्व सर्वांसमोर आणले आणि मार्क्सवादातील हेगेली वारसा जगासमोर आणण्याचा प्रयत्न केला. लुकाचच्या या कार्यामुळे ग्रामचीनंतर त्याला श्रेष्ठ नव–मार्क्सवादी विचारवंत मानले जाते.

फ्रँकफर्ट स्कूल : Frankfurt School

लेनिन, स्टालिन, बुखारिन आणि संकेड इंटरनॅशनलमधील विचारवंतांनी मार्क्सवादाच्या लावलेल्या अन्वयार्थापेक्षा भिन्न अन्वयार्थ लावण्यासाठी जर्मनीतील फ्रँकफर्ट येथे १९२३ मध्ये काही अभ्यासकांनी फ्रॅकफर्ट स्कूलची स्थापना केली. त्या स्कूलला 'The Institute of Social Research' हे अधिकृत नाव दिले. या संस्थेने सामाजिक जीवनाच्या क्षेत्रात संशोधनाद्वारे मांडलेल्या विचारप्रवाहाला फ्रँकफर्ट संप्रदाय असे संबोधिले जाते. ह्या स्कूलमध्ये बहुसंख्य विचारवंत मार्क्सच्या विचाराने प्रभावित होते. मार्क्सवादी चिंतनाच्या आधारावर तत्कालीन जगाच्या बदलत्या वातावरणाची मीमांसा करत होते. मार्क्सवादासोबत मनोविश्लेषण (Psychoanalysis) च्या आधारावर विविध विचार आणि समस्यांचे विश्लेषण करत होते. ह्या स्कूलमध्ये समाविष्ट अभ्यासक तत्कालीन काळातील समाजाची मोठ्या प्रमाणावर आलोचना करून सुधारात्मक उपाययोजना मांडत होते, तसेच अभिजात सिद्धान्तांनी मांडलेल्या विचाराप्रति असहमती व्यक्त करत होते आणि त्या सिद्धान्तांवर टीकादेखील करत होते. सामाजिक जीवनाच्या क्षेत्रात संशोधनाद्वारे नवीन विचारप्रवाहाची मांडणी करत होते.

फ्रँकफर्ट स्कूलचे संस्थापक फेलिक्स वैल होते. जॉर्ज लुकास, मॅक्स होरखेमर, थियोडोर एडोनों हे फ्रँकफर्ट स्कूलचे प्रमुख विचारक होते. याशिवाय टर्नर, हर्बर्ट मारक्यूज, वाल्टर बेंजामिन, ईरिच फ्रॉम, विटफोगेल, कार्लकोर्श, लोवेनयाल, जर्गन हेबरमास हे प्रमुख विचारवंत होते. या अभ्यासकांनी इतिहास, तत्त्वज्ञान, सौदर्यशास्त्र, अर्थशास्त्र, राज्यशास्त्र, समाजशास्त्र आणि मानसशास्त्र या विषयांमध्ये सिद्धान्त बांधणीचे कार्य केले. पहिल्या महायुद्धानंतर मार्क्सवादाच्या यशाबद्दल निर्माण झालेल्या संदेहाचे निराकरण करून त्यांचा विकास करण्यात या स्कूलच्या अभ्यासकांनी महत्त्वपूर्ण योगदान दिले. या स्कूलमधील अनेक विचारवंत कम्युनिस्ट पक्षाशी संबंधित नसले, तरी ते स्वत:ला मार्क्सवादी मानतात. मार्क्सचे विचार पोथीबद्ध पद्धतीने न पाहता टीकात्मक पद्धतीने पाहिले पाहिजेत यावर त्यांचा भर आहे. तसेच हे विचारवंत युरोपातील ज्ञानोदय (Enlightenment) युगाने प्रभावित आहेत. युरोपातील ज्ञानोदयाने राज्यसंस्थेकडे संशयाने पाहण्यास सुरुवात केली. पारंपरिक अधिकारांना आव्हान केले. मार्क्सच्या विश्लेषणाची पार्श्वभूमीदेखील ज्ञानोदयातून विकसित झाली, असे ते मानतात. या स्कूलच्या अभ्यासकांनी 'The Institute of Social Research' अंतर्गत एकत्र काम केले नाही. तसेच अनेक विचारवंतांनी एकमेकांच्या सोबतदेखील कार्य केले नाही. जर्मनीत हिटलरची सत्ता स्थापन झाल्यानंतर अनेक विचारवंत अमेरिकेला गेले आणि काही विचारवंत युरोपातील विविध देशांत विखुरले गेले. परंतु त्या विचारवंतांचा एकमेकांशी नियमित संपर्क होता. सर्व विचारवंतांच्या विचारांची आधारशिला जर्मन विचारसरणी, मार्क्सवाद आणि यहुदी

विचारधारा होती. त्यामुळे स्वतंत्रपणे काम करून सर्व विचारवंतांच्या विचारांना फ्रँकफर्ट स्कूलच्या नावाने ओळखले जाते.

या स्कूलच्या अभ्यासकांनी ज्ञानमीमांसा, मार्क्सवाद, संस्कृती, अमेरिकेतील वंशवाद आणि पूर्वग्रह आदिंवर संशोधनात भर दिला. या स्कूलचे प्रमुख योगदान आलोचनात्मक सिद्धान्ताच्या क्षेत्रात आहे. मार्क्सच्या चिंतनाच्या आधारावर तत्कालीन जगाच्या बदलत्या वातावरणाचे विवेचन करण्याचा प्रयत्न केला. पारंपरिक मार्क्सवादातील अनेक गोष्टींचे सटीक मूल्यमापन करून नव-मार्क्सवादाला आकार दिला. मार्क्सवादातील अर्थतंत्रवादाच्या समीक्षेचा विकास केला. मार्क्सवादासोबत फ्राइडच्या मनोविश्लेषण सिद्धान्ताचा विवेचनासाठी वापर केला. भांडवलशाही समाजव्यवस्थेतील बुद्धिसंगतता आणि तार्किकतेच्या संकल्पनेवर कठोर प्रहार केले. तंत्रज्ञानप्रधान प्रगत भांडवलशाहीने निर्माण केलेल्या वस्तुभवनाच्या संकल्पनेवर प्रहार केला आणि समाज बदलासाठी आवश्यक उपयोगी ज्ञानमीमांसेचा विकास केला. या संप्रदायाने आर्थिक निर्धारणवादाचे विवेचन करून पारंपरिक मार्क्सवादात सुधारणा करण्याचा प्रयत्न केला. मानसशास्त्र व समाजशास्त्रातील कल्पनेच्या आधारावर मार्क्सवादातील उणिवा दूर करण्याचा प्रयत्न केला. कामगारक्रांतीच्या माध्यमातून भांडवलशाही व्यवस्थेत क्रांतिकारी बदलाविषयी हा संप्रदाय साशंकता व्यक्त करतो. अर्थशास्त्रासोबत संस्कृती, संगीत, साहित्य आणि सौंदर्यपरता क्षेत्रातदेखील आलोचनात्मक दृष्टीने संशोधन करतो. त्यामुळे हा संप्रदाय सामाजिक शास्त्राच्या अध्ययनाच्या दृष्टीने महत्त्वपूर्ण मानला जातो.

युरो–कम्युनिझम : Euro-Communism

युरोपीय देशांतील कम्युनिस्ट पक्षांमध्ये सुरू झालेल्या वैचारिक आणि सैद्धांतिक चळवळीला युरो–कम्युनिझम नावाने ओळखले जाते. युरो–कम्युनिझम ही संकल्पना १९७० व १९८० च्या दशकात युरोपातील साम्यवादी पक्ष आणि त्यांतील प्रमुख नेते व विचारवंतांनी विकसित करून आपल्या देशात रुजविण्याचा प्रयत्न केला. रशियन कम्युनिस्ट पक्षाचा प्रभाव आणि वर्चस्वापासून मुक्त होणे हा युरो–कम्युनिझम विचारसरणीचा प्रमुख उद्देश होता. स्टालिन यांनी 'एका देशात समाजवादाचे फळ आहे' या संकल्पनेच्या आधारावर १९२४ मध्ये जागतिक क्रांतीची भाषा सोडली आणि सोव्हिएट रशियाच्या सामाजिक व आर्थिक विकासाला प्राधान्य दिले. ह्या त्यांच्या कृती युरो–कम्युनिझमच्या संकल्पना उदयाला कारणीभूत मानल्या जातात. या संकल्पनेला ग्रामचीच्या विचारांपासून सैद्धांतिक वारसा मिळाला. पारंपरिक मार्क्सवादातील कामगारांची हुकूमशाही संकल्पना नाकारून लोकशाही मार्गाने समाजवाद निर्मितीची स्वप्ने ह्या संकल्पनेच्या आधारावर मांडली जाऊ लागली. लोकशाही संस्थांप्रति विश्वास व्यक्त केला जाऊ लागला. मध्यवर्गीय कामगार, स्त्रीवाद, समलैंगिक गट यांच्या समावेशनाला युरो–कम्युनिझमने मान्यता दिली.

युरो-कम्युनिझमची प्रमुख उद्दिष्टे : युरो-कम्युनिझम विचारसरणीची पुढील प्रमुख उद्दिष्टे सांगता येतात.

१. उदारमतवाद आणि साम्यवादी तत्त्वाची सांगड घालणे.
२. साम्यवादी पक्षाखेरीज इतर राजकीय पक्षांच्या अस्तित्वाला मान्यता देणे.
३. लोकशाही मार्गाने साम्यवादाची स्थापना करण्याचा प्रयत्न करणे.
४. बदलेल्या राष्ट्रीय व आंतरराष्ट्रीय परिस्थितीत मार्क्सवादाचा नव्याने अर्थ लावणे.
५. मध्यमवर्गीय आणि इतर वर्गांचे क्रांतीसाठी सहकार्य घेणे.
६. कामगारवर्गाच्या हुकूमशाही तत्त्वाचा त्याग करणे.
७. निवडणुका आणि नागरी स्वातंत्र्याला मान्यता देणे.
८. देशांतर्गत परिस्थितीत स्वायत्तता धोरणाची आखणी करणे.
९. आंतरराष्ट्रीय साम्यवादी चळवळीतील सोव्हिएट युनियनच्या नेतृत्व आणि हस्तक्षेपाला विरोध दर्शविणे.

लेनिन यांनी रशियात साम्यवादी क्रांती घडवून आणण्यासाठी मार्क्सवादाचा नव्याने अर्थ लावला. रशियन राज्यक्रांतीनंतर मार्क्सवाद-लेनिनवाद हा साम्यवादी क्रांतीसाठी आवश्यक विचार बनला. रशियामधील क्रांतीमुळे जगातील कम्युनिस्टांमध्ये साम्यवादी क्रांतीविषयी उत्साह निर्माण झाला आणि या क्रांतीच्या प्रेरणेने जगभर क्रांती होईल, असे स्वप्न पाहू लागले. लेनिननंतर सत्तेवर आलेल्या स्टालिन यांनी 'एकाच देशात समाजवाद' या कल्पनेचा स्वीकार करून समाजवादाला राष्ट्रवादाची जोड दिली. इतर देशांत समाजवादी क्रांती घडवून आणण्यासाठी प्रयत्न करण्याऐवजी रशियाला सामर्थ्यशाली बनविण्याचा प्रयत्न सुरू केला. परिणामत: जगातील श्रमिकांना 'एक व्हा आणि क्रांती करा', हा मार्क्सचा संदेश प्रभावी ठरू शकला नाही. दुसऱ्या महायुद्धात मिळालेल्या विजयामुळे रशियाचा कम्युनिस्ट देशांवरचा प्रभाव वाढला. कॉमिटार्न आणि वार्सा करारामुळे रशियाचा इतर साम्यवादी देशांतील हस्तक्षेप वाढला. रशियाच्या प्रभावाला युगोस्लाव्हियाच्या मार्शल टिटो यांनी आव्हान देऊन स्वत:स अभिप्रेत मार्क्सवाद आपल्या देशात अमलात आणला. चीन व अल्बानिया देशांनी रशियाच्या हस्तक्षेपाला विरोध करण्यास सुरुवात केली. दुसऱ्या महायुद्धात नंतर बदलेल्या परिस्थितीत मार्क्स-लेनिन-स्टालिनवादाच्या मर्यादा जाणवू लागल्या. त्यामुळे पारंपरिक मार्क्सवादात बदल करण्याची गरज जाणवू लागली, तसेच पूर्व युरोपातील देशांत रशियाच्या वाढत्या हस्तक्षेपाला विरोध होऊ लागला. १९५६ मध्ये हंगेरीवर रशियाचे आक्रमण आणि १९६८ मध्ये झेकोस्लाव्हाकियामध्ये रशियाच्या वर्चस्वाविरुद्ध उठाव झाले. झेकोस्लाव्हाकिया देशातील 'प्राग स्पिंग' ही चळवळ लष्कराने बळाचा वापर करून चिरडून टाकली. ही घटना साम्यवादी जगतात परिवर्तनकारी ठरली. या घटनेचा युरोपातील अनेक देशांतील कम्युनिस्ट पक्षांनी निषेध केला. कम्युनिस्टांवरच्या मॉस्कोच्या नेतृत्वाला आव्हानित

केल्यामुळे साम्यवादी जगात स्पष्ट फूट पडली. युरोपातील अनेक देशांतील कम्युनिस्ट पक्षाने युरो-कम्युनिझमला पाठिंबा दिला. रशिया आणि चीनमध्ये साम्यवादी देशाचे नेतृत्व करण्यावरून संघर्ष होऊ लागले. परिणामत: साम्यवादी देशातील संघटनाला तडे जाऊ लागले. साम्यवादी देश स्वतंत्रपणे मार्क्सवादाचे आकलन करू लागले.

दुसऱ्या महायुद्धानंतर पश्चिम युरोपीय देशांतील स्थापन झालेल्या हुकूमशाही राजवटी नष्ट झाल्या. त्यातून गंभीर स्वरूपाचे आर्थिक, राजकीय आणि सामाजिक पेचप्रसंग निर्माण झाले; परंतु तरीही फ्रान्स, इटली, स्पेन या देशांत कम्युनिस्ट पक्षांच्या प्रभावात वाढ झाली नाही. पोर्तुगालमध्ये क्रांतीस पूरक वातावरण असतानाही साम्यवादी क्रांती झाली नाही. बदलत्या परिस्थितीत मार्क्सवादाचे नव्याने चिंतन करण्याची गरज भासू लागली. पश्चिम युरोपातील भांडवलशाहीचे संघटित भांडवलशाहीत रूपांतर झाले. या परिस्थितीत रशियातील विचारांच्या आधारावर क्रांती होणे शक्य नाही, याची तीव्रतेने जाणीव होऊ लागली. मार्क्स आणि लेनिन यांच्या राज्यसंस्था, भांडवलशाही आणि वर्ग यांविषयीच्या विचारांत व्यापक बदल झाले होते. म्हणून युरोपात मार्क्सवादी विचार रुजविण्यासाठी वेगळ्या मार्गाने जाण्याची गरज निर्माण झाली. १९७५ मध्ये युगोस्लाव्ही पत्रकार फ्रेन बारबिआई यांनी युरो-कम्युनिझम हा शब्द सर्वप्रथम वापरला. १९७६ मध्ये मॉस्को येथे बरलिंगर यांनी कम्युनिस्ट प्रतिनिधींसमोर विचार व्यक्त करत असताना अनेक सत्तावाद वा Multiform System विषयी मते व्यक्त केली. जॉर्ज मार्केस (फ्रेंच कम्युनिस्ट), बरलिंगर (इटालियन कम्युनिस्ट), कॅरिल्लो (स्पेन कम्युनिस्ट) यांनी स्पेनमधील माद्रिद येथे झालेल्या चर्चेत 'नवा मार्ग'ची चाचपणी केली. हा नवा मार्ग नवी डावी चळवळ आणि युरो-कम्युनिझमच्या अंमलबजावणीवर भर देणारा होता. माद्रिद येथे झालेल्या चर्चेत नागरी स्वातंत्र्याला महत्त्व, कामगारांची हुकूमशाही कल्पनेचा त्याग, पाश्चिमात्य लोकशाहीवर विश्वास, लोकशाही देशाबरोबर सहकार्य आणि शांततामय मार्गाने समाजवादी स्थापना आदि बाबींवर तिन्ही नेत्यांचे एकमत झाले. पारंपरिक मार्क्सवादाचा रशियाचा मार्ग युरोपात उपयुक्त ठरणार नाही, याचा विचार करण्यासाठी इ. स. १९७६ मध्ये पूर्व बर्लिन येथे परिषद भरवून मार्क्सवादाचा नवा अन्वयार्थ लावण्याचे ठरविण्यात आले. या कामी स्पेनच्या कम्युनिस्ट पक्षाचा प्रमुख कॅरिल्लो, फ्रान्सचा जॉर्जेस मार्कस आणि इटलीतील बरलिंगर या नेत्यांनी पुढाकार घेतला. युरो-कम्युनिझम संज्ञेचा वापर सर्वप्रथम बरलिंगर यांनी केला. कॅरिल्लो यांनी 'युरो कम्युनिझम आणि राज्य' या ग्रंथात युरो-कम्युनिझमची सैद्धांतिक मांडणी केली. बर्लिन परिषदेनंतर ही संज्ञा सर्वत्र वापरली जाऊ लागली. कॅरिल्लो यांनी मार्क्सवादाला सतत विकसित होत जाणारे आणि वास्तवाचा अर्थ लावणारे शास्त्र मानले. आर्थिक पायासोबत वैचारिक संरचनाही महत्त्वपूर्ण असतात. ग्रामचीच्या विचारांचा आधार घेऊन राज्यसंस्था आर्थिक नव्हे तर वैचारिक

साधनांच्या आधारावर राज्य करतात. वैचारिक शक्ती संस्कृतीपासून प्राप्त होत असल्याने श्रमिक पक्षाने सांस्कृतिक साधनांवर वर्चस्व मिळविण्याचा प्रयत्न करावा, हा आग्रह धरला. समाजवादी क्रांतीसाठी संसदीय लोकशाही मार्गाला मार्क्सवाद्यांनी नेहमीच नाकारलेले आहे. कॅरिल्लोसारखे युरो-कम्युनिझमवादी संसदीय मार्गाच्या माध्यमातून कामगारांचे राज्य स्थापन करण्याचा आशावाद व्यक्त करतात. प्रजातंत्र ही भांडवलशाहीची देन आहे, ही जुनी संकल्पना नाकारत प्रजातंत्र ही जनतेचे निर्मिती आहे, हे मत व्यक्त करतात. कामगारांची हुकूमशाही ह्या मार्क्सवादी संकल्पनेचा नव्याने अर्थ लक्षात घेतात. कामगारांची हुकूमशाही म्हणजे समाजजीवनातील प्रत्येक क्षेत्रावर कामगारांचे प्रभुत्व असा घेतात. श्रम आणि संस्कृतीचा आधार घेऊन पुरोगामी शक्तीचा ऐतिहासिक ब्लॉक तयार केला पाहिजे, हे मत व्यक्त करतात. युरो-कम्युनिझमचा विचार युरोपपुरता मर्यादित नसून रशियासारख्या देशातही लागू करता येईल. कारण रशियात अजूनही खऱ्या अर्थाने मार्क्सवाद स्थापन झालेला नाही. कॅरिल्लोच्या विचारांवर रशियन कम्युनिस्टांनी टीका करण्यास सुरुवात केली. लोकशाहीची भलामण करणे ही प्रतिक्रांतिकारकांची चाल आहे. मार्क्सवादी तत्त्वज्ञानाचा ऱ्हास घडवून आणण्याचा प्रयत्न आहे अशी टीका करून युरो-कम्युनिझमची पाळेमुळे उखडून टाकण्याचा प्रयत्न रशियन नेतृत्वाने सुरू केला. तरीही पूर्व युरोपातील देशांत युरो-कम्युनिझमला व्यापक प्रसिद्धी मिळू लागली. या संकल्पनेच्या प्रसिद्धीमुळे निकिता क्रुश्चेव्ह यांनी 'शांततापूर्ण सह-अस्तित्वाची' भाषा सुरू केली. युरोपातील कम्युनिस्ट पक्ष स्वायत्ततेची मागणी करू लागले. आंतरराष्ट्रीय साम्यवादी चळवळी अंतर्गत लोकशाहीची मागणी करू लागल्या.

पूर्व युरोपातील देशातही जॉर्जी मार्कुस, हॅवमन जॉर्जी वेट्स आणि रूडॉल्फ बाहरो यांनी मार्क्सवादाची नव्याने मांडणी करण्यास सुरुवात केली. झेकोस्लोव्हाकियातील मानवतावादी समाजवादाला रशियातील हस्तक्षेपामुळे आलेले अपयश आणि पोलंडसारख्या देशात लेक वालेसासारख्या साम्यवादी नेत्याला मिळत असलेला पाठिंबा आणि पूर्व युरोपातील साम्यवादी देशांत वाढत चालेले लोकशाही स्थापनेचे वारे, यांतून वैचारिक परिवर्तनास पोषक पार्श्वभूमी विकसित झाली. रुडॉल्फ बाहरो यांनी 'The Alternative' या पुस्तकातून सद्य:कालीन नोकरशाही साम्यवादाला अस्सल मार्क्सवाद हा नवा पर्याय मांडला. पूर्व युरोपातील देशांतील साम्यवादाची पुनर्रचना करण्यावर भर दिला. कम्युनिस्ट पक्षातील नोकरशाहीला नष्ट करण्यासाठी सांस्कृतिक क्रांतीची गरज विशद केली. लोकशाहीकरणाची गरज विशद करून विरोधी गटांना स्थान दिले पाहिजे, यावर भर दिला. आर्थिक पुनर्रचना करून शेतकरी आणि कामगारांना स्वायत्तता बहाल करून मार्क्सने अपेक्षित केलेल्या कम्युन निर्मितीवर भर दिला पाहिजे, राज्याचे स्वरूप विकेंद्रित आणि अनेक सत्तात्मक असले पाहिजे यांवर भर दिला. गोर्बाचेव्हच्या काळात

रशियात 'पुनर्रचना' व 'मोकळेपणा' ही तत्त्वे मांडली गेली आहेत, त्यावर युरो-कम्युनिझमचा प्रभाव आढळून येतो. रशियन गणराज्यांच्या ऱ्हासानंतर युरोपातील डाव्या पक्षांनी संरक्षणात्मक पवित्रा घेऊन युरो-कम्युनिझममध्ये अनेक नव-उदारमतवादी विचारांचा समावेश केलेला आहे.

थोडक्यात युरो-कम्युनिझम ही संकल्पना कामगारांची हुकूमशाही आणि लेनिनवादी क्रांतीची संकल्पना नाकारते. लोकशाही मार्गानेदेखील समाजावाद आणता येईल यावर भर देते. कामगारांचे वस्तुकरण, भांडवलशाहीचे बदलते स्वरूप, सेवाक्षेत्राची वाढ, मध्यमवर्गाचा वाढता प्रभाव इत्यादी घटकांचा विचार करून मार्क्सच्या विचारांचे नव्याने आकलन करण्याची मागणी करते.

युरो-कम्युनिझमची प्रमुख तत्त्वे : युरो-कम्युनिझमची काही प्रमुख तत्त्वे स. मा. गर्गे यांनी संपादित केलेल्या समाजविज्ञान-कोशात दिलेली आहेत. ती पुढीलप्रमाणे होत.

१. विविध राजकीय व्यवस्थांमार्फत स्वतंत्ररीत्या समाजवाद साकार करण्याची बांधिलकी आहे, पण असे करताना सत्तासंपादनामध्ये इतर राजकीय पक्षांचा हक्क मान्य करणे.

२. रशिया हा सर्वांचा नेता आहे व तेथील साम्यवादी पक्ष सर्वांचा प्रमुख आहे, ही कल्पना मान्य नाही.

३. रशियाचे वर्चस्व व रशियावर काही देश अवलंबून आहेत, ही कल्पना त्याज्य करणे.

वरील प्रमुख तत्त्वांशिवाय काही तत्त्वे युरो-कम्युनिझमची सांगता येतात.

१. युरो-कम्युनिझम ही विचारसरणी रशियाच्या वर्चस्वाविरुद्ध होती.

२. मार्क्सविषयी निष्ठा व्यक्त करून लेनिनवाद युरो-कम्युनिझम नाकारतो.

३. मार्क्सवाद प्रस्थापित करण्याचे पारंपरिक मार्गापेक्षा वेगळे मार्ग आहेत, यावर युरो-कम्युनिझम विचारविमर्श करतो.

४. मार्क्सवादाविषयी आदर व्यक्त करून युरो-कम्युनिझम बदलत्या परिस्थितीत नवा अर्थ लावण्याची भाषा करतो.

५. श्रमिकांचे हितसंबंध इतर सामाजिक वर्गाशी जोडले पाहिजेत.

६. लोकशाही, समाजवाद आणि राष्ट्रवाद तत्त्वावर भर देण्याची भूमिका स्वीकारतो.

७. कामगारांची हुकूमशाही, पक्षीय हुकूमशाही आदि पारंपरिक मार्क्सवादी संकल्पना नाकारून व्यक्तिस्वातंत्र्य आणि लोकशाही संस्थांवर युरो-कम्युनिझम विश्वास दाखवतो.

८. अनेक सत्तावाद, विकेंद्रीकरण आणि पक्षांतर्गत लोकशाहीची भाषा युरो-कम्युनिझम करतो.

युरो-कम्युनिझम विचारसरणीची वरील वैशिष्ट्ये सांगता येतात.

युरो-कम्युनिझम पारंपरिक मार्क्सवादाविरुद्धचे बंड मानले जाते. कम्युनिस्ट जगात झालेल्या बदलातून युरो-कम्युनिझम विचारसरणीला प्राधान्य मिळाले. संसदीय लोकशाहीची अनिवार्यता लक्षात घेऊन कम्युनिस्ट पक्षांनी सत्तासंपादनासाठी बदललेल्या परिस्थितीप्रमाणे आपल्या दृष्टिकोनात बदल घडवून आणला. भांडवलशाही व्यवस्थेत लोकशाहीचा ऱ्हास होतो; म्हणून लोकशाहीला समाजवादाची जोड दिली तर खरी लोकशाही निर्माण करता येईल, ही दृष्टी युरो-कम्युनिझमने जगाला दिली. रशियन प्रभावातून मुक्त झाल्यानंतर व्यक्तिस्वातंत्र्य व लोकशाही मूल्यांचे महत्त्व कम्युनिस्ट पक्षांना युरो-कम्युनिझममुळे पटले. गोर्बाचेव्हच्या काळात सोव्हिएट रशियात मार्क्स आणि लेनिनवादी विचारांतील साचेबंदपणा कमी होऊन लोकशाहीचे वारे वाहू लागले. रशियन गणराज्याच्या पतनानंतर लेनिनवादी क्रांतीचे अपयश ठळकपणे दिसून आले. मार्क्सवादाचे आकलन करून घेण्यासाठी युरो-कम्युनिझम ही आधुनिक काळातील एक महत्त्वपूर्ण चळवळ मानता येईल.

लघुत्तरी प्रश्न

१. नव-मार्क्सवाद विकास

२. नव-मार्क्सवाद लक्षणे

३. नव-मार्क्सवाद मर्यादा

४. अंतोनिओ ग्रामसी

५. जॉज लुकाच

६. फ्रँकफर्ट स्कूल

७. युरो-कम्युनिझम

दीर्घोत्तरी प्रश्न

१. नव-मार्क्सवाद म्हणजे काय ते सांगून नव-मार्क्सवादाच्या उदयाची कारणे स्पष्ट करा.

२. नव-मार्क्सवादाच्या वैशिष्ट्यांविषयी सविस्तर चर्चा करा.

३. नव-मार्क्सवादाचे टीकात्मक परीक्षण वा मूल्यमापन करा.

४. युरो-कम्युनिझम संकल्पना विशद करा.

प्रकरण आठवे

सर्वंकष सत्तावाद

Totalitarianism

पहिल्या महायुद्धानंतर युरोपात सर्वंकष सत्तावादी स्वरूपाच्या फॅसिझम व नाझीझम नावाच्या विचारसरणी अनुक्रमे इटली आणि जर्मनी देशांत निर्माण झाल्या. या दोन्ही विचारसरणींनी समकालीन अनेक देश प्रभावित झाले होते. या विचारसरणींनी जगाच्या इतिहासात घडवून आणलेला विध्वंसक लक्षात घेता त्यांचा अभ्यास करणे आवश्यक आहे. फॅसिझम व नाझीझम ह्या मार्क्सवाद, उदारवाद विचारसरणींसारख्या विशिष्ट मूल्यांवर आधारलेल्या विचारसरणी नाहीत, कारण यांच्या प्रर्वतकांनी नेहमीच सोयीनुसार आपल्या मूल्यांमध्ये बदल घडवून आणला आहे. दोन्ही विचारसरणींचा वैचारिक पाया निश्चित नसल्यामुळे काही अभ्यासक त्यांना विचारसरणी मानत नाहीत, तर ती नीती असून कार्य वा क्रिया करण्याची एक पद्धत आहे असे सांगतात. कारण त्यांच्यात सिद्धान्त कमी आणि व्यवहाराला अधिक महत्त्व दिलेले आहे. परंतु काही अभ्यासकांच्या मते फॅसिझम व नाझीझम या दोन्ही विचारसरणी आहेत. त्या विशिष्ट अशा मूल्यांवर आधारित आहेत वा त्यांची विशिष्ट अशी तत्त्वे आहेत.

फॅसिझम अर्थ, स्वरूप : फॅसिझम विचारसरणीचा उदय पहिल्या महायुद्धानंतर इटली देशात झाला. पहिल्या महायुद्धानंतर निर्माण झालेल्या अस्थिर राजकीय आणि आर्थिक परिस्थितीतून फॅसिझमचा उदय झाला होता. इटलीमध्ये फॅसिझमचा कार्यकाल १९१९ ते १९४४ हा मानला जातो. १९२२ साली मुसोलिनी यांनी इटलीमध्ये सत्ता हस्तगत करून फॅसिझमची तत्त्वे जबरदस्तीने जनतेवर लादली. फॅसिझमचा उदय इटलीत झालेला असला तरी पहिल्या महायुद्धानंतर युरोपखंडात निर्माण झालेल्या वातावरणातून फॅसिझमसारख्या सर्वंकषशाहीचा पुरस्कार करणाऱ्या विचारप्रणाली निर्माण झाल्या आणि त्या विविध नावांनी प्रचलितदेखील झाल्या. या विभिन्न विचारप्रणाली आणि फॅसिझमच्या तत्त्वांमध्ये कमालीची समानता आढळून येते. उदा. जर्मनीतील नाझीझम.

फॅसिझमची व्याख्या व अर्थ : Fascism हा शब्द 'Fasces' (फॅसी वा फॅसीओ) या लॅटिन शब्दापासून बनलेला आहे. त्याचा अर्थ लाकडांची जुडी वा मोळी (bundle of Sticks) असा आहे. या शब्दाच्या अर्थावरून फॅसिस्टांनी 'लाकडाच्या मोळीमध्ये अडकवलेली कुऱ्हाड' हे पक्षाचे चिन्ह निश्चित केले होते. प्राचीन रोमन साम्राज्यात लाकडाची मोळी सत्तेचे व एकतेचे प्रतीक वा चिन्ह मानली जात होती. रोमन सम्राटाच्या मिरवणुकीत सैनिक लाकडाच्या मोळ्या घेऊन सहभागी होत. या प्रतीकावरून फॅसिझम हा एक प्रकारचा सत्तावाद मानला जातो. एकता व शिस्त यांतून निर्माण होणारे सामर्थ्य व्यक्त करणारे तत्त्वज्ञान म्हणजे फॅसिझम होय. फॅसिझमची सविस्तर व्याख्या स्पष्ट करणारे फारसे साहित्य उपलब्ध नाही. फॅसिझमच्या आधारभूत सिद्धान्ताची अधिकारपूर्वक व्याख्या आढळून येत नाही. राजकीय नेता म्हणून मुसोलिनीचे व्यक्तिमत्त्व अत्यंत प्रभावशाली होते; परंतु दार्शनिक पातळीवर त्यांनी फारसा सखोल विचार केलेला नाही. आपल्या समर्थनासाठी आवश्यक मुद्दे वा तत्त्वांची विचारवंतांकडून उसनवारी करून 'The Political and Social Doctrine of Fascism' या ग्रंथात फॅसिझम तत्त्वज्ञानाची मांडणी केलेली आहे. मुसोलिनी यांनी आपल्या पद्धतीने फॅसिझमची व्याख्या नमूद करण्याचा प्रयत्न केलेला आहे. मुसोलिनीच्या मते, फॅसिझम हा पूर्व-निश्चित गोष्टी मांडणारा सिद्धान्त नसून एक व्यावहारिक सिद्धान्त आहे. फॅसिझम हा कोणत्याही निश्चित विचारधारेला मानत नाही. परंपरागत राजकीय सिद्धान्तांनी निश्चित केलेल्या मान्यतांना तोडण्याचे धैर्य दाखवतो. आमच्या मते राष्ट्र हे सर्वप्रथम असून त्यानंतर बाकी गोष्टी आहेत. फॅसिझमच्या व्याख्येवरून असलेल्या संदिग्धतेमुळे काही अभ्यासक मानतात की, या विचारधारेला निश्चित स्वरूपाचा दार्शनिक आधार उपलब्ध नाही. त्यामुळे ही विचारधारा शुद्ध व्यावहारिक स्वरूपाची विचारधारा आहे. फॅसिझमने स्वीकारलेल्या बुद्धिनिरोधवाद (irrationalism) संकल्पनेचा विचार करता, ही विचारधारा कोणत्याही प्रकारचा सैद्धांतिक आधार घेत नाही, तर व्यावहारिकतेच्या आधारावर नीतिनिर्धारण करते हे स्पष्ट होते. तरीदेखील काही अभ्यासकांनी फॅसिझमची व्याख्या करण्याचा प्रयत्न केलेला आहे. त्या व्याख्या पुढीलप्रमाणे होत.

१. **विल्यम :** याच्या मते, फॅसिझम हा लोकशाही व व्यक्तिस्वातंत्र्य यांच्या विरोधातील विचार आहे. साम्यवाद ही लोकशाहीच्या विरोधातील पहिली प्रतिक्रिया मानली जाते, तर फॅसिझम ही दुसरी प्रतिक्रिया मानली जाते.
२. **वार्नेस :** याच्या मते, परंपरेवर आधारित सामाजिक व राजकीय रचना निर्माण करण्याच्या उद्देशाने केलेली चळवळ किंवा कठोर राष्ट्रवादी वंशश्रेष्ठावर आधारलेले लष्करी व वसाहतवादी तत्त्वज्ञान म्हणजे फॅसिझम होय.

फॅसिझम ही विचारसरणी सर्वंकषशाहीला महत्त्व देणारी आहे. ही 'एक नेता, एक

राष्ट्र, एक पक्ष' या प्रमुख त्रिसूत्रीवर आधारलेली होती. निरंकुशतावाद, विस्तारवाद, साम्राज्यवाद, वंशश्रेष्ठत्वाला महत्त्व देणारी विचारसरणी म्हणून फॅसिझम ओळखली जाते.

फॅसिझमच्या उदयाची कारणे व विकास : फॅसिझमच्या उदयास पहिले महायुद्ध कारणीभूत मानले जाते. या महायुद्धानंतर इटलीत निर्माण झालेल्या समस्यांचे निराकरण करणे लोकशाही शासनाला अशक्य झाल्यामुळे फॅसिझमचा उदय झाला. लोकशाही विचारसरणीला प्रतिकारात्मक विरोधातून फॅसिझम विचारसरणी अस्तित्वात आलेली दिसते. फॅसिझमच्या उदयाची कारणे पुढीलप्रमाणे सांगितली जातात.

१. **इटलीची फसवणूक :** पहिल्या महायुद्ध काळात इटली प्रथम जर्मनीच्या बाजूने होता. जर्मनीचे सामर्थ्य कमी करण्यासाठी इंग्लंड-फ्रान्स व रशिया ही मित्र राष्ट्रे एकत्र आली. त्यांनी जर्मनीचा प्रतिकार मोडून काढण्यासाठी इतर राष्ट्रांना आपल्या गटांत ओढण्याचा प्रयत्न केला. या प्रयत्नाला यश आले आणि इटली दोस्त राष्ट्रांच्या बाजूने युद्धात उतरला. इटलीने पहिल्या महायुद्धात प्रवेश करण्यापूर्वी दोस्त राष्ट्रांशी लंडनचा गुप्त तह केला. या तहानुसार ट्रायरोल, ट्रेरीना, ऑस्ट्रिया व जर्मनीतील इटालियन भाषिक प्रदेश आणि उत्तर आफ्रिकेतील जर्मन वसाहती देण्याचे कबूल केले होते. पण महायुद्ध संपल्यानंतर अमेरिकेचे अध्यक्ष विड्रो विल्सन यांनी महायुद्धकाळातील सर्व गुप्त तह रद्द केले. त्यामुळे इटलीचा तहदेखील रद्द झाला. व्हर्सायच्या तहानुसार इटलीच्या वाट्याला ८९०० चौ. कि. मी प्रदेश मिळाला, दुसरे काहीही मिळाले नाही. युद्धापूर्वी झालेल्या करारानुसार इटलीला प्रदेश मिळाला नाही. इटलीचा विजयी राष्ट्रांच्या गटात समावेश असूनही पराभूत जर्मनीप्रमाणे अपमानास्पद वागणूक मिळाली. व्हर्सायच्या तहाने इटलीची पूर्ण निराशा केली. इटलीच्या फसवणुकीला दोस्त राष्ट्र जबाबदार आहेत ही भावना इटलीच्या जनतेत निर्माण झाली.

२. **जनतेचा असंतोष :** पहिल्या महायुद्धानंतर झालेल्या व्हर्सायच्या तहात इटलीचा विजयी राष्ट्रांच्या गटात समावेश होता. परंतु युद्धानंतर झालेला व्हर्सायचा तह करण्यात इंग्लंड व फ्रान्समधील नेत्यांचा सर्वाधिक सहभाग होता. त्या राष्ट्रांनी युद्धात खर्च झालेला सर्व पैसा जर्मनीकडून वसूल करण्याचा प्रयत्न केला. इटली विजयी राष्ट्रांच्या बाजूने असला तरी प्रत्यक्षात अपमानास्पद वागणूक देण्यात आली. महायुद्धात इटलीची प्रचंड हानी होऊनही युद्धखंडणीत हिस्सा दिला गेला नाही. त्यामुळे इटलीची आर्थिक परिस्थिती हालाखीची बनली. जनतेचा अपेक्षाभंग झाला. इटलीच्या जनतेने याबद्दल सरकारला दोष दिला. फॅसिस्टांनी जनतेला संकटातून बाहेर काढण्याचे आणि या अपमानाचा बदला घेण्याचे आश्वासन दिल्यामुळे जनतेने फॅसिस्टांना पाठिंबा दिला.

३. **बिकट आर्थिक समस्या :** पहिल्या महायुद्धानंतर इटलीची आर्थिक परिस्थिती अत्यंत बिकट बनली होती. महायुद्धामुळे उत्तर इटलीतील अनेक शहरे बेचिराख व उद्ध्वस्त झाली होती. १ लाख सैन्य महायुद्धात मारले गेले. अनेक जवान कायमचे अंपग व जखमी झाले. महायुद्धामुळे देश कर्जबाजारी झाल्याने उद्योगधंदे बुडाले. राष्ट्रीय कर्ज सहापटींनी वाढले. उद्योगांना देण्यासाठी बँकांजवळ भांडवल नसल्याने उद्योग बंद पडले. औद्योगिक क्षेत्रात कच्च्या मालाचा तुटवडा, परदेशी बाजारपेठांचा अभाव, संप, टाळेबंदी इत्यादी कारणांमुळे उत्पादनावर अनिष्ट परिणाम झाला. जीवनावश्यक वस्तूची टंचाई निर्माण झाली. किरकोळ वस्तूंच्या किमती आकाशाला भिडल्या. जीवनावश्यक वस्तूंच्या किमती चौपटीने वाढल्या. सामान्य माणसांना जीवन जगणे अशक्य झाले. इटलीच्या 'लिरा' चलनाला जागतिक बाजारपेठेत किंमत राहिली नाही. चलनाची किंमत ७० टक्क्यांनी कमी झाली. जनतेच्या आर्थिक प्रश्नांचे निराकरण करण्यास सत्ताधारी पक्ष अपयशी ठरला. जनतेचे प्रश्न सोडविण्याऐवजी कराचे ओझे लादण्यात सत्ताधारी पक्षाने धन्यता मानल्यामुळे जनतेच्या असंतोषात वाढ घडवून आणली. याच काळात फॅसिस्टांनी जनतेच्या आर्थिक प्रश्नांची तीव्रता लक्षात घेऊन आर्थिक स्थिरतेचे व बेकारी निर्मूलनाचे आश्वासन दिले. जनतेला दिलासा दिल्यामुळे जनतेत फॅसिझमबद्दल प्रेम निर्माण झाले आणि जनतेने त्यांना निवडून दिले.

४. **राजकीय परिस्थिती :** महायुद्धानंतर इटलीने संसदीय लोकशाहीचा स्वीकार केला होता. इटलीत समाजवादी, उदारमतवादी आणि जनता पक्ष हे प्रमुख पक्ष होते. ह्यांपैकी कोणत्याही राजकीय पक्षाला इटलीत स्थिर शासन देता आले नाही. युद्धकाळानंतर लोकशाही मंत्रीमंडळापुढे अनेक प्रश्न उभे होते. पण कोणत्याही मंत्रीमंडळाला आर्थिक प्रश्न सोडविण्यात यश आले नाही. इटलीतील कोणत्याही पक्षाला सार्वजनिक शांतता व उद्योगधंद्यांच्या विकासासाठी कोणताही ठोस कार्यक्रम देता आला नाही. १९१९ ते २२ याकाळात सहा मंत्रीमंडळे सत्तेवर आली आणि गेली. अंतर्गत विरोध, गटबाजी, सत्तास्पर्धा, पक्षांतर व आर्थिक क्षेत्रातील गोंधळाच्या वातावरणामुळे राजकीय अराजकता निर्माण झाली. महायुद्धानंतर इटलीत निर्माण झालेले सामाजिक व आर्थिक प्रश्न राज्यकर्ते सोडवू शकले नाहीत. त्यामुळे लोकांच्या मनात लोकशाहीबद्दल द्वेष निर्माण झाला. या परिस्थितीत इटलीला एकसंध व समर्थ सरकार निर्माण करून राष्ट्र वाचविण्यासाठी फॅसिस्टांच्या हाती सत्ता देण्याचे जनतेला आवाहन केले. जनता फॅसिस्टांच्या आव्हानाला बळी पडली आणि त्यांना सत्तेवर बसविले. अशा पद्धतीने बिकट परिस्थितीचा फायदा उचलून मुसोलिनीने फॅसिझमचा प्रभाव वाढवला.

५. **साम्यवादाचा वाढता प्रभाव :** १९१७ ला रशियात साम्यवादी क्रांती झाली. या क्रांतीमुळे इटलीत साम्यवादी पक्षाचा प्रभाव वाढू लागला. रशियाप्रमाणे इटलीतदेखील कामगारांची हुकूमशाही स्थापन होईल अशी स्वप्ने इटलीतील साम्यवादी पक्ष रंगवू लागले. त्या स्वप्नांच्या परिपूर्तीसाठी शेतमजूर आणि कामगारांचे संघटन करण्यास साम्यवादी पक्षाने सुरुवात केली. इटलीतील जनतेलादेखील साम्यवादाचा पर्याय आकर्षक वाटू लागला. साम्यवादाच्या वाढत्या प्रभावामुळे इटलीतील भांडवलदारांमध्ये भय निर्माण झाले. शेतमजुरांनी जमीनदारांवर हल्ले करायला सुरुवात केली. शहरात साम्यवादी पक्षाने कामगारक्रांतीची घोषणा करून कारखाने ताब्यात घ्यायला सुरुवात केली. सरकार साम्यवादाच्या कृतीपुढे हतबल ठरले. साम्यवाद्यांनी कारखाने ताब्यात घेतले; परंतु चालविण्याचा अनुभव नसल्यामुळे ते बंद पडले. सामूहिक शेतीचा प्रयोगदेखील अपशयी ठरला. साम्यवादाचा प्रयोग इटलीच्या समस्या सोडविण्यास उपयुक्त नाही, हे इटलीच्या जनतेच्या लक्षात येऊ लागले. मुसोलिनीने साम्यवादाच्या विरुद्ध विखारी प्रचार सुरू केला. साम्यवादापासून इटलीला वाचविण्याची ताकद फक्त माझ्यात आहे असा मुसोलिनीने दावा केला. साम्यवादाच्या भीतीने भेदरलेल्या भांडवलदारांना आणि जमीनदारांना मुसोलिनीचे नेतृत्व आश्वासक वाटू लागले. त्यांनी पाठिंबा दिल्यामुळे तो अल्पकाळात सत्तेवर आला.

६. **मनोवैज्ञानिक परिस्थिती :** पहिले महायुद्ध सैनिकांच्या जोरावर लढले गेले. युद्ध संपल्यानंतर सैनिकांची संख्या कमी झाल्याने सैनिक बेरोजगार झाले. लष्करी साहित्य निर्माण करणारे कारखाने बंद पडल्याने सैनिक व कामगारांना काम मिळत नव्हते. महागाई, संप, बेरोजगारी इ. मुळे सामान्य माणसांचे जीवन अस्थिर झाले. संकटग्रस्त परिस्थितीत जनतेला कोणताही मार्ग दिसत नव्हता. जनता संसदीय लोकशाहीच्या माध्यमातून विविध पर्याय निवडून देत होती. परंतु इटलीतील कोणत्याही राजकीय पक्षाला स्थिर सरकार देता आले नाही आणि जनतेचे प्रश्नदेखील सोडविता आले नाही. साम्यवादीदेखील जनतेच्या विश्वासास पात्र ठरू शकले नाही. या अस्थिर परिस्थितीत जनता मानसिकदृष्ट्या खचली, आपला कोणी वाली नाही हा समज करून घेतला. मानसिकदृष्ट्या गोंधळाच्या परिस्थितीत मुसोलिनीने आकर्षक घोषणा व कार्यक्रम जाहीर करण्यास सुरुवात केली. इटलीला पुर्नवैभव प्राप्त करून देण्याचा दावा सुरू केला. या परिस्थितीत मुसोलिनी व फॅसिस्ट पक्षाला एक संधी देण्यास हरकत नाही, असा जनतेचा कल झाला. याचा नेमका फायदा उठवून मुसोलिनी सत्तेवर आला.

अशा पद्धतीने इटलीतील सामाजिक अस्थैर्य, आर्थिक अस्थिरता आणि

अनिश्चिततेच्या वातावरणात फॅसिस्ट पक्षाने लिबरल पक्ष आणि संसदीय लोकशाहीला जबाबदार मानले. भाषणे, मेळावे, सभा, अधिवेशने, मोर्चे आणि निर्दशनांच्या माध्यमातून जनसंघटन व जागृती घडवून आणली. साम्यवाद्यांनी केलेल्या सार्वत्रिक क्रांतीच्या घोषणेमुळे साम्यवादाचे विरोधक फॅसिस्टांच्या पाठीशी उभे राहिले. लोकशाही सरकार विरोधात क्रांती करण्यासाठी साम्यवाद्यांनी सार्वत्रिक संपाचा पुकारा केला. संपकाळात फॅसिस्टांनी सार्वजनिक सेवा सुरळीत ठेवण्यात मदत केली. त्यांच्या या कृतीमुळे लोकमत फॅसिस्टांना अनुकूल बनले. २७ ऑक्टोबर १९२२ ला मुसोलिनीने रोमवर मोर्चा नेला आणि देशात फॅसिस्ट पक्षास सत्ता स्थापन करण्याची संधी देण्याची विनंती केली. फॅसिस्ट व लिबरल पक्षाचे युती सरकार इटलीत सत्तेवर आले. या काळात फॅसिस्ट पक्षाने जनहिताच्या योजना राबविल्यामुळे १९२४ च्या निवडणुकीत फॅसिस्ट पक्षाला बऱ्यापैकी जागा मिळाल्या. समाजवादी पक्षाचा नेता 'मॅटिओनी'च्या खुनानंतर विरोधी पक्षांची शक्ती कमी होऊ लागली. जनतेच्या दडपणामुळे इटलीचा राजा व्हिक्टर इमॅन्युअल तिसरा याने लिबरल पक्षाचे लोकशाही सरकार बरखास्त करून फॅसिस्ट पक्षास सरकार बनविण्यास पाचारण केले. १९२४ साली मुसोलिनी पंतप्रधान व संसदेचा नेता बनला. अशा पद्धतीने लोकशाही पद्धतीने मुसोलिनी इटलीचा पंतप्रधान बनला. सत्तेवर आल्यानंतर त्याने राज्यसभा बरखास्त केली. इतर पक्षांवर बंदी लादली आणि राष्ट्रपतीपद स्वत:कडे घेतले. लोकशाही मार्गाने सत्तेवर येऊन मुसोलिनी इटलीचा सर्वसत्ताधीश बनला. दुसऱ्या महायुद्धात इटली पराभूत होईपर्यंत तो सत्तेवर होता. आपण जिवंत सापडल्यास जनता आपल्याला माफ करणार नाही, आपल्या कृत्यांची कठोर शिक्षा दिली जाईल या भीतीने मुसोलिनीने आत्महत्या केली आणि त्याबरोबर फॅसिस्ट विचारधारेचादेखील अंत घडून आला. फॅसिस्ट विचारधारा फक्त इटलीपुरती मर्यादित नव्हती तर जर्मनी, तुर्कस्थान, स्पेन, पोतुर्गाल, ऑस्ट्रिया, ग्रीस, बल्गेरिया इत्यादी देशांतदेखील फैलावत चाललेली होती. दुसऱ्या महायुद्धात फॅसिस्ट शक्तीचा पराभव झाल्यामुळे ही विचारधारा इतिहासजमा झाली.

फॅसिझमचे तत्त्वज्ञान, मूलतत्त्वे आणि वैशिष्ट्ये : (Philosophy, Fundamental Principles and Elements of Fasciam)

फॅसिझम हा सिद्धान्त आहे की व्यवहार याबाबत दार्शनिक पातळीवर मतभेद आहेत. पहिल्या महायुद्धानंतर युरोप आणि विशेषत: इटलीमध्ये निर्माण झालेल्या तात्कालिक समस्या सोडविण्यासाठी एक अस्थायी स्वरूपाचा व्यावहारिक कार्यक्रम होता. तो युरोपियन तत्त्वज्ञानात अनेक वर्षांपासून अस्तित्वात असलेल्या अनेक तत्त्वांच्या मिश्रणातून निर्माण झालेला आहे. फॅसिझम आणि राष्ट्रीय समाजवाद या दोन्ही विचारधारा

मुसोलिनी आणि हिटलरच्या वैयक्तिक महत्त्वाकांक्षाचे परिणाम आहेत. त्यांनी आपली विचारधारा दंडशक्तीच्या जोरावर आपआपल्या देशातील जनतेवर लादली, असे मानले जाते. परंतु हे मत आज फारसे ग्राह्य धरले जात नाही; कारण ही विचारधारा मुसोलिनी आणि हिटलरच्या वैयक्तिक महत्त्वाकांक्षेपुरती मर्यादित राहिली असती, तर तिचा प्रभाव हिटलर व मुसोलिनीच्या मृत्यूनंतर लगेचच संपला असता. इतर देशांत ही विचारधारा फैलावली नसती. फॅसिस्ट विचारधारेचे मर्यादित प्रमाणात अस्तित्व आजही अनेक देशांत आढळून येते. फॅसिझम विचारधारेला प्रयोगसिद्ध कार्यक्रमाचा आधार नसला, तरी काही ठळक तत्त्वे आणि कार्यक्रमांच्या आधारावर त्यांनी इटलीवर जवळपास वीस वर्षे राज्य केले. फॅसिझमचे तत्त्वज्ञान प्रामुख्याने मुसोलिनीने लिहिलेल्या 'The Political and Social Doctrine of Fascism' या ग्रंथात मांडलेले आहे. एल्फ्रेडो रोक्को, जिओवानी जेंडाइल यांनीदेखील फॅसिझम तत्त्वज्ञान विकसित करण्यात मोलाची भूमिका बजावलेली आहे. फॅसिस्टांनी विशिष्ट प्रकारच्या तत्त्वज्ञानाशी बांधिलकी स्वीकारली नाही. कालपरत्वे आपल्या कार्यक्रमात व विचारधारेत बदल केला. व्यावहारिक पातळीवरील आचरण यशस्वी झाल्यानंतर त्याला त्यांनी नंतरच्या काळात तात्विक झालर चढविण्याचा प्रयत्नदेखील केलेला होता. मुसोलिनी म्हणतो की, आमचा कार्यक्रम अगदी साधा, सरळ आहे. इटलीत आम्हाला सत्ता प्राप्त करावयाची आहे. इटलीच्या जनतेवर आम्हाला अधिराज्य गाजवायचे आहे. त्यामुळे आम्ही कोणत्याही तत्त्वांशी बांधील नाही. आम्हाला ज्याप्रमाणे मार्ग सुचतील त्याप्रमाणे आम्ही कार्यक्रमाची आखणी करू. मुसोलिनीच्या मताचा आशय लक्षात घेतला तर असे दिसून येते की, फॅसिस्ट काळानुरूप कार्यक्रम बांधणीवर विश्वास व्यक्त करतात. मुसोलिनी यांनी विविध विचारवंत वा विचारधारांनी मांडलेल्या संकल्पनांचा फॅसिझमच्या विस्तारासाठी उपयोग करून घेतलेला दिसतो. मॅकियाव्हेली, हेगेल, फित्शे, नीत्शे, शोपन हाबर, बर्गसां, जॉर्ज सोरेल इत्यादी विचारवंतांकडून संकल्पनात्मक उसनवारी करून मुसोलिनी यांनी फॅसिझमवादाची मांडणी केलेली आहे. मुसोलिनी स्वत: मान्य करतो की, फॅसिस्टवादाने मॅकियाव्हेलीपासून संधीसाधूपणा, हेगेलकडून राजकीय निरंकुशतावाद सिद्धान्त, सोरेलाकडून हिंसक क्रांतिवाद, विल्यम जेम्सकडून फलप्रामाण्यवाद (प्रॅग्मॅटिझम) घेतलेला आहे. या सर्व विचारधारांच्या संमिश्रणातून फॅसिझमची मांडणी केलेली आहे. फॅसिस्ट विचारसरणी युद्धखोर वृत्ती, लष्करी शिस्त, प्रत्यक्ष कृती, वंशश्रेष्ठत्व, निरंकुशता, साम्राज्यवाद, विस्तारवाद, स्त्रियांना दुय्यम स्थान, आक्रमक राष्ट्रवाद, राष्ट्राला सर्वश्रेष्ठत्व इत्यादी तत्त्वांना सर्वाधिक महत्त्व व प्राधान्य देते. लोकशाही आणि साम्यवाद या दोन्ही विचारधारांना कट्टर विरोध करतात. एक राष्ट्र, एक पक्ष व एक नेता या त्रिसूत्रीवर भर देतात. त्यांनी राजकीय, सामाजिक व आर्थिक क्षेत्रांत अपयश दूर करण्यासाठी राष्ट्रवाद व विस्तारवादाच्या

आधारावर नागरिकांना संघटित करण्याची एक नवी पद्धती विकसित केली. फॅसिझम ही सुसंगत विचारप्रणाली नाही. ते तत्त्वज्ञानापेक्षा कृतींवर आणि भावनांवर अधिक भर देतात. परस्परविसंगत, चमत्कृतीयुक्त संकल्पना, मिथक व प्रतीकांची निर्मिती करून राजकीय फायदा उठविण्याचा प्रयत्न ते करतात. फॅसिझमची काही प्रमुख मूलतत्त्वे आणि वैशिष्ट्ये अभ्यासकांनी नमूद केलेली आहेत. ती पुढीलप्रमाणे होत.

१. **राष्ट्राला सर्वाधिक महत्त्व :** राष्ट्र ह्या संकल्पनेला फॅसिस्ट सर्वाधिक महत्त्व देतात. राष्ट्राला परमेश्वर मानतात. राष्ट्र म्हणजे वर्तमान काळातील काही व्यक्तींचा समूह नसून, त्याला एक स्वतंत्र व्यक्तिमत्त्व असते. त्यांचे अस्तित्व भूतकाळ, भविष्यकाळ आणि वर्तमानकाळातदेखील अस्तित्वात असते. राज्याला ते फक्त राजकीय संस्था मानत नाहीत, तर आध्यात्मिक व नैतिक संस्था मानतात. राष्ट्राला स्वतंत्र व्यक्तिमत्त्व असते असे मानतात. मुसोलिनी म्हणतो की, राज्याशिवाय काहीही नाही, राज्याबाहेर काहीही नाही, राज्यविरोधीदेखील काहीही नाही. राज्यसंस्थेला सर्वश्रेष्ठत्व प्राप्त करून देण्यासाठी फॅसिस्ट सेंद्रीय सिद्धान्ताला (Organic theory) मान्यता देतात. राज्यसंस्था ही सजीव प्राण्याप्रमाणे आहे. राज्याचे वेगवेगळ घटक हे ह्या सजीव प्राण्याचे अवयव आहेत. ज्याप्रमाणे शरीर जिवंत असेपर्यंत अवयवांना महत्त्व असते, शरीर मृत झाले की अवयव मृत पावतात; त्याप्रमाणे राज्याच्या अस्तित्वात व्यक्तीचे अस्तित्व अवलंबून असते. राज्याचे सर्वश्रेष्ठत्व सिद्ध करण्यासाठी हेगेलच्या राज्याच्या दैवतीकरणाच्या सिद्धान्ताचा स्वीकार करतात. हेगेलच्या विचारांचा सोयीनुसार अर्थ लावतात. राष्ट्राला दुर्बल करणाऱ्या व्यक्तिवादी विचारसरणीला विरोध करतात. व्यक्तिवादामुळे व्यक्तीचे महत्त्व वाढते आणि राष्ट्र दुर्बल बनते. राष्ट्र श्रेष्ठ असल्याने व्यक्तीने राष्ट्रासाठी सर्वस्व अर्पण करण्याची तयारी ठेवली पाहिजे. प्रत्येक व्यक्तीने राष्ट्रावर अव्यभिचारी निष्ठा ठेवली पाहिजे आणि राष्ट्रकल्याणासाठी सतत परिश्रमांसाठी तयार राहिले पाहिजे. राष्ट्रवैभव वाढविण्यासाठी फॅसिझमने इतिहासाचा आधार घेतला. राष्ट्रगीत, राष्ट्रीय चिन्ह, लष्करी गणवेष, कवायत इ. राष्ट्रवादासाठी महत्त्व देतात. राष्ट्राला सर्वोच्च स्थान मिळवून देण्यासाठी कोणत्याही मार्गाचा अवलंब करण्यास मान्यता देतात. राष्ट्रविकास साध्य मानल्यामुळे इतर संस्थांना गौण स्थान देतात. राष्ट्रीय निष्ठा व अस्मिता निर्माण करणाऱ्या कार्यक्रमांना विशेष प्राधान्य देतात.

२. **आत्यंतिक राष्ट्रवादी व वसाहतवादाचा पुरस्कार :** फॅसिस्ट आत्यंतिक राष्ट्रवादी विचारसरणीचे समर्थक होते. राष्ट्रविकासासाठी फॅसिस्ट आक्रमक कार्यक्रमावर भर देतात. प्रखर राष्ट्रवादाचे आक्रमक राष्ट्रवादात रूपांतर करतात. मुसोलिनी म्हणत असे की, इटलीने आक्रमण करून दुर्बल राष्ट्रांवर वर्चस्व गाजविले पाहिजे, नाहीतर

आत्मनाशाला तयार राहिले पाहिजे. लहान लहान देशांवर विजय मिळवून इटलीच्या भूमीचा विस्तार करण्याला फॅसिस्ट नैसर्गिक मानत असत. फॅसिस्टांनी साम्राज्यवाद आणि वसाहतवादाचा उघड उघड पुरस्कार केला. त्यासाठी आवश्यकता भासल्यास युद्ध करण्याचीदेखील तयारी दर्शविली. मुसोलिनीच्या मते, 'युद्धामुळे राष्ट्राची प्रगती होते. व्यक्तींच्या कर्तृत्वाला वाव मिळतो. स्त्रियांना मातृत्व जसे नैसर्गिक आहे, तसेच युद्ध हे पुरुषासाठी नैसर्गिक आहे'. फॅसिस्ट नेहमी युद्धप्रवृत्तीला पाठिंबा देतात. आक्रमक राष्ट्रवादाच्या आधारावर परराष्ट्रीय धोरणाची आखणी करतात. देशाचे सामर्थ्य वाढविण्यासाठी शेजारील राष्ट्रांवर वर्चस्व प्रस्थापित करण्यासाठी युद्धाचा पुरस्कार करतात. फॅसिस्ट प्राचीन रोमन साम्राज्याचा आदर्श प्रस्थापित करून जनतेत युद्धखोर प्रवृत्ती विकसित करण्याला प्राधान्य देतात. युद्धाला नैतिक आधार प्राप्त करून देण्याचा प्रयत्न करतात.

३. **आंतरराष्ट्रीय शांततेला विरोध :** आंतरराष्ट्रीय शांतता व सहकार्य फॅसिझमला मान्य नाही. व्यक्तीचे कर्तव्य आणि व्यक्तीची जबाबदारी आपल्या राष्ट्रापुरती मर्यादित असते. जगाच्या बाबतीत त्यांना देणेघेणे नसते. राष्ट्रविकासासाठी इतर राष्ट्रांवर आक्रमण करणे न्यायसंगत असते. मुसोलिनीच्या मते, आंतरराष्ट्रीय शांतता भित्र्या लोकांचे स्वप्न आहे. साम्राज्यवाद हा जीवनाचा अंतिम नियम आहे. राष्ट्रसंघ संघटनेवर मुसोलिनीचा विश्वास नव्हता. फॅसिस्टांनी आंतरराष्ट्रीय कायद्यांना मान्यता दिली नाही. आंतरराष्ट्रीय संधीचादेखील आदर केला नाही. सातत्याने युद्धाचा पुरस्कार करून आंतरराष्ट्रीय शांततेला सुरुंग लावण्याचा प्रयत्न केला. राष्ट्रसंघाच्या नियमांचे उल्लघंन करून आपले साम्राज्य वाढविण्याचा प्रयत्न केला. मुसोलिनी आंतरराष्ट्रीय शांततेचा कट्टर विरोधक होता. त्याला आंतरराष्ट्रीय शांतता हा भेकडपणा वाटत असे.

४. **सर्वंकष राष्ट्र :** फॅसिस्टांचा राज्यविषयक सिद्धान्त निरंकुशता वा सर्वंकषशाहीवर भर देणारा आहे. फॅसिस्ट हे समूहवादी तत्त्वज्ञान आहे. राज्यसंस्था आपल्या कार्याद्वारे समुदायाचा सामाजिक, आर्थिक, नैतिक व बौद्धिक विकास घडवून आणू शकते. समुदायाच्या सर्वांगीण विकासासाठी राज्याकडे सर्व प्रकारची सत्ता सोपवावी. समाजजीवनाचा कोणताही भाग राज्य नियंत्रणापासून मुक्त असणार नाही. सामाजिक, आर्थिक व नैतिक क्षेत्रांचे नियमन व मार्गदर्शन राज्याकडून केले जाईल. राज्य ही संस्था सर्वश्रेष्ठ आहे. मुसोलिनीच्या मते राज्य केवळ राजकीय संस्था नसून एक आध्यात्मिक व नैतिक तथ्यदेखील आहे. राज्य फक्त नागरिकांच्या आंतरिक आणि बाह्य संरक्षणाचे आश्वासन देत नाही, तर जनतेच्या आत्म्याचे संरक्षण वा प्रतिनिधित्वदेखील करते. फॅसिस्ट विचारधारा राज्याच्या सर्वंकष स्वरूपाला मान्यता

देतात. रोक्कोदेखील मुसोलिनीप्रमाणे आपले विचार व्यक्त करतो. त्यांच्या मते, राज्य विचार आणि भावनेच्या अशा आध्यात्मिक परंपरेचे प्रतीक आहे की, जी येणारी प्रत्येक पिढी आधीच्या पिढीपासून प्राप्त करत असते आणि जाताना पुढच्या पिढीकडे समर्पित करत असते. फॅसिस्ट विचारधारा समाज आणि राज्य यांत कोणताही भेदभाव करत नाही. जेंटाईलसारखा फॅसिस्ट मानतो की, खरा फॅसिस्ट कुटुंब, समाजात आणि सर्व ठिकाणी फॅसिस्टच राहतो. राष्ट्रहिताची जाण फक्त राज्याला असते. राज्याच्या मान्यतेशिवाय राजकीय पक्ष, कामगार संघटना, व्यावसायिक संघ स्थापन करण्यास परवानगी देत नाही.

५. **व्यक्तीला दुय्यम स्थान :** फॅसिस्ट व्यक्तिस्वातंत्र्याची कल्पना अमान्य करतात. राज्याच्या हितातच व्यक्तीच्या हिताचा समावेश करतात. राज्यसंस्थेच्या शक्तीतच व्यक्तीचे स्वातंत्र्य सामावलेले आहे. व्यक्तीचे स्वातंत्र्य हा व्यक्तीचा हक्क नसून राज्याप्रती पार पाडावयाचे कर्तव्य आहे. राज्य हे साध्य असून व्यक्ती हे साधन आहे. हेगेलच्या विचारांचा आधार घेऊन राज्यसंस्थेला सर्वश्रेष्ठत्व बहाल करतात आणि तिचा एक भाग या नात्याने व्यक्तीला दुय्यम स्थान देतात. फॅसिस्ट पूर्णत्वाला महत्त्व देतात. राज्य ही पूर्णत्व प्राप्त झालेली संस्था आहे आणि व्यक्ती ही तिचा एक भाग आहे असे मानतात. स्वातंत्र्याला राज्याकडून मिळणारी सवलत मानतात. त्यांचा उपयोग राज्याची शक्ती वाढविण्यासाठी करावा असा सल्ला देतात.

मुसोलिनीच्या मते, 'राज्याने ज्या व्यक्तिवर्तनाला मान्यता दिली आहे, ते वर्तन म्हणजे स्वातंत्र्य होय'. फॅसिस्ट स्वातंत्र्यसंकल्पनेला महत्त्व देत नाही. स्वातंत्र्याऐवजी आज्ञापालनाला महत्त्व देतात. स्वातंत्र्याचा विचार व्यक्तिविकासासाठी करत नाहीत तर राष्ट्रविकासाशी स्वातंत्र्याची कल्पना जोडण्याचा प्रयत्न करतात. एका अर्थाने आज्ञाधारक नागरिक निर्माण करणे हे फॅसिझमचे ध्येय होते. हे ध्येय लक्षात घेऊन ते स्वातंत्र्याची कल्पना मांडतात.

६. **विषमतेचे समर्थन :** फॅसिस्ट विषमतेला योग्य, आदर्श आणि नैसर्गिक मानतात. बुद्धिमत्ता आणि कार्यक्षमतेच्या बाबतीत नागरिकांमध्ये भिन्नता असणे नैसर्गिक आहे. ही भिन्नता लक्षात न घेता सर्वांना समान मानणे समाजहितासाठी घातक आहे. विषमता ही निसर्गदत्त असून ती कधी नष्ट होणार नाही. समाजातील काही लोक सत्ता वा वर्चस्व गाजविण्यासाठी जन्माला आलेले असतात, तर काही आज्ञापालनासाठी आलेले असतात. सामान्य माणसांना आपल्या जीवनाची सुरक्षितता महत्त्वाची वाटते. राज्य प्रशासनातील असामान्य व गुंतागुंतीच्या प्रश्नांचे आकलन त्यांना होत नाही. समाजातील बुद्धिवान व शक्तिवान लोकांनी राज्य करावे आणि सामान्यांनी आज्ञापालन करावे, यात समाजहित आहे असे सांगून

फॅसिस्ट अभिजनवाद आणि विषमतेचे जाहीर समर्थन करतात. समाजातील नैसर्गिक भेद टिकविण्यास प्राधान्य देतात. विषमतेची कल्पना मान्य केल्यामुळे स्त्रियांपेक्षा पुरुष, परराष्ट्रापेक्षा स्वराष्ट्र तर नागरिकांपेक्षा सैनिकांना श्रेष्ठ मानतात. जन्म, शिक्षण व सामाजिक दर्जा आणि संपत्ती इ. बाबत समाजातील मूठभर लोकांना अधिकार देतात. इतरांनी फक्त आज्ञापालन करावयाचे आहे. मूठभर लोक राज्यकर्ते होण्यासाठी आणि बहुसंख्य लोक अनुयायी होण्यासाठी जन्माला आले आहेत, असे मानतात.

७. **स्त्रियांना दुय्यम स्थान :** फॅसिस्टांचे स्त्रियांविषयीचे विचार अत्यंत प्रतिगामी व परंपरागत स्वरूपाचे आहेत. ते स्त्रियांना दुर्बल मानतात. निसर्गानेच स्त्रियांना दुर्बल बनवल्याने राजकारण हे त्यांचे क्षेत्र नाही. लष्करीदृष्ट्या स्त्रिया अनउपयुक्त असल्याने त्यांना दुय्यम नागरिकत्व देतात. पितृप्रधान कुटुंब व्यवस्थेचे समर्थन करत असल्याने कुटुंबप्रमुख पुरुष असणे निश्चित मानले जाते. कुटुंबप्रमुखाच्या आदेशाचे पालन इतर सदस्यांनी करावे हे अपेक्षित केले जाते. राजकीयदृष्ट्या स्त्रिया अपात्र असल्याने त्यांना मतदानाचा अधिकार फॅसिस्ट देत नाहीत. कुटुंब साभाळणे, उत्तम नागरिक निर्माण करणे हे स्त्रियांचे प्रमुख कार्यक्षेत्र मानले गेले. फॅसिस्ट देशाला मातृभूमी न मानता पितृभूमी म्हणावे असे सांगतात. स्त्रियांना शाळेत शिक्षिका म्हणून नेमू नये. स्त्रीवर्तनाचा प्रभाव मुलांवर पडेल आणि ते कोमल अंत:करणाचे बनतील. त्यांच्यात पुरुषी कठोरपणा निर्माण होणार नाही. मुलांना भविष्यात सैनिकांची जबाबदारी पार पाडावयाची आहे. सैनिक बनविण्यासाठी योग्य शिक्षण पुरुषच देऊ शकतात. फॅसिस्ट स्त्रियांचे कार्यक्षेत्र चूल आणि मूल आहे हे गृहीत धरतात.

८. **बुद्धिवादाला विरोध :** फॅसिस्ट विचारसरणी बुद्धिवादाच्या विरोधात मानली जाते. बुद्धिवादापेक्षा आज्ञाधारकतेला ते महत्त्व देतात. आपल्या विचारसरणीला सैद्धांतिक आधार उपलब्ध करून देण्यासाठी हेगेल, कांट, शॉपेन हॉवर आणि नीत्शे या विचारवंतांच्या विचारांचा आपल्या फायद्यासाठी वापर करून घेतात. बुद्धीपेक्षा हृदयाच्या प्रेरणा म्हणजे भावनेला अधिक महत्त्व देतात. भावना ह्या मानवी प्रगतीसाठी उपयुक्त असतात. भावनेच्या आधारावर जनसमूहावर राज्य करणे योग्य मानतात. युरोपियन प्रबोधन आणि विवेकवादातून पुढे आलेल्या स्वातंत्र्य, समता, बंधुता, लोकशाही, उदारमतवाद संकल्पनांचे मानवी जीवनातील महत्त्व नाकारतात. आपल्या कल्पनांच्या पाठपुराव्यासाठी परंपरागत रोमन साम्राज्यातील प्रतीकांचे अस्मितीकरण करतात. बुद्धिवादाचा प्रभाव कमी करण्यासाठी आपल्या कृतीला राष्ट्रवादाची झूल चढविण्याचा प्रयत्न करतात.

९. **लोकशाहीला विरोध :** फॅसिस्ट विचारधारा लोकशाहीच्या विरोधी मानली जाते. लोकशाहीच्या अपयशातून फॅसिस्ट विचारधारेचा उदय झालेला आहे. लोकशाहीला

विरोध करण्यासाठी फ्रेंच तत्त्वज्ञ सोरेल यांच्या तत्त्वज्ञानाचा आधार घेतात. 'संसदीय लोकशाहीची चैन इटलीला परवडणारी नाही', असे मुसोलिनी म्हणतो. लोकशाहीला तो बडबड्यांचे दुकान म्हणतो. जे काम करण्यासाठी लोकशाहीला ४८ वर्षं लागतील, ते काम मी ४८ तासांत फॅसिस्ट विचारधारेद्वारा करू शकतो असा विश्वास तो प्रकट करतो. लोकशाहीत जनतेची प्रगती होईल असे मानणे मूर्खपणा आहे. लोकशाहीत सर्वसामान्यांच्या हातात सत्ता दिलेली असते. त्यांना प्रतिनिधी निवडण्याचा अधिकार दिलेला असतो. राजकीय प्रश्न सर्वसामान्यांच्या आकलनापलीकडे असतात. सर्वसामान्य जनतेत निर्णय घेण्याची क्षमता नसते. समाजात काही ठळक लोक राज्यकर्ते होण्यासाठी जन्माला आलेले आहेत. सर्वसामान्य व्यक्तींनी राजकारणाच्या फंदात न पडता श्रेष्ठीजनांच्या हातात सत्तेची सूत्रे दिली पाहिजेत आणि त्यांनी दिलेल्या आज्ञेप्रमाणे वागले पाहिजे. नैसर्गिक विषमतेला ते आदर्श मानतात. राजकीय क्षेत्रातदेखील विषमतेचे समर्थन करतात. राजकीय सत्ता समाजातील मूठभर श्रेष्ठीजनांकडे असावी असे अपेक्षित करतात. लोकशाहीच्या माध्यमातून राजकीय सत्तेवर येणारे नियंत्रण त्यांना मान्य नव्हते. राजकीय नेत्यांचे दैवतीकरण करावयाचे होते, त्यासाठी लोकशाही अडचणीची वाटत होती. म्हणून लोकशाहीला विरोध करून निरंकुशशाही प्रस्थापित करण्यासाठी त्यांनी उपरोक्त विचार व्यक्त केले आहेत.

१०. **एकपक्षीय शासन :** विरोधी विचारांचे अस्तित्व फॅसिस्टांना मान्य नव्हते. ते समाजातील सर्व व्यक्ती वा वर्गांना एकाच चौकटीत बांधण्याचा प्रयत्न करीत होते. विरोधकांचे अस्तित्व त्यांना धोकाची घंटी वाटत होती. विरोधकांना नष्ट करण्यासाठी फॅसिस्ट एकपक्षीय राजवटीचे समर्थन करतात. फॅसिस्ट पक्ष राष्ट्रहित जपणारा एकमेव पक्ष आहे असे त्यांना वाटते आणि त्यास विरोध करणे म्हणजे राष्ट्राला विरोध करणे होय. विरोधकांचा नायनाट करणे व छळ करणे हे फॅसिझमला नैतिकदृष्ट्या योग्य वाटत होते. सत्तेवर आल्यानंतर त्यांनी विरोधकांचा नायनाट करून विरोधाला कायमची मूठमाती दिली. अनेक पक्ष अस्तित्वात असतील तर राज्यकारभारात गोंधळ निर्माण होतो. राष्ट्रप्रगतीला खीळ बसते. त्यामुळे राष्ट्रविकासासाठी एकपक्षीय शासन ते योग्य मानतात.

११. **वंशिक श्रेष्ठत्व :** अभिजनवाद आणि वंशवाद हा फॅसिस्ट विचारधारेचा पाया मानला जातो. वंशश्रेष्ठत्वाच्या कल्पनेच्या आधारावर फॅसिस्ट इटलीला सर्वश्रेष्ठ राज्याचा दर्जा देतात. इटलीत वास्तव्य करणारे नागरिक रोमन वंशाचे आहेत. रोमन वंश हा जगात सर्वश्रेष्ठ वंश असल्याचा दावा ते करतात. वंशश्रेष्ठत्वाच्या आधारावर जगावर राज्य करण्याचा आपला अधिकार आहे, असे पटवून देण्याचा प्रयत्न करतात. हीन वंशीयांना गुलाम करण्यात काहीही चुकीचे नाही. इटलीने आपल्या शेजारील

हीन वंशाच्या राष्ट्रावर आक्रमण करून त्यांना गुलाम केले पाहिजे. जन्म, शिक्षण आणि सामाजिक दर्जा इत्यादींचा विचार करता फारच थोडे लोक राज्यकर्ते बनण्यास लायक असतात. म्हणून समाजातील श्रेष्ठ वंशात जन्माला आलेल्या निवडक लोकांच्या हातात सत्ता सोपविणे श्रेयस्कर असते. फॅसिस्टांनी वंशश्रेष्ठत्वाच्या आधारावर आपल्या सत्तेला वैचारिक कोंदण लावण्याचा प्रयत्न केलेला दिसतो.

१२. **एका व्यक्तीचे नेतृत्व :** सोरेलसारख्या विचारवंताच्या विधानाचा वापर करून मुसोलिनी यांनी आपल्या नेतृत्वाची अधिमान्यता बळकट केली होती. सोरेल म्हणतो की, शंभर शेळ्यांपेक्षा एका सिंहाचे राज्य चांगले असते. एकच नेत्यामुळे जनतेचे उत्तरदायित्व निश्चित होते. सामूहिक नेतृत्वात उत्तरदायित्वाची निश्चिती नसल्यामुळे राजकीय अराजकता निर्माण होते. देशाच्या विकासासाठी सत्तासूत्रे एकाच नेत्याकडे असणे केव्हाही श्रेयस्कर असते. एका नेत्यामुळे देशाला स्थैर्य, शिस्त व जबाबदारीची भावना निर्माण होते. लोकशाहीत सामूहिक नेतृत्वामुळे सत्तास्पर्धा, अनावश्यक चर्चा आणि नेतृत्वाशी संघर्ष ह्या गोष्टी राष्ट्रहितासाठी घातक सिद्ध होतात. फॅसिस्टांच्या मते, 'एकरूपतेने जीवन संपन्न होते आणि मतभेदाने ते कुजू लागते'. सामूहिक नेतृत्व ह्या लोकशाही कल्पनेचा नायनाट करून एका व्यक्तीची निरंकुश सत्ता प्रस्थापित करण्यासाठी मुसोलिनी यांनी नेत्याप्रती श्रद्धा निर्माण करण्यासाठी नेतृत्वाचे दैवतीकरण करण्यावर भर दिला. नेतृत्वाच्या दैवतीकरणामुळे लोकांच्या श्रद्धा बळकट होतील. ते एकाच नेत्यावर श्रद्धा ठेवण्यावर भर देतात. नेत्याच्या आज्ञापालनातच जनतेचे भले आहे असे मानतात. राष्ट्राचा सर्वोच्च नेता कधीही चुकत नाही; कारण तो देवाचा पुत्र असतो. त्याच्या आज्ञा नेहमी योग्य असतात. फॅसिस्ट पक्षांनी शाळेत, सरकारी कार्यालयात सर्वत्र मुसोलिनीचे फोटो लावले होते. मुसोलिनी हा देवाचा वंश आहे, तो नेहमी सत्य बोलतो असा प्रचार केला होता. फॅसिस्टांना एका व्यक्तीचे नेतृत्व प्रस्थापित करावयाचे होते.

महामंडळात्मक वा एककेंद्री राज्य संकल्पना (Concept of Corporate State)

फॅसिस्ट विचारधारा स्वयंपूर्ण आणि सर्वंकष राज्याची समर्थक होती. राज्याच्या सर्व विभागांसोबत आर्थिक विभाग वा अर्थव्यवस्थादेखील फॅसिस्टांच्या नियंत्रण आणि मार्गदर्शनानुसार चालली पाहिजे यावर त्यांचा कटाक्ष होता. भांडवलदार व कामगारांनी स्थापन केलेल्या संस्था वा संघावर एककेंद्री राज्याच्या माध्यमातून नियंत्रण वा एकाधिकार प्रस्थापित करण्याचा ते प्रयत्न करतात. हा प्रयत्न यशस्वी व्हावा म्हणून भांडवलशाही आणि साम्यवादातील आपल्या विचारसरणीला अनुकूल तत्त्वे निवडून महामंडळात्मक राज्याची संकल्पना मांडतात. कारण फॅसिस्टांना इटलीत भांडवलशाही आणि साम्यवाददेखील नको होता. रशियन राज्यक्रांतीनंतर युरोपमध्ये साम्यवादाचा झपाट्याने

प्रसार झाला. इटलीतदेखील साम्यवादी पक्षाचा प्रभाव वाढू लागला. साम्यवादी पक्षाने सार्वत्रिक संपाची घोषणा केली. या परिस्थितीतून जनतेला व भांडवलदारांना बाहेर काढण्यासाठी योग्य पर्याय देणे गरजेचे होते. मुसोलिनी यांनी महामंडळात्मक राज्य हा पर्याय मांडला. १९१९ मध्ये अनुंझिओ व निएल यांच्या नेतृत्वाखाली फ्थूअर शहर इटालियन सैन्याने सर केले. या शहरासाठी अनुंझिओ यांनी एक क्रांतिकारी घटना तयार केली. या घटनेनुसार व्यावसायिक आधारावर शहरातील नागरिकांची विभागणी केली. उत्पादक, व्यापारी आणि कामगार तिन्ही वर्गांनी परस्पर सहकाऱ्याने आर्थिक प्रगती करावी अशी रचना केली. अनुंझिओच्या कल्पनेत फेरफार करून फॅसिस्टांनी महामंडळात्मक राज्याची संकल्पना मांडली.

महामंडळात्मक राज्याचे आधार : राज्यातील सर्व आर्थिक यंत्रणा नियंत्रणाखाली आणून भांडवलदार व कामगार यांतील संघर्ष नष्ट करून अखंडितपणे राष्ट्रीय उत्पादन वाढविण्यासाठी निर्माण केलेल्या एकपक्षीय राज्य यंत्रणेला महामंडळात्मक राज्य असे म्हटले जाते. ही संकल्पना पुढील दोन तत्त्वांवर आधारित आहे.

१. मनुष्य हा अराजकीय प्राणी असतो. त्याला फक्त आपल्या व्यवसायाशी संबंधित प्रश्न कळतात. व्यक्ती ही डॉक्टर, वकील वा व्यावसायिक असते. राजकीय प्रश्न त्यांच्या आकलनाच्या पलीकडची बाब असते.

२. राजकीय प्रश्नाचे आकलन करणे समाजातील मूठभर व श्रेष्ठ लोकांचे काम असते. हेच लोक राज्यकर्ते होण्यास लायक असतात. समाजातील प्रश्न फक्त त्यांनाच समजू शकतात, म्हणून समाजावर राज्य करण्याचा त्यांना अधिकार असतो. समाजातील विविध प्रश्न समजून घेऊन त्यांवर उपाययोजना करणे हे सर्वसामान्य माणसांच्या आवाक्याबाहेरील कार्य आहे, हे कार्य समाजातील फक्त श्रेष्ठीजन करू शकतात. एककेंद्री राज्याचा सिद्धान्त हा वंशश्रेष्ठत्व आणि श्रेष्ठजनवादाला महत्त्व देतो.

महामंडळात्मक राज्याची रचना : मुसोलिनी यांनी १९३४ मध्ये कायदा करून महामंडळात्मक राज्याची स्थापना केली. या रचनेत व्यवसायाच्या आधारावर इटलीतील सर्व मतदारांची सहा विभागांत विभागणी करण्यात आली. प्रत्येक विभागाचे दोन गट पाडण्यात आले. सहा विभागांची बारा भागांत विभागणी करण्यात आली. त्यात मालकांसाठी पाच, कामगारांसाठी पाच विभाग आणि शेतकरी आणि शेतमजुरांसाठी दोन विभाग असे एकूण १२ विभाग करण्यात आले. डॉक्टर, वकील, व्यापारी, साहित्यिक यांच्यासाठी तेरावा विभाग निर्माण करण्यात आला. १३ विभागांसाठी निवडणुका घेतल्या जात असत. विधीमंडळात विधेयक मांडण्यापूर्वी १३ विभागांच्या सदस्यांची संमती घेतली

जात असे. सुरुवातीला फॅसिस्टांनी १३ महामंडळे सुरू केली आणि नंतर त्यांची संख्या २२ पर्यंत केली. प्रत्येक महामंडळात शासनाला प्रतिनिधित्व दिले. उत्पादन प्रक्रियेतील सर्व टप्प्यांवर महामंडळाचे नियंत्रण होते. प्रत्येक महामंडळावर पक्ष व शासनास प्रतिनिधित्व दिल्यामुळे उत्पादन आणि वितरण व्यवस्था फॅसिस्ट पक्षाच्या नियंत्रणाखाली आली.

महामंडळाचे कार्य : महामंडळाचे कार्य दुहेरी स्वरूपाचे होते. उत्पादनक्षेत्रात कार्यरत घटकांना सल्ला देणे आणि त्यांच्यावर नियंत्रण प्रस्थापित करणे. उत्पादन व किमती, कामाचे तास, सुट्या इ. बाबत नियंत्रणाचे अधिकार मंडळाकडे होते. राष्ट्राचे उत्पादन वाढवणे, स्पर्धा कमी करणे, उत्पादक-ग्राहक-कामगार तिन्ही वर्गांचे हितसंबंध साधणे ही प्रमुख उद्दिष्टे होती. मालक व कामगार यांच्यात संघर्ष वा वाद झाल्यास राज्याने मध्यस्थी करावी. राज्याच्या वतीने भूमिका फॅसिस्ट पक्ष पार पाडीत असे. राष्ट्रीय उत्पन्नात खंड पडू नये म्हणून कामगारांना संप करण्यास व मालकांना टाळेबंदी करण्यास बंदी लादण्यात आली होती. कामगार, उत्पादक आणि ग्राहक या तिन्ही वर्गांच्या हितसंबंधांत समन्वय निर्माण करून परस्पर सहकार्य विकसित करणे आणि त्याद्वारे राष्ट्राचा जलद आर्थिक विकास साधणे हा प्रमुख दृष्टिकोन होता. या व्यवस्थेत फॅसिस्ट पक्षाला महत्त्वाचे स्थान होते.

राष्ट्रीय उत्पादनात प्रचंड वेगाने वाढ घडवून आणणे, तसेच इटलीच्या चलनाला आंतरराष्ट्रीय पातळीवर स्थैर्य मिळवून देण्यासाठी औद्योगिक उत्पादन वाढविणे गरजेचे होते. त्यासाठी फॅसिस्टांनी ही कल्पना मांडली. या संकल्पनेच्या माध्यमातून संपूर्ण अर्थव्यवस्थेवर कडक नियंत्रण स्थापन करता आले. आपल्या मर्जीप्रमाणे उत्पादन यंत्रणेला हवे तसे वाकविता आले. या सिद्धान्तात अर्थव्यवस्थेच्या विकासापेक्षा तीव्र राष्ट्रवादाला अधिक महत्त्व होते. फॅसिझम हे प्रतिक्रियावादी तत्त्वज्ञान नसून एक क्रियाशील विचारधारा आहे हे सिद्ध करण्यासाठी हा सिद्धान्त उदयाला आणला गेला होता. महामंडळात्मक राज्य ही नवी लोकशाही आहे, असा प्रचार केला गेला. साम्यवादापेक्षा उच्च दर्जाचा विचार आहे असादेखील दावा केला. सहकार्य, नियंत्रण आणि प्रगती या त्रिसूत्रीच्या अंमलबजावणीतून इटलीचा अल्पकाळात विकास साधणे आणि इटलीच्या अर्थव्यवस्थेवर पकड मजबूत करणे हा खरा सिद्धान्ताचा हेतू होता. मुसोलिनी यांनी महामंडळात्मक राज्याच्या माध्यमातून आपल्याला पाहिजे त्या वस्तूंचे उत्पादन करून घेतले. चलनवाढ आटोक्यात आणली. आंतरराष्ट्रीय पातळीवर आपल्या चलनाला स्थिर केले. परंतु दुसऱ्या महायुद्धात फॅसिझमचा पराभव झाल्यामुळे फॅसिझमसोबत महामंडळात्मक राज्य या कल्पनेचेदेखील विसर्जन झाले.

फॅसिझमचे मूल्यमापन वा परीक्षण : पहिल्या महायुद्धानंतर युरोपातील अनेक

देशांत संसदीय लोकशाहीचे पतन होऊन हुकूमशाही व्यवस्थेचा जन्म झाला. या परिस्थितीत लोकशाहीचे युग संपले आणि फॅसिझमचे युग आले अशी भविष्यवाणी केली जाऊ लागली. इटलीपाठोपाठ जर्मनी, स्पेन देशांत फॅसिझम विचारसरणीला सत्ता मिळविण्यात यश आले. पहिल्या महायुद्धानंतर इटलीमध्ये निर्माण झालेल्या राजकीय आणि आर्थिक अस्थिरतेचा फायदा उठवून मुसोलिनीने सत्ता हस्तगत करून फॅसिझमला यश मिळवून दिले. आर्थिक व राजकीयदृष्ट्या भयग्रस्त झालेला मध्यमवर्ग व भांडवलदारवर्ग मुसोलिनीची भाषणशैली आणि आकर्षक विचारप्रणालीने प्रभावित झाला. लोकभावनेला आव्हाने, ऐतिहासिक आणि सांस्कृतिक प्रतीकांचा वापर करून फॅसिस्टांनी आपले प्रभावक्षेत्र वाढविले. नेतृत्वाच्या दैवीकरणाच्या माध्यमातून लोकांच्या निष्ठा मजबूत केल्या. समूहनिष्ठा, पक्ष व नेतृत्वनिष्ठा, वंशवादी तत्त्वज्ञान आणि हिंसाचार यांचा पुरस्कार करणारे तत्त्वज्ञान निर्माण केले. या तत्त्वज्ञानाच्या आधारावर डोळे दिपविणारे यश प्राप्त केलेले होते.

फॅसिझमचे यश वा गुण : फॅसिस्ट विचारधारा अधिनायकवादी वा सर्वंकष सत्तावादाचे समर्थन करणारी विचारसरणी आहे. फॅसिस्टांनी अधिनायकवादी विचारधारेच्या जोरावर इटलीची सत्ता हस्तगत केली. आपल्या सर्वंकष सत्तेला प्रखर व आक्रमक राष्ट्रवादाची जोड देऊन मुसोलिनीने पहिल्या महायुद्धानंतर गलितगात्र बनलेल्या इटलीला यशोशिखराकडे नेण्याचा प्रयत्न केला. अत्यंत अल्पकाळात देशाची प्रगती घडवून आणली. लोकतंत्र व्यवस्थेत राष्ट्राची शक्ती आपआपसांतील वादविवाद सोडविण्यात खर्च होते. राजकीय पक्षांमधील सत्तास्पर्धा आणि गटबाजी लोकशाहीला पोखरण्याचे कार्य करते. फॅसिस्टांनी 'एक पक्ष, एक नेता आणि एक राष्ट्र' ह्या त्रिसूत्रीला महत्त्व दिले. विरोधी विचार आणि विरोधी पक्षाचे अस्तित्व मोडून काढले. राष्ट्रवादाच्या जोरावर देशांतर्गत अंतर्विरोध नष्ट केले वा दडपून टाकले. राष्ट्र विकासासाठी शासकीय शक्तीचा पुरेपूर वापर केला. आपले सर्व लक्ष्य राष्ट्राचे सामर्थ्य वाढविण्यावर केंद्रित केले. फॅसिस्ट सरकारने इटलीच्या आर्थिक परिस्थितीत सुधारणा घडवून आणली. प्रशासकीय संरचनेत बदल घडवून आणला. सार्वजनिक निर्माणकार्यांच्या माध्यमातून जनतेचे मन जिंकून घेतले. अमेरिकेचे इटलीतील राजदूत रिचर्ड वाशबर्न चाइल्ड यांनी मुसोलिनीबद्दल पुढील उद्गार काढले की, 'आधुनिक काळात मुसोलिनीइतका महान व्यक्ती जन्माला आलेला नाही. मुसोलिनीने आपल्या देशाला अल्पकाळात महान बनविण्याचे कार्य केले आहे. महामंडळात्मक राज्यामार्फत मालक व कामगार यांच्यातील मतभेद मिटवून राष्ट्राचे उत्पादन वाढविले. वेगाने लष्करीकरणाचा कार्यक्रम हाती घेऊन रोजगारवाढीला चालना दिली. लष्करी ताकद वाढवून आंतरराष्ट्रीय राजकारणात दबदबा निर्माण केला. इटलीच्या वाढत्या

प्रभावाचा परिणाम जर्मनी, स्पेन, पोर्तुगीज, पेरू इत्यादी देशांवर पडला. या देशांनी फॅसिस्ट विचारधारेस पूरक राज्ययंत्रणा निर्माण करण्याचा प्रयत्न केला.

फॅसिझमचे दोष : पहिल्या महायुद्धातून निर्माण झालेल्या परिस्थितीतून फॅसिझमचा उदय झाला. या विचारधारेने अल्पकाळात यश प्राप्त केले; परंतु त्यांचे हे यश तात्कालिक स्वरूपाचे ठरले. दुसऱ्या महायुद्धात इटलीचा पराभव झाल्यामुळे फॅसिझमचा नायनाट झाला. या विचारसरणीत गुणांपेक्षा दोषांचा जास्त भरणा होता. फॅसिझमचे दोष पुढीलप्रमाणे सांगता येतात.

१. **व्यक्तिस्वातंत्र्य विरोधी विचारसरणी :** फॅसिस्टांची स्वातंत्र्यविषयक धारणा कर्तव्य संकल्पनेशी निगडित आहे. स्वातंत्र्याला कर्तव्याचा दर्जा देत असल्यामुळे राष्ट्रासाठी समर्पण करण्यात वा त्याग करण्यातच खरे स्वातंत्र्य आहे असे मानतात. राष्ट्रहिताला प्राधान्य देतात. राष्ट्रहितापुढे व्यक्तिहित आणि व्यक्तिस्वातंत्र्य या संकल्पना निरर्थक मानतात. स्वातंत्र्यहित राष्ट्राकडून व्यक्तीला दिली जाणारी सवलत आहे. या सवलतीचा उपयोग राष्ट्रकल्याणासाठी करावा. राष्ट्राने ज्या वर्तनाला मान्यता दिली आहे, ते वर्तन म्हणजे स्वातंत्र्य होय. स्वातंत्र्याचा वापर राष्ट्रविरोधी कृतीसाठी करता येणार नाही. फॅसिस्टांनी व्यक्तिस्वातंत्र्याला गौण स्थान दिले. फॅसिस्ट राजवटीच्या काळात व्यक्तिस्वातंत्र्य दहशतीच्या वरवंट्याखाली चिरडले गेले. सर्व विरोधी पक्षांवर बंदी लादली. नवीन निवडणूक कायद्यानुसार फॅसिस्ट पक्षाच्या परवानगीशिवाय निवडणूक लढविण्यावर बंदी लादली.

२. **दडपशाहीला महत्त्व :** फॅसिस्ट विचारधारा दडपशाहीला महत्त्व देते. दडपशाहीच्या जोरावर राष्ट्रीय एकता आणि शिस्त निर्माण करण्याचा प्रयत्न करते. स्वयंशिस्त आणि स्वातंत्र्य संकल्पनेला महत्त्व देत नाही. दंडशक्तीच्या जोरावर कायद्याची अंमलबजावणी करण्याचा प्रयत्न करतात. मुसोलिनी हा हिंसेचा समर्थक होता. मुसोलिनीच्या मते, 'अहिंसा आणि लोकशाहीच्या मार्गातून जे कार्य पूर्ण करण्यास ४८ वर्षे लागतील ते हिंसा व दडपशाहीच्या मार्गाने ४८ तासांत पूर्ण करता येईल'. दडपशाहीला विरोध करणाऱ्या विरोधकांचा नायनाट केला किंवा विरोधकांची देशातून हकालपट्टी केली. दंडशक्तीच्या जोरावर आपली सत्ता टिकवून ठेवली.

३. **नेतृत्वाबद्दल अनाठायी विश्वास :** सामूहिक नेतृत्वाची कल्पना फॅसिझमला मान्य नाही. सामूहिक नेतृत्वामुळे सत्तास्पर्धा, गटबाजी निर्माण होते. विनाकारण चर्चेत वेळ वाया जातो. त्यामुळे ते एकाच नेत्यावर श्रद्धा ठेवतात. नेता हा परमेश्वराचा दूत असतो. तो कधीही चुकत नाही. त्यांचे निर्णय नेहमीच देशहिताचे असतात. त्यांचा जन्म देशविकासासाठी झालेला असतो. त्याला विरोध करणे म्हणजे राष्ट्राला विरोध

करणे होय. या विचारसरणीमुळे नेत्याला विरोध करण्याचा अधिकार फॅसिझमने दिला नाही. विरोधाचे अस्तित्व नसल्यामुळे मुसोलिनीला आपला प्रत्येक निर्णय योग्य वाटत होता. जोपर्यंत मुसोलिनी यशस्वी होत होता तोपर्यंत लोकांनी पाठिंबा दिला. त्यांच्या अपयशाबरोबर लोक त्यांच्यावर टीका करू लागले. लोकांच्या रोषामुळे त्याला आत्महत्या करावी लागली. कारण नेतृत्वाविषयी फॅसिस्टांच्या कल्पना वास्तविक स्वरूपाच्या नव्हत्या.

४. **श्रेष्ठजनवाद आणि वंशवादाला महत्त्व :** फॅसिस्ट विचारधारा वंशवादाला महत्त्व देणारी आहे. इटलीतील नागरिक हा रोमन साम्राज्याचा वंशज आहे. रोमन वंशातील लोक जगात सर्वाधिक श्रेष्ठ आहेत. ते जगावर राज्य करण्यासाठी जन्माला आलेले आहेत. रोमन सोडून इतर वंशांचे लोक हीन वंशांचे आहेत. रोमन वंशाचे महत्त्व वाढविण्यासाठी मुसोलिनी यांनी रोमन साम्राज्यातील प्रतीकाचा वापर केला. वंशवादासोबत श्रेष्ठजनवादाचादेखील पुरस्कार केला. समाजातील मूठभर लोक राज्यकर्ते होण्यास लायक असतात. सर्वसामान्य जनतेला राजकारणाचे प्रश्न कळत नाहीत. त्यांना जीवनावश्यक वस्तू आणि सुरक्षा उपलब्ध करून दिली की ते आज्ञापालन करण्यास तयार होतात. फॅसिस्टवाद्यांनी अशा प्रकारे श्रेष्ठजनवाद आणि वंशश्रेष्ठत्वाला महत्त्व देऊन लोकशाहीला मूठमाती देण्याचा प्रयत्न केला. समाजावर मूठभर लोकांचे वर्चस्व प्रस्थापित करण्याचा प्रयत्न केला.

५. **आंतरराष्ट्रीय शांततेला धोकादायक :** आंतरराष्ट्रीय शांतता मुसोलिनीला मान्य नव्हती. तो युद्धाचा पुरस्कर्ता होता. युद्धामुळे पुरुषार्थ गाजविण्याची संधी मिळते. सत्तेवर आल्याबरोबर त्याने विस्तारवादी धोरणाची अंमलबजावणी सुरू केली. इटलीशेजारील अल्बेनिया व इथिओपिया देशांवर हल्ले करून ते जिंकून घेतले. राष्ट्रसंघाचे नियम धाब्यावर बसविले. युद्ध मानवी प्रगतीसाठी आवश्यक वरदान आहे, हे मत व्यक्त करून युद्धमय वातावरण निर्माण करण्यास हातभार लावला. आंतरराष्ट्रीय शांततेचे प्रयत्न उधळून लावले. हिटलरबरोबर दुसऱ्या महायुद्धात भाग घेतला आणि स्वत:सह देशाचा विनाश घडवून आणला. फॅसिस्ट विचारसरणीमुळे आंतरराष्ट्रीय पातळीवर युद्धखोर प्रवृत्तीला प्राधान्य मिळाले. म्हणून ही विचारसरणी आंतरराष्ट्रीय शांततेसाठी धोकेदायक मानली जाते.

अशा प्रकारे फॅसिझम विचारप्रणालीत गुणांपेक्षा दोषांचे प्रमाण जास्त आहे. मानवेंद्र रॉयसारखे अभ्यासक मानतात की, सूडभावना आणि लयास चाललेली भांडवलशाही वाचविण्यासाठी केलेला रानटी स्वरूपाचा प्रयत्न म्हणजे फॅसिझम होय. फॅसिस्ट विचारधारेने इटली नव्हे, तर संपूर्ण जगाला संकटाच्या खाईत टाकले होते. आपल्या सोबत इतरांचादेखील विनाश घडवून आणला होता. दुसऱ्या महायुद्धामुळे फॅसिस्टांचा अंत

घडून आला. या विचारधारेचे अस्तित्व संपले असे नाही. फॅसिस्ट राजवट संपली आहे; परंतु फॅसिस्ट मनोवृत्ती अजूनही नष्ट झालेली नाही, या न त्या स्वरूपात तिचे अस्तित्व आजही टिकून आहे.

नाझीझम : (Nazism) पहिल्या महायुद्धानंतर युरोपखंडात निर्माण झालेल्या सर्वंकष सत्तावादी विचारसरणीत सर्वांत आक्रमक्र विचारधारा नाझीझम मानली जाते. इटलीतील फॅसिझम आणि जर्मनीतील नाझीझम विचारसरणींची मूलतत्त्वे आणि तत्त्वज्ञानातील साम्यता लक्षात घेता, नाझीझम ही फॅसिझमची सुधारित आवृत्ती वा जर्मन आवृत्ती आहे असे मानले जाते. नाझीझम विचारप्रणालीवर फॅसिझमचा व्यापक प्रभाव असला, तरी ही विचारधारा अतिशय आक्रमक, मूलगामी वा जहाल प्रवृत्तीची आहे. आक्रमकतेच्या जोरावर नाझीवादाने आपला राजकीय दबदबा निर्माण केला. १९३३ ते १९४५ हा नाझीझमचा उत्कर्ष काळ मानला जातो. दुसऱ्या महायुद्धातील जर्मनीच्या पराभवाने नाझीझमचे अस्तित्व नष्ट झाले.

नाझीवाद म्हणजे काय? : नाझी शब्दाची व्युत्पत्ती मूळ जर्मन नान्-सी-ओनाल आणि सोत्-सी-अलिझम शब्दांपासून झाली आहे. या शब्दांचा शब्दश: अर्थ हा समाजवाद असा होता. समाजवादाचा नाझीशी काहीही संबंध नाही. नॅशनल सोशालिस्ट वर्कर पार्टी या पक्षाच्या अद्याक्षरावरून नाझी हा शब्द तयार झालेला दिसून येतो. नाझी किंवा हिटलर विशिष्ट कार्यक्रम, मूल्य आणि तत्त्वज्ञानावर आपली श्रद्धा वा आपला विकास प्रकट करत नाही. १९३३ साली हिटलरची निवड झाल्यानंतर त्यांनी निश्चित स्वरूपाचा कार्यक्रम घोषित करण्यास नकार दिला होता. त्यांच्या मते, सर्व कार्यक्रम व्यर्थ असतात. मानवी इच्छा, श्रेष्ठ अंतदृष्टी, मानवी साहस, दृढ विश्वास आणि आंतरिक इच्छा ही निर्णायक असते. तिच्या आधारावर सर्व संकटांवर मात करता येते. नाझीवादाचे विशिष्ट असे कार्यक्रम वा तत्त्वज्ञान नव्हते. हिटलरच्या वैयक्तिक करिश्म्याच्या जोरावर नाझी पक्ष सत्तेवर बसला. नाझी पक्षाच्या कार्यक्रमावर हिटलरच्या वैयक्तिक विचारांचा फार मोठा पगडा दिसून येतो. वंशश्रेष्ठत्व, लष्करीकरण, श्रेष्ठजनवाद, समष्टीवाद, सर्वंकषवाद, विस्तारवाद, साम्राज्यवाद इत्यादी विचारधारांशी संबंधित विचारवंतांनी मांडलेल्या विचारांतून आपल्याला अनुकूल असलेले विचार नाझींनी निवडून नाझीवादाची बांधणी केलेली आहे. मॅकियाव्हली, रूसो, नित्से, कांट, सोरेल, विल्यम जोन्स, मोस्का, पेरॅटा इत्यादी विचारवंतांच्या विचारांतील सोईस्कर भाग निवडून हिटलर यांनी नाझीझमचा विस्तार घडवून आणला आहे. हिटलर हा नाझीवादाचा जनक आहे. त्यांनी आपल्या माईन कॉम्त (Mein Kampf) आत्मचरित्रात व विविध ठिकाणी व्यक्त केलेल्या मतांतून नाझीवादाचा वैचारिक आवाका व तत्त्वज्ञानाची झलक पाहण्यास मिळते. कार्लश्मिट,

ऍन्रेनड्रेकसलर आणि आल्फेड रोझेनबर्ग इत्यादी नाझीवादी विचारवंतांच्या लेखनात नाझीवादाचे दर्शन होते.

नाझीवादाच्या उदयाची कारणे : पहिल्या महायुद्धानंतर युरोपच्या राजकारणात घडलेल्या घडोमोडींच्या परिणाम आणि प्रतिक्रियांतून नाझीवादाच्या उदयाला पोषक पार्श्वभूमी तयार होत गेली. पहिल्या महायुद्धात इंग्लंड आणि फ्रान्स या मित्र राष्ट्रांना विजय मिळाला. जर्मनी पराभूत झाला. पराभूत जर्मनीला नष्ट करण्यासाठी वा दुर्बल करण्यासाठी आखलेल्या रणनीतीतून हिटलरच्या उदयाला पूरक वातावरण निर्माण झाले. महायुद्धानंतर जर्मनीवर अत्यंत अपमानास्पद अटी लादण्यात आला. जर्मनीची कोणतीही बाजू ऐकून न घेता एकतर्फी व्हर्सायचा तह लादण्यात आला. पहिले महायुद्ध घडवून आणण्यास जर्मनीला जबाबदार मानण्यात आले. महायुद्धाचा खर्च जर्मनीकडून वसूल करण्याची व्यूहरचना बनविण्यात आली. जर्मन जनतेची मानसिकता लक्षात न घेता वायमर प्रजासत्ताक निर्माण करून जर्मन जनतेवर संसदीय लोकशाही लादण्यात आली. नाझीझम उदयाला पुढील कारणे कारणीभूत मानली जातात.

१. **ऐतिहासिक पार्श्वभूमी :** जर्मनीची भूमी ही सर्वंकष सत्तावादासाठी नंदनवन मानली जाते. सर्वंकष सत्तावादी विचारांची परंपरा जर्मनीला पूर्वापार काळापासून मिळालेली आढळते. उदा. हेगेल, कांट, नित्शे. पहिल्या महायुद्धाच्या आधी जर्मनीची कैसर घराण्याची राजवट सर्वंकष सत्तावादाला महत्त्व देणारी होती. जर्मनीच्या एकीकरणाचे शिल्पकार बिस्मार्क आणि एकीकरणानंतर निर्माण झालेल्या पार्लमेंट (सेंकड राईश स्टॅग)मधील बहुसंख्य सदस्य सर्वंकष सत्तावादी विचारधारेशी जवळीक ठेवणारे होते. लोकशाही विचारांना जर्मनीच्या भूमीत फारसे स्थान नव्हते. जर्मनीत लोकशाहीला अनुकूल वातावरण नसतानाही दोस्त राष्ट्रांनी पहिल्या महायुद्धानंतर वायमर प्रजासत्ताकाची स्थापना करून लोकशाही रुजविण्याचा प्रयत्न केला. सर्वंकषशाहीला अनुकूल वातावरणात लोकशाहीची व्यवस्था यशस्वी होऊ शकली नाही. महायुद्धानंतर निर्माण झालेले प्रश्न सोडविणे लोकशाही शासनाच्या आवाक्यापलीकडची गोष्ट ठरली. लोकशाहीच्या अपयशामुळे हिटलरच्या उदयाला योग्य वातावरण विकसित होत गेले. जनता समस्याग्रस्त असताना राज्यकर्ते सत्तास्पर्धा, गटबाजी आणि राजकारणात दंग होते. चाणाक्ष हिटलरने जर्मन जनतेची नाडी ओळखून लोकरंजनवादी कार्यक्रम जनतेसमोर मांडले. समर्थ नेतृत्व देण्याचा विश्वास प्रकट केला. आपल्या नेतृत्वाला राष्ट्रवादाची झूल चढविली. जनतेने प्रभावित होऊन हिटलरला पाठिंबा दिला.

२. **पहिले महायुद्ध :** नाझीझमच्या उदयाला पहिल्या महायुद्धातील जर्मनीचा पराभव कारणीभूत मानला जातो. पहिल्या महायुद्धातील जर्मनीच्या पराभवामुळे दोस्त राष्ट्रांना

वरचढ होण्याची संधी प्राप्त झाली. या संधीचा पुरेपूर फायदा मित्र राष्ट्रांनी उचलला. महायुद्ध समाप्तीनंतर फ्रान्सच्या पॅरिसमधील व्हर्साय उपनगरात बोलविलेल्या परिषदेत जर्मनीला नेस्तनाबूत करण्याची रणनीती आखण्यात आली. फ्रान्स आणि जर्मनीचे पुरातन वैर लक्षात घेऊन फ्रान्सचे तत्कालीन पंतप्रधान क्लॅमेन्सो यांनी जर्मनीचे भय कमी करण्यासाठी जर्मनीचा ऱ्हास घडवून आणणाऱ्या अटी लादण्यावर भर दिला. इंग्लंडचे पंतप्रधान लॉईड जॉर्ज जर्मनीचे विरोधक होते. त्यांनी राजा विल्यम कैसरला फाशी द्यावी व जर्मनीवर युद्धखंडणी लादावी यांवर जोर दिला. मित्र राष्ट्रांत इंग्लंड आणि फ्रान्स ही प्रभावी राष्ट्रे होती. युद्ध जिंकण्यात त्यांचा सिंहाचा वाटा होता. अमेरिकेचे अध्यक्ष वुड्रो विल्सन यांच्या जर्मनीविषयीच्या सहानुभूतीपूर्वक धोरणाचा फारसा प्रभाव पडला नाही. परिषदेने जर्मनीला महायुद्ध घडवून आणण्याबद्दल जबाबदार मानून युद्ध-भरपाई म्हणून युद्धखंडणी वसूल करण्याचा निर्णय घेतला. जर्मनीचे जास्तीत जास्त नुकसान होऊन तो देश आर्थिक, राजकीयदृष्ट्या रसातळाला जाईल अशा अटी लादण्यात आल्या. जर्मनीशी चर्चा न करता आणि संमती न घेता तहाच्या अटी लादण्यात आल्या. जर्मनीच्या वकिलाला अपमानास्पद वागणूक देण्यात आली. या घटनांचा जर्मन जनतेवर विपरीत परिणाम झाला. जनतेत मित्र राष्ट्रांविषयी संतापाची लाट पसरली. मित्र राष्ट्रांनी आपली फसवणूक केली. या फसवणुकीचा बदला घेता पाहिजे ही भावना जनतेत तीव्रतेने निर्माण होऊ लागली. जनतेच्या मनातील भाव ओळखून हिटलरने प्रचार-यंत्रणा राबविली. मित्र राष्ट्रांविषयीच्या असंतोषाला राष्ट्रवादाची जोड देऊन जनतेतील बदल्याची भावना तेवत ठेवली.

३. **व्हर्सायचा तह :** पहिल्या महायुद्धात जर्मनीत प्रचंड मनुष्यहानी व वित्तहानी झाली होती. परंतु जर्मनीच्या हानीबद्दल सहानुभूतीपूर्वक विचार न करता, महायुद्ध घडवून आणल्याबद्दल जर्मनीस जबाबदार मानून व्हर्सायचा तह जर्मनीवर लादण्यात आला. या तहाच्या अटी अत्यंत कठोर स्वरूपाच्या होत्या. जर्मनीवर साडेपाच अब्ज डॉलर युद्धखंडणी लादण्यात आली आणि टप्प्याटप्प्याने ती द्यावी हे कबूल करून घेण्यात आले. ऱ्हाईन लॅन्ड प्रदेशाचे निमलष्करीकरण करण्यात आले. लष्कराची मर्यादा एक लाखपर्यंत करण्यात आली. सक्तीचे लष्करी शिक्षण बंद करण्यात आले. शस्त्रास्त्रे नष्ट करण्यात आली वा त्यांच्या संख्येवर नियंत्रण लादण्यात आले. लष्करावर मित्र राष्ट्रांचे नियंत्रण प्रस्थापित केले. नाविक दलावर नियंत्रण प्रस्थापित करण्यात आले. कील कालवा सर्व राष्ट्रांच्या वापरासाठी खुला करण्यात आला. जर्मनीच्या लष्करी शक्तीला कमजोर करण्यात आले, जेणे करून भविष्यात जर्मनी युद्ध करण्याची हिंमत करणार नाही. ऑल्सेन्स-लॉरेन्स आणि सारखोरे फ्रान्सला देण्यात आले.

वसाहती मित्र राष्ट्रांनी आपसात वाटून घेतल्या. खंडणी वसुलीसाठी कठोर मार्गांचा अवलंब करण्यात आला. जर्मनीच्या कोणत्याही विनंतीला भीक घालायची नाही, फ्रान्ससारखा देश तर जर्मनीचा अपमान करण्याची कोणतीही संधी सोडत नव्हता. संधी मिळेल तेव्हा जर्मनीचा अपमान करत असे. व्हर्सायच्या तहातील अपमानास्पद अटी आणि जर्मनीला नष्ट करण्याच्या मित्र राष्ट्रांच्या धोरणामुळे जर्मनीत निराशा आणि असंतोषाचे वातावरण होते. हिटलर यांनी व्हर्सायच्या तहाला विरोध केला. व्हर्सायचा तह रद्द करण्यासाठी मला सत्ता द्या, असा प्रचार सुरू केला. व्हर्सायच्या तहाविरोधातील जनमत लक्षात घेता, जनतेने हिटलर नेतृत्वाला आपला पाठिंबा दिला. लोकशाही मार्गाने हिटलर सत्तेवर आला.

४. **बिकट आर्थिक परिस्थिती :** पहिल्या महायुद्धानंतर लादलेली प्रचंड युद्धखंडणी, समृद्ध भाग व वसाहती मित्र राष्ट्रांच्या ताब्यात गेल्यामुळे जर्मनीच्या उद्योगधंद्याचा पाया ढासळला. दोस्त राष्ट्रांनी जर्मनीची आर्थिक नाकेबंदी केल्यामुळे कच्चा माल आणि भांडवल मिळणे बंद झाले. परिणामतः अनेक उद्योगधंदे बंद पडले. व्यापाऱ्यांनी नफा मिळविण्यासाठी जीवनावश्यक वस्तूंची कृत्रिम टंचाई निर्माण केली. वाढत्या महागाईमुळे चलन फुगवटा वाढला. वस्तूंच्या किंमती अनेक पटींनी वाढल्या. वाढत्या महागाईमुळे जनतेची क्रयशक्ती घसरू लागली. सरकारने परिस्थितीत सुधारणा करण्यासाठी कराचे प्रमाण वाढविले. डॉस योजनेखाली कर्ज काढून अनावश्यक कामांवर कर्जाचा वापर करून देशाचे दिवाळे काढले. युद्धखंडणी आणि कर्जफेडीच्या बोज्याखाली जर्मनीची अर्थव्यवस्था उद्ध्वस्त झाली. देशातील परकीय गंगाजळी समाप्त होऊन देश दिवाळखोरीच्या उंबरठ्यावर उभा होता. १९२९ च्या जागतिक महामंदीने जर्मनीची अर्थव्यवस्था अखेरच्या घटका मोजू लागली. बँका, उद्योगधंदे बंद पडल्यामुळे ६० लाख लोक बेकार झाले. आर्थिक मंदीचा फटका जर्मनीतील सर्व वर्गांना बसला. बिकट आर्थिक परिस्थितीमुळे लोक हवालदिल बनले. नाझी पक्षाने नाजूक आर्थिक परिस्थितीचा फायदा उचलला. देशाचा खरा शत्रू बर्लिनमध्ये बसलेला आहे असा प्रचार करून सत्ताधाऱ्यांविषयीचा जनतेतील रोष वाढविला. जर्मनीला आर्थिकदृष्ट्या स्थिर आणि सामर्थ्यशाली बनविण्याचे आश्वासन जनतेला दिले. हिटलरच्या नेतृत्वाखाली जर्मनीची विस्कटलेली आर्थिक घडी बसेल या विश्वासातून हिटलरला पाठिंबा दिला.

५. **राजकीय अस्थिरता :** पहिल्या महायुद्धानंतर मित्र राष्ट्रांनी वायमर प्रजासत्ताक निर्माण करून जर्मनीत लोकशाही निर्माण करण्याचा प्रयत्न केला. परंतु जर्मनीतील लोकमताचा कल लक्षात घेता, संसदीय लोकशाही जर्मनीला सूट होण्यासारखी नव्हती. जर्मनी दीर्घकाळ सर्वंकष सत्तावादी राजवटीखाली विकसित झालेला देश

होता. संसदीय लोकशाहीची पाळेमुळे खोलवर रुजली नाही. समाजवादी, उदारवादी आणि साम्यवाद्यांमध्ये सत्तेसाठी स्पर्धा सुरू होती. वायमर प्रजासत्ताकाच्या घटनेत अनेक परस्परविरोधी तत्त्वांचा समावेश होता. ही घटना मित्र राष्ट्रांतील घटनांमधील काही भाग निवडून तयार केली होती. जर्मनीच्या परिस्थितीचा त्यात अजिबात विचार केला नव्हता. परकीय वा विजयी राज्यकर्त्यांनी ही घटना निर्माण केलेली असल्यामुळे तिला जनमान्यता कधीच मिळू शकली नाही. म्हणून १९२० मध्ये हिटलर व लुंडेनडार्फने वायमर प्रजासत्ताकाच्या सरकार विरोधात बंड केले; पण ते यशस्वी झाले नाही. १९१९ ते १९३३ ह्या कालखंडात २० मंत्रीमंडळे सत्तेवर आली आणि गेली. मंत्रीमंडळाला जनतेच्या प्रश्नाचे निराकरण करता आले नाही. राजकीय अस्थिरतेच्या परिस्थितीत जर्मनीतील तत्कालीन नेतृत्व बदनाम झाले. ही अत्यंत चागली संधी हिटलर व नाझी पक्षाला मिळाली. हिटलरने राजकीय स्थिरतेचे आश्वासन जनतेला दिले. जनतेनेदेखील हिटलरला एक संधी द्यावी म्हणून लोकशाही मार्गांनी सत्तेवर बसविले.

६. **साम्यवादाचा प्रभाव :** १९१७ मध्ये रशियन राज्यक्रांतीच्या प्रभावाने जर्मनीत साम्यवादी विचारांचे आगमन झाले. जर्मनीतील साम्यवादी पक्षाचा प्रभाव दिवसेंदिवस वाढू लागला. साम्यवादी पक्षाने जर्मनीत कामगार क्रांती करण्याची भाषा सुरू केली. साम्यवादाच्या वाढत्या प्रभावामुळे भांडवलदार, जमीनदार आणि मध्यवर्ग भयग्रस्त बनले. साम्यवादाचा प्रभाव कमी करण्यासाठी भांडवलदारांनी नाझी पक्ष व हिटलरला पाठिंबा दिला. जर्मनीला साम्यवादाच्या तडाख्यातून वाचविण्याची ताकद फक्त नाझी पक्ष व हिटलरमध्ये आहे असा दावा त्यांनी केला. नाझी पक्ष कम्युनिस्टांचा कट्टर विरोधक होता. भांडवलदार व मध्यवर्गीयांच्या पाठिंब्याच्या जोरावर हिटलरने अल्पकाळात जर्मनीवर आपला प्रभाव निर्माण केला. भांडवलदारांच्या दिलेल्या देणग्यांच्या जोरावर पक्ष-संघटन मजबूत केले. साम्यवादाला प्रतिउत्तर देण्यासाठी राष्ट्रवादाचा वापर केला.

पहिल्या महायुद्धानंतर जर्मनीत निर्माण झालेल्या परिस्थितीतून नाझीवाद आणि हिटलरच्या उदयाला पोषक परिस्थिती निर्माण झाली. जर्मनीच्या ऱ्हासाला वायमर प्रजासत्ताकातील लोकशाही सरकार रोखू शकले नाही. आंतरराष्ट्रीय पातळीवर जर्मनीची पत धुळीस मिळाली. जनतेत नैराश्याचे वातावरण निर्माण झाले. या वातावरणात हिटलरचा उदय झाला. हिटलर यांनी जर्मनीला पुनर्वैभव प्राप्त करून देण्याची आणि जर्मनीच्या स्थितीला जबाबदार असणाऱ्या दोस्त राष्ट्राचा बदला घेण्याची भूमिका मांडल्यामुळे सर्वसामान्य जनतेचा पाठिंबा त्यांना मिळाला. लोकशाही मार्गाने हिटलरने सत्तेवर येऊन जर्मनीत नाझीवादाचे प्राबल्य निर्माण केले.

ॲडॉल्फ हिटलर आणि त्याचा उदय : ॲडॉल्फ हिटलरचा जन्म २० एप्रिल १८८९ मध्ये ऑस्ट्रिया-बव्हेरिया यांच्या सीमेवर असलेल्या गावी एका सामान्य कुटुंबात झाला. लहानपणी आईवडिलांचा मृत्यू झाल्याने त्यांचा सांभाळ काकाने केला. लहानपणापासून तो संघर्षरत जीवन जगत होता. उदरनिर्वाहासाठी विविध कामे करावी लागत होती. पहिल्या महायुद्धात राष्ट्रप्रेमापोटी सहभागी झाला. युद्धातील चांगल्या कामगिरीमुळे 'आयर्नक्रास' पुरस्काराने गौरविण्यात आले होते. युद्ध-समाप्तीनंतर राजकारणात सहभागी झाला. १ मे १९२० रोजी 'नॅशनल सोशॅलिस्ट जर्मन वर्कर्स पाटी' (नाझी) पक्षाची स्थापना झाली. हिटलर हा नाझी पक्षाचा सातवा क्रियाशील सभासद बनला. वक्तृत्व व बुद्धिमत्तेच्या जोरावर अल्प काळात नाझी पक्षाचा सर्वोच्च नेता बनला. हिटलरचे प्रचारतंत्र आणि जहाल भाषणांमुळे नाझी पक्ष दिवसेंदिवस लोकप्रिय होऊ लागला. नोव्हेंबर १९२३ मध्ये ल्युडेनडार्फच्या नेतृत्वाखाली सरकार उलथून टाकण्यासाठी हिटलरने बंड केले; पण ते यशस्वी झाले नाही. या प्रयत्नांबद्दल खटला दाखल करण्यात आला. या खटल्यात ५ वर्षांची शिक्षा झाली. या शिक्षेच्या काळात त्यांनी 'माझा संघर्ष' (Mein Kampf) हे आत्मचरित्र लिहिले. या आत्मचरित्रात नाझी विचारांची रूपरेखा हिटलरने मांडलेली आहे. तुरुंगातून सुटल्यानंतर क्रांतीच्या मार्गाऐवजी लोकशाही मार्गाने सत्ता काबीज करण्याचा मार्ग अवलंबिला. आपला प्रभाव वाढविण्यासाठी पक्षाची सशस्त्र दले (स्टॉम ट्रूप्स) निर्माण करणे, विरोधकांच्या सभा उधळून लावणे, विरोधकांचा काटा काढणे इत्यादी मार्गांचा अवलंब केला.

१९२९ च्या जागतिक महामंदीत जर्मनीची अर्थव्यवस्था उद्ध्वस्त झाली. हजारो लोक बेरोजगार बनले. या परिस्थितीचा फायदा घेऊन बेरोजगारांना पक्षात मोठ्या प्रमाणावर प्रवेश दिला. महामंदीबद्दल दोस्त राष्ट्रांना जबाबदार मानले. १९३० च्या निवडणुकीत हिटलरच्या नाझी पक्षाला चांगले यश मिळाले. १९३२ च्या सार्वत्रिक निवडणुकीत नाझी पक्षाला यश मिळाले. जर्मनीचा चॅन्सेलर हिंडेनबुर्गने हिटलरला सरकार बनविण्यास पाचारण केले; परंतु विरोधी पक्षांना मंत्रीमंडळात स्थान देण्याची अट टाकली. त्याने ही अट अमान्य केली. हिटलरचे सरकार सत्तेवर येऊ शकले नाही. चॅन्सलर ब्रुनिग यांच्या नेतृत्वाखाली सरकार स्थापन केले; परंतु हे सरकार दारिद्र्य, बेकारीचे प्रश्न सोडवू न शकल्यामुळे बरखास्त करून कॉन पॉपेन यांच्या नेतृत्वाखाली सरकार स्थापन झाले आणि त्याही सरकारने अल्पकाळात राजीनामा दिला. १९३३ साली हिटलरच्या अटी मान्य करून चॅन्सलर हिंगेडबुर्ग यांनी हिटलरची पंतप्रधानपदी नेमणूक केली. हिटलर पंतप्रधान बनल्यानंतर जर्मनीत झालेल्या सार्वत्रिक निवडणुकीत नाझी पक्षाला ४४% तर त्यांच्या मित्र पक्षाला ६% असे दोन्ही मिळून ५०% मतदारांनी नाक्षी पक्षाला पाठिंबा दिला. दरम्यानच्या काळात जर्मन संसदेची इमारत आगीत भस्मसात झाली. या आगीचे

खापर हिटलरने कम्युनिस्ट पक्षावर फोडून त्या पक्षाची मान्यता काढून घेतली. त्यानंतर हिटलरने हळूहळू नाझी पक्षाच्या विरोधकांचे खच्चीकरण करून संपूर्ण जर्मनीची सत्ता ताब्यात घेण्याचा प्रयत्न सुरू केला. १९३४ मध्ये हिंडेनबुर्गचे निधन झाले. हिटलरने चॅन्सेलर पदाची निवडणूक न घेता कायदेमंडळाच्या परवानगीने चॅन्सेलर व पंतप्रधानपदाचे एकत्रीकरण केले आणि दोन्ही पदे स्वत:कडे घेऊन संपूर्ण जर्मनीची सत्ता आपल्या ताब्यात घेतली. जर्मनीतील सर्व विरोधी पक्षांचे समूळ उच्चाटन करून नाझी पक्ष एकमेव कायदेशीर पक्ष आहे, हे जाहीर केले. हिटलरने वायमर प्रजासत्ताक नष्ट करून एक पक्ष, एक राष्ट्र आणि एक नेता या त्रिसूत्रीचा अवलंब करून सर्व सत्ता आपल्या ताब्यात घेतली. हिटलर यांनी स्वत:ला 'द फ्युरस' (सर्वोच्च नेता) हे संबोधन लावून घेतले. अशा प्रकारे पहिल्या महायुद्धानंतर जर्मनीचे पुनरुज्जीवन घडवून आणण्यासाठी एक पक्ष, एक कार्यक्रम व एक शासन या कार्यक्रमाची अंमलबजावणी करण्यासाठी योग्य नेतृत्वाची नाझी पक्षाला गरज होती, ती हिटलरच्या रूपाने पूर्ण झाली होती. हिटलरने बेधडकपणे जर्मनीच्या पुनर्वैभवाचा आराखडा तयार करून कार्यक्रमाची अंमलबजावणी सुरू केल्यामुळे त्याच्या लोकप्रियतेत वाढ झाली. लोक त्याला जर्मनीचा उद्गाता व सर्वेसर्वा मानू लागले.

हिटलर हा प्रभावी वक्ता होता. वक्तृत्वाच्या जोरावर संपूर्ण जर्मनीवर त्याने पकड निर्माण केली. त्याच्या संमोहित व्यक्तिमत्त्वाने लोक भारावले गेले. त्याने अल्पकाळात विरोधकांचा नायनाट केला. तो ज्यूंचा कट्टर वैरी होता. त्यांच्या राजवटीच्या काळात ६० लाख ज्यू लोकांना यमयातना भोगाव्या लागल्या. अनेक ज्यूंना देश सोडून पलायन करावे लागले. काहींची रवानगी श्रमछावणीमध्ये करण्यात आली. काहींना गॅस चेंबरमध्ये कोंडून मारले. राष्ट्रवादाच्या जोरावर जर्मनीत मानसिक क्रांती घडवून आणली. जर्मनीच्या लोकांनी हिटलरला 'जिझस' ही पदवी दिली. हिटलरचा सहकारी ग्लोरिंग म्हणतो की, 'हिटलर हा जर्मनीचा परममित्र आहे. तो जिथे असतो तिथे परमेश्वराचे अस्तित्व असते. तो चर्चा करीत नाही तर निर्णय घेतो, चालत नाही तर आक्रमण करतो'. जर्मनीने हिटलरच्या नेतृत्वाला उचलून धरले. त्याला विरोध करण्याची वा अडविण्याची हिंमत दाखविली नाही. परिणामत: मनमर्जीप्रमाणे तो निर्णय घेत राहिला. तो स्वत:ला जर्मनीचा भाग्यविधाता समजू लागला. आपली सत्ताकांक्षा पूर्ण करण्यासाठी त्याने पोलंडवर हल्ला करून दुसऱ्या महायुद्धास सुरुवात करून दिली आणि महायुद्धात जर्मनीचा पराभव होणार हे दिसू लागताच स्वत:वर गोळ्या झाडून आत्महत्या केली. स्वत:सह जर्मनीचा विनाश घडवून आणला.

नाझीवादाची मूलतत्त्वे, वैशिष्ट्ये वा तत्त्वज्ञान : नाझी तत्त्वज्ञानाची मांडणी हिटलरने आपले आत्मचरित्र 'माझा संघर्ष' (Mein Kampf)मध्ये केलेली आहे. हिटलर यांनी वेगवेगळ्या ठिकाणी दिलेल्या भाषणांमधून नाझीवादाच्या ध्येयधोरणांचा आणि

तत्त्वज्ञानाचा परिचय होतो. अल्फ्रेड रोझेन्बर्ग, ग्लोरिंग, गोबेल्स इत्यादी हिटलरच्या सहकाऱ्यांच्या लिखाणात नाझी तत्त्वज्ञानाची झलक पाहण्यास मिळते. हिटलर यांनी रूसो, हेगेल, नीत्शे, जॉर्ज सोरेल, काऊंटगोबिनू, मुसोलिनी इत्यादी विचारवंतांच्या लेखनातील आपल्याला अनुकूल भाग उचलून नाझीवादाचा विस्तार घडवून आणला. समाजवाद आणि राष्ट्रवाद हे नाझीवादाचे सुरुवातीच्या काळातील दोन वैचारिक आधार होते. नाझींनी आपल्या ध्येयधोरणात परिस्थितीनुसार बदल केलेला दिसतो. १९३३ च्या निवडणुकीत निश्चित स्वरूपाचा कार्यक्रम घोषित करण्यास नकार दिला होता. नाझी हे संधीसाधू विचारांचे होते. नाझी नेता ड्रेस्डन यांनी १९३० साली उद्योगपतींना लिहिलेल्या पत्रात ते सांगतात की, 'आमच्या पोस्टरवरील घोषणांकडे लक्ष देऊ नका. त्यात पूँजीवादाचा नाश झाला पाहिजे, अशा आकर्षक घोषणांचा समावेश आहे. कामगाराचा पाठिंबा मिळविण्यासाठी आम्हाला उग्र समाजवादी भाषा बोलणे गरजेचे आहे. राजकीय कूटनीतीच्या गरजेपोटी आम्हाला समाजवाद स्वीकारावा लागतो. नाझी पक्षाचा प्रत्यक्षात कार्यक्रम जाहीर केलेल्या कार्यक्रमापेक्षा भिन्न स्वरूपाचा होता. नाझींनी नंतरच्या समाजवादी विचारधारेशी आपले नाते तोडलेले दिसते. आक्रमक राष्ट्रवाद, विस्तारवाद, साम्राज्यवाद, वंशश्रेष्ठत्वाला महत्त्व, एका नेत्याकडे नेतृत्व धुरा, अभिजनवाद इत्यादी संकल्पना नाझीवादाचे वैचारिक आधार मानले जातात. नाझी तत्त्वज्ञानाची वैशिष्ट्ये पुढीलप्रमाणे सांगता येतात.

१. **राज्याला सर्वश्रेष्ठत्व :** नाझी राज्य संकल्पनेला सर्वाधिक महत्त्व देतात. राज्याचे दैवतीकरण करण्याचा प्रयत्न करतात. नाझींच्या राज्यविषयक विचारांवर हेगेलच्या विचारांचा प्रभाव आहे. हेगेल राज्याला दैवी आविष्कार मानतो. राज्य म्हणजे पृथ्वीवरील परमेश्वराची वाटचाल होय. राष्ट्र-राज्य हा अतिमानवी शक्तीचा सर्वोच्च आविष्कार आहे. सत्ता आणि शक्तीची उपासना करणे हे राज्याचे प्रमुख लक्षण असते. नाझीवादाने राज्याला सर्वश्रेष्ठत्व बहाल केलेले असल्यामुळे व्यक्ती हा त्यांच्या विचारांचा केंद्रबिंदू नाही, तर राज्य हा केंद्रबिंदू आहे. राज्याला विरोध करण्याचा अधिकार व्यक्तीला देत नाही. राज्याचे महत्त्व वाढविण्यासाठी विविध कार्यक्रमांवर भर देतात. राज्याला दुर्बल बनविणाऱ्या विचारांना विरोध करतात. नाझींच्या मते, राज्याशिवाय काहीही नाही, राज्याबाहेर काहीही नाही आणि राज्यविरोधात काहीही असू शकत नाही. राज्य हा सर्वश्रेष्ठ समुदाय असून धर्म, कुटुंब व समाजातील सर्व संस्था राज्याच्या नियंत्रणाखाली व मार्गदर्शनाखाली कार्य करतात. व्यक्तीनेदेखील आत्मसमर्पणाच्या भावनेतून राज्याचे वैभव वाढविण्यासाठी तयार राहिले पाहिजे. राज्य हे व्यक्तीच्या दृष्टीने पूजनीय व वंदनीय आहे. हिटलरच्या मते, बहुसंख्य राष्ट्रांचे स्वरूप व त्यांचे दृष्टिकोन हे बायकी असतात. त्यामुळे बुद्धीऐवजी विचार व

वर्तनावर भावनेचे राज्य असते. राज्ये भावनाशीलतेवर चालतात. याचा अर्थ सर्वसामान्य लोक भावनेच्या आधारावर चालतात. त्यांच्या भावना फारशा गुंतागुंतीच्या नसतात, तर त्या 'बायनरी' स्वरूपाच्या असतात. उदा. चांगल्या आणि वाईट भावनेच्या आधारावर राज्य करणे शक्य असते.

२. **व्यक्तिस्वातंत्र्यास विरोध :** व्यक्तिस्वातंत्र्याची कल्पना नाझींना मान्य नाही. त्यांच्या दृष्टीने राज्य श्रेष्ठ आहे तर व्यक्ती दुय्यम आहे. राज्य हे साध्य आहे आणि व्यक्ती हे राज्यापर्यंत पोहोचण्याचे साधन आहे. व्यक्तीने राज्यासाठी आपले सर्वस्व अर्पण केले पाहिजे. राज्याचा गौरव व आदर वाढविण्यासाठी त्याग व समर्पणाची वृत्ती ठेवली पाहिजे. राज्याचे कायदे पाळण्यातच व्यक्तीचे स्वातंत्र्य आहे. व्यक्तीने राज्यासाठी आपले जीवन समर्पित केले पाहिजे, तरच व्यक्तीचा विकास होईल. राज्य व्यक्तीसाठी नसून राज्यासाठी व्यक्ती आहे. राज्याला स्वत:चे मन, इच्छा व अस्तित्व असते आणि ते व्यक्तीच्या इच्छेपेक्षा श्रेष्ठ असते. म्हणून व्यक्तीच्या इच्छेपुढे मान झुकविण्याची राज्याला गरज नाही. हिटलरने व्यक्तिवादाचे महत्त्व नाकारून राष्ट्रासाठी त्याग करण्याची वृत्ती निर्माण करण्याचा प्रयत्न केला. त्यासाठी लष्करीकरण, आत्मघाती पथके, स्टॉर्म ट्रूपर्स, विशेष पथके इत्यादी विशेष योजना राबविण्यात आल्या. या योजनांच्या माध्यमातून नाझीवादाच्या कार्यक्रमाची यशस्वीपणे अंमलबजावणी करणे हिटलरला शक्य झाले.

३. **युद्धाचा पुरस्कार :** युद्ध हे नाझींचे अत्यंत आवडते क्षेत्र होते. युद्धातून पराक्रम दाखविण्याची संधी प्राप्त होते. युद्धाच्या माध्यमातून शक्तिप्रदर्शन करता येते. नाझी राजवट शक्तिसामर्थ्यला महत्त्व देणारी. नाझी सत्ता आणि सामर्थ्याला महत्त्व देत असल्याने ते युद्धाचे समर्थन करतात. डार्विनच्या सिद्धान्तानुसार, 'जो लायक असेल तोच जीवनकलहात टिकेल.' या तत्त्वाचा पुरस्कार करून हिटलर स्पष्ट शब्दांत सांगतो की, ज्याला जगावयाचे असेल त्याने लढले पाहिजे, जो लढू इच्छित नाही त्याला जगण्याचा अधिकार नाही. नाझी संघर्ष हा मानवी जीवनातील आवश्यक नियम मानतात. युद्धाला नैसर्गिक मानतात. युद्ध ही मानवी विकासाची अंतिम अवस्था आहे. युद्ध थांबविणे म्हणजे निसर्गाची क्रिया थांबविण्यासारखे आहे. युद्धखोर प्रवृत्ती वाढविण्यासाठी हिटलरने लष्करी शिक्षण सक्तीचे केले. अभ्यासक्रमात युद्ध-शिक्षणाला महत्त्व दिले. विद्यापीठाचे काम शास्त्र शिकवणे नसून लष्करी पराक्रम शिकविण्याचे काम करावे असे त्याला वाटे. नाझींनी युद्धाचे समर्थन करून आक्रमक राष्ट्रवाद व साम्राज्यवादी विचारांची पायाभरणी केली.

४. **वंशश्रेष्ठत्वाचा पुरस्कार :** वंशाच्या आधारावर मानवाच्या कर्तृत्वाचे मूल्यमापन करण्याचा प्रयत्न जर्मन मानववंशशास्त्रज्ञ काऊंटगोबिनो यांनी केला होता. आपल्या

सिद्धान्ताच्या आधारावर जगात प्रगत संस्कृती निर्माण करण्यात आर्य वंशाचा सर्वाधिक वाटा असल्याने, हा वंश जगात श्रेष्ठ आहे असा दावा त्यांनी केला होता. त्यांच्या वंशश्रेष्ठत्वाच्या सिद्धान्तानुसार श्रेष्ठ वंश आणि कनिष्ठ वंश यांच्यात सातत्याने संघर्ष सुरू असतो. या संघर्षात श्रेष्ठ वंशाचा विजय होतो आणि कनिष्ठ वा हीन वंशाचा पराभव होत असतो. या संघर्षातून मानवी विकासाला चालना मिळत असते. आर्य व श्वेत वर्णात टयूटॉन हे श्रेष्ठ तर नार्डिक हा सर्वश्रेष्ठ वंश आहे. गोबिनोच्या सिद्धान्ताचा आधार घेऊन नाझींनी आपल्या वंशश्रेष्ठत्वाच्या सिद्धान्ताचा विस्तार केलेला दिसतो. गोबिनोच्या सिद्धान्ताचा जर्मनी व युरोपिय देशांवर प्रभाव पडला होता. जर्मनीत हिटलरच्या आधीपासूनच आर्यन वंश, आर्यन भाषा आणि संस्कृतीबद्दल श्रेष्ठत्वाचे विचार मांडले जात होते. नाझींनी गोबिनोच्या सिद्धान्ताचा आधार घेऊन स्वत:ला आर्यवंशीय असल्याचे जाहीर केले. हिटरलने वंशश्रेष्ठत्वाच्या सिद्धान्ताला शत्रू-अस्तित्वाची जोड दिली. हिटलर वंशघटकाच्या आधारावर मानवाचे श्रेष्ठत्व मोजण्यावर भर देत असे. हिटलर आपल्या 'माईन काम्फ' या ग्रंथात सांगतो की, जगाच्या कल्याणाला व विकासाला हातभार लावणाऱ्या आर्यवंशाला टिकविणे व त्यांचे संवर्धन करणे हे जर्मनीचे परमकर्तव्य आहे. वंश हा रक्तातून प्रवाहित होतो. म्हणून रक्त शुद्ध राहणे महत्त्वाचे आहे. जर्मनी हा आर्य वंशीयांचा देश आहे. शुद्ध आर्यवंशातील नार्डिक वंशातले लोक जर्मनी, नार्वे, स्वीडन, इंग्लंड आणि अमेरिकेत राहतात. त्या सर्वांनी राष्ट्रनिष्ठेचा त्याग करून वंशनिष्ठा स्वीकारावी आणि जगावर राज्य करावे असे हिटलर सांगतो. जर्मनीत राहणाऱ्या नॉर्डिक वंशीयांना हीन वंश आणि जगावर राज्य करण्याचा नैतिक अधिकार आपोआप प्राप्त होता. परमेश्वरानेच हा अधिकार नार्डिक वंशाला दिलेला आहे. नॉडिक वंश शुद्ध राहण्यासाठी इतर वंशीयांशी विवाह करण्यास हिटलरने बंदी घातली होती. वंशवादी तत्त्वज्ञानाला वैचारिक चौकट निर्माण करण्यासाठी आल्फ्रेड रोझेन्बर्ग या नाझी तत्त्वज्ञानाने हिटलरच्या आदेशाने पुस्तक लिहिले होते. आर्यवंशाचे श्रेष्ठत्व प्रदर्शित करण्यासाठी स्वस्तिक हे आर्यवंशाचे चिन्ह पक्षचिन्ह म्हणून स्वीकारले होते.

५. **ज्यूंचा द्वेष :** हिटलरने 'माईन काम्फ' या पुस्तकात आर्य व ज्यू वंशीयांची तुलना करून ज्यू वंशीय जर्मनीसाठी अत्यंत घातक आहेत, ज्यूंनी केलेल्या विश्वासघातामुळे जर्मनीचा पहिल्या महायुद्धात पराभव झाला होता. जर्मनीच्या अधोगतीला ज्यू जबाबदार आहेत, असे हिटलर मानत असे. जर्मन लोक आर्य वंशाचे असल्याने त्यांचा पराभव होणे अशक्य होते; पण युद्धाच्या शेवटच्या टप्प्यात ज्यूंनी जर्मन सैन्याच्या पाठीत खंजीर खुपसल्याने जर्मनीचा पराभव झाला. हिटलरने पराभवाचे खापर ज्यूंवर फोडून जर्मनीत त्यांच्याबद्दल द्वेष निर्माण केला. हिटलरच्या मते,

जर्मन आर्य वंश हा सर्वश्रेष्ठ आहे. त्याला आजवर दडपण्याचे प्रयत्न झाले, त्यात सर्वाधिक पुढाकार ज्यूंचा होता. त्यांनी जर्मनीला पंगू बनविले. ज्यू ही अत्यंत घातकी, क्रूर, धूर्त आणि लबाड जमात आहे. त्यांना ठेचलेच पाहिजे, तर जर्मनी सामर्थ्यशाली बनेल. हिटलरच्या मते, ज्यू म्हणजे राष्ट्रपुरुषाच्या शरीराला चिकटलेले जळू आहेत. सत्तेवर आल्यानंतर त्याने ज्यूंवर प्रचंड अन्याय व अत्याचार केले. हिटलर सत्तेवर आल्यानंतर १९३३ साली गोअरिंगच्या नेतृत्वाखाली नाझींनी स्टॉर्म ट्रूपर्स निर्माण करून ज्यूंचा नायनाट करण्याचा प्रयत्न केला. अनेक ज्यूंना गॅसचेंबरमध्ये कोंडून मारण्यात आले. अनेकांना श्रमछावणीत राहावे लागले. भीतीपोटी अनेकांनी जर्मनीतून पलायन केले. नाझींच्या ताब्यात असलेल्या प्रदेशातील ६० लाख ज्यू लोकांना हिटलरने यमयातना दिल्या होत्या. ज्यूंना सरकारी नोकरीतून कमी करण्यात आले. शाळा व महाविद्यालयांतून काढून टाकण्यात आले. जर्मन व्यक्तीशी विवाह करण्यास ज्यूंना बंदी घालण्यात आली. वारसा हक्क नाकारण्यात आला. उंची कपडे घालण्यावर निर्बंध लादण्यात आले. या निर्बंधांचा अनेक महान लोकांना सामना करावा लागला होता. अल्बर्ट आईनस्टाईनसारख्या जगप्रसिद्ध शास्त्रज्ञालादेखील ज्यू असल्यामुळे देशत्याग करावा लागला होता. जर्मनीतील ज्यू समाज हा कर्तबगार व कार्यक्षम होता. जर्मनीतील बहुसंख्य उद्योगधंद्यावर त्यांची मालकी होती. राजकीय क्षेत्रातही मोठ्या प्रमाणावर सहभाग होता. त्या समाजाचे वर्चस्व मोडीत काढण्यासाठी वंशश्रेष्ठत्व व ज्यू द्वेषाच्या संकल्पनेला आपल्या तत्त्वज्ञानात मध्यवर्ती स्थान दिले. बुद्धिवान ज्यूंचे अस्तित्व नष्ट करण्यासाठी नाझींनी त्यांना शत्रू ठरवून नष्ट करण्याचा प्रयत्न केला.

६. **स्त्रियांबाबत प्रतिगामी वृत्ती :** स्त्रियांबाबत नाझींचे विचार प्रतिगामी स्वरूपाचे होते. स्त्रियांना ते लोकसंख्यावाढीचे साधन मानतात. स्त्रियांनी चूल आणि मूल ह्या पारंपरिक कार्यक्षेत्रात कार्य करणे त्यांना अपेक्षित होते. नाझी विचारवंत फॉन पापेन यांच्या मते, मुलांना जन्मास घालणे हे स्त्रियांचे प्रमुख कार्य आहे आणि मुलांचे उज्ज्वल भवितव्य घडविण्यासाठी पुरुषांनी युद्धभूमीवर लढले पाहिजे. मातृत्व हे स्त्रीजन्माचे सार आहे असे नाझीला वाटते. मातृत्वाची जबाबदारी सार्थकतेने पार पाडण्यासाठी स्त्रियांच्या मानसिक व शारीरिक शिक्षण देण्यावर भर देतात. युद्धखोर वृत्तीला उत्तेजन देण्यासाठी नाझी सांगतात की, मुलगा रणांगणावर जातो, तो क्षण आईच्या आयुष्यातील सर्वश्रेष्ठ क्षण असतो. स्त्रियांकडे ते लोकसंख्यावाढीचे साधन म्हणून पाहतात. हिटलरच्या काळात नॉर्डिक वंशाची लोकसंख्या वाढविण्यासाठी कुटुंब कल्याणावर बंदी लादली होती. मोठ्या कुटुंबांना शिष्यवृत्त्या सुरू केल्या होत्या. शारीरिकदृष्ट्या स्त्रिया कमजोर असल्यामुळे नाझी त्यांना लष्करीदृष्ट्या

अयोग्य मानतात. थोडक्यात स्त्रियांच्याविषयी नाझींच्या कल्पना प्रतिगामीत्वाच्या निदर्शक होत्या. स्त्रियांच्या पारंपरिक भूमिकांची तरफदारी करून नाझींनी त्यांच्या विकासाचा मार्ग बंद केला आणि त्यांनी निमूटपणे पारंपरिक भूमिकेत शिरावे, म्हणून त्या भूमिकांचे गौरवीकरण वा प्रतीकीकरण करण्याचा प्रयत्न केला.

७. **प्रखर व आक्रमक राष्ट्रवादाचे समर्थन :** नाझींच्या राष्ट्रवादावर नीत्शेच्या विचारांचा प्रभाव आहे. नीत्शेच्या आक्रमक राष्ट्रवादी भूमिकेनुसार नाझी सांगतात की, राष्ट्र हे सर्वश्रेष्ठ आहे. राष्ट्राशिवाय व्यक्तिजीवनाला काहीही अस्तित्व नाही. राष्ट्रासाठी व्यक्ती आहे. म्हणून व्यक्तींने राष्ट्र प्रगतीसाठी सर्वस्व अर्पण करण्याची तयारी ठेवली पाहिजे. राज्याच्या प्रगतीत व्यक्तीची प्रगती सामावलेली आहे. व्यक्तींनी अधिकाराची मागणी न करता कर्तव्यपालनावर भर द्यावा. राष्ट्र हे परमेश्वराचे प्रतिरूप आहे. राष्ट्राची प्रगती हे मानवी जीवनाचे प्रमुख ध्येय असल्यामुळे, हे ध्येय साध्य करण्यासाठी कोणत्याही मार्गांचा अवलंब करण्यास हरकत नाही. लोकांना राष्ट्रवादी बनविण्यासाठी हिटलरने राष्ट्रध्वज, राष्ट्रगीत, राष्ट्रीय स्मारके, लष्करी गणवेष, लष्करी कवायत, लष्करी संचलने इत्यादींचा पुरेपूर वापर केला. इतिहासातील प्रतीकांना नवा अर्थ देऊन राष्ट्रगौरव वाढविण्याचा प्रयत्न केला. आपल्या वक्तृत्वात सातत्याने राष्ट्र-जागराला महत्त्व दिले. राष्ट्र-उन्नती हे माझ्या जीवनाचा अंतिम ध्येय आहे असे हिटलर म्हणत असे. नाझींनी प्रखर व आक्रमक राष्ट्रवादाच्या जोरावर जर्मनीत मानसिक क्रांती घडवून आणली.

८. **एक चालकत्वाला महत्त्व :** एक पक्ष, एक कार्यक्रम, एक शासन आणि एक नेता ही नाझींच्या तत्त्वज्ञानातील प्रमुख चतु:सूत्री होती. लोकशाहीतील अनेक पक्षपद्धती, विरोधी मतांचा आदर, चर्चा व विचारविनिमय आणि निवडणुका ह्या मार्गांमुळेच जर्मनीचा सत्यानाश झाला असे नाझींना वाटते. हिटलरने सत्तेवर आल्यानंतर इतर सर्व पक्षांवर बंदी लादली. नाझी हा एकमेव पक्ष जर्मनीत राहील अशी घोषणा केली. नाझी राज्य आणि पक्ष यांत भेद करत नाही. राज्य हाच पक्ष आणि पक्ष हेच राज्य ही त्यांची घोषणा आहे. पक्षाला राज्य आणि समाज यांतील मधला दुवा मानतात. राज्यात एकच पक्ष राहू शकतो, हा दावा करतात. नाझी पक्षाच्या ध्वजाला राष्ट्रध्वज म्हणून मान्यता दिली. सर्व सत्ता नाझी पक्षाच्या हातात केंद्रित करण्यासाठी सत्तेवर आल्यानंतर सर्व प्रांतिक सरकारे बरखास्त केली. निवडणुकांऐवजी नेमणुकांचा मार्ग अवलंबून सर्व महत्त्वाच्या पदांवर नाझी पक्षाच्या पदाधिकाऱ्यांची नेमणूक केली. लोकशाहीतील सामूहिक नेतृत्व संकल्पना नाझी अमान्य करतात. सामूहिक नेतृत्वामुळे सत्तास्पर्धा, मतभेद, गटबाजीला उधाण येते. राष्ट्रहिताकडे दुर्लक्ष होते. नाझींनी एक चालकत्व वा एकाच नेत्याच्या हातात सत्तासूत्रे देण्यासाठी नेतृत्वाचे

दैवीकरण केले. नेता व जनता यांचे संबंध गूढ तसेच बुद्धिवाद विरोधी असतात. तो रक्तसंबंधाने बांधलेला असतो. लोकांकडून त्याला शक्ती मिळालेली असते. नेत्याला चांगल्या-वाईटाची जाण असते. नेता विद्वान असण्याची गरज नसते. त्याला मानसशास्त्र आणि वक्तृत्वाची कला अवगत असली पाहिजे. जगाचा इतिहास अल्पसंख्याक लोकांनी घडवलेला आहे. लोकांनी एकाच नेत्यावर विश्वास ठेवला पाहिजे. त्यांच्या आज्ञेचे निमूटपणे पालन केले पाहिजे. हिटरल स्वत:ला जर्मनीचा जिझस समजत असे. हिटलर कधीही चुकत नाही, तो देवाचा पुत्र आहे. त्याचे आदेश पाळण्यात समाजाचे कल्याण आहे. हिटलरशिवाय जर्मनीला पर्याय नाही, असे वैचारिक आभास निर्माण करून नाझींनी हिटलरचे नेतृत्व प्रस्थापित केले.

९. **प्रभावी प्रचारतंत्राचा पुरस्कार :** हिटलरच्या मते, पहिल्या महायुद्धकाळात ब्रिटिशांनी जर्मनीची क्रूर, हूण अशी प्रतिमा निर्माण केली. त्यामुळे जर्मनीचे मानसिकदृष्ट्या खच्चीकरण झाले. आपण पहिल्या महायुद्धातील प्रचारतंत्रापासून धडा घेऊन प्रभावी प्रचारतंत्र राबविले पाहिजे. प्रचारतंत्राचा उपयोग सामान्यांचे लक्ष आकर्षित करण्यासाठी केला पाहिजे. हिटलरच्या मते, प्रोपगंडा वा प्रचार लोकांच्या विवेकबुद्धी वा तर्कशक्तीला नव्हे, तर भावनांना भावला पाहिजे. त्यासाठी तो लोकप्रिय ढंगात सादर केला पाहिजे. त्यांची बौद्धिक पातळी फारशी उंच नको. सामान्यांची ग्रहणशक्ती कमी असते. विस्मरणशक्ती जास्त असते. प्रचारतंत्र हे मोजक्या मुद्यांपुरते मर्यादित असले पाहिजे. त्यात एकसाची प्रतिमांचा वापर केला पाहिजे. शेवटच्या माणसाला समजत नाही, तोपर्यंत आपली टिमकी वाजवत राहिले पाहिजे. एखादी घोषणा सतत लोकांच्या डोळ्यांसमोर राहील, याची काळजी घेतली पाहिजे. फिरवून फिरवून ती गोष्ट लोकांसमोर ठेवत राहावे. प्रचारात एक बाजू बरोबर असते आणि ती आपली असली पाहिजे. प्रचारात अर्धवटपणाला स्थान नसते. प्रचारातील छोटी चूकदेखील जनतेला गोंधळात पाडते. सामान्य जनतेला तर्कशुद्ध विचार करता येत नाही. हिटलरने 'बिग लाय' तंत्राचा वापर केला. हिटलरने मानसशास्त्रीय प्रचारतंत्राचा अवलंब करून जनतेचे मतपरिवर्तन घडवून आणले. हिटलरच्या मते, नेत्यांनी प्रचार अभियान व सभा शक्यतो रात्री घेतल्या पाहिजे; कारण लोक मानसिकदृष्ट्या थकलेले असतात, म्हणून त्यांची त्या काळात वैचारिक शक्ती कमी झालेली असते. नाझींनी जर्मनीला सामर्थ्यशाली राष्ट्र बनविण्यासाठी प्रभावी प्रचारतंत्राचा वापर केला. चित्रपट, शिक्षणसंस्था, वर्तमानपत्रे, आकाशवाणी, कला, शास्त्र आणि साहित्य इ. माध्यमांतून नाझींचा प्रचार करण्यात आला. मानसशास्त्रीय प्रचारतंत्राचा वापर करून जर्मनीतील जनतेत नाझीविचार रुजविण्यात हिटलर यशस्वी झाला. डॉ. गोबेल्स हे नाझींचे प्रचारमंत्री होते. त्यांच्या मते, प्रचारात सत्याचा संबंध नसतो.

प्रचारात एखादी असत्य गोष्ट वांरवार सांगितल्यास ती काही काळानंतर खरी वाटू लागते. नाझींनी शिक्षणसंस्थांवर वर्चस्व प्रस्थापित करून आपल्याला अनुकूल अभ्यासक्रमाची आखणी केली. हिटलर हा कुशल मानसतज्ज्ञ होता. तो म्हणत असे की, श्रोत्याची ग्रहणशक्ती लक्षात घेऊन प्रचार कार्यक्रम आखावा.

१०. **विस्तारवाद व लष्करीकरणाचे सर्मथन :** नाझी ही शक्तिपूजक विचारसरणी होती. ते युद्धाला श्रेष्ठत्वाचे मोजमाप करण्याचे साधन मानतात. जगण्यासाठी लढणे भाग आहे. जो लढू इच्छित नाही त्याला जगण्याचा अधिकार नाही. युद्ध हा मानवी पराक्रमाचा परमोच्च बिंदू आहे, असे सांगून युद्धखोर व विस्तारवादी प्रवृत्तीचे ते समर्थन करतात. हिटलरच्या मते, देशाच्या सीमा नैसर्गिक नसतात. त्या मानवनिर्मित असतात. त्यात मानव बदल करू शकतो. जर्मनी वाढत्या लोकसंख्येचा देश आहे. त्यामुळे लोकांना वसविण्यासाठी जागेची गरज आहे, म्हणून इतरांवर आक्रमण करणे भाग आहे. पूर्वयुरोपातील लोक वांशिकदृष्ट्या हीन दर्जाचे असल्याने त्यांच्या साधनसंपत्तीचा विकास घडवून आणण्यासाठी त्यांच्यावर राज्य करणे जर्मनीचे नैसर्गिक कर्तव्य आहे. हिटलरने विस्तारवादाला पोषक विचारसरणी मांडून देशात सर्वत्र आक्रमकवादाचे विचार पेरले. विस्तारवादाच्या धोरणाला नैसर्गिक कार्याचा दर्जा दिला. विस्तारवादाचे ध्येय साध्य करण्यासाठी जर्मनीचे सामर्थ्य वाढविण्यावर भर दिला. सत्तेवर आल्यावर लष्करीकरणाचा कार्यक्रम हाती घेतला. लष्करी सामर्थ्य वाढविण्यासाठी अत्याधुनिक शस्त्रास्त्रे व युद्धसामग्रीचे उत्पादन प्रचंड प्रमाणात वाढविले. संरक्षणखर्च तिपटीने वाढविण्यात आला. हिटलरने 'युथ' ही संघटना स्थापन करून तरुणांना लष्करी शिक्षणाचे धडे दिले. तरुणांमध्ये युद्धपिपासू वृत्ती आणि आक्रमकवादाचे बीजारोपण करून विस्तारवादी धोरणाचा अवलंब केला. लष्करी शिक्षण सक्तीचे केले. पोलंडवर आक्रमण करून दुसरे महायुद्ध घडवून आणले.

११. **लोकशाही व साम्यवादाला विरोध :** नाझी हे लोकशाहीचे कट्टर विरोधक होते. 'लोकशाहीच्या डबक्यात साम्यवादाचे जंतू वाढतात', अशी त्यांची धारणा होती. लोकशाहीतील बहुमत हे अडाणी व मूर्ख लोकांचे असते. एक शहाणा माणूस हा बहुमतापेक्षा श्रेष्ठ असतो. लोकशाही ही गोंधळपूर्ण आणि प्रगतीविरोधी व्यवस्था असते. तिच्यात कोणाचाच पायपोस कोणाच्या पायात नसतो. सत्तेसाठी नेत्यांमध्ये मारामारी वा गटबाजी सुरू असते. राष्ट्रहिताची कोणाला चिंता नसते. लोकशाहीप्रमाणेच नाझी साम्यवादाचे कट्टर विरोधक होते. साम्यवादामुळे माणसे कामचुकार बनतात. देशाच्या उत्पादनात घट येते. औद्योगिक क्षेत्रात अशांतता निर्माण होते. साम्यवाद खाजगी मालमत्ता नष्ट करून समतेची भाषा करतो. परंतु समता हे नैसर्गिक तत्त्व नाही. 'सक्षम असेल तोच टिकेल' हा नियमांचा नियम

आहे. साम्यवादी विचारधारा निसर्गाच्या विरोधी आहे. हिटलरने साम्यवादाच्या विरोधात प्रभावी प्रचारतंत्र राबविले. जर्मनीला साम्यवादापासून वाचविणारा एकमेव नेता मी आहे, असा दावा त्याने केला. त्यामुळे भांडवलदार आणि जमीनदारांचा पाठिंबा हिटलरला मिळाला.

नाझीवादाचे मूल्यमापन : पहिल्या महायुद्धानंतर युरोपातील विशेषत: इटली आणि जर्मनीत निर्माण झालेल्या परिस्थितीतून अनुक्रमे फॅसिझम आणि नाझीझम ह्या विचारप्रणालींचा उदय झाला. ह्या दोन्ही विचारधारांतील साम्य लक्षात घेता मूल्यमापन करताना आढळणाऱ्या घटकांतदेखील कमालीचे साम्य दिसून येते. सर्वप्रथम नाझीवादाच्या गुणांकडे आपण लक्ष देऊ.

नाझीवादाचे गुण : नाझीवाद ही विचारधारा परिस्थितीचे अपत्य होती असे अनेक अभ्यासक मानतात. पहिल्या महायुद्धातील पराभव आणि मित्र राष्ट्रांनी लादलेल्या कठोर अटींमुळे जर्मनीत चैतन्यहीनता निर्माण झाली. जर्मनीच्या जनतेला निराशेने घेरले होते. अशा बिकट परिस्थितीतून नाझीने जनतेत चैतन्य निर्माण केले. जर्मनीच्या नागरिकांना पूर्व पराक्रमाची जाणीव करून दिली. त्यासाठी वंशश्रेष्ठत्वाचा आधार घेतला. जर्मनीला पुन्हा जगात मानाचे स्थान मिळू शकते, हा आत्मविश्वास निर्माण करून पहिल्या महायुद्धाच्या धक्क्यातून बाहेर काढण्याचे कार्य नाझींनी केले. जर्मन राष्ट्राला स्वाभिमानाने उभे करण्यासाठी सर्वत्र राष्ट्रवादी तत्त्वज्ञानाचा जागर केला. राष्ट्रवादाच्या जोरावर समाजातील गटबाजीवर नियंत्रण मिळविले. राष्ट्रभावनेच्या आधारावर एकत्र येऊन कार्य केल्यास जर्मनीची प्रगती कोणीही रोखू शकणार नाही हा विश्वास व्यक्त करून लोकांना कार्यप्रवृत्त केले.

देशातील सर्व शक्तींचे एकत्रीकरण घडवून आणण्यासाठी एकपक्षीय राजवट स्थापन केली. विरोधी पक्षांचा नायनाट केला. देशाच्या अर्थव्यवस्थेवर नियंत्रण प्रस्थापित केले. देशात संप व आंदोलने घडवून आणणाऱ्या साम्यवाद्यांचा काटा काढला. मालक व कामगारांवर नियंत्रण प्रस्थापित केले. संप व टाळेबंदीवर बंदी लादून अल्पकाळात देशाच्या उत्पादनात अफाट वाढ घडवून आणली. लष्करीकरणाचा कार्यक्रम अमलात आणून बेरोजगारीचे प्रमाण कमी केले. देशात सर्वत्र शिस्तीचे वातावरण निर्माण करून जनतेला कार्यमग्न होण्यास भाग पाडले. अतिशय अल्पकाळात जर्मनीला राजकीयदृष्ट्या एकात्म, संपन्न, आर्थिक व लष्करीदृष्ट्या सामर्थ्यशाली राष्ट्र बनविले. आक्रमक राष्ट्रवादाच्या जोरावर विरोधकांच्या मनात धडकी भरविली. वाढत्या लष्करी ताकदीमुळे जर्मनीची जगात वाहवा होऊ लागली. हिटरलविषयी जगात अनामिक आकर्षण निर्माण होऊ लागले. नाझीवादाचा आदर्श अनेक देशांत घेतला जाऊ लागला.

नाझीवादाचे दोष वा मर्यादा : नाझीवाद विचारसरणीने काही प्रमाणात जर्मनीचा विकास घडवून आणला असला, तरी त्यांनी घडवून आणलेला ऱ्हास हा अधिक धोकेदायक वा विध्वंसक ठरलेला आहे. नाझीवादात गुणांपेक्षा दोषांचा जास्त भरणा होता. ते पुढीलप्रमाणे होत.

१. **व्यक्तिविकासासाठी घातक :** नाझीवाद विचारधारेत व्यक्तीला काहीही महत्त्व नाही. त्यांच्या दृष्टीने व्यक्ती ही राज्यविकासाच्या मार्गातील एक साधन आहे. ते व्यक्तीपेक्षा राज्याला महत्त्व देतात. राज्याला सर्वश्रेष्ठ मानतात. राज्याशिवाय व्यक्तिजीवन अपुरे आहे, त्याला काहीही अर्थ नाही असे मानतात. त्यांनी व्यक्तिस्वातंत्र्य कल्पनेला अजिबात महत्त्व दिलेले नाही. व्यक्तीचे संपूर्ण जीवन राज्याच्या नियंत्रणाखाली आणण्याचा खटाटोप केला. राष्ट्रविकासासाठी व्यक्तीचा यंत्राप्रमाणे वापर केला. नाझींच्या दृष्टीने स्वातंत्र्यापेक्षा आज्ञापालनाला अधिक महत्त्व होते. नाझीवाद ही विचारसरणी व्यक्तिस्वातंत्र्यासाठी अत्यंत घातक मानली जाते.

२. **नेतृत्वाबद्दल चुकीची गृहीतके :** नाझीवादाच्या नेतृत्वाविषयी कल्पना अत्यंत विध्वंसक स्वरूपाच्या आहेत. ते एकाच नेत्याच्या नेतृत्वावर विश्वास ठेवतात. राष्ट्राच्या प्रगतीसाठी एकमुखी नेतृत्व योग्य आहे. लोकशाहीतील सामूहिक नेतृत्वामुळे विकासाची गती मंदावते. राष्ट्राचे भवितव्य एकाच नेत्याच्या हाती ठेवणे योग्य असते. समाजातील मूठभर लोकांकडे नेतृत्वाचे गुण असतात. अशा लोकांकडे नेतृत्वाची धुरा सोपविणे योग्य ठरते. दैवी इच्छेने नेते सत्तेवर येत असतात. नेत्यांमध्ये दैवी गुणांचा अंश असतो. त्यामुळे लोकांनी कोणत्याही प्रकारच्या शंकाकुशंका उपस्थित न करता आज्ञापालन केले पाहिजे. नेता हा कधीही चुकत नाही. त्याला नेहमी राष्ट्रहिताची कळकळ असते. नेतृत्वासंबंधी नाझीवादाची गृहीतके अत्यंत घातक स्वरूपाची होती. या गृहीतकांना जर्मनीच्या जनतेने पाठिंबा देऊन हिटलरला सत्तेवर बसविले. त्यांच्याकडे सर्वाधिकार सोपविले. हिटलरवर कोणाचेही नियंत्रण नसल्यामुळे त्यांनी आपल्या मनमर्जीप्रमाणे निर्णय घेतले. या निर्णयांना पक्षाने पाठिंबा दिला. जर्मनीला हिटलरने दुसऱ्या महायुद्धाच्या खाईत ढकलले आणि स्वत:बरोबर जर्मनीचादेखील विनाश घडवून आणला.

३. **क्रूर व रानटी विचारधारा :** नाझी ही विचारसरणी शत्रू अस्तित्ववाद आणि वंशश्रेष्ठत्वावर भर देणारी आहे. नाझी ज्यूंना आपले कट्टर वैरी मानतात. जर्मनीच्या ऱ्हासाला आणि पहिल्या महायुद्धातील पराभवाला ज्यू जबाबदार आहेत असा प्रचार नाझींनी केला. अत्यंत क्रूर व रानटी पद्धतीने जर्मनीतील ज्यूंचा काटा काढला. ज्यूंची रवानगी श्रमछावणीत केली. अनेक ज्यूंना गॅसचेंबरमध्ये कोंडून मारले. ६०

लाख ज्यूंना यमयातना भोगाव्या लागल्या. नाझींची ही धोरणे मानवतेला काळिमा फासणारी होती. आजदेखील इतर वंशीयांचा तिरस्कार व द्वेष करण्यासाठी नाझीसारख्या विचारधारेचा आदर्श घेतला जातो. नाझी अत्यंत रानटी व क्रूर स्वरूपाची विचारधारा आहे.

४. **प्रतिगामी विचारसरणी :** नाझी विचारसरणीची तत्त्वे अत्यंत संकुचित स्वरूपाची होती. समाजातील मूठभर लोक राज्यकर्ते होण्यास लायक असतात. सर्वसामान्य जनतेला राजकीय प्रश्न कळत नाही. स्त्रियांनी चूल आणि मूल हे कार्यक्षेत्र सांभाळावे. मुले रणांगणावर जातात हा स्त्रियांच्या आयुष्यातील मौल्यवान क्षण असतो. अशी विविध प्रकारची प्रतिगामी स्वरूपाची विधाने वा मूल्ये नाझीवादात ठिकठिकाणी आढळून येतात. प्रतिगामीत्व टिकवून ठेवण्यासाठी नाझींनी अनेक घातक उपक्रमांची आखणी केली. उदा. नार्डिक वंशाची शुद्धता टिकविण्यासाठी आंतरवंशीय विवाहाला बंदी, नार्डिक वंशाची लोकसंख्या वाढविण्यासाठी मोठ्या कुटुंबांना शिष्यवृत्त्या देणे.

५. **शांततेसाठी घातक :** नाझीवादाचा शांततेवर विश्वास नाही. ते दहशतीवर भर देणारे आहेत. शांतता हे भित्र्या मानवाचे लक्षण मानतात. जगण्यासाठी लढणे भाग आहे. जो लढू इच्छित नाही त्याला जगण्याचा अधिकार नाही. नाझींनी हिंसाचाराचा आधार घेऊन सत्ता प्रस्थापित केली. विरोधकांना दडपशाहीच्या जोरावर नष्ट केले. दंडशक्तीचा वापर करून सत्ता टिकवून ठेवली. हिंसाचाराचे गौरवीकरण व उदात्तीकरण केले. हिंसाचाराला तात्त्विक अधिष्ठान मिळवून देण्यासाठी राष्ट्रवादाची जोड दिली. असत्य, भ्रम, दंडुकेशाही, दमन, धमक्या, हिंसाचार व फसवणूक ही साधने नैतिकदृष्ट्या योग्य ठरविली गेली. कोणत्याही साधनाच्या माध्यमातून सत्ता मिळविणे व टिकविणे योग्य मानल्यामुळे ही विचारसरणी शांततेसाठी घातक ठरली.

६. **आंतरराष्ट्रीय क्षेत्रात विनाशकारी :** नाझीवाद ही विचारसरणी युद्धपिपासू आणि आक्रमक विचारसरणी मानली जाते. नाझी तत्त्वज्ञानात आंतरराष्ट्रीय शांतता आणि सहकार्याला काहीही स्थान नव्हते. आंतरराष्ट्रीय शांतता हा नाझींच्या दृष्टीने टिंगलटवाळीचा विषय होता. युद्धाशिवाय मानवी विकासाची कल्पना अशक्य आहे. युद्ध या संकल्पनेला नैसर्गिक आणि मानवी विकासाशी जोडण्याचा त्यांनी प्रयत्न केला. जगात सर्वत्र युद्धमय वातावरण कसे निर्माण होईल यावर भर दिला. जागतिक शस्त्रकपात, राष्ट्रसंघ संघटनेने केलेल्या प्रयत्नांत अडथळे निर्माण केले. नाझींनी अत्यंत अविचारी पद्धतीने निर्णय घेतले. आपल्या अघोरी कृत्याचा जर्मनीवर आणि जगावर काय परिणाम होईल, याचा तिळमात्र विचार न करता पोलंडवर आक्रमण

करून दुसरे महायुद्ध घडवून आणले. दुसऱ्या महायुद्धात आपल्यासोबत जगातील अनेक राष्ट्रांचा विनाश घडवून आणला. नाझीवाद ही विचारसरणी आंतरराष्ट्रीय क्षेत्रात विनाशकारी ठरली.

लघुत्तरी प्रश्न

१. फॅसिझमच्या उदयाची कारणे

२. महामंडळात्मक राज्य

३. फॅसिझमचे मूल्यमापन

४. नाझीझमच्या उदयाची कारणे

५. हिटलर

६. नाझीवादाचे मूल्यमापन

दीर्घोत्तरी प्रश्न

१. फॅसिझम म्हणजे काय ते सांगून फॅसिझमची मूलतत्त्वे वा तत्त्वज्ञान स्पष्ट करा.

२. महामंडळात्मक राज्याची संकल्पना सविस्तर विशद करा.

३. फॅसिझम विचारसरणीचे टीकात्मक मूल्यमापन करा.

४. नाझीझमच्या वैशिष्ट्यांविषयी सविस्तर चर्चा करा.

५. नाझीझम विचारधारा अत्यंत विध्वंसक व आक्रमक विचारधारा आहे, या विधानाची चर्चा करा.

६. नाझीवाद विचारधारेचे मूल्यमापन तुमच्या शब्दांत करा.

प्रकरण नववे

सर्वोदय

Sarvodaya

गांधींच्या विचारांची मूळ प्रेरणा अध्यात्म आहे. सर्वोदय विचारधारा त्याला अपवाद नाही. सर्वोदय विचारधारेवर गांधींच्या आध्यात्मिक विचाराचा व्यापक प्रभाव पडलेला आहे. गांधींनी सर्वोदयाचा तात्त्विक आधार आपली आध्यात्मिक आस्था असल्याचे जाहीरपणे नमूद केलेले आहे. ते म्हणतात की, सर्वोदयाचे सामान्य आणि शाश्वत रूप निर्विवाद स्वरूपात अद्वैत आणि अध्यात्मवादाचा स्वीकार करते. सृष्टीच्या अंतर्गत असलेल्या शाश्वत नैतिक व्यवस्थेप्रती सर्वोदय अखंड विश्वास प्रकट करतो. सर्वोदय हे वस्तुत: गांधी तत्त्वज्ञानाचे व्यावहारिक रूपांतर किंवा स्वातंत्र्योत्तर आविष्कार मानला जातो. सर्वोदयाच्या माध्यमातून सर्वांचे कल्याण एकसाथ करण्याचा निर्देश व्यक्त केला जातो. सर्वांचे कल्याण वा उदयाचा विकास करण्याचा सर्वोदयी राजकीय तत्त्वज्ञानाचा आग्रह एक विलक्षण प्रयोग मानला जातो. जगातील कोणतीही विचारधारा वा तत्त्वप्रणाली मानवी हिताच्या एकरूपतेची वा सर्व मानवांच्या एकसाथ विकासाची कल्पना मांडत नाही. राजकीय चिंतन करणाऱ्या विविध विचारधारा विशिष्ट वर्गहिताच्या विकासाची कल्पना मांडतात. उदा. मार्क्सवाद कामगार वर्ग. सर्वोदय विचारसरणी एका विशिष्ट वर्ग, गट वा समुदायाच्या विकासाचा विचार मांडत नाही, तर संपूर्ण मानवजातीला केंद्रबिंदू मानून विचार प्रस्तुत करते. हा वेगळेपणा सर्वोदयाला एका वेगळ्या उंचीवर घेऊन जातो. सर्वोदय चिंतनाच्या माध्यमातून मानवी हितात एकरूपता आणि विलक्षण स्वरूपाचे अद्वैत प्रस्थापित करण्याचा प्रयत्न केला जातो.

सर्वोदय अर्थ आणि पार्श्वभूमी : सर्वोदय गांधीवादी दर्शनाचे मर्म आहे. सर्वोदय हा शब्द सर्व + उदय = सर्वोदय असा बनलेला आहे. सर्वोदय शब्दाचा अर्थ 'सर्वांचा उदय वा समाजातील प्रत्येक व्यक्तीचा सर्वांगीण विकास होय'. सर्वोदय संकल्पनेत समाजातील सर्व घटकांच्या विकासाचा विचार संम्मिलित आहे. जगातील सर्व विचारधारांपेक्षा सर्वोदय विचारधारा ही व्यापक स्वरूपाची आहे. सर्वोदय विचारांना आधुनिक संदर्भ प्राप्त करून देण्यासाठी गांधी सांगतात की, सर्वोदय शब्दाचा सारांशमध्ये

अर्थ असा आहे की, सर्व जीवनातील क्षेत्राच्या प्राप्तींना एकसाथ सुनिश्चित करणे होय. मानवी जीवनातील सर्व क्षेत्रांत मानवी प्रगतीची घोडदौड सारख्या पद्धतींनी झाली पाहिजे आणि त्या सर्व मानवांना विकासाची एकसारखी संधी मिळाली पाहिजे, अशा प्रकारची व्यवस्था निर्माण करणे हा सर्वोदयाचा उद्देश आहे.

जॉन रस्किनच्या 'Un to the last' ग्रंथाच्या प्रभावातून गांधींनी सर्वोदयाची कल्पना मांडलेली आहे. या पुस्तकात येशू ख्रिस्त प्रवचन संपल्यानंतर प्रसाद देताना आपल्या अनुयायांना म्हणतो की, हा शेवटच्या माणसांपर्यंत पोहोचवा. रस्किन या आध्यात्मिक प्रसंगाचा अर्थ सामाजिक संदर्भात लावतो. मानवी जीवनातील प्रगतीपासून कोणती व्यक्ती वंचित राहता कामा नये. गांधींनी रस्किनच्या पुस्तकाचे गुजराती भाषांतर केले. या पुस्तकाच्या शीर्षकाचे शब्दशः भाषांतर 'अंत्योदय' असे होते. परंतु गांधींनी शब्दशः अर्थ न स्वीकारता 'सर्वोदय' हा नवा विचार वा शब्द प्रस्तुत केला. या नवविचारांच्या माध्यमातून गांधी एका अद्‌भुत राजकीय संकल्पनेची मांडणी करून आधुनिक भारताच्या उभारणीसाठी नावीन्यपूर्ण तत्त्वदर्शन करत होते. सर्वोदयाची रूपरेखा विशद करताना गांधी म्हणतात की, सर्वोदयाचे स्वप्न साकार करण्यासाठी सर्वांनी आपली मने साफ केली पाहिजेत. जातीपातीचा भेदभाव नष्ट करून सर्वांना बरोबरीचे स्थान दिले पाहिजे. मानसिक आणि शारीरिक श्रमांत फरक करता कामा नये. स्वदेशीचे व्रतपालन केले पाहिजे. नशिले पदार्थ आणि वासनेपासून दूर राहणे गरजेचे आहे. सर्वोदयाची सिद्धी अहिंसेवर आधारलेली आहे. सर्वोदयाची रूपरेखा मांडताना गांधींनी अप्रत्यक्षपणे सर्वोदयाच्या कार्यक्रमाची मांडणी केलेली आहे. गांधींनी आपल्या आयुष्याच्या उत्तरार्धात सर्वोदय विचारधारेची मांडणी केली. गांधीमार्गांवर निष्ठा असणाऱ्या विनोबा भावे, जयप्रकाश नारायण, भारतन कुमारप्पा, नारायणभाई देसाई, दादा धर्माधिकारी, काका कालेलकर इत्यादींनी सर्वोदयाचा प्रचार व प्रसार करण्याचे व्रत अंगीकारले. विनोबा भावे यांनी १९४८ मध्ये सर्वोदय तत्त्व प्रत्यक्षात आणण्यासाठी सर्वोदयी समाजाची स्थापना केली. फेब्रुवारी १९४८ मध्ये गांधीमार्गांवर निष्ठा असणाऱ्या सर्वोदयी कार्यकर्त्यांची वर्धा येथे एक आर्थिक परिषद भरविण्याचे निश्चित केले होते. परंतु गांधीहत्येमुळे ही परिषद होऊ शकली नाही. २२ व २३ डिसेंबर १९४८ ला काका कालेलकरांच्या अध्यक्षतेखाली एक परिषद झाली. त्यात गांधीजींच्या आधुनिक भारताविषयीचे स्वप्न साकार करण्यासाठी एक योजना तयार करण्यात आली. या योजनेच्या अंमलबजावणीची जबाबदारी विनोबा भावेकडे सोपविण्यात आली. जयप्रकाश नारायणसारखा सक्रिय समाजवादी नेता सर्वोदयी चळवळीकडे आकर्षित झाला आणि त्यांनी चळवळीत भाग घेण्यासाठी राजकारणाचा त्याग केला. सर्वोदय म्हणजे नेमके काय हे स्पष्ट करण्यासाठी सर्वोदयाच्या व्याख्या काही अभ्यासकांनी केलेल्या आहेत. त्या पुढीलप्रमाणे होत.

१. **महात्मा गांधी :** सर्वोदय म्हणजे अहिंसात्मक मार्गाने समाजपरिवर्तन घडवून आणणारी आणि सर्वांच्या विकासाला वाव देणाऱ्या व्यवस्थानिर्मितीसाठी केली जाणारी चळवळ होय.

२. **विनोबा भावे :** सर्वोदय म्हणजे काही लोकांचा उदय नव्हे, अधिक लोकांचा उदयदेखील नव्हे, बहुसंख्य लोकांचा उदयदेखील नव्हे, तर लहान-मोठा, दुर्बल-सबल, श्रेष्ठ-कनिष्ठ इत्यादी सर्वांचा उदय वा विकास होय.

३. **दादा धर्माधिकारी :** सर्वोदय म्हणजे सर्वांचे जीवन साथ-साथ संपन्न होणे. एकसाथ समान स्वरूपात सर्वांच्या विकासाला वाव देणारी अहिंसात्मक क्रांतिकारी चळवळ म्हणजे सर्वोदय होय.

४. **भारतन कुमारप्पा :** सर्वोदय म्हणजे गांधींजीच्या दृष्टिकोनातील आदर्श समाजव्यवस्था होय. प्रेम हा या समाजव्यवस्थेचा पाया आहे.

५. **शंकरराव देव :** अहिंसा आणि सत्यावर आधारित वर्गहीन आणि जातिविहीन समुदाय की ज्यात कोणत्याही प्रकारचे शोषण अस्तित्वात नसेल आणि प्रत्येक व्यक्तीला आपला विकास करण्याची संधी आणि साधने प्राप्त होतील. अशा समाजाची स्थापना करणे हे सर्वोदयाचे ध्येय आहे.

सर्वोदय संकल्पनेच्या उपरोक्त व्याख्यांचा अभ्यास केल्यास असे दिसून येते की, ही विचारधारा मनुष्याच्या विकास आणि उदय संकल्पनेवर आधारलेली आहे. मानवी विकासाची फळे सर्वांना चाखण्यास मिळावी यावर ती भर देते. मानवी हिताची पूर्ती करताना कोणत्याही प्रकारच्या हिंसा, द्वेष, स्पर्धेला मान्यता देत नाही. मानवाच्या आंतरआत्म्यास जागृत करून वा हृदयपरिवर्तनाच्या मार्गाने समाजपरिवर्तन घडवून आणण्याची भाषा करते. त्यासाठी सर्वोदयाच्या गाभ्यात अनेक आध्यात्मिक कार्यक्रमांचा समावेश केलेला आहे. सर्वोदय म्हणजे मानवाच्या चांगुलपणावर विश्वास व्यक्त करतो. मानवाच्या वैयक्तिक आणि सामुदायिक जीवनात विशिष्ट प्रकारचे आचरण आणि दृष्टिकोनाची निर्मिती करून मानवी कल्याणाचे नवे मार्ग खुले करण्याचा प्रयत्न करतो.

सर्वोदयाच्या धारणा वा गृहीतके : गांधींची सर्वोदय संकल्पना जॉन रस्किन यांनी लिहिलेल्या 'Un to the last' ग्रंथातील तीन प्रमुख तत्त्वांवर आधारलेली आहे. रस्किन यांनी आपल्या ग्रंथात खालील तीन तत्त्वांची मांडणी केलेली आहे.

१. समाजहितात व्यक्तिहित सामावलेले असते.

२. समाजातील सर्व कामे महत्त्वपूर्ण, आवश्यक आणि गरजेची असतात. म्हणून सर्व कामांचे मूल्य समाज असणे आवश्यक असते.

३. श्रमप्रधान जीवन म्हणजे सुखी जीवन होय.

जॉन रस्किन यांनी मांडलेल्या तीन तत्त्वांतील पहिले तत्त्व समाजकल्याण वा समाजहिताला महत्त्व देणारे आहे, तर दुसरे तत्त्व समतेला महत्त्व देते आणि तिसरे तत्त्व श्रमप्रतिष्ठेला महत्त्व देणारे आहे. गांधींनी रस्किन यांनी सांगितलेल्या तत्त्वांचा आधार घेऊन सर्वोदयाची तीन गृहीतके विशद करण्याचा प्रयत्न केलेला आहे.

१. सर्वांच्या कल्याणात आपले कल्याण अंतर्भूत आहे. या तत्त्वांचा अर्थ व्यक्तिगत आणि सामुदायिक हितात कोणत्याही प्रकारचे अंतर नसते. मानव सर्वांच्या हिताचा विचार करेल, तेव्हा आपोआप त्याचे हितदेखील साधले जाईल. व्यक्तीची सामुदायिक चेतना व्यक्तीला सामूहिक हिताविषयी संवेदनशील बनवेल. व्यक्तीला वैयक्तिक स्वार्थांचा त्याग करून सामुदायिक कल्याणासाठी तयार करणे हा सर्वोदयाचा प्रमुख आधार आहे.
२. समाजातील सर्व कामांचे मूल्य समान आहे. समाजातील सर्व कामे महत्त्वपूर्ण आहेत. विभिन्न कार्यांमध्ये श्रेष्ठ-कनिष्ठ हा भेद पाळला जाणार नाही. बौद्धिक आणि शारीरिक कामांना समान महत्त्व दिले जाईल. वकील आणि न्हाव्याच्या कामाचे मूल्य समान असेल. समान मूल्यांत्मक व्यवस्थेच्या माध्यमातून समाजातील सर्व वर्गांना समान प्रतिष्ठा आणि संधी उपलब्ध करून देण्याचा मानस आहे. कार्यांच्या आधारावर केला जाणारा भेदभाव, शोषण आणि समानता नष्ट करण्यासाठी सर्वोदय हा क्रांतिकारी मार्ग सुचवितात.
३. श्रमप्रधान जीवन म्हणजे खरे जीवन होय. श्रमाच्या आधारावर समाजात होणारा भेदभाव नष्ट करणे, श्रमाप्रति समाजात आदर निर्माण करणे, बौद्धिक श्रम आणि शारीरिक श्रम यांतील तफावत दूर करणे आणि समाजव्यवस्थेत श्रमप्रतिष्ठेला महत्त्व मिळवून देणे, हा गांधींच्या तिसऱ्या तत्त्वाचा प्रमुख उद्देश आहे.

सर्वोदयाच्या तीन तात्त्विक धारणांवर जॉन रस्किनच्या तत्त्वांचा स्पष्ट प्रभाव आहे. मात्र गांधींनी भारतीय परिस्थितीचा विचार करून त्यात आवश्यक बदल केलेले आहेत. गांधींच्या सर्वोदय संकल्पनेत सामाजिक, राजकीय, नैतिक, आर्थिक आणि सांस्कृतिक इत्यादी बहुविध आयामांचा समावेश आहे. गांधींना सर्वोदयी तत्त्वज्ञानाच्या माध्यमातून भारतात अहिंसात्मक क्रांती घडवून आणावयाची होती.

सर्वोदय तत्त्वज्ञान वा मुख्य तत्त्वे वा वैशिष्ट्ये : गांधींनी सर्वोदयाची मांडणी करताना काही खास कार्यक्रम आणि तत्त्वांची मांडणी केलेली आहे. सर्वोदय समाजाच्या स्थापनेसाठी त्या तत्त्वांची अंमलबजावणी करणे गरजेचे आहे. सर्वोदय विचारधारा खालील कार्यक्रम आणि तत्त्वांवर भर देते.

१. **राज्यविरहित समाज :** महात्मा गांधी अराज्यवादी विचारवंत होते. ते राज्याच्या अस्तित्वाविषयी शंका प्रदर्शित करतात. राज्याचा आधार हा दंडशक्ती असते. राज्य

व्यक्तीच्या जीवनात हस्तक्षेप करत असते. राज्याची सत्ता दंडशक्तीवर आधारलेली असते. राज्य हे संघटित आणि केंद्रीय स्वरूपात हिंसेचे प्रतिनिधित्व करते. राज्य हे आत्मा नसलेले यंत्र आहे. राज्याचे अस्तित्व हिंसेवर आधारलेले आहे. राज्यात असलेली हिंसात्मक प्रवृत्ती आणि सत्तेचे केंद्रीकरण करण्याच्या वृत्तीमुळे गांधी राज्याला विरोध करतात. राज्यविषयक विचार व्यक्त करताना गांधी थोरोंच्या ऐतिहासिक वक्तव्याचे समर्थन करतात. थोरोच्या मते, कमीतकमी शासन करणारे सरकार म्हणजे चांगले सरकार होय. आदर्श समाजव्यवस्था निर्माण करण्यासाठी सर्वप्रथम शासनाचा मानवी जीवनातील हस्तक्षेप कमी करणे हे प्रथम पाऊल आहे. गांधी म्हणतात की, सर्वोदयात राज्य अहिंसात्मक स्वरूपाचे असेल. ज्यात जनतेवर कमीतकमी शासन केले जाईल. शासकीय नियंत्रणापासून व्यक्तीला मुक्त करून स्वशासनाच्या दिशेने वळविण्याचा प्रयत्न केला जाईल. राज्यसंस्थेच्या दडपशाही, हिंसा आणि नियंत्रणापासून मुक्त करण्यासाठी गांधी अहिंसात्मक राज्यावर भर देतात. अहिंसात्मक राज्यावर शासनाचे कमीतकमी नियंत्रण असते. व्यक्ती स्वशासन व स्वनियंत्रणाच्या माध्यमातून आपल्या दोषांवर नियंत्रण प्रस्थापित करतात. गांधी त्याग, सत्य, प्रेम, सहकार्याच्या आधारावर समाजाची पुनर्रचना करून सर्वोदयी समाजाची स्थापना करण्याचा प्रयत्न करतात.

२. **प्रातिनिधिक लोकशाहीला विरोध :** सर्वोदय विचारधारा प्रातिनिधिक लोकशाहीला विरोध करते. प्रातिनिधिक लोकशाहीचा मुख्य आधार निवडणुका असतात. निवडणुकीच्या माध्यमातून राज्यकर्ते वर्ग सत्तेवर येतात. निवडणुकीत बहुमतप्राप्त पक्ष सत्तेवर येतो. सत्ता मिळविण्यासाठी अनेकदा नीती-अनीतीचा विचार केला जात नाही. अयोग्य मार्गांचा उपयोग करून अनेकदा सत्ता मिळविली जाते. लोकशाहीत बहुमतप्राप्त पक्ष अनेकदा बहुमताच्या जोरावर अल्पमताच्या मताकडे लक्ष देत नाही. आपली मते लादण्याचा प्रयत्न करतो. सर्वोदयी लोकशाहीचा अर्थ बहुमताचे सरकार हा घेत नाही, तर सर्वांचे सरकार हा घेतात. संपूर्ण समुदायातील व्यक्तींनी शासनव्यवस्थेत भाग घेणे हे प्रजातंत्र वा लोकशाही संकल्पनेत अभिप्रेत आहे. प्रातिनिधिक लोकशाही व्यवस्थेत मतदानापुरता जनतेचा सहभाग असतो. शासनव्यवस्था बहुमतावर आधारलेली असते. अल्पमतवाद्यांना तेथे कोणत्याही प्रकारचे स्थान नसते. गांधी निवडणुकांना विरोध करतात. गांधी उदारमतवादी लोकशाहीतील प्रातिनिधिक संस्थांच्या प्रचलित स्वरूपाला विरोध करतात. भारतासाठी एक नव्या स्वरूपाच्या लोकशाही तंत्राची मांडणी करतात. लोकशाहीचा अर्थ स्पष्ट करताना गांधी म्हणतात की, लोकतंत्र म्हणजे समाजव्यवस्थेतील सर्वांत शेवटच्या स्तरावरील व्यक्ती आणि सर्वांत वरच्या स्तरावरील व्यक्ती यांना विकासाची

समान संधी मिळणे होय. लोकशाही व्यवस्थेतील निवडणुका आणि प्रतिनिधित्वाविषयी गांधी समाधानी नव्हते. निवडणुकांच्या मार्गाऐवजी अप्रत्यक्ष पद्धतीने निवडणुका घेऊन प्रतिनिधी निवडीच्या पद्धतीला गांधी मान्यता देतात.

३. **पक्ष–पद्धतीला विरोध :** गांधींच्या सर्वोदयी समाजात राजकीय पक्षांना कोणतेही स्थान असणार नाही. सत्ता हस्तगत करण्यासाठी राजकीय पक्ष अनैतिक मार्गांचा अनेकदा वापर करतात. सत्तास्थानी असणारा पक्ष देशहितापेक्षा पक्षहिताला जास्त महत्त्व देतो. सत्ता मिळविण्यासाठी कोणत्याही स्तरापर्यंत जाण्याची राजकीय पक्षांची तयार असते. सत्तेसाठी वाटेल त्या तडजोडी करणे हे राजकीय पक्षांचे प्रमुख लक्षण असते. राजकीय पक्षांच्या अस्तित्वामुळे समाजात वेगवेगळे गट निर्माण होतात. सत्तेसाठी संघर्षरत राहण्याची शिकवण राजकीय पक्ष जनतेला देत असतात. सर्वोदयी पक्षविरहित राजकीय लोकशाहीची कल्पना मांडतात. सर्वोदयी समाजात राजकीय पक्ष बरखास्त केले जातील आणि सर्व व्यक्तींच्या मत आणि विचारांना महत्त्व देऊन राज्यकारभार चालविला जाईल. पक्ष–पद्धती बरखास्त केल्यानंतर निर्माण केल्या जाणाऱ्या पर्यायी व्यवस्थेत गांधी अप्रत्यक्ष निवडणुकांना प्राधान्य देतात. गावातील जनता ग्रामपंचायतीचे सदस्य निवडतील, पंचायतीचे सदस्य जिल्हा पंचायतीचे सदस्य निवडतील, जिल्हा पंचायतीचे सदस्य राज्य पंचायतीचे सदस्य निवडतील आणि राज्य पंचायतीचे सदस्य मध्यवर्ती वा संसद सदस्य निवडतील. या अप्रत्यक्ष निवडणुकीमुळे पक्ष–पद्धती आणि निवडणूक यंत्रणेची आवश्यकता राहणार नाही. गांधी लोकसंमतीच्या माध्यमातून राज्यकारभार चालविणाऱ्या व्यवस्थेचे समर्थन करून निवडणुका आणि राजकीय पक्षाला लोकशाही व्यवस्थेपासून दूर ठेवू इच्छित होते. लोकतांत्रिक व्यवस्थेत व्यक्तीची स्वायत्तता गांधी अबाधित ठेवू इच्छित होते.

४. **नोकरशाहीला विरोध :** आधुनिक लोकशाहीवर नोकरशाहीचा सर्वाधिक पगडा आहे. संपूर्ण लोकशाही नोकरशाहीच्या विळख्यात अडकलेली आहे. आधुनिक काळात निर्णय प्रक्रियेत आलेल्या गुंतागुंतीमुळे राजकीय नेतृत्वाला मोठ्या प्रमाणावर तांत्रिक व वैधानिक गोष्टींसाठी नोकरशाहीवर विसंबून राहावे लागते. नोकरशाही याचा फायदा उचलून सत्तेचे मोठ्या प्रमाणावर केंद्रीकरण घडवून आणते. नोकरशाही यंत्रणेच्या वाढत्या प्रभावामुळे भ्रष्टाचार, दप्तरदिरंगाई, अधिकारपिपासू वृत्ती इत्यादी दोष प्रशासन व्यवस्थेत शिरलेले आहेत. सामान्य माणसाला प्रशासनाचा कोणताही लाभ होताना दिसत नाही. परिणामत: सामान्य माणसे लोकशाही व्यवस्थेपासून दुरावत चाललेली आहेत. लोकशाहीच्या नावावर मूठभर नोकरवर्गांच्या हातात सत्तेचे केंद्रीकरण झालेले आहे. जयप्रकाश नारायण म्हणतात की, आधुनिक समाजातील व्यवस्था सनदी नोकर आणि तंत्रज्ञांसाठी स्वर्गत ठरल्या आहेत.

नोकरशाहीचा लोकशाही यंत्रणेवरील वाढता प्रभाव लक्षात घेऊन गांधी सांगतात की, लोकतंत्राचा रंग हा थोड्याफार प्रमाणात नाझी आणि फॅसिस्टांशी मिळताजुळता आहे. लोकतंत्र हा नाझी आणि फॅसिस्टांच्या सोबत चालणारे एक अवडबंर बनला आहे. सर्वोदयी विचारधारा नोकरीशाहीचा प्रभाव कमी करून स्वशासन आणि स्वायत्ततेला महत्त्व देणाऱ्या लोकतंत्राचे समर्थन करतात.

५. **समाजहिताला महत्त्व :** गांधी व्यक्तिस्वातंत्र्याचे कट्टर समर्थक होते. व्यक्तींवर कोणत्याही प्रकारच्या बाह्य व अंतर्गत नियंत्रणाला ते विरोध करतात. व्यक्तिस्वातंत्र्य ही प्रजातंत्रासाठी आवश्यक अट मानतात. व्यक्तिवर्तनावर नियंत्रण ठेवण्याच्या राज्याच्या कृतीचा निषेधदेखील करतात. व्यक्तिस्वातंत्र्याचे समर्थक गांधी व्यक्तिवादाला मात्र महत्त्व देत नाही. व्यक्तिवाद आणि व्यक्तीची स्वतंत्रता यांतील अंतर स्पष्ट करतात. गांधी म्हणतात की, व्यक्तिस्वातंत्र्याचा मी आदर करतो. परंतु हेदेखील विसरत नाही की, व्यक्ती एक सामाजिक प्राणी आहे. सामाजिक प्रगतीच्या अनुरूप व्यक्तिहिताचा विचार करून प्रगती साध्य करावयाची आहे. त्यासाठी व्यक्तिगत स्वतंत्रता आणि सामाजिक संयम यांत समन्वय प्रस्थापित करणे गरजेचे आहे. व्यक्तिहितापेक्षा समाजहिताला ते महत्त्व देतात. व्यक्ती हा समाजाचा एक भाग असतो. समाजहितात व्यक्तीहित अंतर्भूत असते. समाजात सर्व व्यक्ती एकाच कुटुंबातील घटकांसारखे असतात. समाजातील व्यक्तींत परस्पर सहकार्याची भावना, प्रेम आणि आत्मीयता असेल तर समाजहित साध्य होईल. व्यक्तिवाद ही विचारधारा स्वार्थाला महत्त्व देते. व्यक्तींने समाजकल्याणाला आपले कल्याण मानले पाहिजे. सर्वोदय ही विचारधारा व्यक्तिवाद आणि समाजवाद यांत समन्वय साधणारा विचार आहे, असे मानले जाते.

६. **राजकीय विकेंद्रीकरणाचा पुरस्कार वा समर्थन :** गांधींनी राजकीय क्षेत्रात विकेंद्रीकरणाचा आग्रह धरलेला आहे. राजकीय विकेंद्रीकरणासाठी गांधींनी पंचायतराज संकल्पनेला महत्त्व दिलेले आहे. पंचायतराज व्यवस्थेत सर्व व्यक्ती समान असतील आणि लोकमताला महत्त्वपूर्ण स्थान असेल. लोकशाही सिद्धान्त आणि व्यवहार या दोन्ही दृष्टीकोनांत वास्तविक सत्ता लोकांच्या हातात असली पाहिजे. केंद्रीकरणाच्या माध्यमातून सत्तेचा दुरुपयोग होऊ शकतो. शक्तीच्या दुरुपयोगाची शक्यता कमी करण्यासाठी वास्तव सत्ता जनतेच्या हातात देण्यासाठी गांधींनी ग्रामस्वराज्याची संकल्पना मांडली आहे. गांधींच्या मते, ग्रामस्वराज्याच्या माध्यमातून संपूर्ण लोकशाहीची स्थापना करता येईल. या व्यवस्थेत प्रत्येक व्यक्ती स्वयंपूर्ण आणि स्वावलंबी असेल आणि ती आपल्या गरजपूर्तीसाठी दुसऱ्यावर अवलंबून नसेल, तरीही दुसऱ्याच्या गरजा पूर्ण करण्यासाठी परस्पर सहकार्याने

काम करेल. ग्रामस्वराज्य व्यवस्थेत प्रत्येक ग्राम आपल्या गरजा पूर्ण करून स्वावलंबी व स्वायत्त बनण्याचा प्रयास करेल. गावातील सर्व कार्ये परस्पर सहकार्याने केली जातील. गावात कोणत्याही प्रकारचा जातिभेद, अस्पृश्यता आणि वंशभेदाला स्थान नसेल. सर्वांना बुनियादी तालीम वा शिक्षण उपलब्ध करून दिले जाईल. गावाच्या संरक्षणासाठी एक दल निर्माण केले जाईल. या दलात प्रत्येक कुटुंबातील एका सदस्याला स्थान दिले जाईल. गावाचे प्रशासन चालविण्यासाठी पंचायत निवडली जाईल. निवडणुकीऐवजी गावातील ज्येष्ठ लोकांच्या हातात पंचायतीच्या राज्यकारभाराची सूत्रे दिली जातील. पंचायतीला कायदेविषयक, न्यायविषयक आणि कार्यकारीविषयक व्यापक अधिकार असतील. पंचायतीच्या कारभारात हस्तक्षेप करण्याचा अधिकार शासनाला नसेल. पंचायतीला गावाच्या विकासाच्या दृष्टीने व्यापक अधिकार दिलेले असतील. गावाचा व्यवहार कायद्याऐवजी स्वनियंत्रणावर आधारलेला असेल. स्वयंनिर्णय पद्धतीच्या आधारावर लोक आपले व्यवहार पाहतील. ग्रामस्वराज्य हे वैयक्तिक स्वातंत्र्याला महत्त्व देऊन काम करणारे संपूर्ण लोकशाहीचे नवे मॉडेल आहे. या प्रतिमानाचे वैशिष्ट्य म्हणजे व्यक्ती हेच शासन आहे. ग्रामस्वराज्य हे व्यक्तीला उत्तरदायी आहे. व्यक्तीदेखील ग्रामस्वराज्याचा निष्ठावान पाईक असेल. या प्रकारच्या व्यवस्थेतून राज्याची गरज हळूहळू कमी करून राज्यविरहित समाजाकडे मानवी समाजाला नेण्याचा गांधी प्रयत्न करतात. त्यासाठी राजकीय विकेंद्रीकरणावर भर देतात. विकेंद्रीकरणाच्या माध्यमातून स्वयंनियंत्रणावर आधारलेली प्रशासन व्यवस्था निर्माण करण्याचा प्रयत्न करतात.

७. **आर्थिक विकेंद्रीकरणावर भर :** गांधींनी विकेंद्रित अर्थव्यवस्थेवर भर दिलेला आहे. केंद्रीकृत अर्थव्यवस्थेतून विषमता आणि शोषणाला वाव मिळतो. गांधींच्या मते, 'केंद्रीकरण अहिंसक समाजरचनेच्या विरुद्ध संकल्पना आहे'. केंद्रीकरण स्वयंशासनाला महत्त्व देत नाही. अधिकारपिपासू वृत्तीचे समर्थन करतो आणि मानवाची नैतिकता अवगुंठित करतो. गांधीवादी सर्वोदयी अर्थरचना राज्यातील विविध संस्थांना स्वावलंबी बनविण्याचा प्रयास करते. प्रत्येक गावाने आपल्या गरजेपुरते पर्याप्त उत्पादन केले पाहिजे. गाव हा आर्थिक कार्याचा प्रमुख घटक बनविण्यासाठी छोटे छोटे लघुउद्योग, हस्तउद्योग आणि शेतीपयोगी उद्योग गावात सुरू केले पाहिजेत, जेणेकरून गावातील लोकांना स्थानिक पातळीवर रोजगार उपलब्ध होईल. रोजगारासाठी स्थलांतराची गरज भासणार नाही. सर्वोदयी विचारधारेत समाजातील आर्थिक विषमता नष्ट करण्यासाठी खाजगी संपत्ती नष्ट करण्याचा प्रयत्न न करता तिचे सार्वजनिक संपत्तीत रूपांतर केले जाते. प्रत्येक गावाला स्वावलंबी बनविण्यासाठी गरजहिनतेच्या तत्त्वाला महत्त्व असेल. व्यक्तींना

आवश्यक असलेल्या वस्तू जवळ बाळगल्या जातील. गरज नसलेल्या वस्तूंची साठवण केली जाणार नाही. अनावश्यक गरजांमधून क्लेष वा संघर्ष निर्माण होतात. व्यक्तींना मन व भावनांवर विजय मिळविण्यास शिकविले जाईल. गरजहिनतेचे महत्त्व लोकांना पटल्यास कुणालाही काहीही कमी पडणार नाही. महात्मा गांधी समानता प्रस्थापित करण्यासाठी राजकीय क्षेत्रासोबत आर्थिक क्षेत्रातही विकेंद्रीकरणावर भर देतात. मोठ्या उद्योगांचे उच्चाटन करून ग्रामउद्योगांवर आधारित विकेंद्रित अर्थव्यवस्था निर्माण करण्याचा प्रयत्न करतात.

८. **ग्रामराज्य संकल्पना :** ग्रामराज्य संकल्पना ही सर्वोदयाचा पाया मानली जाते. सर्वोदय समाज हा सत्य आणि अहिंसेवर आधारलेले संघराज्य आहे. हे संघराज्य स्वयंपूर्ण व स्वावलंबी खेड्यांचे मिळून बनलेले आहे. शंभर टक्के अहिंसक संघराज्याची स्थापना करणे ही अशक्य बाब आहे. परंतु अहिंसात्मक संघराज्यापर्यंत पोहोचण्याच्या मार्गातील प्रथम पायरी ग्रामराज्य होय. ग्रामराज्याचे रामराज्यात रूपांतर करावयाचे आहे. ग्रामराज्य हे आदर्श स्वरूपाचे संघटन आहे. तीन ते चार हजार लोकांचे वास्तव्य ग्रामराज्यात असेल. गावातील सर्व लोक एकमेकांच्या चांगल्या परिचयाचे असतील. परस्परांना मदत व सहकार्य करणारे असतील. ग्रामराज्याच्या प्रशासनात संपूर्ण लोकशाही वा खऱ्या लोकशाहीचा अवलंब केला जाईल. गावाचे प्रशासन लोकांनी नियुक्त केलेल्या ज्येष्ठ नागरिकांच्या हातात असेल. गावातील तंटे ग्राम-न्यायालयाद्वारे निकाली काढले जातील. गाव स्वयंपूर्ण असेल. गावाच्या गरजा गावात पूर्ण केल्या जातील. गावात खाजगी मालमत्ता असणार नाही. संपूर्ण मालमत्ता गावाच्या मालकीची असेल. सामुदायिक पद्धतीने शेती व उत्पादन काढले जाईल आणि गरजेप्रमाणे सर्वांना दिले जाईल. गांधींच्या मते, प्रत्येकजण आपले सर्वस्व समाजाला देईल आणि समाज प्रत्येकाची काळजी घेईल. सत्तेच्या राजकारणापेक्षा सहकाराच्या राजकारणाला ग्रामराज्यात स्थान असेल. ग्रामराज्यात ग्रामोद्योग, ग्रामसफाई, नशाबंदी, स्वच्छता, शारीरिक श्रम, कुटीर व लघुउद्योग इत्यादींना महत्त्व व स्थान असेल. स्पर्धा, द्वेष, संघर्ष यांचा अभाव असलेले सहकार्य; प्रेम, निष्ठा आणि विकेंद्रीकरणावर आधारलेली व्यवस्था ग्रामराज्यात असेल. सर्व ग्रामराज्ये मिळून अहिंसेवर आधारलेल्या एका मध्यवर्ती संघराज्याच्या आधारावर रामराज्य प्रस्थापित करता येईल. ग्रामराज्य हा रामराज्यापर्यंत जाण्याचा मार्ग आहे, असे गांधींना वाटते.

९. **शारीरिक श्रमांवर भर :** गांधी प्राचीन भारतीय वर्णव्यवस्थेला आदर्श मानतात. परंतु वर्णव्यवस्थेने केलेल्या असमान श्रमविभागणीला मान्यता देत नाहीत. वर्णव्यवस्थेत शारीरिक श्रमांची जबाबदारी विशिष्ट वर्णांवर टाकल्यामुळे शारीरिक

श्रमांना हीन लेखले गेले. शारीरिक श्रम करणारे कनिष्ठ दर्जाचे लोक असतात हा आभास निर्माण झाला. परिणामत: शारीरिक श्रमांचे महत्त्व कमी होऊन बौद्धिक श्रमांचे महत्त्व वाढले. टालस्टॉय यांनी शारीरिक श्रम आवश्यक मानले आहेत. रस्किन यांनीदेखील शारीरिक श्रम करणारे श्रेष्ठ जीवन जगतात असे म्हटले आहे. गीतेतदेखील मेहनत करणाऱ्याला भाकर खाण्याचा अधिकार आहे असे म्हटले आहे. गांधींच्या मते, अन्नासाठी मानवाने श्रम केले पाहिजेत हे ईश्वरी विधान आहे. गीतेत असे सांगितले आहे की, श्रमाशिवाय जो अन्न खातो, तो चोरीचे अन्न खातो. गांधींनी आपल्या वैयक्तिक जीवनातदेखील शारीरिक श्रमाला महत्त्व दिले. दररोज एक तास सुतकताई करणे, संडास साफ करणे, बागबगिच्याची साफसफाई करणे इत्यादी कामे गांधी करत असत. श्रमाच्या माध्यमातून श्रमप्रतिष्ठेचा विचार रुजविणे हा गांधींचा प्रयास होता. गांधी दररोज एक तास तरी शारीरिक श्रम केले पाहिजेत, यावर भर देतात. गांधींनी शारीरिक श्रमाला महत्त्व दिलेले असले, तरी बौद्धिक श्रमांकडे दुर्लक्ष केलेले नाही. ते म्हणतात की, 'शारीरिक श्रमाचे महत्त्व विशद करताना बौद्धिक श्रमाचे मूल्य कमी करत नाही. समाजव्यवस्था चालविण्यासाठी शारीरिक श्रमांसोबत बौद्धिक श्रमांची गरज आहे. परंतु शारीरिक श्रम हे बौद्धिक श्रमांपेक्षा श्रेष्ठ आहेत. शारीरिक श्रमाच्या माध्यमातून अनेक फायदे होत असतात.' गांधींनी शारीरिक श्रमाला सर्वोदयी विचारधारेत अत्यंत महत्त्वाचे स्थान दिलेले आहे.

सर्वोदयाचे कार्यक्रम : गांधी सर्वोदय संकल्पनेच्या आधारावर नवसमाजाची उभारणी करण्याचा प्रयत्न करत होते. भविष्यकालीन सर्वोदयी समाजाची उभारणी करण्यासाठी त्यांनी काही कार्यक्रमांची मांडणी केलेली आहे. या कार्यक्रमांच्या माध्यमातून सर्वोदयी समाज निर्माण करणे अपेक्षित केलेले आहे. सर्वोदयात सर्वांचे कल्याण अपेक्षित आहे. सर्वांचे कल्याण योग्य पद्धतीने घडवून आणण्यासाठी काही कार्यक्रमांची आखणी करणे गरजेचे होते. गांधींनी तत्कालीन परिस्थितीचा अभ्यास करून सर्वोदयी समाजासाठी पुढील कार्यक्रमाची घोषणा केली होती. ते कार्यक्रम पुढीलप्रमाणे होत.

१. **स्वदेशी :** गांधींच्या सर्वोदयी समाजात स्वदेशी संकल्पनेला मानाचे स्थान आहे. गांधींनी स्वदेशी शब्दाचा अर्थ अर्थशास्त्रीय परिप्रेक्ष्यातून केला नसून सामाजिक, आर्थिक, राजकीय आणि नैतिक परिप्रेक्ष्यातून केलेला आहे. गांधींनी स्वदेशीला एक सार्वभौम धर्म मानलेला आहे. स्वदेशी म्हणजे विदेशी वस्तू सोडून देशात तयार होणाऱ्या वस्तूंचा वापर करणे होय. देशात उत्पादित होणाऱ्या वस्तूंच्या वापरातून उद्योगांचा विकास होईल. लोकांचा रोजगारदेखील कायम राहील. गांधींनी खादी

आणि चरख्याचा संबंध स्वदेशीशी जोडलेला आहे. खादीच्या वापरामुळे विदेशी कापड वापरण्याची गरज राहणार नाही. खादीचा वापर केल्यास भारतात लाखो विणकर बांधव आहेत, त्यांचा रोजगार सुरू राहील. खादीप्रसाराने लोकांना काम मिळेल आणि बेरोजगारीचा प्रश्नदेखील सुटेल. गांधींनी स्वदेशीच्या प्रसारासाठी काँग्रेस सभासदांनी खादीचा वापर करावा हा आग्रह धरला. अखिल भारतीय खादी ग्रामोद्योग संस्थेची स्थापना करून खादीप्रसाराला महत्त्व दिले. भारतात रोजगार निर्मिती, उद्योग संरक्षण, बेरोजगारीच्या नायनाटासाठी गांधी स्वदेशीचा आग्रह धरतात.

२. **विश्वस्त संकल्पना :** सर्वोदयी समाज व्यवस्थेत गांधींजी विश्वस्त संकल्पनेला महत्त्वपूर्ण स्थान देतात. व्यक्तिवादी विचारसरणी व्यक्तिगत स्वामित्व वा मालकी हक्काला महत्त्व देते, तर समाजवाद ही विचारधारा सामूहिक मालकीला महत्त्व देते. गांधीजींची विश्वस्त संकल्पना पूँजीवादातील व्यक्तिगत स्वामित्व आणि समाजवादातील सामूहिक कल्याण ह्या संमिश्रणातून बनलेली आहे. गांधीजींनी दक्षिण आफ्रिकेतील वास्तव्य काळात १९०३ मध्ये विश्वस्त संकल्पना सर्वप्रथम मांडली. विश्वस्त संकल्पनेच्या संदर्भात 'हिंद स्वराज'मध्ये चर्चा केलेली आहे. 'विश्वस्त म्हणजे समाजातील श्रीमंत लोकांनी स्वत:ला संपत्तीचे मालक न समजता विश्वस्त समजावे. आपल्या गरजपूर्तीइतकी संपत्ती स्वत:जवळ ठेवून उरलेल्या संपत्तीचा वापर समाजहितासाठी करावा.' भांडवलदार वर्गाने खाजगी मालमत्तेचा त्याग करून विश्वस्ताची भूमिका स्वीकारल्यास अहिंसेच्या मार्गाने आर्थिक समता निर्माण करता येईल. संपत्ती सामूहिक श्रमाचे फळ असते. सर्व संपत्ती ही ईश्वराच्या मालकीची आहे. व्यक्तींनी गरजेपेक्षा जास्त संपत्ती बाळगू नये. आपल्याकडील अतिरिक्त संपत्तीचा उपयोग गरीब आणि दु:खी जनतेच्या हितासाठी करण्यात यावा. या मार्गाने गांधी भांडवलशाही अर्थव्यवस्थेचे समतावादी अर्थव्यवस्थेत कोणत्याही प्रकारच्या हिंसेचा वापर न करता करण्याचा प्रयत्न करतात. संपत्तीचा विचार नैतिक दृष्टिकोनातून केलेला आहे. संपत्तीधारकाने आपल्या गरजा कमी कराव्यात आणि उरलेल्या संपत्तीचा उपयोग समाजहितासाठी करावा. त्यामुळे श्रीमंत व गरीब यांच्यातील दरी कमी होईल. जबरदस्तीने किंवा हिंसेच्या मार्गाने संपत्ती हिसकावून घेण्यास गांधींचा विरोध होता. एखाद्याजवळ प्रमाणापेक्षा जास्त संपत्ती असल्यास ती समाजाची समजून, विश्वस्तांची भूमिका स्वीकारून गरजवंतांना बहाल करावी, यातून ते श्रम आणि भांडवल यांत संबंध निर्माण करण्याचा प्रयत्न करतात. व्यक्तींने गरजेपेक्षा अधिक संपत्ती आपली न मानता समाजाची मानून तिचे विश्वस्त म्हणून काम पाहावे. ज्यांची गरज आहे, त्यांना ती उपलब्ध करून दिल्यास गरजवंताची

गरज भागेल आणि त्यातून संपत्तीचीही वाढ होईल आणि विश्वस्तरूपाने संपत्तीवरील मालकी कायम राहील. अहिंसक मार्गाने आर्थिक समता प्रस्थापित करण्याचा विश्वस्त हा नवा सिद्धान्त मानता येईल.

अस्पृश्यता निवारण : महात्मा गांधींनी हिंदू धर्म आणि हिंदू संस्कृतीचे समर्थन केलेले असले, तरी हिंदू धर्मातील उणिवा नाकारलेल्या नाही. अस्पृश्यता पाळणे हा अक्षम्य गुन्हा मानलेला आहे. गांधी वर्णव्यवस्थेचे समर्थन करत असले तरी अस्पृश्यतेच्या रूढीला विरोध करतात. अस्पृश्यता हा हिंदू धर्माला लागलेला कलंक मानतात. अस्पृश्यता 'सर्व मानव ईश्वराची लेकरे' ह्या सिद्धान्ताच्या विरोधी आहे. अस्पृश्यतेचे निर्मूलन करण्यासाठी प्रार्णापण करण्याची गांधींची तयारी होती. गांधी सांगतात की, या जन्मातील सत्कर्मामुळे पुढचा जन्म जर मिळाला, तर भंग्याच्या घरी जन्म व्हावा ही ईश्वरचरणी प्रार्थना करतो. गांधी स्वराज्यापेक्षा अस्पृश्यता निवारणाला प्राधान्य देतात. अस्पृश्यता निवारणाकडे दुर्लक्ष करून स्वराज्याची आस करणे म्हणजे सूर्याकडे पाठ फिरवून त्याच्या दर्शनाची अपेक्षा करण्यासारखे आहे. गांधींच्या मते, वर्तमान हिंदू धर्मात आढळून येणारी अस्पृश्यता ईश्वर आणि मनुष्यजातीच्या विरोधातील एक भयंकर अपराध आहे. अस्पृश्यतेचे विष हळूहळू हिंदू धर्माला नेस्तानाबूत करेल. अस्पृश्यतेला हिंदू धर्मातील शास्त्राचा आधार नाही. त्यामुळे ही रूढी लवकरात लवकर नष्ट करणे हिंदू धर्म, भारत आणि मानवजातीसाठी कल्याणकारी सिद्ध होईल. गांधी अस्पृश्यता ही हिंदू धर्माचा भाग नाही असे मानतात. अस्पृश्यतेमुळे हिंदू धर्माचे अतोनात नुकसान झाल्याचे नमूद करतात. सर्वोदयी समाजाची निर्मिती करण्यासाठी पूर्व अट अस्पृश्यता निवारण मानतात. अस्पृश्यतेच्या पालनामुळे हिंदू स्वातंत्र्यास पात्र नाहीत, असे गांधींचे स्पष्ट मत होते. अस्पृश्यतेविषयीची घृणा कमी करण्यासाठी गांधी अस्पृश्यांसाठी 'हरिजन' शब्दाचा वापर करतात. हरिजन म्हणजे हरीची म्हणजे परमेश्वराची लेकरे आहेत, असे सांगून अस्पृश्यांप्रती आपला भातृभाव प्रदर्शित करतात.

३. **स्त्री–पुरुष समानता :** गांधी सर्वोदयी समाजाची उभारणी स्त्री–पुरुष समानतेच्या आधारावर करण्याचा प्रयत्न करतात. लिंगाच्या आधारावर केल्या जाणाऱ्या भेदभावाला विरोध करतात. स्त्री–पुरुष समानतेचे महत्त्व व्यक्त करताना गांधी म्हणतात की, स्त्री आणि पुरुषाचे अस्तित्व एक दुसऱ्यांना पूरक स्वरूपाचे असते. दोघांच्या परस्पर सहकार्याशिवाय दोन्हींचे अस्तित्व असंभव आहे. मानवी सृष्टी व विकासासाठी दोन्हींचे महत्त्व समान स्वरूपाचे आहे. गांधी स्त्री–पुरुषांचे अस्तित्व परस्परपूरक मानतात. स्त्रियांच्या शोषण व भेदभावाला बळ देणाऱ्या सर्व रूढींना विरोध करतात. स्त्रियांना पुरुषांइतकीच मानसिक शक्तीची देगणी निसर्गाने दिलेली आहे.

समाजव्यवस्थेने स्त्रियांनादेखील पुरुषांच्या बरोबरीने आत्मोन्नतीची संधी उपलब्ध करून देणे गरजेचे आहे. स्त्री-पुरुष समानता म्हणजे दोन्हींची कार्यक्षेत्रे वा व्यवसाय समान असणे नव्हे, तर पुरुषांनी आपल्या स्वाभाविक प्रवृत्तीनुसार काम करणे आणि स्त्रियांनी आपल्या स्वाभाविक प्रवृत्तीनुसार मातृत्व आणि कौटुंबिक जबाबदारी पार पाडणे होय आणि दोन्ही प्रकारची कामे एकमेकांना पूरक आहेत, त्यांतील कोणते कार्य श्रेष्ठ आणि कनिष्ठदेखील नाही. गांधी स्त्री-पुरुष समानतेविषयी विचार व्यक्त करताना समाजव्यवस्थेतील असंतुलित नीतिनियमांना विरोध करतात.

४. **नशाबंदी :** भारतीय समाजव्यवस्थेतील मद्यपान आणि नशेच्या सवयीला प्रमुख समस्या मानतात. मद्यपानामुळे व्यक्तीच्या कौटुंबिक जीवनात अनेक समस्या निर्माण होतात. दारूमुळे अनेकांचे संसार उद्ध्वस्त झाल्याची उदाहरणे आहेत. मद्यपानामुळे व्यक्तीच्या जीवनात अनेक वित्तीय समस्या आणि आरोग्यविषयक समस्या निर्माण होतात. व्यसनाधीनता मानवाच्या नैतिकतेवर आघात करत असते. व्यसनाधीनतेमुळे माणूस आपली विवेकशक्ती गमावून बसतो. चोरी, अनैतिकता, असत्य आचरण आणि गुन्हेगारी इत्यादी गोष्टींना व्यसनाधीनतेमुळे चालना मिळते. व्यसनाधीनता सर्वोदयी समाज स्थापनेच्या मार्गातील फार मोठा अडथळा आहे. गांधींनी भारतीय समाजव्यवस्थेतील व्यसनाधीनतेच्या समस्येला नष्ट करण्यासाठी स्वातंत्र्य आंदोलनकाळात दारूबंदीच्या विरोधात कार्यक्रम हाती घेतले होते. गांधीजींनी दारूबंदी यशस्वी करण्यासाठी निरोधनाचा मार्ग वापरला होता. काँग्रेसच्या अधिवेशनात दारूबंदीचा ठराव संमत केला होता. नशाबंदी मंडळाची स्थापना करण्यास प्रोत्साहन दिले होते.

५. **सांप्रदायिक सद्भाव :** सांप्रदायिक संघर्ष ही भारतात ब्रिटिश काळापासून चालत आलेली समस्या आहे. ब्रिटिशांनी 'फोडा, झोडा आणि राज्य करा' या रणनीतीचा अवलंब करून सांप्रदायिक संघर्षाला बळ देण्याचे कार्य केले. भारतात हिंदू आणि मुस्लीम धर्मांतील संघर्षाने उग्र रूप धारण केले आहे. भारताची फाळणीदेखील धर्म-घटकांच्या आधारावर झालेली आहे. धर्माधर्मातील संघर्ष नष्ट करून सांप्रदायिक सद्भाव निर्माण करण्यासाठी गांधींनी प्रयत्न केलेले आहेत. गांधी धर्म शब्दाचा अर्थ अत्यंत व्यापक अर्थाने घेतात. धर्म म्हणजे औपचारिक रूढी वा परंपरा नव्हे, तर नैतिकता होय. धर्म शब्दाचा अर्थ विशिष्ट धर्म असा करत नाहीत. सर्व धर्मांना समान मानतात. धर्म म्हणजे एक जीवनपद्धती असून प्रत्येकाने आपले कर्तव्य स्व-इच्छेने पार पाडणे म्हणजे धर्म होय. सर्व धर्मांचा उद्देश समाजाची सेवा करणे हा आहे. नैतिकतेच्या दृष्टिकोनातून धर्माचा विचार करता जगातील सर्व धर्मांची मूलतत्त्वे समान आणि मानवाच्या कल्याणासाठी आवश्यक आहेत. सर्व धर्म सत्य, प्रेम,

सदाचार, त्याग इत्यादी शिकवण देतात. धर्माधर्मांतील तेढ काही स्वार्थी लोकांनी आपल्या स्वार्थसिद्धीसाठी केलेला प्रयत्न आहे. हा प्रयत्न हाणून पाडण्यासाठी सर्व धर्मांच्या अनुयायांनी आपआपल्या धर्मतत्त्वांचा अवलंब करावा आणि इतर धर्मांच्या तत्त्वांविषयी आदर प्रकट करावा. शांततापूर्ण सहअस्तित्वास मान्यता दिल्यास धर्माधर्मातील संघर्ष कमी होऊन सांप्रदायिक सद्भाव निर्माण होईल. विश्वबंधुत्वाच्या विचाराला चालना मिळेल.

६. **ग्रामोद्योग :** गांधींनी सर्वोदयी समाजरचनेत शोषणमुक्त आणि अहिंसेवर आधारलेल्या अर्थव्यवस्था निर्माण करण्याचा प्रयत्न केला. गांधींची सर्वोदयी अर्थव्यवस्था विकेंद्रीकरणावर भर देणारी आहे. ग्रामोद्योग हा सर्वोदयी अर्थव्यवस्थेचा कणा मानला जातो. भांडवलशाही व्यवस्थेतील संपत्तीचे केंद्रीकरण, यांत्रिकीकरण, नागरीकरण, वसाहतवाद आणि भौतिकवाद इत्यादींना गांधींनी विरोध केलेला आहे. भांडवलशाही व्यवस्थेत श्रमिकांचे अप्रत्यक्ष मार्गाने शोषण होत असते. समाजव्यवस्थेत विविध वर्गांची निर्मिती होत असते. यांत्रिकीकरणामुळे मोठ्या प्रमाणावर कामगार कपात होते. कामगारांचा रोजगार हिरावला जातो. गांधी मानतात की, 'यांत्रिकीकरण मनुष्याच्या जीवनात नीरसता आणत असते. श्रमप्रधान जीवनापासून मानवाला दूर करत असते. गांधी मोठ्या उद्योगांना नष्ट करून कुटीर उद्योगांच्या स्थापनेला प्रोत्साहन देतात. कुटीर व ग्रामोद्योगांच्या माध्यमातून ग्रामीण भागात रोजगार उपलब्ध करून देता येईल. त्यामुळे गावातील बेरोजगारी व दारिद्र्य कमी होण्यास हातभार लागेल. जीवनावश्यक वस्तू व सेवा गावात उपलब्ध झाल्यामुळे गाव स्वावलंबी होण्यास मदत होईल. ग्रामोद्योगात शेतीपूरक उद्योग, सूतकताई, तेलनिर्मिती, गुळाची गुऱ्हाळे, कापड विणणे, अवजार निर्मिती इत्यादी उद्योगांचा समावेश करतात. ग्रामोद्योगाची स्थापना केल्यास शहरात होणाऱ्या स्थलांतराला आळा बसेल. ग्रामोद्योगाच्या माध्यमातून गांधी सर्वोदयी समाजात आर्थिक समता निर्माण करण्याचा प्रयत्न करतात.

७. **नई तालीम वा मूलोद्योग शिक्षण पद्धती :** महात्मा गांधी समकालीन शिक्षणपद्धतीविषयी फारसे समाधानी नव्हते. समकालीन शिक्षणपद्धतीतून पुस्तकी विद्या मिळविणारे वा पोपटपंची करणारे विद्वान निर्माण होत होते. वर्गात दिल्या जाणाऱ्या बंदिस्त पद्धतीवर भर दिला जात असे. पाठ्यपुस्तकाबाहेरचे ज्ञान वर्ज्य समजले जात होते. पाठ्यपुस्तकांचे पाठांतर करून परीक्षेत चांगली उत्तरे लिहिणाऱ्या विद्यार्थ्यांची गणना हुशार व बुद्धिवान म्हणून केली जात होती. परीक्षेतील मिळालेल्या गुणांच्या आधारावर यश मोजण्याच्या पद्धतीविषयी गांधी साशंकता व्यक्त करतात. व्यक्तीत कौशल्यविकास घडवून आणण्याऐवजी कागदी विद्वान बनविणाऱ्या

शिक्षणपद्धतीला विरोध करतात. सर्वोदयी समाजाच्या निर्मितीसाठी समाजव्यवस्थेत व्यापक परिवर्तन घडवून आणणाऱ्या मूलोद्योग वा नई तालीम शिक्षणपद्धतीवर भर देतात. या शिक्षणपद्धतीत वर्गाध्ययनावर भर न देता निसर्गाच्या सान्निध्यात शिकण्यावर भर दिला जातो. विद्यार्थ्यांना दिले जाणारे शिक्षण पुस्तकी नसून प्रयोगावर भर देणारे असेल. पाठ्यपुस्तकीय शिक्षणातून कौशल्यविकासाला फारसा वाव मिळत नाही. पाठ्यपुस्तक बाह्य व संपूर्ण समाज हे शिक्षणाचे केंद्र असेल. विद्यार्थ्यांना आलेल्या स्वानुभवाच्या आधारावर शिकण्याची संधी दिली जाईल. शिक्षण व उद्योग यांत समन्वय प्रस्थापित केला जाईल. शिक्षण घेत असतानाच उद्योगाचे प्रशिक्षण दिले जाईल. शिक्षणात गणित, निसर्गपरिचय, चित्रकला, संगीत, मातृभाषा आणि व्यवसाय प्रशिक्षणाचा समावेश असेल. निसर्गाच्या मुक्त वातावरणात मुलांना शिक्षणाची संधी मिळणार असल्यामुळे विद्यार्थ्यांच्या मानसिक विकासाला वाव मिळेल. नई तालीम ही परिवर्तनकारी शिक्षणपद्धती आहे. या शिक्षणपद्धतीतून सर्वोदयी समाजासाठी आवश्यक बीजारोपण करण्याचा प्रयत्न केला जाईल. त्याग, प्रेम, सामूहिक जीवन, सेवा इत्यादी मूल्यांचे बीजारोपण मूलोद्योग शिक्षणपद्धतीद्वारे करता येईल, असा गांधी विश्वास व्यक्त करतात.

८. **गोरक्षणाला महत्त्व :** गांधी हे आध्यात्मिक प्रवृत्तीचे होते. लहानपणापासून गांधींवर झालेल्या आध्यात्मिक संस्कारांचा परिणाम म्हणून त्यांनी गोरक्षणाचा नेहमीच पुरस्कार केलेला आहे. हिंदू धर्मात गायीला अत्यंत पवित्र व पूजनीय स्थान दिलेले आहे. गायीच्या संरक्षणासाठी हिंदूंनी सदैव तत्पर राहिले पाहिजे, हा संदेशदेखील दिलेला आहे. गांधींनी गोरक्षणाचा विचार आध्यात्मिक आणि व्यावसायिक या दोन्ही दृष्टींनी केलेला आहे. भारत हा कृषिप्रधान देश आहे. कृषीसाठी गाईचे महत्त्व विशद करताना गांधी सांगतात की, गाय ही शेतकऱ्याची खऱ्या अर्थाने माता आहे. गायीपासून शेतकऱ्यांना दूध मिळते, खते मिळतात आणि शेती कसण्यासाठी बैलदेखील मिळतात. कृषिसंस्कृती असलेल्या भारतासारख्या देशात गायीला देवतेची उपमा दिलेली आहे. गाय हा प्राणी व्यावसायिकदृष्ट्या शेतकऱ्यांना उपयुक्त व फायदेशीर आहे. गायींचे जतन व्हावे आणि त्यांची कत्तल होऊ नये, म्हणून गोरक्षणासाठी हिंदू धर्माने आध्यात्मिक कवच उपलब्ध करून दिलेले आहे. भारतात गोरक्षण ही एक समस्या बनलेली आहे. हिंदू लोक गायीला पवित्र मानतात. मुस्लीम, ख्रिश्चन आणि हिंदूंमधील काही जमातींमध्ये गोमांस भक्षण केले जाते. या समुदायातील गोमांस भक्षणावरून हिंदू आणि त्यांच्यात संघर्षाचे वातावरण निर्माण होते. या संघर्षावरून अनेक तणाव, हिंसा आणि दंगेदेखील झाल्याची उदाहरणे आहेत. गोरक्षणासाठी व्यापक प्रयत्न करण्यावर गांधी भर देतात. गोहत्या

प्रतिबंधकायदा करून गोहत्या रोखल्या जाणार नाहीत असे गांधींना वाटते. गांधी कायदेशीर मार्गाऐवजी हृदयपरिवर्तनाच्या मार्गांवर भर देतात. गोमांस भक्षण करणारे मुस्लीम, ख्रिश्चन व हिंदूंमधील समुदायामध्ये प्रचार व प्रसाराच्या माध्यमातून हृदयपरिवर्तन करून गोहत्या पाप आहे वा अयोग्य, हा विचार रुजविण्याचा प्रयत्न करतात. गांधींनी सर्वोदयी कार्यक्रमात गोरक्षणाला स्थान दिलेले आहे.

९. **मातृभाषा व राष्ट्रभाषेला उत्तेजन :** ब्रिटिशकालीन शिक्षणपद्धती इंग्रजी भाषेवर अतिरिक्त भर देणारी होती. शिक्षणाचे माध्यम इंग्रजी होते. इंग्रजी ही परकीय भाषा असल्यामुळे त्या भाषेतील शिक्षण भारतीयांच्या आकलनापलीकडचे होते. बऱ्याचदा आकलन न करता पाठांतराच्या आधारावर भारतीय मुले इंग्रजी शिक्षण घेत होती. पाठातरांच्या माध्यमातून घेतलेल्या शिक्षणातून पुस्तकी पंडित निर्माण होत होते. इंग्रजी शिक्षणाच्या माध्यमातून पाश्चिमात्य मूल्य अप्रत्यक्ष पद्धतीने रुजविण्याचा प्रयोगदेखील सुरू होता. भारतीयांना इंग्रज बनविले की त्यांच्यावर राज्य करणे सोपे जाईल हा ब्रिटिशांचा होरा होता. गांधींनी इंग्रजी शिक्षणाला विरोध केला. भारतीयांना मातृभाषेत शिक्षण दिले पाहिजे, यावर भर दिला. मातृभाषेतून शिक्षण दिल्यास मुलांना चांगल्या प्रकारे आकलन होते. जगातील प्रत्येक देशात मातृभाषेत शिक्षण दिले जाते, हा दाखला दिला. विविध शिक्षणतज्ज्ञांनी मातृभाषेतून शिक्षणाचा केलेला पुरस्कार किती महत्त्वपूर्ण आहे हे सोदाहरण पटवून दिले. शिक्षणाचे माध्यम मातृभाषा असल्यास विद्यार्थ्यांना विषयाचे आकलन लवकर होते. संबोध योग्य रीतीने स्पष्ट होतात. गांधी मातृभाषेसोबत राष्ट्रभाषेलादेखील महत्त्व देतात. भारतासारख्या देशात राष्ट्रभाषेचा प्रश्न वादग्रस्त बनलेला होता. गांधींनी हिंदीला राष्ट्रभाषेचा दर्जा द्यावा ही मागणी केली होती. हिंदीला दक्षिण भारतीय राज्यांचा असलेला तीव्र विरोध लक्षात घेऊन त्यांनी हिंदी प्रसारासाठी 'राष्ट्रभाषा प्रचार समिती'ची स्थापना केली होती. प्रत्येक भारतीयाना राष्ट्रभाषा अवगत करावी यासाठी अनेकदा आव्हानदेखील केलेले होते. राष्ट्रभाषेतून राष्ट्रगौरवाबद्दल आत्मभान निर्माण होते. भाषा हे संस्कृतीचे प्रतीक असते. हिंदी भाषेतून आपली राष्ट्रीय संस्कृती प्रतीत व्हावी, म्हणून गांधींनी राष्ट्रभाषेला उत्तेजन देण्यासाठी प्रयत्न केले.

१०. **स्वच्छता :** सर्वोदयी समाजाच्या उभारणीत स्वच्छतेला गांधींनी मानाचे स्थान दिलेले आहे. अस्वच्छता आणि घाणीतून मोठ्या प्रमाणावर रोगराई पसरत असते. रोगराईवर नियंत्रण मिळविण्यासाठी गांधी सर्वोदयी समाजात ग्रामसफाईला अग्रक्रम देतात. गावातील घराची रचना, सांडपाण्याची व्यवस्था, वैयक्तिक स्वच्छतेच्या सोयी अशा पद्धतीने विकसित केल्या जाव्यात की, त्यातून गावात स्वच्छता निर्माण होईल. सांडपाणी वाहून नेण्यासाठी बंदिस्त गटारे, मोकळी घरे, कचऱ्याची विल्हेवाट

लावण्याच्या सोयी, शौचालये, पिण्याचे स्वच्छ पाणी आणि आरोग्यदायी पर्यावरण निर्मितीवर भर देतात. गावात स्वच्छता निर्माण करण्याची जबाबदारी ग्रामपंचायतीवर टाकत नाहीत. सर्वांनी सामुदायिक प्रयत्नांतून स्वच्छतेवर भर द्यावा यावर गांधींचा कटाक्ष होता. सर्वोदयी समाजात सर्व कामांचे मूल्य समान मानले आहे. स्वच्छतेचे कार्य कनिष्ठ स्वरूपाचे नसून त्यात गावाच्या आरोग्याचा प्रश्न अंतर्भूत आहे, हे गांधींनी सर्वप्रथम जनतेला पटवून देण्याचा प्रयत्न केला आहे.

अशा प्रकारे गांधींनी सर्वोदयी समाजाच्या पुनर्निर्माणासाठी विविध कार्यक्रमांची घोषणा केलेली आहे.

सर्वोदय व साम्यवाद : सर्वोदय व साम्यवाद या दोन्ही विचारसरणींमध्ये समन्वयकारी स्वरूपाची तत्त्वे आढळून येतात. या दोन्ही विचारधारा दंडशक्तीवर आधारलेल्या राज्यसंस्थेला नष्ट करण्याची भाषा करतात. आर्थिक समता आणि सामाजिक सुरक्षितेवर आधारलेल्या समाजरचनेची स्थापना करण्याचा प्रयत्न करतात. सर्वोदय व साम्यवाद शोषण आणि भांडवलशाहीला विरोध करतात. या अर्थाने साम्यवाद व सर्वोदय विचारसरणीत अनेक साम्यस्थळे दर्शविता येतात. दोन्ही विचारसरणींतील अनेक तत्त्वांमध्ये साम्यता आढळून येत असली, तरी ते साध्य करण्याचे उद्देश आणि साधनांमध्ये मात्र तीव्र स्वरूपाचा विरोधाभास आढळून येतो. या दोन्ही विचारधारांतील फरक पुढील मुद्द्यांच्या आधारे करता येतो.

१. गांधी म्हणतात की, मार्क्स आणि लेनिनद्वारानिर्मित साम्यवादाला एक अस्थायी, भ्रमित करणारा आणि प्रतिक्रियावादी दर्शन मानतात. साम्यवादाला पर्याय म्हणून गांधी सामाजिक आणि आर्थिक अन्याय नष्ट करण्यासाठी सर्वोदयी दर्शनाची मांडणी करतात. साम्यवादात फक्त कामगारांच्या हिताचा विचार केला जातो; पण सर्वोदय ही विचारधारा संपूर्ण समाजाच्या हिताचा विचार करते.
२. सर्वोदय विचारधारा वर्णव्यवस्थेचे समर्थन करून परंपरागत व्यवसाय करावे यावर भर देतात. साम्यवाद वर्ग नष्ट करण्याची भाषा करून वर्गविरहित समाज निर्माण करण्याचे स्वप्न पाहतात.
३. साम्यवाद भौतिकतेवर भर देणारी जडवादी विचारधारा आहे. ते धर्माला अफूची गोळी मानतात, तर सर्वोदय ही आध्यात्मिकता व नैतिकतेवर भर देणारी विचारसरणी आहे. साम्यवादी भांडवलशाही नष्ट करून संपत्तीच्या सामाजीकरणावर भर देतात, तर सर्वोदयी भांडवलदारांमध्ये विश्वस्त संकल्पनेच्या माध्यमातून त्याग व समाजसेवा वृत्ती निर्माण करण्यावर भर देतात.
४. गांधी ग्रामोद्योग व कुटिर उद्योगांवर भर देतात. साम्यवाद व्यवस्था अवजड व

मोठ्या उद्योग आणि यांत्रिकीकरणावर भर देणारी विचारधारा आहे. सर्वोदयात अहिंसात्मक राज्याची संकल्पना असून राज्याच्या केंद्रीकरणाला विरोध करतात. राजकीय आणि आर्थिक क्षेत्रात विकेंद्रीकरण महत्त्वाचे मानतात, तर साम्यवादी सत्तेच्या केंद्रीकरणाबरोबर आर्थिक उत्पादनाच्या साधनावर राज्याची मालकी प्रस्थापित करून आर्थिक केंद्रीकरणाला प्राधान्य देतात.

५. नव्या समाजरचनेच्या स्थापनेसाठी सर्वोदयी अहिंसात्मक मार्गाचा अवलंब करतात, तर साम्यवादी क्रांती, हिंसा, जबरदस्ती, दडपशाही, रक्तपात इत्यादी मार्गांनी होणाऱ्या क्रांतीला मान्यता देतात. क्रांतीनंतर कामगारांची हुकूमशाही प्रस्थापित करण्यावर भर देतात. साम्यवाद हा हिंसेवर भर देणारा विचार आहे तर सर्वोदय हा प्रेम, अहिंसा, सेवा, त्याग इत्यादींवर भर देणारा विचार आहे.

६. विनोबा भावे सांगतात की, सर्वोदय व साम्यवाद यांत भेद केवळ साधनांपुरता मर्यादित नसून दोन्हींमध्ये तात्त्विक स्वरूपाचे तीव्र भेद आहेत. साम्यवाद हा अर्थकारणाशी जोडलेला आणि त्यांचा केंद्रित पद्धतीने विचार करणारा विचार आहे, तर गांधीवाद समाजाच्या सर्वांगीण विकासावर भर देणारा, आध्यात्मिक आणि नैतिक स्वरूपाचा विचार आहे.

अशा प्रकारे गांधींनी मांडलेली सर्वोदयी कल्पना ही इतर सर्व समाजवादी गृहीतकांपेक्षा भिन्न स्वरूपाची आहे. गांधी आध्यात्मिक व आदर्शवादी विचारप्रणालीच्या आधारे देशातील मूलभूत समस्यांची सोडवणूक करून नवा सर्वोदयी समाज निर्माण करू इच्छित होते आणि हा समाज अहिंसेवर आधारलेला व स्वयंपूर्ण स्वरूपाचा असेल.

विनोबा भावे यांचे सर्वोदयी विचार : आचार्य विनोबा भावे हे सर्वोदय चळवळीचे प्रमुख प्रणेते होते. गांधींच्या सर्वोदयी चळवळीचे विनोबा भावे यांनी पुनरुज्जीवन केले. आपले आयुष्य सर्वोदयाच्या प्रचार व प्रसारासाठी खर्च केले. सर्वोदय विचारसरणीचा प्रत्यक्ष व्यावहारिक उपयोग करणारे विनोबा भावे हे प्रथम विचारवंत मानले जातात. सर्वोदय विचारसरणीचा विस्तार करण्याचे कार्य त्यांनी केले. गांधींचे विचार प्रत्यक्षात उतरविण्यासाठी विनोबांनी अथक प्रयत्न केले. काका कालेलकर यांच्या अध्यक्षतेखाली 'सर्वोदय आर्थिक परिषद' आयोजित केली. गांधींचे विचार जनतेपर्यंत पोहचविण्यासाठी १० एप्रिल १९५१ पासून भूदान आंदोलनाची सुरुवात केली.

विनोबांचे ग्रामराज्य आणि विकेंद्रित लोकतंत्र वा विकेंद्रित समाजाबद्दलचे विचार : ग्रामजीवन हे भारतीय समाजव्यवस्थेचे प्रमुख लक्षण मानले जाते. भारतातील बहुसंख्य लोकांचे वास्तव्य खेड्यात आहे. भारताच्या विकासाचा केंद्रबिंदू खेडे असला पाहिजे, यावर विनोबा भावे भर देतात. उदारमतवादी लोकशाहीत सत्ता मध्यवर्ती सरकारकडे

केंद्रित असते. विनोबांनी ग्रामस्वराज्याची संकल्पना विशद करताना विकेंद्रीकरणावर सर्वाधिक भर दिला. विनोबा म्हणतात की, आज सर्व देशांत सरकारी सत्ता असते. निवडलेल्या प्रतिनिधीच्या हातात सत्ता सोपविलेली असते. सर्व महत्त्वपूर्ण कामे प्रतिनिधीकडे सोपवून जनता शक्तिहीन बनत चाललेली आहे. प्रतिनिधी जनतेने निवडलेले असल्यामुळे जनता खरी मालक आहे हा सिद्धान्त भ्रामक स्वरूपाचा आहे. जनता ही नाममात्र स्वरूपाची मालक आहे. खरी सत्ता प्रतिनिधींच्या हातात आहे. प्रतिनिधींच्या हातात जनतेने व्यापक स्वरूपात सत्ता सोपवलेली आहे. या सत्तेच्या जोरावर प्रतिनिधी आपली हुकूमशाही जनतेवर लादतात. आपल्या इच्छेने जनतेला हवे तसे वाकवू शकतात. जनतेच्या जीवनावर नियंत्रण प्रस्थापित करतात. विनोबा भावे यांनी उदारमतवादी लोकशाहीत सत्तेच्या केंद्रीकरणाच्या माध्यमातून प्रस्थापित होणाऱ्या हुकूमशाहीकडे लक्ष वेधले आहे. राज्य आणि स्वराज्य संकल्पनेत भेददेखील ते स्पष्ट करतात. राज्य म्हणजे दुसऱ्याची सत्ता मान्य करून त्यांच्या इच्छेप्रमाणे वर्तन करणे होय, तर स्वराज्य म्हणजे दुसऱ्याच्या इच्छेप्रमाणे न वागता आपले वर्तन सद्सद्विवेक बुद्धीप्रमाणे करणे होय. दुसऱ्यावर सत्ता न चालविणे आणि दुसऱ्या सत्ता आपल्यावर न चालू देणे म्हणजे स्वराज्य होय. खरी लोकशाही प्रस्थापित करण्यासाठी विनोबांनी सत्तेच्या विकेंद्रीकरणावर भर दिला. विकेंद्रित समाजाची संकल्पना स्पष्ट करताना विनोबा लिहितात की, सर्वोदयी समाजात राजकीय आणि आर्थिक समाजाची उभारणी ग्रामपंचायतीवर आधारलेली असेल. ग्राम प्रजातंत्र परस्परांच्या सहकार्यांने छोटे छोटे संघ बनवतील आणि छोटे संघ मोठे संघ बनवतील. या पद्धतीने संपूर्ण देश एक संघ बनेल. या प्रक्रियेचा उत्तरोत्तर विकास होऊन संपूर्ण जगाचा मिळून एक संघ बनेल. या संघांना सत्ता आणि अधिकार समाजाच्या गरजा व आवश्यकतेचा विचार करून दिले जातील. सर्वोच्च संघ सर्वाधिक कमी कार्य करेल. केंद्रीय आणि प्रांतीय संघ आपल्या अधिकारांचा त्याग करून छोट्या छोट्या संघांना व्यापक अधिकार आणि काम करण्याची संधी उपलब्ध करून देतील. विनोबांनी सर्वोदयी समाजात राजकीय व्यवस्था पाहण्यासाठी खेड्यांचे संघराज्य निर्माण करण्याची कल्पना मांडली. या संघराज्यात केंद्रीय आणि प्रांतीय पातळीवरील संघांनी सल्ला, मार्गदर्शन आणि पर्यवेक्षणाचे कार्य करावे, ग्रामपातळीवर असलेल्या संघांनी व्यापक कार्य करावे, यांवर भर दिला. ग्रामपातळीवरील संघांना व्यापक कार्य करण्यासाठी व्यापक स्वरूपाचे अधिकार प्रदान केले.

ग्रामराज्याची वैशिष्ट्ये : विनोबा भावे यांनी वर्णन केलेल्या ग्रामराज्याची खालील वैशिष्ट्ये सांगता येतात.

१. ग्रामराज्यात सार्वभौमत्व आणि अंतिम निर्णय घेण्याचा अधिकार जनतेला असेल.

२. ग्रामराज्य दंडशक्तीवर आधारलेले नसेल. लोक स्वयंनियंत्रण असल्यामुळे राज्याला दंडशक्ती वापरण्याची आवश्यकता भासणार नाही.
३. राज्याची कमीतकमी सत्ता व नियंत्रण जनतेवर असेल. ग्रामराज्यात राज्यविरहित समाजाची स्थापना करावयाची आहे. परंतु एकदम राज्य नष्ट करणे शक्य नसल्यामुळे राज्याची सत्ता हळूहळू कमी करण्याचा प्रयत्न केला जाईल.
४. सत्य, अहिंसा, सेवा, आत्मनिर्भरता इत्यादी तत्त्वांवर राज्य आधारित असेल.
५. ग्रामराज्यात गावाचा कारभार एकमताने चालविला जाईल. सर्व प्रौढ मतदारांची मिळून एक आमसभा असेल. या सभेतील सदस्य एकमताने निर्णय घेतील.
६. ग्रामराज्यात श्रमप्रतिष्ठेला महत्त्वपूर्ण स्थान असेल. प्रत्येकाला उदरनिर्वाहासाठी शारीरिक श्रम करणे बंधनकारक असेल. शारीरिक श्रम आणि बौद्धिक श्रम यांत तफावत केली जाणार नाही.
७. ग्रामराज्याचा उद्देश सामाजिक आणि आर्थिक उन्नती घडवून आणणे असल्यामुळे निवडणुका आणि राजकीय पक्षांना त्यात स्थान असणार नाही. ग्रामराज्य हे पक्षविरहित लोकतंत्र आहे.
८. सर्व एकासाठी आणि एक सर्वांसाठी हा ग्रामराज्याचा आधार असेल.
९. अपरिग्रह आणि आत्मसंयमाला ग्रामराज्यात महत्त्व असेल.
१०. ग्रामराज्यात खाजगी मालमत्तेला स्थान असणार नाही. विश्वस्त संकल्पना आणि संपत्तीच्या सामूहिकीकरणावर भर दिला जाईल.
११. ग्रामराज्य अहिंसेवर आधारलेले असेल. समाजातील विविध प्रश्नांचे निराकरण हिंसा व संघर्षाच्या मार्गाने न सोडविता अहिंसेच्या माध्यमातून सोडविण्यावर भर दिला जाईल.

अशा प्रकारे विनोबा भावे यांनी ग्रामराज्याची संकल्पना आणि तिची वैशिष्ट्ये विशद केलेली आहेत. विनोबा भावे यांच्या मते, आज जगात खरे स्वातंत्र्य उपलब्ध नाही. स्वातंत्र्य व लोकशाही हा एक भ्रम आहे. लोकशाही व्यवस्थेचे अस्तित्व असून ह्यात प्रत्येक व्यक्तीला आपल्या शक्तीचा वापर करता येत नाही. आपल्या मनाप्रमाणे आपला विकास करता येत नाही. लोकशाही व स्वातंत्र्याच्या नावावर चालणाऱ्या हुकूमशाही वा दडपशाहीचे खऱ्या लोकशाहीत रूपांतर करण्यासाठी विनोबांनी ग्रामराज्याची संकल्पना मांडली आहे. ग्रामराज्यात प्रत्येक व्यक्ती निर्णय घेण्यास स्वतंत्र आहे. प्रत्येक व्यक्ती स्वायत्त व स्वावलंबी आणि आत्मनिर्भर असल्यामुळे खऱ्या अर्थाने स्वतंत्र आहे. ग्रामराज्य हा आदर्श लोकशाही व्यवस्थेचा नमुना आहे असे विनोबांना वाटते.

विनोबा भावे यांचे भूदान व सर्वोदयी विचार : भारत हा कृषिप्रधान देश आहे. बहुसंख्य लोकांचे जीवनमान कृषीवर अवलंबून आहे. परंतु भारतात जमिनीची

वाटणी असमान पद्धतीने झालेली आहे. जमिनीच्या विषम वाटणीमुळे समाजातील मूठभर लोकांच्या वाट्याला प्रचंड जमीन आलेली आहे, तर बहुसंख्य लोकांच्या वाट्याला अत्यंत अल्प स्वरूपाची जमीन आलेली आहे. अत्यंत कमी जमीन वा भूमिहीन असलेल्या लोकांकडे उदरनिर्वाहाची पुरेशी साधने नसल्यामुळे त्यांना दारिद्र्यात खितपत राहावे लागते. काम करण्याची इच्छा आहे; परंतु जमीन नसल्यामुळे काम मिळत नाही. काम नसल्यामुळे दारिद्र्य आणि कर्जबाजारीपणाच्या समस्येला सामोरे जावे लागते. याउलट भारतातील मूठभर लोकांकडे प्रचंड जमीन आहे. त्यांना जमीनदार असे म्हणतात. जमीनदारांकडे जमीन कसण्यासाठी आवश्यक मनुष्यबळ उपलब्ध नाही. त्यामुळे जमीन पडीक राहते. जमीनदारवर्ग स्वत: जमीन कसत नाही. त्यांच्या जमिनीवर भूमिहीन लोक व शेतमजूर श्रम करतात. त्यांच्या श्रमावर जमीनदार जगत असतो. इतरांच्या श्रमांतील वाट्याच्या आधारावर जमीनदार श्रीमंत बनत असतो. मात्र श्रम करणारा मजूर गरीबच राहतो. अशा गुंतागुंत आणि विरोधाभासाच्या वातावरणात भारतातील कृषिजीवन व कृषी–अर्थव्यवस्था अडकलेली होती.

भूदान चळवळीच्या उदयाची पार्श्वभूमी : स्वातंत्र्योत्तर काळात भारतात कम्युनिस्ट पक्षाने मार्क्स, लेनिन आणि माओच्या विचारांच्या आधारावर शेतकऱ्यांमध्ये जागृती घडवून आणण्याचा प्रयत्न सुरू केला. चीनमध्ये ज्या पद्धतीने शेतकऱ्यांनी क्रांती घडवून आणली, त्याप्रमाणे भारतात शेतकऱ्यांनी जमीनदारांविरुद्ध उठाव करून क्रांती घडवून आणावी, यासाठी पक्षांनी शेतकऱ्यांना मोठ्या प्रमाणावर प्रोत्साहन, पाठिंबा दिला. तेलंगणा प्रांतात कम्युनिस्ट पक्षाच्या सहकार्याने शेतकऱ्यांनी १९५१ मध्ये जमीनदारांविरुद्ध हिंसक चळवळ सुरू केली. या चळवळीमुळे तेलंगणा प्रांतात अस्थिरतेचे वातावरण निर्माण झाले. या हिंसामय वातावरणातील तणाव कमी होऊन परिस्थिती सर्वसाधारण पातळीवर यावी, यासाठी विनोबा भावे यांनी पदयात्रा सुरू केली. या पदयात्रेचा मुक्काम पंचमपल्ली गावात असताना काही अस्पृश्य शेतकरी विनोबांना भेटले आणि त्यांनी आपली परिस्थिती कथन केली. (१८ एप्रिल १९५१) आम्हाला उदरनिर्वाहाची साधने उपलब्ध करून दिल्यास आमची दारिद्र्यातून मुक्तता होईल, अशी कळकळीची विनंती केली. कष्ट करून पोट भरण्याची तयारी आहे, म्हणजेच श्रम करावयास तयार आहोत; पण काम मिळत नाही. आम्हाला जमीन मिळवून दिल्यास आम्हाला श्रम करता येतील आणि श्रमांच्या आधारावर आमचे दारिद्र्य दूर होईल. विनोबांनी भूमिहीन अस्पृश्यांचा प्रश्न नीट समजून घेतला आणि त्यांना जमीन मिळवून देण्याचे आश्वासन दिले. सर्वप्रथम पंचमपल्ली गावातील जमीनदारांना भूमिहीन शेतकऱ्यांसाठी जमीन दान देण्याचे आव्हान केले. या आव्हानास पंचमपल्ली गावचे जमीनदार श्री. रामचंद्र रेड्डी यांनी सर्वप्रथम प्रतिसाद दिला आणि आपली काही जमीन विनोबांना दान दिली. विनोबा भावे यांनी ती जमीन

भूमिहीन अस्पृश्य शेतकऱ्यांना दान दिली. या घटनेतून भूदान संकल्पनेच्या बीजारोपणास मदत मिळाली. भूदान संकल्पनेतून भूमिहीन शेतकऱ्यांचे दारिद्र्य दूर करता येईल आणि शांततेच्या माध्यमातून जमीन पुनर्वाटणीचा कार्यक्रम पार पाडता येईल. हिंसेची गरज राहणार नाही हे लक्षात आल्यानंतर विनोबा भावे यांनी आपले जीवन भूदान चळवळीसाठी वाहून घेण्याचा निश्चय केला. भूदान मिळविण्यासाठी जमीनदारांना भावनिक स्वरूपाची आव्हाने केली. विनोबा भावे सांगत की, जमिनीचा हिस्सा आनुवंशिक पद्धतीने वाटला जात असेल, तर मला तुमचा मुलगा समजा. तुमच्या मुलांना जेवढी जमीन देणार आहात, तेवढी जमीन मला तुमचा मुलगा मानून दान करा. या दानाचा उपयोग मी भूमिहीनांचे जीवन सुधारण्यासाठी करेल. विनोबांनी सुरू केलेल्या भूदान चळवळीला भारतभर पाठिंबा मिळू लागला. जमीनदार लोक आपल्याकडील काही जमीन भूदानासाठी दान करू लागले. तेलंगणा प्रांतात जवळपास ५० दिवस विनोबा फिरले. त्यांना जमीनदारांनी १२२०१ एकर जमीन दानात दिली. तेलंगणातील यशामुळे भारावलेल्या विनोबांनी भूदान चळवळ भारतभर सुरू केली. दोन वर्षांच्या कालावधीत जवळपास साडेतीन लाख एकर जमीन विनोबांनी दानात मिळविली. १९६७ पर्यंत ४२.७ लाख एकर जमीन भूदान मिळाली आणि त्यांपैकी १२ लाख एकर भूमिहीनांमध्ये वाटली गेली. ५ कोटी एकर जमीन भूदान मिळविण्याचे विनोबांचे स्वप्न होते. ग्रामदान चळवळीत जवळपास ३९६७२ गावांनी सहभाग घेतला. याशिवाय संपत्तिदानात लाखो रुपये जमा झाले. अनेक व्यक्तींनी भूदान चळवळीसाठी आपले आयुष्य समर्पित केले.

भूदानाचा अर्थ व स्वरूप : भूदान चळवळ जमिनीच्या पुनर्वाटणीशी निगडित कार्यक्रम असला, तरी त्याचा अर्थ आणि स्वरूप अत्यंत व्यापक आहे. जयप्रकाश नारायण यांच्या मते, भूदान कार्यक्रम जमिनीच्या पुनर्वाटपापुरता मर्यादित कार्यक्रम नाही. जमीन पुर्नवाटणीचा कार्यक्रम कायदा करूनदेखील साध्य करता येईल. जमिनीची मालकी हा वैधानिक प्रश्न नसून नैतिक प्रश्न आहे. त्यात लोकांच्या मतपरिवर्तनाला महत्त्व आहे. लोक त्यागभावनेतून जमीन दान देणार आहेत. व्यक्तीमधील झालेला बदल हा नव्या समाजरचनेचा पाया आहे. भूदान चळवळ भूमिहीनांना जमीन मिळवून देणे आणि जमिनीच्या पुनर्वाटपापुरती मर्यादित नाही. या चळवळीच्या माध्यमातून समाजाच्या विभिन्न क्षेत्रांत व्यापक स्वरूपाचे परिवर्तन घडवून आणावयाचे आहे. 'सब भूमी गोपालकी है।' सर्व भूमीचा अंतिमत: मालक आपण नसून परमेश्वर आहे. परमेश्वराने आपल्याला काही काळापुरती जमीन कसण्यासाठी वा वापरण्यासाठी उपलब्ध करून दिलेली आहे, हा भाव मानवी मनात निर्माण झाल्यास जमिनीविषयी लालसा आपोआप नष्ट होईल. मालकीहक्काविषयीच्या कल्पनेत क्रांतिकारी परिवर्तन होईल. प्रत्येक व्यक्ती आपल्या गरजेपुरती जमीन स्वत:जवळ ठेवून उरलेली जमीन भूदान करतील. भूदान चळवळीत

हृदय परिवर्तनाच्या मार्गावर भर दिलेला आहे. स्वइच्छेने लोक जमीन दान करत असल्यामुळे द्वेष, वैरभाव आणि शत्रुत्व निर्माण होणार नाही. दान देणारा आणि दान घेणारा दोन्ही वर्गांत प्रेम आणि सहकार्यांचे वातावरण निर्माण होईल. भूदान चळवळ ही व्यक्तीच्या संचय वृत्तीवर आघात करणारी आहे. संचय वृत्तीमुळे माणूस मौल्यवान वस्तूप्रमाणेच जमीन संचय करत जातो. जास्तीत जास्त जमीन असल्यास समाजात जास्त मानसन्मान, प्रतिष्ठा हे समीकरण विकसित झाल्यामुळे, जमीन संचयाची वृत्ती विकसित झाली. भूदान चळवळ जमीन संचयाऐवजी जमीन दानास प्रोत्साहन देते. जमीन दान करण्याचे सद्भाग्य भूदान चळवळ जमीनधारकांना उपलब्ध करून देते. भूदानाच्या माध्यमातून नैतिक सुख, नैतिक समाधान वा आनंद उपलब्ध करून देते. भूदान चळवळ जमीन पुनर्वाटपापुरती मर्यादित नसून जमीन-धारणेविषयी अस्तित्वात असलेल्या परंपरागत धारणा व कल्पनांत व्यापक परिवर्तन घडवून आणणारी आणि समाजव्यवस्थेची उभारणी नवीन मूल्यांवर करणारी विचारधारा आहे. भूदानाच्या माध्यमातून शांततामय परिवर्तन वा अहिंसात्मक क्रांती घडवून आणण्याचा प्रयत्न विनोबा भावे करत होते.

भूदान चळवळीचा हेतू किंवा उद्देश : आचार्य विनोबा भावे यांनी भूमिहीन आणि गरिब लोकांना जमीन उपलब्ध करून देण्यासाठी भूदान चळवळीची सुरुवात केली. या चळवळीचा हेतू जमीन वाटपापुरता मर्यादित नाही. विनोबा सांगतात की, न्यायपूर्ण समाजव्यवस्था निर्माण करण्यासाठी जमिनीवर सर्वांची मालकी असणे आवश्यक आहे. म्हणून मी दानासाठी लोकांकडे याचना वा प्रार्थना करत नाही, तर जमिनीवर असलेल्या निर्धन हक्कासाठी प्रार्थना करतो. जमिनीच्या मालकी हक्कांकडे पाहण्याच्या परंपरागत दृष्टिकोन आणि धारणेत क्रांतिकारी परिवर्तन घडवून आणणे हा भूदान चळवळीचा उद्देश होता. सामाजिक आणि आर्थिक कुव्यवस्थांना कायम ठेवून नव-समाजरचनेची पायाभरणी करणे शक्य होणार नाही. भूदान चळवळ ही अहिंसात्मक मार्गाने जमीनदारी नष्ट करण्याचा खास गांधीवादी कार्यक्रम आहे. या कार्यक्रमाच्या माध्यमातून लोकांच्या हृदयात परिवर्तन घडवून आणणे हा प्रमुख उद्देश आहे. आदर्श समाजव्यवस्था निर्माण करण्यासाठी आर्थिक समतेची नितांत गरज आहे. कायदेशीर मार्गाने समता निर्माण होईल, यावर गांधीवादी विचारवंत विश्वास ठेवत नाहीत. साम्यवाद्यांप्रमाणे जबरदस्तीने समता निर्माण करण्याचा प्रयत्न करीत नाहीत. श्रीमंत व्यक्तींमध्ये विश्वस्त भाव निर्माण करून त्यांना दानास प्रवृत्त करणे हे गांधीवादी मार्गाचे प्रमुख ध्येय आहे. भूदान हे व्यक्तिगत परिवर्तन आणि क्रांतीचे उदाहरण आहे. व्यक्तिगत परिवर्तनातून सामाजिक परिवर्तनाला चालना मिळू शकते. विनोबा भूदानातून ग्रामदानाकडे जाता येईल हा विश्वास व्यक्त करतात. भूदानाच्या माध्यमातून भूमिहीनांना हक्कांचे उदरनिर्वाहाचे साधन मिळवून देता येईल. त्यामुळे ते सन्मानाने जीवन जगू शकतील. जीवन जगण्यासाठी सुरू असलेला

संघर्ष समाप्त होईल. संपत्तीच्या विषम वाटणीतून श्रीमंत आणि गरीब या दोन वर्गांत मानसिक व आंतरिक द्वैत निर्माण झाले आहे. भूदानाच्या माध्यमातून हे मानसिक वैर नष्ट करता येईल आणि दोन्ही वर्गांमध्ये परस्पर सहकार्य आणि प्रेम विकसित करता येईल. जयप्रकाश नारायण सांगतात की, सक्तीच्या मार्गाचा उपयोग करून आपले ध्येय साध्य करता येईल; पण मनातील स्वार्थ नष्ट करता येणार नाही. सत्तेचा वापर करून संपत्ती काढून घेता येईल. मात्र संपत्तीची लालसा कमी करता येणार नाही. भूदान चळवळ ही मानवी वृत्तीत क्रांतिकारी परिर्वन घडवून आणणारी चळवळ आहे. मानवी जातीच्या कल्याणासाठी आवश्यक असलेल्या नीतिमूल्यांची प्रस्थापना भूदान चळवळीच्या माध्यमातून करता येईल.

भूदान चळवळीचे पूरक कार्यक्रम : विनोबा भावे यांनी भूदान चळवळीच्या माध्यमातून लाखो एकर जमीन दानात मिळविली आणि ती भूमिहीनांना वाटून टाकली. ही चळवळ व्यापक बनविण्यासाठी विनोबांनी पूरक कार्यक्रमाची घोषणा केली. ते कार्यक्रम पुढीलप्रमाणे सांगता येतात.

१. **संपत्तिदान :** विनोबा भावे यांनी भूदान यज्ञाचा प्रारंभ केल्यानंतर ते जमीन दानात मागू लागले. जमिनीशिवाय इतर वस्तूंचा स्वीकार करत नव्हते. भूदानात मिळालेल्या जमिनीचे पुनर्वाटप केल्यानंतर त्यांच्या लक्षात आले की, भूमिहीनांकडे जमीन कसण्यासाठी आवश्यक संसाधने, अवजारे आणि भांडवलाचा अभाव होता. भूदान चळवळीमुळे भूमिहीनांची जमिनीची गरज पूर्ण झाली; पण ती कसण्यासाठी आवश्यक साधने नसल्यामुळे त्यांच्या जीवनात परिवर्तनाला चालना मिळाली नाही. ही अडचण लक्षात घेऊन त्यांनी भूदानासोबत संपत्तिदानाची चळवळ सुरू केली. विनोबा संपत्तिदानाच्या माध्यमातून बैलजोड्या, घोडे, शेती-उपयुक्त अवजारे, पैशाच्या स्वरूपात देणग्या स्वीकारू लागले. सामाजिक उत्पादनासाठी गरिबांना अर्थसाह्य मिळवून देणे हा संपत्तिदानाचा प्रमुख हेतू होता. संपत्तिदानाच्या माध्यमातून मिळालेल्या रकमेचा उपयोग शेतीसाठी आवश्यक संसाधने खरेदी करण्यासाठी केला जाऊ लागला. श्रीमंतांकडील संपत्तीचा उपयोग गरिबांच्या कल्याणासाठी होऊ शकेल हा संपत्तिदानाचा अंतस्थ हेतू होता. संपत्तिदानाच्या माध्यमातून श्रीमंतांमध्ये विश्वस्त वृत्ती रुजविता येईल. संपत्ती हा सामूहिक श्रमाचा परिणाम असतो. संपत्तीवर सर्वांची मालकी आहे. संपत्तिदानाच्या माध्यमातून अहिंसात्मक मार्गाने आर्थिक समता निर्माण करता येईल. संपत्तिदानाच्या माध्यमातून गरिबांचा आर्थिक विकास साध्य होईल आणि श्रीमंतांना आपली संपत्ती समाजातील गरिबांच्या कल्याणासाठी वापरता आली, याचे मानसिक समाधान लाभेल.

२. **ग्रामदान :** भूदान आणि संपत्तिदानाची पुढची पायरी म्हणजे ग्रामदान होय. ग्रामदानाच्या माध्यमातून वैयक्तिक स्वामित्व नष्ट होऊन संपत्तीवर सामूहिक स्वामित्व निर्माण केले जाऊ शकते. ग्रामदानात संपूर्ण गावाची जमीन दानात मिळणे अपेक्षित आहे. सर्व जमीन दानात मिळाली की, जमिनीवर गावातील सर्वांची मालकी प्रस्थापित होईल. संपूर्ण गाव एक कुटुंब बनेल. ग्रामदानाच्या माध्यमातून मिळालेल्या जमिनीवर सामूहिक शेती केली जाणार नाही, तर गावातील प्रत्येक व्यक्तीला आपल्या क्षमतेनुसार कार्य करावे लागेल आणि आवश्यकतेनुसार संपत्ती प्रदान केली जाईल. विनोबाच्या मते, शिक्षक, गायक, कास्तकार, शेतकरी आपआपले व्यवसाय करतील. संपूर्ण गावाच्या वार्षिक उत्पन्नातून सर्वांना समान हिस्सा मिळेल. त्यामुळे परस्पर आत्मीयता निर्माण होईल आणि सामूहिक जीवनाचा आनंद सर्वांना उपभोगता येईल. विनोबांची ग्रामदानाची संकल्पना साम्यवादातील सामूहिक शेती वा कम्यून पद्धतीपेक्षा भिन्न स्वरूपाची आढळून येते. प्रत्येक गावाला एक स्वयंपूर्ण खेडे बनविण्यासाठी ग्रामदानाची संकल्पना उपयुक्त आहे. ग्रामदानाच्या माध्यमातून ऐक्य, बंधुभाव, आत्मीयता, प्रेम, सेवा, त्याग इत्यादी वृत्तींचा विकास करून गावाचे रूपांतर कुटुंबात करण्याचा प्रयास आहे. विनोबा म्हणतात की, ग्रामदानाच्या माध्यमातून प्रत्येक व्यक्ती आपले सर्वस्व समाजाला अर्पण करेल. ग्रामदान म्हणजे बलिदान नसून चांगल्या व समान जीवनासाठी केला जाणारा प्रयोग आहे. अशा प्रकारे विनोबा ग्रामदानाच्या माध्यमातून सामूहिक जीवनाची संकल्पना पुढे आणण्याचा प्रयत्न करतात.

३. **ग्रामराज्य :** ग्रामदानाचा प्रशासकीय कारभार व्यवस्थित चालविण्यासाठी विनोबांनी ग्रामराज्याची संकल्पना मांडली. ग्रामराज्यात प्रत्येक व्यक्ती स्वयंनियंत्रणानुसार कार्य करेल. गावाच्या प्रशासकीय आणि सर्वसाधारण कामकाजासाठी एक ग्रामसमिती निर्माण केली जाईल. ग्रामसमितीत प्रत्येक कुटुंबातील एका सदस्याला स्थान असेल. महिन्यातून एकदा समितीची बैठक भरेल. गावाचा दैनंदिन कारभार पाहण्यासाठी १५ ते २० लोकांची एक समिती असेल. समितीत गावातील ज्येष्ठ व हुशार नागरिकांचा समावेश केलेला असेल. समितीच्या सदस्यांची निवड केली जाणार नाही, तर नियुक्ती केली जाईल. त्यामुळे निवडणुका घेण्याची आवश्यकता राहणार नाही. समितीने घेतलेल्या निर्णयाला ग्रामसमितीची मान्यता आवश्यक राहील. समितीची नियुक्ती हा बहुमान नसून सेवा करण्याची संधी आहे. गावाचा कारभार गावातील लोकांच्या इच्छेनुसार झाला पाहिजे, हा ग्रामराज्याचा प्रधान हेतू असल्यामुळे त्यात राजकारणाला कोणत्याही प्रकारचा वाव नसेल. राजकारण आणि राजकीय पक्षाचे अस्तित्व नसल्यामुळे समितीचा कारभार परस्पर सहकार्यावर चालेल.

ग्रामराज्यात सर्वाधिक अधिकार ग्रामसमितीला असतील. गावाचे नियोजन, न्यायदान, कायदे निर्मिती, गावाच्या विकासासाठी योजना इत्यादी बाबतीत समितीला व्यापक अधिकार असतील. ग्रामसमितीच्या कारभारात हस्तक्षेप करण्याचा अधिकार प्रांतीय आणि केंद्रीय समितीला नसेल. विनोबा भावे म्हणतात की, ग्रामदानाच्या माध्यमातून लोकांमध्ये समाजाप्रती उत्तरदायित्वात वाढ घडवून आणणे, व्यक्ती आणि समाज यांतील द्वैत नष्ट करणे, सामूहिक जीवनाची लोकांना ओळख करून देणे हे प्रमुख उद्देश आहेत.

४. **जीवनदान :** विनोबा भावे यांनी ग्रामदान, ग्रामस्वराज्यासोबत जीवनदान ही संकल्पना मांडली आहे. जीवनदान म्हणजे गावातील लोकांच्या कल्याणासाठी आपले जीवन अर्पण करणे होय. सर्वोदयी समाज निर्माण करण्यासाठी नि:स्वार्थी, त्यागी, समाजसेवेची आवड असलेल्या, प्रामाणिक कार्यकर्त्यांची आवश्यकता आहे; त्याशिवाय सर्वोदयी समाजाची स्थापना होणे अशक्य आहे. विनोबा भावे यांनी तरुणांना आवाहन केले होते की, त्यांनी राष्ट्रसेवेसाठी आपले जीवन अर्पण करावे. गावाच्या विकासासाठी अनेक क्रांतिकारी उपक्रमांची आखणी व अंमलबजावणी करावी लागेल. त्या उपक्रमाच्या यशस्वितेसाठी चांगल्या व निष्ठावान कार्यकर्त्यांची आवश्यकता आहे, ही गरज ओळखून विनोबांनी जीवनदानाची कल्पना मांडली.

५. **स्वराज्य :** विनोबा भावे यांनी राज्य आणि स्वराज्य यांत भेद स्पष्ट केलेला आहे. राज्य हे शक्ती व दंडशक्तीवर आधारलेले असते, तर स्वराज्य हे स्वयंप्रेरणा आणि स्वयंनियंत्रणावर आधारलेले असते. सर्वोदयी आपल्या राज्यविषयक विचारांत राज्याच्या केंद्रीकरणाला विरोध करतात. राज्यविरहित समाजाची संकल्पना प्रत्यक्षात शक्य नसल्यामुळे सर्वोदयी अहिंसात्मक स्वराज्याची संकल्पना मांडतात. अहिंसात्मक स्वराज्यात राज्याचा मानवी जीवनात कमीतकमी हस्तक्षेप, विकेंद्रित सत्ता, स्वयंनियंत्रणाला महत्त्व, सोपी व सुटसुटीत प्रशासनव्यवस्था, प्रशासनात जनतेचा वावर वा प्रतिनिधित्व, सामाजिक ऐक्याला महत्त्व, जनतेत परस्पर बंधुभावाचे अस्तित्व, कमीतकमी खर्चावर चालणारी प्रशासनव्यवस्था, ग्रामराज्याला सर्वाधिक अधिकार, जनतेच्या मतानुसार राज्यकारभार आणि सर्वांना विकासाची संधी इत्यादी गोष्टींना प्राधान्य असेल. विनोबा स्वराज्याच्या माध्यमातून मानवी विकासाला प्राधान्य देणाऱ्या आणि शोषण, अन्याय, अत्याचाराला नष्ट करणाऱ्या नव्या व्यवस्थेचे बीजारोपण करण्याचा प्रयत्न करतात.

अशा प्रकारे विनोबा भावे भूदान चळवळीला पूरक असलेल्या कार्यक्रमाची मांडणी करतात. या विविध कार्यक्रमांच्या माध्यमातून राज्याचे स्वराज्यात रूपांतर करून सर्वोदयी आदर्श समाज–निर्मितीचा संकल्प मांडतात.

भूदान चळवळीचे मूल्यमापन : भूदान चळवळ ही अहिंसात्मक मार्गाने जमिनीची पुनर्वाटणी करणारी एक क्रांतिकारी चळवळ मानली जाते. या चळवळीच्या संदर्भात ऑस्ट्रेलियाचे प्रसिद्ध विद्वान जे. एम. प्रेन्टिस लिहितात की, भूदान ही महान रक्तहीन क्रांती आहे. विनोबा भावे हे भारतातील एक असाधारण समाजसुधारक आहेत. महात्मा गांधींचे प्रिय असून गांधींच्या पावलावर पाऊल ठेवून आपली वाटचाल करीत आहेत. अशा महान व्यक्ती फार कमी आढळून येतात. विनोबा भावे यांनी भूदानाच्या माध्यमातून लाखो एकर जमीन मिळविली. कोट्यवधी रुपये जमा केले आणि त्या पैशांचा विनियोग निर्धनांच्या कल्याणासाठी होऊ शकला. पक्षविरहित लोकतंत्र, अहिंसात्मक राज्य, स्वावलंबी ग्रामराज्य, वर्गविहीन समाज इत्यादी अनेक क्रांतिकारी संकल्पना त्यांनी मांडल्या. भूदान चळवळीच्या माध्यमातून जमिनीच्या असमान वाटणीची समस्या काही प्रमाणात कमी होण्यास हातभार लागला. भूमिहीनांना उदरनिर्वाहासाठी जमीन मिळाली. ग्रामदानाच्या माध्यमातून सहकारी शेतीला उत्तेजन मिळाले. कायदेशीर मार्गाने जमीन सुधारणेचा प्रश्न हाताळता येईल, परंतु जमिनीची लालसा कमी करता येणार नाही. भूदान चळवळीने जमिनीची लालसा कमी करून जमीनदारांचे हृदयपरिवर्तन घडवून आणले. जमीनदारांकडील अतिरिक्त जमीन दानात मिळवून राष्ट्रीय संपत्तीत वाढ घडवून आणण्याचे कार्य भूदान चळवळीने केले आहे. जमीनदारांकडील अनेक एकर जमीन पडीक होती. ती भूमिहीनांना मिळाली आणि त्यांनी श्रम करून त्यातून उत्पादन काढण्यास सुरुवात केली. भूदान चळवळ अहिंसात्मक मार्गाने चालणारी आहे. या चळवळीमुळे भारतात वर्गसंघर्ष कमी होण्यास हातभार लागला. शोषणविरहित समाज निर्माण करण्यासाठी ही चळवळ उपयुक्त आहे, असे अनेक गांधीवादी अभ्यासकांना वाटते.

भूदान चळवळीमुळे झालेल्या परिवर्तनाची नोंद अनेक अभ्यासकांनी घेतली असली, तरी काही अभ्यासक भूदान चळवळीच्या दोषांकडे आपले लक्ष वेधतात. भूदान आंदोलन ही प्रतिक्रियावादी चळवळ आहे, असे अनेक अभ्यासकांना वाटते. तेलंगणा प्रांतात कम्युनिस्टांनी केलेल्या चळवळीला उत्तर देण्यासाठी भूदानाचा प्रारंभ झालेला दिसून येतो. कम्युनिस्टांनी केलेल्या चळवळीच्या माध्यमातून श्रमिकांचे शोषण कायमस्वरूपी समाप्त होण्याची अपेक्षा निर्माण झालेली असताना, विनोबा भावे यांनी भूदान चळवळ सुरू करून कम्युनिस्ट चळवळीविषयी दिशाभूल करण्याचा प्रयत्न केला. भूदान चळवळीला फारच मर्यादित स्वरूपात यश प्राप्त झालेले आहे. कमाल जमीन-धारणा कायद्यातून स्वत:ची सुटका करून घेण्यासाठी वा शेतमजुरांनी सुरू केलेल्या आंदोलनामुळे आपल्या संपूर्ण जमिनीवरचा मालकी हक्क नष्ट होण्याची शक्यता निर्माण झाल्यामुळे जमीनदारांनी आपल्या जमिनीतील काही हिस्सा भूदानात दान

करून स्वत:ला वाचविण्याचा प्रयत्न केलेला दिसतो. भूदानात मिळालेल्या जमिनीत उपजाऊ जमिनीचे प्रमाण अत्यल्प होते. बरीचशी जमीन पडीक व हलक्या दर्जाची होती. हृदयपरिवर्तन आणि मनपरिवर्तनामुळे जमीन मिळाल्याचा दावा सर्वोदयी कार्यकर्ते आणि विनोबा भावे यांनी केलेला असला, तरी त्यात फारसा तथ्यांश दिसून येत नाही. साम्यवाद्यांच्या भयामुळे अनेक जमीनदारांनी आपल्या जमीन दान केल्या, हे वास्तव दुर्लक्षित करता येणार नाही. भारतातील जमिनीचे प्रमाण लक्षात घेता भूदानात फारच कमी जमीन दानात मिळालेली आहे. भूदानाच्या पुढील अवस्था ग्रामदान, ग्रामराज्य आणि स्वराज्याबाबत फारशी प्रगती झाली नाही. ही चळवळ भूदानापुरतीच मर्यादित राहिली. सर्वोदयी समाज निर्माण करण्याचे विनोबा आणि गांधींचे स्वप्न पूर्ण झाले नाही.

अशा प्रकारे भूदान चळवळीवर काही अभ्यासकांनी टीका केलेल्या आहेत. उपरोक्त टीकेमध्ये काही प्रमाणात तथ्य दिसून येत असले, तरी मर्यादित प्रमाणात भूदान चळवळीला मिळालेल्या यशाकडे दुर्लक्ष करता येणार नाही. भूदान चळवळीमुळे शासनाला जमीन–सुधारणा कायदे करण्यास प्रोत्साहन मिळाले. जमिनीची असमान विभागणी ही भारतातील ग्रामीण भागातील प्रमुख समस्या आहे, हे निदर्शनास आणून देण्याचे कार्यदेखील चळवळीने केले. चळवळीत मर्यादित जमीन प्राप्त झालेली असली, तरी तिचे वाटप भूमिहीनांमध्ये झाले. भूमिहीनांना हक्काचे उदरनिर्वाहाचे साधन प्राप्त झाले, हे दुर्लक्षित करता येणार नाही. भूमिहीनांच्या समस्यांकडे लक्ष वेधण्याचे कार्यदेखील चळवळीने केले.

सर्वोदयाचे मूल्यमापन : सर्वोदय विचारसरणी मानवी मूल्यांना महत्त्व देणारी आदर्शवादी विचारप्रणाली आहे. सर्वोदयाच्या माध्यमातून व्यक्तीच्या व्यक्तिमत्त्वाच्या सर्वांगीण विकासावर भर दिला जातो. ह्या चळवळीचा व्यक्ती हा प्रमुख केंद्रबिंदू आहे. समाजहितात व्यक्तिहित समाविष्ट आहे, हा विचार प्रभावीपणे मांडण्याचे कार्य चळवळीने केलेले आहे. व्यक्ती ही ईश्वराची निर्मिती आहे. व्यक्तीत ईश्वरी गुणांचा अंश आहे. या ईश्वरी गुणांना प्रोत्साहन दिल्यास आदर्श समाजाची निर्मिती करणे अशक्य नाही, हा विचार रुजविण्याचे श्रेय सर्वोदयी चळवळीला दिले पाहिजे. ही चळवळ मानवी मनाला विशाल बनविण्यासाठी साद देते. वर्गसंघर्षाच्या मार्क्सवादी तत्त्वज्ञानाला नाकारून सत्य आणि अहिंसेच्या आधारावर नवसमाज उभारणीचा प्रयत्न करते. खाजगी मालमत्तेचा प्रश्न हिंसात्मक मार्गाने सोडविण्याचा प्रयत्न न करता अहिंसात्मक मार्गाने हा प्रश्न सोडविण्याचा प्रयत्न करते. सर्वोदय ही भांडवलदार व जमीनदाराच्या आध्यात्मिक कल्याणावर आणि श्रमिकांच्या भौतिक कल्याणावर भर

देते. साम्यवादासारख्या एका वर्गाच्या हिताची गोष्ट करत नाही, तर सर्व वर्गांच्या हिताची गोष्ट करते. सर्व वर्गांचा समान विकास व्हावा यावर भर देते. समूह जीवनाला महत्त्व देणाऱ्या साम्यवाद आणि समाजवाद विचारधारेपेक्षा सर्वोदय विचारधारा श्रेष्ठ आहे. आर्थिक समानता निर्माण करण्यासाठी गरजहीनता, शारीरिक श्रमाला महत्त्व, अपरिग्रह, ग्रामराज्य, अहिंसात्मक राज्य, स्वावलंबी समाज इत्यादी अनेक क्रांतिकारी संकल्पनांचा सर्वोदयी कार्यक्रमात समावेश केलेला आहे. सर्वोदय तत्त्वज्ञान हे मानवमुक्तीचे तत्त्वज्ञान आहे. मानवामध्ये त्याग, दान, प्रेम, बंधुत्व भावना निर्माण करण्यास ही चळवळ उपयुक्त मानली जाते. मानवाच्या चांगुलपणावर विश्वास ठेवून मानवाच्या हातात परिवर्तनाची सूत्रे देणारी चळवळ, हेच सर्वोदय चळवळीचे खरे रूप आहे. सत्तेच्या विकेंद्रीकरणाच्या माध्यमातून खऱ्या लोकशाहीची प्रस्थापना करणारा हा विचार आहे. लोकशाही ही विशिष्ट लोकांची मक्तेदारी बनलेली आहे. या लोकशाहीला शेवटच्या स्तरापर्यंत नेण्यासाठी आणि सरकारवरील व्यक्तीचे अवलंबित्व कमी करून व्यक्तीला स्वावलंबी बनविण्याची प्रेरणा देणारा सर्वोदयी विचार हा खऱ्या अर्थाने क्रांतिकारी विचार आहे. महात्मा गांधी, विनोबा भावे, जयप्रकाश नारायण, दादा धर्माधिकारी यांसारख्या नि:स्वार्थ आणि त्यागी नेतृत्वामुळे सर्वोदयी चळवळीने वेगळ्या प्रकारची उंची गाठली होती. या चळवळीने भारतात चैतन्यमय वातावरण निर्माण करण्यास हातभार लावलेला दिसतो.

सर्वोदय चळवळीच्या यशाविषयी अनेक अभ्यासकांनी आश्वासक उद्गार काढलेले असले, तरी या चळवळीच्या उणिवांकडे डोळेझाक करता येणार नाही. या चळवळीवर घेतला जाणारा आक्षेप म्हणजे सर्वोदय विचारधारा ही आदर्शवादावर आधारलेली आहे. हृदयपरिवर्तन, मनपरिवर्तन, बंधुत्व, परस्पर सद्भाव, प्रेम इत्यादी संकल्पना कितीही महत्त्वपूर्ण वाटत असल्या, तरी व्यवहारी जगात या संकल्पना प्रत्यक्षात उतरविणे अवघड आहे. सर्वोदयी चळवळीतील सर्व प्रमुख विचारवंत व नेत्यांनी मानवी गुणांकडे लक्ष केंद्रित केले. मानवातील माणूसपण शोधून त्याला कार्यप्रवृत्त करण्याचा प्रयत्न केला. परंतु या प्रयत्नांना फारच मर्यादित स्वरूपात यश प्राप्त झाले. भौतिकतेच्या पाठी मागे पडणाऱ्या मानवाला त्यागाची संकल्पना पचण्याची फारशी शक्यता दिसून येत नाही. मानवाची सृजनशीलता आणि दैवी गुणांवर सर्वोदयी विश्वास व्यक्त करतात. परंतु वास्तवतेमध्ये अशा गुणांचे बीजारोपण करणे कठीण काम आहे. सर्वोदय विचारधारा उच्च कोटीच्या आदर्शवादावर आधारलेली आहे. आदर्शवादाची अंमलबजावणी करण्यासाठी प्रामाणिक व निष्ठावान कार्यकर्त्यांची गरज आहे. विनोबा भावे, दादा धर्माधिकारी, जयप्रकाश नारायण इत्यादी काही प्रमुख कार्यकर्त्यांचा अपवाद वगळता चळवळीला योग्य कार्यकर्ते लाभले नाही. कार्यकर्त्यांच्या पाठबळाअभावी

चळवळ निस्तेज व सत्त्वहीन बनली. सर्वोदयातील काही कल्पना जगावेगळ्या होत्या. पक्षविरहित लोकशाही, राजकारणविरहित पदाधिकाऱ्याची निवड, निवडणुकीच्या मार्गाला विरोध, स्वयंपूर्ण ग्रामराज्याची संकल्पना, अप्रत्यक्ष प्रतिनिधी निवड इत्यादी मार्ग आदर्श लोकशाहीच्या प्रस्थापनेसाठी सर्वोदयी विचारवंतांनी सुचविले. परंतु हे कार्यक्रम अमलात आणण्यासाठी उच्च कोटीचे लोकमत अस्तित्वात असणे गरजेचे आहे. अन्यथा या कार्यक्रमातून सध्या अस्तित्वात असलेल्या लोकशाहीलादेखील ग्रहण लागण्याची शक्यता आहे, हे सर्वोदयी विचारवंतांनी लक्षात घेतले नाही. सर्वोदयी विचार सद्य:कालीन जागतिक परिस्थितीत कितपत योग्य आहे, याचीदेखील चिकित्सा आवश्यक आहे. सर्व जग औद्योगिकीकरण, जागतिकीकरण, नागरीकरण आणि यांत्रिकीकरणाची कास धरत असताना आपण ग्रामराज्य, खेड्याकडे चला, ग्रामस्वराज्याच्या गोष्टी करत आहोत. याचा अर्थ आपण काळाची चक्रे उलटे फिरविण्याचा प्रयत्न करत आहोत. सर्व जग शस्त्रास्त्र सज्ज असताना आपण अहिंसात्मक राज्याचा जप करणे, याचा अर्थ आपल्या सुरक्षेबद्दल बेफिकिरीचे वर्तन करण्यासारखे आहे. सर्वोदयी विचारसरणी आदर्शवादी स्वरूपाची असली, तरी सद्य:कालीन जागतिक परिप्रेक्ष्यात तिची अंमलबजावणी करणे योग्य नाही. सर्वोदयाच्या व्यावहारिक अंमलबजावणीसाठी विनोबा भावे यांनी भूदान, ग्रामदान यांसारख्या चळवळी सुरू केल्या. परंतु या सर्व चळवळींना विशिष्ट मर्यादेपेक्षा जास्त यश प्राप्त होऊ शकले नाही. सर्वोदयाच्या प्रवर्तकांनी हळुवार प्रगती आणि लोकमताचा मर्यादित पाठिंबा यांविषयी चिंता प्रकट करून एक प्रकारे सर्वोदयाच्या अपयशावर शिक्कामोर्तब केले. विनोबा भावे, जयप्रकाश नारायण यांच्या निधनानंतर सर्वोदय चळवळीचे अवशेषदेखील नष्ट झाले.

सर्वोदय चळवळीत उपरोक्त स्वरूपाचे दोष आढळून येत असले, तरी चळवळीची उपयुक्तता कमी लेखता येणार नाही. आदर्शाचे आकर्षण ही मानवाची उपजत प्रवृत्ती असते. सर्वोदय चळवळीने उच्च दर्जाचे आदर्श लोकांसमोर ठेवण्याचा प्रयत्न केला. या आदर्शांपर्यंत जाण्यासाठी आवश्यक चिंतन, मननदेखील केले. काही व्यावहारिक उपक्रम वा कार्यक्रमदेखील राबविण्याचा प्रयत्न केला. त्यांतील काही कार्यक्रमांना मर्यादित प्रमाणात यशदेखील लाभले. सर्वोदय विचारधारा प्रत्यक्षात आणण्यासाठी उच्च दर्जाची मूल्यात्मक बांधिलकी समाजव्यवस्थेत रुजविण्याची आवश्यकता आहे. सर्वोदय विचारधारेने मानवी शक्तीवर विश्वास व्यक्त केला. मानवात असलेल्या सद्गुणांच्या आधारावर उच्च प्रतीचे जीवन निर्माण करू शकतो, हा विश्वास व्यक्त केला. मानवी जातीच्या कल्याणासाठी एक नवा मार्ग दिला. यातून सर्वोदय विचारसरणीचे महत्त्व लक्षात येते.

लघुत्तरी प्रश्न

१. सर्वोदयाची गृहीतके
२. सर्वोदय आणि साम्यवाद
३. विनोबा भावे यांचे ग्रामराज्याबद्दलचे विचार
४. भूदानाचे हेतू
५. भूदानास पूरक कार्यक्रम
६. भूदानाचे मूल्यमापन
७. सर्वोदय मूल्यमापन

दीर्घोत्तरी प्रश्न

१. सर्वोदयाचा अर्थ, स्वरूप आणि वैशिष्ट्यांची चर्चा करा?
२. सर्वोदयाचे ठळक कार्यक्रम स्पष्ट करा?
३. सर्वोदयी कार्यक्रमाचे टीकात्मक मूल्यमापन करा?
४. भूदान म्हणजे काय ते सांगून भूदान चळवळीची पार्श्वभूमी आणि हेतू विशद करा?
५. भूदान चळवळीच्या पूरक कार्यक्रमाविषयी सविस्तर विश्लेषण करा?
६. सर्वोदय आणि भूदान चळवळीच्या गुणदोषांची चर्चा करा?

प्रकरण दहावे

बहुसंस्कृतिवाद

Multi-Culturalism

बहुसंस्कृतिवाद म्हणजे काय? दुसऱ्या महायुद्धानंतर जागतिक राजकारणाचा परिप्रेक्ष्य बदलला. या बदलत्या परिप्रेक्ष्याचा परिणाम सैद्धांतिक चिंतन आणि विचारधारांवरदेखील पडला. लोकसंख्येचे स्थानांतर व तिच्या पुनर्वितरणामुळे जागतिक संस्कृतीमध्ये सामंजस्य निर्माण करण्याची समस्या उत्पन्न झाली. एका राज्याच्या अंतर्गत अनेक राष्ट्रांचे अस्तित्व जाणवू लागले. राज्याच्या संस्कृतीच्या अंतर्गत विभिन्न समूहांमध्ये सांस्कृतिक ध्रुवीकरण होऊ लागले. राज्यांतर्गत अस्तित्वात असलेले विभिन्न सांस्कृतिक समुदाय आपले अस्तित्व कायम ठेवण्यासाठी समानता व स्वायत्ततेची मागणी करू लागले. एका राज्यात वास्तव्य करणारे सांस्कृतिक समुदायातील लोक सांस्कृतिक आधारावर विभाजित होऊन सांस्कृतिक समुदायाच्या स्वरूपात संघटित होऊ लागले आणि हे संघटित समुदाय हळूहळू आपल्या अस्तित्वाची व आपल्या विकासाची मागणी करू लागले. सांस्कृतिक आधारावर केल्या जाणाऱ्या भेदभावाच्या विरोधात मतप्रदर्शन करू लागले आणि त्यातून राज्यांतर्गत संस्कृतीच्या समानतेच्या प्रश्नावर विचारविमर्शाचा प्रारंभ झाला. या विचारविमर्शाच्या परिणामातून एका नवीन अवधारणेचा जन्म झाला. त्या अवधारणेला बहुसंस्कृतिवाद नावाने संबोधले जाऊ लागले.

बहुसंस्कृतिवादाच्या उदयामुळे वर्तमान राष्ट्र-राज्य व्यवस्थेत संघटित राजकीय समाजाची कल्पना करणे अनावश्यक मानले जाऊ लागले. एकाच प्रकारच्या सांस्कृतिक जीवनशैलीचा स्वीकार राष्ट्रातील नागरिक करतील, ही कल्पना मागे पडू लागली. एक राज्य, एक राष्ट्र आणि एका संस्कृतीची कल्पना समकालीन युगात साकार होऊ शकत नसल्यामुळे, वर्तमानकाळातील बहुसंख्य राज्य हे बहुसांस्कृतिक आहेत, या संकल्पनेला बळकटी प्राप्त होऊ लागली. आधुनिक राष्ट्र-राज्यामध्ये विभिन्न संस्कृती आणि विभिन्न जीवनशैलीत विश्वास प्रकट करणारे लोक एक साथ वास्तव्य करू लागले हे तथ्य लक्षात आल्यामुळे, राज्यांतर्गत राहणाऱ्या विभिन्न सांस्कृतिक समूहांना समानतेचा दर्जा देणाऱ्या आणि अल्पसंख्याक सांस्कृतिक समुदायांना आपल्या सांस्कृतिक अधिकारांची सुरक्षा

करता येईल, अशा प्रकारचे राजकीय आणि सामाजिक पर्यावरण प्रदान करणाऱ्या राज्याला बहुसांस्कृतिक राज्य म्हटले जाऊ लागले. बहुसांस्कृतिक राज्य म्हणजे राज्यातील बहुसंख्य वर्ग राज्यातील इतर सांस्कृतिक समूहांच्या संस्कृतींचा स्वीकार करून समाज दर्जा देतील आणि अल्पसंख्याकांवर आपली संस्कृती लादण्याचा प्रयत्न न करता त्यांच्या संस्कृतीचा आदर करतील, त्या समाजाला बहुसांस्कृतिक समुदाय म्हटले जाईल. या समुदायाने स्वीकारलेल्या विचारधारेला राष्ट्र-राज्य अधिकृत मान्यता प्रदान करेल, त्या राज्याला बहुसांस्कृतिक राष्ट्र मानले जाते.

बहुसंस्कृतिवादाचा अर्थ व वैशिष्ट्ये : बहुसंस्कृतिवाद आत्मसातीकरण आणि सामाजिक एकीकरण अवधारणेच्या विरोधातील प्रतिक्रिया मानली जाते. एकात्म राष्ट्रओळख निर्माण करण्याच्या प्रक्रियेतून युरोप व अमेरिकेत सांस्कृतिक सापेक्षता व सांस्कृतिक एकीकरणाला महत्त्व प्रदान करण्यात आले. या प्रक्रियेतून सांस्कृतिक समुदायावर झालेले अन्याय आणि त्यांच्यावर राष्ट्रीय संस्कृती लादण्याच्या प्रयासातून बहुसंस्कृतिवाद संकल्पनेचा जन्म झाला. एंड्र्यू हेवून यांनी बहुसंस्कृतिवादाचे दोन पैलू सांगितलेले आहेत. एक म्हणजे अवर्णनात्मक आणि दुसरा म्हणजे मानक. बहुसंस्कृतिवाद शब्दाचा उपयोग वर्णनात्मक आणि मानक स्वरूपात केला जातो. वर्णनात्मक स्वरूपात ह्या शब्दाचा वापर सांस्कृतिक विविधतेचा निर्देश करण्यासाठी केला जातो, तर मानक स्वरूपात बहुसंस्कृतिवाद शब्दाचा सकारात्मक अर्थ लक्षात घेतला जातो. बहुसंस्कृतिवाद म्हणजे सांप्रदायिक व सांस्कृतिक विविधता लक्षात घेऊन विभिन्न सांस्कृतिक समूहांना सन्मान आणि मान्यता प्रदान करणे आणि समाजातील लाभाचे निर्धारण नैतिक आणि सांस्कृतिक विविधता या आधारांवर करणे होय. बहुसंस्कृतिवाद म्हणजे बहुजातीय संस्कृतीला स्वीकृती वा प्रोत्साहन देणारी संकल्पना आहे. बहुसंस्कृतिवाद समुदायाच्या अंतर्गत राहणाऱ्या व्यक्तीच्या अस्तित्वाला वास्तविक स्वरूपात प्रकट करण्याची अनुमती देतो आणि सामाजिक मुद्दे सहनशीलतेच्या आधारावर सोडविण्याचा प्रयत्न करतो. विम किमलिका यांच्या मते, अधिकाराच्या स्वरूपातील नागरिकतेच्या परंपरागत सिद्धान्ताला आव्हान देण्याचा प्रयत्न बहुसंस्कृतिवाद विचारधारेद्वारा केला जात आहे. नागरिकतेच्या समान अधिकारांच्या सिद्धान्ताला सांस्कृतिक बहुलवाद आणि समूह विभेदीकृत अधिकाराची (Group Differentiated rights) जोड दिली पाहिजे. बहुसंस्कृतिवाद म्हणजे अंतराचे राजकारण (Politics of Difference), मान्यतेचे राजकारण आणि ओळखीचे राजकारण (Politics of Identity) यांची सरमिसळ आहे.

बहुसंस्कृतिवाद ही विभिन्न सांस्कृतिक समुदायात समानता निर्माण करणारी संकल्पना आहे, असे अनेक अभ्यासक मानतात. प्रत्येक समाजात विभिन्न प्रकारच्या व

स्वरूपाच्या मान्यता अस्तित्वात असतात. या मान्यतेच्या आधारावर संस्कृतीची उभारणी होत असते. व्यक्ती हा संस्कृतीशी जोडलेला असतो. व्यक्तीला प्राप्त होणारे अनुभव सांस्कृतिक समुदायाद्वारे प्राप्त होत असतात. प्रत्येक संस्कृतीची मूल्ये विभिन्न स्वरूपाची असतात. अनेकदा एका संस्कृतीची मूल्ये दुसऱ्या संस्कृतीच्या विरोधी असतात. या परिस्थितीत सामाजिक समन्वय टिकवून ठेवण्यासाठी व सांस्कृतिक संघर्षाचे निराकरण करण्यासाठी विभिन्नतेचे संघटन करणे गरजेचे असते. म्हणून बहुसंस्कृतिवाद हा विभिन्नतेचे संघटन करणारा सिद्धान्त आहे असे मानले जाते. बहुसंस्कृतिवाद सांस्कृतिक विभिन्नतेचा स्वीकार करून सांस्कृतिक समानतेला महत्त्व देतो. सांस्कृतिक सापेक्षता व सांस्कृतिक सार्वभौमिकतेला विरोध करतो. बहुसंस्कृतिवाद म्हणजे सांस्कृतिक विभिन्नतेचे अस्तित्व कायम ठेवून एकात्मता निर्माण करणारा आणि सर्व सांस्कृतिक समुदायांना समान विचारव्यूह आहे.

भीखू पारेख संस्कृतीची तीन तत्त्वे मानतात.

१. प्रत्येक व्यक्ती आपल्या संस्कृतीशी जोडलेली असते. संस्कृतीद्वारा निर्मित समाजात व्यक्ती जीवन जगत असते.

२. प्रत्येक संस्कृतीचा जीवनाविषयी एक स्वतंत्र दृष्टिकोन अस्तित्वात असतो. जो जीवनाच्या अर्थाविषयी एका व्यवस्थेला प्रदर्शित करत असतो.

३. संस्कृतीमध्ये आंतरिक बहुलतेचे अस्तित्व असते.

पारेख या तीन तत्त्वांतील आंतरक्रियांना बहुसंस्कृतिवाद म्हणतात. बहुसांस्कृतिक समाज दोन प्रकारच्या परस्परविरोधी मागण्या करत असतात. समाजाची राजकीय संरचना अशी असली पाहिजे की, त्यातून समुदाय सदस्यांमध्ये एकात्मतेचे भाव उत्पन्न होतील आणि समाजाच्या सदस्यांमध्ये आपल्या समुदायाप्रती आकर्षण वा संलग्नता असली पाहिजे. एकीकृत समुदायाच्या अस्तित्वाशिवाय सामुदायिक निर्णय लागू करू शकत नाही. दुसरी मागणी म्हणजे समाजात विभिन्नता असली पाहिजे. बहुसांस्कृतिकता विभिन्नतेचे दुसरे नाव आहे. सांस्कृतिक विभिन्नता जितकी अधिक असेल, तितकी एकतेची आवश्यकता जास्त असेल. बहुसांस्कृतिक समाज अनेकतेची अवहेलना करत नाही, तर अनेकता ही सामूहिक जीवनाचे एक अभिन्न अंग मानते. अनेकतेच्या तत्त्वामुळे दुसऱ्या सांस्कृतिक समूहाशी संपर्क प्रस्थापित करण्याची इच्छा उत्पन्न होत असते. अनेकतेमुळे सांस्कृतिक सामंजस्य प्रस्थापित करणे शक्य होते.

भीखू पारेख यांनी 'Dialogue Between Cultures' या लेखात बहुसंस्कृतिवादाच्या विशेषत: सांगितलेल्या आहेत. बहुसंस्कृतिवाद व्यक्तीला आपल्या संस्कृतीचा कैदी मानत नाही. संस्कृतीचे मूल्य व परंपरा यांना महत्त्व देणे म्हणजे तिच्या

समीक्षेला प्रतिबंध करणे नव्हे, व्यक्ती संस्कृतीच्या प्रस्थापित विचारांहून अलग विचार व्यक्त करू शकते. याचा अर्थ बहुसंस्कृतिवाद विभिन्न सांस्कृतिक मूल्यांचे आलोचनात्मक दृष्टिकोनानुसार केलेल्या विश्लेषणास मान्यता देतो. विभिन्न संस्कृतींतील मूल्यांच्या वैचारिक आदानप्रदानातून संस्कृतींतील उणिवा दूर करता येतील. बहुसंस्कृतिवाद सर्व संस्कृतीप्रती संवेदनशील दृष्टिकोन वा उचित व्यवहाराला मान्यता देतो. त्यासोबत संस्कृतीचे मूल्यमापन वा आलोचनालादेखील मान्यता देतो. संस्कृतीकडून केल्या जाणाऱ्या नव्या प्रयोगांना प्रोत्साहन देतो. बहुसंस्कृतिवाद सांस्कृतिक समुदायाच्या अंतर्गत गोष्टींमध्ये राज्याच्या हस्तक्षेपाला नाकारत नाही. एखाद्या संस्कृतीद्वारा सामाजिक शांतता भंग होत असेल आणि त्यामुळे सामाजिक तणाव वा दुव्यवस्था निर्माण होत असेल, तर राज्य औचित्यपूर्ण मार्गाच्या आधारावर संस्कृतीच्या अंतर्गत गोष्टीत हस्तक्षेप करू शकते.

बहुसंस्कृतिवाद स्वरूप व विकास : बहुसंस्कृतिवाद संकल्पना एक दीर्घकालीन प्रक्रियेचा परिणाम मानली जाते. बहुसांस्कृतिक समाज अतिप्राचीन काळापासून अस्तित्वात होते. परंतु संस्कृतीच्या राजकीय व सामाजिक समानता संकल्पनेच्या विकासाविषयीच्या विचारांचा प्रारंभ दुसऱ्या महायुद्धानंतर झालेला आढळतो. भीखू पारेखसारखे अभ्यासक बहुसंस्कृतिवाद दुसऱ्या महायुद्धानंतर जन्माला आलेली अवधारणा मानतात. बहुसंस्कृतीची लक्षणे प्राचीन काळापासून आढळून येत असली तरी, सामाजिक व राजकीय ओळखीची राजनीती ही आधुनिक काळातील देन मानली जाते. १९५० नंतर जगात निर्माण झालेल्या परिस्थितीतून सांस्कृतिक समुदायाचे महत्त्व वाढू लागले. सांस्कृतिक समुदायाकडून केल्या गेलेल्या विविध आंदोलने आणि मागण्यांच्या परिणामस्वरूप बहुसंस्कृतिवाद अवधारणेचा उदय झालेला दिसतो. दुसऱ्या महायुद्धानंतर औद्योगिक विकासाला प्रचंड गती प्राप्ती झाली. अमेरिका हा देश जागतिक महासत्ता बनला. युरोपियन देशांनीदेखील महायुद्धाच्या परिणामातून बाहेर पडण्यासाठी औद्योगिकीकरणाची कास धरली. औद्योगिकीकरणामुळे मोठ्या प्रमाणावर रोजगारवृद्धी झाली. प्रगत देशांना मनुष्यबळाचा तुटवडा जाणवू लागला. विकसित देशांनी अविकसित देशातील मनुष्यबळाला आपल्या देशात मुक्त वाव दिल्यामुळे विविध देशांतील स्थलांतरित समुदाय अमेरिका, युरोप, कॅनडा आणि ऑस्ट्रेलिया देशांत वास्तव्यासाठी येऊ लागले. औद्योगिकीकरणाचा दुसरा परिणाम म्हणजे विकसित देशातील मूलनिवासी, अल्पसंख्याक, वंचित व बहिष्कृत समुदायाचीदेखील प्रगती होऊ लागली. सांस्कृतिकदृष्ट्या विभिन्नता असलेल्या समुदायांना सामावून घेण्यासाठी सुरुवातीला सांस्कृतिक एकीकरणाची नीती अवलंबिण्यात आली. या नीतीअंतर्गत राष्ट्रांच्या बहुसंख्याक वर्गाच्या संस्कृतीला राष्ट्रीय पातळीवर स्थापित करण्याचा प्रयत्न झाला. सुरुवातीच्या काळात सांस्कृतिक एकीकरणाच्या नीतीला व्यापक प्रमाणात सफलता प्राप्त झाली.

अधिकाराच्या संदर्भातील नागरिकतेच्या पारंपरिक नमुन्यानुसार नागरिकांमध्ये समान राष्ट्रीय नागरी ओळख निर्माण करण्यास प्रोत्साहन दिले जाऊ लागले, जेणे करून बहिष्कृत व वंचित समुदाय समान राष्ट्रीय संस्कृतीचा हिस्सा बनतील. या संदर्भात मार्शलसारखा अभ्यासक मानतो की, सामाजिक अधिकार असलेल्या एकसमान समूहातील व्यक्तींना एकसमान राष्ट्रीय संस्कृतीत जोडण्याची रणनीती बहिष्कृत समुदाय आणि राष्ट्र-राज्य या दोन्हींसाठी फायदेशीर ठरेल. नागरिकत्वाचा पारंपरिक राष्ट्र-निर्माणाच्या सिद्धान्ताच्या आधारावर समान राष्ट्रीय ओळख व समान राजकीय संस्कृती निर्माण करण्यासाठी सांस्कृतिक एकीकरणाची रणनीती अमलात आणली गेली, जेणेकरून विभिन्न सांस्कृतिक समुदायांतील नागरिकांना एका समान राष्ट्रीय संस्कृतीचा भाग बनविता येईल, हा उद्देश होता. काही प्रमाणात सांस्कृतिक एकीकरणाच्या रणनीतीला यश प्राप्त झालेले असले, तरी काही समुदायांनी राष्ट्रीय संस्कृतीच्या एकीकरणाला विरोध सुरू केला. उदा. कॅनडातील क्युबेक प्रांताचे रहिवासी क्यूबेकोइस या समुदायांनी विशिष्ट क्षेत्रांत स्वशासनाचा अधिकार आणि आपल्या भाषेला राजकीय भाषेचा दर्जा देण्याची मागणी सुरू केली. आपल्या क्षेत्रात सार्वजनिक संस्था आपल्या भाषेत व्यवहार करतील हा आग्रह धरला. मूलनिवासी वर्गानेदेखील आपली सांस्कृतिक ओळख टिकवून ठेवण्यासाठी संस्कृतीच्या एकीकरणास विरोध सुरू केला. आपले सांस्कृतिक अस्तित्व टिकविण्यासाठी विभेदीकृत अधिकाराचा (Differentiate Rights) दावा केला. या दाव्यांतर्गत आपल्या प्रदेशात स्वशासनाची शक्ती, जमिनीवर अधिकार आणि समझौता करण्याचा अधिकार मिळाला पाहिजे. बहिष्कृत समुदायांनी राष्ट्रीय एकीकरणाच्या विचाराला मान्यता दिली; कारण त्यांना जबरदस्तीने राष्ट्रीय संस्कृतीतून बहिष्कृत वा निष्कासित करण्यात आले होते. उदा. गे, लेस्बियन समुदाय; या समुदायांना कलंकित मानण्यात आले होते. त्यांच्या प्रश्नांबद्दल प्रसिद्धीमाध्यमे, अभ्यासक्रम आणि सार्वजनिक व्यासपीठावर कोणत्याही प्रकारची चर्चा न करता दुर्लक्षित करण्यात आले होते. या समूहांनी विभेदीकृत व्यवहारांतर्गत आपल्याला स्वीकारण्याची मागणी सुरू केली. समलैंगिक विवाहाला कायदेशीर मान्यता, भेदभावपूरक नीतीवर प्रतिबंध आणि प्रतिनिधित्व इत्यादी मागण्या सुरू केल्या. धार्मिक अल्पसंख्याक व स्थलांतरित समूह आपल्या अलग स्थितीला मान्यता मिळावी म्हणून प्रयत्न करू लागले. धार्मिक आधारावर सार्वजनिक सुट्ट्यांना मान्यता, धार्मिक क्षेत्रातील पूजा-पाठामध्ये हस्तक्षेपाचा अभाव, ड्रेसकोड नियमात सवलत इत्यादी मागण्या करू लागले. उदा. शीख समुदायाचा सेना व पोलीससेवेत पगडी परिधान करण्याचा अधिकार. विभिन्न सांस्कृतिक समुदाय खास प्रकारच्या अधिकारांच्या मागण्यांसाठी विभेदीकृत नागरिकतेची मागणी करू लागले.

विभिन्न सांस्कृतिक समुदायांकडून केल्या जाणाऱ्या विभेदीकृत नागरिकतेच्या

मागण्यांचे वर्गीकरण विम किमलिका दोन प्रकारांत करतात. विम किमलिकांच्या मते पश्चिमी लोकशाहीत आर्थिक पदसोपान आणि स्थान पदसोपान हे शक्तिशाली पदसोपान अस्तित्वात आहेत. आर्थिक पदसोपान व्यवस्था बाजार व उत्पादन क्षेत्रातील संबंधांवर आधारित असते. आर्थिक पदसोपानाची पुनर्रचना करताना शोषित व वंचित समुदायांची अन्याय व आर्थिक विषमता कमी करण्यासाठी पुनर्वितरणाच्या राजकारणाचा उदय झाला. या राजकारणांतर्गत आर्थिक संरचनांचे पुनर्निमाण, संपत्तीचे पुनर्वितरण, श्रमविभाजनाला मान्यता, गुंतवणूकविषयक निर्बंध आणि किमान गरजांच्या पूर्ततेसाठी प्रयत्न इत्यादींच्या माध्यमातून आर्थिक पदसोपानातील विविध उंतरडीवर असलेल्या वर्गांवर्गांमधील अंतर कमी करण्याचा प्रयत्न सुरू झाला. त्यासाठी आवश्यक सिद्धांकन विविध विचारधारांमध्ये सुरू झाले. पुनर्वितरणाच्या राजकारणासोबत मान्यतेचे राजकारणदेखील पश्चिमी लोकतंत्र असलेल्या देशांमध्ये सुरू झाले. मान्यतेचे राजकारण सांस्कृतिक अन्यायावर लक्ष केंद्रित करते. बहुसंख्याक असलेला सांस्कृतिक समूह आपली संस्कृती अल्पसंख्याक व बहिष्कृत समूहावर लादण्याचा प्रयत्न करतो. विभिन्न सांस्कृतिक समूहांना समानतेचा दर्जा देणे, बहिष्कृत समुदायाच्या योगदानाची दखल घेणे, सांस्कृतिक सापेक्षतेला विरोध इत्यादी मागण्यांचा समावेश मान्यतेच्या राजकारणात केला जातो. काही सांस्कृतिक समुदायांचा अपवाद वगळता (गे, लेस्बियन, काही अल्पसंख्याक समुदाय (यहुदी)) दोन्ही पदसोपानांच्या खालच्या उंतरडीवर असतात. अर्थात काही अभ्यासक मानतात की, स्थान पदसोपान आणि आर्थिक पदसोपानामध्ये अंतर असते. आर्थिक पदसोपानाची तुलना स्थान पदसोपानाशी करता येणार नाही. अर्थात काही उदाहरणांमध्ये हे वास्तव अभ्यासकांना आढळून आलेले आहे. आर्थिक पदसोपानाच्या उच्च स्थानी असलेले, परंतु स्थान पदसोपानाच्या खालच्या टप्प्यावर असलेले समूह मान्यतेच्या राजकारणाला महत्त्व देतात; तर आर्थिक पदसोपानाच्या कनिष्ठ स्थानी असलेले, परंतु स्थान पदसोपानाच्या उच्च स्थानी असलेले घटक पुनर्वितरणाच्या राजकारणाला महत्त्व देतात. परंतु दोन्ही पदसोपानाच्या कनिष्ठ स्थानी असलेले समूह पुनर्वितरण आणि मान्यतेच्या राजकारणावर भर देतात. बहुसंस्कृतिवादाच्या अंतर्गत दोन्ही प्रकारच्या समूहांचा समावेश असल्याने दोन्ही प्रकारच्या राजकारणांचा वापर केला जात असतो.

बहुसंस्कृतिवाद संकल्पनेच्या आधारावर नीतिनिर्धारण करण्याचा सर्वप्रथम प्रयत्न कॅनडा व ऑस्ट्रेलिया या देशांनी केला. त्या देशांनी राज्याची धोरणे आखताना सांस्कृतिक विभिन्नतेचा स्वीकार करून प्रजातीय अल्पसंख्याक, अप्रवासी नागरिक आणि मूळ निवासी नागरिकांना सार्वजनिक क्षेत्रात स्थान दिले आणि आपल्या एकीकरण नीतीत व्यापक परिवर्तन केले. अमेरिका आणि इंग्लंडमध्येदेखील बहुसंस्कृतिवादाच्या आधारावर शिक्षण, अभ्यासक्रम, सामाजिक विज्ञान या क्षेत्रांत परिवर्तनाचा आग्रह धरला गेला. अमेरिका हा

एका संस्कृतीचा देश नाही. विभिन्न संस्कृतींतील समुदायांच्या योगदानातून अमेरिकेची निर्मिती व विकास झालेला आहे. म्हणून विभिन्न संस्कृतींना प्रभुत्वशाली संस्कृतीत समन्वयित करण्याच्या प्रयत्नाला विरोध सुरू झाला. कारण अमेरिकेसारखा देश विभिन्न संस्कृतींचा स्वीकार करूनदेखील राष्ट्रीय संस्कृती निर्माण करण्याचा विचार मांडतो, याचा अर्थ जागतिकीकरणाच्या युगातदेखील राष्ट्रवादाच्या आधारावर प्रभुत्वशाली संस्कृतीचे वर्चस्व निर्माण करण्याचा प्रयत्न केला जातो. त्यामुळे बहुसंस्कृतिवाद संकल्पनेला अजूनही लांबचा पल्ला गाठावयाचा आहे.

विम किमलिका यांनी बहुसंस्कृतिवादाचा विकास तीन टप्प्यांत मांडलेला आहे.

१. **समुदायवादाच्या स्वरूपात बहुसंस्कृतिवाद :** प्रथम टप्प्यात बहुसंस्कृतिवाद समुदायवादाच्या समानांतर मानतात. १९९० पूर्वी बहुसंस्कृतिवाद संकल्पना स्वेच्छाचारितवाद व समुदायवाद संकल्पनेशी जोडलेली होती. उदारमतवादी सर्व व्यक्ती स्वतंत्र आहेत, यावर जोर देतात. व्यक्ती स्वतंत्र असल्यामुळे ते आपल्या उत्तम जीवनाची कल्पना स्वत: साकार करू शकतात. म्हणून व्यक्तीवर लादलेल्या सर्व बंधनांपासून तिची मुक्ती केली पाहिजे. नैतिक परिस्थितीत व्यक्तीचे स्थान समुदायाहून श्रेष्ठ आहे. परंपरागत सांस्कृतिक व्यवहारापासून लाभ होण्याची शक्यता नसेल, तर व्यक्तीकडून केल्या जाणाऱ्या परंपरेतील परिवर्तनाला समुदायाकडून अडथळे आणले जाऊ नये. परंतु समुदायवादी स्वायत्त व्यक्ती संकल्पनेचा स्वीकार करत नाही. व्यक्ती सामाजिक भूमिकांसाठी समुदायाशी संलग्न असतो. व्यक्तीच्या उत्तम जीवनाची संकल्पना स्वत:ची नसून समुदायाने दिलेली असते. व्यक्तीला जन्मत: एक विशिष्ट अशी जीवनशैली प्राप्त होत असते की, जी तिचे हित आणि इच्छांना परिभाषित करत असते. व्यक्ती स्वत: सामाजिक व्यवहारातून उत्पन्न होत असल्यामुळे व्यक्तिगत स्वायत्ततेला विशेष महत्त्व देते. समुदायासाठी विनाशकारी ठरेल, म्हणून एका सक्षम व्यक्तीची निवड व सामुदायिक जीवनशैलीची सुरक्षा यांच्यात संतुलन प्रस्थापित करत असते. अशा प्रकारे स्वेच्छाचारितावाद आणि समुदायवाद संकल्पनांतील समुदायवादींना बहुसंस्कृतिवादी म्हटले गेले. कारण बहुसंस्कृतिवाद व्यक्तीला महत्त्व देत नाही, तर समुदायाला महत्त्व देतो. व्यक्तीऐवजी समुदायावर लक्ष केंद्रित करतो. व्यक्तिगत स्वायत्ततेपासून सामुदायिक मूल्ये विद्यमान ठेवणे आणि सांस्कृतिक अल्पसंख्याकांच्या अधिकाराच्या सुरक्षेवर भर देणे, हे बहुसंस्कृतिवादाचे प्रमुख लक्षण मानले जाते.

२. **उदारवादी रूपरेखांच्या अंतर्गत बहुसंस्कृतिवाद :** विम किमलिका बहुसंस्कृतिवादाच्या दुसऱ्या टप्प्यात उदारवादी बहुसंख्याक व समुदायवादी

अल्पसंख्याक स्वरूपात मानतात. अल्पसंख्याक समुदाय आपली भाषा आणि सांस्कृतिक व्यवहारांना मान्यता मिळाली पाहिजे; कारण ह्या गोष्टी व्यक्तिगत स्वायत्ततेसाठी आवश्यक आहेत, असे उदारवादी मानतात. १९९० च्या दशकानंतर उदारवादी सिद्धान्त अल्पसंख्याक समुदायाच्या अधिकार संरक्षणासाठी सक्षम आहे का, हा प्रश्न निर्माण झाला आणि जर सक्षम असेल तर बहुसंस्कृतिवादाच्या अलग सिद्धान्ताची गरज का भासली, हा प्रश्न निर्माण होतो. परंतु या टप्प्यात बहुसंस्कृतिवादाचे समर्थक उदारवादावर प्रश्नचिन्ह उपस्थित करत नाहीत. बहुसंस्कृतिवादी सिद्धान्तकार उदारवादासोबत सांस्कृतिक विभिन्नतेच्या संरक्षणासाठी सामुदायिक भाषा आणि प्रजातीसंबंधित सामूहिक अधिकार उदारवादी लोकशाही व्यवस्थेच्या अंतर्गत मागतात. या अर्थाने उदारवाद बहुसंस्कृतिवादाचा एक प्रकार आहे. या प्रकारात बहुसंस्कृतिवाद एका बाजूला सांस्कृतिक समुदायात व्यक्तीच्या स्वतंत्रतेचे रक्षण करतात, तर दुसऱ्या बाजूला विभिन्न समुदायांमध्ये समानता प्रस्थापित करण्याचा प्रयत्न करतात. दुसऱ्या टप्प्यात बहुसंस्कृतिवादाद्वारे उदारवादी मूल्यांना प्रोत्साहन दिले जाते. त्यामुळे उदारवाद हा अल्पसंख्याकांच्या अधिकार प्रदान करण्याच्या बाबतीत आणि अधिकार सुरक्षेच्या बाबतीत सक्षम मानला गेला. थोडक्यात असे सांगता येईल की, उदारवादी ही स्वातंत्र्याला महत्त्व देणारी व्यापक स्वरूपाची विचारसरणी आहे. म्हणून विशिष्ट प्रकारच्या सांस्कृतिक अधिकाराच्या संरक्षणासाठी बहुसंस्कृतिवादाच्या औचित्याचा स्वीकार करते.

३. **राष्ट्रनिर्माण प्रक्रियेच्या स्वरूपातील बहुसंस्कृतिवाद :** बहुसंस्कृतिवाद विकासाच्या अंतिम टप्प्यात राष्ट्रनिर्माणाच्या प्रक्रियेशी जोडला गेला. राष्ट्रनिर्माण प्रक्रियेच्या माध्यमातून नागरिकांमध्ये एकतेच्या भावनेचा विकास करण्याचा प्रयत्न केला जातो. म्हणून लोकशाहीत उदारवादी राष्ट्रनिर्माण प्रक्रियेत विभिन्न संस्कृतींची भूमिका व योगदानांचा स्वीकार केला जातो. परंतु राज्याच्या सार्वजनिक जीवनात बहुसंख्याकांचे प्रभुत्व दर्शविणाऱ्या चिन्हांना स्थापित करण्याचा प्रयत्न केला जातो. अल्पसंख्याकांवर बहुसंख्याक सांस्कृतिक मान्यता लादण्याचा प्रयत्न केला जातो. त्यामुळे अल्पसंख्याक समुदायात असंतोषाची भावना निर्माण होते आणि उदारवादाच्या भूमिकेविषयी शंका निर्माण होते. परंतु या टप्प्यात बहुसंस्कृतिवाद संकल्पनेच्या स्थापनेमुळे असंतोषाची भावना कमी होईल. सांस्कृतिक समानता प्रस्थापित करण्याचे प्रयत्न केल्यामुळे विभिन्न संस्कृतींतील सहयोग वाढेल. अल्पसंख्याक सांस्कृतिक समुदाय राष्ट्रनिर्माणात आपला सहयोग देतील आणि त्यामुळे राष्ट्रनिर्माण कार्य सहज शक्य बनेल. अशा प्रकारे विम किमलिका अंतिम टप्प्यात बहुसंस्कृतिवादाला राष्ट्रनिर्माण आवश्यकतेच्या रूपात स्वीकारतात.

बहुसंस्कृतिवाद संकल्पना दुसऱ्या महायुद्धानंतर निर्माण झालेल्या परिस्थितीतून निर्माण झाली. १९५० नंतर सामाजिक आणि राजकीय सिद्धान्तामध्ये संस्कृतीला महत्त्व प्रदान केले जाऊ लागले. व्यक्तीच्या सांस्कृतिक जीवनाच्या आधारावर विकास, कला आणि जीवनमूल्य परिभाषित केले जाऊ लागले. व्यक्ती आणि संस्कृतीमधील संबंधांची मांडणी करण्यासाठी विविध सिद्धान्तांची रचना केली गेली. दुसऱ्या महायुद्धानंतर राजकीय क्षेत्रात अनेक व्यापक परिवर्तने आली. वर्तनवाद आणि व्यवहारवाद उपागमांनी राजकीय क्षेत्रात नवीन अवधारणांची मांडणी सुरू केली. आधुनिकतावाद आणि उत्तर-आधुनिकतावादाच्या उदयामुळे महान अवधारणांविषयी असंतोष प्रकट होऊ लागला. व्यवहारवादी उपागमांनी मूल्याचा अस्वीकार करून तथ्याला राजकीय विश्लेषणाचा आधार बनविले. परंतु ही मूल्यविहीन वाटचाल अल्पकाळात समाप्त झाली. दुसऱ्या महायुद्धानंतर उदारमतवादाला मिळालेल्या आव्हानांचा मुकाबला करण्यासाठी जॉन रॉल्स यांनी सामाजिक न्यायाच्या सिद्धान्ताची मांडणी केली. या सिद्धान्ताने सार्वभौमिक मूल्यांच्या प्रस्थापना करण्याचा प्रयत्न केला आणि त्यांची प्रतिक्रिया म्हणून समुदायवाद विचारधारेचा उदय झाला. १९७० ते ८० या दशकात बहुसंस्कृतिवाद समुदायवादाशी जोडला गेला. जागतिकीकरण प्रक्रियेच्या उदयानंतर राष्ट्राच्या सीमांचे महत्त्व कमी झाले. जागतिक व्यापारावरील बंधने कमी होऊ लागली. भांडवल, मनुष्यबळ आणि तंत्रज्ञानाच्या एका देशातून दुसऱ्या देशात अवागमनाला गती प्राप्त झाली; म्हणून बहुसंस्कृतिवाद १९८० ते २००० पर्यंतच्या दोन दशकांत उदारवादाशी जोडला गेला. २००० नंतर अल्पसंख्याक समुदायाच्या अधिकारांची संकल्पना राष्ट्रनिर्माण संकल्पनेशी जोडली गेल्यामुळे बहुसंस्कृतिवाद हे राष्ट्रनिर्माण प्रक्रियेचे साधन बनले. थोडक्यात असे सांगता येते की, सुरुवातीलाच्या काळात समुदायवादाच्या स्वरूपात बहुसंस्कृतिवादाचा स्वीकार केला गेला. त्यानंतर उदारवादी दृष्टिकोनाच्या आधारावर आणि अंतिमत: राष्ट्र-राज्याच्या निर्मितीला यशस्वी करण्याच्या स्वरूपात बहुसंस्कृतिवादाचा स्वीकार केला गेला.

बहुसंस्कृतिवादाच्या उदयाची कारणे : दुसऱ्या महायुद्धानंतर सांस्कृतिक समुदायांतील गतिशीलता वाढू लागली. एका देशातील सांस्कृतिक समुदाय दुसऱ्या देशात स्थलांतर करू लागले. या स्थलांतरित समुदायांना आपल्या संस्कृतीत सामावून घेण्यासाठी कोणती प्रक्रिया स्वीकारावी, ही प्रमुख समस्या राष्ट्रासमोर निर्माण होऊ लागली. सांस्कृतिक समुदायांपुढेदेखील हा प्रश्न होता की, आपली सांस्कृतिक अस्मिता ज्या राष्ट्रात आपण वास्तव्य करणार आहोत, त्या राष्ट्राच्या राष्ट्रीय संस्कृतीत विलीन करावी की आपले स्वतंत्र सांस्कृतिक अस्तित्व कायम ठेवावे, हा पेचप्रसंग निर्माण झाला. या समस्येची सोडवणूक करण्यासाठी बहुसंस्कृतिवाद अवधारणेचा अभ्युदय झाला. त्यामुळे बहुसंस्कृतिवाद अवधारणा निर्माण होण्यास पुढील कारणे कारणीभूत मानली जातात.

१. **औद्योगिकीकरण :** इंग्लंडमध्ये झालेल्या औद्योगिक क्रांतीनंतर मोठ्या प्रमाणावर उद्योगधंद्यांची निर्मिती होऊ लागली. वाढत्या उद्योगधंद्यांच्या उत्पादनात मोठ्या प्रमाणावर वाढ झाली. तांत्रिक विकासामुळे प्रत्येक राष्ट्रातील घरेलू सकल उत्पादन कित्येक पटीने वाढले. हे वाढलेले उत्पादन घरेलू बाजारात पूर्णपणे खपविणे शक्य नसल्यामुळे नवीन बाजारपेठांचा शोध घेणे अनिवार्य झाले. त्यामुळे औद्योगिकदृष्ट्या पुढारलेल्या देशाची नजर अविकसित व मागासलेल्या देशांच्या बाजारपेठांवर पडली. या देशांतील बाजारपेठांवर कबजा मिळविण्यासाठी झालेल्या स्पर्धेतून वसाहतवाद व महायुद्धाचा जन्म झाला. दुसऱ्या महायुद्धानंतर राजकीय, आर्थिक व अन्य कारणांमुळे तिसऱ्या जगातील राष्ट्रांना वसाहतवादातून मुक्त करणे युरोपियन राष्ट्रांना भाग पडले. राजकीय वर्चस्वाचा अंत झालेला असला, तरी आर्थिक कारणासाठी एकमेकांवर अवलंबून राहणे विकसित आणि अविकसित राष्ट्रांसाठी क्रमप्राप्त होते. आर्थिक कारणामुळे एक राष्ट्र दुसऱ्या राष्ट्रांसाठी सहकार्य करू लागले. व्यापार, तंत्रज्ञानाचे आदानप्रदान, मनुष्यबळ आदानप्रदान, भांडवलाचे आवागमन आणि रोजगार इत्यादी कारणांमुळे एका देशातील नागरिक दुसऱ्या देशात वास्तव्यासाठी जाऊ लागले. एकसमान अर्थव्यवस्थेच्या अंतर्गत विविध सांस्कृतिक समूहकार्य करू लागले. विभिन्न सांस्कृतिक समुदायांतील लोक देशात वास्तव्य करू लागल्यामुळे सांस्कृतिक विभिन्नता निर्माण होऊ लागली. विविध देशांतून आलेल्या सांस्कृतिक समुदायांतील लोक आपल्या संस्कृतीला देशाच्या मौलिक संस्कृतीच्या समान समजू लागले. आपल्या सांस्कृतिक अस्तित्वाला राष्ट्राच्या मौलिक संस्कृतीने मान्यता प्रदान करून बरोबरीचा वा समानतेचा दर्जा द्यावा यासाठी प्रयत्न करू लागले. त्यातून बहुसंस्कृतिवादाच्या उदयाला पोषक पार्श्वभूमी निर्माण झाली.

२. **लोकशाही :** बहुसंस्कृतिवादाच्या विकासाला लोकशाहीचा उदय हेदेखील प्रमुख कारण मानले जाते. लोकशाही अधिकारशाहीच्या विरोधी आणि समानतेला महत्त्व देणारी शासनप्रणाली आहे. लोकशाहीत सर्व नागरिक आणि सर्व सांस्कृतिक समूहांना सहभाग दिला जातो. लोकशा ही व्यक्ती आणि व्यक्तीच्या समुदायाप्रति असलेल्या भावनात्मक मूल्यांचा स्वीकार करणारी आहे. लोकतांत्रिक व्यवस्थेत नव्याने प्रविष्ट होणाऱ्या सांस्कृतिक समूहांना समान मानले जाते. समानतेच्या आधारावर कोणत्याही सांस्कृतिक समुदायांबरोबर विभेद केला जाणार नाही, याची काळजी घेतली जाते. स्थलांतरित समुदाय आणि वंचित समुदायासोबत कोणत्याही प्रकारच्या भेदभावाला विरोध करते आणि या समुदायावर कोणत्याही प्रकारची सांस्कृतिक मूल्ये लादली जाणार नाहीत, याची हमी देत असते. त्यामुळे लोकशाही शासनप्रणाली बहुसंस्कृतिवादास पूरक मानली जाते.

३. **उदारवाद :** उदारवाद बहुसंस्कृतिवादाच्या विकासासाठी एक योग्य आणि औचित्यपूर्ण विचारधारा मानली जाते. दुसऱ्या महायुद्धानंतर जगातील बहुसंख्य देशांनी उदारवादी शासनव्यवस्थेचा स्वीकार केला. उदारवादी शासनप्रणाली समानता आणि स्वातंत्र्यावर आधारित आहे. स्थलांतरित आणि वंचित समुदायांनी उदारवादी राजकीय व्यवस्थांकडून सांस्कृतिक समानतेची अपेक्षा केली. कारण या समुदायांनी राज्यातील बहुसंख्याक समुदायाच्या वर्चस्वाला विरोध केला. उदारवाद ही विचारधारा एक मध्यमार्गी सिद्धान्त आहे. त्यामुळे उदारवाद सांस्कृतिक सार्वभौमत्वाला अनिवार्य मानत नाही. उदारवादी शासनव्यवस्थेत विभिन्न सांस्कृतिक समूहांच्या अस्तित्वाला व स्वातंत्र्याला मान्यता प्रदान केली जाते. म्हणून या प्रकारच्या व्यवस्थेत सांस्कृतिक एकात्मतेऐवजी सांस्कृतिक बहुलतेला बळ प्राप्त झाले. उदारवाद शासन व्यवस्थेच्या उदयामुळे बहुसंस्कृतिवादाला मान्यता मिळू लागली.

४. **जागतिकीकरण :** जागतिकीकरण ही विभिन्न प्रकारच्या प्रादेशिक व क्षेत्रीय प्रतिबंधापासून मुक्ती देणारी आणि विश्व-समाजाची कल्पना करणारी संकल्पना आहे. जागतिकीकरणामुळे विश्वातील विभिन्न संस्कृतींना एक-दुसऱ्याला समजून घेण्याची संधी मिळाली. या विचारधारेमुळे स्थानिक संस्कृतींना विश्वाच्या विविध भागांतील निर्मिती मूल्ये, विचार, उत्पादने, सांस्कृतिक चिन्हे व विश्वासाशी परिचय होऊ लागला. एका सांस्कृतिक समुदायाचा दुसऱ्या सांस्कृतिक समुदायाशी संपर्क होऊ लागला. या परस्परसंपर्कातून सांस्कृतिक समुदायांत वैचारिक देवाणघेवाणीचा प्रारंभ झाला. विभिन्न समुदायांच्या आदानप्रदानातून सांस्कृतिक सुधारणेला चालना मिळाली. आपल्या समुदायातील अमानवी परंपरा व कालविसंगत गोष्टींमध्ये बदल करण्यास सुरुवात झाली, त्यासोबत प्रत्येक सांस्कृतिक समुदायात भयाची भावनादेखील विकसित होऊ लागली. इतर समुदायांचे सांस्कृतिक वर्चस्व वाढू नये वा त्यांच्या मूल्यांचा प्रभाव आपल्या सांस्कृतिक समुदायातील व्यक्तींवर पडू नये; म्हणून समुदायातील व्यक्तींमध्ये सांस्कृतिक ओळख कायम टिकून राहील, यासाठी प्रयत्न सुरू झाले. विकासापासून वंचित असलेल्या बहिष्कृत सांस्कृतिक समुदायांनी (निग्रो, अल्पसंख्याक, हीन वर्ग, समलैंगिक समुदाय)देखील आपली सांस्कृतिक ओळख टिकविण्यासाठी प्रभावशाली संस्कृतीशी संघर्ष करण्यास प्रारंभ केला. त्यामुळे जागतिकीकरण ही संकल्पना बहुसंस्कृतिवादाच्या निर्मितीसाठी कारणीभूत ठरली.

५. **सांस्कृतिक एकीकरणाचा प्रयत्न :** उदारवादी लोकतांत्रिक व्यवस्थेत सुरुवातीला सांस्कृतिक एकीकरणाच्या नीतीचा अवलंब केला गेला. सार्वजनिक क्षेत्रात सांस्कृतिक विभिन्नता उभारणार नाहीत, याची दक्षता घेतली गेली. सार्वजनिक

क्षेत्रात राज्यांनी सांस्कृतिक तटस्थतेची नीती लागू केली. या नीतीच्या अंतर्गत बहुसंख्याक सांस्कृतिक मूल्यांना राष्ट्रीय स्तरावर स्थापित करण्याचा प्रयत्न केला. त्यामुळे सार्वजनिक क्षेत्रात अल्पसंख्याक सांस्कृतिक समुदायाच्या अधिकारांना मान्यता मिळणे अशक्यप्राय बनले. उदारवादी राज्यांनी व्यक्तिवादी, तांत्रिक व उपभोगतावादी आणि भांडवलवादी मूल्यांना प्राधान्य देणाऱ्या विशिष्ट संस्कृतीला प्रोत्साहित करण्याचा प्रयत्न केला. राष्ट्रीय स्तरावर सांस्कृतिक एकीकरणाला प्राधान्य दिले, त्यात अमेरिका व इंग्लंडसारख्या देशांत काही प्रमाणात यशदेखील प्राप्त झाले. परंतु सांस्कृतिक एकीकरणाची अवधारणा स्वीकारूनदेखील क्षेत्रीय, भाषिक आणि सांस्कृतिक विभिन्नता नष्ट करण्यास फारसे यश लाभू शकले नाही. क्षेत्रीय आधारावर झालेल्या जनसंख्येच्या पुनर्वितरणामुळे विभिन्न नवीन सांस्कृतिक समुदाय संघटित होऊ लागले. या समुदायांनी स्वतंत्रता व समानतेची मागणी सुरू केली. सांस्कृतिक एकीकरणाच्या व्यापक नीतीची अंमलबजावणी करूनदेखील स्थलांतरित समुदाय व वंचित समुदायांनी आपले सांस्कृतिक स्वरूप टिकवून ठेवण्यासाठी विविध मागण्या मांडण्यास सुरुवात केली. त्यात विशेषत: स्वदेशी समुदाय की जे साम्राज्यवादी आक्रमणामुळे मूलनिवासी असूनही आपल्या देशात अल्पसंख्याक बनले आणि देशाच्या मुख्यधारेपासून अलग बनले, उदा. अमेरिकेतील रेड इंडियन. त्याशिवाय अल्पसंख्याक, स्थलांतरित समुदाय, वंचित समुदाय (निग्रो) आणि बहिष्कृत समुदाय (लेस्बियन, गे समुदाय) इत्यादी समुदायांनी राज्यांतर्गत आपल्या सांस्कृतिक अधिकारांच्या संरक्षणाची मागणी सुरू केली. आपल्या सांस्कृतिक मान्यतेनुसार जीवन व्यतीत करण्याचा अधिकार मिळाला पाहिजे, यावर भर दिला. सांस्कृतिक विभिन्नतेला राज्याने मान्यता प्रदान करावी. आपल्या संस्कृतीला अपेक्षित सन्मान मिळवून देण्यासाठी प्रजातंत्र, न्याय आणि नागरिकतेच्या पारंपरिक सिद्धान्त परिवर्तनाची मागणी केली. सांस्कृतिक एकीकरणाच्या आधारावर निर्माण केल्या जाणाऱ्या बहुसंख्याक वर्गाच्या सांस्कृतिक वर्चस्वाला विरोध सुरू केला. म्हणून सांस्कृतिक एकीकरणाच्या प्रयत्नातून बहुसंस्कृतिवादाच्या विकासाला चालना मिळाली.

६. **साम्यवादाचे पतन :** साम्यवादाच्या पतनामुळे अनेक दशकांपासून उपेक्षित बहुसंस्कृतिवाद राजकीय सिद्धान्त चर्चेचे केंद्र बनला. रशियातील साम्यवादी राजवटीच्या पतनानंतर युरोपीय देशांतील साम्यवादी राजवटीचे पतन झाले. साम्यवादाच्या पतनानंतर पूर्वी युरोपमध्ये जातीय राष्ट्रवादाची एक जबरदस्त लाट आली. वास्तविक साम्यवादाच्या पतनानंतर बहुसंख्य राष्ट्रांनी लोकशाही शासनप्रणालीचा स्वीकार केला. परंतु जातीयता आणि राष्ट्रवादाच्या प्रश्नाने

लोकशाहीकरणाच्या मार्गात अनेक अडथळे उभे केले. परिणामत: दीर्घकाळापासून लोकशाही असलेल्या युरोपातील देशांमध्येदेखील जातीयतेचे महत्त्व वाढू लागले. युरोपीय देशात मूलनिवासी समुदायाचा शरणार्थी व अप्रवासी समुदायाशी संघर्ष होऊ लागला. बहुसंख्य देशांत मूलनिवासी वर्गाने आक्रमक राजकीय भूमिका घेतल्यामुळे संयुक्त राष्ट्र संघटनेला मूलनिवासींच्या अधिकारांचे घोषणा-पत्र जाहीर करावे लागले. अनेक युरोपीय देशांत फुटीरतावादी वृत्ती बळावू लागली, उदा. स्कॉटलंड, इंग्लंड, केटालोनिया, स्पेन. पश्चिमी लोकशाही व्यवस्था जातीय-सांस्कृतिक विविधतेमुळे निर्माण झालेल्या तणावाचे निराकरण करण्यात असफल ठरली. म्हणून युरोपातील राजकीय सिद्धान्तकारांचे लक्ष उपरोक्त समस्येकडे गेले. सिद्धान्तकारांनी जातीय-सांस्कृतिक विविधतेच्या समस्येचे कायमस्वरूपी उत्तर म्हणून बहुसंस्कृतिवाद सिद्धान्ताकडे निर्देश केला. साम्यवादाच्या पतनानंतर बहुसंस्कृतिवाद ही संकल्पना विचारव्यूहातील मध्यवर्ती केंद्र बनली.

बहुसंस्कृतिवादाची तत्त्वे वा लक्षणे : बहुसंस्कृतिवाद ही संकल्पना एक दीर्घकालीन विकास प्रक्रियेचा परिणाम मानली जाते. प्राचीन काळापासून बहुसांस्कृतिक समाजाचे अस्तित्व दिसून येते. परंतु संस्कृतीचा राजकीय व सामाजिक समानतेच्या दृष्टिकोनातून दुसऱ्या महायुद्धानंतर सुरू झाला आहे. दुसऱ्या महायुद्धानंतर निर्माण झालेल्या सामाजिक, आर्थिक व राजकीय परिस्थितीतून हा विचार उदयाला आलेला दिसतो. बहुसंस्कृतिवाद विचारसरणीची पुढील काही लक्षणे व तत्त्वे सांगता येतात.

१. **सांस्कृतिक ओळख वा अस्तित्वाला महत्त्व :** बहुसंस्कृतिवादाचे समर्थक प्रत्येक व्यक्तीला संस्कृतीची देन मानतात. प्रत्येक व्यक्ती ही संस्कृतीशी बांधलेली असते. संस्कृतीद्वारा निर्मित जगात जीवन जगत असते. जीवनातील विविध अनुभवांना सांस्कृतिक मान्यतांद्वारे समजून घेण्याचा प्रयत्न करत असते. व्यक्तीचे व्यक्तिमत्त्व, मूल्य आणि त्यांच्या मान्यता संस्कृतीद्वारा निर्धारित केलेल्या असतात. संस्कृती ही मानवी जीवनाशी निगडित असल्यामुळे राज्यानेदेखील सांस्कृतिक ओळखीला मान्यता दिली पाहिजे. कारण प्रत्येक संस्कृतीची मूल्ये व जीवन-दृष्टिकोन स्वतंत्र असतो. समाजातील विभिन्न संस्कृतींमध्ये उत्तम जीवनाविषयीच्या कल्पनेत भिन्नता असते. प्रत्येक संस्कृतीची मूल्ये व जीवन-दृष्टिकोन उपलब्ध पर्यावरणातून निर्माण होत असतो. त्यामुळे कोणतीही संस्कृती श्रेष्ठ वा कनिष्ठ नसते. व्यक्तीची ओळख संस्कृतीद्वारे निर्माण होत असल्यामुळे राज्याने व्यक्तीची ही ओळख पुसण्याचा वा त्यांच्यावर दुसऱ्या संस्कृतीची मूल्ये लादण्याचा प्रयत्न करण्याऐवजी सांस्कृतिक ओळख व अस्तित्वाला मान्यता प्रदान करावी असा आग्रह बहुसंस्कृतिवाद

विचारसरणीकडून केला जातो. बहुसंस्कृतिवाद सांस्कृतिक विभिन्नतेला महत्त्व देणारी विचारसरणी आहे.

२. **अल्पसंख्याकाच्या अधिकारांचे समर्थन :** बहुसंस्कृतिवाद अल्पसंख्याक समूहाच्या विभिन्न स्वरूपाच्या अधिकारांचे समर्थन करणारी विचारसरणी आहे. बहुसंस्कृतिवादाचे अभ्यासक अल्पसंख्याक समूहाचे तीन विभागांत विभाजन करतात. त्यांतील प्रथम म्हणजे स्वदेशी वा मूळ निवासी समुदाय होय. हा समुदाय जन्मत:च आपल्या मातृभूमीशी जोडलेला असतो. हा समुदाय भावनिकदृष्ट्या राष्ट्राशी जोडलेला असल्यामुळे त्यांना आपल्या सांस्कृतिक परंपरा टिकवून ठेवण्यासाठी आवश्यक अधिकार राज्याने देणे योग्य मानले जाते. मूळ निवासी समुदायाने आपल्या संस्कृतीच्या रक्षणासाठी स्वशासनाच्या मागण्या केलेल्या आहेत. बहुसंस्कृतिवाद या मागण्यांचे समर्थन करतो. दुसरा समूह म्हणजे अल्पसंख्याक समुदाय होय. अल्पसंख्याक समुदायाची सर्वांत मोठी समस्या म्हणजे सांस्कृतिक ओळखीला मान्यता आणि त्यांना त्यांच्या क्षमतेपेक्षा कमी महत्त्व देणे, ह्या मानल्या जातात. अल्पसंख्याक समुदाय बहुसंख्याक समुदायाचा द्वेष वा उपेक्षेचे शिकार असतात. त्यांच्याकडे संशयाने पाहिले जाते. या समुदायाच्या सांस्कृतिक ओळखीला प्राधान्य देणे; त्यांच्या क्षमतांच्या विकासासाठी विशेष वा योग्य प्रतिनिधित्व बहाल करणे; राष्ट्रीय प्रसारण, शिक्षण व सार्वजनिक क्षेत्रात पर्याप्त स्थान बहाल करणे. धार्मिक आधारावर काही सवलती देणे; (गणवेश सवलत-शीख लष्करात पगडी परिधान करण्याचा अधिकार) सांस्कृतिक व धार्मिक आधारावर सुट्ट्या; सण, समारंभ साजरा करण्याची सवलत; धार्मिक स्थळे विकसित करण्याचा अधिकार; शैक्षणिक व आर्थिक क्षेत्रांत भागीदारीची समान संधी इत्यादी अधिकाराचे समर्थन बहुसंस्कृतिवादाद्वारे केले जाते. तिसरा समुदाय म्हणजे अप्रवासी व्यक्ती होय. अप्रवासी समुदायांनादेखील आपली सांस्कृतिक ओळख टिकवून ठेवण्यासाठी काही अधिकार प्रदान करण्याचे समर्थन बहुसंस्कृतिवादाद्वारे केले जाते. आहारविहार, पोषाख, धर्म, मनोरंजन आणि सांस्कृतिक ओळखीला टिकवून ठेवता येईल, यासाठी आवश्यक अधिकार दिले पाहिजेत. शाळा आणि सार्वजनिक संस्थांमध्ये धार्मिक सुट्ट्या, पोषाख आणि आहारविहाराच्या बंधनांतून सवलती दिल्या पाहिजेत, याचे समर्थन बहुसंस्कृतिवाद विचारसरणी करत असते.

३. **सांस्कृतिक सापेक्षतेला विरोध :** बहुसंस्कृतिवाद सांस्कृतिक समानतेचा समर्थक असल्यामुळे सांस्कृतिक सापेक्षतेला विरोध करतो. सांस्कृतिक सापेक्षता म्हणजे संस्कृतीतील गुणदोषांच्या आधारावर श्रेणीबद्धतेला महत्त्व देणे होय. बहुसंस्कृतिवाद हा संस्कृतीतील श्रेष्ठ-कनिष्ठतेला मान्यता देत नाही. कोणतीही संस्कृती इतकी श्रेष्ठ

नसते की, ती इतरांवर लादता येईल वा इतर संस्कृतींवर वर्चस्व निर्माण करण्यास योग्य आहे. तसेच कोणतीही संस्कृती ही इतकी कनिष्ठ नसते की, नष्ट करता येईल. संस्कृती ही चांगली-वाईट वा श्रेष्ठ-कनिष्ठ नसते. बहुसंस्कृतिवाद ही विचारधारा सांस्कृतिक विभिन्नतेचे समर्थन करते. संस्कृतींतील भिन्नतेला मान्यता देऊन सर्व सांस्कृतिक समुदायांना विकासाची समान संधी उपलब्ध करून देते.

४. **सांस्कृतिक एकीकरणाला विरोध :** उदारवादी लोकतांत्रिक व्यवस्थेत सुरुवातीला सांस्कृतिक एकीकरणाच्या नीतीचा अवलंब केला गेला. सार्वजनिक क्षेत्रात सांस्कृतिक विभिन्नता उपजणार नाहीत याची दक्षता घेतली गेली. सार्वजनिक क्षेत्रात राज्यांनी सांस्कृतिक तटस्थतेची नीती लागू केली. या नीतीच्या अंतर्गत बहुसंख्याक सांस्कृतिक मूल्यांना राष्ट्रीय स्तरावर स्थापित करण्याचा प्रयत्न केला. त्यामुळे सार्वजनिक क्षेत्रात अल्पसंख्याक सांस्कृतिक समुदायाच्या अधिकारांना मान्यता मिळणे अशक्यप्राय बनले. उदारवादी राज्यांनी व्यक्तिवादी, तांत्रिक व उपभोगतावादी आणि भांडवलवादी मूल्यांना प्राधान्य देणाऱ्या विशिष्ट संस्कृतीला प्रोत्साहित करण्याचा प्रयत्न केला. राष्ट्रीय स्तरावर सांस्कृतिक एकीकरणाला प्राधान्य दिले, त्यात अमेरिका व इंग्लंडसारख्या देशांत काही प्रमाणात यशदेखील प्राप्त झाले. सांस्कृतिक एकीकरणाच्या नीतीमुळे मूळ निवासी, अल्पसंख्याक व अप्रवासी समुदायाच्या अधिकारांवर गदा आली. त्यामुळे या समुदायांनी एकीकरणाच्या नीतीला विरोध करण्यास सुरुवात झाली. हे समुदाय संघटित होऊन सांस्कृतिक अधिकार संरक्षणाच्या मागण्या करू लागले. उदा. अमेरिकेतील रेड इंडियन त्याशिवाय अल्पसंख्याक, स्थलांतरित समुदाय, वंचित समुदाय (निग्रो) आणि बहिष्कृत समुदाय (लेस्बियन, गे समुदाय) इत्यादी समुदायांनी राज्यांतर्गत आपल्या सांस्कृतिक अधिकारांच्या संरक्षणाची मागणी सुरू केली. आपल्या सांस्कृतिक मान्यतेनुसार जीवन व्यतीत करण्याचा अधिकार मिळाला पाहिजे, यावर भर दिला. सांस्कृतिक विभिन्नतेला राज्याने मान्यता प्रदान करावी. आपल्या संस्कृतीला अपेक्षित सन्मान मिळवून देण्यासाठी प्रजातंत्र, न्याय आणि नागरिकतेच्या पारंपरिक सिद्धान्त परिवर्तनाची मागणी केली. सांस्कृतिक एकीकरणाच्या आधारावर निर्माण केल्या जाणाऱ्या बहुसंख्याक वर्गाच्या सांस्कृतिक वर्चस्वाला विरोध सुरू केला. सांस्कृतिक एकीकरण संकल्पना सांस्कृतिक समुदायाचे अस्तित्व नाकारून एकल नागरिकता सिद्धान्ताला महत्त्व देते. बहुसंस्कृतिवाद विचारधारा सांस्कृतिक एकीकरणाला विरोध करून सांस्कृतिक बहुलता, सांस्कृतिक भिन्नता व सांस्कृतिक समानतेला महत्त्व देते.

५. **सांस्कृतिक विविधता व बहुलतेला महत्त्व :** बहुसंस्कृतिवाद ही विचारधारा

सांस्कृतिक विविधता व बहुलतेला महत्त्व देते. राज्यांतर्गत विविध सांस्कृतिक समुदायांच्या उपस्थितीला मान्यता देणे, म्हणजे सांस्कृतिक विविधता व बहुलतेचा स्वीकार करणे मानले जाते. त्यासोबत विभिन्न सांस्कृतिक समूहांतील लोकांमध्ये मूल्यात्मक अंतरालादेखील स्वीकारते. विभिन्न संस्कृतीतील मूल्यांपैकी कोणत्याही एका संस्कृतीच्या मूल्यांना प्राधान्य देण्यास विरोध करते. सांस्कृतिक मूल्यांच्या आधारावर एक संस्कृती दुसऱ्या संस्कृतीचे मूल्यांकन करू शकत नाही वा दुसऱ्या संस्कृतीला कनिष्ठ ठरवू शकत नाही. चार्लस् टेलरसारखे अभ्यासक मानतात की, 'विविधतेमुळे एकतेला बाधा निर्माण होत नाही, तर एकात्मता जास्त मजबूत होते'. विविधतेतून एकता निर्मितीचा प्रयत्न बहुसंस्कृतिवाद करतो. सांस्कृतिक समुदायाची विभिन्नता कायम टिकवून ठेवण्यासाठी अल्पसंख्याक समुदायांना राजकीय अधिकार देण्याचे समर्थन करतो.

६. **सांस्कृतिक विचारविनिमयाला प्राधान्य :** बहुसंस्कृतिवाद विचारसरणी सांस्कृतिक विचारविनिमयाला प्राधान्य देते. सांस्कृतिक विभिन्नता हे सद्यःकालीन समाजाचे प्रमुख वैशिष्ट्य मानले जाते. सांस्कृतिक विचारविनिमयाच्या माध्यमातून एका संस्कृतीचा दुसऱ्या संस्कृतीशी परिचय होईल. या परिचयाच्या माध्यमातून परस्परांचे गुणदोष, साम्यता वा सामर्थ्याची जाणीव होईल. विचारविनिमयाच्या प्रत्येक संस्कृतीला आपल्या दोषांचे निराकरण करण्याची संधी प्राप्त होईल. सांस्कृतिक विचारविनिमयाच्या माध्यमातून सांस्कृतिक देवाणघेवाणीला प्राधान्य मिळते. परस्पर संपर्कामुळे गैरसमज, पूर्वग्रह दूर होण्यास हातभार लागतो. म्हणून बहुसंस्कृतिवाद विचारसरणी आंतरसांस्कृतिक विचारविमर्शाला प्रोत्साहन देते. सांस्कृतिक विचारविनिमयाला प्राधान्य देणाऱ्या तरतुदीचा राष्ट्रीय संविधानात समावेश करावा असा आग्रह बहुसंस्कृतिवादाचे समर्थक धरतात. विभिन्न संस्कृतींत कायम मित्रवत व सामंजस्यशील संबंध राहतील, हे बहुसंस्कृतिवाद गृहीत धरत नाही. विभिन्न सांस्कृतिक समुदायांमध्ये संघर्ष निर्माण होऊ शकतो आणि हा संघर्ष विचारविनिमयाच्या माध्यमातून नष्ट करता येऊ शकतो हा विश्वास बहुसंस्कृतिवाद व्यक्त करतो.

७. **सांस्कृतिक समानतेचे समर्थन :** बहुसंस्कृतिवाद ही विचारधारा सांस्कृतिक सार्वभौमिकतेला विरोध करून सांस्कृतिक समानतेचे समर्थन करते. सांस्कृतिक समानता म्हणजे सर्व संस्कृतीच्या मूल्यांना समान करणे नव्हे, तर विभिन्नतेच्या आधारावर सर्व संस्कृतींतील मूल्यांना समान संरक्षण प्रदान करणे होय. बहुसंस्कृतिवाद सांस्कृतिक समानतेच्या आधारावर विभिन्न सांस्कृतिक समुदायांना विकासाची समान संधी राज्याने उपलब्ध करून द्यावी यावर भर देतो. बहुसंस्कृतिवाद ही विचारधारा

सांस्कृतिक समानतेच्या आधारावर सामाजिक न्याय स्थापन करण्याचा प्रयत्न करते. अल्पसंख्याक समुदायांना अशा प्रकारचे सामाजिक व राजकीय पर्यावरण उपलब्ध करून देते की, ते आपला विकास घडवून आणतील आणि आपले अस्तित्वदेखील टिकवू शकतील. अशा प्रकारचे पर्यावरण निर्माण करण्यासाठी सांस्कृतिक समानता प्रस्थापित करणे ही पूर्वअट मानली जाते.

८. **राष्ट्रनिर्माण प्रक्रियेला महत्त्व :** बहुसंस्कृतिवाद राष्ट्रनिर्माण अवधारणेचे समर्थन करतो. राष्ट्रनिर्माण प्रक्रिया राष्ट्रांतील नागरिकांमध्ये एकात्मतेची भावना निर्माण करते. सावर्जनिक स्थानावर बहुसंख्याकांच्या संस्कृतीची प्रस्थापना करण्याचा प्रयत्न केला किंवा अल्पसंख्याकांवर बहुसंख्याकांच्या सांस्कृतिक मान्यता लादण्याचा प्रयत्न केला, तर अल्पसंख्याक समुदायामध्ये असंतोषाची भावना उत्पन्न होईल. राज्याची ही नीती राष्ट्रनिर्माण प्रक्रियेत अडथळे निर्माण करेल, कारण या नीतीमुळे अल्पसंख्याक राष्ट्राच्या मुख्य धारेपासून अलग होतील आणि त्यांच्यात अलगतावादाचा विकास होईल. म्हणून बहुसंस्कृतिवाद राष्ट्रनिर्माण प्रक्रियेला गतिमान करण्यासाठी सांस्कृतिक समानतेचा पुरस्कार करतात. सांस्कृतिक समानतेच्या माध्यमातून अल्पसंख्याकांच्या अधिकारांना स्वीकृती मिळेल. त्यामुळे ते समुदाय राष्ट्रनिर्माण प्रक्रियेशी जोडले जातील. राष्ट्रनिर्माण प्रक्रियेत अल्पसंख्याक समुदायाचे योगदान मिळत राहील. राष्ट्रनिर्माण प्रक्रियेची आवश्यकता म्हणून बहुसंस्कृतिवादाचा वर्तमानकाळात स्वीकार केला जातो आहे.

बहुसंस्कृतिवादाचे विविध दृष्टीकोन वा वर्गीकरण : बहुसंस्कृतिवाद संकल्पनेच्या उदयापासून ते आजपर्यंतच्या विकासात अभ्यासकांनी विविध स्वरूपांत संबोधलेले आहे. पीटर मॅकलर्न यांनी अमेरिकी समाजाच्या अभ्यासाच्या आधारावर बहुसंस्कृतिवादाचे चार स्वरूपांत वर्गीकरण केलेले आहे.

१. **रूढिवादी बहुसंस्कृतिवाद :** मॅकलर्न यांनी बहुसंस्कृतिवादाचा पहिला दृष्टिकोन सांगितला आहे, तो म्हणजे रूढिवादी बहुसंस्कृतिवाद होय. हा दृष्टिकोन समाजांतर्गत विभिन्न संस्कृतीच्या अस्तित्वाचा स्वीकार करतो. उदारवादाच्या सांस्कृतिक सिद्धान्तावर विश्वास व्यक्त करतो. उदारवादी सिद्धान्तानुसार प्रत्येक संस्कृतीचा विकासक्रम समान नसतो. काही संस्कृती विकसित असतात, तर काही अविकसित असतात. विकसित संस्कृतीची मूल्ये, भाषा, विचार, जीवनशैली ही अविकसित संस्कृतीपेक्षा श्रेष्ठ असते. श्रेष्ठ संस्कृतीची मूल्ये इतर संस्कृतींवर प्रस्थापित करण्यास काही हरकत नाही. युरोपातील साम्राज्यवादी राष्ट्रांनी या सिद्धान्ताच्या आधारावर आफ्रो-आशियाई देशांवर सांस्कृतिक वर्चस्व निर्माण करण्याचा प्रयत्न केला. आधुनिक काळात अमेरिकेनेदेखील अविकसित देशांवर सांस्कृतिक वर्चस्व

लादण्याचा प्रयत्न केला. हा सिद्धान्त मागासलेल्या, अल्पसंख्याक समुदायाचे मूल्य, जीवनशैली, भाषा आणि मान्यताना कनिष्ठ मानतो. हा सिद्धान्त सांस्कृतिक श्रेणीबद्धतेला मान्यता देतो आणि त्या आधारावर अमेरिकन पुरुष-महिला आणि गोरे-काळे यांच्या आधारावर अंतर केले जाते. रूढिवादी बहुसंस्कृतिवाद सिद्धान्तावर मोठ्या प्रमाणावर टीका केल्या गेलेल्या आहेत. हा सिद्धान्त गौरवर्गीयांच्या संस्कृतीला श्रेष्ठ मानतो आणि इतरांवर ती लादण्याचा प्रयत्न करतो. रूढिवादी बहुसंस्कृतिवादाचे समर्थक डॅन, रॅविच, आर्थर स्लेसिंगर, लिने इत्यादी अभ्यासकांनी गोऱ्या लोकांची सांस्कृतिक मूल्ये व इंग्रजी भाषेला सर्वश्रेष्ठत्व मिळवून देण्याचा प्रयत्न केला. हा दृष्टिकोन इतर संस्कृतींच्या अस्तित्वाला मान्यता देतो; परंतु समानतेचा अधिकार देत नसल्यामुळे बहुसंस्कृतिवादाच्या कक्षेत येत नाही. बहुसंस्कृतिवाद हा सांस्कृतिक समानतेचा समर्थक आहे. रूढिवादी बहुसंस्कृतिवाद हा सांस्कृतिक सापेक्षता, सांस्कृतिक श्रेणीबद्धतांचा समर्थक आणि सांस्कृतिक समानतेचा विरोधी मानला जातो.

२. **उदारवादी बहुसंस्कृतिवाद :** रूढिवादी बहुसंस्कृतिवादाच्या प्रतिक्रियांच्या स्वरूपात उदारवादी बहुसंस्कृतिवाद हा दृष्टिकोन विकसित झाला. हा दृष्टिकोन सांस्कृतिक समुदायांच्या समानतेला मान्यता देतो. काही संस्कृतींना सार्वजनिक क्षेत्रातील शैक्षणिक व इतर क्षेत्रांत समान संधी न मिळाल्यामुळे विकास झाला नाही. संस्कृतीच्या मागासलेपणात सांस्कृतिक मूल्यांचा काहीही दोष नाही. हा दृष्टिकोन सांस्कृतिक विभिन्नतेचा स्वीकार करून सर्व संस्कृती सदस्यांना सार्वभौमिक समानतेचा अधिकार प्रदान करतो. परंतु हा दृष्टिकोन स्वातंत्र्याला जास्त महत्त्व देतो. स्वातंत्र्य संकल्पनेला सार्वजनिक हिताशी जोडत नाही. त्यामुळे हा दृष्टिकोन समूह स्वातंत्र्याला महत्त्व देत नाही, असे मानले जाते. प्रतिनिधित्व बहाल करताना शिक्षण व संपत्तीच्या क्षेत्रांत श्रेष्ठ असलेल्या व्यक्ती वा समुदायांना अधिक प्राधान्य देतो. या दृष्टिकोनावर मुख्य टीका अशी केली जाते की, हा दृष्टिकोन अप्रत्यक्ष स्वरूपात अमेरिकेची सांस्कृतिक मूल्ये इतर संस्कृतींपेक्षा श्रेष्ठ ठरविण्याचा प्रयत्न करतो.

३. **डावा उदारवादी बहुसंस्कृतिवाद :** हा दृष्टिकोन सांस्कृतिक समुदायांतील विभिन्नतेचा स्वीकार करून समानतेला महत्त्व देतो. प्रत्येक संस्कृतीची निर्मिती विशिष्ट प्रकारच्या पर्यावरणात होत असल्यामुळे, प्रत्येक संस्कृतीची मूल्ये आणि जीवनव्यवहार स्वतंत्र असतो. प्रत्येक संस्कृती आपले अस्तित्व दीर्घ काळ टिकवून ठेवण्याचा प्रयत्न करीत असते. म्हणून प्रत्येक संस्कृतीचे अस्तित्व कायम ठेवण्यासाठी सांस्कृतिक समुदायांमध्ये विचारविनिमय आणि आदानप्रदानाला प्रोत्साहन दिले पाहिजे. हा विचारविनिमय संस्कृतीतील प्रतिभावान व्यक्तींकडून केला गेला पाहिजे.

या विचारविनिमयातून सांस्कृतिक आदानप्रदान आणि सांस्कृतिक मूल्यमापनाला चालना मिळेल. त्यामुळे प्रत्येक संस्कृतीला आपले गुणदोष दूर करता येतील. ही प्रक्रिया स्वइच्छेवर आधारलेली असेल, त्यात कोणत्याही प्रकारच्या शक्तीचा वापर केला जाणार नाही. या दृष्टिकोनावर टीका करताना अभ्यासक सांगतात की, हा दृष्टिकोन सांस्कृतिक विचारविनिमयासाठी फक्त प्रतिभावान लोकांचा समावेश करतो; परंतु सांस्कृतिक मूल्यांविषयी जाण फक्त शिक्षित वा प्रतिभावान लोकांकडेच असेल असे नाही, अशिक्षित वा सामान्य सदस्याकडेदेखील असू शकते, मात्र हा दृष्टिकोन त्यांच्याकडे दुर्लक्ष करतो. प्रतिभावान लोकांना जास्त महत्त्व दिल्यामुळे या लोकांचे समूहावर वर्चस्व निर्माण होऊ शकते, त्यामुळे समुदायाच्या इतर सदस्यांना त्यांच्या अधीन राहावे लागेल. त्यातून समुदायात असमानतेची निर्मिती होईल. हा दृष्टिकोन अभिजनवादाला महत्त्व देणारा आहे. बहुसंस्कृतिवाद हा अभिजनवादाचा विरोधक आहे.

४. **आलोचनात्मक व प्रतिरोधी बहुसंस्कृतिवाद :** डावा बहुसंस्कृतिवाद व उदारवादी बहुसंस्कृतिवाद दृष्टिकोन बहुसंस्कृतिवादाच्या तत्त्वांना पूर्णपणे प्रस्थापित करण्यात अक्षम असल्यामुळे आलोचनात्मक व प्रतिरोधी बहुसंस्कृतिवादाचा उदय झाला. हा दृष्टिकोन विभिन्नतांना सार्वजनिक संरचनेमध्ये महत्त्व प्राप्त करून देण्यासाठी भाषा आणि प्रतिनिधित्वाला महत्त्व देतो. भाषा व प्रतिनिधित्वाच्या माध्यमातून सामाजिक संरचनांमधील अन्याय व असमानता नष्ट करण्याचा प्रयत्न करतो. आलोचनात्मक बहुसंस्कृतिवाद रूढिवादी, उदारवादी व डाव्या बहुसंस्कृतिवादाला तार्किक आधारावर अस्वीकृत करतो. संस्कृतीमध्ये मित्रवत आणि सामंजस्यशील व्यवहार कायमस्वरूपी राहू शकत नाहीत. लोकशाही व्यवस्थेत संस्कृतीमध्ये संघर्ष होऊ शकतो हे मान्य करतात. हा संघर्ष विचारविनिमयाच्या माध्यमातून नष्ट केला जाऊ शकतो. प्रतिरोधी बहुसंस्कृतिवाद सांस्कृतिक समुदायातील विचारविनिमयाला मान्यता देतो. प्रतिरोधी बहुसंस्कृतिवाद विभिन्नतेला सांस्कृतिक आलोचनांच्या आधारावर सामाजिक न्यायाची स्थापना केली जाऊ शकते हा दावा करतो.

पीटर मॅकलर्न यांच्याप्रमाणेच चंदन कुकथाज यांनी बहुसंस्कृतिवादाच्या सिद्धान्ताचे शास्त्रीय उदारवादी बहुसंस्कृतिवाद आणि आधुनिक उदारवादी बहुसंस्कृतिवाद या दोन प्रकारांत वर्गीकरण केलेले आहे.

१. **शास्त्रीय उदारवादी बहुसंस्कृतिवाद :** उदारवादी व्यक्तिगत स्वायत्तता आणि पर्याय निवडीच्या स्वातंत्र्याला महत्त्व देतात. प्रत्येक व्यक्तीला स्वायत्तता आणि पर्याय निवडीच्या स्वातंत्र्याचा उपयोग करून आपले जीवन घडविण्याचा पूर्ण अधिकार आहे असे मानतात. एका राज्यात अनेक संस्कृतींचे अस्तित्व आढळून येते. शास्त्रीय

उदारवादी बहुसंस्कृतिवाद अपेक्षा करतो की, अल्पसंख्याक सांस्कृतिक समुदायांसोबत असा व्यवहार केला पाहिजे की, बहुसंख्याकांच्या संस्कृतीसोबत केला जातो. सांस्कृतिक समुदायाच्या मूल्य, आदर्श व जीवनावर राज्याद्वारे प्रतिबंध लावला जाऊ नये, वा प्रोत्साहन दिले जाऊ नये. अल्पसंख्याक संस्कृतीच्या विलिनीकरणाचा प्रयत्न करू नये आणि त्यांच्या संस्कृतीला नुकसान होईल असे नीतिनिर्धारण करू नये. दुसऱ्या संस्कृतीला नुकसान पोहोचवत नाही, तोपर्यंत अल्पसंख्याक संस्कृतीवर प्रतिबंध लादू नये. राज्याने सर्व संस्कृतींना समान स्थान द्यावे याचे समर्थन शास्त्रीय उदारवादी बहुसंस्कृतिवाद करतो. या दृष्टिकोनाची समीक्षा करताना अभ्यासक असे मानतात की, या दृष्टिकोनात प्रतिबंध लादण्याच्या व्यवस्थेचे सविस्तर वर्णन केलेले नाही. प्रतिबंध लादणारी व्यवस्था पूर्णतः संदिग्ध वा अस्पष्ट स्वरूपाची आहे. तसेच हा दृष्टिकोन सांस्कृतिक समानतेला मान्यता देऊनदेखील अप्रत्यक्ष स्वरूपात प्रभावशाली संस्कृतीचे समर्थन करतो, वा वर्चस्व निर्माण करण्याचा प्रयत्न करतो. म्हणून या दृष्टिकोनामुळे पृथकतावाद व साम्राज्यवादाला चालना मिळेल असा काही अभ्यासक दावा करतात.

२. **आधुनिक उदारवादी बहुसंस्कृतिवाद :** शास्त्रीय उदारवादी बहुसंस्कृतिवादाच्या प्रतिक्रियांच्या स्वरूपात आधुनिक उदारवादी बहुसंस्कृतिवादाचा उदय झाला. बियान बेरी आणि विल किमलिका हे अभ्यासक या दृष्टिकोनाचे समर्थक आहेत. बेरी संस्कृतीला परिपक्व व्यक्तींच्या संघटनांच्या स्वरूपात मानतात. हे संघटन व्यक्तीने आपल्या विकासासाठी स्वइच्छेने निर्माण केलेले आहेत. हे संघटन अनुदारवादी कार्य करत असतील, तर त्याला राज्याने कोणताही प्रकारची सुरक्षा व अधिकार देऊ नये. राज्याने फक्त उदारवादी मूल्य विकासात योगदान देणाऱ्या सांस्कृतिक समूहांना सांस्कृतिक अधिकार प्रदान करावेत. बेरी समतावादी उदारमतवादी विचारवंत असल्यामुळे बहुसंस्कृतिवादापेक्षा सामाजिक न्यायाला अधिक महत्त्व देतो. संस्कृतीमधील अहस्तक्षेपाची नीती सांस्कृतिक समुदायांमध्ये असमानता निर्माण करेल. समानता संस्कृतीच्या अधीन केली जाऊ शकत नाही. समानतेला पूरक असलेले सांस्कृतिक अधिकार स्वीकारले जाऊ शकतात; परंतु समानतेवर प्रतिकूल परिणाम करणारे सांस्कृतिक अधिकार स्वीकारले जाऊ शकत नाहीत. म्हणून आधुनिक काळात बहुसंस्कृतिवादाचा पूर्णपणे स्वीकार केला जाऊ शकत नाही. विम किमलिका अल्पसंख्याक उदारवादी समूहांना भिन्नतेच्या आधारावर सांस्कृतिक आधार देण्याचे समर्थन करते. अल्पसंख्याक समुदायात राज्याप्रति वचनबद्धता निर्माण करण्यासाठी बहुसंख्याकांप्रमाणे समान अधिकार व संरक्षण देणे गरजेचे आहे. त्यांना योग्य प्रतिनिधित्व दिले पाहिजे. काही विशेष सुविधा देण्याची गरज

असेल, तर त्या प्रदान केल्या पाहिजेत. या सुविधांमुळे राज्यात विभिन्नतेला बळ प्राप्त होईल आणि विभिन्न सांस्कृतिक समुदायांचे राज्याला समर्थन मिळेल. त्यामुळे राज्याची एकात्मता वृद्धिंगत होईल. आधुनिक उदारवादी अल्पसंख्याक समुदायांना अधिकार प्रदान करण्याचे समर्थन करतात. कारण त्यातून त्यांच्या विकासाला वाव मिळेल असा विश्वास व्यक्त करतात. हा दृष्टिकोन बहुसंस्कृतिवादाच्या सकारात्मक नीतीचे समर्थन करतो.

राजीव भार्गव यांनी बहुसंस्कृतिवादाचे विभिन्न प्रकारांत वर्गीकरण करण्याचा प्रयत्न केलेला आहे.

१. **विशेषकृत श्रेणीबद्ध बहुसंस्कृतिवाद :** राजीव भार्गवच्या मते, व्यक्ती आपल्या सामूहिक सांस्कृतिक अस्मितेच्या आधारावर राज्यांतर्गत ओळख मिळविण्याचा प्रयत्न करते. राज्यदेखील व्यक्तींना काळानुरूप ओळख प्रदान करत असते. राज्याद्वारा काही वेळेस विशेषीकृत श्रेणीबद्धतेच्या माध्यमातून समानतेचा स्वीकार केला जातो. म्हणजे प्रत्येक समुदायाचा समान स्वीकार न करता काही समुदायांचे वर्चस्व प्रस्थापित करणे होय. उदा. भारतीय वर्णव्यवस्थेत वर्णांतील विभिन्नतेचा स्वीकार केला जातो; परंतु वर्णांना समान मानले जात नाही.

२. **सार्वभौमिक बहुसंस्कृतिवाद :** या प्रकारात राज्य विभिन्न संस्कृतींतील भाषा, धर्म, मूल्य इत्यादी आधारांवरील विभिन्नता स्वीकारत नाही. सर्व संस्कृतींना एक मानतो. सांस्कृतिक समुदायांतील एकतेला महत्त्व देतो. त्यामुळे हा दृष्टिकोन सार्वभौमिक समानतेला महत्त्व देणारा आहे.

३. **विभेदीकृत वा समानतावादी बहुसंस्कृतिवाद :** या प्रकारात राज्य विशेषीकृत समानतेच्या आधारावर व्यक्तीची ओळख निश्चित करतात. व्यक्तीला भिन्न परंतु समान मानले जाते. विभिन्नतेचा आधार जात व धर्माऐवजी संस्कृतीला मानले जाते. त्यामुळे हा प्रकार बहुसंस्कृतिवादी समाजाची स्थापना करत असतो. राजीव भार्गव समानतावादी बहुसंस्कृतिवादाचे दोन उपविभागांत विभाजन करतो. त्यांतील प्रथम म्हणजे उदारमतवादी बहुसंस्कृतिवाद होय. उदारवादी बहुसंस्कृतिवाद प्रत्येक संस्कृती आपल्या समुदायातील सदस्याची स्वतंत्रता आणि समानतेला सुरक्षित ठेवतील या आधारावर अधिकार प्रदान करतो, तर दुसरा म्हणजे शक्तिवादी बहुसंस्कृतिवाद, हा विभिन्न सांस्कृतिक समुदायाला समान सामुदायिक अधिकार प्रदान करतो. अधिकारप्राप्त समुदाय सदस्याची समानता व स्वतंत्रता सुरक्षित ठेवतात की नाही हे पाहत नाही, उदा. आफ्रिकेतील ब्रिटिशांची रंगभेद नीती. सत्तावादी बहुसंस्कृतिवाद राज्य आणि व्यक्तीतील संबंधांतील भावनात्मकता नष्ट करते.

सांस्कृतिक अधिकारांचे वाटप सांस्कृतिक समुदायाच्या विकासासाठी करण्याऐवजी समुदायांना भ्रमित करण्यासाठी केले जाते.

४. **प्रजातांत्रिक बहुसंस्कृतिवाद :** उदारवादी व सत्तावादी बहुसंस्कृतिवादांतील दोष दूर करण्यासाठी प्रजातांत्रिक बहुसंस्कृतिवादाचा उदय झाला. हा प्रकार एका बाजूला व्यक्तीची स्वतंत्रता व व्यक्तीच्या स्वायत्ततेला सांस्कृतिक समुदायांतर्गत प्रस्थापित करण्यावर भर देतो, तर दुसऱ्या बाजूला सांस्कृतिक विभिन्नता राजकीय क्षेत्रात प्रस्थापित करण्याचा प्रयत्न करतो. सांस्कृतिक समुदायांतील संघर्ष लोकशाही मार्गाने सोडविण्याचा प्रयत्न करतो. विभिन्नतेची संकल्पना वास्तवात आणण्यासाठी लोकशाही राज्यघटनेचा उपयोग करतो. राज्यघटनेत विभिन्न समुदायांचे धार्मिक व सांस्कृतिक अधिकार समाविष्ट करून सांस्कृतिक समानता निर्मितीचा प्रयत्न करतो.

अशा प्रकारे पीटर मॅकलर्न, चंदन कुकथान आणि राजीव भार्गव यांनी बहुसंस्कृतिवादाच्या विविध दृष्टिकोनांचे वर्गीकरण करण्याचा प्रयत्न केला. या वर्गीकरणाच्या माध्यमातून बहुसंस्कृतिवादाची विकास प्रक्रिया स्पष्ट करण्याचादेखील प्रयत्न केलेला आहे.

बहुसंस्कृतिवाद आणि बहुलवाद : बहुसंस्कृतिवाद ही संकल्पना बहुलवादाशी जोडली जाते. काही प्रमाणात बहुसंस्कृतिवाद आणि बहुलवाद संकल्पनेत साम्यता आढळून येते. बहुलवाद विभिन्न सांस्कृतिक समुदायांच्या एकाच समाजाच्या अंतर्गत अस्तित्वाचा स्वीकार करतो. सांस्कृतिक विभिन्नता नष्ट करण्याच्या प्रयत्नाला विरोध करतो. परंतु बहुलवादी धार्मिक आणि सांस्कृतिक श्रेणीबद्धतेला विरोध करत नाहीत. प्रत्येक राष्ट्रात शासनकर्ता समुदाय आपली सांस्कृतिक चिन्हे, प्रतीके, परंपरा व प्रथा सार्वजनिक ठिकाणी प्रस्थापित करत असतात. या प्रतीकांची श्रेष्ठता प्रस्थापित करण्यासाठी त्यांचा अवमान करणे हा राष्ट्रद्रोह मानला जातो. उदा. इस्लाम राजवटीच्या काळात इस्लाम धर्माची सर्वश्रेष्ठता मान्य करण्यास हिंदूंना भाग पाडण्यात आले. वैधानिक पातळीवर सांस्कृतिक बहुलतेचा स्वीकार करणारे राष्ट्र सर्व समुदायांना सांस्कृतिक अधिकार प्रदान करतात; परंतु त्यासोबत सार्वजनिक क्षेत्रात प्रभावशाली संस्कृतीचे वर्चस्व निर्माण करणाऱ्या नीतीचादेखील अवलंब करतात. बहुलवादी व्यवस्थेत विभिन्न समुदायांना श्रेणीबद्ध स्वरूपात अधिकार बहाल केलेले असतात. मात्र या समूहामध्ये समानतेचा अभाव आढळून येतो. बहुलवाद आणि विभिन्नता या संकल्पना एकमेकांना पूरक मानल्या जातात. दोन्ही संकल्पना राज्यांतर्गत विविध समुदायांचे अस्तित्व मान्य करतात. बहुलवाद विभिन्न समुदायांच्या अस्तित्वाचा स्वीकार करतो. मात्र संस्कृतींना समानतेचा दर्जा बहाल करत नाही. त्यांना श्रेणीबद्धता देऊन संस्कृतीमध्ये श्रेष्ठ–कनिष्ठ भावाला मान्यता देतो. विभिन्नता प्रत्येक संस्कृतीला स्वयंमूल्य असते असे मानते. मूल्य आणि कार्यक्षमतेच्या आधारावर

विविध संस्कृतीत भिन्नता असते; म्हणून एका संस्कृतीच्या मूल्यांद्वारे दुसऱ्या संस्कृतीचे मूल्यमापन केले जाऊ शकत नाही, यावर भर देते. त्यामुळेच बहुसंस्कृतिवाद ही संकल्पना बहुलवादापेक्षा विभिन्नतेशी जवळीक साधणारी आहे.

बहुसंस्कृतीचे अस्तित्व कोणत्याही राष्ट्राला बहुसांस्कृतिक बनवू शकत नाही. बहुसंस्कृतिवाद व्यक्तीची ओळख संस्कृतीच्या संदर्भात करतात. सांस्कृतिक समुदाय व्यक्तीच्या अनुभवांचे निर्धारण करत असतात आणि त्या अनुभवांच्या आधारावर व्यक्ती आपले जीवनमूल्य वा लक्ष्य निर्धारित करत असते. बहुसंस्कृतिवाद एका बाजूला सांस्कृतिक समुदायाच्या अस्तित्वाला वा ओळख निर्मितीत योगदान देतो, तर दुसऱ्या बाजूला व्यक्तीची अस्मिता आणि सार्वजनिक ओळख यांच्यातील आंतर-संबंधांची व्याख्या करतो. राजीव भार्गवसारखा अभ्यासक मानतो की, बहुसंस्कृतिवाद संकल्पना प्रभावशाली संस्कृतीला सार्वजनिक क्षेत्रात सुरक्षित ठेवण्याचा प्रयत्न करते आणि विभिन्न संस्कृतींना आपले निर्धारित लक्ष्य त्यांनी निश्चित केलेल्या मार्गांनी प्राप्त करण्यासाठी आवश्यक परिस्थिती निर्माण करून देतात. बहुसंस्कृतिवाद सिद्धान्ताच्या पातळीवर विभिन्न संस्कृतींच्या उपस्थितीला मान्यता देतात. परंतु बहुसंस्कृतिवाद संकल्पनेला एक मूल्यात्मक बाजूदेखील आहे. तिची मूल्यात्मक बाजू म्हणजे विभिन्न संस्कृतीतील व्यक्तीची निष्ठा आणि एकाग्रता एकाच निश्चित दिशेत सक्रिय होईल, असे निर्देश निश्चित केले जातात. बहुसंस्कृतीला मूल्यांच्या रूपात स्वीकारण्यास बहुसंख्य लोकशाही राष्ट्रांनी मान्यता दिलेली आहे.

बहुसंस्कृतिवाद आणि उदारवाद : बहुसंस्कृतिवाद राजकीय सिद्धान्तामध्ये तात्त्विक परिवर्तनाचा आग्रह धरतो. उदारवाद वैधानिक पातळीवर समानतेला महत्त्व देतो. लिंग, भाषा, रंग, संस्कृती इत्यादी आधारांवर वैधानिकदृष्ट्या कोणताही भेदभाव करत नाही. उदारवादाच्या या मूल्यांना बहुसंख्य लोकशाही देशांनी मान्यता देऊन संविधानामार्फत प्रस्थापित करण्याचा प्रयत्न केलेला दिसतो. उदा. भारतीय राज्यघटना. राज्य सर्व धर्म व संस्कृतींना समान देतो. कोणत्याही संस्कृती व धर्माला अधिकृत मानत नाही, याचा अर्थ राज्याद्वारे संस्कृती संदर्भात तटस्थता नीतीचा अवलंब केला जातो. धार्मिक व सांस्कृतिक अस्तित्वाला निजीक्षेत्रात समान महत्त्व देतात. विम किमलिकाच्या मते, उदारवाद बहुलवादाचा स्वीकार करतो; परंतु सांस्कृतिक विभिन्नतेला फारसे महत्त्व देत नाही. बहुसंस्कृतिवाद उदारवादी राज्याकडून वैधानिक समानतेचा वापर करूनही राज्यांतर्गत अस्तित्वात असलेल्या भेदभावावर आपले लक्ष्य केंद्रित करतो. बहुसंस्कृतिवाद व्यक्ती स्वतंत्र व स्वायत्त असते ह्या कल्पनेला अमान्य करतो. व्यक्ती जन्मत:च कोणत्या न कोणत्या समुदायाची सदस्य असते. उदारमतवाद सांस्कृतिक विभिन्नतेला मान्यता देऊनही सार्वजनिक क्षेत्रात अल्पसंख्याक संस्कृतीवर होणाऱ्या अन्यायाकडे दुर्लक्ष करतात.

संस्कृतीप्रति उदारवादाची उदासीनता आश्चर्यजनक मानली जाते. उदारवाद अप्रत्यक्ष रूपात व्यक्तिस्वातंत्र्याला महत्त्व देणाऱ्या सांस्कृतिक समुदायांना महत्त्व देतो. परंपरागत रूढी, प्रथा व परंपरा यांना महत्त्व देणाऱ्या आणि व्यक्तिस्वातंत्र्याला फारसे महत्त्व न देणाऱ्या संस्कृतींना उदारवाद महत्त्व देत नाही. उदारवाद मानवी स्वातंत्र्याला अधिक महत्त्व देतात. उदारवाद सर्वांना समान नागरिक अधिकार प्रदान करतो; परंतु वास्तव सार्वजनिक जीवनात सर्वांना समान अधिकार प्रदान करत नाही.

जेम्स तुलीसारख्या अभ्यासक उदारवादी, सार्वभौमिक व व्यक्तिवादी अवधारणांना विरोध करतो. सत्तावादी राजकारणाच्या पहिल्या टप्प्यात नागरिकता प्राप्ती, दुसऱ्या टप्प्यात साम्राज्यवादाला विरोध, तर सद्य:कालीन अंतिम टप्प्यात सार्वजनिक स्वरूपात मान्यता व ओळखीचा स्वीकार हा आहे. उदारवाद अल्पसंख्याक समुदायाप्रति भेदभाव करतो, म्हणून उदारमतवादी व्यवस्थेच्या अंतर्गत अल्पसंख्याकांना न्याय उपलब्ध करून देण्यासाठी आंतरसांस्कृतिक विचारविनिमयाला प्राधान्य दिले पाहिजे. त्यासाठी बहुसंस्कृतिवाद हा सर्वांत उपयुक्त सिद्धान्त मानला जातो. बहुसंस्कृतिवाद संस्कृतींमध्ये विचारविनिमयाला प्रोत्साहन देत असतो. अन्यायपूर्ण सांस्कृतिक ओळखीच्या संकल्पनेला विरोध करून न्यायपूर्ण सांस्कृतिक ओळखीला उदारमतवादी राज्यात स्थापित करण्याचा प्रयत्न करतो. उदारमतवादी व्यक्तिवादी संकल्पना बहुसांस्कृतिक समाजात समानता प्रस्थापित करण्यास सक्षम मानली जात नाही. उदारवादी संकल्पनेचा जन्म ज्या काळात झाला, त्या काळातील सामाजिक व राजकीय परिस्थिती भिन्न होती. राजकीय सिद्धान्त या नात्याने उदारवाद सामाजिक परिस्थितीकडे दुर्लक्ष करू शकत नाही, म्हणून उदारमतवादात परिस्थितीनुरूप परिवर्तन करणे गरजेचे आहे. जोसफ राजसारखे अभ्यासक मानतात की, उदारमतवाद प्रथम टप्प्यात मध्यमार्गी स्वरूपाचा होता, तर दुसऱ्या टप्प्यात विभेदीकरणाच्या विरोधात होता, तर तिसऱ्या टप्प्यात बहुसंस्कृतिवादाशी संबंधित आहे. उदारवाद व्यक्तिस्वातंत्र्याला महत्त्व देत असला, तरी व्यक्ती एकाकी जीवन जगत नसून समुदायाचा घटक म्हणून जीवन जगत असते. व्यक्तीच्या विकासाला संस्कृतीचा आधार असतो. व्यक्ती आपले जीवन व विकासाचा आराखडा संस्कृतीच्या आधारावर करत असते. व्यक्तीची अस्मिता सांस्कृतिक समुदायाच्या संदर्भातून होत असते. व्यक्तीला सांस्कृतिक समुदायापासून अलग केल्यास त्यांच्या जीवन-दृष्टिकोनात व्यापक परिवर्तन होईल. मानवी जीवनातील संस्कृतीचे स्थान लक्षात घेत उदारवादाने संस्कृतीचे महत्त्व जाणून नीतीनिर्धारण केले पाहिजे. बहुसंस्कृतिवाद राज्यांतर्गत सांस्कृतिक समानता प्रदान करून व्यक्तीची स्वतंत्रता सुनिश्चित करून तिच्या स्वायत्ततेला प्रोत्साहन देत असतो.

विम किमलिका यांनी उदारवादीच्या एकल नागरिकता सिद्धान्ताची 'Muliticultural Citizenship' या ग्रंथात चिकित्सा केलेली आहे. उदारवादी

प्रजातांत्रिक राज्य अप्रत्यक्ष स्वरूपात बहुसंख्याक संस्कृतीचा समर्थक असते आणि अल्पसंख्याक संस्कृतीसोबत न्यायपूर्ण व्यवहार करत नाही. अल्पसंख्याक संस्कृतीसोबत न्यायपूर्ण आणि समानतेचा व्यवहार करून सार्वजनिक जीवनात त्यांना स्वतंत्रता व स्वायत्तता प्रदान करणे आवश्यक असते. उदारवादी व्यवस्थेसमोर हे सद्य:कालीन प्रमुख आव्हान मानले जाते. या आव्हानाचा मुकाबला करण्यासाठी अल्पसंख्याक संस्कृतीच्या संदर्भात उदारवादी लोकशाही राज्याला नि:पक्षपाती नीतीची आखणी करणे गरजेचे आहे. विम किमलिकाच्या मतानुसार अल्पसंख्याकांच्या संरक्षणासाठी उदारवादी राज्यांना स्व-सरकार, सरकारी निर्णयावर नकाराधिकार, राष्ट्रीय प्रसारणात पर्याप्त स्थान, सांस्कृतिक आधारावर सवलती (धार्मिक सणाच्या दिवशी सुट्ट्या, गणवेश नियमात सूट) इत्यादी अधिकार दिले गेले पाहिजेत. समूह विभिन्नतेच्या सिद्धान्तांना राज्याने वैधानिक मान्यता प्रदान केली पाहिजे, तरच उदारवादी राज्ये अल्पसंख्याक सांस्कृतिक समुदायांच्या संरक्षणासाठी सक्षम ठरतील.

अशा प्रकारे उदारवादी संकल्पनेत व्यापक परिवर्तन व सुधारणा केल्याशिवाय बहुसंस्कृतिवादाची स्थापना करता येणार नाही, असा सूर बहुसंख्य अभ्यासक व विचारवंतांनी आपल्या चिंतनात व्यक्त केलेला आहे. उदारवादाचे पारंपरिक स्वरूप बहुसंस्कृतिवादाशी सुसंगत नाही, म्हणून त्याला सुसंगत बनविण्यासाठी विविध प्रकारच्या उपाययोजना अभ्यासकांनी सुचविलेल्या आहेत. त्यांची अंमलबजावणी करून उदारवादाला बहुसंस्कृतिवादाशी जोडता येईल, असा विश्वास व्यक्त करतात.

बहुसंस्कृतिवाद आणि अल्पसंख्याकांचे अधिकार : दुसऱ्या महायुद्धाच्या अंतिम टप्प्यात वैश्विक पातळीवर मानव अधिकारांची चर्चा सुरू झाली. १० डिसेंबर १९४८ ला मानव अधिकार घोषणापत्र जाहीर झाले. युनोच्या सदस्य राष्ट्रांनी १९५० मध्ये मानव अधिकारांना मान्यता प्रदान केली. मानव अधिकार संकल्पनेत मानव या नात्याने व्यक्तीला काही अधिकार जन्मत: प्राप्त होतात असे मानले जाते. मानव अधिकार संकल्पनेनुसार अल्पसंख्याक समुदायांच्या विभिन्न समस्यांच्या सोडवणुकीचा प्रयत्न होऊ लागला. अर्थात विम किमलिकसारखे अभ्यासक अल्पसंख्याक समुदायांच्या समस्येचे समाधान मानव अधिकार संकल्पनेद्वारे होऊ शकत नाही असे मानतात. परंतु अनेक अभ्यासकांनी मानव अधिकार सिद्धान्ताला मानव अधिकाराशी जोडण्याचा प्रयत्न केला. कारण प्रत्येक संस्कृती एका विशिष्ट प्रकारच्या समुदायाशी संबंधित असते. समुदायाचे चरित्र स्थानिक स्वरूपाचे असते. समुदायाच्या धार्मिक, आर्थिक आणि सामाजिक संरचना स्थानिकतेने प्रभावित होत असतात. स्थानिकतेच्या संदर्भात मानवाधिकार लागू केले, तर अल्पसंख्याक सांस्कृतिक समुदायाच्या समस्येच्या समाधानासाठी सक्षम ठरतील, असे काही अभ्यासक मानतात.

अल्पसंख्याक सांस्कृतिक समुदायाच्या अधिकारांचे तीन प्रकारे वर्गीकरण केले जाते. त्यांतील पहिला समूह स्व-शासनाचा अधिकार मानणारा समुदाय. हा अधिकार मूळ निवासी वा स्वदेशी समुदायांना प्रदान केला जाऊ शकतो, कारण हा समुदाय आपल्या मातृभूमीशी भावनिकरीत्या जोडला गेलेला असतो. त्यांचा विकास राष्ट्राच्या पर्यावरणांतर्गत होऊ शकतो, म्हणून या सुमदायाच्या सांस्कृतिक परंपरा टिकवून ठेवण्यासाठी स्व-शासनाचा अधिकार देणे योग्य ठरते. याउलट दुसरा समुदाय म्हणजे अप्रवासी समुदाय होय. अप्रवासी समुदायांना स्व-शासनाचा अधिकार देता येऊ शकत नाही, कारण अप्रवासी नागरिक राष्ट्राचे नागरिकत्व सोडून दुसऱ्या देशाचे नागरिक बनू शकतात. पाली एथनिकसारखे अभ्यासक स्वदेशी धार्मिक अल्पसंख्याक व प्रजातीय समूहांना स्वायत्तता आणि सांस्कृतिक अधिकाराच्या सुरक्षित ठेवण्यासाठी राज्याने वित्तीय, वैधानिक व राजकीय अधिकार देण्याची वकालत करतात. अल्पसंख्याक समुदायांचा सर्वांत महत्त्वाचा प्रश्न म्हणजे ओळखीशी संबंधित असतो. या समूहाच्या क्षमतांना वास्तवतेपेक्षा अत्यंत कमी महत्त्व दिले जाते. चुकीची ओळख व क्षमतांना महत्त्व न देण्याच्या वृत्तीमुळे या समुदायाच्या आत्मसन्मानाला ठेच पोहोचते. तिसरा समुदाय म्हणजे विशेष प्रतिनिधित्वाचा अधिकार मागणारा समुदाय होय. अल्पसंख्याक समुदायांना लोकतांत्रिक व्यवस्थेत योग्य प्रतिनिधित्व देण्याचे समर्थन जॉन स्टुअर्ट मिल आणि टाकविलेसारख्या अभ्यासकांनी १९ व्या शतकात केले होते. विशेष प्रतिनिधित्वाचा अधिकार अल्पसंख्याक सांस्कृतिक समुदायातील स्वदेशी आणि अप्रवासी दोन्ही समूहांना राष्ट्रीय संस्थांमध्ये प्रदान केला पाहिजे असे विम किमलिका मानते.

सांस्कृतिक अधिकार आणि व्यक्तिगत अधिकारांत संघर्ष निर्माण झाला, तर बहुसंस्कृतिवादाच्या सैद्धांतिक भूमिकेबाबत विम किमलिका सांगतात की, अल्पसंख्याक संस्कृतीच्या सुरक्षेसाठी बाह्य सुरक्षा प्रदान केली जाईल. त्यांच्या अस्तित्वासाठी सार्वजनिक क्षेत्रात समानतेच्या आधारावर अधिकारांना संरक्षण दिले जाईल; परंतु सांस्कृतिक समुदाय व्यक्तीच्या मूलभूत अधिकारांचे उल्लंघन करत असतील, तर या परिस्थितीत राज्याचा हस्तक्षेप अनिवार्य असेल. सामुदायिक अधिकार आणि व्यक्तिगत अधिकार या संघर्षात किमलिका व्यक्तिगत अधिकारांचे समर्थन करतात. समुदायवादी व्यक्तीचे अस्तित्व समुदाय बाहेर मानत नाही. व्यक्तीचे अस्तित्व समुदायावर अवलंबून असते. व्यक्तीला सांस्कृतिक समुदायाचे सदस्यत्व जन्मत: प्राप्त होते. प्रत्येक संस्कृतीची मूल्ये परंपरागत विकास प्रक्रियेचा परिणाम असल्यामुळे त्यांचे मूल्यमापन व्यक्तिवादी मूल्यांच्या आधारावर करता येणार नाही. चार्ल्स टेलरसारखे समुदायवादी विभिन्नतेच्या आधारावर सांस्कृतिक विभिन्नता सुरक्षित करण्याच्या रणनीतीला विरोध करतात. त्यासाठी फ्रान्समधील क्युबेक समुदायाचे

उदाहरण देतात. संस्कृती व्यक्तीच्या जीवनातील महत्त्वपूर्ण पक्ष मानली जाते. संस्कृतीच्या आधारावर व्यक्ती जीवनाचे उद्देश निर्धारित करत असते. एक प्रकारचे ध्येय प्राप्त करण्याचा प्रयत्न करणाऱ्या व्यक्ती सामूहिकरीत्या एकत्र येऊन समुदायाची निर्मिती करत असतात. एकाच समाजात अनेक प्रकारची जीवनशैली व ध्येयाप्रति विश्वास प्रकट करणारे वा आस्था व्यक्त करणारे समुदाय असतात. या समुदायांतील आपआपसांतील संबंध कशा प्रकारे असला पाहिजे, याचे उत्तर बहुसंस्कृतिवादातून मिळत असते.

बहुसंस्कृतिवाद एका राज्यात वास्तव्यास असलेल्या विभिन्न सांस्कृतिक समुदायांमध्ये नियोजन करणारा सिद्धान्त आहे. विभिन्न समुदायांतील भिन्न-भिन्न मान्यतांचा तो स्वीकार करतो. प्रत्येक संस्कृतीच्या स्वतंत्र अस्तित्वाचे संरक्षण करण्यासाठी त्यांच्यात होणाऱ्या स्पर्धेला नाकारतो. सर्व संस्कृतींना समान महत्त्व देऊन सांस्कृतिक समानतेला महत्त्व देतो. संस्कृतींना श्रेणीबद्धता देणाऱ्या सांस्कृतिक सापेक्षतावादाला विरोध करतो. कोणतीही संस्कृती चांगली-वाईट नसून सर्व संस्कृती समान आहेत, हा विश्वास व्यक्त करून सर्व संस्कृतींना विकासाची समान संधी प्राप्त करून देतो. बहुसंस्कृतिवाद अवधारणा अल्पसंख्याक समाजाच्या विकासासाठी आवश्यक मानली जाते.

बहुसंस्कृतिवादाचे परीक्षण वा मूल्यमापन : दुसऱ्या महायुद्धानंतर अस्तित्वात आलेल्या बहुसंस्कृतिवादाचे खालील काही मुद्द्यांच्या आधारावर परीक्षण केले जाते.

१. राष्ट्र-राज्याकडून आपली विशिष्ट अशी सांस्कृतिक ओळख निर्माण केलेली असते; परंतु बहुसंस्कृतिवाद लागू केल्यास ही राष्ट्रीय ओळख समाप्त होईल, अशी टीका काही अभ्यासकांकडून बहुसंस्कृतिवादावर केली जाते.

२. बहुसंस्कृतिवादाच्या उदयामुळे मैत्रीपूर्ण व सह-अस्तित्ववादी संस्कृतीचा उदय होईल. या पर्यावरणात एक संस्कृती दुसऱ्या संस्कृतीला प्रभावित करूनदेखील अलग वा स्वतंत्र राहतील हा तर्क दिला जातो. परंतु प्रत्यक्षात हा तर्क योग्य वाटत नाही. सांस्कृतिक प्रभावामुळे संस्कृतीचे स्वतंत्र अस्तित्व टिकविणे काही अभ्यासकांना अशक्यप्राय बाब वाटते.

३. सुसान मोलर ओकिनसारखी स्त्रीवादी अभ्यासक 'Is Multi-Culturalism Bad for Women' या निबंधात बहुसंस्कृतिवाद अवधारणाला प्रश्नांकित करून गंभीर स्वरूपाचे प्रश्न उपस्थित करते. बहुसंस्कृतिवादामुळे विभिन्न सांस्कृतिक समुदायांना व्यापक स्वरूपाचे अधिकार प्राप्त होतात. त्यांच्या स्वायत्ततेच्या संरक्षणासाठी काही विशेषाधिकारदेखील प्रदान केले जातात. त्यामुळे सामाजिक कुप्रथा रोखण्याच्या कामात अनेक अडथळे निर्माण होतील. सांस्कृतिक स्वायत्तता व विशेषाधिकारामुळे राज्यांना समुदायाच्या कार्यात हस्तक्षेप करण्याचे कायदे करता येणार नाहीत; म्हणून

बहुसंस्कृतिवाद ही विचारसरणी स्त्रियांसाठी घातक आहे, अशी टीका अनेक स्त्रीवादी अभ्यासकांनी केलेली आहे.

४. बहुसंस्कृतिवादामुळे विभिन्न सांस्कृतिक समुदायांना स्वायत्तता व विशेषाधिकार प्रदान केल्यामुळे समाजात अलगाववाद व फुटीरवृत्तीला प्रोत्साहन मिळेल. म्हणून बहुसंस्कृतिवाद हा राष्ट्रीय एकात्मतेसाठी अत्यंत धोकादायक विचारसरणी आहे, असे काही अभ्यासक मानतात.

५. बहुसंस्कृतिवाद ही विचारसरणी व्यक्तीपेक्षा समूहाला जास्त महत्त्व देते. व्यक्तिस्वातंत्र्य संकल्पनेपेक्षा समूह स्वातंत्र्याला जास्त महत्त्व देणारी आहे. व्यक्तीच्या व्यक्तिमत्त्वाला सांस्कृतिक समुदायाशी जोडण्याचा प्रयत्न करते, म्हणून ही विचारधारा उदारवादाशी विसंगत आहे असा जहाल उदारवादी आक्षेप घेतात.

६. बहुसंस्कृतिवाद विभिन्नतेच्या कल्पनेचा स्वीकार करतो. परंतु विभिन्नतेच्या कल्पनेमुळे एकात्मता निर्माण करण्यात अडथळे निर्माण करते. पुटमनसारखे अभ्यासक मानतात की, विभिन्नतेमुळे आपण इतरांपेक्षा वेगळे आहोत हा भाव निर्माण होतो. दुसऱ्या समुदायाचे लोक आपल्यासारखे नाहीत, म्हणून त्यांच्यावर विश्वास दाखविला जात नाही. विभिन्नतेमुळे एकात्मता निर्माण करणे कठीण कार्य करेल.

७. बहुसंस्कृतिवाद सांस्कृतिक ओळखीला मान्यता देतो. सांस्कृतिक समुदायांना अधिकार प्रदान करण्याची भाषा करतो; परंतु या समुदायांनी अधिकाराचा गैरवापर केला तर प्रतिबंध लादण्याबाबत वा राज्याच्या समूहातील हस्तक्षेपाबाबत संदिग्ध मते व्यक्त करतो.

८. सांस्कृतिक अधिकाराच्या आधारावर एखादा समुदाय व्यक्तीच्या मूलभूत अधिकारांचे उल्लंघन करत असेल, तर या परिस्थितीत राज्याची भूमिका काय असावी, याबाबत बहुसंस्कृतिवादाच्या अभ्यासकांमध्ये एकमत आढळून येत नाही. काही अभ्यासक या परिस्थितीत राज्याचा हस्तक्षेप अनिवार्य मानतात, तर काही अभ्यासक व्यक्तीच्या अधिकारांऐवजी समूह अधिकारांची वकिली करून हस्तक्षेप अनावश्यक मानून, तटस्थ राज्याची कल्पना मांडतात. ही एक प्रकारे बहुसंस्कृतिवादातील वैचारिक विसंगती आहे असे टीकाकारांना वाटते.

अशा प्रकारे अभ्यासकांनी बहुसंस्कृतिवाद संकल्पनेवर टीका केलेली आहे. या उपरोक्त आक्षेपातील काही आक्षेपांमध्ये तथ्यांश असला, तरी सर्व आक्षेप योग्य मानता येणार नाहीत. बहुसंस्कृतिवाद संकल्पनेवर काही आक्षेप पूर्वग्रहातून वा गैरसमजातूनदेखील केलेले आहेत. बहुसंस्कृतिवाद ही संकल्पना सातत्याने विकसित होत आहे. तिच्या विकासासोबत उणिवादेखील दूर होतील, असा विश्वास अभ्यासकांनी व्यक्त केलेला आहे.

लघुत्तरी प्रश्न

१. बहुसंस्कृतिवाद अर्थ व वैशिष्ट्ये
२. बहुसंस्कृतिवाद स्वरूप व विकास
३. बहुसंस्कृतिवादाचे विम किमलिका यांनी सांगितलेले टप्पे
४. बहुसंस्कृतिवाद आणि बहुलवाद
५. बहुसंस्कृतिवाद आणि उदारवाद
६. बहुसंस्कृतिवाद आणि अल्पसंख्याक अधिकार
७. पीटर मॅकलर्न यांनी केलेले बहुसंस्कृतिवादाचे वर्गीकरण
८. राजीव भार्गव यांनी केलेले बहुसंस्कृतिवादाचे वर्गीकरण
९. चंदन कुकथाज यांनी केलेले बहुसंस्कृतिवादाचे वर्गीकरण
१०. बहुसंस्कृतिवादाचे परीक्षण

दीर्घोत्तरी प्रश्न

१. बहुसंस्कृतिवाद म्हणजे काय ते सांगून त्याचा अर्थ, त्याची वैशिष्ट्ये व त्याच्या उदयाची कारणे विशद करा.
२. बहुसंस्कृतिवाद संकल्पनेचे स्वरूप व विकासाची सविस्तर चर्चा करा.
३. बहुसंस्कृतिवादाचा अर्थ स्पष्ट करून बहुसंस्कृतिवादाच्या विविध अभ्यासकांनी सांगितलेल्या दृष्टिकोनाचे विश्लेषण करा.
४. बहुसंस्कृतिवादाच्या तत्त्वाचे चिकित्सक विश्लेषण करा.
५. बहुसंस्कृतिवादाचे तुमच्या शब्दांत मूल्यमापन वा परीक्षण करा.

प्रकरण अकरावे

समुदायवाद

Communitarian

स्वातंत्र्य, समता आणि बंधुता हा फ्रेंच राज्यक्रांतीचा जयघोष लोकशाही युगाच्या तीन मूलभूत आदर्शांना प्रदर्शित करतो. १८ व्या व १९ व्या शतकातील समाजवाद, उदारमतवाद, राष्ट्रवाद आणि गणतंत्रवादसारख्या महान विचारधारा स्वातंत्र्य, समानता आणि समुदाय यांविषयीचे आपले विचार व्यक्त करतात. त्यात वर्ग-एकजूटता, समान नागरिकतेपासून ते समान सांस्कृतिक ओळखीपर्यंतच्या सर्व संकल्पनांमध्ये समुदाय ही मूलभूत संकल्पना मानली गेलेली आहे. या विविध विचारधारांनी आपआपल्या विचारधारेच्या आधारावर समुदाय संकल्पना परिभाषित करण्याचा प्रयत्न केला. परंतु दुसऱ्या महायुद्धानंतर समुदाय ही संकल्पना तार्किक पातळीवर अदृश्य बनली. कारण समुदाय संकल्पनेचा मोठ्या प्रमाणावर फॅसिस्ट व नाझीवाद्यांनी गैरवापर केल्यामुळे दार्शनिक पातळीवर समकालीन उदारमतवादी अभ्यासकांनीदेखील समुदायाच्या आदर्शाबद्दल फारच क्वचित विचार केला. स्वतंत्रता आणि समानतेचे विश्लेषण करताना थोड्याफार प्रमाणात समुदायाचा विचार केला गेला. राजकीय उदारमतवादी विचारधारेत राष्ट्रीयता, भाषा, संस्कृती, धर्म, इतिहास इत्यादी समुदायाच्या स्वतंत्र सिद्धान्तांचा समावेश केला गेला नाही. १९७१ मध्ये जॉन रॉल्सचे 'A Theory of Justice' हे पुस्तक प्रकाशित झाले. जॉन रॉल्स यांनी स्वातंत्र्य आणि समानतेची व्याख्या करताना समुदाय संकल्पनेकडे दुर्लक्ष केले. रॉल्सच्या सामाजिक न्याय सिद्धान्ताने राज्यशास्त्रात राजकीय तत्त्वज्ञानाची पुनर्स्थापना केली आणि सार्वभौमिक मूल्यांची स्थापना केली. या सार्वभौमिकतेच्या प्रतिक्रियेच्या स्वरूपात आधुनिक समुदायवाद विचारधारेचा उदय झाला असे मानले जाते.

समुदायवाद अर्थ व वैशिष्ट्ये : ‘समुदायवाद’ या शब्दाचा सर्वप्रथम वापर गुडविन बारम्बी यांनी केलेला आढळतो. हेवूड समुदायवादाला विचारधारा न मानता सैद्धांतिक प्रवृत्ती मानतात. समुदायवाद व्यक्तिवादाला विरोध करून राजकीय जीवनातील समुदायाच्या महत्त्वावर भर देतात. राजकीय संस्थांच्या विकासात समुदायाचे महत्त्वपूर्ण स्थान असते, यावर जोर देतात. मायकल सॅण्डल, माइकल वॉल्जर, एलीस्डेयर, मॅकेन्टायर,

डेनियल बेल आणि चार्ल्स टेलर हे समुदायवादाचे समर्थक मानले जातात. इंग्रजीतील Community शब्दापासून Communitarian हा शब्द बनला आहे. Community म्हणजे समूह आणि Communitarian म्हणजे समूहाला महत्त्व देणारा विचार, हा समुदायवादाचा शब्दशः अर्थ सांगता येतो. विशिष्ट भूभागात दीर्घकाळापासून निवास करणाऱ्या आणि परस्परांच्या सहकार्याने जगणाऱ्या व्यक्तिगटाला समुदाय असे म्हणतात. समान जीवनमूल्य असणाऱ्या आणि विशिष्ट ध्येय, हितसंबंधांनी एकत्र येणाऱ्या व्यक्तिगटालादेखील समुदाय असे म्हटले जाते. उदारमतवादी असे मानतात की, प्रत्येक व्यक्तीला आपले हित-अहित योग्य प्रकारे समजत असल्यामुळे समाज व राज्याने व्यक्तीला आपल्या इच्छेनुसार विकास घडवून आणण्यासाठी पूर्ण स्वातंत्र्य द्यावे. व्यक्तीच्या जीवनात हस्तक्षेप करू नये, असे विचार व्यक्त करून व्यक्तीला प्राधान्य देतात. समुदायवादी नवउदारवाद्यांच्या उपरोक्त विचारांना विरोध करतात. समुदायवाद्यांच्या मते, व्यक्ती ही समुदायाचा अविभाज्य भाग असल्यामुळे तिचा स्वतंत्रपणे विचार शक्य नाही. म्हणून व्यक्तीला समाजापासून स्वतंत्र मानून स्वातंत्र्याचा अधिकार दिला जाऊ शकत नाही. समुदायवाद म्हणजे प्रत्येक समाजाच्या अंतर्गत सहभागी व्यवहार आणि विश्वासाला महत्त्व देणारा विचार आहे.

समुदायवादाची समर्थकांनी काही वैशिष्ट्ये सांगितलेली आहेत, ती पुढीलप्रमाणे होत.

१. व्यक्तीचे अस्तित्व स्वतंत्र नसून ते समाज वा समुदायाद्वारे निर्माण होत असते. व्यक्ती समाजात जन्माला येत असते आणि तिची जडणघडण समुदायाने निर्माण केलेल्या सांस्कृतिक वातावरणात होत असते.
२. व्यक्तीजवळ प्राकृतिक वा अहस्तांतरित स्वरूपाचे अधिकार नसतात. व्यक्तीला राज्य आणि समाजाने अधिकार दिलेले असल्यामुळे त्यावर उचित व योग्य मर्यादा लादण्याचा अधिकार राज्य व समाजाला असतो.
३. व्यक्तीजवळ अहस्तांतरित कर्तव्ये असतात. त्यामुळे कर्तव्यांचे पालन करणे व्यक्तीवर बंधनकारक असते.
४. समुदायवादी लोकतांत्रिक स्वरूपाच्या राज्याला मान्यता प्रदान करतात. या राज्याला नागरिक काळानुरूप आकार देत असतात असे मानतात.
५. समुदायवादी उत्तरदायी स्वरूपाच्या राज्याला मान्यता देतात. ज्या प्रकारे राज्य व्यक्तीला उत्तरदायी असते, तसेच राज्याचा सदस्य व्यक्तीदेखील राज्याचा उत्तरदायी असतो.

समुदायवादाचा विकास व स्वरूप : समुदायवाद शब्दाचा वापर तत्त्वज्ञानात्मक आणि वैचारिक या दोन अर्थांनी वापरला जातो. तत्त्वज्ञानात्मक स्वरूपाचा समुदायवाद

नवउदारवाद आणि स्वेच्छाचरितावाद यांना अयोग्य मानून टीका करतात. नवउदारवादी समुदायाला व्यक्तीच्या ऐच्छिक गतिविधीचे फळ मानतात. समाजाची व्यक्तिजीवनात विशेष स्वरूपाची भूमिका नसते, याचा अर्थ उदारवादी समुदायाच्या उपयोगितेचा पर्याप्त स्वरूपात विचार करत नाहीत. याउलट तत्त्वज्ञानात्मक स्वरूपात समुदायवादी व्यक्तीच्या विकासात समुदायाची भूमिका मानतात. व्यक्तीचा विकास समुदायांतर्गत होऊ शकतो असे मानतात. वैचारिक समुदायवाद समुदायावर आपल्या विचारांची इमारत उभी करण्याचा प्रयत्न करतात. आर्थिक विवेचनात वामपंथी विचारधारा व सामाजिक रूढिवादाचा आधार घेतात. समुदायाचे मूल्य आणि विश्वास सार्वजनिक जीवनात कायमस्वरूपी अस्तित्वात राहावे. व्यक्ती एकाकी जीवन जगत नसून तिची मुळे समाजात रुजलेली असतात, कारण व्यक्ती समाजात जन्माला येते. तिच्या जन्माआधीपासून समाज अस्तित्वात असतो. व्यक्ती समाजाकडून संस्कार घेत असते. व्यक्तीचा बौद्धिक विकास समाजाची देणगी आहे. त्यामुळे ते व्यक्तीकडून समुदायाप्रति आदर व सन्मानाची अपेक्षा करतात. समाजातील विद्यमान संस्थांचे समर्थन करतात आणि त्या संस्थांकडून व्यक्तीस शिक्षण, स्वच्छ पर्यावरण आणि सामाजिक संरक्षण मिळत असते.

समुदायवाद हा नवीनतम स्वरूपाचा विचार असला तरी समुदायवादाची बीजे प्लेटो, ॲरिस्टॉटल, रूसो, हेगेल, ग्रीन आणि कार्ल मार्क्ससारख्या विचारवंतांच्या विचारांत आढळून येतात. प्लेटोने आदर्श राज्याचे तीन वर्ग हा आधार मानलेला आहे. ॲरिस्टॉटलनेदेखील समाजाशिवाय राहणारा मानव एक पशू वा परमेश्वर मानलेला आहे. व्यक्तिजीवनासाठी समुदायाची आवश्यकता प्रतिपादन केलेली आहे. रूसोने सामुहिक ईहा (General Will) संकल्पनेच्या माध्यमातून समुदायाला महत्त्व दिलेले आहे. ग्रीननेदेखील समाजहिताचा विचार करून स्वातंत्र्याचा सिद्धान्त मांडलेला आहे. मार्क्सवादानेदेखील समुदाय संकल्पनेवर जोर दिलेला आहे. पारंपरिक मार्क्सवादापेक्षा समुदायवाद हा फारच वेगळा विचार आहे. पारंपरिक मार्क्सवाद हा प्रस्थापित समाजव्यवस्था नष्ट करून नवीन समाजव्यवस्था क्रांतिकारी मार्गाने निर्माण करण्याचे स्वप्न पाहतो, तर समुदायवाद हेगेलच्या विचारांवर विश्वास ठेवून समकालीन समाजव्यवस्थेत सामंजस्य प्रस्थापित करण्यावर भर देतो. या अर्थाने समुदायवाद हा मार्क्सवादापेक्षा भिन्न विचार मानला जातो. समुदायवाद विचारधारेवर हेगेलच्या विचारांचा प्रचंड प्रभाव दिसून येतो. पारंपरिक उदारमतवादाची हेगेल यांनी केलेली समीक्षा आणि नवउदारमतवादाच्या समुदायवाद्यांनी केलेल्या चिकित्सेत मोठ्या प्रमाणावर साम्य आढळून येते. लॉक आणि काँटसारख्या पारंपरिक उदारमतवादी विचारवंतांनी विचारांचे मूल्यमापन करताना हेगेल यांनी मॉरालिटेट (Moralitat) संकल्पनेच्या आधारावर केले आणि त्यांच्या विचारांना पर्याय देण्यासाठी स्टिलिखेट (Sittlichkeit) संकल्पनेच्या आधारावर नवा

पर्याय दिला. (स्टिलिखेट म्हणजे नैतिक कर्त्याच्या स्वरूपात व्यक्ती-ओळख, त्यांचे शुभ आणि क्षमता समुदायाशी जोडलेल्या असतात. म्हणून नैतिक स्वरूपात व्यक्तीची ओळख व क्षमता विशिष्ट सामाजिक आणि राजकीय भूमिकेशी निगडित असतात.) मॉरालिटेट व स्टिलिखेट संकल्पनेतील विरोधाचे दर्शन वर्तमानकालीन समुदायवाद्यांच्या लेखनात आढळून येते.

१९६० व ७० च्या दशकात मार्क्सवादी संकेंद्रीकरण सिद्धान्ताच्या विरोधात व्यक्तीचे स्वातंत्र्य, स्वायत्तत्ता समर्थन करणाऱ्या आणि व्यक्तीच्या प्राकृतिक वा नैसर्गिक अहस्तांतरित अधिकाराचे समर्थन करणाऱ्या विचारसरणीला स्वतंत्रतावाद वा स्वेच्छाचारितावाद किंवा नवउदारमतवाद नावाने संबोधिले जाते. हायेक, फ्रीडमन, जॉन रॉल्स, रॉबर्ट नॉजिक व ड्वारकिन इत्यादी विचारवंत स्वतंत्रतावादाचे प्रमुख समर्थक मानले जातात. नवउदारमतवादाची काही वैशिष्ट्ये अभ्यासकांनी विशद केलेली आहेत. ती पुढीलप्रमाणे होत.

१. व्यक्तीला प्रकृतीकडून अधिकार प्राप्त होत असल्यामुळे व्यक्तीचे अधिकार जन्मजात असतात; कारण ते व्यक्तीला जन्मत: प्राप्त होतात.
२. व्यक्तीचे अधिकार जन्मजात असल्यामुळे, ते हिरावून घेण्याचा अधिकार वा प्रतिबंध लादण्याचा अधिकार समाज व राज्याला नाही.
३. स्वातंत्र्यावर केवळ संरक्षणाच्या कारणावरून राज्याला प्रतिबंध लादता येतील.
४. राज्याचे कार्य न्यूनतम स्वरूपाचे असले पाहिजे. रॉबर्ट नॉजिकसारखे अभ्यासक न्यूनतम राज्याची (Minimal State) संकल्पना मांडतात. न्यूनतम राज्य म्हणजे राज्याने संरक्षण क्षेत्रापुरते आपले काम सीमित ठेवावे. व्यक्ती राजकीय हस्तक्षेपापासून मुक्त होत नाही, तोपर्यंत आपल्या इच्छेनुसार प्रगती करू शकत नाही, म्हणून राज्याचा व्यक्तिजीवनात कमीतकमी हस्तक्षेप असावा.
५. अर्थव्यवस्था स्वतंत्र, मुक्त व बाजार व्यवस्थेवर आधारित असावी. राज्याचा अर्थव्यवस्थेत हस्तक्षेप नसावा.

समुदायवादाचा जन्म वरील मुद्द्यांचे खंडन करण्यासाठी झालेला आहे. समुदायवाद ही विचारधारा उदारमतवादाची प्रतिक्रिया मानली जाते.

१९७१ मध्ये जॉन रॉल्सचे 'A Theory of Justic' हे पुस्तक प्रकाशित झाले. या पुस्तकाने राजकीय तत्त्वज्ञानाची पुनर्स्थापना केली आणि सार्वभौमिक मूल्यांची स्थापना केली. या सार्वभौमिकतेच्या प्रतिक्रियेच्या स्वरूपात आधुनिक समुदायवाद विचारधारेचा उदय झाला. तत्त्वज्ञानाच्या क्षेत्रात समुदायवाद नावाचा एक नवा संप्रदाय (Thought of School) विकसित झाला. समुदायवादी स्वातंत्र्य आणि समानता या संकल्पनेला कमी-जास्त महत्त्व न देता समान महत्त्व देण्याचे समर्थन करतात. न्यायाच्या उदारमतवादी

सिद्धान्तात आणि उदारमतवादी समाजातील राजकीय संस्कृतीत समुदायाच्या मूल्यांना पर्याप्त स्वरूपात मान्यता दिली नाही, असा आरोप करतात.

समुदायवाद आणि उदारवाद : उदारमतवाद आणि समुदायवाद ह्या परस्परविरोधी विचारसरणी मानल्या जातात. दोन्ही विचारधारांमध्ये व्यक्ती अधिक महत्त्वपूर्ण की समुदाय अधिक महत्त्वपूर्ण या मुद्द्यांवरून मतभेद आहेत. वास्तविक दोन्ही विचारधारा व्यक्तिगत स्वातंत्र्याचे समर्थन करतात; परंतु व्यक्ती समुदायाशी जोडलेला आहे की समुदायापासून स्वतंत्र आहे, हादेखील दोन्ही विचारधारांमधील मतभेदाचा प्रमुख मुद्दा मानला जातो. उदारवादी मानतात की, व्यक्ती हा जन्मत:च स्वतंत्र असल्यामुळे तो आपल्या हिताची परिपूर्ती करू शकतो. आपल्या शुभ जीवनाविषयीची परिकल्पना व योजना स्वत: तयार करू शकतो. मानव परिपूर्णताप्राप्त प्राणी आहे. त्यामुळे राज्य आणि समुदायाने व्यक्तीच्या विकासासाठी नियोजन करण्याची आवश्यकता नाही. कोणत्याही व्यक्तीबाबत निर्णय घेण्यासाठी त्या व्यक्तीबद्दल पूर्ण ज्ञान असले पाहिजे. पूर्ण सामाजिक ज्ञानाशिवाय कोणती व्यक्ती वा संस्थेद्वारा दुसऱ्या व्यक्तीसाठी बनविलेली योजना वा निर्णय निरर्थक ठरेल. कारण पूर्ण सामाजिक ज्ञान प्राप्त करणे अशक्य आहे. व्यक्ती सामाजिक ज्ञान प्राप्त करण्यास अक्षम आहेत असे नाही, तर सामाजिक ज्ञान पूर्ण स्वरूपात उपलब्ध नाही हे आहे. सामाजिक ज्ञान प्राकृतिकदृष्ट्या अपूर्ण, विखुरलेले, विकेंद्रित स्वरूपात आहे. सामाजिक ज्ञान केंद्रीकृत नसल्यामुळे प्रत्येक व्यक्ती आपल्यासाठी आवश्यक ज्ञान प्राप्त करू शकते आणि त्या आधारावर आपल्या शुभ व विकासाची योजना तयार करू शकते. अशा प्रकारे उदारवादी व्यक्तीच्या क्षमतेवर विश्वास व्यक्त करतात. व्यक्तीला सार्वभौम मानल्यामुळे त्यांच्या कृतीवर नियंत्रण ठेवण्याचा अधिकार राज्याला देत नाही. व्यक्ती स्वतंत्रपणे आपल्या विकासाचा मार्ग निश्चित करू शकते, हा विश्वास व्यक्त करून तिच्या वर्तनावर नियंत्रण ठेवण्याचा वा हस्तक्षेप करण्याचा अधिकार राज्याला देत नाहीत. व्यक्तिविकास हा स्वतंत्र स्वरूपात होऊ शकतो, या संकल्पनेला समुदायवादी मान्य करीत नाही. व्यक्ती हा समुदायाचा एक सदस्य असतो. त्यामुळे तो समुदायापासून नियमाविरुद्ध जाऊ शकत नाही. समाजापासून स्वतंत्र असे व्यक्तीला अस्तित्व नसते. व्यक्तीच्या व्यक्तिमत्त्वाचा विकास समाजांतर्गतच होऊ शकतो. व्यक्तिविकासाचा रस्ता समुदायातून जात असल्यामुळे व्यक्तीचा विकास समुदायाची अवहेलना करून केला जाऊ शकत नाही. समुदायाचा व्यक्ती घटक असल्यामुळे समुदायातील प्रत्येक व्यक्तीला स्वातंत्र्याचा योग्य उपभोग घेता यावा, म्हणून राज्याला व्यक्तीच्या स्वातंत्र्यावर योग्य व उचित मर्यादा लादण्याचा अधिकार आहे. अशा पद्धतीने उदारवादी व्यक्तीला महत्त्वपूर्ण स्थान देतात अणि समुदाय म्हणजे व्यक्तीचे एक संघटन आहे असे मानून, त्याला कमी महत्त्व देतात. समुदायवादी समुदायाला महत्त्वपूर्ण मानतात. व्यक्ती समुदायद्वारा निर्मित आहे वा

समुदायाचा अंश आहे असे मानतात. उदारवादी न्यूनतम राज्याचे समर्थन करतात, तर समुदायवादी राज्याच्या सार्वजनिकवादाचे समर्थन करतात. सामाजिक जीवन आणि नागरिकतेला महत्त्व देतात. उदारमतवादी सीमित राज्याची कल्पना मांडतात, तर समुदायवादी नागरिकांच्या गरजापूर्ती करणाऱ्या राज्याचे समर्थन करतात. त्यासाठी राज्याकडे विशेष जबाबदाऱ्या सोपवितात. उपरोक्त विवेचनावरून असे सांगता येईल की, उदारवाद आणि समुदायवाद ह्या परस्परविरोधी विचारप्रणाली आहेत. दोन्ही विचारधारांमध्ये फारच क्वचित समानता वा साम्य आढळून येते.

समुदायवादाची मूलतत्त्वे वा लक्षणे : दुसऱ्या महायुद्धानंतर निर्माण झालेल्या विशिष्ट परिस्थितीतून नवउदारवादी विचारसरणी विकसित झाली. नवउदारवादी विचारसरणीने व्यक्ती आणि व्यक्तिस्वातंत्र्याला दिलेल्या महत्त्वामुळे समुदाय आणि समुदायहिताकडे दुर्लक्ष झाले. समुदायाचे मानवी जीवनातील महत्त्व पुन:प्रस्थापित करण्याच्या उद्देशाने नवउदारमतवादांच्या विरुद्धात जी प्रतिक्रिया उमटली, त्यातून समुदायवाद विचारसरणीचा उदय झालेला दिसतो. या विचारसरणीची काही मूलभूत तत्त्वे वा लक्षणे सांगता येतात.

१. **सार्वभौम व्यक्तीची संकल्पना अमान्य :** उदारवादी व्यक्तीला स्वायत्त व सार्वभौम मानतात. व्यक्तीला चांगले-वाईट, हित-अहित कळत असल्यामुळे राज्य वा समुदायाने त्यांच्या कार्यात हस्तक्षेप करू नये. त्यांच्या शुभविषयक व विकासविषयक योजना व्यक्तीच्या इच्छेनुसार ठरवू द्याव्यात. समुदायवादी विचारधारेला स्वायत्त व सार्वभौम व्यक्तीची संकल्पना मान्य नाही. व्यक्ती ही सामाजिक भूमिकांशी संलग्न असल्यामुळे व्यक्तीची स्वत:च्या उत्तम जीवनाची कल्पना स्वयंनिर्मित नसून समुदायद्वारा दिलेली आहे. व्यक्तीला जन्मत:च समुदायाकडून विशिष्ट जीवनशैली प्राप्त होत असते. तीच तिच्या इच्छा आणि हितांना परिभाषित करत असते, त्यामुळे व्यक्ती स्वायत्त नसते. समुदायवादी मानतात की, व्यक्ती स्वत: सामाजिक व्यवहारातून उत्पन्न होत असते; म्हणून व्यक्तिगत स्वायत्तला समुदायापेक्षा जास्त महत्त्व देणे विनाशकारी ठरेल.

२. **समुदायाला महत्त्व :** उदारवाद आणि समुदायावाद यांतील वादविवादाचा प्रमुख मुद्दा म्हणजे समुदाय अधिक महत्त्वपूर्ण की व्यक्ती. उदारवादी व्यक्तीला अधिक महत्त्व देतात. व्यक्तीच्या क्षमतेवर पूर्ण विश्वास व्यक्त करतात आणि व्यक्तीच्या कार्यात हस्तक्षेप करण्याचा राज्य व समाजाचा अधिकार नाकारतात. समुदायवादी उदारवादी अवधारणेला मान्य करीत नाही. समुदायवादी व्यक्तीपेक्षा समुदायाला जास्त महत्त्व देतात. व्यक्तीला समुदायाचा अंश मानतात. व्यक्ती समुदायाचा सदस्य

असल्यामुळे समुदायाशिवाय व्यक्तीच्या स्वतंत्र अस्तित्वाची कल्पना करता येणार नाही. व्यक्तिविकासाचा मार्ग समुदायातून जात असतो. व्यक्ती ही समुदायाची सदस्य असते आणि समुदायाशी संलग्नित असल्यामुळे सामुदायिक नियमांच्या विरोधात जाऊ शकत नाही. अशा पद्धतीने समुदायवादी समुदायाची तरफदारी करतात. व्यक्तिजीवनातील समुदायाचे महत्त्व विशद करून व्यक्तीपेक्षा समुदायाला जास्त महत्त्व देतात.

३. **समुदाय हिताला प्राधान्य :** समुदायवादी व्यक्तीचे कल्याण, व्यक्तीचे हक्क व व्यक्तीचे जीवन व स्वातंत्र्य समुदायातच संभव असते. म्हणून राज्याने समुदायाच्या हिताला प्राधान्य दिले पाहिजे. समुदायाचा घटक असलेल्या व्यक्तीच्या मागण्यांना जास्त महत्त्व देण्याची आवश्यकता नाही. सामुदायिक हितात व्यक्तिहित समाविष्ट असते. व्यक्तीला चांगले काय आणि वाईट काय याचा योग्य निर्णय घेता येत नाही. चांगले काय आणि वाईट काय याचा निर्णय राज्य घेत असते. त्यामुळे राज्याने व्यक्ती वा तिच्या हिताला प्राधान्य न देता समुदायाला प्राधान्य द्यावे. समुदायाला सक्षम बनविण्यासाठी समुदायहिताला राज्याने प्राधान्य द्यावे, कारण एक सक्षम समुदाय व्यक्तीची पर्याय निवड व सामुदायिक जीवनशैली यांच्यात संतुलन प्रस्थापित करत असतो.

४. **समाजाप्रति व्यक्तीच्या दायित्वाला महत्त्व :** व्यक्ती हा समाजाचा पायाभूत घटक आहे, परंतु सर्वश्रेष्ठ नाही. समुदायाशिवाय व्यक्तीच्या अस्तित्वाची कल्पना करता येणार नाही. समुदायाशिवाय व्यक्तिविकास शक्य नाही. व्यक्तीला आपले कर्तृत्व फक्त समाजातच दाखविता येते. व्यक्तीच्या क्षमता विकसनात समाजाचा सर्वांत मोठा वाटा असल्यामुळे व्यक्तींने आपली बांधिलकी वा दायित्व समाजाप्रति ठेवले पाहिजे. व्यक्तीचा सर्वांगीण विकास हा दीर्घकालीन समाजविकास प्रक्रियेचा परिणाम आहे. राज्याने समाजविकास प्रक्रियांना प्रोत्साहन दिले पाहिजे. समाजातील विविध समुदाय सामाजिक संबंधांच्या माध्यमातून एकमेकांशी संलग्नित असतात, त्यातून समूहामध्ये विशिष्ट प्रकारचे नाते विकसित होऊ शकते आणि या समूह-नात्यातून व्यक्तीचे जीवन समृद्ध आणि विकसित होऊ शकते. समुदायवादी व्यक्तीच्या अधिकारासोबत कर्तव्य व दायित्वावर भर देतात. राज्याचे नागरिक समाजातील संस्थांची स्थापना करतात आणि त्या टिकवून ठेवण्यासाठी प्रयत्न करतात. समुदाय हा व्यक्तिजीवनाला आकार देत असल्यामुळे व्यक्तीने समुदाय वा समाजाशी आपले उत्तरदायित्व टिकवून ठेवले पाहिजे, असे समुदायवादी मानतात.

५. **राज्याच्या हस्तक्षेपाला मान्यता :** उदारवादी व्यक्तिजीवनातील राज्य-हस्तक्षेपाला विरोध करतात. नवउदारवादी वा स्वेच्छाचारितवादी राज्याला केवळ संरक्षणाच्या कारणावरून व्यक्तीच्या वर्तन व स्वातंत्र्यावर बंधने लादता येतील ही भूमिका मांडतात.

राज्य-हस्तक्षेपाला पर्याय म्हणून न्यूनतम राज्य वा तटस्थ राज्य सिद्धान्तांची मांडणी करतात. समुदायवादी राज्यांच्या व्यक्तिजीवनातील हस्तक्षेपाला मान्यता देतात. नागरिकांना स्वातंत्र्य देताना राज्याने निश्चित व उचित प्रमाणकांच्या आधारावर किती स्वातंत्र्य दिले पाहिजे आणि त्या स्वातंत्र्यावरील मर्यादा आणि अपवादाची काटेकोर व्याख्या केली पाहिजे. अमर्याद स्वरूपात स्वातंत्र्याची भाषा करणारे स्वातंत्र्याचा अर्थ स्वैराचार असा घेतात. अमर्याद स्वातंत्र्यातून समाज विघटनाला चालना मिळेल. समाजाच्या नैतिकतेवर गंडांतर येईल, म्हणून राज्याने अधिकार व स्वातंत्र्य देताना काही मर्यादा लादल्या पाहिजेत असे समुदायवादी सांगतात.

६. **समानतेचा आग्रह अनाठायी :** उदारवादी विचारसरणीने समतेचा धरलेला आग्रह समुदायवाद्यांना अयोग्य व अशास्त्रीय वाटतो. समुदायातील सर्व व्यक्ती सारख्या क्षमतेच्या नसतात. स्वातंत्र्य व स्वायत्तता बहाल करताना व्यक्तींच्या क्षमतांचा विचार करून दिल्या पाहिजेत. परंतु उदारवादी सर्व व्यक्तींना समान स्वातंत्र्य व स्वायत्ततेचे समर्थन करतात. मात्र आजारपण, मानसिक व्याधी, व्यक्तीतील अपरिपक्वता, व्यवसनाधीनता इत्यादी कारणांमुळे स्वायत्ततपणे व्यक्ती पर्याय निवडीस सक्षम नसते. सर्वांना समान हक्क देणे आणि नागरिकांचे हक्क व न्यायतत्त्वाला राजकीय सिद्धान्ताचा पाया मानणे, ही उदारमतवाद्यांची चूक दुरुस्त करण्यासाठी स्वायत्तता व समान स्वातंत्र्य देताना काही अपवाद करणे वा मर्यादा लादणे गरजेचे आहे.

७. **राज्याविषयी सकारात्मक भूमिका :** उदारवादी विचारसरणीप्रमाणे समुदायवाद्यांनी राज्यसंस्थेविषयी नकारात्मक भूमिका मांडली नाही. राज्यावर अविश्वास प्रकट केला नाही. समुदायवादी राज्यसंस्थेच्या भूमिकांविषयी सकारात्मक विचार व्यक्त करतात. त्यासंदर्भात राज्यसंस्था म्हणजे नैतिक चिद्शक्तीचे मूर्तिमंत रूप, हा हेगेलचा विचार ते स्वीकारतात. नागरिकांच्या नैतिक जीवनासाठी आवश्यक परिस्थिती निर्माण करण्याचे व टिकविण्याचे कार्य राज्याने केले पाहिजे. आधुनिक काळात कल्याणकारी राज्याच्या भूमिकेमुळे शिक्षण, आरोग्य वा विविध क्षेत्रांतील कार्यांच्या नैतिक भूमिका राज्याने घेतल्यामुळे समुदायवादी राज्याच्या ह्या भूमिकेचे स्वागत करतात. नागरिकांना सर्वोत्तम बनविण्यासाठी वा त्यांच्या क्षमतेचा विकास घडवून आणण्यासाठी राज्याने प्रयत्न करावा.

८. **सामुदायिक हिताच्या राजकारणाला महत्त्व :** व्यक्तीची क्षमता, गुणवत्ता, अस्मिता आणि जीवनसाध्ये समुदायाच्या मूल्यांद्वारे निर्धारित केलेल्या असतात. व्यक्तीच्या स्वभावाची जडणघडण वा तिचे व्यक्तिमत्त्व समुदायाने निर्धारित केलेले असल्यामुळे राजकारणाची सुरुवात व्यक्तीपासून न होता सामुदायिक आस्थेपासून झाली पाहिजे. राजकीय सिद्धान्तांनी सामाजिक व्यवहार, सामाजिक परंपरा आणि

समजुती लक्षात घेतल्या पाहिजेत. परंपरांपासून स्वतंत्र अशा मानवी जीवनाची कल्पना करता येत नाही. हक्कांच्या राजकारणाऐवजी सामूहिक हिताच्या राज्याला महत्त्व दिले पाहिजे. राज्याने लोकांच्या खाजगी जीवनाविषयी आदर्श निश्चित करण्याचा प्रयत्न करू नये, तर सामुदायिक हितासाठी कोणता निर्णय योग्य ठरेल याचा विचार करावा. हक्क, स्वातंत्र्य व्यक्तीऐवजी समुदायांना बहाल केल्यास समुदायांना राज्याच्या हस्तक्षेपापासून बचाव करता येईल, म्हणून समुदायवादी व्यक्तिगत हिताच्या राजकारणाला नाकारून सामुदायिक हिताच्या राजकारणाला प्राधान्य देतात.

समुदायवाद आणि न्याय संकल्पना : समुदायवादी विचारसरणीत न्यायासंबंधी दोन प्रमुख दृष्टिकोनांची चर्चा करणार आहोत. त्यातील पहिला दृष्टिकोन म्हणजे समुदायाची संकल्पना न्याय सिद्धान्ताची उपयोगिता नष्ट करते, तर दुसरा दृष्टिकोन न्याय आणि समुदाय एक-दुसऱ्याशी सुसंगत मानतात. परंतु न्याय संकल्पनेत समुदाय मूल्यांना योग्य पद्धतीने प्रतिबिंबित करण्यासाठी संशोधनाची आवश्यकता विशद करतात. दुसऱ्या दृष्टिकोनाचा समर्थक गट समुदायाला न्याय-सिद्धान्ताचा प्रमुख स्रोत मानले पाहिजे यावर भर देतात. न्यायाच्या सार्वभौमिक सिद्धान्ताच्या जागेवर, समाजाच्या सहभागी विश्वासाच्या आधारावर न्याय-सिद्धान्ताची मांडणी करण्याचा प्रयत्न करतात. दुसरा गट न्याय-सिद्धान्तात समुदायाची महत्त्वपूर्ण भूमिका असली पाहिजे यावर भर देतो. त्यासाठी सामान्य हितावर जास्त भर दिला पाहिजे आणि व्यक्तिगत अधिकारांना कमी महत्त्व दिले पाहिजे यावर भर देतात. समुदायवाद आणि न्याय-संकल्पनेच्या परस्परसंबंधांचे स्पष्टीकरण करण्यासाठी उपरोक्त दृष्टिकोनाची मांडणी खालील मुद्द्यांच्या आधारावर करता येईल.

१. **समुदाय आणि न्याय-संकल्पना :** समुदायवादाविषयी प्रथम दृष्टिकोन सच्च्या समुदायात न्याय सिद्धान्ताची आवश्यकता नाही असे मानतो. हा दृष्टिकोन मार्क्सवादी विचारांवर आधारित आहे. मार्क्सवादी न्यायाला उपाययोजनात्मक सद्‌गुण मानतात. भौतिक अभावाची परिपूर्ती करण्याचा प्रयत्न न्याय-सिद्धान्ताद्वारे केला जातो. समुदायवादी उत्कृष्ट सद्‌गुणाच्या अभावातून न्यायाची गरज निर्माण होते हा दावा करतात. त्यासाठी सैण्डलसारखा अभ्यासक कुटुंबाचे उदाहरण देतो. कुटुंब एक सामाजिक संस्था असून तिच्यात न्यायाची आवश्यकता नसते. कुटुंबात न्यायाच्या प्रति पूर्वग्रह झाल्यास प्रेमाची भावना कमी होऊ शकते. काही परिस्थितीत न्यायासाठी निर्माण झालेली चिंता नैतिकतेला वाढविण्याऐवजी नैतिक स्थिती खराब असल्याचे प्रदर्शित करते. समुदायवादी अभ्यासक न्यायाला उपचारी सद्‌गुणाच्या रूपात पाहतात. विम किमलिका हा दृष्टिकोन अमान्य करतात. न्याय प्रेम व एकजूटतेला आपल्या स्थानावरून हटवत नाही. न्याय विचारांत अशी कोणतीही गोष्ट नाही की, आपल्याला दुसऱ्या मदत करण्यासाठी आपले योग्य दावे सोडण्यास भाग पाडते.

न्याय या संकल्पनेत फक्त आपले निर्णय स्वैच्छिक असले पाहिजे आणि दुसऱ्याला व्यक्तीला अधीनता स्वीकारण्यास भाग पाडणारे नसावे. न्याय प्रेमळ संबंधांना कायम राखतो. परंतु हे संबंध प्रभुत्व व अधीनतेमुळे भ्रष्ट होऊ नये याची काळजी घेतो.

२. **न्याय आणि सहभागी दृष्टिकोन :** या दृष्टिकोनात न्यायाचे महत्त्वाबाबत समुदायवादी रॉल्सच्या मताशी सहमती दर्शवितात. परंतु उदारवाद्यांनी प्रत्येक समाजाच्या जीवनशैलीचे परीक्षण करण्यासाठी न्याय या अऐतिहासिक कसोटीचा वापर केलेला आहे, ही एका अर्थाने न्यायाची चुकीची व्याख्या आहे असे समुदायवादी मानतात. न्यायाचा सार्वभौमिक सिद्धान्त माइकल वॉल्जरसारखा अभ्यासक एक रस्ता चुकलेला विचार मानतो. समुदायाबाहेर न्यायाची कल्पना शक्य नाही हा तर्क देतो. न्यायाची आवश्यकता तपासण्याचा एकमात्र उपाय म्हणजे कोणत्या पद्धतीने प्रत्येक विशिष्ट समुदाय सामाजिक वस्तूंच्या मूल्याला समजत असतात. समाज आपल्या सदस्यांच्या सहभागी समझदारीच्या अनुरूप कार्य करत असेल तर तो न्यायसंगत आहे. सहभागी समझदारिया जटिल समानतेची (Complex eguality) मागणी करतात. जटिल समानता म्हणजे वितरणाची एक अशी व्यवस्था की, जी सर्व वस्तूंना बरोबर करण्याचा प्रयत्न करत नाही. याउलट एका क्षेत्रातील असमानता दुसऱ्या क्षेत्राला फैलावू नये याचा प्रयत्न करत असते. न्यायाच्या सहभागी समझदारीच्या समुदायवादी दृष्टिकोनात एक द्वैत समाविष्ट आहे. सांस्कृतिक सापेक्षतावाद सहभागी समझदारीचे उल्लंघन करतो. तसेच न्यायाच्या संदर्भात सहभागी समझदारिया ओळखणे कठीण असते.

३. **व्यक्तिगत अधिकार आणि सामान्य हित :** उदारवादी न्यायाला सार्वभौम मानतात, हा मुद्दा तर समुदायवादी अध्ययनातील चिंतनाचा विषय आहेच; परंतु उदारवादी व्यक्तिवादावर जास्त जोर देतात, हा समुदायवाद्यांच्या जास्त चिंतनाचा विषय आहे. उदारवादी व्यक्तीला सार्वभौम मानून तिला आपल्या इच्छेप्रमाणे शुभ जीवन घडविण्याचा वा स्वातंत्र्याच्या उपभोगाचा पूर्ण अधिकार देण्याचे समर्थन करतात. समुदायवाद्यांच्या मते व्यक्तिगत स्वातंत्र्य वा व्यक्तिजीवनाचा विकास हा समुदायांतर्गत संभव आहे. व्यक्तीचा विकास आणि कल्याण हे समाजावर अवलंबून आहे, असे आपण गृहीत धरत असाल तर समाजाचे सामान्य हित कायम राहील हे लक्षात घेऊन स्वातंत्र्याचा वापर केला पाहिजे, हेदेखील मान्य करणार. समुदायवादी व्यक्तीचे समुदायाप्रति दायित्व व कर्तव्यावर भर देतात. त्यामुळे उदारमतवाद्यांकडून केल्या जाणाऱ्या अधिकारवादी राजकारणाच्या ठिकाणी सामान्य हिताच्या राजकारणावर भर देतात. अधिकाराच्या राजकारणाला सामान्य हिताच्या राजकारणाशी जोडण्याचा प्रयत्न करतात.

सामान्य हिताची संकल्पना उदारवादात अंतर्भूत आहे, परंतु तिची नव्याने व्याख्या करण्याची गरज आहे. सामान्य हिताच्या राजकारणासाठी उदारवाद्यांनी सांगितलेल्या

तटस्थ राज्य सिद्धान्ताला सोडण्याची गरज आहे. समुदायवादी समाजाच्या सामान्य हिताला उत्तम जीवनाच्या तात्त्विक संकल्पनेच्या रूपात मानतात. सामान्य हित एक मापन उपलब्ध करून देते की, त्यांच्या आधारावर समाजातील वरीयताचे मूल्यांकन करता येते. समुदाय जीवनशैलीच्या शुभच्या संकल्पनेला सार्वजनिक श्रेणी देण्यासाठी आधार बनते. व्यक्तीला वरीयता सामाजिक हित दिलेल्या योगदानाच्या आधारावर दिले जाते. समुदायवादी राज्यसमुदाय जीवनशैली अनुरूप शुभसंबंधी संकल्पना व्यक्तींनी स्वीकारावी यासाठी प्रोत्साहन देते. त्यामुळे ते राज्य एक पूर्णतावादी राज्य आहे, कारण त्यात विभिन्न जीवनशैलींचे मूल्य एका सार्वजनिक श्रेणीत सामील केलेले असते.

अशा पद्धतीने समुदायवादी अभ्यासक न्याय-संकल्पनेला मान्य करतात. परंतु उदारमतवादी अभ्यासकांनी विशद केलेल्या न्याय-संकल्पनेची पुनर्व्याख्या करण्याची गरज आहे. न्याय-संकल्पनेतील अग्रक्रम बदलण्याचा प्रयत्न करतात. न्याय-संकल्पनेत समुदायाकडे केलेल्या दुर्लक्षाकडे लक्ष वेधण्याचा प्रयत्न करतात. न्याय-संकल्पनेत समुदाय संकल्पनेला कसे महत्त्व प्राप्त होईल, यासाठी सिद्धांकन करतात. न्याय-संकल्पनेचा समुदायाच्या हिताच्या अनुरूप अर्थ लावण्याचा प्रयत्न करतात.

समुदायवादाचे परीक्षण : उदारमतवादाला पर्याय देणाऱ्या गरजेतून समुदायवादाचा उदय झाला. समुदायवादाने व्यक्तीपेक्षा समुदायाला जास्त महत्त्व दिलेले आहे. उदारमतवादी अभ्यासकांनी समुदायवादावर पुढील आक्षेप घेतलेले आहेत.

१. समुदायवादी विचारधारा रूढिवादी व सत्तावादी आहे असा आक्षेप घेतला जातो. समुदायवादी विद्यमान सामाजिक संघटन व नैतिक नियमांना टिकवून ठेवण्याचा प्रयत्न करतात.

२. स्त्रीवादी अभ्यासकांच्या मते, समुदायवादी विचारधारा रूढिवादी विचारधारा आहे. समाजातील रूढी, परंपरा यांत परिवर्तन घडवून आणण्यास विरोध करतात. रूढी व परंपरेमुळे होणाऱ्या स्त्री व वंचित वर्गाच्या होणाऱ्या शोषणाकडे दुर्लक्ष करतात.

३. समुदायवादी विचारधारा व्यक्तीच्या स्वातंत्र्य व अधिकारांची उपेक्षा करतात. व्यक्तीला स्वातंत्र्याचे समर्थन करण्याऐवजी समुदायाच्या स्वातंत्र्यावर भर देतात. व्यक्तीच्या अधिकाराऐवजी कर्तव्य व उत्तरदायित्व निभावण्यावर भर देतात.

४. समुदायवादी सामाजिक व राजकीय यांच्यातील सीमारेषा पुसट करतात. समुदायाचा सदस्य ही व्यक्तीची ओळख मानतात, तर नागरिकत्वातून तिचा औपचारिक राजकीय दर्जा व्यक्त होतो. परंतु समुदायाचे सदस्यत्व हे व्यक्तिगत व सामाजिक स्वरूपाचे असते. नागरिकत्व हे कायद्याद्वारे व्यक्तीला प्राप्त होत असते. समुदायवादी राजकीय क्षेत्र सामाजिक व व्यक्तिगत क्षेत्राशी जोडण्याचा प्रयत्न करतात. हा त्यांचा प्रयत्न सार्वजनिक आणि खाजगी जीवनाची सरमिसळ करणारा आहे, असे टीकाकारांना वाटते.

५. समुदायवादी नेमकी व सुस्पष्ट व्याख्या तिच्या पुरस्कर्त्यांना करता आली नाही. राजकीय जीवन व नागरी जीवनाची एवढ्या मोठ्या प्रमाणात सरमिसळ करतात की या दोन्ही संकल्पनांतील तात्त्विक व सूक्ष्म भेद नष्ट होतो असे उदारवाद्यांना वाटते.

६. समुदायवाद्यांची राज्यविषयक भूमिकादेखील सर्वंकषवादाच्या जवळ जाणारी वाटते. राज्याकडे पालकत्वाची भूमिका सोपवतात. नागरिकांच्या नीतिविषयक व अग्रक्रम ठरविण्याचा वा ते चुकीचा ठरविण्याचा अधिकार देतात.

७. समुदायवादी समुदाय आणि त्याच्या सांस्कृतिक परंपरा यांत समन्वय प्रस्थापित करण्याची कसरत करतात. परंतु दोन्हींमध्ये समन्वय प्रस्थापित करणे अत्यंत अवघड काम असल्याचे प्रत्यक्षात समुदायवादी विवेचनाचा अभ्यास केल्यानंतर लक्षात येते. त्यांनी केलेला समन्वय अत्यंत कुचकामी व अशास्त्रीय स्वरूपाचा जाणवतो.

समुदायवादी विचारधारेवर वरील प्रकारची टीका केली जात असली, तरी समुदायवादी विचारधारेचे महत्त्व कमी लेखता येणार नाही. या विचारधारेने राजकीय प्रक्रियेतील समुदायाचे महत्त्व अधोरेखित करण्याचा प्रयत्न केलेला आहे. मानवी जीवनातील अतिव्यक्तिकेंद्री आणि व्यक्तीच्या स्वायत्ततेचे गुणगान करणाऱ्या नवउदारवादी विचारधारेच्या उणिवा उजागर करण्याचा प्रयत्न केलेला आहे.

लघुत्तरी प्रश्न

१. समुदायवाद वैशिष्ट्ये

२. समुदायवाद स्वरूप व विकास

३. समुदायवाद आणि उदारमतवाद

४. समुदायवाद आणि न्याय संकल्पना

५. समुदायवादाचे परीक्षण

दीर्घोत्तरी प्रश्न

१. समुदायवाद म्हणजे काय ते सांगून त्यांची वैशिष्ट्ये, स्वरूप व विकास प्रक्रिया सोदाहरण स्पष्ट करा.

२. समुदायवाद अर्थ, वैशिष्ट्ये आणि मूलतत्त्वे विशद करा.

३. समुदायवादाचे चिकित्सक परीक्षण करा.

प्रकरण बारावे

नागरी समाज

Civil Society

'नागरी समाज' हा शब्द व्यवहारात अनेकदा आपण ऐकतो, परंतु त्याचा नेमका आशय व अर्थ आपल्या लक्षात येत नाही. त्यामुळे 'नागरी समाज' म्हणजे नेमके काय, याविषयी अनेक कल्पना आपल्या मनात आकार घेतात. कारण नागरी समाज ही संकल्पना आधुनिक काळात रूढ झालेली आहे. 'नागरी समाज' संकल्पनेच्या अर्थात काळानुरूप अनेक बदल झालेले आहेत. समाज हे सर्वसमावेशक व सर्वस्पर्शी संघटन असते. जन्मत: आपण समाजाशी जोडले जातो. संपूर्ण समाज म्हणजे नागरी समाज हा अर्थ सुरुवातीच्या काळात घेतला गेला. समाज आणि नागरी समाज हे शब्द सुरुवातीच्या काळात समानार्थी वापरले जात होते. नागरी समाज म्हणजे संपूर्ण समाज नव्हे; तर सामाजिक जीवनाचे विविध क्षेत्रांत विभाजन झालेले असते. या विविध क्षेत्रांपैकी नागरी समाज एक क्षेत्र आहे. व्यापक समाजजीवनाचा एक भाग नागरी समाज असल्यामुळे समाज ही संकल्पना नागरी समाजापेक्षा व्यापक आहे. विशिष्ट स्वरूपाची उद्दिष्टे साध्य करण्याच्या हेतूने नागरी समाजाची स्थापना समाजातून होते. नागरी समाज संकल्पनेत समाजातील राजकीय संस्थेसह इतर सामाजिक संस्थांचाही समावेश होता.

नागरी समाज या संकल्पनेचा अर्थ : नागरी समाज ही संज्ञा नागरी (Civil) व समाज (Society) या दोन शब्दांपासून बनलेली आहे. नागरी हा शब्द विविध अर्थांनी प्रत्यक्ष व्यवहारात व राज्यशास्त्रात वापरला जातो. समाज हा शब्ददेखील विविध अर्थांनी वापरला जातो. त्यामुळे या संज्ञांच्या अर्थांबाबत विचारवंतांमध्ये एकवाक्यता आढळून येत नाही. काही अभ्यासकांनी नागरी समाजाच्या केलेल्या व्याख्या पुढीलप्रमाणे सांगता येतात.

१. **जेफ्री अलेक्झांडर :** यांच्या मते, नागरी समाज म्हणजे राज्याव्यतिरिक्त इतर संस्थांना एकत्र आणणारे सर्वसमावेशक संघटन होय.

२. **जॉर्ज हागिन्स :** यांच्या मते, नागरी समाज हा संघटित समाज असून त्यावर राज्य शासन करत असते.

३. **नीरज गोपाल :** यांच्या मते, नागरी समाजामध्ये सामाजिक कार्य करणाऱ्या सर्व स्वयंसेवी संस्थांचा समावेश होतो व त्यावर राज्याचे नियंत्रण नसते.

४. **लैरी डायमंड :** यांच्या मते, नागरी समाजात एक संघटित समाजजीवनाचे प्रतिबिंब दिसते की, ज्यात ऐच्छिकता, सहभागिता, संघर्ष करण्याची वृत्ती, समर्पितता इत्यादी मूल्यांचा प्रभाव असतो.

५. **लंडन स्कूल ऑफ इकॉनॉमिक्स :** Civil Society refers to the arena of incoerced action around shared interests, purposes and values.

नागरी समाजाच्या उपरोक्त व्याख्येवरून असे लक्षात येते की, नागरी समाज हा राज्यापेक्षा वेगळा व स्वतंत्र असतो. नागरी समाज आणि राज्याचे कार्यक्षेत्र भिन्न भिन्न असते. नागरी समाजावर राज्याचे नियंत्रण असते की नाही याबाबत विचारवंतांमध्ये एकमत आढळून येत नाही. काही अभ्यासक नागरी समाजावर राज्याचे नियंत्रण मान्य करतात, तर काही अभ्यासक नागरी समाज हा राज्य नियंत्रणापासून मुक्त असतो असे मानतात. विशिष्ट उद्देशासाठी राज्याशी संघर्ष करणारा असतो असे मानतात. नागरी समाजाच्या अर्थाबाबत मतभेद असले, तरी नागरी समाजात समाजातील स्वयंसेवी आणि इतर संघटनांचा समावेश असतो याबाबत बहुसंख्य अभ्यासकांमध्ये एकमत आढळून येते.

नागरी समाज संकल्पनेचा उदय व विकास : नागरी समाजाची उत्पत्ती आधुनिक काळात म्हणजे प्रबोधन युगाच्या प्रभावातून १८ व्या शतकात झाली, असे मानले जात असले तरी राजकीय विचारांच्या क्षेत्रात नागरी समाज संकल्पना फार प्राचीन काळापासून अस्तित्वात असल्याचे दिसून येते. महान दार्शनिक सॉक्रेटिसच्या विचारांत नागरी समाजाविषयी विचारांचे दर्शन घडते. सॉक्रेटिसच्या मते, द्वंद्वात्मक पद्धतीने होणाऱ्या सार्वजनिक वादविवादाच्या माध्यमातून समाजाचे संघर्ष सोडविले पाहिजे आणि जनतेत नागरिकता आणि चांगल्या जीवनाच्या कल्पना विकसित केल्या पाहिजेत. प्लेटोच्या आदर्श राज्याद्वारे तो न्यायसंमत समाजाची निर्मिती करण्याचा प्रयत्न करतो. या समाजात विवेक, साहस, संयम आणि न्याय इत्यादी गुणांप्रति समर्पित भाव व्यक्त करावा आणि नागरी समाजाचे संरक्षण करणे हे तत्त्वज्ञानी राज्याचे प्रमुख कार्य मानतो. ॲरिस्टॉलन यांनीदेखील नागरी समाजासाठी कोइनोनिआ पोलिटिके (Koinonia Politike) हा शब्द वापरलेला आहे. नगरराज्य म्हणजे नागरिकांच्या संघटनाची संघटना होती की, जी नागरिकांना शासन करणे आणि शासित होण्याचे नैतिक कार्य करण्यास सक्षम बनवतो. Societas civilis (सोसाइटस सिविलिस) ही संकल्पना सिसरो यांनी रोमनकाळात प्रचलित केली होती. आदर्श समाज नागरिकांना शांततामय जीवनाची हमी देतो असे

मानले जात असल्यामुळे प्राचीन काळात शांतता व सुव्यवस्था कायम राखण्यासाठी आदर्श समाजासंबंधी विचाराला महत्त्व दिले जात असे. प्राचीन काळातील विचारवंत राज्य आणि समाज या संकल्पनांत भेद करत नसत. राष्ट्र हे समाजातील नागरिकाचे प्रतिनिधित्व करणारी संस्था मानली जात होती. शिष्टाचार चांगल्या नागरिकत्वाच्या गरजेचे प्रतिनिधित्व करते असे मानले जात होते. मानव हा स्वभावत: तर्कसंगत प्राणी आहे. त्यामुळे तो सामूहिक रूपात समाजाच्या प्रकृतीला आकार देत असतो. मनुष्यात निसर्गत:च सामान्य हितासाठी कार्य करण्याची व समाजात शांतता प्रस्थापित करण्याची क्षमता आहे, असे प्राचीन विचारवंत मानत असल्यामुळे प्राचीन राजकीय विचारवंत आपल्या विवेचनात एका अर्थाने अप्रत्यक्ष रूपात का होईना नागरी समाजाच्या उत्पत्तीचे समर्थन करत होते. मध्ययुगात सामंतवाद, धर्माचे वाढते प्रस्थ, राजकीय अस्थिरतेमुळे नागरी समाजाची संकल्पना राजकीय चिंतनातून अदृश्य झाली आणि ही स्थिती पुनर्जागरण वा प्रबोधनयुगाच्या अंतापर्यंत कायम राहिली.

नागरी समाज ही संकल्पना युरोपातील प्रबोधनयुगाची देन मानली जाते. प्रबोधनयुगामुळे युरोपात अनेक सामाजिक आणि राजकीय सुधारणा होऊ लागल्या. धर्म आणि राजकारणाची फारकत झाली. चर्चचा दैवी राज्याचा सिद्धान्त आणि आनुवांशिक राजसत्तेला प्रश्नांकित केले जाऊ लागले. समाज आणि राज्य या संकल्पनांचा स्वतंत्रपणे विचार होऊ लागला. या घडामोडींचा राज्यशास्त्रावरदेखील परिणाम झाला. करारवादी विचारवंत जॉन लॉकच्या लिखाणात नागरी समाज संकल्पनेची बीजे आढळून येतात. जॉन लॉकच्या विचारातील नैसर्गिक कायदा सिद्धान्तात नागरी समाज निर्मितीला पूरक विचारांचे अस्तित्व दिसते. या सिद्धान्तानुसार व्यक्ती हा राज्याआधी जन्माला आल्यामुळे तो राज्यापेक्षा श्रेष्ठ आहे. राज्याला व्यक्तीने सत्ता बहाल केलेली आहे. राज्याची अधिसत्ता व्यक्तीवर अवलंबून असते. नैसर्गिक कायद्याच्या सिद्धान्तामुळे ईश्वरी राज्याचा सिद्धान्त मागे पडला. राज्य हे व्यक्तीने निर्माण केलेले आहे हे मानले जाऊ लागल्यामुळे व्यक्ती हा राज्याचा केंद्रबिंदू मानला जाऊ लागला. व्यक्तीचे महत्त्व वाढविणाऱ्या विचाराने उदारमतवादाला जन्म दिला.

जेरेमी बेंथम, जे. एस. मिल, डेव्हिड ह्युम, ॲडम स्मिथ, हेगेल, कार्ल मार्क्स, ग्रामची इत्यादी विचारवंतांच्या विचारांमध्येदेखील नागरी समाज संकल्पनेविषयीचे विचार आढळून येतात. साम्राज्यवाद, वसाहतवाद, पहिले महायुद्ध, हिटलर व मुसोलिनीच्या उदयामुळे नागरी समाज संकल्पना मागे पडली. दुसऱ्या महायुद्धानंतर मानवी हक्काच्या चर्चेचा प्रारंभ झाला. जागतिक पातळीवर विविध आंतरराष्ट्रीय संस्थांची स्थापना झाली. (युनो, जागतिक नाणेनिधी व इतर संस्था) अमेरिकेत १९६०च्या दशकात सुरू झालेली नागरी हक्क चळवळ आणि स्त्रियांच्या चळवळीमुळे नागरी समाज संकल्पनेला नव्याने

आकार येऊ लागला. व्हिएतनाम युद्धाला अमेरिकेत होत असलेल्या विरोधातून नागरी समाजाच्या उदयाची झलक दिसू लागली. शीतयुद्धाच्या समाप्तीनंतर वैचारिक जगतामध्ये नागरी समाज संकल्पनेविषयी चर्चा सुरू झाली. सुरुवातीला अमेरिका व युरोपियन देशांमध्ये लोकप्रिय ठरलेली संकल्पना नंतरच्या काळात आफ्रो–आशियाई देशांमध्येदेखील लोकप्रिय होऊ लागली.

उदारमतवाद आणि नागरी समाज : नागरी समाजाच्या उदयाला उदारमतवाद कारणीभूत मानला जातो. ग्रीक व रोमनकाळात राजकीय क्षेत्राला मोठ्या प्रमाणावर स्वायत्तता होती. परंतु मध्ययुगात चर्च या धार्मिक व आध्यात्मिक संस्थेने दीर्घकाळ राज्यावर वर्चस्व प्रस्थापित केले. प्रबोधन व ज्ञानोदयाच्या युगात चर्च आणि राज्य यांच्यात संघर्षाला सुरुवात झाली. या संघर्षात सुरुवातीला जनतेने राज्यसत्तेला पाठिंबा दिला. जनतेच्या पाठिंब्याच्या जोरावर राज्याने चर्चच्या सत्तेवर मात केली आणि चर्चचे कार्यक्षेत्र आध्यात्मिक क्षेत्रापुरते मर्यादित केले. आधुनिक राजसत्तांनी धर्म आणि राजकारणाच्या फारकतीला सुरुवात केली. प्रबोधनयुगातील संघर्षमय परिस्थितीवर मात करण्यासाठी थॉमस हॉब्ज आणि बोदाँसारख्या अभ्यासकांनी राजसत्तेला प्रभावशाली बनविण्यासाठी सार्वभौम राज्याची संकल्पना मांडली. सार्वभौमत्वाच्या संकल्पनेमुळे राज्ये शक्तिशाली बनली. शक्तिशाली राजसत्तांनी अधिकारपिपासू वृत्तीचा अवलंब केला. त्यामुळे युरोपातील जनतेने राजसत्तेविरुद्ध संघर्षाची भूमिका घेतली. उदा. इंग्लंडमधील राजा व प्रजा यांतील संघर्ष. १८ व्या व १९ व्या शतकात उदयाला आलेल्या उदारमतवादी विचारप्रवाहाने राज्याच्या सर्वंकष सत्तेला आव्हान देण्यासाठी व्यक्तिस्वातंत्र्याची संकल्पना मांडली. व्यक्तिस्वातंत्र्य व अधिकारासाठी जनतेने सुरू केलेल्या लढ्यामुळे राजसत्तांना हादरा बसू लागला. अनेक देशांतील राजसत्ता कोसळू लागल्या. उदा. १६८८ मध्ये इंग्लंडमधील रक्तविहीन राज्यक्रांती.

प्रबोधन युगाच्या पहिल्या टप्प्यात धार्मिक सुधारणा चळवळीला गती आली होती. या धार्मिक सुधारणा चळवळींनी कॅथॉलिक चर्चच्या अधिसत्तेला आव्हान दिले. प्रॉटेस्टंट प्रथाच्या निर्मितीमुळे चर्चची अधिसत्ता नष्ट होण्यास हातभार लागला. प्रॉटेस्टंट पंथ उदारवादी विचारांचा समर्थक असल्याने धर्म आणि राज्य यांची कार्यक्षेत्रे वेगवेगळी आहेत, या मताला मोठ्या प्रमाणावर पाठिंबा मिळू लागला. परिणामत: युरोपमध्ये धर्म आणि राजकारणाची फारकत होऊन राज्य हे धर्मापेक्षा श्रेष्ठ ठरले. धर्म ही व्यक्तिगत बाब मानली जाऊ लागली. धर्माचा राजकीय जीवनातील हस्तक्षेप नष्ट झाल्यामुळे व्यक्तीची निष्ठा धर्माऐवजी राज्याकडे वर्ग झाली. व्यक्ती हा राज्याचा एक भाग मानला जाऊ लागला. राज्याचा एक घटक या नात्याने व्यक्तिविकासासाठी काही स्वतंत्र अधिकार देण्याची

आवश्यकता आहे हा विचार प्रसृत होऊ लागला. व्यक्तिस्वातंत्र्य व अधिकाराच्या कल्पनेमुळे राज्याच्या सर्वश्रेष्ठ स्वरूपाला आव्हान मिळाले.

उदारमतवादी विचारसरणीने व्यक्तीला केंद्रबिंदू मानून राज्याच्या अधिकार व कार्यावर मर्यादा आणण्याची गरज विशद केली. राज्याचे कार्यक्षेत्र कमीतकमी असावे, जेणेकरून व्यक्तीला आपल्या कार्यक्षेत्रात काम करता येईल. राज्य ही अनावश्यक आपत्ती आहे. राज्याचा व्यक्तिजीवनातील हस्तक्षेप कमीतकमी असावा. राज्याचे कार्यक्षेत्र कायदा व सुव्यवस्था व संरक्षणक्षेत्रापुरते मर्यादित असावे. ह्या उदारमतवादी संकल्पनेमुळे राज्याच्या इच्छेऐवजी व्यक्तीच्या इच्छेला महत्त्व प्राप्त होऊ लागले. व्यक्तीच्या हितसंबंधांच्या संरक्षणासाठी संघटना निर्मितीचा अधिकार मान्य करण्यात आला. त्या अधिकाराचा वापर करून व्यक्तींनी राजकीय संघटनांसोबत गैरराजकीय वा स्वयंसेवी संघटनांची स्थापना करण्यास सुरुवात केली. या गैरसरकारी संघटनांनी सरकारी हुकूमशाही विरोधात आवाज उठविण्यास प्रारंभ केला. आपल्या हितसंबंधांच्या परिपूर्तीसाठी राजकीय व्यवस्थेवर दडपण आणले. उदारमतवादी विचारधारेतून विकसित झालेल्या व्यक्ती-हक्क आणि व्यक्ती-प्रतिष्ठेच्या संकल्पनेतून नागरी समाजाच्या उदयाला बळ मिळाले दिसते. सद्य:काळात नागरी हक्कांच्या संरक्षणासाठी अनेक स्वयंसेवी वा गैरसरकारी संघटना अस्तित्वात आलेल्या दिसतात. या संघटना राजकीय व्यवस्थेवर अंकुश निर्माण करण्याचे कार्य करतात. आधुनिक काळात राज्यापेक्षा राज्यकांचे (स्वयंसेवी संस्था) प्रस्थ व प्रभाव वाढता दिसतो. या संघटनांच्या उदयाला उदारमतवादी लोकशाही संकल्पनेमुळे प्राधान्य मिळालेले आहे. उदारमतवाद ही विचारधारा नागरी समाजाचा पाया मानली जाते.

उदारमतवाद ही विचारधारा व्यक्तीच्या विचारशीलतेवर विश्वास व्यक्त करते. व्यक्तीला आपले चांगले-वाईट वा हित-अहित कळत असल्यामुळे आपल्या जीवनाचा निर्णय घेण्यास सक्षम असते. त्यामुळे व्यक्तीला आपल्या जीवनाचा योग्य पद्धतीने विकास घडवून आणण्यासाठी राज्याने स्वातंत्र्य देणे आवश्यक असते. व्यक्तीला मिळालेल्या स्वातंत्र्याच्या जोरावर राजकीय व्यवस्थेने केलेल्या कृतीची योग्यता वा अयोग्यता ठरविली जात असते. राजकीय व्यवस्थेने व्यक्तीच्या जीवनावर नकारात्मक परिणाम करणारी कृती केली असेल, तर समाजातील व्यक्ती एकत्र येऊन विरोध व्यक्त करतात. कारण एकटा व्यक्ती विरोध व्यक्त करून फारसा फरक पडणार नसतो वा राजकीय व्यवस्थेवर दडपण येऊन निर्णय बदलण्याची शक्यता नसते. म्हणून समान हितसंबंध असलेल्या व्यक्ती एकत्र येण्याची गरज असते. व्यक्तीला मिळालेल्या आचार, विचार व संघटना स्वातंत्र्यांचा वापर करून व्यक्ती गैरसरकारी वा स्वयंसेवी संघटनांची स्थापना करून राज्याचे लक्ष आपल्याकडे वेधून घेतात किंवा राज्यावर दडपण आणून निर्णय बदलण्यास भाग पाडतात. नागरी समाज व उदारमतवाद ह्या संकल्पनांचा अत्यंत निकटचा संबंध दिसून येतो.

उदारमतवाद्यांनी आर्थिक स्वातंत्र्य, मुक्त अर्थव्यवस्थेचा केलेला पुरस्कार, धर्म आणि राज्य यांची फारकत करणारा धर्मनिरपेक्ष विचार, मानवी हक्क संकल्पनेला मान्यता देऊन मानवतावादाचा केलेला पुरस्कार, नव-उदारमतवाद्यांनी न्यूनतम राज्याची मांडलेली संकल्पना (न्यूनतम राज्य म्हणजे राज्याचा व्यक्तिजीवनात हस्तक्षेपाचा अभाव किंवा संरक्षणाच्या कारणासाठी व्यक्तिजीवनात राज्याला हस्तक्षेप करता येईल.) आणि स्वातंत्र्य व अधिकाराचे समर्थन इत्यादी विचार नागरी समाजाच्या निर्मितीला पूरक ठरलेले आहेत. उदारमतवाद हा नागरी समाजाच्या उदयाला कारणीभूत असलेला प्रमुख घटक मानला जातो.

जॉन लॉकची नागरी समाजाची संकल्पना : नागरी समाज संकल्पना सर्वप्रथम स्पष्टपणे जॉन लॉक यांच्या विचारांत आढळून येते. लॉक यांनी मांडलेल्या सामाजिक करार सिद्धान्तानुसार राजकीय व नागरी समाजाच्या निर्मितीपूर्वी मानव हा निसर्गावस्थेत राहत होता. निसर्गावस्थेत राज्य व समाजसंस्थेचा अभाव असल्यामुळे मनुष्य नैसर्गिक कायद्यानुसार आपले वर्तन करीत असे. निसर्गावस्था शांतता, सद्भाव, सहकार्य व संरक्षणावर आधारित एक आदर्श नैतिक स्थिती असते. या अवस्थेतील मानव विवेकी असल्यामुळे त्याचे स्वार्थावर नियंत्रण होते. सर्वच विवेकी व्यक्ती एकत्र राहत असल्यामुळे कोणीही सर्वोच्च अधिकारी नव्हता. निसर्गनियमानुसार संपूर्ण मानवाचा व्यवहार चालत असे. निसर्गनियम न्याय व विवेकावर आधारित होते. ह्या अवस्थेत मानव संपूर्ण स्वातंत्र्याचा उपभोग घेत होता. स्वेच्छेने कृती करणारा होता. प्रत्येक व्यक्तीचे इतर व्यक्तींसोबत समानतेचे संबंध होते. एका व्यक्तीचे स्वातंत्र्य हेच इतर व्यक्तींचे स्वातंत्र्य होते. या व्यवस्थेत व्यक्तीला पूर्ण स्वातंत्र्य असले, तरी स्वातंत्र्य म्हणजे स्वैराचार नव्हता. सर्व मानवी व्यवहार निसर्गनियमानुसार आणि समानतेच्या भावनेने चालत होते. या व्यवस्थेत नियमांचे पालन योग्य तऱ्हेने पाहणारी कोणतीही व्यवस्था अस्तित्वात नव्हती. निसर्गनियमानुसार व्यक्तीच्या कृतींचा अर्थ लावला जाई.

सर्व माणसे ईश्वराची निर्मिती आहे, ही मान्यता अस्तित्वात असल्यामुळे सर्वांचा दर्जा समान मानला जात असे. विवेकाधिष्ठित निसर्गनियमाप्रमाणे दुसऱ्याने आपल्याशी कसे वागावे आणि आपण दुसऱ्याशी कसे वागावे याचे त्यांना उत्तम भान होते. उदा. हत्या करणे निसर्गनियमाच्या विरुद्ध आहे. जो व्यवहार आपण स्वत:साठी करत नाही, तो दुसऱ्यासाठी करू नये यांचे भान त्यांना होते. नैसर्गिक नियमांनुसार जीवन जगण्यास योग्य मार्गदर्शन मिळत असे. निसर्गनियमानुसार गुन्हेगारांना शिक्षा दिली जात असे. जशास तसे हा नियम गुन्ह्याला लागू होता, म्हणजे गुन्ह्याप्रमाणे शिक्षेची तरतूद होती. उदा. हत्या करणाऱ्याला मृत्युदंड देणे. भविष्यात गुन्हे घडू नये यासाठी गुन्ह्याच्या प्रमाणात

शिक्षा दिली जात असे. निसर्गावस्था ही स्वतंत्र व समान व्यक्तीची नैसर्गिक नियमांनुसार चालणारी राज्यपूर्व समाजावस्था होती.

लॉकने वर्णन केलेल्या निसर्गावस्थेत सर्वजण समान व स्वतंत्र असल्यामुळे प्रत्येक जण इतरांच्या अधिकाराचा आदर करीत असत. कोणी कोणाच्या जीवन, संपत्ती आणि मालमत्तेला धोका पोहोचवत नसत. नैसगिक नियमांनुसार प्रत्येक व्यक्तीला तीन अधिकार होते. ते म्हणजे जीविताचा अधिकार, स्वातंत्र्याचा अधिकार आणि मालमत्तेचा अधिकार. लॉकने वर्णन केलेली निसर्गावस्था आदर्श आणि उत्तम मानवी जीवनाचा नमुना होती. सर्व माणसे स्वतंत्र, समान, बुद्धिवान आणि विवेकशील होती; तरी मानवाला करार करून राज्यसंस्थेच्या निर्मितीची गरज का भासली याचे विश्लेषण करताना निसर्गावस्थेत भेडसावणाऱ्या प्रमुख तीन अडचणी तो सांगतो. त्या पुढीलप्रमाणे होत.

१. **अस्पष्टता :** नैसर्गिक कायदा अस्पष्ट स्वरूपाचा होता. कारण तो विवेकावर आधारित असल्यामुळे प्रत्येक जण आपल्या विवेकानुसार कायद्याचा अर्थ लावत असल्यामुळे निश्चित आणि स्थिर स्वरूपाचा कायदा अस्तित्वात येऊ शकला नाही.

२. **अधिकृत सत्तेचा अभाव :** निसर्गनियमाचा अर्थ लावणारी कोणतीही अधिकृत संस्था वा सत्ता निसर्गावस्थेत अस्तित्वात नव्हती. प्रत्येक व्यक्तीला न्यायदान व शिक्षा देण्याचा अधिकार होता. स्वतंत्र्य न्यायदान करणारी यंत्रणा अस्तित्वात नसल्यामुळे निसर्गनियमाचा अर्थ व्यक्ती आपल्या मनानुसार लावत असे. उदा. एखाद्या व्यक्तीकडून काही चूक झाल्यास त्याची शहानिशा कुणी करावी आणि त्याला शिक्षा कोणी करावी हा महत्त्वाचा प्रश्न होता. कारण या प्रकारची यंत्रणा अस्तित्वात नसल्यामुळे निसर्गावस्थेत तांत्रिक प्रश्न निर्माण झाला. याचा परिणाम व्यक्तीच्या कृतीचे मूल्यमापन करणारी सत्ता अस्तित्वात नसल्यामुळे गोंधळाचे वातावरण निर्माण झाले.

३. **कायद्याची अंमलबजावणी करणाऱ्या संस्थेचा अभाव :** निसर्ग-नियमांची अंमलबजावणी करणारी सामर्थ्यशाली यंत्रणा अस्तित्वात नसल्यामुळे नियमांचे पालन कोणी करत नसे. नियम भंग करणाऱ्या व्यक्तीस दंड देणाऱ्या शक्तिशाली व्यवस्थेच्या अभावामुळे नियमांची अंमलबजावणी होऊ शकली नाही. नियंत्रक शक्तीच्या अभावी निसर्गावस्थेतील समाजजीवनात 'बळी तो कान पिळी' हा न्यायाचा मार्ग बनला. त्यामुळे सामाजिक व्यवहारात अराजकसदृश वातावरण निर्माण झाले.

निसर्गावस्थेत निर्माण झालेल्या तांत्रिक अडचणी दूर करण्यासाठी मानवाने आपल्या बुद्धिमत्तेचा वापर करून नियम निर्मिती करणारी, नियमांची अंमलबजावणी करणारी आणि नियम भंग करणाऱ्यास शिक्षा देणारी वा नियमांचा अर्थ लावणारी शासनव्यवस्था स्थापण्याची गरज वाटली. या गरजेचा परिणाम म्हणजे निसर्गावस्थेतील मानवाने एकत्र

येऊन सामाजिक करार करून राज्यव्यवस्थेची निर्मिती केली. लॉकने सामाजिक करार सिद्धान्ताची मांडणी करताना नागरी समाज संकल्पनेला राज्यापासून स्वतंत्र मानलेले नाही. नागरी समाजातील अडचणी दूर करण्यासाठी राज्यसंस्थेची स्थापना केली असे मानले. राज्याचा मुख्य उद्देश नागरी समाजाच्या मार्गातील अडचणी दूर करणे हा असल्यामुळे तो राजकीय सत्तेच्या निरंकुशत्वाला मान्यता देत नाही. निरंकुशत्वावर नियंत्रण प्रस्थापित करण्यासाठी तो संविधानिक वा नियंत्रित राजसत्तेचे समर्थन करतो. राज्य हे नागरी समाजाला उत्तरदायी असले पाहिजे, हा लॉकच्या विवेचनातील प्रमुख सूर होता. राज्य अनियंत्रित बनल्यास नागरिकांच्या अधिकारांना काहीही अर्थ राहणार नाही. नागरिकांना राज्याविरुद्ध क्रांती करण्याचा अधिकार तो बहाल करतो. अनियंत्रित, जुलमी वा अत्याचारी राजकीय व्यवस्था जनतेच्या विश्वासास पात्र ठरू शकत नाही, म्हणून अशा व्यवस्थेविरोधात क्रांती करण्याचा अधिकार बहाल करून लॉकने नागरी सत्तेच्या सर्वश्रेष्ठतेवर आपल्या मान्यतेची मोहर उमटविलेली आहे. लॉकच्या प्रबोधनकारी विचारांमुळेच युरोपमध्ये आधुनिक लोकशाही स्थापनेस बळ मिळाले आणि नागरी समाज संकल्पना उदयास येण्यास व विकसित होण्यासदेखील हातभार लागला असे मानले जाते.

आर्थिक उदारमतवाद आणि नागरी समाज : १८ व्या शतकात उदयाला आलेल्या आर्थिक उदारमतवादातून औद्योगिक क्रांती घडून आली. औद्योगिक क्रांतीतून भांडवलदार नावाचा नवा वर्ग निर्माण झाला. या वर्गाचे अर्थव्यवस्थेवर वर्चस्व निर्माण झाल्यामुळे अर्थव्यवस्थेला भांडवलशाही अर्थव्यवस्था संबोधिले जाऊ लागले. या भांडवलशाही अर्थव्यवस्थेने समाजजीवनावर व्यापक प्रभाव निर्माण केला. भांडवलशाही अर्थव्यवस्थेचा विस्तार समाजाच्या सर्व अंगाना व्यापणारा ठरला. भांडवलशाही अर्थव्यवस्था पूर्वीच्या कृषिप्रधान अर्थव्यवस्थेपेक्षा जास्त शक्तिशाली ठरली. या अर्थव्यवस्थेचा उत्तरोत्तर विकास व्हावा, म्हणून तिच्या प्रर्वतकांनी आर्थिक क्षेत्रात (उत्पादन, वितरण, भांडवल गुंतवणूक) नियम बनविण्याचा अधिकार आम्हाला द्यावा अशी मागणी केली. आर्थिक क्षेत्रात राज्याने हस्तक्षेप करू नये आणि अर्थव्यवस्थेतील सर्व व्यवहार बाजार यंत्रणेनुसार होऊ द्यावा अशा मागण्या सुरू केल्या. औद्योगिक क्रांतीनंतर आर्थिकक्षेत्रात बदललेल्या परिस्थितीचे चिंतन व मनन करून डेव्हिड ह्युम, ॲडम फर्ग्युसन, ॲडम स्मिथ इत्यादी विचारवंतांनी नवे नवे सिद्धान्त मांडले.

अर्थशास्त्राचा जनक ॲडम स्मिथ यांनी आर्थिक क्षेत्र राज्याचा हस्तक्षेप वा नियंत्रणापासून मुक्त असावे हे मत व्यक्त केले. व्यक्तीच्या आर्थिक विकासासाठी मुक्त व्यापार व व्यक्तिस्वातंत्र्याचा पुरस्कार केला. राज्याने कायदा व सुव्यवस्था क्षेत्रापुरते कार्य

करावे. बाजार यंत्रणेतील नियमानुसार अर्थव्यवस्था कार्यरत असावी. अर्थव्यवस्थेला स्वत:चे नियमन करण्याचा अधिकार असावा. आर्थिक क्षेत्रातील स्पर्धेतून कार्यक्षमता वाढेल आणि त्यातून राष्ट्राचा विकास होईल, असा मुक्त बाजारवादी अर्थशास्त्राचा होरा होता. आर्थिक उदारमतवाद विचारवंतांनी नागरी समाज संकल्पना बाजारपेठेशी जोडण्याचा प्रयत्न केला. बाजारपेठांना महत्त्व देणाऱ्या नवसमाजाची उभारणी करण्याचा प्रयत्न केला. या समाजात राज्याला अत्यंत मर्यादित स्वरूपाचे अधिकार असतील. व्यक्तीला मुक्तपणे आर्थिक विकास साध्य करता येईल. भांडवलशाही अर्थव्यवस्थेने राज्य आणि नागरी समाजाच्या कार्यक्षेत्रात स्पष्टपणे विभागणी केली. अर्थव्यवस्थेचे क्षेत्र राज्याच्या हस्तक्षेपापासून मुक्त करण्याची धडपड केली.

औद्योगिक क्रांतीनंतर अर्थव्यवस्थेच्या क्षेत्रात झालेल्या व्यापक बदलातून राजकीय क्षेत्रात फारसे प्रभावी नसलेले, परंतु आर्थिकदृष्ट्या अत्यंत संपन्न असलेले व्यापारी, भांडवलदार, बँकर यांचा एक नवा वर्ग उदयाला आला. या वर्गाला राजकारणात फारसा मानसन्मान व प्रतिष्ठा नव्हती. या वर्गाने राजकीय सत्तेत वाटा मिळविण्यासाठी अनियंत्रित राजेशाही, सामंतशाहीला विरोध करण्याची भूमिका घेतली. युरोपच्या राजकारणावर कुलीन घराणे व सामंतांचे वर्चस्व होते. अर्थव्यवस्थेतून उदयाला आलेल्या नववर्गाने राजेशाहीला विरोध करून लोकशाही स्थापनेसाठी संघर्ष सुरू केला, याची अनेक उदाहरणे युरोपच्या इतिहासात मिळतात, उदा. इंग्लंडमधील वैभवशाली क्रांती, फ्रेंच राज्यक्रांती. त्यांनी आपल्या विचारांना पूरक राजकीय संकल्पनांना उचलून धरले. (समता, स्वातंत्र्य, कायद्याचे राज्य, सत्ता विभाजन) भांडवलदारांनी राजकीयदृष्ट्या वंचित परंतु आर्थिकदृष्ट्या फार सक्षम नसलेल्या (सनदी अधिकारी, बौद्धिक क्षेत्रात कार्य करणारे-प्राध्यापक, डॉक्टर, वकील, संशोधक) वर्गांची मदत घेऊन राजेशाहीविरोधात लोकभावना निर्माण करण्यात यश प्राप्त केले. समाजातील मध्यमवर्गाला संघटित करण्यासाठी पुस्तके, ग्रंथालये, विविध क्लब, वर्तमानपत्रे आणि संस्था इत्यादींच्या माध्यमातून राजकीय विषयांवर चर्चा घडवून आणली जात होती. या चर्चेच्या माध्यमातून सनदशीर मार्गाने राजकीय असंतोष निर्माण करण्याचे कार्यदेखील केले जात होते. हे सर्व प्रयत्न एका अर्थाने नागरी समाजाच्या संघटनासाठी केलेले प्रयत्न मानता येतील. या प्रयत्नांसाठी वापरलेली सर्व साधने ही प्रारंभिक नागरी समाजाची माध्यमे होती वा मार्ग होते. युरोपच्या इतिहासात सार्वजनिक संस्था, संघटना, पुस्तके व वर्तमानपत्रांनी अन्यायी राजसत्तेविरुद्ध असंतोष निर्माण करण्यात व लोकशाहीच्या स्थापनेत मोलाची भूमिका बजावलेली आहे. या सार्वजनिक संघटनांनी दुहेरी भूमिका बजावलेली दिसते. राजसत्ता आणि सामान्य नागरिक यांत सुसंवाद साधणारे माध्यम म्हणून कार्य केले आणि दुसऱ्या बाजूला लोकशाही मूल्यांची समाजजीवनात रुजवण करण्याचा प्रयत्न केला. या संस्थांनी केलेल्या कार्यामुळे

लोकशाही स्थापना होण्यास हातभार लागला. लोकशाही व्यवस्थेतून जनतेला उत्तरदायी वा जबाबदार सरकार ही संकल्पना विकसित झाली आणि हीच संकल्पना नागरी समाज संकल्पनेचा विस्तार करण्यास साहाय्यक ठरली.

हेगेलचे नागरी समाजाबद्दलचे विचार : नागरी समाजाची निर्मिती ही आधुनिक राज्याची एक उपलब्धी आहे. नागरी जीवन आणि राजकीय जीवन यांतील द्विविधता राज्याच्या संस्थात्मक चौकटीद्वारे एकात्म केली जात असते. हेगेल आधुनिक राज्याची विभागणी कुटुंब, नागरी समाज आणि राज्य या तीन क्षेत्रांमध्ये करतो. कुटुंब हे खाजगी क्षेत्र मानतो, तर नागरी समाज व राज्याला सार्वजनिक मानतो. नागरी समाजात व्यक्ती स्वत:च्या हितसंबंधांची पूर्ती करण्याचा प्रयत्न करत असतात. हितसंबंधांची पूर्ती करताना व्यक्तीमध्ये स्वार्थी भावना कार्यरत असल्यामुळे नागरी समाजात समाजहिताकडे दुर्लक्ष होते. वैयक्तिक स्वातंत्र्याला मर्यादा नसल्यामुळे व्यक्तीला असलेले स्वातंत्र्य अपुरे असते. अर्थव्यवस्थेतील स्पर्धात्मक वातावरणामुळे व्यक्ती-व्यक्तीत सामाजिक व आर्थिक विषमता निर्माण होते. नफा-तोट्याच्या विचारावर आधारलेल्या अर्थव्यवस्थेतून समाजात अनेक समस्या निर्माण होणे अपरिहार्य असते. स्वातंत्र्याच्या अधिकारामुळे नागरी समाजात व्यक्तीला आपल्या इच्छा व आकांक्षा पूर्ण करण्यास खूपच वाव मिळतो. व्यक्तिगत हितसंबंधांना प्राधान्य मिळाल्यामुळे समाजहिताकडे दुर्लक्ष होते. उदारमतवादी अभ्यासक राज्याचे कार्यक्षेत्र मर्यादित करण्यावर भर देतात. राज्याचे कार्यक्षेत्र शांतता, संरक्षण, कायदा व सुव्यवस्था इत्यादी क्षेत्रांपुरते मर्यादित करतात. व्यक्तिजीवनात राज्याने हस्तक्षेप करू नये अशी अपेक्षा करतात. इतर व्यक्तींच्या स्वातंत्र्यावर अतिक्रमण होत असेल, तर व्यक्तीच्या स्वातंत्र्यावर बंधन टाकावे असे सांगतात.

राज्याचे कार्यक्षेत्र आणि व्यक्तिस्वातंत्र्याविषयीच्या उदारमतवादी दृष्टिकोनामुळे सामाजिक व आर्थिक विषमता, भेदाभेद, वैयक्तिक स्वार्थाला महत्त्व, अनियंत्रित अर्थव्यवस्था इत्यादी अनेक समस्या नागरी समाजात निर्माण होतात. या समस्या दूर करण्यासाठी शक्तिशाली राज्याची गरज आहे असे हेगेल मानतो. राज्याची निर्मिती केवळ वैयक्तिक हिताच्या पूर्तीसाठी झाली नसून समाजहितासाठी झालेली आहे. समाजातील व्यक्तींनी एकमेकांच्या सहवासात एकत्र व एकतेने वास्तव्य करावे आणि परस्पर सहकार्याने जीवन व्यतीत करावे, हा राज्यनिर्मितीचा प्रमुख उद्देश आहे. म्हणून राज्य फक्त नागरी समाजाच्या निर्मितीस जबाबदार नसून त्यास योग्य आधार देणारी वा तिच्या समस्येचे निराकरण करणारी प्रमुख संस्था आहे. नागरी समाज हा आधुनिक भांडवलशाहीची देन आहे. भांडवलशाही ही वैयक्तिक हितसंबंधांच्या परिपूर्तीला महत्त्व देणारी संकल्पना आहे. नागरी समाजदेखील वैयक्तिक हितसंबंधांना प्राधान्य देतो, परंतु वैयक्तिक

हितसंबंधांसोबत सार्वजनिक हितसंबंधांचादेखील एक नैतिकता म्हणून नागरी समाजाला विचार करावा लागतो. नागरी समाज ही संकल्पना एक नैतिक व्यवस्था आहे. या व्यवस्थेत वैयक्तिक हितसंबंधांमुळे निर्माण झालेल्या समस्या सोडविण्यासाठी सर्वंकष वा शक्तिशाली राज्याची गरज हेगेल व्यक्त करतो, कारण राज्य हे नागरी समाजापेक्षा व्यापक आहे. नागरी समाजाचे क्षेत्रदेखील राज्याच्या कार्यक्षेत्रात येत असते. नागरी समाज हा राज्याचा एक अंतर्भूत भाग आहे, असे हेगेल मानतो. राज्याचा एक भाग या नात्याने नागरी समाजाच्या समस्या सोडविणे हे राज्याचे प्रमुख कर्तव्य मानतो.

हेगेलने व्यक्ती-इच्छेपेक्षा राज्य वा समाज-इच्छेला जास्त महत्त्व दिलेले आहे. विरोधविकास प्रक्रियेद्वारे राज्याचे महत्त्व प्रस्थापित करण्याचा प्रयत्न केलेला आहे. नागरी समाजाची निर्मिती मानवी कल्याणासाठी झालेली आहे; परंतु नागरी समाजात काही अपप्रवृत्तींचा जन्म होतो, त्या प्रवृत्तींमध्ये सातत्याने वाढ होत जाऊन पूर्णपणे विकसित झाल्यावर नागरी समाज व अपप्रवृत्तींमध्ये संघर्ष निर्माण होतो आणि या संघर्षातून अपप्रवृत्तींना दूर सारून नवीन नागरी समाजाची निर्मिती केली जाते. हा नवीन नागरी समाज अधिक प्रगत व विकसित स्वरूपाचा असतो. अशा पद्धतीने वाद, प्रतिवाद आणि संवाद ह्या विरोधविकासच्या पद्धतीद्वारे राज्य नागरी समाजातील दोषाचे निराकरण करत असते. नागरी संस्थांच्या दोषांचे निराकरण करण्यासाठी हेगेल बलशाली राज्याची आवश्यकता सांगतो. मानवी जीवनातील कुटुंब ही प्रथम अवस्था, नागरी समाज ही दुसरी अवस्था आणि राज्य ही अंतिम व तिसरी अवस्था मानतो. राज्य हे साधन न मानता साध्य मानतो. 'राज्य म्हणजे परमेश्वरी आज्ञांचे प्रकटीकरण होय'. 'राज्य म्हणजे पृथ्वीवरील परमेश्वराची वाटचाल आहे.' राज्याच्या आज्ञा व कायद्याला हेगेलने परमेश्वरी आज्ञांचा दर्जा दिलेला आहे. राज्याच्या सर्वश्रेष्ठत्वाला महत्त्व देणारा हेगेल नागरी समाजाचे अस्तित्व राज्यावर अवलंबून असल्याचे मानतो. राज्याशिवाय नागरी समाजाच्या अस्तित्वाला मान्यता देत नाही. नागरी समाजाला राज्याच्या अधीन मानतो. नागरी समाज हा व्यक्तींचा समूह असतो. या समूहातील व्यक्तींच्या हितसंबंधांमुळे नागरी समाजात निर्माण होणाऱ्या समस्यांचे निराकरण करण्यासाठी आणि राज्यातील व्यक्तींना एकमेकांशी जोडून ठेवून एकात्मता निर्माण करण्यासाठी राज्याला व्यापक अधिकार देतो. राज्यासाठी व्यक्तीने आपले व्यक्तिगत अस्तित्व विलीन करावे, म्हणून राज्याला ईश्वर संकल्पनेशी जोडतो.

हेगेलच्या नागरी समाज संकल्पनेतील ईश्वरी व अनियंत्रित राज्य व्यक्तिस्वातंत्र्यासाठी मारक ठरेल आणि त्या राज्यांतर्गत असलेला नागरी समाज अधिकार संरक्षणासाठी राज्याशी संघर्ष करण्याऐवजी आपल्या निष्ठा अर्पण करण्यासाठी वा त्याग करण्यासाठी पुढाकार घेईल, अशी टीका काही विचारवंतांनी हेगेलच्या विचारांवर केली. कारण नागरी समाजाच्या निष्ठा, राष्ट्रवाद व त्यागाचे भांडवल करून हिटलर व मुसोलिनीने

फॅसिझम व नाझीवादाची उभारणी करून संपूर्ण जगाला दुसऱ्या महायुद्धाच्या खाईत लोटल्याचे उदाहरण आपल्यासमोर आहे. म्हणून हेगेलची नागरी समाजाची संकल्पना सर्वंकषवादाच्या जवळ जाणारी आहे.

मार्क्सचे नागरी समाजाबद्दलचे विचार : हेगेलप्रमाणे मार्क्स राज्याला नैतिक संस्था वा व्यवस्था मानत नाही. राज्य म्हणजे केंद्रीभूत झालेला व संघटित सत्ता असलेला समाज असतो. त्यामुळे राज्य नागरी समाजाची जागा घेऊ शकत नाही किंवा राज्य नागरी समाजात परिवर्तितही होऊ शकत नाही. राज्यातच नागरी समाज समाविष्ट असतो. नागरी समाजाच्या दृष्टीने विचार करता, राज्य हे कनिष्ठ व दुय्यम असल्याचे इतिहासाचा अभ्यास केल्यानंतर लक्षात येते. राज्य नागरी समाजाला नियमित वा नियंत्रित करत नसून त्यांच्यावर बंधने लादण्याचा प्रयत्न करते. म्हणून मार्क्स हेगेलची राज्याविषयीची भूमिका अमान्य करून नागरी समाजाला राज्यापेक्षा श्रेष्ठ मानतो. राज्य हे मूलत: नागरी समाजात रुजलेले असल्यामुळे राज्याचे खरे रूप जाणून घेण्यासाठी नागरी समाजाचे स्वरूप अभ्यासणे आवश्यक असते. मार्क्स नागरी समाजात राज्य–पूर्व आर्थिक व सामाजिक जीवनाचा समावेश करतो. नागरी समाजाचे स्वरूप स्पष्ट करण्यासाठी राजकीय अर्थव्यवस्थांचा अभ्यास करणे आवश्यक मानतो.

समता हे नागरी समाजाचे ध्येय असते. मार्क्स राज्याला वर्गीय संस्था मानतो. समाजाचे 'आहे रे' (Have) व 'नाही रे' (Have not) या दोन वर्गांत विभाजन करतो. या दोन वर्गांपैकी 'आहे रे' वर्ग 'नाही रे' वर्गाचे शोषण करण्यासाठी निर्माण केलेला आहे. ऐतिहासिक भौतिकवादातील गुलामगिरी अवस्थेत राज्य मालकांना मदत करते, तर सामंतशाहीत सामंतांना आणि भांडवलशाहीत भांडवलदारांना मदत करते. मार्क्स राज्याला भांडवलदारांची कमिटी मानतो. राज्यावर भांडवलदारांचे वर्चस्व असल्यामुळे ते नेहमी त्यांची पाठराखण करून श्रमिक व जनसामान्यांच्या हितसंबंधांना दुय्यम स्थान देते. खाजगी मालमत्ता व उत्पादन साधनावरची मालकी यांमुळे समाजात वर्ग निर्माण होतात. समाजातील दोन्ही वर्गांतील आर्थिक दरीमुळे आर्थिक विषमता निर्माण होते. राज्य हे आर्थिकदृष्ट्या सधन वर्गाला सहकार्य करत असल्यामुळे स्वार्थी हितसंबंधांना महत्त्व प्राप्त होते. खाजगी मालमत्ता आणि स्वार्थी हितसंबंधांमुळे आधुनिक नागरी समाजात विषमता आणि स्वार्थाला महत्त्व प्राप्त झाले. परिणामत: असंतुलित व असामाजिक जीवन हे आधुनिक राज्याचा आधार बनले. राज्याकडून नागरी समाजाचे नियंत्रण होण्याऐवजी भांडवलशाहीयुक्त नागरी समाज हा राज्याचा नियंत्रणकर्ता बनला.

भांडवलशाहीयुक्त नागरी समाज नष्ट केल्याशिवाय खऱ्या अर्थाने राजकीय जीवनाची निर्मिती करता येणार नाही. भांडवलशाही व्यवस्थेचे अस्तित्व असेपर्यंत

वर्गकलह, स्वार्थी हितसंबंधाला महत्त्व राहणारच आहे. भांडवलदारांकडून मोठ्या प्रमाणावर अतिरिक्त मूल्य घेतले जाते. अतिरिक्त मूल्य जास्तीत जास्त मिळविण्यासाठी भांडवलदार प्रयत्न करत असतो. अतिरिक्त मूल्यामुळे भांडवलदार दिवसेंदिवस श्रीमंत होत जातो. संपत्तीच्या जोरावर लहान उद्योजकांचे उद्योग विकत घेत जातो. त्यामुळे भांडवलदारांची संख्या कमी होत राहते, तर श्रमिकांची संख्या मात्र वाढत राहते. अतिरिक्त मूल्यामुळे कामगारांना उत्पादनातील श्रमाच्या प्रमाणात योग्य हिस्सा मिळत नसल्यामुळे त्यांची परिस्थिती दिवसेंदिवस बिकट बनत जाते. भांडवलदारांच्या शोषणातून भरडलेले गेलेल्या श्रमिकांच्या समस्या समान असल्यामुळे ते एकत्र येऊन भांडवलदारांविरोधात क्रांतीचे रणशिंग फुकतात. भांडवलदारांविरुद्धच्या क्रांतीत श्रमिकांचा विजय होतो, कारण भांडवलदारांपेक्षा श्रमिकांची संख्या अफाट आहे. या संख्येपुढे भांडवलदारांचा निभाव लागणे अशक्य आहे. क्रांतीनंतर श्रमिकांनी राज्ययंत्रणा आपल्या ताब्यात घेऊन भांडवलदारांकडील उत्पादन साधने व खाजगी मालमत्ता काढून घ्यावी, तसेच त्यांनी प्रतिक्रांती करू नये म्हणून श्रमिकांची हुकूमशाही तात्पुरत्या स्वरूपात स्थापन करावी. भांडवलदारांचा नायनाट झाल्यामुळे समाजात एक वर्ग शिल्लक राहिल्यामुळे संघर्ष राहणार नाही. वर्गविहीन अवस्था निर्माण होईल. प्रत्येकाला क्षमतेप्रमाणे काम व गरजेप्रमाणे दाम दिला जाईल. कोणी कोणाचे शोषण करणार नाही. अतिरिक्त मूल्य घेणार नाही. वर्ग राहणार नाही, त्यामुळे संघर्षदेखील अस्तित्वात राहणार नाही. परिणामत: राज्याची आवश्यकता राहणार नाही. मार्क्सच्या शब्दात 'राज्य विरून जाईल'. प्रत्येकाला आपली आवड, कुवत, कौशल्यानुसार काम करता येईल. श्रमिकांना आवडीचे काम करण्यास मिळाल्यामुळे त्यांच्यातील परात्मभावदेखील नष्ट होईल आणि त्यांच्या सृजनशीलतेला वाव मिळेल. भांडवलशाहीची पाठराखण करणाऱ्या नागरी समाजाला क्रांतीद्वारे नष्ट करून नव-नागरी समाज निर्माण करत नाही, तोपर्यंत खरा नागरी समाज अस्तित्वात येणार नाही असे मार्क्सला वाटते.

ग्रामसीचे नागरी समाजाबद्दलचे विचार : मार्क्सवादी विचारवंत अँटोनिओ ग्रामसी यांनी नागरी समाज संकल्पनेच्या विकासात महत्त्वपूर्ण योगदान दिलेले आहे. त्याने वर्चस्व वा धुरीणत्व (Hegemony) संकल्पनेच्या आधारावर नागरी समाजाचे विश्लेषण केलेले आहे. मूलभूत संरचना (Fundmental Structure) आणि अधिसंरचना (Super Structure) म्हणजे पाया आणि इमलाच्या धर्तीवर सामाजिक संबंधांचे विश्लेषण केलेले आहे. मूलभूत संरचनेत उत्पादक समूहाला म्हणजे आर्थिक घटकाला स्थान दिले आहे आणि त्यावर आधारित नागरी समाज व राज्य-संस्थेला अधिसंरचनेत स्थान दिले आहे. मूलभूत संरचनेतील भांडवलदार वर्ग आपल्या सत्तेला वा शोषणाला अधिकृतता मिळविण्याचा प्रयत्न करतो. त्यासाठी हा वर्ग नागरी समाजावर वैचारिक नियंत्रण प्रस्थापित

करण्याचा प्रयत्न करतो. वैचारिक वर्चस्व प्रस्थापित करण्यासाठी भांडवलदार राज्याचा वापर करत असतात. अधिसंरचनेत कार्यरत घटकांचे संबंध वर्चस्वावर आधारित असतात. प्रभावशाली घटकाकडून दुर्बल घटकांवर वर्चस्व लादले जाते. वर्चस्व लादण्यासाठी राज्यसंस्थेचा वापर केला जातो. राज्याकडे असलेल्या दंडशक्ती (पोलीस, लष्कर, कायदा, न्यायव्यवस्था) जोरावर सत्ताधारी वर्ग नागरी समाजावरदेखील वैचारिक नेतृत्व लादतो. सत्ताधारी भांडवलदार वर्ग आपली सत्ता ही नैतिकदृष्ट्या कशा प्रकारे योग्य आहे, हे नागरी समाजाला पटवून अधिमान्यता मिळविण्याचा प्रयत्न करत असतो. आपल्या व्यवस्थेला अनुकूल मूल्य, विचार, कल्पना, आदर्श व संस्कृती निर्माण करण्याचा प्रयत्न हा सत्ताधारी भांडवलदार वर्गाकडून केला जातो. त्यासाठी सत्ताधारी वर्ग चर्च, राजकीय पक्ष, शिक्षण संस्था, व्यावसायिक संघटना, वृत्तपत्रे, प्रसिद्धी माध्यमे, पुस्तके, स्वयंसेवी संघटना इत्यादी मूल्यनिर्मिती करणाऱ्या संस्थांमध्ये सत्ताधारी वर्गाला अपेक्षित मूल्यांची निर्मिती वा प्रचार व प्रसार व्हावा यांसाठी प्रयत्न केला जातो. शोषित व वंचित वर्गांवर आपले सांस्कृतिक व नैतिक वर्चस्व निर्माण होऊन ते प्रस्थापित व्यवस्थेला अधिमान्यता देतील किंवा बंड वा क्रांती करणार नाही यांसाठी हा प्रयत्न सुरू असतो. सत्ताधारी वर्ग आपले वर्चस्व निर्माण करण्यासाठी नागरी संस्थांचा वापर करीत असतो. वर्चस्व निर्माण करण्यासाठी दंडशक्ती वापरण्याची फारशी आवश्यकता भासत नाही. शोषित वर्ग स्व-इच्छेने वर्चस्व व सत्तेला अधिमान्यता देत नाही, तेव्हा भांडवलदारी सत्ताधीश दंडशक्तीचा वापर करून अधिमान्यता मिळविण्याचा प्रयत्न करतात.

प्रत्येक समाजव्यवस्थेत अस्तित्वात असलेले तत्त्वज्ञान, नीतिनियम, कायदे, संस्कृती हे सर्वांचे प्रतिनिधित्व करतात असे सर्वसामान्य मानले जाते. परंतु ग्रामसीच्या मते, संस्कृतीसंवर्धन करणाऱ्या वरील सर्व गोष्टी सर्वांच्या म्हणून मानल्या जात असल्या, तरी त्या फक्त वरिष्ठ वर्गाचे प्रतिनिधित्व करतात आणि त्या वर्गाचे वर्चस्व प्रस्थापित करण्यास साहाय्य करतात. सामाजिक संस्था, पुराणे, मिथके, आख्यायिक, लोककथा, लोकभ्रम, कला, साहित्य इत्यादी साधनांच्या माध्यमातून वरिष्ठ वर्ग आपल्या वर्गाचे मूल्य आणि आपल्या विचारसरणीचे समाजात बीजारोपण करीत असतात. आपल्या वर्गाचे मूल्य आणि त्याची विचारसरणी सर्वांची म्हणून सादर केली जाते. सांस्कृतिक अधिसत्तेच्या माध्यमातून राजकीय समाज आणि नागरी समाज यांमध्ये सत्ता आणि संमतीच्या परस्पर सामंज्यस्याच्या आधारावर समतोल निर्माण केला जातो. म्हणजे राज्य निव्वळ राज्यघटनेत समाविष्ट नियम आणि कायद्यांच्या आधारावर चालत नसून सत्ता आणि संमतीत समन्वय निर्माण करणाऱ्या वर्चस्व आधारावर चालत असते. धुरीणत्व व वर्चस्व संकल्पनेच्या माध्यमातून ग्रामसी बूर्ज्वा वा भांडवलदार वर्गाकडून नागरी समाजावर आपली अधिसत्ता निर्माण करण्यासाठी सांस्कृतिक मार्गाचा वापर करतो. परिवर्तनवादी

राज्यक्रांती करण्यासाठी वरिष्ठ वर्गाची राजकीय आणि आर्थिक ताकद कमी करणे गरजेचे नसून सांस्कृतिक वर्चस्वही नष्ट करणे गरजेचे आहे

परिवर्तन हा निसर्गाचा नियम आहे. मार्क्सवाद परिवर्तनाचा आग्रह धरणारी विचारधारा आहे. सामाजिक, आर्थिक आणि राजकीय संबंधांत सातत्याने बदल होत असतात. या बदलाच्या प्रक्रियेतून समाजात नवे हितसंबंध निर्माण होतात. हे हितसंबंध जसे जसे सामर्थ्यशाली होऊ लागतात, त्यातून समाजात नवी संस्कृती निर्माण होते. तिलाच ग्रामची प्रतिसंस्कृती असे संबोधतो. नव्या हितसंबंधांवर आधारलेला वर्ग आपले प्रभुत्व निर्माण करण्यासाठी आपल्या वर्गाच्या मूल्यांना समाजातील सर्व घटकांत प्रस्थापित करण्याचा प्रयत्न करतो. या सांस्कृतिक प्रभुत्व असलेल्या वर्गाला ग्रामची 'प्रतिधुरीणत्व' वा 'प्रतिवर्चस्व' (Counter Hegemony) ही संकल्पना वापरतो. पर्यायी धुरीणत्वाच्या माध्यमातून पारंपरिक तत्त्वांचा प्रभाव कमी होऊन नव्या तत्त्वांना मान्यता मिळते. उदा. सरंजामशाही व्यवस्थेत धर्म आणि सरंजामदारांच्या प्रभावामुळे श्रद्धातत्त्वाचा प्रभाव समाजावर होता, तर भांडवलशाही व्यवस्थेतून उदयाला आलेल्या व्यक्तिवाद संकल्पनेमुळे स्वातंत्र्यतत्त्वाचा प्रभाव समाजावर निर्माण झाला.

भांडवलशाहीतील विचारवंतांनी भांडवलदारांच्या सांस्कृतिक नेतृत्वाला समाज-व्यवस्थेत प्रस्थापित करून सामान्य जनतेचा पाठिंबा भांडवलशाहीला मिळवून दिला. ज्ञानातून कृतीचा आणि कृतीतून ज्ञानाचा विकास होतो. म्हणून कामगार वर्गाने सत्ता मिळवावयाची असेल, तर सत्ताधारी वर्गाच्या वर्चस्वाला शह देणारी स्वत:ची अशी पर्यायी व्यवस्था विकसित केली पाहिजे. सत्ताधारी वर्गाच्या कल्पनांना विरोध करण्यासाठी एक सुव्यवस्थित यंत्रणा निर्माण केली पाहिजे. धार्मिक संस्था, कुटुंब, शाळा या मूल्य जपणाऱ्या आणि मूल्यांना मान्यता देणाऱ्या सामाजिक संस्थांमधील बूर्ज्वा वर्गाचे वर्चस्व नष्ट करत नाही, तोपर्यंत कामगार क्रांती यशस्वी होणार नाही. साम्यवादी क्रांतीचे ध्येय पूर्ण करण्यासाठी बूर्ज्वा वर्गाचे ऐतिहासिक वर्चस्व नष्ट करण्याचा प्रयत्न केला पाहिजे. त्यासोबत स्वत:च्या वर्गाचे वर्चस्व निर्माण करणारी पर्यायी व्यवस्था निर्माण केली पाहिजे. हे सर्व साध्य करण्यासाठी साम्यवादी विचारवंतांचा वर्ग निर्माण केला पाहिजे. विचारवंतांनी नेतृत्व दिले, तर कामगार वर्गातील वर्गजाणिवा प्रगल्भ होऊन विस्तारतील आणि त्यातून पाया आणि इमला यांच्यात सुसंवादित्व निर्माण होईल. भांडवलशाहीचे नागरी समाजावरील वैचारिक वर्चस्व नष्ट होत नाही. श्रमिकांचे पर्यायी सांस्कृतिक व वैचारिक वर्चस्व नागरी समाजावर प्रस्थापित होत नाही, तोपर्यंत खऱ्या नागरी समाजाची निर्मिती होणार नाही असे ग्रामसीचे मत आहे.

उत्तर-आधुनिकेत्तर नागरी समाज : तणाव-शैथिल्य प्रक्रियेचा परिणाम म्हणून अमेरिका आणि रशिया या महासत्तांमधील संघर्षास पूर्णविरामप्राप्त होऊ लागला. शीतयुद्ध

समाप्त होण्याची प्रक्रिया सुरू झाली. नेमक्या त्याच काळात पूर्व युरोपातील साम्यवादी राजवट असलेल्या पोलंड, हंगेरी, झेकोस्लोव्हाकिया, रूमानिया, बल्गेरिया इत्यादी देशांत नागरी समाज संकल्पनेचे पुनरुज्जीवन झाले. पोलंडसारख्या देशात साम्यवादी हुकूमशाहीपासून मुक्त होण्यासाठी सॉलिडॅरिटी (Solidarity) नावाची चळवळ सुरू झाली. पूर्व युरोपातील नागरी समाज चळवळींनी शोषणविरहित नागरी समाजाचा आदर्श डोळ्यांसमोर ठेवला. साम्यवादी एकपक्षीय राजवटीने दीर्घकाळपर्यंत व्यक्तीचे अधिकार व स्वातंत्र्यावर अनेक बंधने लादलेली होती. कम्युनिस्ट पक्षाची एकपक्षीय राजवट उलथवून लोकशाही निर्माण करण्यासाठी या देशातील नागरी समाजाने पुढाकार घेतला. एकपक्षीय राजवटीच्या समाप्तीशिवाय लोकशाहीचे स्वप्न पूर्ण होणे शक्य नव्हते. नागरी चळवळीत कार्य करणाऱ्या नेत्यांनी वेगवेगळ्या प्रकारच्या (भाषण व संघटन स्वातंत्र्य) स्वातंत्र्यांची मागणी सुरू झाली. पूर्व युरोपातील चळवळीच्या प्रभावाने पश्चिम युरोप आणि अमेरिकेतदेखील विविध कारणांमुळे नागरी हक्क चळवळीला जोर प्राप्त झाला. त्यामुळे युरोप आणि अमेरिकेच्या राजकारणातील मरगळ दूर झाली. नागरी समाज संकल्पनेच्या वाढत्या प्रभावामुळे मतदानाचे वाढते प्रमाण, स्वयंसेवी संघटनेच्या सदस्यत्वात वाढ घडून आली. नागरी समाज संकल्पनेच्या वाढत्या प्रसारासोबत त्या संकल्पनेला तात्त्विक आधार प्रदान करण्याचे कार्य रॉबर्ट पुटनॅमसारख्या अभ्यासकाने केले. त्यांनी आपल्या संशोधनात हे सिद्ध करून दिले की, नागरी समाजाच्या सक्रियतेमुळे राजकीय संस्थांच्या कार्यक्षमता व दर्जा यांत वाढ झाली. लोकशाहीच्या यशस्वितेसाठी नागरी समाजाने सक्रियतेने महत्त्वपूर्ण भूमिका निभावल्याचेदेखील आढळून आले. 'सामाजिक भांडवल' असलेल्या समाजात नागरी मूल्य व आदर्श प्रमाण जास्त आढळून येते, हे पुटनॅमने केलेल्या अध्ययनातून आढळून आले. सामाजिक भांडवल म्हणजे सुसंघटित व समक्ष सामाजिक कृती करण्यास पोषक वातावरण असलेला समाज होय. हे भांडवल समाजातील व्यक्तींतील परस्पर सहकार्य व विश्वास आणि सामूहिक उत्तरदायित्वाच्या भावनेतून निर्माण होत असते.

१९८० ते १९९० च्या दशकात लॅटिन अमेरिकेतील ब्राझील, पेरू, अर्जेंटिना, चिली व उरूग्वे या देशांतदेखील नागरी समाज संकल्पनेला महत्त्व प्राप्त होऊ लागले. हे देश दीर्घकाळ हुकूमशाही वर्चस्वाखाली असल्यामुळे नागरी अधिकारांचे मोठ्या प्रमाणावर हनन होत होते. राजकीय सत्ता मूठभर लोकांची मक्तेदारी बनली होती. नागरिकांना निर्णय प्रक्रिया व राजकीय सहभागापासून वंचित करण्यात आले होते. नागरिकांच्या विकासासाठी कोणत्याही प्रकारचे विशेष प्रयत्न न केल्यामुळे सत्ताधारी राजकीय श्रेष्ठीजनांविरुद्ध मोठ्या प्रमाणावर असंतोष निर्माण झाला होता. देशावरील वाढते विदेशी कर्ज, ठप्प झालेला औद्योगिक विकास, बेरोजगारीत वाढ, जनतेचा असंतोष इत्यादी कारणांमुळे आर्थिक व

राजकीय अस्थिरता निर्माण झाली होती. राजकीय हतबलतेला दूर सारण्यासाठी त्या देशातील नागरी संघटनांनी मोठ्या प्रमाणावर पुढाकार घेण्यास सुरुवात केली. हुकूमशाही व्यवस्था नष्ट करून लोकतांत्रिक व्यवस्था निर्माण करण्यासाठी संघर्षाला सुरुवात झाली. या संघर्षात मुख्य दोन प्रकारच्या मागण्या होता, त्या म्हणजे प्रस्थापित राजकीय व्यवस्थेत बदल करणे, म्हणजे सर्वंकष वा एकसत्ताक हुकूमशाहीऐवजी लोकतांत्रिक व्यवस्थेची स्थापना करणे आणि जनतेला नागरी व राजकीय अधिकार बहाल करणे. कारण प्रस्थापित राजकीय व्यवस्थांनी अपेक्षित विकासदर साध्य न केल्यामुळे लोकांच्या अपेक्षांची परिपूर्ती करणे राजकीय अभिजनांना शक्य झाले नव्हते. राजकीय अभिजन देशाच्या विकासाला महत्त्व देण्याऐवजी चैनी व विलासी जीवन जगत होते. भ्रष्टाचार, पक्षपातीपणा, राजकीय गटबाजी, सत्तास्पर्धा, राजकीय हिंसा व खूनसत्र इत्यादींच्या पार्श्वभूमीमुळे जनतेत असंतोषाची भावना वाढत चालेली होती. या पार्श्वभूमीवर तेथील नागरी समुदायाने संघर्षाची भूमिका घेऊन राजकीय व्यवस्थेविरुद्ध असंतोष तेवत ठेवला आणि आपल्या मागण्या पूर्ण करण्यास व्यवस्थेला भाग पाडले.

आशिया व आफ्रिका खंडांतील परिस्थितीदेखील लॅटिन अमेरिकेतील देशांसारखी होती. या दशकात आग्नेय आशियातील मलेशिया, थायलंड, म्यानमार, सयाम, कंबोडिया, व्हिएतनाम इत्यादी देशांतदेखील नागरी समाज चळवळीची मर्यादित प्रमाणात सुरुवात झालेली दिसते. उदा. म्यानमारमधील आँग-स्क्यू-की यांच्या नेतृत्वाखाली लोकशाहीचा लढा. भारतातदेखील या दशकात प्रस्थापित विकास नमुन्याला आव्हान देणाऱ्या काही नागरी हक्क चळवळींचा जन्म झालेला दिसतो. नागरी समाजांतर्गत कार्यरत असणाऱ्या स्वयंसेवी संघटनांनी पर्यायी विकास नीतीची मागणी केली. भारतातील नर्मदा बचाव आंदोलनाने पर्यावरणाच्या प्रश्नावरून सरदार सरोवर प्रकल्पाला केलेला विरोध हे त्याचे उत्तम उदाहरण मानता येईल. या कालखंडात चिपको आंदोलन, शरद जोशी यांच्या शेतकरी संघटनेने केलेली विविध आंदोलने, भारतभर शेतकऱ्यांनी केलेली आंदोलने, दत्ता सामंत यांच्या नेतृत्वाखाली गिरणी कामगारांची आंदोलने, जल-जमीन व जंगल यांसाठी आदिवासी समूहांनी केलेली आंदोलने या विविध नागरी समाज चळवळींच्या माध्यमातून जनमत जागृत करून सरकारवर दडपण आणण्याचे प्रयत्न झाले. या आंदोलनात कार्यरत स्वयंसेवी संस्थांनी पारंपरिक दबावगट व राजकीय पक्षापेक्षा अत्यंत अभिनव स्वरूपाच्या रणनीतीचा अवलंब करून आपले वेगळे स्थान निर्माण करण्याचा प्रयत्न केला. उदा. नर्मदा बचाव आंदोलनाच्या जल-सत्याग्रह व जलसमर्पण सत्याग्रह या अभिनव रणनीतीमुळे सरकारला त्यांच्या प्रश्नाकडे लक्ष देणे भाग पडले, हा एक प्रकारचा नागरी समाज चळवळीचा विजय मानावा लागेल.

जागतिकीकरण व उत्तर-जागतिकीकरण पर्वातील नागरी समाज : गॅट कराराच्या उरूग्वे येथील चर्चेच्या आठव्या फेरीनंतर जगातील बहुसंख्य देशांनी डंकेल प्रस्तावाला मान्यता दिल्यानंतर जागतिकीकरण प्रक्रियेच्या मार्गातील मोठा अडथळा नष्ट झाला. सोव्हिएट रशियाच्या पतनानंतर जागतिकीकरणाला विरोध करणारी कोणतीही मोठी शक्ती जगात अस्तित्वात राहिली नाही. १९९५ मध्ये जागतिक व्यापार संघटनेची स्थापना झाली. जगातील बहुसंख्य देश या संघटनेचे सदस्य बनल्यामुळे जागतिकीकरण प्रक्रियेवर शिक्कामोर्तब झाले. जागतिकीकरणाच्या पर्वात राष्ट्र-राज्य सार्वभौमत्वावर अनेक बंधने आल्यामुळे राज्यकांचे (स्वयंसेवी संघटना, जागतिक आर्थिक संघटना) महत्त्व वाढण्यास सुरुवात झाली. विश्व बँक आणि जागतिक नाणेनिधीच्या कर्जाच्या बोझ्याखाली बहुसंख्य दाबलेले असल्यामुळे विकसित देशांच्या लादलेल्या अनेक अटी विकसनशील व अविकसित देशांना मान्य करण्याशिवाय दुसरा पर्याय राहिला नाही. या देशांनी आपल्या अर्थव्यवस्था मुक्त व खुल्या केल्यामुळे भांडवल व तंत्रज्ञानासोबत पाश्चिमात्य मूल्यांचा शिरकाव त्या देशांमध्ये झाला. पाश्चिमात्य देशात नागरी समाज संकल्पनेचादेखील शिरकाव घडून आला. त्या देशातील नागरी समाजाचे झपाट्याने राजकीयकरण घडून आले. अनेक देशांत बाह्य दडपणामुळे नागरी समाजातील विभाजनकारी प्रवृत्तीकडेदेखील राज्यकर्त्यांचे दुर्लक्ष झाल्यामुळे नागरी हक्क चळवळींना काही भागांत विघातक वळणदेखील मिळाले, उदा. पंजाबमधील खलिस्तान चळवळ, ईशान्य भारतातील फुटीरवादी चळवळी व भारतातील आदिवासी भागातील नक्षलवादी चळवळी. जागतिकीकरणाच्या प्रथम पर्वात नागरी समाजाने जागतिकीकरणविरोधी भूमिका घेतली. जागतिकीकरण प्रक्रियेला विरोध सुरू केला. जागतिकीकरण प्रक्रिया ही सर्वदूर प्रक्रिया आहे. या प्रक्रियेच्या माध्यमातून देशाच्या विकासाला गती प्राप्त होत आहे, हे लक्षात आल्यानंतर नागरी समाजाने लोकशाही अधिकाराच्या मागणीकडे आपला मोर्चा वळविला. सुरुवातीला लोकशाहीकरण, राजकीय सत्तेत वाटा ह्या विकसनशील व अविकसित देशांतील नागरी समाजाच्या मागण्या होत्या. अनेक देशांत लोकशाहीच्या पुर्नस्थापनेमुळे ह्या मागण्या पूर्ण झाल्यामुळे नागरी समाजाने शिक्षण, आरोग्य, मानवाधिकार, पर्यावरण, लिंग समानता, विस्थापितांच्या मागण्या, अल्पसंख्याकांचे अधिकार, शासनातील पारदर्शकता, भ्रष्टाचाराला प्रतिबंध, सेवेची हमी इत्यादी क्षेत्रांत स्वयंसेवी संस्था कार्य करू लागल्या. नागरी समाजात कार्यरत संघटनांनी जनहित याचिका दाखल करणे, लॉबींईग करणे, प्रसिद्धी माध्यमांचा उपयोग करणे, सामाजिक माध्यमांचा उपयोग करणे, विविध संघटनांमध्ये समन्वय निर्माण करणे, जागतिक पातळीवरून निधी व समर्थन मिळविणे, जागतिक पातळीवरील स्वयंसेवी संघटनांना एका व्यासपीठावर

एकत्र आणणे ('वर्ल्ड सोशल फोरम' ह्या जागतिक संघटनेची स्थापना) इत्यादींच्या माध्यमातून स्वयंसेवी संघटना कार्यरत होऊ लागल्या. नागरी समाजाने उभारलेल्या आंदोलनाला मोठ्या प्रमाणावर जनपाठिंबा मिळाल्यामुळे चळवळींतील नेते व कार्यकर्त्यांचा उत्साह दुणावला. उदा. भारतात अण्णा हजारे व त्यांच्या टीमने जनलोकपाल विधेयक मंजुरीसाठी केलेल्या चळवळीला देशभर पाठिंबा मिळाला व समर्थन मिळाले. नागरी समाज चळवळीला मिळत असलेल्या पाठिंब्यामुळे मोठ्या प्रमाणावर राजकीय ध्रुवीकरणदेखील घडून आले. उदा. अण्णा हजारे यांच्या भ्रष्टाचारविरोधी आंदोलनामुळे संयुक्त पुरोगामी आघाडीविषयी जनतेत तीव्र नाराजी निर्माण झाल्यामुळे २०१४ च्या लोकसभा निवडणुकीत आघाडीला आपली सत्ता गमवावी लागली. नागरी संघटना राजकीय जागरूकता आणि परिपक्व लोकमत निर्मितीसाठी फलदायी ठरू लागल्या. या संघटनांनी केलेल्या कार्यामुळे सरकारला अधिक उत्तरदायी बनने भाग पडले. पुटनॅमसारखा अभ्यासक 'नागरी समाज संकल्पनेत गैर-राजकीय संघटनांना लोकशाहीच्या विकासासाठी महत्त्वपूर्ण मानतो'. या संघटना सामाजिक मूल्य आणि विश्वासनिर्मिती करण्यास साहाय्यक ठरतात. सामाजिक हितामध्ये समन्वय निर्माण करून व्यक्तीला समाजाशी जोडून ठेवण्याचा प्रयत्न करतात. नागरी समाज लोकसंख्येच्या दृष्टीने अत्यअल्प असला, तरी लोकतंत्र, राजकीय सहभागिता आणि राजकीय उत्तरदायित्वाच्या विकासासाठी फार महत्त्वपूर्ण मानला जातो. काही सत्ताधारी सरकारे नागरी समाजातील संस्था व संघटनांवर प्रतिबंध लादून त्यांच्या कार्यात अडथळे निर्माण होतात. संस्थांच्या पदाधिकाऱ्यांना व नेत्यांना अटक, खोट्या केसेस दाखल करणे, हत्या-धमक्या इत्यादी घटना अनेक विकसनशील व अविकसित देशांत पाहायला मिळतात. विकसित देशामध्येदेखील हे प्रकार अल्प प्रमाणात केले जातात. राष्ट्रीय सुरक्षा, राष्ट्रवादाच्या नावाने नागरी समाज संघटनांना बदनाम करण्याचा प्रयत्नदेखील केला जात आहे. उदा. अमेरिकेतील एफबीआयसारखी संस्था महिला आंदोलन, मूलनिवासी आंदोलन, युद्धविरोधी आंदोलन करणाऱ्या कार्यकर्त्यांना पाण्यात पाहते. त्यांना बदनाम करण्यासाठी विविध कट-कारस्थाने केल्याचे उघडकीस आलेले आहे.

जागतिकीकरण प्रक्रियेचा अवलंब केल्यानंतर नागरी समाज संकल्पनेचा वेगाने विकास झाला. आंतरराष्ट्रीय पातळीवरूनदेखील मोठ्या प्रमाणावर मदत व साहाय्य प्राप्त होऊ लागल्यामुळे नागरी समाज संकल्पना स्थिर होण्यास हातभार लागला. प्रस्थापित राज्यकर्त्यांनी काही प्रमाणात नागरी समाजाच्या कार्यात अडथळे निर्माण करण्याचा प्रयत्न केलेला असला, तरी जनदडपणामुळे त्यांना माघार घ्यावी लागली. नागरी समाजातील संघटनांनी केलेल्या आंदोलनामुळे व कार्यामुळे राजकीय सीमारेषेच्या

बाहेर असलेल्या वंचित घटकांना न्याय देणे वा त्यांच्यासाठी योजना आखणे सरकारला भाग पडले. या संघटनांनी केलेल्या राजकीय जागरूकतेमुळे लोकशाहीला स्थिरता प्राप्त होऊ लागली.

नागरी समाज संकल्पनेच्या उदयापासून ते आजपर्यंतच्या विकासात ह्या संकल्पनेने अनेक आडवळणी मार्गांनी प्रवास केलेला दिसतो. जॉन लॉकसारख्या विचारवंताच्या लिखाणातून प्रारंभ झालेल्या संकल्पनेला हेगेल, कार्ल मार्क्स, ग्रामसी इत्यादी अभ्यासकांनी आपआपल्या पद्धतीने वळण देण्याचा प्रयत्न केला. मध्यंतरीच्या काळात ही संकल्पना लुप्त झाल्यासारखी वाटली. परंतु शीतयुद्धाच्या समाप्तीचे पडघम वाजू लागल्यानंतर हळूहळू नागरी समाजाच्या पुनरुज्जीवनाची शक्यता बळावू लागली. सोव्हिएट रशियाच्या पतनानंतर नागरी समाज संकल्पनेचे पुनरुज्जीवन घडून आले. जागतिकीकरणाच्या पर्वात तर ही संकल्पना जगभर पसरली. राज्य आणि नागरी समाज एक आहेत का, हा सुरुवातीच्या काळातील विवाद नष्ट होऊन नागरी समाज संकल्पना राज्यापेक्षा पूर्णपणे वेगळी आहे, असे मानले जाऊ लागले. परंतु नागरी संघटनेत कोणकोणत्या गटांचा समावेश करावा हा विवाद उफाळून आला. स्वयंसेवी संस्था म्हणजे नागरी समाज की, इतर संघटनाचा समावेश नागरी समाजात व्हावा याबाबतचे मतभेद आजही संपलेले नाहीत. फुटीरवादी, विद्रोही मागण्या करणारे गटदेखील स्वत:ला नागरी समाजाचा एक भाग समजतात. उदारमतवाद्यांनी नागरी समाजाचा संबंध अर्थव्यवस्थेशी जोडण्याचा प्रयत्न केल्यामुळे नागरी समाज संकल्पनेत विसंगती निर्माण होऊ लागली. अर्थव्यवस्थेत मुक्त व बंदिस्त अर्थव्यवस्थेचे समर्थक एकमेकांशी भिडू लागले. नागरी समाजाचे कार्यक्षेत्र राज्य आणि अर्थव्यवस्थेपासून स्वतंत्र आहे, अशी मांडणी जागतिकीकरणाच्या युगात सुरू झाली. या मांडणीमुळे नागरी समाज संकल्पनेत स्वयंसेवी संस्था व गट, विविध क्षेत्रांतील चळवळींचा समावेश करता येतो. परंतु या चळवळी व संस्था सनदशीर व लोकतांत्रिक मार्गावर विश्वास ठेवणाऱ्या असल्या पाहिजेत हादेखील विचार प्रस्तुत केला जाऊ लागला. नागरिकांमध्ये मुक्त स्वरूपाचा विचारविनिमय घडवून राजकीय सत्तेवर अंकुश ठेवून तिला उत्तरदायी बनविणे हे नागरी समाज संकल्पनेचे प्रमुख ध्येय मानले जाऊ लागल्यामुळे ही संकल्पना लोकशाही आणि स्वातंत्र्याच्या रक्षणासाठी आवश्यक आहे, असेदेखील मानले जाऊ लागले. नागरी समाज संकल्पनेत झालेल्या परिवर्तनातून भविष्यात आदर्श समाज निर्माण करण्याचे कार्य नागरी समाजाकडून केले जाऊ शकेल असे भाकीत-कथनदेखील अभ्यासकांकडून केले जाऊ लागले. यात ह्या संकल्पनेचे महत्त्व व योगदान लक्षात येते.

लघुत्तरी प्रश्न

१. नागरी समाज स्वरूप
२. नागरी समाज उदय व विकास
३. उदारमतवाद आणि नागरी समाज
४. उत्तर–आधुनिकेत्तर नागरी समाज
५. जागतिकीकरण व उत्तर–जागतिकीकरण नागरी समाज

दीर्घोत्तरी प्रश्न

१. नागरी समाज संकल्पना अर्थ, स्वरूप, उदय व विकास सौदाहरण स्पष्ट करा.
२. जॉन लॉकच्या नागरी समाजाबद्दलच्या विचारांचे विवेचन करा.
३. हेगेलच्या नागरी समाज संकल्पनेचे टीकात्मक परीक्षण करा.
४. कार्ल मार्क्स व ग्रामसीच्या नागरी समाजाविषयीच्या विचारांचे वेगळेपण नमूद करा.
५. आधुनिकेत्तर व जागतिकीकरण पर्वातील नागरी समाज संकल्पना सविस्तर सांगा.

संदर्भसूची

1. Appadorai, A. (1957) – Substance of Politics. Madras : Oxford University Press.
2. Bottomore Tom (1983) – A Dictionary of Maxist Thought. Basil Blackwell : Oxford University Press.
3. Coker F. C. (1957) – Recent Political Thought. Kolkata : The World Press Ltd.
4. Dahl R. A. (1965) – Modern Political Analysis. New Delhi : Prentice Hall of India
5. Dunning W. A. (1970) – A History of Political Theories. Allahabad : Central Book Depot.
6. Asirvatham E. (1968) – Political Theory. Lucknow : Upper India Publishing House
7. Easton D. (1971) – The Political System, Scientific Book Agency. Culcutta : Oxford University Press.
8. Gupta M. G. (1990) – History of Political Thought. Allahabad: Chaitanya Publishing House.
9. Giovanni Sartori. (1965) – Democratic Theory. New Delhi : Oxford IBH Publishing
10. Johari J. C. (1987) – Comtemporary Political Theory. New Delhi : Sterling Publishers
11. Karl Mark (1971) – The Theories of Surplus Value Vol. IV. Moscow : Progress Publishers
12. McGuigan Jim. (1999) – Modernity and Post Modern Culture. Philadephia : Open University Press.
13. Rathod P. B. (2006) – Modern Political Theory. Jaipur : B.D. Publishers
14. Sabine G. H., Geoge L. (1941) – A History of Political Theory. London : George G. Harrap co. House.
15. Sushil R. (2003) – Political Theory, Concept and Idea. New Delhi : Macmillan India Ltd.
16. Upadhyaya A. K. (1999) – Political Philosophy. Jaippur : Rawat Publication

17. Varma V. P. (1977) – Political Philosophy. Agra : Laxmi Narayan Agarwal Publisher.
18. Willims E. (1966) – Great Political Thinkers (Plato to Present). Oxford Publishing : Kolkata.
19. Nancy, Rosenblum R. Robert C (1999), Civil Society : The Critical History of an Idea, John Ehrenberg, New York University Press, New York
20. Sebastian G. H., (1965) – A History of Political Thought.
21. Walzer Michal, (1998) – Toward a Global Civil Society, Berghn book, Oxford
२२. एन. डी. अरोरा (२०१५) – राजनीति विज्ञान. नई दिल्ली : मॅकग्रा हिल प्रकाशन
२३. इकबाल नारायण (२००३) – राजनीति विज्ञानके मूल आधार. जयपूर : ग्रंथ विकास पब्लिकेशन
२४. चौबे कमन नयन (२०१२) – समकालीन राजनीति–दर्शन. नवी दिल्ली : पिअरर्सन प्रकाशन.
२५. दोषी एस. एल. (२०१२) – आधुनिकता, उत्तर–आधुनिकता एवं नव–समाजशास्त्रीय सिद्धान्त. नवी दिल्ली : रावत पब्लिकेशन.
२६. नरूला बी. सी. (२०१६) – राजनीतिक सिद्धान्त. नई दिल्ली : अर्जुन पब्लिशिंग हाऊस
२७. सिंह बी. के (२०१२) – राजनीतिके सिद्धान्त. दिल्ली : पैसिफिक पब्लिकेशन
२८. पाठक नवराज (२०१०) – पाश्चमात्य राजनीतिक विचारक. नवी दिल्ली : विश्वभारती पब्लिकेशन.
२९. पुखराज जैन आणि फाडिया बी. एल (१९८९) – आधुनिक राजनीतिक सिद्धान्त. आगरा : साहित्य भवन.
३०. फाडिया बी. एल. (२००७) – आधुनिक राजनीतिक चिंतनका इतिहास. आगरा : साहित्यभवन पब्लिकेशन.
३१. विश्वप्रकाश गुप्त, मोहिनी गुप्त (२००५) – राजनीतिक विचारधाराए उद्भव आणि विकास. नई दिल्ली : राधा पब्लिकेशन
३२. डॉ. राजकुमार (२००५) – राजनीतिके सिद्धान्त. नई दिल्ली : अर्जुन पब्लिशिंग हाऊस
३३. राकेशकुमार झा (१९९५) – गांधीय चिन्तन में सर्वोदय. जयपूर : पाईन्टर पब्लिशर्स
३४. वीरेन्द शर्मा (१९८९) – राजनीति विज्ञानके सिद्धान्त. नई दिल्ली : श्री पब्लिशिंग हाऊस.
३५. हरिश्चन्द शर्मा (१९७९) – आधुनिक राजकीय सिद्धान्त. जयपूर : कॉलेज बुक डिपो.
३६. हरिश्चन्द शर्मा (२००९) – आधुनिक राजनीती विज्ञान. नई दिल्ली : विश्वभारती पब्लिकेशन
३७. आघाव एन. बी. व मुंढे एस. इ. (२०१३) – राज्यशास्त्रीय संकल्पना. औरंगाबाद : एज्युकेशनल प्रकाशन
३८. चौसाळकर अशोक (२०१०) – मार्क्सवाद–उत्तर मार्क्सवाद. पुणे : प्रतिमा प्रकाशन

३९. जोशी बी. आर. व इतर (२००७) – डायमंड सामाजिक ज्ञानकोश खंड १ ते ३. पुणे : डायमंड पब्लिकेशन
४०. गर्गे स. मा. (१९८९) – भारतीय समाज विज्ञानकोश १ ते ४. पुणे : समाजविज्ञान मंडळ
४१. गर्गे स. मा. (१९७५) – राज्यशास्त्राचा विकास. पुणे : संगम प्रकाशन
४२. डोळे ना. य. (१९६९) – राजकीय विचाराचा इतिहास. पुणे : कॉन्टिनेन्टल प्रकाशन
४३. डोळे ना. य. (१९७७) – प्रमुख पाश्चिमात्य राजकीय विचारवंत. औरंगाबाद : विद्या बुक्स पब्लिशर्स.
४४. देव विजय, गोसावी शरद आणि आपटे संज्योत (२०१२) – पाश्चात्त्य राजकीय चिंतन. पुणे : डायमंड पब्लिकेशन
४५. नंदेश्वर संदीप (२०१०) – पाश्चात्त्य आणि आधुनिक राजकीय सिद्धान्त. नागपूर : सर साहित्यकेंद्र
४६. नांदेडकर व. गो. (२०११) – राजकीय विचार आणि विचारवंत. पुणे : डायमंड पब्लिकेशन.
४७. नवलगुंदकर श. ना. (१९७८) – निवडक राजकीय विचार. पुणे : नरेंद्र प्रकाशन
४८. पाटील व्ही. बी. (२०११) – समग्र राज्यशास्त्र. पुणे : के सागर पब्लिकेशन
४९. फड एस. बी. (२०१४) – उच्चतर राजकीय सिद्धान्त. औरंगाबाद : विद्या बुक्स पब्लिशर्स.
५०. बाचल वि. मा. आणि गोळवलकर स. प. (१९७८) – पाश्चात्त्य राजकीय विचारवंत. पुणे : सुविचार प्रकाशन मंडळ
५१. भार्गव राजीव आणि आचार्य अशोक (२०११) – राजकीय सिद्धान्त परिचय. दिल्ली : पिअरर्सन प्रकाशन
५२. भोळे भा. ल. (२००२) – पाश्चिमात्य राजकीय विचारवंत. नागपूर : पिंपळापुरे बुक डिस्ट्रिब्युटर्स.
५३. राठी शुभांगी (२०१३) – राजकीय विचारप्रणाली. औरंगाबाद : कैलाश पब्लिकेशन
५४. लाडे सुमती आणि तांबे श्रुती (२००५) – स्त्रीवाद. श्रीरामपूर : शब्दालय प्रकाशन
५५. वकील अलिम, सानेखासकर ज्योत्स्ना (२०१५) – राजकीय समाजशास्त्र. पुणे : प्रतिमा प्रकाशन.
५६. साने पां. स. (२०११) – पाश्चिमात्य तत्त्वज्ञानाची कहाणी. पुणे : वरदा प्रकाशन
५७. देवरे पी. डी. व निकुंभ डी. एस., (२०१०) – आधुनिक राजकीय विचारप्रणाली. जळगाव : प्रशांत प्रकाशन
५८. इन्दापवार दि. वा., (१९९३) – राजकीय सिद्धान्तवाद. नागपूर : मंगेश प्रकाशन

विसाव्या शतकातील राजकीय प्रवाह

डॉ. महेंद्र पाटील

रु. ५००

जगात विसावे शतक हे क्रांतिकारी शतक मानले जाते. या शतकात ज्ञान-विज्ञानाच्या क्षेत्रांमध्ये क्रांतिकारी बदल झालेले आहेत. या बदलाच्या प्रभावातून सामाजिक आणि राजकीय क्षेत्रांमध्येही अनेक व्यापक बदल झाले. त्यातून विविध राजकीय विचारप्रवाहही विकसित झाले. या शतकातील मार्क्सवाद हा अत्यंत प्रभावी विचारप्रवाह मानला जातो. लेनिन, स्टॅलिन, माओ-त्से-तुंग आणि नव-मार्क्सवादी विचारवंतांनी या विचारप्रवाहाचा अर्थ लावण्याचा प्रयत्न केला.

दुसऱ्या महायुद्धानंतर वर्तनवाद, उत्तर-वर्तनवाद, राजकीय सिद्धान्तांचा र्हास, विचारप्रणालींचा अंत असे अनेक विचारप्रवाह विकसित झाले. पुढे जॉन रॉल्सचा सामाजिक न्याय मांडणारा विचार, उत्तर-आधुनिकवाद, दुसऱ्या महायुद्धात जन्मलेला अस्तित्ववाद, विसाव्या शतकाच्या उत्तरार्धात विकसित झालेला स्त्रीवाद आणि पर्यावरणवाद असे विविध विचारप्रवाह ठळक होत गेले. याच विचारप्रवाहांचा व विचारवंतांचा आढावा प्रस्तुत पुस्तकात घेण्यात आला आहे.

हे पुस्तक राज्यशास्त्र व स्पर्धा परीक्षांच्या विद्यार्थ्यांसाठी निश्चितच एक उपयुक्त संदर्भ ग्रंथ ठरेल.

FCW - #0279 - 061026 - C48 - 216/140/25 - PB - 9789386401694 - Gloss Lamination